श्रीमंत गंगाबाई वाचन मंदिर आजरातर्फे -
डॉ. बाबासाहेब आंबेडकर लक्षणीय गद्य साहित्यकृती पुरस्कार २०१७

देशाची जडणघडण अनुभवलेल्या सनदी अधिकाऱ्याचे आत्मकथन

माझी वाटचाल

मेटकॉफ हाउस ते राजभवन

(१९५२-१९८९)

लेखक
राम प्रधान

मेहता पब्लिशिंग हाउस

Please contact us at **Mehta Publishing House,** Pune 411030.
✆ +91 020-24476924 / 24460313 / Mob. No. 9545000513
Email : production@mehtapublishinghouse.com
Website : www.mehtapublishinghouse.com

- *या पुस्तकातील लेखकाची मते, घटना, वर्णने ही त्या लेखकाची असून त्याच्याशी प्रकाशक सहमत असतीलच असे नाही.*

MAZI VATACHAL : METCALFE HOUSE TE RAJBHAVAN by
RAM PRADHAN
माझी वाटचाल: मेटकॉफ हाउस ते राजभवन : राम प्रधान / आत्मकथन
Email : author@mehtapublishinghouse.com

प्रकाशक : सुनील अनिल मेहता, मेहता पब्लिशिंग हाऊस,
१९४१ सदाशिव पेठ, माडीवाले कॉलनी, पुणे - ४११ ०३०.

अक्षरजुळणी : इफेक्ट्स, आयडिअल कॉलनी, कोथरूड, पुणे -४११ ०३८

मुद्रक : पार्कसन्स ग्राफिक्स

मुखपृष्ठ : मेहता पब्लिशिंग हाऊस, पुणे

प्रथमावृत्ती : ऑगस्ट, २०१७

किंमत : ₹ ५००

P Book ISBN 9789386745040
E Book ISBN 9789386745057
E Books available on : amazonkindle, Apple Books, Google Play Books

---

अनुक्रमणिका

भाग ४ : आंतरराष्ट्रीय व्यवहार व मुत्सद्देगिरी

भाग ५ : गृहसचिव, महाराष्ट्र सरकार

भाग ६ : सागरी वाहतूक संचालक पदावर

भाग ७ : परत संयुक्त राष्ट्रसंघात

भाग ८ : मुख्य सचिव, महाराष्ट्र सरकार

पूर्वार्ध

'आत्मचरित्र' म्हणजे आपल्या आयुष्याचे सिंहावलोकनच असते. आज मी मागे वळून पाहतो, तेव्हा विद्यार्थीदशेत वा तरुणपणी मी आयुष्याकडून ज्या अपेक्षा केल्या होत्या त्यापेक्षा खूप अधिक मला नियतीने दिले आहे, असे मला वाटते.

आत्मचरित्रामध्ये व्यक्तीचा जन्म केव्हा, कुठे झाला हे सांगणे साहजिकच आहे. कारण 'मी कोण?' हे व्यक्ती ठरवत नसते, तर ते नियती ठरवित असते. जसे आपणांस आपले आई-वडील कोण? हे जन्मापूर्वी माहीत नसते तसेच धर्माबाबतही म्हणतात येईल. जन्मानंतरच व्यक्तीची ओळख वडिलांच्या तसेच कुटुंबाच्या नावाने होते. आणि त्या कुटुंबाच्या समुहातून समाजाची निर्मिती होते. म्हणून व्यक्ती, कुटुंब व समाज यांचा अतूट संबंध जन्म ते मरणापर्यंत राहतो. त्या विषयी थोडक्यात माझी ओळख करून देणे मी योग्य समजतो.

माझा जन्म २७ जून, १९२८ रोजी आषाढी एकादशीच्या मुहूर्तावर मुंबईत दादर येथील डॉ. दाभोळकरांच्या हॉस्पिटलमध्ये झाला. माझे वडील, दत्तात्रेय हे त्या वेळी मिलिटरी अकाउन्ट्स विभागामध्ये क्लार्क म्हणून नोकरीला होते. त्या काळी मॅट्रिक पास मुलाला क्लार्क म्हणून सरकारी नोकरी मिळणे विशेष समजले जात असे. मॅट्रिक्युलेट पास विद्यार्थी उत्कृष्ट इंग्रजी आणि मराठी लिहीत असत. त्यामुळे ब्रिटिश साम्राज्याला अशा व्यक्तींची आवश्यकता होती. असो!

माझे आजोळ त्या वेळच्या कुलाबा (आजच्या रायगड) जिल्ह्यातील नागोठाणे गावातले. हे 'ठाणे' पोर्तुगीज साम्राज्यवाद्यांनी १६व्या शतकात स्थापन केले. अरबी समुद्राला मिळणारी खाडी या गावाच्या वरच्या भागापर्यंत जाते व ती ओलांडून रोह्याला जाण्यासाठी पोर्तुगिजांनी दगडी पूल बांधला होता. आजही जवळ-जवळ

पाचशे वर्षांनंतर तो पूल जसा बांधला होता, त्याच स्थितीत आहे. आमचे एक पूर्वज नागोजीराव, हे त्या वेळेला फडणवीसगिरी करत, म्हणून गावाचे नाव 'नागोठाणे' पडले असे म्हणतात. गाव दोन टेकड्यांच्यामध्ये चिंचोळ्या भागात वसलेले आहे व त्या गावातून आज मुंबई-गोवा महामार्ग जातो. या रस्त्यावर गावानंतर दाट जंगल व खिंडही आहे. त्या खिंडीतून गेल्यानंतर महाडला जाता येते. महाडजवळ छत्रपती शिवाजी महाराजांचा रायगड किल्ला आहे. या भौगोलिक कारणास्तव तीनशे-साडेतीनशे वर्षांपूर्वी नागोठाणे मोक्याचे स्थान होते. आज हे क्षेत्र आय.पी.सी.एल.च्या अरबी समुद्रातून काढलेले तेल शुद्ध करण्यासाठी बांधलेल्या प्लॅन्टमुळे प्रसिद्ध आहे. नागोठाण्याची वस्ती पंधरा हजारांच्या आसपास आहे.

आज आमची नागोठण्यात कुठलीही वास्तू नाही. परंतु आमच्या जवळ-जवळ-जवळ दहा पिढ्या या गावात वास्तव्य करत होत्या, असे माझे आजोबा यशवंत प्रधान यांनी लिहून ठेवलेल्या टिपणावरून दिसते.

एकेकाळी प्रचलित खोत पद्धतीमुळे आमच्या कुटुंबाकडे कित्येक गावे व ऐसपैस पसरलेल्या जमिनी होत्या. कालांतराने आज तिथे आमचे म्हणण्यासारखे काहीही नाही. नागोठाणे गावात पूर्वजांनी बांधलेला जो वाडा होता, तो तीस-पस्तीस वर्षांपूर्वी पडला. तो वाडा त्या गावातील आमची शेवटची खूण होती.

माझे पणजोबा, दादाजी अमरेलीला होते. त्या काळी अमरेली गाव बडोदा संस्थानाचा भाग होता. दादाजी हे एक उत्तम घोडेस्वार होते व ते बडोद्याच्या महाराजांसाठी निरनिराळ्या ठिकाणांहून घोडे विकत घेत असत. त्यांचा प्रामाणिकपणा आणि पैशांचा चोख व्यवहार हे गुण महाराजांच्या नजरेस आले व त्यांनी दादाजींना आपल्याबरोबर राहण्यासाठी बडोद्याला आपल्या राजवाड्यात नेले. तिथे दादाजींचे काम म्हणजे महाराजांबरोबर रोज सकाळी घोडेस्वारी करायची व मग जेवायला बसायचे. महाराजांसाठी केलेले सर्व पदार्थ महाराजांनी खाण्याअगोदर चाखून पाहायचे. त्याप्रमाणे दादाजींनी आपले आयुष्य इमाने-इतबारे महाराजांच्या संगतीत बडोद्याच्या राजवाड्यात काढले. वृद्धापकाळी त्यांनी बडोदा सोडण्याचे ठरवले तेव्हा महाराजांनी त्यांना मोठी रक्कम पेन्शन म्हणून दिली व दादाजींनी आपले उरलेले आयुष्य नागोठाण्यात काढले.

माझ्या आजोबांचा जन्म १८६७मध्ये अमरेलीला झाला. त्यांना तीन मोठे भाऊ होते; भगवंतराव, रघुनाथराव व लक्ष्मणराव. आजोबांना आम्ही 'नानासाहेब' म्हणून ओळखत होतो. ते पोस्टखात्यात नोकरीस लागले आणि त्यांनी आपले बहुतेक आयुष्य रत्नागिरी जिल्ह्यातील निरनिराळ्या ठिकाणी काढले. काही वर्षे ते नागोठाण्यात पोस्टमास्तर होते व त्या वेळी त्यांनी माझे वडील दत्तात्रेय यांचा विवाह देशपांडे कुटुंबातील वत्सला हिच्याशी लावून दिला. लग्नानंतर माझ्या आईचे नाव आनंदीबाई ठेवण्यात आले. आज मुंबई-गोवा हमरस्त्यावर नागोठाणेमध्ये आनंदीबाई प्रधान सायन्स

कॉलेज ही इमारत जाता-येता दिसते. ते सायन्स कॉलेज स्थापन करण्यात मी पुढाकार घेतला. १९९४मध्ये माझ्याजवळ जी काही शिल्लक होती, ती सर्व कॉलेजसाठी कोकण एज्युकेशन सोसायटीला दान केली. या कॉलेजसाठी आय.पी.सी.एल. प्रोजेक्टनेही मदत केली. आज जवळ-जवळ पाचशे मुले-मुली या कॉलेजमध्ये शिक्षण घेत आहेत. नागोठाणे गावामध्ये आज ते कॉलेज हीच आमच्या कुटुंबाची ओळख शिल्लक राहिली आहे.

माझ्या लहानपणी नागोठाण्याची वस्ती ६००-७०० लोकांची होती. त्यामध्ये ६० टक्के हिंदू व ४० टक्के मुस्लीम समाज होता. शिवाजी महाराजांच्या अगोदर तो भाग मुरुड-जंजिरा संस्थानाच्या अधिपत्याखाली असल्यामुळे मुस्लीम मोठ्या संख्येने गावात राहत होते. हिंदूंमध्ये एक ब्राह्मण आळी, एक प्रभू आळी व इतर लोकांकरता एक आळी अशी वस्तीची योजना होती. प्रभू आळीमध्ये सर्व चांद्रसेनीय कायस्थ प्रभू होते. शिवाजी महाराजांच्या काळात व तद्नंतर पेशवाईतील ही कायस्थमंडळी हिशोबनीस व पत्रव्यवहाराचे काम करत असत. त्यामुळे आमचे पूर्वजांचे आडनाव फडणवीस होते. आणि पत्तीस वर्षांपर्यंत फडणवीसांचा वाडा म्हणून ही वास्तूही नागोठण्यात होती. तो वाडा एका लहान तलावा शेजारील शिवमंदिराजवळच होता. ते दगडी मंदिर आजही चांगल्या अवस्थेत आहे. काही वर्षांपूर्वी मुंबईतील महालक्ष्मी मंदिराच्या ट्रस्टींच्या मदतीमुळे मंदिर व परिसरामध्ये बऱ्याच सुधारणा झाल्या आहेत. त्या केल्या जात असताना जेव्हा या प्राचीन मंदिरावरील छप्पर काढले, तेव्हा त्या छपराखाली एक पुरातन कळस असल्याचे दिसून आले. मुस्लीम राज्यशासकांच्या भीतीने मंदिरावर अशी छपरे घालत असत, असे त्या वेळी कळले. आजही ते ३००-३५० वर्षांपूर्वी बांधलेले छप्पर जसेच्या तसे आहे. माझ्या जन्माच्या वेळी मुंबईच्या भाऊच्या धक्क्यावरून निघालेल्या मोठ्या नावा धरमतरमार्गे नागोठाणे गावापर्यंत पोहोचत असत. काही वर्षांनी सिंदिया स्टीमशिप कंपनीने वाफेवर चालणाऱ्या बोटी मुंबई ते धरमतर या मार्गावर सुरू केल्या. धरमतरहून भरतीच्या वेळी मोठ्या होडीतून नागोठाणेपर्यंत जाता येत असे किंवा बसने प्रवास करता येत असे. गणेशोत्सवासाठी तसेच उन्हाळ्याची सुट्टी पडल्यानंतर आमचे गावी जाणे ठरलेले असे. माझी आई, दोन भाऊ व एक बहीण भाऊच्या धक्क्यावरून सकाळी निघून दुपारी १२.०० वाजेपर्यंत मामांच्या घरी पोहोचत असू.

दादरमध्ये तेव्हा आम्ही आमचे आजोबा यशवंत प्रधान यांच्याबरोबर नार्वेकर चाळीमध्ये राहत होतो. ती एकत्र कुटुंब पद्धती होती. आजोबांनी १९३४मध्ये मुंबई सोडून बिऱ्हाड पुण्याला नेण्याचे ठरवले. पण माझ्या वडिलांनी दादरलाच अब्दुल

रहमान स्ट्रीटवर प्लाझा सिनेमाच्या समोर वसलेल्या एका इमारतीत दोन खोल्यांची सदनिका भाड्याने घेतली. तेथे आई-वडील, माझे मोठे भाऊ व धाकटी बहीण यांच्याबरोबर मी दोन वर्षे वाढलो.

टिळक पुलाच्या कोपऱ्यावर वसलेले छबिलदास लल्लूभाई प्रायमरी स्कूल ही माझी पहिली शाळा. शाळेच्या मधल्या सुट्टीत आम्ही मुले रस्ता ओलांडून प्लाझा सिनेमासमोरील बागेत खेळत असू. आजही ती बाग तशीच आहे. रस्त्यावर वाहतूक फारच थोडी असे. मोटारगाडी क्वचितच बघायला मिळे. प्रवास मुख्यत: व्हिक्टोरिया, सायकल किंवा पायी होत असे.

त्या वेळचे दादर म्हणजे नवोदित पांढरपेशांची मुंबई असेच म्हणता येईल. बरीच पुरुषमंडळी लालबाग, परळ येथील गिरण्यांत किंवा मुंबईतील फोर्टमध्ये कामासाठी जात असत. शिवाजीपार्कच्या आजूबाजूला मध्यमवर्गीयांची वस्ती हळूहळू वाढत होती. त्या पलीकडे कोळी व मुस्लीम या समाजांची वस्ती होती. त्यावेळच्या सामाजिक प्रश्नाविषयी बोलायचे झाले, तर प्रत्येक चार-पाच महिन्यांनी लहानसहान हिंदू-मुस्लीम दंगली होणार हे गृहीत धरलेले असे. दंगलीला सुरुवात नेहमी मारुती मंदिर चौकात जिथे मशीदही होती, तेथील भोसकाभोसकीच्या प्रकाराने होत असे. परंतु दक्ष पोलीस अधिकारी, मुख्यत: अँग्लो-इंडियन पोलीस उपनिरीक्षक, पोलीस निरीक्षक या दंगली तत्काळ नियंत्रणाखाली आणत असत. सहसा बायका-मुलांना दंगलीमध्ये कोणी मारहाण करत नसत. संध्याकाळी फिरण्यासाठी कुटुंबे दादरच्या चौपाटीवर किंवा स्टेशनच्या बाजूला असलेल्या भाजीपाला व फुले यांच्या मार्केटमध्ये जात असत. एक आण्यांमध्ये एक शेर कांदे-बटाटे मिळत असत.

१९३५ सालापर्यंत वडील फोर्टमधील त्यांच्या ऑफिसमध्ये हेडक्लार्क झाले होते. ते रोज दादरहून फोर्टमध्ये जात असत. वर्षातून एकदा ते आम्हास लोकलने फोर्टमध्ये घेऊन जात. आणि मुख्यत: गेटवे ऑफ इंडिया अथवा प्रिन्स ऑफ वेल्स म्युझियम (सध्याचे शिवाजीमहाराज वस्तुसंग्रहालय) दाखवत असत. वडिलांना १९३६मध्ये 'तुम्ही दिल्लीला जाण्यास तयार आहात का?' असे विचारण्यात आले. त्या वेळी मराठी माणसाला मुंबईहून दिल्लीला जाणे म्हणजे परदेशी जाण्यासारखे वाटत असे. मुंबईत स्थायिक झालेला सहसा दिल्लीस जाण्यास तयार नसे. परंतु दिल्लीला गेल्यास त्यांना 'सुपरिटेंडेन्ट' म्हणून बढती देण्यात येईल, असे वडिलांना सांगण्यात आले.

त्या आकर्षणाने त्यांनी मुंबई सोडण्याचे ठरवले असावे, असे मला सुरुवातीला वाटले. परंतु नंतर मला कळले की, आई-वडील तसेच वडिलांच्या बहिणी आणि भाऊ यांची कुटुंबे चालवण्यासाठी त्यांना आर्थिक मदत करणे अशक्य झाले होते. बहिणींचे लग्न म्हटले की, प्रत्येक वेळी त्यांना पाचशे-सातशे रुपये उधार घ्यावे

लागत असत आणि एक-तृतीयांश पगार त्याची परतफेड करण्यात जात असे. कधी-कधी वस्तीतील पठाणांकडूनही कर्ज घ्यावे लागत असे. मला आजही आठवते की, प्रत्येक महिन्याच्या दुसऱ्या किंवा तिसऱ्या दिवशी हा पठाण (जो स्वत:ला 'काबूलवाला' म्हणत असे.) दारात येऊन उभा राही. भरभक्कम, वजनदार शरीरयष्टी व सहा फूट उंची तसेच दाढी व पठाणी फेटा याने त्याचे व्यक्तिमत्त्व आकर्षक वाटत असे. त्या चाळीतील जवळ-जवळ सर्वच घरांमध्ये जाऊन तो वसूली करत असे. वडील घरी नसल्यास आई स्वयंपाक घरातील पितळेच्या डब्यामध्ये बाजूला काढून ठेवलेली रक्कम त्याला देत असे. तोंडी व चोख व्यवहार करण्यात पठाण तरबेज असत. पैसे न दिल्यास ते काय करायचे त्याविषयी आम्हा मुलांना काहीच कल्पना नव्हती. कारण मध्यमवर्गीय कुटुंबे पगार मिळताच कर्जफेडीची रक्कम बाजूला काढून ठेवत असत.

फ्रंटियर मेलमधील ३६ तासांच्या प्रवासानंतर आम्ही दिल्लीला पोहोचलो. तेथील कॅनॉट प्लेसमधील मारुती मंदिराच्या शेजारी असलेल्या सरकारी वसाहतीत राहायला गेलो. पहिल्यांदाच मोकळी मैदाने, हवेशीर जागा व इतर परप्रांतीयांचा सहवास यांचा अनुभव तेथे मिळाला. वडिलांना बढती मिळाली तसेच पगारही वाढला. इतर कौटुंबिक चिंता दूर राहिल्यामुळे आमच्या शिक्षणाकडे लक्ष देण्यास त्यांना वेळही मिळाला. आज बिर्ला मंदिराशेजारी असलेल्या हार्ट कोर्ट बटलर हायस्कूलमध्ये मी प्रवेश घेतला व पुढील पाच वर्षे त्या शाळेत काढली. प्रत्येक वर्षी मेच्या सुरुवातीला संपूर्ण भारत सरकार दिल्लीहून सिमल्याला स्थित्यंतर करत असे व ऑक्टोबरमध्ये परत येत असे. एक संपूर्ण आगगाडी सरकारी कर्मचारी व कार्यालयीन रेकॉर्ड घेऊन दिल्ली ते कालका अशी जात असे.

भारत सरकारबरोबर आमची शाळाही मे ते ऑक्टोबर या कालावधीत सिमल्यात जात असे. तिथे जॅको हिल्स डोंगरावर शाळेची इमारत होती. शाळेपासून पाच मिनिटांच्या अंतरावर जॅको हिल्सच्या वरच्या भागात वडिलांनी घर घेतले होते. त्यामुळे पाच-सात मिनिटांत आम्ही शाळेत पोहोचू शकत होतो. घराच्या वरच्या भागाला त्या डोंगराच्या उच्च शिखरावर, ज्याला 'जॅको हिल्स' म्हणत तिथे पंधरा-वीस मिनिटांत पोहोचत असू. तिथे एक मारुतीचे मंदिर होते व बरीच निरनिराळ्या जातीची माकडे त्या परिसरात स्वैरपणे संचार करत असत. दर्शनास आलेल्या लोकांकडून ते केळी किंवा इतर फळांची अपेक्षा करत व ती त्यांना मिळाल्यानंतर निर्धास्तपणे लोक दर्शनासाठी मंदिरात जाऊ शकत.

तोच रस्ता शाळेच्या खालच्या बाजूला असलेल्या सिमल्यातील सर्वांत प्रसिद्ध चर्चसमोरील एका मोठ्या विस्तृत चौकात जात असे. हिवाळ्यात त्या चौकामध्ये बर्फावर स्केटिंग करण्याची व्यवस्था असे. पण ज्या काळात आम्ही जात असू, त्या

काळात त्या चौकाच्या खाली असलेल्या मॉल रोडवर एक भाग असा होता की, तिथे भारतीयांना जाण्यास बंदी होती. फक्त गोरे लोक त्या बाजारात जाऊ शकत. आम्हा कृष्णवर्णीयांसाठी त्याच्या खालचा भाग होता, ज्याला 'लोअर बाजार' म्हणत. जिथे जीवनावश्यक सर्व वस्तू मिळत. आम्ही दर शनिवार-रविवारी आणि सुट्टीच्या दिवशी या लोअर बाजारात तीन-चार तास भटकत असू.

मॉलवरून पुढे गेल्यानंतर डाव्या बाजूला प्रशस्त इमारतीमध्ये वडिलांचे ऑफिस होते. तिथे जाण्यास आम्ही धजत नसू, कारण गोऱ्या शिपायांचा तिथे कडेकोट पहारा असे. तेथूनच पुढे व्हाईसिकल लॉज होते. तिथे त्या वेळी ब्रिटिश सरकारचा व्हाइसरॉय अथवा गव्हर्नर जनरल राहत असे. त्या लॉजच्या दरवाज्यापर्यंत भारतीयांना जाण्यास मुभा होती; परंतु आत जाणे अशक्य होते. माझ्या सुदैवाने मला तिथे एके दिवशी जाता आले, कारण की मी शाळेतील 'बॉय स्काउट्स' या संस्थेमध्ये दाखल झालो होतो. आमच्या शाळेच्या स्काउट पथकाला व्हाइसरॉय प्रत्येक वर्षी एक दिवस चहाला बोलवत. एके वर्षी मीही तिथे गेलो व त्या प्रसंगाचा एक फोटोही आजपर्यंत जतन करून ठेवला आहे. त्याच व्हाईसिकल लॉजमध्ये १९९२मध्ये मी आणि माझी पत्नी यांना राहण्याची संधी मिळाली. त्या वेळी त्या ऐतिहासिक लॉजचा दगड अन् दगड आम्ही पाहिला. दोन वर्षांत स्काउटमध्ये बरेच प्रावीण्य प्राप्त करून दहा-बारा बॅजेस माझ्या शर्टाच्या छातीवर व बाजूला लावून घेण्याचा मान मला मिळाला होता.

त्या वेळी शाळेमध्ये खेळांना विशेष महत्त्व असे. आम्हा मुलांना दररोज दुपारी क्रिकेट किंवा फुटबॉल खेळण्यासाठी शाळेपासून तीन-चार किलोमीटर असणाऱ्या व खोल दरीत वसलेल्या 'आनंद डेल' या गावी जावे लागत असे. तिथे खेळण्यासाठी चांगले प्रशस्त मैदान होते. वर येताना चढामुळे धापा टाकीत कसेबसे आम्ही तिथे पोहोचत असू. या सर्वांचा एक चांगला परिणाम म्हणजे सुदृढ प्रकृती होय!

दुसरे महायुद्ध ३ सप्टेंबर, १९३९ रोजी सुरू झाले व तद्नंतर भारत सरकारने उन्हाळ्यात सिमल्याला जायची प्रथा बंद केली. त्यावर्षी दिल्लीत आल्यानंतर वडिलांना यमुनेच्या काठी तिमारपूर या गावात वसलेल्या नवीन वस्तीत सरकारी घर देण्यात आले. कारण तेथून त्यांचे कार्यालय दोन-अडीच किलोमीटरवर असणाऱ्या मेटकॉफ हाउस या प्रशस्त वास्तूमध्ये होते. तोपर्यंत मी, माझे वडील बंधू व धाकटी बहीण आपापल्या शाळांमध्ये रुळलो होतो, त्यामुळे शाळा न बदलण्याचा निर्णय वडिलांनी घेतला.

तिमारपूरमध्ये सर्व समवयस्क आणि समान पातळीचे अधिकारी राहत असल्यामुळे

सुट्टीच्या दिवसांत आम्ही मुले यमुनेच्या काठावर खेळत असू. ते स्वस्ताईचे दिवस होते. प्रत्येक महिन्याच्या सुरुवातीला वडील व आई दर्यागंजमध्ये जाऊन एक पोते तांदूळ, एक पोते गहू व एक शुद्ध तुपाचा डबा आणत असत. आज आश्चर्य वाटते; पण त्या दिवसांत एक गवळी रोज सकाळी एक म्हैस आमच्या दरवाज्यात आणत असे. ती जेवढे दूध देईल ते आम्ही विकत घेत असू. माझ्या आठवणीप्रमाणे एक रुपयाला १६ शेर (लिटर) दूध मिळत असे. आमची आई रोज ते शेजाऱ्या-पाजाऱ्यांना वाटून देत असे. या सर्वांमुळे युद्धाची झळ आमच्यापर्यंत पहिल्या दोन वर्षांत तरी पोहोचली नाही.

उत्तर भारतात काढलेल्या त्या सहा वर्षांचा परिणाम माझ्या मानसिक व बौद्धिक जडणघडणीत झाला, यात शंका नाही. एक तर भारत देशाची पारंपरिक राजधानी 'दिल्ली' या शहराची ओळख झाली. त्या सहा वर्षांतील वास्तव्यात आम्ही निरनिराळ्या वस्त्यांमध्ये राहिलो. काही काळ गोल मार्केटजवळ, तर काही काळ रामलीला मैदानाजवळ राणा रणजीत सिंह मार्गावर. शेवटची दोन वर्षे जुन्या दिल्लीतील सिव्हिल लाइन्समध्ये तिमारपूर येथे गेली. प्रत्येक रविवारी पावसाळा व थंडीच्या महिन्यात आम्ही निरनिराळ्या ऐतिहासिक वास्तू पाहण्यासाठी जात असू. काही वेळा जुन्या दिल्लीतील जामा मशिदीच्या परिसरातील बाजार व पेठ येथे भटकत असू. त्यामुळे अजमेरी गेट ते तुर्कमान गेट तसेच चांदणी चौक या जुन्या व मोगल काळातील सांस्कृतिक आणि श्रीमंत लोकांच्या वस्तीमध्ये पायी भटकल्यामुळे नकळत मनावर संस्कार होत होते.

माझ्या दृष्टीने या सर्व भ्रमंतीचा मुख्य परिणाम परप्रांतीयांची ओळख होण्यात व उर्दू, हिंदी व हिंदुस्थानी भाषेवरील प्रभुत्व मिळवण्यात झाला. सुरुवातीला सर्व शिक्षण उर्दूमध्ये होते. नंतर उत्तर भारतीय लोक दिल्लीमध्ये आले तशी हिंदुस्थानी भाषा आली व शेवटी त्याचे परिवर्तन हिंदी भाषेत झाले. तसेच बंगाली, पंजाबी व पहाडी लोकांच्या संगतीमुळे ज्याला आपण 'कॉस्मोपॉलिटन' – विश्वबंधुत्वाची – सर्वांकरता असलेली 'सार्वत्रिक संस्कृती' म्हणतो, त्याचे संस्कार झाले.

महायुद्धामुळे भारताच्या सैन्यात वाढ झाल्यामुळे मिलिटरी अकाउंट्स विभागामध्येसुद्धा मोठ्या प्रमाणात वाढ झाली व आम्ही पुण्याला आलो. पुण्याला वडिलांना ऑफिसर म्हणून पदोन्नती देण्यात आली. ते असिस्टंट अकाउंटन्ट जनरल झाले. पुण्यात आल्यावर साहजिकच आम्हाला सदाशिव पेठेमध्ये आमचे आजोबा यशवंत प्रधान राहत असत, त्या वाड्यात जाणे अपरिहार्य होते. वडिलांचे दोन बंधू, एक विधवा बहीण तसेच आजोबा, आजी व सर्व मुले आणि नातवंडे यांनी तो छोटेखानी वाडा गजबजून गेला होता. इतकी वर्षे आपल्या कुटुंबाबरोबर निराळे राहिल्यामुळे

आमच्या आईला सुरुवातीला त्या एकत्र कुटुंबात राहणे जरा अवघड झाले, असे मला वाटते. परंतु आम्ही मुले मात्र आनंदात होतो. कारण इतक्या वर्षांनी आमच्या चुलत भाऊ व बहिणी तसेच इतर नातेवाइकांची व आमची ओळख झाली होती.

त्या वेळी सदाशिव पेठ आतासारखीच सुशिक्षित व उच्चमध्यम वर्गीयांची वस्ती म्हणून प्रसिद्ध होती. आमच्या घराच्या एका बाजूला टीचर्स ट्रेनिंग कॉलेज व दुसऱ्या बाजूला भावे स्कूल होते. त्यामुळे एकंदर वातावरण सुसंस्कृत होते. मला न्यू इंग्लिश स्कूल, नानावाडा येथे दाखल करण्यात आले व तेथेच मी आठवी, नववी, दहावी आणि अकरावी म्हणजे मॅट्रिकपर्यंत शिक्षण घेतले. नानावाड्यातील कित्येक आठवणी आजही ताज्या आहेत. शिंत्रे नावाचे आमचे हेडमास्तर होते. अत्यंत शिस्तप्रिय व मुलांना शिक्षा देण्यात त्यांचा लौकिक होता. दहा वाजल्यानंतर कोणी विद्यार्थी एक मिनिट जरी उशिरा आला, तरी त्याला नानावाड्याच्या दरवाज्यात डावा हात पुढे करून वेत किंवा छडी याचा मार खावा लागत असे. शिंत्र्यांचे वैशिष्ट्य म्हणजे हा नियम त्यांनी सर्वांनाच लागू केला होता. म्हणजे उशिरा येणाऱ्या तरुण शिक्षकांनाही तो प्रसाद मिळत असे. शाळेत असताना पुणेकर विद्यार्थ्यांशी जशी ओळख झाली, तशीच खानदेशातील बऱ्याच मुलांशीही झाली. त्या भागात शिक्षणाची विशेष व्यवस्था नसल्यामुळे बरेच विद्यार्थी पुण्याला येत असत. त्या शाळेतील माझी एक मैत्री, जी शेवटपर्यंत राहिली, ती म्हणजे सुदर्शन देसाई यांची!

देसाई कुटुंब फर्ग्युसन कॉलेजच्या तिसऱ्या प्रवेशद्वाराला लागून असलेल्या लहान गल्लीमध्ये एका बंगल्यात राहत असे. शाळेत असताना कधी-कधी व फर्ग्युसन कॉलेजमध्ये गेल्यावर मी नेहमी त्याच्या घरी जात असे. त्यांचे घर म्हणजे जणूकाही आश्रमच होता. घरात प्रवेश केल्यावर पहिल्या खोलीत त्याच्या वडिलांची बैठक होती. एक लोड, तक्क्या व त्यासमोर लेखनासाठी एक लहानसे टेबल. एका बाजूस शाईची दौत आणि कलमे (फाउन्टन पेन किंवा आज वापरात असलेली साधी खुर्चीही त्या काळी माहीत नव्हती!). सर्व ठिकाणी पुस्तके व भिंतीवर महात्मा गांधींचा फोटो होता. सर्वांत मोठे आकर्षण म्हणजे त्या फोटोखाली असलेले आणखी काही फोटो होते – यामध्ये महात्मा गांधी, वालजी देसाई (सुदर्शनचे वडील) व दोन-तीन खादी, धोतर, जॅकेट आणि टोपी घातलेले गृहस्थ होते. त्या फोटोच्या शेजारी ब्रिटिश काळातील एक वॉरंट होते. ते वॉरंट मोहनदास करमचंद गांधी यांना अटक करण्यासाठी होते; पण त्याच वॉरंटमध्ये दुसरे एक नाव होते, ते वालजी देसाई यांचे. त्या गृहस्थांशी सुदर्शनचे मित्र म्हणून आमची ओळख करून देण्यात आली होती. डोळ्यांवर चष्मा, सतत वाचन व लेखन यामध्ये ते गर्क असत. आम्ही नमस्कार केल्यावर स्मितहास्य व एक हात वर करून बघत असत; परंतु कधीही एक शब्द बोलले नाहीत. कारण मौनव्रत हा त्यांचा देहस्वभाव होता. त्याच्या उलट सुदर्शनच्या मातोश्री. त्या आमची

विचारपूस करत व जे काही तयार असेल ते खायला देत. रोज लागणारा भाजीपाला त्या आपल्या बागेतच उगवत असत. त्यामुळे काही ना काही ताजे, मुख्यत: भजी खायला मिळत असे. त्यासाठी आम्ही सुदर्शनच्या घरी वरचेवर जात असू.

या कुटुंबाचे वैशिष्ट्य म्हणजे पुढील काही वर्षांत तीनही मुलांचे शिक्षण ऑक्सफर्ड युनिव्हर्सिटीमध्ये झाले. वडील बंधू महिंद्र देसाई यांचे इंग्लिश भाषेवरील प्रभुत्व व भाषणशैली यामुळे ते ऑक्सफर्ड युनियनचे अध्यक्ष झाले. दुसरे बंधू विमल देसाईही ऑक्सफर्डला गेले; परंतु ते वडिलांच्या स्वभावाप्रमाणे क्वचित बोलणारे होते. सर्वांत लहान सुदर्शन बडोद्याला स्थायिक झाले. तीनही बंधू हुशार. महात्मा गांधीजींची तत्त्वे व वडिलांनी दिलेले संस्कार यामध्ये वाढलेले. प्रत्येक जण आपापल्या क्षेत्रात चमकलेला हिरा, असे मी मानतो. मी माझ्या शासकीय कारकिर्दीच्या शेवटी जेव्हा भारताचा गृहसचिव झालो, तेव्हा महिंद्र देसाई *टाइम्स ऑफ इंडिया*चे संपादक होते व कामाच्या निमित्ताने आमची नेहमी भेट होत असे. त्यांची मुले व नातू आजही इंडिया इंटरनॅशनल सेंटरमध्ये भेटतात व निरनिराळ्या जुन्या आठवणींना उजाळा मिळतो.

१९४२ ते १९४४ हा कालखंड भारताच्या स्वातंत्र्यसंग्रामाचे शेवटचे पर्व होय. महात्मा गांधींनी ९ ऑगस्ट, १९४२मध्ये 'चले जाव (Quit India) चळवळी'ची घोषणा केली व दुसरे दिवशी सकाळी सर्व काँग्रेस नेत्यांना अटक झाली. महात्मा गांधींना पुण्यात आगाखान पॅलेसमध्ये ठेवण्यात आले. नेहरू, आझाद, वल्लभभाई पटेल अशा इतर काही नेत्यांना अहमदनगरच्या तुरुंगात ठेवण्यात आले. दुसरे दिवशी पुण्यातील वातावरण बरेच तप्त झाले. सर्व शाळा आणि महाविद्यालये बंद झाली. आमचे न्यू इंग्लिश स्कूल बंद असल्याचे कळल्यानंतर मी आमच्या वडिलांच्या काका व काकी जेथे राहत, त्या शनिवारवाड्या शेजारील वाड्यात त्यांना भेटण्यास गेलो. काका, लक्ष्मण प्रधान, बरेच वयस्कर होते व ते घराबाहेर जात नसत. परंतु काकी लक्ष्मीबाई प्रधान या चाणाक्ष व उत्साही होत्या. काँग्रेस कार्यकर्त्या म्हणून त्यांचा लौकिक होता. ज्यांचा वाडा शेजारीच होता, त्या काकासाहेब गाडगीळ यांच्यासोबत त्या मुख्यत: काम करत असत. दुपारी जेवण झाल्यानंतर एक वाजण्याच्या सुमारास मी त्यांच्याबरोबर काँग्रेसभवनकडे निघालो. त्या परिसरात पोहोचल्यावर पाहिले की, जवळ-जवळ दोन-तीन हजार लोकांनी काँग्रेस भवनला वेढा घातला होता. आम्ही कसेबसे पटांगणासमोरील रांगेत जाऊ शकलो. त्याच वेळी आमच्या शाळेतील एक विद्यार्थी माझ्याबरोबर पुढे आला. त्या जनसमुदायाला तोंड देण्यासाठी काँग्रेसभवनच्या कंपाउंडमध्ये पोलिसांची फौज तैनात होती. काही पोलीस अधिकारी बंदुकी ठोकून दंगाधोपा झाल्यास सामना देण्यास सज्ज होते. त्यांचे नेतृत्व एक विदेशी इन्स्पेक्टर करत होता. तीन वाजण्याच्या सुमारास जमावास हटवण्यासाठी १४४ कलम लागू केले आहे, असे जाहीर करण्यात आले. ते ऐकताच लोक खवळले व काँग्रेसभवनच्या

पटांगणात शिरण्यासाठी धक्काबुक्की सुरू झाली. ते दिसताच काँग्रेसभवनच्या पटांगणातून एक गोळी झाडण्यात आली. दुर्दैवाने ती माझ्या जवळच उभ्या असलेल्या मुलास लागली व तो जागीच मृत्यू पावला. मी थोडक्यात बचावलो. काही वर्षांपूर्वी माझ्या वाचण्यात आले की, पुण्यामध्ये १९४२च्या चळवळीत शहीद झालेल्यांपैकी तो मुलगा, पहिला शहीद नारायण दाभाडे होता. बोपोडी येथील चौकात त्याचे स्मारक उभारण्यात आले आहे. त्या गोळीबारानंतर जमाव पांगला व आम्ही कसेबसे घरी पोहोचलो.

पुण्यात आल्यावर आम्ही सदाशिव पेठेत एका वाड्यात जेथे आजी-आजोबा, वडिलांचे दोन बंधू, त्यांचे कुटुंब हे अगोदरच स्थायिक होते, तेथे राहायला गेलो. तेथूनच मी रोज पायी न्यू इंग्लिश स्कूलला जात असे. बहुतांश विद्यार्थी पायीच येत असत; क्वचित सायकलीने. रोज टिळक राहत असलेल्या गायकवाड वाड्यावरून बुधवार चौकात जाण्यासाठी फरासखानच्या रस्त्यावरून जावे लागे. तेथे कडेकोट पोलीस बंदोबस्त असे.

त्या काळातील एक आठवण म्हणजे 'कॅपिटॉल बॉम्ब खटला' होय. पुण्यातील कॅम्पमध्ये आजही ते जुने थिएटर जसेच्या तसे आहे. (आता या थिएटरचे नाव 'व्हिक्टरी' असे आहे.) त्या खटल्याची सुनावणी सत्र न्यायालयामध्ये होई व कधी-कधी आम्ही दहावीतील मुले शाळेला बुट्टी मारून सत्र न्यायालयामध्ये प्रमुख तरुण क्रांतिकारी आरोपी नीळकंठ वामन लिमये (जे 'निळू लिमये' या नावाने ओळखले जात.) इतर सहआरोपी रामभाऊ वडके, किशाभाऊ पटवर्धन, साळवी तसेच नामवंत वकील नरीमन यांना पाहण्याकरता जात असू. नरीमन त्यावेळचे मुंबई राज्यातील नंबर एकचे फौजदारी वकील होते. उलटतपासणी घेण्यात त्यांची सर्वत्र ख्याती होती. काही इतिहासकारांच्या मते नरीमनच स्वातंत्र्यानंतर मुंबई राज्याचे पहिले मुख्यमंत्री होणार होते. परंतु गुजराती नेत्यांनी त्यांच्याविरुद्ध कारस्थान करून बाळासाहेब खेर यांची मुख्यमंत्री म्हणून नेमणूक करून घेतली.

मॅट्रिक झाल्यानंतर माझी कॉलेजमध्ये जाण्याची इच्छा होती; परंतु एकंदर आर्थिक परिस्थिती पाहता कोणत्या कॉलेजात व कोणत्या अभ्यासक्रमासाठी प्रवेश घ्यावा याबद्दल मनात विचारद्वंद चालू होते. आमच्या घरात त्या पूर्वी कोणीच कॉलेजमध्ये न गेल्यामुळे आर्ट्सला जावे किंवा सायन्सला जावे, काय केल्यास पुढील नोकरीच्या दृष्टीने कोणते दरवाजे उघडतील, याविषयी काहीच कल्पना नव्हती. आमच्या घराण्यात एकच व्यक्ती कॉलेजात गेली होती. ती म्हणजे लक्ष्मीबाई प्रधान यांचे चिरंजीव. ते इंटर सायन्सपर्यंत शिक्षण घेऊन फर्ग्युसन कॉलेजमध्ये केमिस्ट्री विभागामध्ये डेमॉन्स्ट्रेटर म्हणून काम करत होते. साहजिकच त्यांची इच्छा मी फर्ग्युसन कॉलेजमध्ये सायन्ससाठी प्रवेश घ्यावा अशी होती. परंतु एक दिवस माझ्या डोक्यात काय विचार आला ते

आता आठवत नाही; पण मी स. प. कॉलेजमध्ये जाऊन आर्ट्स कोर्ससाठी प्रवेश मिळवला व त्यासाठी दहा रुपये शुल्कही भरले. माझे काही मित्रही त्या कॉलेजात जाणार होते.

ते कळल्यावर आमच्या 'डेमॉन्स्ट्रेटर' काकांनी आमच्या घरी येऊन बराच आरडाओरडा केला. 'इथे मी फर्ग्युसन कॉलेजात असताना आपल्या कुटुंबातील पहिल्यांदा कॉलेजमध्ये जाणाऱ्या एका व्यक्तीने फर्ग्युसनमध्ये प्रवेश का घेतला नाही,' याचा त्यांना राग आला होता. त्याचा परिणाम म्हणून माझे आजोबा, वडील व काका यांनी ठरवले की, मी स.प. कॉलेजमध्ये न जाता फर्ग्युसन कॉलेजमध्येच जावे व दुसऱ्या दिवशी जवळ-जवळ जबरदस्तीने मला फर्ग्युसन कॉलेजमध्ये हजर करण्यात आले. या परिस्थितीत माझा स्वाभिमान राखण्यासाठी मी एक अट घातली की, मी स. प. कॉलेजमध्ये आर्ट्ससाठी प्रवेश घेतला होता. फर्ग्युसनमध्येसुद्धा मी आर्ट्सच करणार. शेवटी डेमॉन्स्ट्रेटर काकांनी तो मध्यम मार्ग स्वीकारला. आर्ट्समध्ये का होईना, पण मी फर्ग्युसन कॉलेजमध्ये ॲडमिशन घेतल्यामुळे आपला विजय झाला, या समजुतीने त्यांनी ते मान्य केले.

आर्ट्समध्ये गणित-शास्त्र हाही एक विषय होता. त्यामध्ये प्रामुख्याने 'अल्जिब्रा', 'ट्रिग्नॉमेट्री' व 'कॅलक्युलस' हे तीन विषय पहिल्या वर्षासाठी असत. दुसऱ्या वर्षामध्ये 'सॉलिड जॉमेट्री' हा विषय असे. फर्ग्युसन कॉलेजचे त्या वेळचे प्रिन्सिपॉल रँगलर महाजनी सॉलिड जॉमेट्री शिकवत. प्रोफेसर चंद्रात्रेय व अनंत कामत हे कॅलक्युलस शिकवत. यांचा मी मुद्दाम उल्लेख करत आहे; कारण पुढील आयुष्यात माझा त्यांच्याशी बराच संबंध आला.

फर्ग्युसन कॉलेजमधील चार वर्षे मी हॉस्टेलमध्ये काढली. कारण त्या सुमारास माझ्या वडिलांची बदली देवळालीला झाली होती. त्या काळात नाशिक क्लबचा मी सभासद होतो. त्यामुळे चाळीसगाव, धुळे, जळगाव या भागातील बऱ्याच विद्यार्थ्यांशी माझा संपर्क झाला. काही काळ मी नाशिक क्लब मेसचा सचिवही होतो. त्यामुळे पुण्यातील मंडईतील बाजारभाव व कमीत कमी खर्चात उत्कृष्ट व पौष्टिक जेवण कसे देता येईल, हे शिकण्याचीही संधी मिळाली. त्याकाळी जेवणासाठी एक दिवसाला चार आणे म्हणजे रुपयाचा चौथा हिस्सा खर्च येत असे. आणि त्यापेक्षा जास्त खर्च केल्यास किंवा झाल्यास मेस सचिवाची बरीच नामुष्की होत असे.

त्या काळच्या दोन व्यक्तींच्या आठवणी आजही ताज्या आहेत. एक म्हणजे डॉ. पी. जी. पाटील यांची ओळख. पहिल्या वर्षी सुदर्शन देसाईंचे वडीलबंधू महिंद्र देसाई हे हॉस्टेलचे रेक्टर होते. दुसऱ्या वर्षी डॉ. पी. जी. पाटील रेक्टर झाले. रयत शिक्षण संस्थेच्या इतिहासात इंग्लिश भाषेवर प्रभुत्व मिळवलेला अव्वल दर्जाचा विद्यार्थी म्हणून पी. जी. पाटील यांची ख्याती होती. त्यांना भेटण्यासाठी प्रत्येक

महिन्याला कर्मवीर भाऊराव पाटील येत असत. भगवे वस्त्र, खांद्यावर झोळी व हातात मोठा सोटा घेतलेले भाऊराव पाटील यांचे आगमन होण्याची आम्ही नेहमी वाट पाहत असू. पी. जी. पाटलांमुळे त्यांची कधी-कधी भेटही होत असे. पुढे जवळ-जवळ चाळीस वर्षांनंतर पी. जी. रयत शिक्षण संस्थेचे अध्यक्ष झाले व आम्ही मुंबईत अथवा साताऱ्यात भेटून जुन्या आठवणींना उजाळा देत असू. 'तो' काळ किती वेगळा होता, त्या काळाची 'मूल्ये' काय होती, याविषयी ते बोलत. कर्मवीर भाऊराव पाटलांमुळे आपण कसे मोठे झालो, याची शेवटपर्यंत त्यांना जाणीव होती.

दुसरा एक अविस्मरणीय प्रसंग म्हणजे 'इंडियन सायन्स काँग्रेस'चे अधिवेशन! दुसऱ्या महायुद्धानंतरचे ते पहिलेच अधिवेशन होते. आमच्या विद्यार्थ्यांच्या दृष्टीने सर्वांत महत्त्वाचे म्हणजे, त्या निमित्ताने जगातील सर्व प्रख्यात शास्त्रज्ञ हजर होते. त्यांना भेटण्यासाठी आम्ही त्यांची तासन्‌तास वाट पाहत असू. अधिवेशनाच्या उद्‌घाटनाला पंडित जवाहरलाल नेहरू येणार होते. १९४६मध्ये ते त्या वेळच्या अंतरिम भारत सरकारमध्ये पंतप्रधान होते. त्यांना जवळून पाहण्याची ती पहिली संधी होती. पुढील वीस-पंचवीस वर्षे त्यांना वरचेवर भेटून त्यांच्याबरोबर काम करण्याची संधी मिळेल, याची कल्पनाही त्या वेळी मनास शिवली नव्हती.

लकडी पूल ते फर्ग्युसन कॉलेज हा रस्ता आज रेस्टॉरन्ट्‌सनी गजबजलेला आहे; परंतु १९४०च्या दशकामध्ये तो रस्ता विद्यार्थ्यांनी गजबजलेला असे. रस्त्याच्या दोन्ही बाजूला दुमजली निवासी बंगले होते. एकंदर वातावरण शांत व बौद्धिक असे होते. कॉलेजच्या आवारातील मुले व मुली कधी मिसळताना दिसत नसत. जी काही जवळीक व भेट होत असे, ती वाडिया लायब्ररीमध्ये किंवा बॅडमिंटन कोर्टवर. त्या वेळचे कॉलेजातील जीवन व वातावरण एकंदर पुण्याच्या मनोवृत्तीला साजेसे होते.

मी १९४०च्या दशकातील पुण्यात वाढलो. त्या काळातील पुणे प्रामुख्याने संकुचित वृत्तीच्या, स्वत:ला शहाणे समजणाऱ्या तसेच काटकसरीने राहणाऱ्या मध्यमवर्गीयांचे शहर होते. एक लाखाच्या आसपास लोक असलेले हे शहर वाढीस लागले होते व त्यासाठी मुठा नदीच्या पलीकडे शिवाजीनगर भागातील वस्ती वाढत होती. तिथे छोटे-छोटे बंगले व खेळण्यासाठी मैदाने असल्यामुळे सधन पुणेकर हळूहळू सदाशिव व नारायण पेठ सोडून शिवाजीनगरमध्ये वस्ती करण्याच्या मार्गावर होते. परंतु नदीच्या अलीकडे असो किंवा पलीकडे, त्या मंडळींची एकच वृत्ती होती ती म्हणजे, आपण महाराष्ट्र वा पुण्याबाहेर विखुरलेल्या इतर मराठी माणसांच्या तुलनेत श्रेष्ठ आहोत. ते काही अंशी खरेही होते. पुण्यातील जुन्या विभागात, विशेषत: कसबा व पेशवाईच्या उत्तरार्धात वसवलेल्या नारायण व सदाशिव पेठांमध्ये विद्वत्ता

आणि व्यासंग यासाठी पिढ्यान्पिढ्या लौकिक असणारी कुटुंबे राहत होती. शहराच्या नवीन विस्तृत होणाऱ्या भागात मुख्यत: निवृत्त सरकारी अधिकारी, पांढरपेशा वर्गातीलमंडळी, विविध महाविद्यालयांमध्ये अध्यापन करणारा आणि संशोधन संस्थांमध्ये काम करणारा बुद्धिजीवी वर्ग राहत होता.

या सर्व मंडळींचे राहणीमान आणि वागणूक ही त्यांच्या एकूण जीवनाविषयक दृष्टिकोनाशी सुसंगतच होती. पैशांमुळे समाजात मान मिळत नसे आणि वस्तुत: अमाप पैसे असणाऱ्यांकडे तुच्छतेने पाहिले जात असे. साधी राहणी, कामाला वाहून घेण्याची वृत्ती आणि जीवनातील उच्च ध्येयासाठी त्याग करणे, या बाबी गृहीत धरल्या जात असत. याचे उत्तम उदाहरण म्हणजे, डेक्कन एज्युकेशन सोसायटीच्या संस्थापकांनी १८८५मध्ये न्यू इंग्लिश स्कूल आणि फर्ग्युसन कॉलेज यांची स्थापना केली आणि साठ रुपयांपेक्षा कमी मासिक वेतनावर सोसायटीची आजन्म सेवा करण्याची प्रतिज्ञा ज्यांनी केली, त्यांचे होय! सर रघुनाथराव परांजपे आणि ग.स. महाजनी हे फर्ग्युसन महाविद्यालयाचे दोन माजी प्राचार्य ज्यांनी केंब्रिज विद्यापीठाची 'रँगलर' ही पदवी मिळवली होती, त्यांना दरमहा काही हजार सहज मिळवता आले असते; पण त्यांनी दीडशे रुपयांपेक्षा कमी मासिक वेतनावर सोसायटी आणि महाविद्यालयाची सेवा केली.

त्या वेळी बहुतेक विद्यार्थी सायकलींचा वापर करत. दोन्ही जिमखान्यांच्या क्रीडांगणांवर खेळत असत आणि लकी किंवा गुडलकमध्ये चहा पीत-पीत आपला संध्याकाळचा वेळ घालवत असत. सरकारी नोकरीत शिरण्याचा विचारच आम्ही विद्यार्थी करत नव्हतो. हुशार विद्यार्थी एकतर डॉक्टर, इंजिनिअर किंवा वकील होण्याचा विचार करत किंवा आपला घरचा व्यापार किंवा तत्सम व्यवसाय असेल, तर त्यात शिरण्याची वाट पाहत असत. फक्त बेताचे विद्यार्थी सरकारी कचेऱ्यांमधील कारकुनी स्वरूपाच्या नोकऱ्या शोधत असत. सरकारमधील वरिष्ठ पद मिळवण्याची महत्त्वाकांक्षा बाळगणारे फारसे कोणी नव्हते. राजकारणाने भारलेल्या पुण्यातील एकूण वातावरणाच्या परिणामामुळे परकीयांची चाकरी करण्याकडे फारशा चांगल्या नजरेने पाहिले जात नसे. आणि ब्रिटिश राजवटीच्या त्या शेवटच्या काही वर्षांमध्ये सरकारी नोकरीत शिरण्याचे टाळले जात असे. स्वातंत्र्य मिळाल्यानंतरदेखील ज्या पुण्यासारख्या शहरात अनेक आय.सी.एस. अधिकारी निवृत्तीनंतरचे आयुष्य घालवण्यासाठी स्थायिक झाले होते, तिथेदेखील भारतीय प्रशासकीय सेवेबद्दल विद्यार्थ्यांशी कोणी बोलत नसे. आय.सी.एस. अर्थात 'इंडियन सिव्हिल सर्व्हिस' या नागरी प्रशासकीय सेवेची उत्तराधिकारी म्हणून १९४८मध्ये 'भारतीय प्रशासन सेवे'ची स्थापना सरदार वल्लभभाई पटेल यांनी केली होती. याविषयीही कोणी माहिती देत नसे.

मी अशा पुणेरी वातावरणात वाढलो. गणित विषय घेऊन बी.ए.च्या परीक्षेत

प्रथम श्रेणीत उत्तीर्ण झाल्यानंतर मी नव्याने स्थापन झालेल्या मुंबई विद्यापीठाच्या संख्याशास्त्राच्या पदव्युत्तर विभागात प्रवेश घेण्याचा विचार केला. संख्याशास्त्र हा त्या वेळी शैक्षणिक क्षेत्रातील नवीन विषय मानला जात असे. यामध्ये संशोधनाला भरपूर वाव होता. तसेच या विषयामुळे मोठ्या बहुराष्ट्रीय कंपन्यांमध्ये तसेच बँक किंवा विमा क्षेत्रात नोकऱ्यांच्या संधी उपलब्ध होत्या. मी मुंबईला जाऊन विद्यापीठातील संख्याशास्त्र विभागाचे व्यवस्थापक एम. सी. चक्रवर्ती यांना भेटलो. माझे गणितशास्त्रातील प्रावीण्य पाहून त्यांनी लगेच ॲडमिशन दिली. शाखा नवीन असल्यामुळे आम्ही केवळ बारा विद्यार्थी होतो. सर्व जण उच्च मार्क घेऊन पहिल्या वर्गात पास झाले होते. त्यामध्ये व्ही. एन. पाटणकर ज्यांना एम.ए. परीक्षेत सुवर्ण पदक (गोल्ड मेडल) मिळाले होते, तेही होते. ज्याचे नाव आजही उत्कृष्ट क्लासेससाठी प्रसिद्ध आहे, अशा अग्रवाल क्लासेसची स्थापना करणारे अग्रवालही होते. या बुद्धिमान विद्यार्थ्यांमध्ये आपल्या नवीन क्षेत्रामध्ये चमकण्याची चढाओढ होती. सुदैवाने पदव्युत्तर अभ्यासक्रमाच्या पहिल्या वर्षातच संशोधन करण्याची माझी क्षमता मी दाखवून दिली होती. 'ऑपरेशनल रिसर्च' या विषयात संशोधन करून नवीन काहीतरी करण्याचा प्रयत्न केला होता. यामुळे माझे शिक्षक माझ्यावर खूश होते. पुढील शिक्षणासाठी मी लंडन युनिव्हर्सिटीमध्ये नामवंत संशोधन प्राध्यापक फिशर यांचे मार्गदर्शनाखाली पीएच.डी.साठी जावे, असे व्यवस्थापक चक्रवर्ती यांनी सुचवले. त्यामुळे मीही उत्साहाने अभ्यासक्रमात रस घेत असे.

परंतु दुसऱ्या वर्षाच्या सुरुवातीलाच माझ्या आईच्या आजारपणामुळे माझ्या शिक्षणात व्यत्यय आला. डॉक्टरांनी तिला कर्करोग झाल्याचे निदान केले. टाटा मेमोरियल हॉस्पिटलच्या एका नामवंत सर्जनने तिची शस्त्रक्रिया केली व माझी आई किमान चार-पाच वर्षे जगेल, अशी खातरी त्या सर्जनने आम्हाला दिली. पण तीन महिन्यांतच तिच्या पोटात पुन्हा खूप दुखू लागले आणि झोपेचे औषध देण्यापलीकडे आता काहीही करता येणार नाही, असे डॉक्टर्सनी आम्हाला सांगितले. हे सर्व माझ्या दुसऱ्या शैक्षणिक वर्षाच्या मध्यावर झाले.

एका रात्री मी तिची शुश्रूषा करण्यासाठी संख्याशास्त्राचे शिक्षण व वसतिगृह सोडण्याचा निर्णय घेतला. मी माझ्या आई-वडिलांची सेवा करेल, असे मला वाटले. कारण सहाच महिने अगोदर माझे वडील निवृत्त झाले होते. त्यांच्या मित्रांच्या सल्ल्यानुसार आम्ही आईला पेणला घेऊन गेलो होतो. तेथील एक वैद्य कर्करोगावर उपचार करतात असे आम्हांला वडिलांच्या मित्रांनी सांगितले होते. दोनच महिन्यांत चमत्कार झाला आणि आईची तब्येत सुधारू लागली. पोटाचे दुखणे कमी झाले आणि कर्करोगाच्या गाठी नाहीशा होऊ लागल्या. आईची शस्त्रक्रिया केलेल्या मुंबईच्या नामवंत सर्जनना आम्ही बोलावून घेतले. कर्करोगाच्या गाठींचा आकार कमी कमी होत होता, याचे त्यांना आश्चर्य वाटले. परंतु या रोगाचे पूर्णपणे निर्मूलन होईल, याविषयी त्यांनी शंका

व्यक्त केली.

आमचे दुर्दैव असे की, एका रात्री त्या वैद्यांचे झोपेतच निधन झाले. ते नेमकी कोणती औषधे देत होते, याची माहिती कोणालाच नव्हती. त्यांच्या कुटुंबीयांनी दिलेल्या माहितीनुसार काही दुर्मीळ वनस्पती आणि मुळे वापरून ते औषध तयार केले जात असे. याचे ज्ञान वैद्यांना त्यांच्या आईने दिले होते आणि हे ज्ञान इतर कोणालाही देऊ नये, अशी सक्त ताकीददेखील दिली होती. या वैद्यांच्या निधनानंतर दहा दिवसांतच माझ्या आईचे निधन झाले.

तद्नंतर मी परत मुंबईला संख्याशास्त्राच्या अभ्यासासाठी जाण्याचा विचार केला. परंतु दुसऱ्या सत्राचा बराचसा भाग वाया गेला होता. त्यामुळे एप्रिल महिन्यात होणारी एम.ए.ची परीक्षा देण्याचा प्रश्नच नव्हता. घरी बसण्यापेक्षा मी काही मित्रांच्या सल्ल्यानुसार गोखले राज्यशास्त्र आणि अर्थशास्त्र संस्थेत 'नॅशनल सॅम्पल सर्व्हे'च्या प्रकल्पात काम करण्यासाठी रुजू झालो. संख्याशास्त्राशी संबंधित काम होते आणि मला महिना अडीचशे रुपये पगार मिळणार होता.

एके दिवशी माझे शाळा व कॉलेजातील वर्गमित्र व्ही. एस. भीर यांची स्पर्धात्मक परीक्षेद्वारे लष्करी लेखाविभागात कोणत्यातरी वरिष्ठ पदासाठी निवड झाली आहे असे समजले. भीर हे अत्यंत हुशार विद्यार्थी होते आणि फर्ग्युसन महाविद्यालयाच्या वसतिगृहात आम्ही तीन वर्षे शेजारी होतो. माझ्या वडिलांच्या नोकरीमुळे लष्करी लेखाविभागाबद्दल मला थोडीफार माहिती होती. माझे वडील या विभागात कारकून म्हणून लागले होते आणि पस्तीस वर्षांच्या सेवेनंतर उप-महालेखापाल (Deputy Accountant General) या पदापर्यंत पोहोचले होते. भीर यांची सुरुवातच मुळी अशा उच्चपदावरून होणार होती. ते ऐकून मीदेखील स्पर्धात्मक परीक्षांमध्ये माझे नशीब अजमावण्याचे ठरवले. मी लगेचच केंद्रीय लोकसेवा आयोगाकडून अर्ज मागवला आणि जवळ-जवळ शेवटच्या दिवशी आयोगाच्या नवी दिल्ली येथील कार्यालयात अर्ज दाखल केला.

मी परीक्षेच्या तयारीला लागलो तेव्हा कळले की, त्या वर्षी म्हणजे सप्टेंबर, १९५१मध्ये होणाऱ्या परीक्षेत आयोगाने भारतीय विदेश सेवा आणि भारतीय प्रशासकीय सेवा यांच्यासाठी दोन अतिरिक्त पेपरांची तरतूद केली होती. त्या दोन्ही पेपरांचा स्तर पदव्युत्तर अभ्यासक्रमाच्या पेपरांच्या स्तराएवढाच असणार होता. यामुळे माझ्या मार्गात अचानक नवीन समस्या निर्माण झाली होती. परीक्षा चारच महिन्यांवर येऊन ठेपली असल्यामुळे विचाराअंती मी गणित, संख्याशास्त्र आणि नेहमीचेच अनिवार्य पेपर यांच्यासोबत युरोपचा इतिहास आणि जागतिक इतिहास हे दोन पेपर निवडले. परीक्षा

सप्टेंबरमध्ये असल्यामुळे तयारीसाठी माझ्याकडे जेमतेम चारच महिने होते. परीक्षा उत्तीर्ण झालो नाहीतर पुढील वर्षी संख्याशास्त्र विभागात प्रवेश घेण्याचे मी ठरवले होतेच. माझ्या काही जवळच्या मित्रांना मात्र मी स्पर्धात्मक परीक्षांना बसून चूक करत आहे, असे वाटले. माझे हितचिंतक म्हणून त्यांनी मला असा सल्ला दिला की, मी ज्ञानाच्या क्षेत्रात उत्तम काम करू शकतो आणि त्यामुळे संख्याशास्त्र विषयातील पदव्युत्तर शिक्षण मी चालू ठेवण्यातच शहाणपण आहे. काहींनी तर माझ्या 'पुणेरी'पणामुळे मी स्पर्धा परीक्षेतील अवघड अशी मुलाखत पारच करू शकणार नाही, असेही स्पष्टपणे सांगितले. लेखी परीक्षेच्या गुणांच्या आधारावर मला मुलाखतीचे बोलावणे आल्यानंतरदेखील ही मंडळी मला अनाहूत सल्ले देत राहिली. परंतु या सर्व 'फुकट' सल्ल्यानंतर आपण योजलेला मार्ग सोडू नये, असे मी ठरवले.

लेखी परीक्षा आणि मुलाखतीच्या दरम्यान जो चार महिन्यांचा अवधी होता, त्यात मुलाखतीला आमंत्रित केलेल्या उमेदवारांना प्रशिक्षण देण्याची योजना सर रघुनाथराव परांजपे आणि काही निवृत्त आय.सी.एस. व इतर अधिकाऱ्यांनी हाती घेतली आहे, असे मला एके दिवशी समजले. या सर्व व्यक्तींनी उच्चपदावर विविध क्षेत्रांमध्ये नाव कमावले होते. सर रघुनाथराव परांजपे फर्ग्युसन कॉलेजमधून निवृत्त झाल्यानंतर ऑस्ट्रेलियात भारतीय उच्चायुक्त पदावर गेले होते. एस. बी. ढवळे (निवृत्त आय.सी.एस.) पटणा उच्चन्यायालयाच्या मुख्य न्यायाधीश पदावर होते. प्रा. आर. पी. पटवर्धन भारतीय शैक्षणिक सेवेतील निवृत्त अधिकारी होते आणि या क्षेत्रामध्ये व शैक्षणिक क्षेत्रामध्ये त्यांनी नाव कमावले होते.

या सर्व श्रेष्ठ आणि ज्येष्ठ व्यक्तींना दर गुरुवारी विधी महाविद्यालयात भेटण्याची सोय करण्यात आली होती. आम्हा चार-पाच निवडक विद्यार्थ्यांना ते चहापानाबरोबर शिष्टाचार तसेच इंग्रजीत संभाषण कसे करावे, वगैरेंची माहिती देत असत. त्या निवडक विद्यार्थ्यांमध्ये भारतीय पोलीस सेवेत आय. पी. एस.मध्ये दाखल झालेले, श्रीकृष्ण मोहन परांजपे व दत्तात्रेय सोमण हेही होते. दोघेही महाराष्ट्राचे पोलीस महासंचालक झाले. त्यामुळे आमचा आत्मविश्वास हळूहळू वाढला. आमच्यापैकी काही परीक्षार्थी या बैठकीतून हळूहळू कमी होत चालले. या 'म्हाताऱ्या' व्यक्तींबरोबर वेळ घालवणे निरर्थक आहे आणि त्यातून शिकण्यालायक काही नाही, असे त्यांना वाटले. परंतु माझी भावना निराळी होती. या नामवंत व्यक्तींबरोबर वेळ घालवणे, ही एक अपूर्व संधी निर्माण झाली होती आणि मी नियमितपणे या बैठकींना जात असे. त्या व्यतिरिक्त सर रघुनाथराव परांजपे आणि न्या. ढवळे यांनाही मी एकट्याने घरी जाऊन भेटू लागलो व त्यांच्या संगतीत तासन्तास घालवू लागलो.

सर रघुनाथराव परांजपे यांचे व्यक्तिमत्त्व फारच भेदक होते. डोळ्यांवर मोठा चष्मा, दोन्ही बाजूला वर पीळ दिलेल्या मोठ्या मिशा, डोक्यावर पुणेरी पगडी,

अंगावर धोतर व लांब कोट आणि पायात पुणेरी जोडा, हे त्यांचे वैशिष्ट्य होते. बाहेरून कडक परंतु आतून मृदू आणि नम्र अशा व्यक्तिमत्त्वाशी माझी ओळख झाली होती.

न्या. ढवळे हे नामदार गोपाळकृष्ण गोखले यांचे जामात होते आणि ते भले मोठे आवार असलेल्या गोखले यांच्या बंगल्यात राहत असत. सगळ्या भिंतींवर पुस्तकांनी भरलेली कपाटे अशा ग्रंथालयाच्या खोलीत ते मला चहासाठी बोलावत असत. अत्यंत सहजपणे बोलता-बोलता आपले अनुभव व आधुनिक भारताच्या इतिहासातील काही अनुभव सांगत असत. असे शिक्षण व असे ज्ञान मला कोठेही मिळाले नसते. आजही त्यांची आठवण माझ्या मनात ताजी आहे.

सर रघुनाथराव परांजपे फर्ग्युसन महाविद्यालयाजवळ आकर्षक अशा आधुनिक बैठ्या बंगल्यात राहत असत. भारतीय प्रशासन सेवे (आय.ए.एस.)साठी माझी निवड झाली, त्या दिवशी मी त्यांना ही आनंदाची बातमी देण्यासाठी पेढे घेऊन गेलो. बातमी ऐकताच ते आनंदाने जवळ-जवळ नाचू लागले. जणूकाही आपल्या मुलाचीच (त्यांना मुलगा नव्हता.) निवड झाली आहे, या भावनेने त्यांनी माझे हार्दिक अभिनंदन केले. तसेच त्या प्रसंगाची आठवण म्हणून त्यांनी मला आपला एक लहानसा फोटो स्वाक्षरी करून दिला. तो प्रसंग माझ्या जीवनातील एक अविस्मरणीय क्षण होता.

माझ्या मुलाखतीसाठी ३ जानेवारी, १९५२ ही तारीख निश्चित झाली होती. निवृत्त आय. सी. एस. अधिकारी आणि स्वातंत्र्यानंतरचे पहिले केंद्रीय गृहसचिव आर. एन. बॅनर्जी हे त्या वेळी केंद्रीय लोकसेवा आयोगाचे अध्यक्ष होते. त्यांना सामोरे जाण्याची आम्हाला भीतीच वाटत होती. मुलाखतीला आलेल्या उमेदवारांच्या अंगावर ओरडून त्यांचे मानसिकदृष्ट्या खच्चीकरण करत त्यांना 'फाडून खाण्या'बद्दल बॅनर्जी यांची ख्याती होती. त्या दिवशी दुपारी पाच 'बळीचे बकरे' वाट पाहत बसले होते. पहिले दोन उमेदवार दहाच मिनिटांत पडलेल्या चेहऱ्याने बाहेर आले. खोलीत प्रवेश करताच मला अध्यक्षांच्या सर्वश्रुत कोपिष्टपणाचा अनुभव आला. ते ज्या ठिकाणी बसले होते, त्याच्या बरोबर मागे एक काचेची बंद खिडकी होती. खिडकीतून येणाऱ्या प्रकाशामुळे मला त्यांचा चेहराच दिसत नव्हता. मला एका दीर्घवर्तुळाकार मेजाच्या एका टोकाला असलेल्या खुर्चीवर बसायला सांगणारा मोठ्या आणि जोरदार आवाजातला आदेशच फक्त ऐकू आला. दुसऱ्या टोकाला बसलेले बॅनर्जी माझ्याकडे रागाने पाहत माझे खच्चीकरण करू पाहत होते. त्यांच्याबरोबर इतर आठ जण होते. चार जण त्यांच्या डाव्या बाजूस तर इतर चार त्यांच्या उजव्या बाजूस बसले होते. अचूक उत्तर माहीत नसेल, तर 'मला माहीत नाही' असे सांगणेच योग्य ठरेल असे

मला पुण्यात बजावण्यात आले होते. अध्यक्षांच्या पहिल्या चार-पाच प्रश्नांना मी हेच उत्तर दिले. अध्यक्ष रुद्रावतार धारण करत 'मग तुम्हाला काय माहीत आहे ते सांगा!' असे म्हणत माझ्या अंगावर ओरडले.

या प्रश्नाला 'मला माहीत नाही' हे ठराविक उत्तर देता येत नसल्यामुळे मी क्षणभर त्यांच्याकडे टक लावून पाहिले. बहुधा अध्यक्षांचा राग निवळला असावा आणि त्यांनी इतर सदस्यांना प्रश्न विचारण्याची संधी दिली. खासदार डॉ. हृदयनाथ कुंझरू आणि त्या वेळी परराष्ट्रखात्यात सहसचिवपदावर असलेले आय.सी.एस. अधिकारी हरिश्वर दयाळ यांनी मला आस्थेने प्रश्न विचारले. त्यांनी मला कशाबद्दल माहिती आहे, हे जाणून घेण्याचा प्रयत्न केला. थोड्याच वेळात एक निवांत असे प्रश्नोत्तराचे सत्र सुरू झाले. माझे माजी शिक्षक डॉ. ग. स. महाजनी मला काही प्रश्न विचारतील, जेणेकरून मला अध्यक्षांवर छाप टाकता येईल, अशी मला आशा वाटत होती. पण दुर्दैवाने अध्यक्षांनी त्यांच्याकडे बघितल्यावर 'हा उमेदवार माझा माजी विद्यार्थी असल्यामुळे मी त्याला काहीही विचारू इच्छित नाही, पण तो एक चांगला विद्यार्थी आहे, हे मी आयोगाच्या निदर्शनास आणू इच्छितो,' एवढेच बोलले. माझी काहीशी निराशाच झाली. निकाल लागल्यावर निवड होण्यासाठी लागणारे ४००पैकी १०५ हे किमान गुण मला मिळाले आहेत, असे मला जेव्हा कळले, तेव्हा महाजनींच्याच उद्गारामुळे मला किमान गुण आणि भारतीय प्रशासन सेवेत प्रवेश मिळाला नसेल ना, असा बऱ्याच वेळा मी स्वत:शीच विचार केला.

निकालाची वाट पाहत असताना मी गोखले संस्थेतील माझे काम पुन्हा सुरू केले. प्रा. वि. म. दांडेकर हे 'नॅशनल सॅम्पल सर्व्हे'च्या प्रकल्पाचे प्रमुख होते. त्यांच्यासोबत काम करणे मला आवडायचे. अर्थशास्त्रज्ञ आणि संस्थेचे संचालक म्हणून ख्याती प्राप्त झालेल्या प्रा. धनंजयराव गाडगीळांची कधीतरी भेट व्हायची. एका शनिवारी मी माझा शाळेपासूनचा मित्र असलेल्या वर्गबंधू विठ्ठल माविनकुर्वे याच्या घरी गेलो होतो. त्यानेदेखील केंद्रीय लोकसेवा आयोगाची परीक्षा दिली होती. त्याची आई माझ्याशी अत्यंत प्रेमाने वागत असल्यामुळे मला त्याच्या घरी जायला आवडत असे. नेहमीचा चहा-फराळ आटोपल्यानंतर विठ्ठलने त्याच्या घरापासून काही मिनिटांच्या अंतरावर असलेल्या पीटीआयच्या कार्यालयात जाऊ या, असे सुचवले. परीक्षेचा निकाल त्या दिवशी दुपारी लागणे अपेक्षित होते. कार्यालयात प्रवेश करताच यशस्वी उमेदवारांची नावे टेलिप्रिंटरवर येत असल्याचे पाहून आमच्यामध्ये उत्साह संचारला. टेलिप्रिंटरवर येणारे प्रत्येक नाव आम्ही काळजीपूर्वक पाहत होतो आणि देवाकडे प्रार्थना करत होतो.. त्या वर्षी फक्त पस्तीस ते छत्तीस जणांची निवड होणार असल्यामुळे एकेक नाव जसजसे येत गेले तसतशी आमची काळजी वाढत गेली. अचानक माझी मनोकामना पूर्ण झाल्यासारखे वाटू लागले; टेलिप्रिंटरवर 'रामचंद्र

दत्तात्रय प्रधान' ही अक्षरे येऊ लागली.

आम्ही दोघेही आता उत्सुकतेने विठ्ठलचे नाव येण्याची वाट पाहत होतो. त्याची अखेर निराशा झाली असली, तरी त्याने माझे यश साजरे करायचे ठरवले. त्याच्या घरी गेल्यावर त्याच्या घरच्यामंडळीमध्ये माझ्या यशाबद्दल बराच उत्साह होता. विठ्ठल आणि त्याची आई यांना त्याच्या अपयशाबद्दल वाईट वाटले असणारच. पण त्याचा परिणाम त्यांनी माझ्या यशाच्या आनंदावर होऊ दिला नाही. माझ्यासाठी हा एक सुख आणि दुःख या दोन्ही भावनांचे मिश्रण असणारा क्षण होता. माझ्या आईला जो आनंद वाटला असता, तोच आनंद मला त्याच्या आईच्या चेहऱ्यावर जाणवला. माझ्या यशाबद्दल त्यांना झालेला आनंद मी आजदेखील विसरलेलो नाही.

लवकरच मला आय.ए.एस. प्रशिक्षण केंद्रावर रुजू होण्याच्या तयारीला लागायचे होते. पण तत्पूर्वी सरकारी नोकरी करण्यापासून मला परावृत्त करण्याचा जोरदार प्रयत्न झाला. हे तत्कालीन पुणेरी मनोवृत्तीचे द्योतकच होते. अर्थशास्त्रातील पदव्युत्तर शिक्षण घेतलेल्या आणि गोखले अर्थशास्त्र संस्थेत नोकरी करणाऱ्या मधुकर नामजोशीने माझ्या सोबत परीक्षा दिली होती. आय.ए.एस. परीक्षेच्या इतिहासातील त्याचे उदाहरण असामान्य असावे. लेखी परीक्षेत त्याला सर्वांत कमी गुण मिळाले होते आणि मुलाखतीत त्याला सर्वाधिक गुण मिळाले होते. मुलाखतीत त्याला ४००पैकी ४०० गुण मिळाले होते. त्यामुळे त्याचे नाव यशस्वी झालेल्या पहिल्या दहा उमेदवारांच्या यादीत झळकले. भारतीय विदेश सेवेतील प्रवेशासाठी या स्थानाचा विचार केला जाणार होता. त्यासाठी आधी परराष्ट्र-व्यवहार खात्याचे महासचिव सर गिरिजाशंकर बाजपाई आणि त्यानंतर परराष्ट्र-खाते सांभाळणाऱ्या खुद्द पंतप्रधान जवाहरलाल नेहरू यांनी त्याची मुलाखत घेतली होती. नामजोशी त्यांना पसंत पडले आणि त्याची विदेश सेवेत निवड झाली. ही एक मोठी कामगिरी होती.

नेमणुकीचे पत्र हाती येताच तो संस्थेचे संचालक प्रा. गाडगीळ यांना भेटायला गेला. त्यांनी त्याला विदेश सेवेत न जाण्याचा सल्ला दिला आणि गोखले अर्थशास्त्र संस्थेतच उज्ज्वल भविष्याची आशा दाखवली. मधुकरचे दिवंगत वडील आय.सी.एस. अधिकारी होते आणि त्यामुळे त्याचे विदेश किंवा भारतीय प्रशासकीय सेवेत जाणे स्वाभाविकच होते. पण त्याच्यावर प्रा. गाडगीळ यांच्या सल्ल्याचा अधिक प्रभाव पडला आणि त्याने विदेश सेवेत न जाण्याचा निर्णय घेतला. संचालकांचे एकूण दडपण आणणारे व्यक्तिमत्त्व आणि वागणे पाहता माझ्यावर अशी वेळ येऊ नये, असे मला वाटत होते. दुसऱ्याच दिवशी मी प्रा. दांडेकरांना भेटलो आणि माझा बाकी पगार मला त्वरित देण्यात यावा, ही विनंती केली. त्यामुळे मला त्वरित नोकरी सोडता येणार होती. प्रा. गाडगीळांकडून निरोपावरून निरोप येऊनदेखील मी त्यांना भेटलो नाही.

मधुकर नामजोशीचे प्रकरण येथेच संपले नाही. खुद्द पंतप्रधानांनी मधुकरचे

थोरले बंधू आणि त्यांच्या विमानाचे चालक कॅप्टन नामजोशी यांना विदेश सेवेत रुजू होण्याबाबत आपल्या भावाचे मन वळवावे असे सांगितल्याचे आणि 'तुझा भाऊ असला मूर्खपणा का करतोय?' असे उद्‌गार पंतप्रधानांनी काढल्याचे मला नंतर समजले. पण एकदा निर्णय झाल्यावर मधुकर नामजोशी त्यावर ठाम राहिला. असे केल्यामुळे मात्र आंतरराष्ट्रीय पातळीवरील आर्थिक बाबींसंदर्भात भारताने एका कर्तबगार व्यक्तीची सेवा गमावली, असे मला वाटले.

मी १ एप्रिल, १९५२ रोजी आय.ए.एस. प्रशिक्षण प्रशालेच्या प्राचार्यांसमोर हजर व्हावे, असे मला सांगण्यात आले. रोज लागणाऱ्या किमान वस्तू घेऊन मी दिल्लीला रवाना झालो. माझे धाकटे भाऊ आणि दोन धाकट्या बहिणींची काळजी घेण्याची जबाबदारी माझ्या वडिलांवर सोडून जाणे माझ्यासाठी भावनिकदृष्ट्या अवघड होते. आपल्या भावाने नेमके काय मिळवले आहे, हे समजण्याचे माझ्या भावंडांचे वय नव्हते. मी फार दूर जात आहे, एवढेच त्यांना माहीत होते. माझ्यासाठी आणि माझ्या वडिलांसाठी हा एक स्वप्नपूर्तीचा क्षण होता.

हे स्वप्न आमचे नव्हते, तर माझ्या आईचे होते. ज्या दिवशी मी चांगल्या गुणांनी प्रथम श्रेणी प्राप्त करून बी. ए. झालो त्या दिवशी तिने सगळ्यांना सांगितले, "माझा राम आय.सी.एस. होणार आणि एके दिवशी गव्हर्नर होणार." आय.सी.एस.चे अस्तित्व संपुष्टात आले होते, हे तिला माहीत नव्हते आणि त्या जागी आय.ए.एस.ची स्थापना झाली होती, हे मला माहीत नव्हते. एक स्वप्न पूर्ण झाले होते. छत्तीस वर्षांनी मी जेव्हा अरुणाचल प्रदेशचा राज्यपाल झालो, तेव्हा तिचे दुसरे स्वप्नदेखील पूर्ण झाले.

या दोन घटनांच्या मधल्या कालखंडात माझे शासकीय जीवन सामावले आहे. आज मागे वळून पाहतो, तेव्हा माझ्या आईचे स्वप्न मी पूर्ण करू शकलो म्हणून समाधानाने मन फुलून येते. एक राजपंथी म्हणून पथयात्रेची सुरुवात दिल्लीतील मेटकॉफ हाउस (Metcalfe House) या ऐतिहासिक इमारतीच्या आवारात झाली आणि ३५ वर्षांच्या पथयात्रेनंतर इटानगर येथील राजभवनात तिने मला विराजित केले. म्हणून या पुस्तकाचे नाव 'माझी वाटचाल : मेटकॉफ हाउस ते राजभवन' असे ठेवले आहे.

भाग १

मेटकॉफ हाउस

१

मेटकॉफ हाउस : आय.ए.एस. प्रशिक्षण प्रशाला

वडील आणि भावंडे यांना सोडून जाण्याचे दुःख एकीकडे, तर आयुष्यात येऊ घातलेल्या नव्या पर्वाबद्दलचा उत्साह दुसरीकडे, अशा मिश्र भाव-भावनांच्या कल्लोळात मी पुणे सोडले. दिल्लीत पुण्याच्या एका मित्राचे मित्र आर. ए. दातार यांच्याकडे मी उतरलो होतो. ते केंद्रीय अर्थखात्यात नोकरीस होते आणि करोलबाग भागात राहत होते. आय.ए.एस. प्रशिक्षण प्रशालेच्या प्राचार्यांसमोर आम्हाला १ एप्रिलला हजर होण्यास सांगितले होतेच. पण १ एप्रिल हा दिवस 'ऑल फूल्स डे' असल्यामुळे आमचा 'मामा' करण्यासाठीच हा दिवस निश्चित केला असेल आणि त्यामुळे २ एप्रिलला हजर होणे, हे अधिक चांगले असे कोणीतरी म्हणाले. श्री. व सौ. दातार यांनी आयत्या वेळी ज्या गोष्टींची गरज भासली, त्यांची खरेदी करण्यात मला मदत केली आणि प्रेमाने माझ्यासोबत प्रशालेत आले.

मेटकॉफ हाउसच्या विस्तीर्ण आवाराच्या एका कोपऱ्यात आय.ए.एस. प्रशिक्षण प्रशाला (IAS Training School) होती. युद्धकाळात ब्रिटिश अधिकाऱ्यांची राहायची सोय म्हणून काही बांधकाम केले गेले होते. या झोपडीवजा घरांमध्ये दोन खोल्या होत्या. बाहेरची खोली ही बैठकीची आणि झोपायची खोली होती, तर आतल्या खोलीत स्वच्छतागृह आणि अंघोळीची सोय केली होती. आधुनिक पद्धतीचे शौचकूप नसल्यामुळे लाकडी स्टुलावर ठेवलेल्या एनॅमलचा मोठा पॉट हेच आमचे शौचकूप होते. यांना 'थंडर बॉक्स' असे म्हटले जायचे आणि एका शतकाहून अधिक काळ यांनी ब्रिटिश अधिकाऱ्यांची 'सेवा' केली होती. आम्हा चार

जणांना मिळून एका बेअराची (नोकर) नियुक्ती केली गेली होती. त्याच्याकडे सकाळ-संध्याकाळ चहा करून आणून देणे, खोल्यांची साफसफाई करणे, धोब्याकडून कपड्यांची ने-आण करणे आणि इतर किरकोळ काम या सगळ्यांची जबाबदारी होती. माझा बेअरा हा 'जीव्हस' (Jeeves) या टोपणनावाने ओळखला जायचा. पी. जी. वुडहाउसच्या प्रसिद्ध पात्राप्रमाणेच हादेखील हुशार आणि चलाख होता.

या झोपडीवजा घरांशेजारील इमारतीत योग्य ते बदल करून त्यात एक शिकवण्यासाठी खोली, प्राचार्य आणि उपप्राचार्य यांच्यासाठी कार्यालय आणि एक बैठकीची खोली अर्थात 'लाउंज' या खोल्या तयार करण्यात आल्या होत्या. या सर्वांच्या शेजारी एक बऱ्यापैकी मोठ्या आकाराचा हॉल होता. ही आमची मेस होती. ही मेस इतर जेवणाच्या ठिकाणांपेक्षा वेगळी होती. ती एक संस्थाच झाली होती, असे आमच्या लक्षात आले. प्रशिक्षण काळातील आमचे सांकृतिक जीवन आणि इतर कार्यक्रम हे या मेसभोवतीच फिरत असत.

कार्यालयीन अधीक्षकांच्या खोलीत मला भेटलेली पहिली व्यक्ती होती, भारतीय विदेश सेवेत निवडले गेलेले ए. पी. वेंकटेश्वरन. या भेटीच्या प्रसंगाची आठवण आजदेखील माझ्या मनात ताजी आहे. आम्ही एकमेकांची ओळख करून घेतली आणि त्यांनी आपल्या नेहमीच्या नर्मविनोदी शैलीत १ एप्रिलला हजर न होता, मी माझा शहाणपणा सिद्ध केल्याबद्दल माझे अभिनंदन केले. काहीशा अभावानेच आढळणाऱ्या विनोदबुद्धीचा मला अनुभव आला. ही विनोदबुद्धी त्यांनी आयुष्यभर जपली. पुढे ते परराष्ट्रखात्याचे सचिव झाले. इस्लामाबादला त्यांनी केलेले एक विधान राजीव गांधींना रुचले नाही आणि यामुळेच प्रसिद्धीच्या झोतात आलेल्या वेंकटेश्वरन यांनी एके दिवशी आपल्या नोकरीतून तडकाफडकी स्वेच्छानिवृत्ती स्वीकारली. ए. पी. आणि माझी मैत्री आयुष्यभर टिकली आहे. मात्र गेल्या काही वर्षांत आमच्या भेटी क्वचितच होतात.

प्रशिक्षणासाठी देशाच्या विविध भागांमधून आलेल्या व्यक्तींना भेटणे, हा एक वेगळाच अनुभव होता. एका अत्यंत कठीण अशा स्पर्धात्मक परीक्षेत आमची गुणवत्ता सिद्ध करून आम्ही येथवर पोहोचलो होतो. आमच्यातील सर्वांत हुशार होता, दिल्लीचा शंकरप्रसाद मुखर्जी. तो आयोगाच्या परीक्षेत पहिला आला होता. एवढेच नव्हे, तर आतापर्यंत त्याने दिलेल्या प्रत्येक परीक्षेत पहिला येण्याचा विक्रम त्याने प्रस्थापित केला होता. विदेश सेवेसाठी निवड झालेले बडोद्याचे दिलीप कामतेकर आणि मी असे आम्ही दोघेच जण तत्कालीन मुंबई राज्यातले होतो. मुंबईसारख्या प्रगत राज्यातून याहून अधिक संख्येने मंडळी सनदी सेवेत का येत नाहीत? असा अनेकांना प्रश्न पडे. पहिल्या पाचात आलेल्या मधुकर नामजोशीने विदेश सेवेत जाण्याचे नाकारले होते, यावर बहुतेकांचा विश्वास बसत नव्हता. मुंबई

राज्यातील तरुण शासकीय सेवेत जाण्यास इच्छुक नसतात असा निष्कर्ष आमच्या सहकाऱ्यांनी काढला असता, तर तो पुण्यातील त्या काळातील वातावरणाशी सुसंगतच होता. काळ बदलला असला, तरी परिस्थितीत फारसा बदल झालेला दिसत नाही. आजदेखील इतर राज्यांच्या तुलनेत फारसे मराठी तरुण-तरुणी स्पर्धा परीक्षांमध्ये यशस्वी होताना दिसत नाहीत.

आमच्या ३८ प्रशिक्षणार्थींच्या तुकडीत (यातील एक जण गेल्या वर्षीच्या तुकडीतील होता.) १४ जण दाक्षिणात्य होते, १५ उत्तर भारतीय होते, तर पाच बंगाली आणि तीन मराठी भाषिक होते. कामतेकर आणि माझ्याशिवाय मध्य प्रांतातील बी. के. हळवे हे तिसरे मराठी भाषिक होते. पंजाबमधील तीन जणांपैकी एक, कु. सरला खन्ना होत्या. भारतीय प्रशासकीय सेवेत रुजू होणाऱ्या त्या दुसऱ्या महिला होत्या. आमच्या तुकडीत बिहार, मद्रास आणि केरळ या राज्यांचेसुद्धा चांगले प्रतिनिधित्व होते.

आय.सी.एस. असलेले आमचे प्राचार्य एस. बी. बापट हे केंद्रीय गृहमंत्रालयात सहसचिव पदावर होते. तसेच भारत सरकारचे 'एस्टॅब्लिशमेंट ऑफिसर' या महत्त्वाच्या वाटण्याऱ्या पदावरदेखील ते होते. उत्तरप्रदेश केडरचे आय.सी.एस. अधिकारी जे. डी. शुक्ला हे आमचे उपप्राचार्य होते. बापट यांचे पद आणि त्या पदाचा एकूण दर्जा पाहता, ते वरिष्ठ पातळीवरची कामे पाहत असत. त्यांनी थोडीफार व्याख्याने दिली. यासाठीचा वेळ सोडला, तर ते प्रशालेत फारसे नसायचेच. आम्हाला घडवण्याचे काम शुक्लांवर सोपवलेले होते. त्यांना हे काम फारच आवडत असावे, असे आम्हाला पहिल्या दिवशीच जाणवले.

आमच्या प्रशिक्षणाच्या अभ्यासक्रमात भारतीय कायदा आणि जिल्हा पातळीवरील प्रशासन यांचा समावेश होता. कायद्याच्या अभ्यासात विशेषकरून भारतीय दंड संहिता (Indian Penal Code), भारतीय पुराव्यांचा कायदा (Indian Evidence Act) इत्यादींचा समावेश होता. आम्हाला कला, स्थापत्य, धार्मिक शिकवण आणि भारताचा इतिहास यांसारख्या विषयांची ओळख करून देत, आमच्या मनाच्या आणि बुद्धीच्या कक्षा विस्तारणे, हा आमच्या प्रशिक्षणातील महत्त्वाचा घटक होता. चर्चा आणि व्याख्याने यांच्यामार्फत मिळणाऱ्या शिक्षणाला पूरक म्हणून विविध संस्था-संघटना यांना भेट देण्याचा कार्यक्रमदेखील आखला गेला होता. यामध्ये भारतीय लष्करासोबत दोन आठवडे राहण्याच्या कार्यक्रमाचा समावेश होता. जम्मू-काश्मीर आणि आसाम या राज्यांसोबतच राजस्थान आणि उत्तरप्रदेशच्या काही भागांना भेट देऊन आपल्या देशाबद्दल अधिक माहिती करून घेणे, आम्हाला आमच्या प्रशिक्षणामुळे

शक्य होणार होते. मोठ्या संख्येने वरिष्ठ सनदी आणि लष्करी अधिकारी तसेच प्रसिद्ध विचारवंत यांच्याशी भेटण्या-बोलण्याची संधीदेखील आम्हाला मिळणार होती. उज्ज्वल भविष्य असलेले अधिकारी म्हणून अचानकपणे आम्हाला वागणूक मिळणे, हे आमच्या दृष्टीने उत्साहवर्धकच होते. सर्वसाधारण विद्यार्थी असलेल्या या अवस्थेपासून पुढे जात आता आम्ही अधिकारी होणार होतो. हे स्थित्यंतर फारच लवकर झाले आणि काहींना ते झटकन मानवले नाही. आमच्यातील काही जण याआधी महाविद्यालयीन पातळीवर व्याख्याते होते. ही मंडळी अधिक पोक्त वाटायची. आपल्याला मिळणाऱ्या प्रशिक्षणाबाबत ते फारसे उत्साही नव्हते. हे प्रशिक्षण म्हणजे शासकीय सेवेतील आपले एक वर्ष वाया घालवणे होय, अशी त्यांची खातरी पटली होती. हे खरे नव्हते! आयुष्यात निरनिराळ्या प्रांतात कार्य करणाऱ्या अधिकाऱ्यांबरोबर काढलेले ते वर्ष खरे म्हणजे आमची शिदोरी होती.

विदेश सेवेत निवड झालेले पाच जण प्रशिक्षणार्थी होते, हे प्रशालेतील अभिजन होते. बडोद्याचे दिलीप कामतेकर, मद्रासचे ए. पी. वेंकटेश्वरन, शंकर या नावाने संबोधले जाणारे सर गिरिजाशंकर बाजपाई यांचे सुपुत्र कात्यायनी शंकर बाजपाई, अब्राहाम टॉमस आणि आजमानी (ज्यांचे थोरले बंधू खुबचंद हे आधीच विदेश सेवेत दाखल झाले होते.) हे सर्व जण चार-एक महिनेच आमच्यासोबत राहणार होते. त्यानंतर ते एक वर्षाच्या अभ्यासासाठी ऑक्सफर्ड किंवा केंब्रिज येथे जाणार होते.

शंकर बाजपाई आणि ए. पी. वेंकटेश्वरन यांना भेटणे, हा वेगळा असा अनुभव होता. सर गिरिजाशंकर बाजपाई हे त्या वेळी मुंबई राज्याचे राज्यपाल होते. ब्रिटिश आमदनीतील त्यांची आय.सी.एस.मधली कारकिर्द अत्यंत गाजलेली होती. शंकरचे शिक्षण बर्कले आणि ऑक्सफर्ड येथे झाले होते. वडिलांच्या पॅरिस आणि वॉशिंग्टन येथील नेमणुकींमुळे त्याने जग पाहिले होते. त्याची विदेश सेवेतील कारकिर्द उज्ज्वल होणार हे ठरलेलेच होते. पुढील काळात त्याने पाकिस्तान, चीन आणि अमेरिका या देशातील भारताचे राजदूतपद भूषवले. त्याची कौटुंबिक पार्श्वभूमी अशी असूनदेखील तो फार सुस्वभावी, मवाळ, निगर्वी होता आणि आजही तसाच आहे. ए. पी. वेंकटेश्वरनचे वडीलदेखील आय.सी.एस. अधिकारी होते आणि पुढे ते मद्रास उच्च न्यायालयाचे न्यायमूर्ती झाले. वेंकटेश्वरन यांच्याइतकी तीक्ष्ण बुद्धिमत्ता असणारी आणि फारशी कोणात न आढळणारी विनोदबुद्धी असलेली व्यक्ती मी आजतागायत पहिलेली नाही. याबद्दल पुढे विस्ताराने येईलच.

पहिल्या दिवशी माझ्या छोट्याशा खोलीत स्थिरस्थावर होत असताना मी माझ्या भूतकाळाबद्दल आणि सभोवतालच्या परिसराबद्दल विचार करू लागलो. यमुना

नदीचे विस्तीर्ण पात्र आमच्या प्रशालेपासून जेमतेम १०० यार्डांच्या अंतरावर होते. आमच्या प्रशालेची जागा मन प्रसन्न करणारी होती. त्या रात्री माझ्या वडिलांना लिहिलेल्या पत्रात मी म्हणालो –

'भारतातील या थोर आणि महाकाय नदीचा स्वभाव ऋतुचक्राप्रमाणे बदलत जाणार आहे. इथल्या आमच्या कष्टांनी भरलेल्या दिनक्रमात यामुळे नवे रंग भरले जातील आणि एक प्रकारचा नवा ताल निर्माण होईल. यमुनेच्या प्रवाहाचा सुरुवातीपासून शेवटपर्यंतचा विचार केला, तर त्याच्यात आपल्याला भारतीय जीवन आणि संस्कृतीची थोरवी, व्याप्ती आणि वैविध्याचा अंदाज नक्कीच येईल. विविधतेतील एकता हे प्रशालेत अनुभवाला येणाऱ्या उक्तीचे एक उत्तम उदाहरण आहे.'

२

एका आय.ए.एस. अधिकाऱ्याची जडणघडण

आम्हा प्रशिक्षणार्थींची जडणघडण करण्याचे काम जे. डी. शुक्लांनी आपल्या स्वाभाविक उत्साहाने हाती घेतले होते. मध्यम उंची आणि सुदृढ बांधा असलेल्या शुक्लांची विनोदबुद्धी तीव्र आणि नजर घारीची होती. प्रत्येक गोष्ट – विशेषकरून आमच्यातील उणिवा – मग ती कितीही क्षुल्लक का असेना, त्यांच्या लक्षात यायची. सुरुवातीला जिल्हा प्रशासनाविषयी त्यांनी काही व्याख्याने दिली. दांडगी स्मरणशक्ती असलेले शुक्ला सहजरीत्या संस्कृत श्लोक तसेच मिर्झा गालिब यांच्या काव्यपंक्ती उद्धृत करायचे. साहाय्यक जिल्हाधिकारी आणि जिल्हाधिकारी यांच्या विविध स्वरूपाच्या कर्तव्यांबाबत इंग्रज प्रशासकांनी लिहून ठेवलेल्या टिपणांमधील उतारेच्या उतारे ते सांगायचे. मेटकॉफ आणि डार्लिंग यांच्यासारख्या ब्रिटिश साम्राज्याच्या आधारस्तंभांनी लिहिलेल्या आठवणी वाचायला त्यांनी आम्हाला प्रोत्साहन दिले होते. पंजाब केडरचे आय.सी.एस. अधिकारी असणारे डार्लिंग; हे आपल्या जिल्ह्यात विकासाची कामे हाती घेणारे पहिलेच अधिकारी होते. आमच्या प्रशिक्षणांच्या काळात एस. के. डे 'समुदाय विकास' (Community Development) यासंदर्भातील काही कल्पना मांडत असल्यामुळे डार्लिंग यांच्या आठवणींमध्ये आम्हाला रस उत्पन्न झाला होता.

भारतीय खेड्यांमधील जीवनाचा अभ्यास आणि ते समजावून घेण्याचा या परकीय प्रशासकांनी केलेला प्रयत्न, हे शुक्ला यांनी आम्हाला विस्ताराने सांगितले होते. राज्यकारभाराच्या या पहिल्या पायरीवरच्या प्रशासनातील प्रत्येक पैलू आणि खाचाखोचा यांमध्ये या परकीय प्रशासकांनी रस घेतला होता. आणि आपल्या मागे भली-मोठी टिपण लिहून ठेवली होती. साहाय्यक जिल्हाधिकाऱ्याच्या कामाचे स्वरूप, त्याचे अधिकार आणि त्याची कर्तव्ये यांबाबत त्यांनी तपशिलांत लिहिले

होतेच. पण आपल्या वरिष्ठांशी कसे वागावे, आपल्या हाताखालच्या माणसांशी, शेतकरी आणि ग्रामस्थ यांच्याशी कसे वागावे, तहसीलदार आणि हाताखालच्या इतर अधिकाऱ्यांकडून काम कसे करून घ्यावे, याबद्दलदेखील त्यांनी विस्ताराने लिहिले होते. भारतीयांच्या जीवनाबद्दल या परकीयांनी विलक्षण वाटावे, इतके सूक्ष्म निरीक्षण केले होते.

शुक्ला यांची व्याख्याने ऐकल्यानंतर साहाय्यक जिल्हाधिकाऱ्याकडून अपेक्षित असलेली ही सर्व कामे आम्ही कशी काय करू शकू? असा प्रश्न आम्हाला पडला होता. वर्षातील २४० दिवस खेड्यांत आणि जंगलात दौरे करत कोणी कसे काय राहू शकेल, याची चिंता आमच्यातील काही जणांना वाटत होती. साहाय्यक जिल्हाधिकारी पदावर असताना आम्हाला कोणत्या प्रकारचे आयुष्य जगावे लागेल, या संदर्भात आम्ही जेव्हा-जेव्हा शुक्ला यांना प्रश्न विचारत असू, तेव्हा-तेव्हा ते एका नामवंत इंग्रज प्रशासकाचे उद्‌गार उद्‌धृत करत असत. हा प्रशासक म्हणाला होता, "वेड लागलेल्या कुत्र्याच्या परिस्थितीपेक्षा साहाय्यक जिल्हाधिकाऱ्याची परिस्थिती भयंकर असते." या प्रशासकाने साहाय्यक जिल्हाधिकाऱ्यांना आपल्या परिस्थितीची तुलना अस्पृश्य समजल्या जाणाऱ्या समाजातील एखाद्या व्यक्तीशी करायचा सल्ला देत विचारले होते, "वेड लागलेल्या कुत्र्याची परिस्थिती अस्पृश्यापेक्षा बरी नाही का?" हा प्रश्न १९१०मध्ये विचारला गेला होता आणि शुक्ला यांच्या मते अस्पृश्यांच्या परिस्थितीत (ज्यांना त्या काळात 'हरिजन' संबोधले जायचे.) आजदेखील फारसा बदल झालेला नव्हता. आम्ही आपापल्या जिल्ह्यात गेलो, तेव्हा आम्हाला या इंग्रज प्रशासकाच्या म्हणण्याचा प्रत्यय आला.

शुक्ला यांच्या व्याख्यानांचा आणि खेड्यांना आम्ही दिलेल्या भेटींचा एक फायदा झाला. आम्ही सर्व जण शहरांमध्ये वाढलेलो असल्यामुळे ऋतुचक्राचे महत्त्व किंबहुना शेतकऱ्यांसाठी वेळच्या वेळी पाऊस पडणे, याचे महत्त्व किती आणि कसे होते, हे आम्हाला तोपर्यंत कळलेच नव्हते. जिल्हा प्रशासनाबद्दलचा अभ्यासक्रम संपेपर्यंत वेळच्या वेळी पाऊस पडण्याबाबत एखाद्या जिल्हाधिकाऱ्याला किती काळजी वाटत राहिली पाहिजे, हे समजले. केवळ शेतकऱ्याचे आयुष्यच नव्हे, तर खुद्द जिल्हाधिकाऱ्याचे जीवन आणि सुख त्यावर अवलंबून असते. जमीन महसूल गोळा करणारे अधिकारी या नात्याने आमच्या कारकिर्दीतील पहिली दहा ते पंधरा वर्षे आमचा जमिनीशी आणि शेतकऱ्यांशी निकटचा संबंध येणार होता, हेदेखील आम्हाला समजले.

भारतीय प्रशासकीय सेवेची हीच तर खरी शान होती. आय.सी.एस. अधिकाऱ्यांना (आणि आता आय.ए.एस. अधिकाऱ्यांना) लोक भले खुर्चीत बसणारे 'बाबू' म्हणोत; पण हे अधिकारी वगळता इतर कोणाचाही ग्रामस्थ आणि शेतकऱ्यांच्या

आयुष्याशी इतका जवळचा संबंध येत नाही. तसेच दुष्काळ किंवा तत्सम नैसर्गिक आपत्तींमध्ये इतर कोणीही या अधिकाऱ्यांइतकी त्यांची काळजी घेत नाही. सरकारच्या कक्षेत येणारा प्रत्येक विषय प्रशासन सहजगत्या कसे हाताळू शकते, हे आम्हाला समजले. या प्रशासकीय अधिकाऱ्यांचा शेतकऱ्यांच्या जीवनाशी जवळचा संबंध येणार होता. इतर कोणाहीपेक्षा शेतकऱ्यांच्या जीवनातील त्यांच्या सहभाग अधिक असणार होता. शासकीय सेवेच्या पहिल्या दशकातील हा अनुभव पुढील कारकिर्दीचा पाया ठरणार होता. दुर्दैवाने आज परिस्थिती झपाट्याने बदललेली आहे. तरुण आय.ए.एस. अधिकारी जेमतेम चार-पाच वर्षे जिल्ह्यांमध्ये घालवतात. राज्यांच्या राजधान्यांमधील नियुक्ती आणि केंद्र सरकारमधील प्रतिनियुक्ती यांचे आकर्षण आणि ओढ यामुळे परिस्थिती बदलून गेली आहे.

आमचे उपप्राचार्य (ज्यांना सर्वानुमते 'व्ही.पी.' असे संबोधले जायचे.) हे आमचे वागणे-बोलणे तसेच पोशाखाबद्दलदेखील अत्यंत दक्ष होते. पहिल्याच दिवशी कोटाची बटणे नीट न लावल्याबद्दल ते एका प्रशिक्षणार्थ्याला रागावले, तर व्यवस्थित चालत नसल्याबद्दल दुसऱ्या एकावर त्यांनी राग काढला. आम्ही वरिष्ठ सनदी सेवेचे अधिकारी असल्यामुळे लोक आमचे अनुकरण करणार आणि म्हणूनच आम्ही वागण्या-बोलण्याबद्दल दक्ष असणे तसेच आपण उत्साही व्यक्ती आहोत, हे दाखवणे किती महत्त्वाचे आहे, हे त्यांनी पटवून दिले. ज्या काळात शासकीय दौऱ्यांदरम्यान एखाद्या जंगलात किंवा खेड्यात अधिकाऱ्यासाठी ठोकलेल्या तंबूत रात्रीच्या जेवणाच्या वेळी अधिकारी औपचारिक पोशाख अंगावर चढवित असत अशा काळातील व्ही.पी. हे एक अधिकारी होते. आम्ही आपापल्या जिल्ह्यात गेल्यावर तिथली परिस्थिती पाहता शुक्ला यांना त्यात किती बदल झाले आहेत, हे माहीतच नव्हते, हे आम्हाला जाणवले.

वर्गातील व्याख्याने ऐकल्यानंतर प्रत्यक्ष परिस्थिती जाणून घेण्यासाठी आणि निरीक्षण पद्धतीद्वारे आमच्या ज्ञानात भर पडावी या उद्देशाने, आम्हाला जवळच्या काही खेड्यांमध्ये नेण्यात आले. आमच्यातील अनेकांसाठी शेतकरी आणि खेड्यातील जनतेला भेटणे, हा एक विलक्षण अनुभव होता. या मंडळींना आम्ही 'खरे भारतीय' समजू शकत होतो. एके दिवशी आम्हाला दिल्लीपासून सुमारे २५ किलोमीटरवर असणाऱ्या 'कजौली' या खेड्यात नेण्यात आले. तिथे पोहोचताच आम्ही स्थानिक अधिकाऱ्यांबरोबर सहकार, ग्रामीण भागातील बँक व्यवस्था, पंचायत राज आणि ग्रामोद्योग या विषयांमधील त्यांच्या समस्यांसंदर्भात चर्चा केली. त्यांच्या बोलण्याचा आमच्यावर अपेक्षित तो प्रभाव पडला. दुपारच्या जेवणानंतर आम्ही याच विषयांवर

ग्रामस्थांशी चर्चा करण्यासाठी प्रत्यक्ष गावात गेलो. या सर्व विषयांबाबतच नव्हे, तर त्यांच्या फायद्याच्या असणाऱ्या सरकारी योजनांबद्दलदेखील ते पूर्णपणे अनभिज्ञ आहेत, हे आमच्या लवकरच लक्षात आले.

दुसऱ्या एका वेळी आम्ही दिल्लीहून सुमारे १५ किलोमीटरवर असलेल्या 'नांगलोई' या खेड्यात गेलो. पटवारी, लंबरदार, तहसीलदार इत्यादी गावपातळीवरच्या अधिकाऱ्यांच्या कामाच्या स्वरूपाबद्दल आम्हाला माहिती देण्यात आली. आम्हाला गावातील जमीन महसूल आणि इतर तत्सम सरकारी दप्तर आणि कागदपत्रे कशी तपासली जातात, हे दाखवण्यात आले. त्यानंतर आम्ही गावात फेरफटका मारला, ग्रामस्थांशी त्यांच्या समस्यांबाबत चर्चा केली. ही मंडळी अशिक्षित होती आणि त्यातील बहुतांश तर निरक्षर होती. तरीदेखील आपल्या समस्यांबद्दल ते जागरूक आणि माहीतगार होते. तसेच ते चलाख ही वाटले.

एकदा आम्हाला मेरठ जिल्ह्यातील गाझियाबाद येथील उपविभागीय मुख्यालयात नेण्यात आले. प्रत्यक्ष काम जिथे चालते ते तहसील कार्यालय आणि त्याचे कार्य, ज्यात जमीन मालकीची दप्तरे राखणे, उप-विभागीय कोषागार, दंडाधिकाऱ्याची कामे, कैद्यांची कोठडी इत्यादींचा समावेश होता, त्यांचा अभ्यास केला. कामाचे वैविध्य थक्क करणारे होते.

जिल्हा ही प्रशासनाच्या संरचनेतील पुढची पायरी असल्यामुळे आम्हाला दिल्लीपासून जेमतेम ८० किलोमीटरवर असणाऱ्या 'बुलंदशहर' या जिल्ह्याच्या ठिकाणी नेण्यात आले. जिल्हाधिकाऱ्याच्या हाताखालचे अनेक अधिकारी आणि शासकीय कार्यालय यांना भेट देण्यात आम्ही सगळा दिवस घालवला. कार्यालयांची संख्या, कामाचे वैविध्य आणि विशेषत: सर्वदूर पसरलेल्या घाणीच्या साम्राज्यात ज्या पद्धतीने कार्यालयीन कामकाज चालत असे, या सगळ्याचे आमच्या मनावर दडपणच आले. जिल्हाधिकारीपदावरून जिल्ह्यावर राज्य करण्याची महत्त्वाकांक्षा बाळगणाऱ्या होतकरू अधिकाऱ्यांना यापासून परावृत्त करू शकेल, इतकी ती परिस्थिती किळसवाणी होती.

माझ्या राज्यात परिस्थिती इतकी वाईट नाही, हे माझ्या नंतर लक्षात आले. पण देशाच्या राजधानीच्या इतक्या जवळ असलेल्या आणि जिल्ह्याचे ठिकाण असलेल्या या शहरात इतकी भयंकर परिस्थिती असेल, यावर एखाद्याचा विश्वास बसणे कठीण होते. दुपारी बुलंदशहरामधील एका वकिलाने आमच्या सन्मानार्थ मेजवानी दिली, तर संध्याकाळी स्थानिक पोलीस यंत्रणेने आम्हाला पोलीस लाइन्समध्ये चहाला बोलावले. पोलीस बँडने आम्हाला समारंभपूर्वक मानवंदना दिली, हे पाहून आम्हाला आश्चर्य वाटले. अशा प्रसंगी आपली मान जरा ताठ होतेच. कदाचित सकाळचा एकूण अनुभव आम्ही विसरून जावा, यासाठी लढवली गेलेली ही एक शक्कल असावी.

'कायदेविषयक व्याख्याने' या विषयात रस उत्पन्न करणारी होती. आणि या विषयाचे व्याख्याते अलाहाबाद येथील माजी जिल्हा आणि सत्र न्यायाधीश मुनिर यांनी आपल्या शिकवण्याने ती अधिक आंनददायक बनवली. ते आम्हा विद्यार्थ्यांमध्ये अत्यंत लोकप्रिय होते. मीसुद्धा त्यांचा आवडता विद्यार्थी बनलो. विविध क्षेत्रांसबंधीचे अनौपचारिक शिक्षण हा आमच्या प्रशिक्षणाचा सर्वांत आनंददायक भाग होता. मान्यवर व्यक्तींच्या भेटी-गाठी आणि त्यांची व्याख्याने या मार्फत हे साधले जाणार होते.

नामवंत व्यक्तींशी भेटीगाठी

देशात वैज्ञानिकदृष्टी रुजवण्यासंदर्भात पंतप्रधान पंडित नेहरू यांनी बराच रस घेतला होता. त्यामुळे विविध संस्थांना होणाऱ्या आमच्या अभ्यासभेटींच्या कार्यक्रमातील पहिली भेट ही दिल्लीतील राष्ट्रीय पदार्थविज्ञान प्रयोगशाळेला होती. प्रयोगशालेचे संचालक डॉ. कृष्णन हे स्वत: आम्हाला सगळीकडे घेऊन गेले आणि संस्थेची संरचना आणि कार्य समजावून सांगितले. अशा संस्थांच्या वैज्ञानिक खाचाखोचा या आमच्या आकलनापलीकडच्या राहणार होत्या म्हणूनच त्यांना दिलेल्या भेटीं दरम्यान आम्ही त्यांची संरचना आणि कामकाजाची पद्धत चटकन समजावून घेणे आवश्यक होते, असे आमच्या उपप्राचार्यांनी आम्हाला आधीच सांगितले होते.

आणखी एका प्रसंगी आम्ही दुर्मीळ हस्तलिखिते, दागिने आणि कलात्मक वस्तू पाहण्यासाठी हैदराबाद हाउसमध्ये भरलेल्या कला प्रदर्शनाला गेलो होतो. आम्हाला भारताच्या सर्व माजी गव्हर्नर जनरल यांच्या हस्ताक्षरांचे नमुने, औरंगजेबाने स्वत:च्या हस्ताक्षरात लिहिलेली कुराणाची प्रत, ताडपत्रावर, ताम्रपटांवर लिहिलेले आणि दगडांवर कोरलेले प्राचीन धर्मग्रंथ तसेच प्रसिद्ध सालारजंग यांच्या संग्रहातील जहांगीरची तलवार, औरंगजेबाची कट्यार आणि मध्ययुगीन शस्त्र अशा पुराणवस्तू पाहायला मिळाल्या.

प्रसिद्ध विद्वान आणि पुरातत्त्व-खात्याचे संचालक डॉ. श्रीनिवास चारी (हैदराबाद) हे स्वत: आम्हाला या वस्तूंविषयी माहिती देण्यासाठी आले होते. त्यामुळे आम्हाला आमची ही भेट अधिक आनंद देऊन गेली. त्यांनी आम्हाला अशा वस्तू कशा जतन कराव्यात, कशा हाताळाव्यात आणि कशा जमवाव्यात याची सविस्तर माहिती दिली. त्यांनी सांगितलेल्या माहितीनुसार यातील अनेक वस्तू, सनदी अधिकाऱ्यांनी आपापल्या जिल्ह्यांचे दौरे करत असताना जमा केल्या होत्या. दौऱ्यांवर असताना अशा वस्तूंवर लक्ष ठेवून राहा, असे त्यांनी आम्हाला आवाहन केले. त्यांनी आम्हाला भारतीय चित्रकलेवर एक विस्तृत व्याख्यान दिले. अजंठा, वेरुळ येथील चित्रकलेच्या नक्कल प्रती दाखवल्या आणि आधुनिक चित्रकलेतील प्रवाह समजावून

सांगितले. आम्ही त्यांच्या सोबतचे सहा तास आनंदात घालवले. त्यांचे व्याख्यान आणि आपल्या वारशाबद्दल त्यांनी उत्पन्न केलेली आस्था यांच्यामुळे मी कोल्हापूरला जिल्हाधिकारी असताना प्रसिद्ध महालक्ष्मी मंदिर, पन्हाळ्याचा किल्ला तसेच जिल्ह्यातील अनेक वास्तूंची डागडुजी आणि जतन करण्याचा प्रकल्प हाती घेतला, असे माझे मत आहे.

त्या वेळी सर्वत्र मलेरियाचा फैलाव झाला होता. म्हणूनच आम्हाला मेटकॉफ हाउसच्या अगदी जवळ असलेल्या 'मलेरिया इन्स्टिट्यूट ऑफ इंडिया' या संस्थेत भेटीसाठी नेण्यात आले. वेगवेगळ्या प्रकारचे डास कसे ओळखावेत, त्यांच्या रक्ताच्या नमुन्यांची तपासणी कशी करावी, रोगाच्या विविध टप्प्यात येणाऱ्या तापाचा अभ्यास कसा करावा आणि जिल्हापातळीवर या भयंकर रोगाच्या फैलावावर नियंत्रण कसे आणावे, याचे आम्हाला प्रशिक्षण देण्यात आले. संस्थेचे संचालक, कर्नल जसवंत सिंह यांनी भेटीचा सर्व कार्यक्रम अत्यंत रंजक बनवला. पंडित भगवान दत्त यांचे भारतीय इतिहासावरील व्याख्यानांचे सत्रदेखील झाले. सुरुवातीलाच त्यांनी आर्यांचे मूलस्थान आणि वेद हे दोन विषय घेतले. पंडित दत्त हे नाणावलेले संस्कृत पंडित आणि इतिहासतज्ज्ञ होते. इतिहासाकडे बघण्याचा त्यांचा दृष्टिकोन हा अस्सल भारतीय होता आणि पाश्चिमात्त्य इतिहासकारांच्या अनेक सिद्धान्तांना त्यांनी छेद दिला होता. त्यांचा दृष्टिकोन नाविन्यपूर्ण आणि वेगळा असल्यामुळे आम्ही त्यांची व्याख्याने काळजीपूर्वक ऐकली.

जनपथावरील मध्य आशियाई पुराणवस्तू संग्रहालयाला दिलेली भेट स्मरणात राहणाऱ्या भेटींपैकी एक. तेथील बहुतेक वस्तू या सर ऑरेल स्टाईन या इंग्रज प्रवाशाच्या संग्रहातील होत्या. विसाव्या शतकाच्या पहिल्या दशकात ते तिबेट, मध्य आशिया आणि गोबी वाळवंट यामध्ये फिरले होते आणि त्या प्रदेशात मिळालेल्या पुराणवस्तूंचा संग्रह त्यांनी दिल्लीला आणला होता. यात ज्यांच्यावर चित्रं काढली आहेत, अशा भिंतींचादेखील समावेश होता. त्यांनी या भिंती खेचरांच्या पाठीवर लादून हिमालय पार करत कशा काय भारतात आणल्या असतील, याची आज कल्पना करणे अवघड आहे. कलात्मक दृष्टिकोनातून पाहिले, तर या चित्रांमधील व्यक्तींचे चेहरे हे चिनी आणि भारतीय लोकांच्या चेहऱ्यांच्या वैशिष्ट्यांचे मिश्रण वाटते. त्यांची चेहरेपट्टी, डोळे आणि बोट ही मंगोलवंशीयांसारखी आहेत. संग्रहालयात *बाबरनामा* या बाबरच्या आत्मचरित्राची मूळ प्रत दाखवण्यात आली.

पुसाच्या कृषिसंशोधन संस्थेत आम्ही चार दिवस घालवले. मुळात ही शाही (Royal) आणि आता भारतीय असलेली कृषिसंशोधन संस्था बिहारमधील 'पुसा' या गावी होती. १९३४मध्ये बिहारच्या भूकंपात संस्था उद्‌ध्वस्त झाली आणि तिचे दिल्लीहून साधारणतः १८ किलोमीटरवर स्थलांतर झाले. त्या गावाचे नाव पुसाच

ठेवण्यात आले. या संस्थेत शेतीविषयक विविध प्रश्नांवर संशोधन चालते. संस्थेत दुग्धव्यवसाय, वैज्ञानिक पद्धतीची शेती, कृषि-अभियांत्रिकी, मृदासंधारण असे अनेक विभाग होते. आम्हाला विविध बाबींची; विशेषत: दुग्धव्यवसायाशी संबंधित बाबी, कीटकांची माहिती, मृदांच्या प्रकारांचे विश्लेषण करणे, कृषि-अवजारे कशी वापरावीत इत्यादींचा अभ्यास करावा लागणार होता. थोडक्यात म्हणजे आम्हाला आमच्या दररोजच्या कामात ज्या प्रश्नांना सामोरे जावे लागणार होते, त्यांच्या अभ्यास करायचा होता. कडक उन्हात काम करणे आणि दररोज अनेक मैल चालणे सोडले, तर प्रशालेतील आमचे वास्तव्य आनंददायकच होते. आमच्या कारकिर्दीतील पहिल्या आठ ते नऊ वर्षांच्या कालखंडात आमचा रोजचा दिनक्रम हा असाच असणार होता, असे अधूनमधून आम्हाला बजावायला आमचे उपप्राचार्य विसरले नाहीत.

नामवंत व्यक्तींनी दिलेली व्याख्याने हा आमच्या प्रशिक्षणाचा सर्वांत उत्कृष्ट भाग होता. आम्ही या व्याख्यानांची आतुरतेने वाट पाहत होतो.

एका संध्याकाळी साम्यवादी (Communist) चीनमधील भारताचे माजी राजदूत सरदार के. एम. पणिक्कर यांनी प्रशालेला भेट दिली. चीनमधील साम्यवादी क्रांती आणि तेथील नवीन प्रशासकीय संरचना याबद्दल त्यांनी अत्यंत चांगले व्याख्यान दिले. पूर्व आशियासंदर्भातील अनेक राजकीय प्रश्नांबाबत चर्चा करण्याची संधी यामुळे आम्हाला मिळाली. एकदा वाणिज्य-खात्याचे सचिव श्री. बुथलिंगम (आय.सी.एस.) यांनी भारताचा परदेश व्यापार या विषयावर सुस्पष्ट विवेचन करणारे व्याख्यान दिले. एका संध्याकाळी नियोजन आयोगाचे सदस्य आणि अमेरिकेतील भारताचे आगामी राजदूत जी. एल. मेहता यांनी पहिल्या पंचवार्षिक योजनेतील उद्योगांचे स्थान यावर व्याख्यान दिले. परराष्ट्र सचिव के. पी. एस. मेनन (आय.सी.एस.) यांचे व्याख्यान झाले. त्यांची सनदी सेवेतील कारकिर्द अत्यंत उज्ज्वल होती.

संस्थानी-खात्याचे सचिव श्री. वरदाचार, हे आम्हाला आवडलेल्या वक्त्यांपैकी एक होते. संस्थानांचे विलीनीकरण करताना सरदार पटेलांनी कोणती तत्त्वे आणि धोरणे स्वीकारली होती, हे त्यांनी आम्हाला उलगडून सांगितले. 'ब' आणि 'क' दर्जांची राज्ये तसेच संस्थानांचे एकत्रीकरण करून निर्माण करण्यात आलेल्या राज्यांमध्ये आम्हाला कोणत्या प्रकारचे काम करावे लागेल, यांची त्यांनी आम्हाला माहिती दिली. देशातील 'ब' आणि 'क' दर्जांच्या राज्यांची प्रशासकीय घडी बसवण्याच्या कार्यात वरदाचार यांनी सरदार पटेल यांच्यासोबत काम केले होते. त्यामुळेच आम्हाला त्यांची व्याख्याने खूपच उपयुक्त वाटली.

लोकसभेचे उपसभापती, अनंतशयनम अय्यंगार हे आणखी एक लोकप्रिय वक्ते होते. सदा प्रसन्नचित्त असणारे अय्यंगार हे अत्यंत हुशार संभाषणपटूदेखील

होते. आपल्या विनोदबुद्धीने त्यांनी आम्हाला अनेक तास खिळवून ठेवले. आपली विद्वत्ता आणि व्यासंग यांनी आम्हाला थक्कदेखील केले. 'भारत – एक धर्मनिरपेक्ष देश' या विषयी त्यांनी आम्हाला व्याख्यान दिले. इजिप्तमधील भारताचे माजी राजदूत आणि केंद्रीय लोकसेवा आयोगाचे त्या वेळचे सदस्य ए.ए. फैझी यांनी त्यावर्षी भारतीय विदेश आयोग आणि भारतीय प्रशासकीय सेवा यांच्यासाठी घेण्यात येणाऱ्या मुलाखतींच्या नव्या रचनेबद्दल माहिती दिली. माझ्या मुलाखतीच्या दुर्दैवी अनुभवामुळे अशा सुधारणांची गरजच आहे, असे माझे मत होते. मुलाखत घेणाऱ्यांनी उमेदवाराला काय येत नाही किंवा माहीत नाही, हे शोधून त्यांचे अज्ञान उघड करण्यापेक्षा त्याला काय येते आणि ते किती चांगल्या पद्धतीने येते, हे शोधणे आवश्यक आहे, ही माझी त्यामागची भूमिका होती. सुदैवाने ते आता मान्य झाले आहे.

आम्हा सर्वांच्या मते खासदार जयपाल सिंह, खासदार दिवाण चमनलाल आणि नव्याने स्थापन झालेल्या नियोजन आयोगाचे सदस्य डॉ. रा. कृ. पाटील हे सर्वांत प्रभावी वक्ते होते. जयपाल सिंह यांचे आजवरचे आयुष्य अत्यंत विलक्षण आणि रंगतदार असे होते. त्यांचा जन्म बिहारमधील आदिवासी समाजात झाला होता. ॲमस्टरडॅम येथे १९२८मध्ये झालेल्या ऑलिंपिक स्पर्धेत त्यांनी विजयी भारतीय हॉकी संघाचे नेतृत्व केले होते. ऑलिंपिक स्पर्धेत हॉकीतील विजेतेपद मिळवण्याची ती पहिलीच वेळ होती आणि आमच्या प्रशिक्षणाच्या काळापर्यंत भारताने हे विजेतेपद राखले होते. जयपाल सिंह नंतर आय.सी.एस.मध्ये दाखल झाले आणि कालांतराने स्वातंत्र्यचळवळीत भाग घेण्यासाठी त्यांनी नोकरीचा राजीनामा दिला. भारतातील दोन कोटींहून अधिक लोकसंख्या असलेल्या आदिवासी समाजाचे ते सर्वमान्य नेते होते. अत्यंत सोप्या भाषेत त्यांनी आम्हाला आदिवासी समाजाच्या समस्या आणि त्यासंदर्भातील वर्तमान सरकारचा दृष्टिकोन समजावून सांगितला. त्यांचे विश्लेषण अत्यंत सफाईदार आणि सुस्पष्ट असे होते. त्याचा आम्हा तरुणांच्या मनांवर चांगलाच प्रभाव पडला.

ऐहिकदृष्ट्या आदिवासी समाज इतरांपेक्षा मागास असेल, पण तो सांस्कृतिकदृष्ट्या इतरांपेक्षा खूपच पुढे गेला होता, हे आम्हाला समजले. आर्थिक विकास आणि भरभराटीच्या दिशेने वाटचाल करत असताना आदिवासींच्या आनंदी जीवनशैलीत कोणताही बदल न करता त्यांना सर्वांच्या सोबत घेऊन जावे लागणार होते. नागांचा प्रश्न हा आधीच आंतरराष्ट्रीय पातळीपर्यंत पोहोचला होता. थोडक्यात म्हणजे आदिवासींचा प्रश्न हा भारत सरकारपुढील एक नाजूक प्रश्न बनला होता. इतके सुस्पष्ट असे विश्लेषण आम्ही क्वचितच ऐकले होते.

काँग्रेसमधील एक बुद्धिवंत दिवाण चमनलाल हे पूर्वी तुर्कस्तानातील भारताचे

माजी राजदूत होते. ते नामवंत वकील होते आणि समोरच्याला आपले मुद्दे पटवून देण्याची कला त्यांना चांगलीच अवगत होती. त्यांनी वर्तमान प्रशासकीय व्यवस्थेबद्दल काँग्रेस पक्षाचा दृष्टिकोन मांडला. सध्याचा काळात क्रांतीचे विचार सर्वदूर पसरले आहेत आणि म्हणूनच प्रशासनाने काळाची पावले ओळखली पाहिजेत, याची जाणीव त्यांनी आम्हाला करून दिली. आता अधिकाऱ्यांची जागा बंदिस्त खोल्या-कचेऱ्यांमध्ये नसून जनतेत आहे, हे त्यांनी आम्हाला सांगितले.

नव्याने स्थापन झालेल्या नियोजन आयोगाचे सदस्य रा.कृ.पाटील हे दिसायला अत्यंत साधे होते. अनेक प्रसंगी त्यांनी आपली प्रशासकीय आणि संघटन करण्याची क्षमता दाखवून दिली होती. ते पूर्वी आय.सी.एस.मध्ये होते आणि १९४२च्या चळवळी दरम्यान त्यांनी राजीनामा दिला होता. कालांतराने ते मध्यप्रांतात मंत्री झाले आणि त्यानंतर देशातील 'अधिक अन्नधान्य पिकवा' या अभियानाची जबाबदारी देऊन त्यांना देशाच्या अन्न-आयुक्तपदी नेमण्यात आले होते. त्यांची विनयशीलता आणि पहिल्या पंचवार्षिक योजनेच्या अंमलबजावणीच्या संबंधातील आर्थिक आणि इतर अडचणींचे त्यांचे आकलन पाहून आम्ही थक्क झालो होतो.

वर्गातील या कार्यक्रमांबरोबरच सकाळच्या वेळात आम्हाला शारीरिक प्रशिक्षण किंवा टेनिसचा वर्ग असायचा. दुपारच्या वेळात आधुनिक शस्त्रास्त्रे किंवा वाहनांसंदर्भातील प्रशिक्षण असायचे. शस्त्रास्त्रांच्या तासाला आम्हाला पोलीस वापरत असलेली सर्व शस्त्रे हाताळायला किंवा चालवायला शिकवले जात असे. उदाहरणार्थ: .३०३, मार्क १ आणि ४, रिव्हॉल्वर, पिस्तूल इत्यादी बंदुका चालवण्याच्या नऊ चाचण्या असायच्या. यात स्थिर वस्तूवर गोळी झाडणे, हलत्या वस्तूवर गोळी झाडणे, घोड्यावर किंवा वाहनात बसल्यामुळे हलत असताना स्थिर वस्तूवर गोळी झाडणे आणि स्वत: हलत असताना हलत्या वस्तूवर गोळी झाडणे इत्यादींचा समावेश होता. रिव्हॉल्वर आणि रायफल चालवण्यात माझी कामगिरी बऱ्यापैकी होती. मला ८० पैकी ६१ गुण मिळाले होते.

लवकरच ऑगस्ट महिना उजाडला आणि आमचे विदेश सेवेतील सहकारी इंग्लंडला जायला निघणार होते. त्यांच्या निरोपाच्या अशा अनेक मेजवान्या झाल्या. अशाच एका रात्रीच्या मेजवानीत माझ्या एका सहकाऱ्याने मी बिअरची चव चाखावी असे मला पटवून दिले. विदेश सेवेतील सहकाऱ्यांना त्यांच्या कामाचा भाग म्हणून बिअरपेक्षाही अधिक उत्तेजक पेय तसेच विविध प्रकारच्या वाइन यांचे सेवन करण्याची सवय करून देण्यात आली होती. मी त्या रात्री मद्यपान केल्यामुळे माझे मन मला खात होते. मी या आधी कधीही मद्यपान केले नव्हते आणि संपूर्ण दारुबंदी असणाऱ्या मुंबई प्रांतात मी सेवा बजावणार होतो, हे माहीत असल्यामुळे मी पुढील काही दिवस अस्वस्थच होतो. पुढे पंधरा वर्षांनी व्यापारविषयक बोलणी करण्यासाठी

मी जेव्हा जिनिव्हाला जाऊ लागलो, तेव्हापासून मनात कोणताही अपराधी भाव न ठेवता मी वाइनचा आस्वाद घेऊ लागलो. कालांतराने या क्षेत्रातील दर्दी अशी माझ्या सहकाऱ्यांमध्ये माझी प्रतिमा निर्माण झाली.

पाहुण्यांसोबतचे कार्यक्रम

आमची 'मेस' ही एक संस्थाच होती. आमच्या प्रशिक्षणात ती महत्त्वाची भूमिका बजावणार होती. भेटीगाठींच्या कार्यक्रमांशिवाय प्रशालेत 'गेस्ट नाइट'ची (Guest Night) प्रथा होती. देशातील बड्या व्यक्तींशी आमच्या भेटी होणार होत्या आणि आपण देशाचे भावी शासक आहोत, या आविर्भावात आम्ही त्यांच्याशी बोलणार होतो.

पहिल्या गेस्ट नाइटच्या आधीच्या एका संध्याकाळी वरिष्ठ अधिकारी आणि त्यांच्या पत्नी यांचे स्वागत कसे करावे, औपचारिक मेजवान्यांच्या प्रसंगी कसे जेवावे-वागावे आणि एखाद्याच्या सन्मानार्थ 'टोस्ट' कसा सादर करावा, हे आमच्या उपप्राचार्यांनी आम्हाला शिकवले. काटे-चमचे कसे वापरावेत, हे जसे शिकवले तसेच पाहुण्यांशी कसे बालावे आणि महिलांशीच बोलत बसू नये हेदेखील सांगितले. एप्रिलच्या तिसऱ्या आठवड्यात आमची पहिली 'गेस्ट नाइट' असणार होती. मेस-समितीवर मला नेमले होते आणि मेजवानीचा कार्यक्रम सुरळीत पार पाडण्याची जबाबदारी आमच्यावर होती. त्या रात्री केंद्रीय गृहसचिव एच. व्ही. आर. अय्यंगार (आय.सी.एस.) हे आमचे प्रमुख पाहुणे असणार होते. अय्यंगार हे मुंबई केडरचे अधिकारी होते आणि त्यांची कारकिर्द उज्ज्वल होती. ते पूर्वी पंडितजींचे खासगी सचिव होते आणि त्यानंतर देशाचे संरक्षण सचिव होते. एकूणच ते यंत्रणेच्या वरच्या स्तरावरचे होते.

त्या रात्री नऊ आय.सी.एस. अधिकारी सपत्नीक आले होते. आरोग्य महासंचालक डॉ. के. राज, हैदराबाद संस्थानावरील पोलीस कारवाईमुळे गाजलेले मेजर जनरल जे.एन. चौधरी (सपत्नीक), राष्ट्रीय पदार्थविज्ञान प्रयोगशाळेचे संचालक डॉ. कृष्णन आणि केंद्रीय गृहखात्याचे अनेक अधिकारी तेथे जमले होते. ठीक आठ वाजल्यापासून पाहुण्यांच्या आगमनाला सुरुवात झाली. आणि आम्हाला सल्ला दिल्याप्रमाणे, आम्ही त्यांच्याशी इकडच्या-तिकडच्या गप्पा मारू लागलो. ही सर्व मंडळी प्रचंड अनुभव आणि व्यावहारिक दृष्टिकोन असणारी होती. ते आमच्याशी ज्या पद्धतीने बोलत होते, आपल्या अनुभवांचे किस्से सांगून आमचे मनोरंजन करत होते, आपल्या गंभीर निरीक्षणांद्वारे आमच्यावर छाप पाडण्याचा प्रयत्न करत होते, हे सर्व पाहणे रंजक होते. या वरिष्ठ अधिकाऱ्यांच्या पत्नींशी त्यांच्या कामाबद्दल बोलणे तितकेच खास होते. या महिलांकडे एकूण परिस्थितीकडे पाहण्याचा उत्साहवर्धक

असा एक नवा दृष्टिकोन होता. हवेत वावरणाऱ्या आपल्या पतिदेवांना त्या अनेक वेळा जमिनीवर आणायच्या. आमच्यातील बहुतेक जण अविवाहित असल्यामुळे आम्हाला या संदर्भात सल्ला द्यायलाही त्या उत्सुक असायच्या. मात्र त्यांपैकी काही जणी आपापल्या मुलींसाठी वरसंशोधन करत असल्यामुळे सावध राहण्याचा सल्ला आमच्या उपप्राचार्यांनी आम्हाला दिला होता.

प्रत्येक महिन्यात निदान एकतरी 'गेस्ट नाइट' असायची आणि आम्ही या प्रसंगांची आतुरतेने वाट पाहायचो. यातील काही कार्यक्रम लक्षात राहण्यासारखेच होते. एके दिवशी परराष्ट्रखात्याचे सचिव के. पी. एस. मेनन आमच्याकडे पाहुणे म्हणून आले होते. त्यांची विनोदबुद्धी उच्च दर्जाची होती तसेच ते उत्तम संभाषणपटू होते. त्यांच्या बरोबरच आम्ही परराष्ट्रखात्यातील इतर काही अधिकाऱ्यांना आमंत्रित केले होते. त्यात परराष्ट्रखात्याचे सचिव हरिश्वर दयाळ यांचादेखील समावेश होता. ज्या मुलाखत मंडळाने माझी मुलाखत घेतली होती, त्याचे ते सदस्य होते. अध्यक्ष आर. एन. बॅनर्जी यांच्याकडून मला जी वागणूक मिळाली, ती पाहता दयाळ यांची प्रेमळ वागणूक मी विसरूच शकत नव्हतो. सौ. दयाळ या मराठी भाषिक होत्या हे कळल्यावर मला आश्चर्यच वाटले. पूर्वाश्रमीच्या त्या कु. लीला राव. सलग तीन वर्षे त्या टेनिसमधील राष्ट्रीय विजेत्या होत्या आणि त्यांनी विंबल्डन स्पर्धेतदेखील भाग घेतला होता. माझ्याशी मराठीतच बोलण्याचा त्यांनी आग्रह धरला आणि जुनी मराठी नाटके आणि नाट्यकलावंत यांच्या आठवणी काढत आम्ही बराच वेळ आनंदात घालवला.

भारताचे सरसेनापती जनरल करिअप्पा हे लोकप्रिय पाहुण्यांपैकी एक होते. टिपटॉप पोशाख, इंग्रजी बोलण्याची विशिष्ट लकब आणि अदबशीर वागणे यामुळे त्यांचे व्यक्तिमत्त्व आकर्षक होते. ते आमच्याकडे दोन वेळा येऊन गेले, ही आमच्यासाठी अत्यंत सन्मानाची गोष्ट होती. परतभेट म्हणून त्यांनी मेस समितीच्या सदस्यांना एके दिवशी रात्रीच्या मेजवानीसाठी आमंत्रित केले. त्याच दिवशी संध्याकाळी हैदराबाद संस्थानावरील कारवाईदरम्यान लष्करी आणि नागरी यंत्रणा यांच्यामधील समन्वयासंदर्भात व्याख्यान देण्यासाठी जनरल चौधरी आमच्याकडे आले होते. लष्करी आणि नागरी यंत्रणेच्या समन्वयाचे उत्तम उदाहरण म्हणजे हैदराबाद संस्थानावरील पोलीस कारवाई होय. व्याख्यानानंतर ते आम्हाला जनरल करिअप्पांच्या निवासस्थानी घेऊन गेले. मेस कमिटीचे चार सदस्य, जनरल चौधरी आणि आमचे यजमान असे आम्ही एकूण सहा जण होतो. मेजवानी एकूण लष्करी थाटाची होती आणि म्हणूनच ती तीन तास चालली. जेवणानंतर आमची अनेक विषयांवर मोकळेपणाने चर्चा झाली. जनरल करिअप्पा अत्यंत स्पष्टवक्ते होते आणि विविध विषय, व्यक्ती यांच्याबद्दल मतप्रदर्शन करण्यात त्यांनी कोणताही आडपडदा ठेवला नाही. एकूण

कार्यक्रम चांगलाच झाला.

एका संध्याकाळी योगायोगाने आमच्याकडे बरेच मराठी आय.सी.एस. अधिकारी आले होते. त्यात अर्थखात्याचे सचिव आंबेगावकर, लवकरच गृहखात्याच्या सचिवपदाचा कार्यभार स्वीकारणारे ए. व्ही. पै (सपत्नीक), केंद्रीय लोकसेवा आयोगाचे सदस्य नगरकर (सपत्नीक) यांचा समावेश होता. त्या प्रसंगी अर्थखात्याचे सहसचिव ग. रा. कामत (सपत्नीक) यांचीदेखील भेट झाली. श्री. कामत यांचे धाकटे बंधू प्रा. अ. रा. कामत हे फर्ग्युसन महाविद्यालयातील माझे गणित विषयाचे आवडते प्राध्यापक होते. एकदा रात्रीच्या मेजवानीला प्रमुख कामगार नेते व्ही. व्ही. गिरी हे आमचे प्रमुख पाहुणे होते. (श्री. गिरी नंतरच्या काळात भारताचे राष्ट्रपती झाले.)

अर्थखात्याचे सहसचिव स. गो. बर्वे हे एकदा माझे पाहुणे म्हणून आमच्याकडे आले होते. पुण्याचे पहिले महापालिका आयुक्त म्हणून मला त्यांचे नाव परिचितच होते. त्यांनी पुण्याचा चेहरामोहराच बदलून टाकला होता. परतभेटीसाठी त्यांनी मला नॉर्थ ब्लॉकमधील अर्थखात्याच्या कार्यालयात भेटीसाठी बोलावले आणि मंत्रालयातील विविध कामांची माहिती करून दिली. तेथेच माझी आणि केंद्रीय अर्थमंत्री चिंतामणराव देशमुख यांचे वैयक्तिक सचिव पी. डी. कसबेकर यांची पहिल्यांदा भेट झाली. मॅट्रिकच्या परीक्षेतील चिंतामणरावांचा गुणांचा विक्रम कसबेकरांनी मोडला होता आणि त्यामुळेच आपल्या वैयक्तिक सचिवपदी काम करण्यासाठी चिंतामणरावांनी त्यांची निवड केली होती. बर्वे यांच्याशी झालेल्या ओळखीने माझ्या पुढील कारकिर्दीत महत्त्वाची भूमिका बजावली. तसेच सुदैवाने माझ्या ओळखीचा बर्वे यांना त्यांच्या कारकिर्दीतदेखील फायदा झाला.

लोकसेवा आयोगाचे अध्यक्ष आर. एन. बॅनर्जी हेदेखील आमच्याकडे पाहुणे म्हणून आले होते. त्यांना मुलाखतीच्या खोलीच्या बाहेर भेटणे, हा अत्यंत मजेदार असा प्रसंग होता. ते त्या दिवशी अत्यंत चांगल्या आणि प्रसन्न 'मूड'मध्ये होते. आमची कारकिर्द यशस्वी झाली, तर ते त्याचे श्रेय घेतील आणि आम्ही सगळ्याचे वाटोळे केले, तर त्याची जबाबदारी तुमची असेल, हे आम्हाला सांगायला ते विसरले नाहीत. ते अत्यंत उमद्या स्वभावाचे होते. अर्थातच फक्त मुलाखतीच्या खोलीच्या बाहेर!

३

सैन्यासोबतचे अनुभव

प्रशिक्षणाचा भाग म्हणून आम्हाला भारतीय सैन्यासोबत काही दिवस घालवायचे होते. अशाप्रकारे सैन्यासोबत राहण्याला 'अॅटॅचमेंट' असे संबोधले जायचे. या 'अॅटॅचमेंट'साठी आम्हाला काश्मीर किंवा आसाममध्ये सैन्यासोबत राहणे, हे पर्याय देण्यात आले होते. फक्त आठ जणांनी आसामची निवड केली. प्रशिक्षणाचा मुख्य हेतू भारतीय सैन्याची अंतर्गत रचना आणि सैन्यातील शिस्त समजावून घेणे, कायदा आणि सुव्यवस्थेचा प्रश्न निर्माण झाल्यास तो हाताळण्यासाठी नागरी प्रशासनाला सैन्याची मदत कशी होते हे समजावून घेणे, सीमारेषेवर सैन्याच्या तुकड्यांची योजना कोणत्या पद्धतीने केली जाते याची माहिती करून घेणे, स्वयंचलित शस्त्रांचा वापर शिकणे, असा होता. सैन्यासोबत पंधरा दिवस राहून झाल्यानंतर काश्मीरमध्ये स्वतंत्रपणे दहा दिवस फिरण्याची परवानगी आम्हाला दिली गेली होती.

सरसेनापती जनरल करिअप्पा यांनी आमच्या 'अॅटॅचमेंट'मध्ये बराच रस घेतला होता. त्या वेळी 'अॅड्ज्युटंट-जनरल' पदावर असलेले मेजर जनरल जे. एन. चौधरी यांनी भारतीय सैन्याची संरचना, युद्ध तसेच शांततेच्या काळात त्याच्या तुकड्यांची कोणत्या पद्धतीने योजना केली जाते, अधिकाऱ्यांचा ऑफिसर्स मेस, काश्मीरमधील जीवन इत्यादी विषयांबाबत आम्हाला माहिती दिली.

आम्ही काश्मीर मेलने दिल्लीहून निघालो. दुसऱ्या दिवशी सकाळी पठाणकोट स्थानकावर पोहोचताच सैन्याच्या अधिकाऱ्यांनी आमचे प्रेमाने स्वागत केले. आम्हाला ऑफिसर्स ट्रान्झिट कॅम्पमध्ये नेण्यात आले आणि दुपारचे जेवण झाल्यानंतर आम्ही सैन्याच्या ट्रक्समध्ये बसून जम्मूच्या दिशेने निघालो. तोपर्यंत तापमान ४३ डिग्री सेल्सिअसपर्यंत पोहोचले होते. इतके गरम होत असताना सैन्याच्या ट्रकमधून प्रवास

करणे, हा एक त्रासदायक अनुभव होता. वाटेत लागलेली जोरदारपणे वाहणारी चिनाब नदी, हीच काय ती त्यातल्यात्यात सुखावणारी गोष्ट होती. चिनाब नदीवरचा पूल आम्ही ओलांडला. जम्मू-काश्मीर मिलिशिया या सैनिकी तुकडीच्या अधिकाऱ्यांनी आमचे स्वागत केले. ते आम्हाला जम्मू येथील ऑफिसर्स मेसमध्ये घेऊन गेले. आमची रात्री झोपण्याची सोय येथेच करण्यात आली होती.

आर. कृष्णमूर्ती, एस. शिवज्ञानम, बी.एस. राघवन आणि मी, जम्मू शहरात फेरफटका मारून आलो. आम्ही प्रसिद्ध रघुनाथ मंदिर आणि जम्मू कलाभांडाराला भेटी दिल्या. तसेच हॉटेल कॉसमॉसमध्ये जेवलो. हॉटेल कॉसमॉसमध्ये दाक्षिणात्य मित्रमंडळींना आपला आवडता मसाला डोसा खायला मिळाल्याचा फारच आनंद झाला. त्यांच्या मते हा दाक्षिणात्य भोजनाचा मोठा विजय होता. दुसऱ्या दिवशी पहाटे आम्ही बनिहाल खिंडीच्या दिशेने निघालो. उधमपूरच्या ऑफिसर्स मेसमध्ये नाश्त्यासाठी थोडा वेळ थांबून आम्ही पुढे निघालो. सैन्याच्या एका चौकीपाशी आम्हाला अडवण्यात आले. पुढे जाण्याचा लेखी आदेश उधमपूरमध्ये घेण्यास आमचा चालक विसरला होता. आम्ही उधमपूरशी फोनवरून संपर्क साधण्याचा प्रयत्न केला, पण तो निष्फळ ठरला. आम्हाला पुढे जायच्या दिलेल्या परवानगीची खातरजमा करण्यासाठी एका लष्करी पोलिसाला उधमपूरला परत जावे लागले. आम्ही दोन तास वाट पाहिली, पण काहीच उत्तर आले नाही. शेवटी आम्ही पुन्हा उधमपूरला परत आलो. संबंधित लष्करी अधिकाऱ्याने झालेल्या घोळाबद्दल आमची माफी मागितली. त्या लष्करी पोलिसाचा परतीच्या वाटेवर अपघाती मृत्यू झाल्याचे आम्हाला नंतर समजले. आम्हाला फार वाईट वाटले. हा एक प्रकारे अपशकुनच होता.

दुपारी उशिराने आम्ही कूडच्या दिशेने जाणाऱ्या चढावरच्या रस्त्याला लागलो. तापमान झपाट्याने कमी होऊ लागले होते. संध्याकाळी उशिराने आम्ही बनिहालला पोहोचलो. वातावरण अत्यंत थंड होते आणि आम्हाला आमचे गरम कपडे घालावे लागले. रात्रीच्या मुक्कामाचे आमचे ठिकाण फारच सुंदर होते. चंद्रप्रकाशामुळे वातावरण काहीसे गूढ तसेच आकर्षक वाटत होते. मी आणि माझ्या सोबतचा प्रशिक्षणार्थी ज्या खोलीत झोपलो होतो, त्याच्या मागच्या बाजूने पाणी वाहण्याचा आवाज येत होता. आमची खोली ही शेजारच्या इस्पितळाचे शवागार होते, हे आम्हाला दुसऱ्या दिवशी कळले. शेजारून वाहणाऱ्या ओढ्याचे पाणी फारच थंड होते. त्यात अंघोळ न करण्याचा सल्ला आम्हाला देण्यात आला होता. तरीदेखील आमच्यातील काही जणांनी सकाळी लवकर ओढ्यात उतरून अंघोळ केली. काही जणांचे हात-पाय थंडीमुळे आखडले गेले आणि त्यांना बाहेर ओढून काढावे लागले.

त्या काळात बनिहाल खिंडीपर्यंत पोहोचायला बरेच वरपर्यंत जावे लागायचे. रस्ता अरुंद आणि वळणावळणाचा होता. सारखे अपघात व्हायचे, अनेक ट्रक खाली दरीत

पडायचे. रस्त्यावरून हळूहळू वर चढत जात असता समोर एक अत्यंत सुंदर दृश्य दिसायला लागायचे. डोंगर उतारावरील जमीन सपाट करून त्यावर भाताची लागवड केली गेली होती. एकमेकांपासून थोड्या-थोड्या उंचीवर असलेली भाताची शेते दिसायला लागायची. सगळीकडे झरे वाहत होते आणि शेते हिरवीगार होती. जसे-जसे आम्ही वर गेलो, तसा-तसा शेतांचा आकार लहान-लहान होत गेला. अखेर सर्व प्रदेश बुद्धिबळाच्या एखाद्या पटासारखा दिसू लागला. समुद्र सपाटीपासून सुमारे ३००० मीटर उंचीवर असलेल्या बनिहाल खिंडीत आम्ही पोहोचलो. झेलमच्या खोऱ्यात प्रवेश करण्यासाठी आम्हाला एका छोट्याशा बोगद्यातून जावे लागले. बर्फवृष्टीमुळे हिवाळ्यात हा बोगदा वापरता येत नसे. काश्मीर खोऱ्यात प्रवेश करण्याचा हा एकमेव मार्ग होता. येथे जम्मू संपायचे आणि काश्मीर खोरे सुरू व्हायचे.

आम्ही उतरणीला लागलो आणि सुमारे साठ किलोमीटर अंतरावर असणाऱ्या श्रीनगरच्या दिशेने झेलमच्या खोऱ्यातून प्रवास करू लागलो. श्रीनगरला सुट्टीवर असणाऱ्या अधिकाऱ्यांसाठी असलेल्या 'हॉलिडे होम'मध्ये आमची राहण्याची सोय करण्यात आली होती. दुसऱ्या दिवशी आम्ही बारामुल्लाला पोहोचलो. मेजर जनरल ठाकुर महादेव सिंग यांनी आमचे स्वागत केले आणि अत्यंत अभ्यासपूर्ण पद्धतीने आम्हाला आमच्या 'अॅटॅचमेंट'बद्दल माहिती दिली. चार-चार जणांच्या आठ गटांमध्ये आमची विभागणी करण्यात आली. तीन गट उरी (Uri), तीन गट टिथवाल, तर दोन गट उरी सेक्टरमध्ये राहतील असे ठरवण्यात आले. आमचा गट हा पहिल्या जाट पलटणीबरोबर राहणार होता. या पलटणीची उरी सेक्टरमधील एका डोंगर उतारावर नियुक्ती करण्यात आली होती. मेजर पृथ्वीपाल सिंह तथा पी.पी. यांनी आमचे स्वागत केले. तुकडीचे प्रमुख, लेफ्टनंट कर्नल उज्ज्वल सिंह यांच्याशी त्यांनी आमची ओळख करून दिली. मेस शेजारीच ठोकलेल्या चार तंबूंमध्ये आमची राहण्याची सोय करण्यात आली होती.

दुपारी आमचे समारंभपूर्वक स्वागत करण्यात आले. त्या वेळी सर्व अधिकारी आणि ४०० सैनिक उपस्थित होते. गौरवशाली इतिहास असलेल्या एका पलटणीसोबत आपण आहोत, हे त्या वेळी आमच्या लक्षात आले. १८०३मध्ये या पलटणीची स्थापना करण्यात आली होती. या पलटणीने १८६१मध्ये दिल्ली ते काबूल हे अंतर अत्यंत कमी वेळात पार केले आणि 'लाइट इन्फंट्री' हे नाव प्राप्त केले. त्यानंतर आम्हाला वाळूपासून तयार केलेल्या परिसराच्या प्रतिरूपाकडे नेण्यात आले. उरी भागात पाकिस्तानी घुसखोरांशी जोरदार लढाई झाली होती. कधी काळी उरी हे ५०,००० लोकवस्ती असलेले मोठे व्यापारी केंद्र होते. त्यांपैकी ४०,००० हे हिंदू होते. युद्धबंदीची रेषा ही तेथून सुमारे १६ किलोमीटर दूर होती.

दुसऱ्या दिवशी तुकडीचे प्रमुख आम्हाला उरी गावात घेऊन गेले. तेथे

१९४७च्या आधी ४,००० घरे होती. आता फक्त चारच उरली होती. त्यांपैकी एक होते तत्कालीन काश्मीर संस्थानाचे विश्रामगृह. ते १९४६मध्ये एकदम प्रकाशझोतात आले. संस्थानाचे तत्कालीन पंतप्रधान काक यांनी पंडित नेहरूंना अटक करून याच विश्रामगृहात स्थानबद्ध केले होते. दुपारी आम्हाला मैलाचा दगड क्रमांक ५८ला नेण्यात आले. फाळणीपूर्वी काश्मीर खोऱ्यात रावळपिंडी-मरी मार्गे प्रवेश करता येत होता. त्यासाठी कोहाला येथील पूल ओलांडावा लागायचा. खोऱ्यातील सर्व अंतरे या मैलाच्या दगडापासून मोजली जायची. आता हा मैलाचा दगड युद्धबंदी-रेषेवर आहे.

युद्धबंदीरेषेला भेट देण्यास आम्ही उत्सुक होतो. आमचा हा प्रवास फारच थरारक ठरला. रस्त्याची अवस्था फारच वाईट होती. रस्ता सुधारला तर सैन्याची ये-जा सहजगत्या होईल, या शक्यतेपोटी संयुक्त राष्ट्रसंघाच्या निरीक्षकांनी दुरुस्तीवर बंदी घातली होती. रस्ता अरुंद होता. एका बाजूला डोंगर, तर दुसऱ्या बाजूला खोल दरी होती. आमचा चालक अचानक गडबडला आणि आमचा ट्रक डोंगराच्या बाजूला असलेल्या एका खड्ड्यात जाऊन पडला. आम्हाला खरचटले आणि मारदेखील बसला. आमचे तेवढ्यावरच निभावले. आम्हाला त्वरित वैद्यकीय उपचारांसाठी नेण्यात आले. पलटणीचे मुख्याधिकारी आमच्या चौकशीसाठी आले आणि लेफ्टनंट जनरल महादेव सिंह यांनी आपल्या हाताखालच्या अधिकाऱ्यांमार्फत आमची चौकशी केली. आमची उत्तम बडदास्त ठेवण्यात आली आणि आम्ही रात्री उशिराने पलटणीच्या तळावर पोहोचलो.

पुढचे दोन दिवस प्रशिक्षणात गेले. शस्त्रे चालवणे, नकाशा वाचणे तसेच सैन्यात शिस्त कशी राखली जाते इत्यादी गोष्टी आम्ही शिकलो. 'ऑर्डर्ली रूम' हा अविस्मरणीय अनुभवांपैकी आणखी एक. आठवड्यातून एकदा लष्कराच्या बटॅलियनचा प्रमुख अधिकारी आपल्या नेतृत्वाखालील तुकडीतील गैरशिस्तीची प्रकरणे तपासतो, त्यासंबंधीचे आदेश देतो आणि शिक्षा सुनावतो. खरे म्हणजे ज्या खोलीत ही कामे चालतात, त्याचे नाव 'ऑर्डर रूम' असे आहे; पण कालांतराने त्याला 'ऑर्डर्ली रूम' असे नाव पडले आहे.

आम्हाला या सर्व कामकाजाची प्रक्रिया फारच वेगळी वाटली. यात काही अंशी दरारा आणि अनिश्चितता अंतर्भूत होती. प्रथमत: सर्व अपराध्यांना सैनिकांच्या पहाऱ्यात मुख्याधिकाऱ्याच्या खोलीकडे नेण्यात येते. त्या वेळी इतर अधिकारी जवळपास उभे असतात. ॲड्ज्युटंट पदावरचा अधिकारी मुख्याधिकाऱ्याकडे येऊन त्याला सॅल्यूट करतो आणि त्याच्या उजव्या बाजूला जाऊन उभा राहतो. तो अपराध्यांच्या नावाची आणि त्यांनी केलेल्या अपराधांची यादी वाचून दाखवतो. मग सुभेदार मेजर खोलीत प्रवेश करतो आणि मुख्याधिकाऱ्याच्या डाव्या बाजूला जाऊन

उभा राहतो. त्यानंतर अपराध्याला खोलीत आणले जाते. लष्करी पोलीस त्याचा बेल्ट काढतात. हा सगळा औपचारिक विधी भीती आणि जरब उत्पन्न करणाऱ्या पुढच्या टप्प्यासाठीची वातावरण निर्मितीची पूर्वतयारी आहे, असे आम्हाला सांगितले गेले.

मग खटला सुरू झाला. सुरुवातीला काही प्रश्न विचारले गेले आणि लगेचच मुख्याधिकाऱ्याने निर्णय दिला. आम्हाला हा खटला एखाद्या नाटकासारखा वाटला. त्यात भरपूर अनिश्चितता, सॅल्यूट करणे, ओरडणे आणि जमिनीवर पाय आपटणे झाले. लाकडी फ्लोअरिंग असलेल्या त्या छोट्याशा खोलीतील परेडच्या त्या एकूण वातावरणामुळे अपराधी चांगलाच दबून गेला असणार.

गैरशिस्त म्हणजे काय याचा एक नमुना आम्हाला पाहायला मिळाला. आदल्या दिवशी पश्चिम कमान मुख्यालयातील एक लेफ्टनंट कर्नल तुकडीचे निरीक्षण करायला आले होते. त्यांनी जवानांच्या 'लंगर' अर्थात जेवणाच्या ठिकाणी भेट दिली आणि एकाला विचारले, ''इथले जेवण कसे काय आहे?'' त्या जवानाने उत्तर देण्याऐवजी दुसऱ्या जवानाने 'जेवण फारच चांगले असते,' असे उत्तर दिले. दुसऱ्या एखाद्या जवानाला विचारलेल्या प्रश्नाचे उत्तर देणे, हा गंभीर अपराध मानला जातो. त्या दुसऱ्या जवानाला तीन दिवस सक्तमजुरीची शिक्षा झाली.

ऑर्डर्ली रूमचा हा अनुभव घेतल्यानंतर लष्करी खटल्याच्या एकूण पद्धतीबाबत आम्ही मुख्याधिकाऱ्याशी तावातावाने वाद घातला. आम्ही सर्व प्रशिक्षणार्थी होऊ घातलेले दंडाधिकारी होतो. त्यामुळे या जुजबी, त्रोटक आणि काहीशा एकतर्फी कामकाजाच्या पद्धतीच्या आम्ही विरोधातच होतो. खरंतर अपराध्याला आपली बाजू मांडण्याची पुरेपूर संधी देणे अपेक्षित आहे. मात्र खोलीत उघड्या कट्यारी घेऊन उभे असलेले शिपाई, अपराध्याच्या बाजूला स्तब्धपणे उभे असलेले अधिकारी, सुभेदार मेजरचे ओरडणे आणि त्यात मुख्याधिकाऱ्याची उपस्थिती या सगळ्याचा उद्देश अपराध्याच्या मनावर ताण आणणे हाच होता. लष्करी शिस्त राखण्यासाठी या सर्व गोष्टी करणे गरजेचे आहे, हेच फक्त आम्ही या वेळी शिकलो. शिवाय काय करू नये हेदेखील आम्ही आपोपाच शिकलो.

एका दुपारी देशांतर्गत अशांतता निर्माण करणाऱ्या घटनांच्या वेळी लष्कराकडून केल्या जाणाऱ्या कारवाईची प्रात्यक्षिके झाली. याची सुरुवात एका शहरातील दंगलीने झाली, मग जिल्हाधिकाऱ्याने नजीकच्या सैनिकी तुकडीच्या मुख्याधिकाऱ्याशी संपर्क साधला, शहरात लष्कराचा प्रवेश झाला आणि मग इतर शासकीय सोपस्कार पार पाडल्याचे तपशीलवार दाखवण्यात आले. प्रात्यक्षिके उत्तमरीत्या सादर करण्यात आली. त्यात काही नागरिकांची खोटी-खोटी हत्या यांसारख्या नाट्यपूर्ण घटनांचादेखील समावेश होता.

विविध प्रकारची शस्त्रे हाताळणे या प्रशिक्षणातील सर्वांत रंजक भाग होता. या

शस्त्रांमध्ये रिव्हॉल्वर, स्टेनगन, रायफल, मशीनगन इत्यादींचा समावेश होता. बंदुकीच्या गोळ्यांच्या वापराबाबत कोणतेही बंधन नसल्यामुळे आम्ही मनसोक्त बंदुका चालवल्या. संगीन वापरण्याचे प्रशिक्षण रंजक पण शिणवणारे होते. यासाठी प्रचंड अशी शक्ती – बौद्धिक आणि मानसिक – लागते. दोन तासांनंतर आम्ही बौद्धिक आणि मानसिकदृष्ट्या दमून जमिनीवर पडलेलो असायचो. शत्रू बाहुलारूपी असला तरी त्यात संगीन खुपसणे, ही काही सोपी गोष्ट नव्हती.

मृत्यूच्या जबड्यातून सुटका होण्याचेदेखील काही प्रसंग आमच्या वाट्याला आलेच. युद्धबंदीरेषा पाहायला जात असताना आम्हाला एक अपघात झाला होता. एका संध्याकाळी मी आणि मनमोहन कोहली फिरायला निघालो. आमच्या तळाजवळील झेलम नदीवरील झुलता पूल (suspension bridge) ओलांडून आम्ही नदी पार केली. शेतांमधून दीड-एक तास चालत आम्ही ताठ-दा-कनाल या खेड्यात पोहोचलो. सगळीकडे आबाल-वृद्धांनी आमचे 'जय हिंद' म्हणत स्वागत केले. आम्ही थोडी फळे खाल्ली. परत येताना अचानकपणे एक बैल आमच्या समोरून आमच्या अंगावर आला. त्याने आम्हाला तुडवणेच बाकी ठेवले होते. आम्ही वेळेत चटकन बाजूला झालो. हा एक चमत्कारच होता. बाजूला होताच एका नाजूकशा आणि अत्यंत सुंदर तरुणीने बैलाचा ताबा घेतला आणि त्याला बाजूला नेले. शहरात वाढलेल्या आम्हा दोघांना अशी परिस्थिती कशी हाताळावी, हे माहीत नसणे स्वाभाविकच होते.

परत येताना आम्ही प्रसिद्ध मुघल रस्त्याने आलो. हा एक चित्तथरारक अनुभव होता. एका बाजूला डोंगर तर दुसऱ्या बाजूला काही शे फूट खोलवर असलेली झेलम नदी. जेमतेम काही फूट रुंद असणाऱ्या रस्त्यावरून आम्ही जात होतो. याच रस्त्यावरून मुघल बादशाह आणि त्यांचे जनानखाने रावळपिंडीमार्गे लाहोरहून श्रीनगरला जायचे. या अरुंद रस्त्यावरील प्रत्येक पाऊल टाकल्यानंतर आम्ही सुटकेचा दीर्घ निःश्वास सोडत असू. आमचे हे सगळे धाडस करून झाल्यानंतर आम्ही खूप हसलो, कारण असा धोका पत्करण्याची काहीच गरज नव्हती. तसेच असे करणे अयोग्यदेखील होते.

एके दिवशी '८४१६' याच नावाने ओळखल्या जाणाऱ्या ठिकाणी जाण्यासाठी आम्हाला भल्या पहाटे उठवण्यात आले. युद्ध सुरू असताना ज्या ठिकाणाहून बटालियनला प्रत्यक्ष आदेश मिळणार होते, असे हे ठिकाण आमच्या बटालियनचे खरे मुख्यालय होते. सुरक्षेच्या कारणास्तव त्याचा उल्लेख ते समुद्रसपाटीपासून किती उंचीवर आहे, यावरूनच केला जात असे. 'माईल ७३' या ठिकाणी मेजर सुरिंदर सिंह यांनी आमचे स्वागत केले आणि आम्हाला चहा पाजला. तसेच डोंगरावर चढायला मदत व्हावी, यासाठी हातात धरायच्या काठ्या दिल्या. रस्त्यापासून

वरपर्यंतच्या ठिकाणाचे अंतर ८.८ किलोमीटर होते आणि त्यासाठी जवळ-जवळ १३२० मीटर चढायला लागणार होते. हे चढणे अत्यंत त्रासदायक होते. इतक्या उंचीवरून झेलम नदी एखाद्या ओढ्यासारखीच दिसत होती. आजूबाजूला दिसणारे डोंगर आणि झेलम यांचे हे रूप आल्हाददायकच होते. अखेर सहा तासांनी आम्ही तिथे पोहोचलो. मेजर गणपत सिंग यांनी हस्तांदोलन करत आमचे आनंदाने स्वागत केले. आमच्या भेटीची तयारी करण्यासाठी ते दोन दिवस आधीच तेथे पोहोचले होते.

दुपारचे जेवण आणि बिअरसेवन झाल्यानंतर त्यांनी या खऱ्या (tactical) मुख्यालयाचे महत्त्व विषद करून सांगितले. जवानांनी तयार केलेल्या क्रीडांगणावर आम्ही व्हॉलीबॉल खेळलो. त्या दुर्गम ठिकाणी एकाकी वातावरणात जीवनातील साध्या-साध्या गोष्टींमधील आनंद लुटणारे जवान बघणे. त्यांचा उत्साह आणि जिगर पाहणे, हा एक वेगळाच अनुभव होता. बंकरमध्ये छानपैकी रात्रीची झोप झाल्यानंतर आम्ही ताजेतवाने होऊन उठलो. ८४१६वर उभे राहून सकाळच्या सूर्यप्रकाशात झळकणारे डोंगर पाहण्याची मजा काही औरच होती. छोटा-काझीनाग बर्फाने आच्छादित होता, तर पाकव्याप्त काश्मीरमधील नंदादेवी थाटात आकाशाकडे झेपावत आहे, असे वाटत होते. युद्ध सुरू झाल्यास या ठिकाणाला अनन्यसाधारण महत्त्व येणार होते. शत्रूची सर्व ठाणी आम्हाला येथून दिसत होती आणि युद्ध पुन्हा सुरू झाले, तर आपल्यावर चालून येण्यासाठी जे रस्ते वापरले जाऊ शकत होते, तेदेखील आम्हाला दिसत होते. दुर्बिणीतून आम्ही पाकिस्तानी सैन्याच्या हालचाली टिपत होतो. डोंगराळ भागातील युद्धात डोंगरमाथ्यांचे काय महत्त्व असते, हे त्या ठिकाणी उभे असल्यामुळे आम्हाला समजले.

पूर्ण दिवस आम्ही तोफदलातील विविध तोफांची माहिती घेण्यात घालवला. आम्ही आता रात्री छान झोप काढण्याची वाट पाहत होतो. अचानकपणे आम्हाला रात्री ८:३० वाजता उठवण्यात आले आणि रात्रीची गस्त घालायला निघालेल्या चमूबरोबर गस्त घालायला जाण्यास सांगितले. त्या रात्री अंधार फारच होता आणि डोंगरउतार धोकादायक वाटत होते. जेमतेम दीड फूट रुंद असणाऱ्या त्या पायवाटेवरून पाय घसरला तर मृत्यू अटळ होता. रामनाथनने याला विरोध केला. असे करणे म्हणजे अकारण जोखीम पत्करणे होय, असे त्याला वाटत होते. मी आणि मनमोहन कोहली लगेच तयार झालो. आम्ही जवानांचे आयुष्य बघायला आलो होतो. मग ते घेत असलेल्या जोखिमांमध्ये आमचा सहभागदेखील असायला हवा होता.

आम्ही रात्री नऊला निघालो. गस्त घालताना खालच्या पट्टीत हळू बोलायचे तसेच टॉर्च किंवा उजेड देणारे कोणतेही साधन वापरायचे नाही, अशी आम्हाला सक्त ताकीद देण्यात आली होती. सिगारेट पेटवण्यासदेखील सक्त मनाई होती. पेटवलेली सिगारेटदेखील दूरवरून दिसू शकते आणि शत्रू जेमतेम पाच किलोमीटरवरच

होता. आम्ही साधारण पन्नास घरे असलेल्या एका खेड्यात शिरलो आणि रहिवाश्यांवर नजर ठेवली. या वेळी आपल्या सैनिकांवर लक्ष ठेवण्यासाठी पाकिस्तानी हेर तिथे येतात अशी माहिती होती. आम्ही पहाटे ३:३०पर्यंत तिथेच शांतपणे निरीक्षण करत राहिलो. पण फारसे काहीच झाले नाही.

पुन्हा आम्ही वेगळ्या मार्गाने ८४१६च्या दिशेने चढाई चढायला सुरुवात केली. एका छोट्याशा ठाण्याशी पोहोचताच एका तरुण लेफ्टनंटनी आम्हाला चहा पाजला. या चढाईदरम्यान जाणवणाऱ्या शारीरिक श्रमाची आम्हाला कल्पनाच आली नव्हती. प्रत्येक पाऊल टाकण्यासाठी अधिकाधिक प्रयत्न करावे लागत होते. धोका हा कायमच होता. अखेर आम्ही सकाळी ६:४५ला वर पोहोचलो आणि मेजर गणपत सिंग यांनी आमचे स्वागत केले. धोका टळला असल्यामुळे आम्ही आमच्या या साहसाबद्दल खूप हसून घेतले. सकाळच्या त्या प्रहरी लख्ख सूर्यप्रकाशात आजूबाजूच्या दऱ्या फारच सुंदर दिसत होत्या. पण रात्रीच्या वेळी याच दऱ्या एखाद्याला गिळायच्या तयारीत बसलेल्या साक्षात मृत्यूच वाटत होत्या.

खास लष्करी खाक्यात आमच्या मुख्याधिकाऱ्याने पुन्हा आम्हाला रामपूरला परत येण्याचा आदेश दिला. आम्ही अर्धवट झोपेत होतो आणि रात्रीच्या प्रवासाने प्रचंड थकलो होतो. पण आदेशाचे पालन करण्याशिवाय दुसरा पर्यायच नव्हता. पोटभर नाश्ता करून आम्ही डोंगर उतरू लागलो. डोंगर चढण्यापेक्षा तो उतरणे अधिक कठीण आहे, हे आमच्या लक्षात आले. पुढे जायला अधिक प्रयत्न करावे लागायचे. आम्हाला मदत व्हावी म्हणून मेजर गणपत सिंग यांनी शॉर्टकट घ्यायचा ठरवला. पण ते वाट चुकले आणि त्याचा फटका आम्हाला बसला. आम्ही कसेबसे खाली पोहोचलो. एरवीच्या मार्गाने आलो असतो, तर जितका वेळ लागला असता, त्यापेक्षा आम्हाला एक तास जास्त लागला. रात्रभराच्या चढ-उतारामुळे आमच्या कंबरा मोडल्या होत्या.

परत येताना माईल-७३ या ठिकाणी ज्या मेजरने आदल्या दिवशी आमचे स्वागत केले होते, त्यानेच आम्हाला थोडे लिंबू सरबत पाजले. यामुळे आम्ही ताजेतवाने झालो. दुपारी उशिराने आम्ही रामपूरला पोहोचलो आणि मुख्याधिकाऱ्याने स्वीडिश लष्करातील कर्नल असलेल्या संयुक्त राष्ट्रसंघाच्या निरीक्षकाची भेट घ्यायला बोलावून घेतले. आम्ही अजून झोपाळलेलोच होतो. तरीदेखील त्या कर्नलशी बातचीत करण्याचा अत्याचार आम्हाला सहन करावा लागला. त्याचे नाव उच्चारणे अवघड तर होतेच, पण ते लिहिणे त्याहून अवघड होते.

एके दिवशी आम्ही सेरचा पूल आणि जवळपासची इतर ठाणी यांना भेट दिली. सेरचा पूल हा एका प्रसिद्ध लढाईचे ठिकाण होते, ज्यात वीरचक्र विजेते नत्थु सिंह शहीद झाले होते. त्या दिवशी आम्ही आणखी एक चित्तथरारक प्रसंग अनुभवला.

परत येताना आम्ही झेलम नदीवर लष्कराने बांधलेला झुलता पूल पाहिला. पुलाच्या दोन्ही बाजूला स्टीलचे गर्डर होते आणि स्टीलचे दोर नदीच्या एका तीरावरून दुसऱ्या तीरावर नेले होते. पुलावरून चालत जाण्यासाठी दोन्ही दोरांना जोडतील अशा लाकडी फळ्या लावण्यात आल्या होत्या. लख्ख सूर्यप्रकाशात जिचे स्वच्छ पाणी चकाकत होते, अशी महाकाय झेलम नदी पुलाखालून वाहत होती. आम्ही पुलावरून नदी पार करण्याची इच्छा व्यक्त केली. पण त्याची एकूण धोकादायक स्थिती आणि वाऱ्यामुळे तो ज्या पद्धतीने जोरात हेलकावे खात होता ते पाहता, पुलावर पाय ठेवण्याची कोणाचीच हिंमत होईना. थोड्या चर्चेनंतर पुलावर मी पहिल्यांदा जावे असे ठरले. मी सुमारे वीस मीटर न डगमगता चाललो. नदी पार होणार याची मला खातरी होती आणि मी इकडे-तिकडे न पाहता फक्त पुढे पाहत होतो. तोच एक विघ्न उभे राहिले.

माझ्या मागून चालत येत असलेल्या रमेशचंद्रने अनावधानाने खाली पाहिले. त्याला अचानक भोवळ आली आणि तो प्रचंड घाबरला. नदीचे पाणी इतके जोरदारपणे वाहत होते की, त्याचा वेग पाहूनच डोके गरगरायला लागायचे. त्या तणावपूर्ण वातावरणात रमेशचंद्रने पुलाची एकच बाजू पकडून धरली. तो चांगलाच धडधाकट होता. तो फळीच्या मध्यावरील आपली जागा सोडून एका बाजूला झाला. त्याचे वजन पुलाच्या एका बाजूला पडल्यामुळे पूल अधिकच झुलू लागला.

त्याच्या मागून येणाऱ्या कॅप्टन हरमिंदर सिंहने चटकन उपाय योजला. रमेशचंद्रची कॉलर ओढून त्याने त्याला पुलाच्या मध्याशी खेचले आणि मलादेखील ओरडून तेच करायला सांगितले. या सगळ्या हालचालींमुळे पूल अधिकच धोकादायक पद्धतीने झुलू लागला. मला काय करावे हेच कळेना. पुलाच्या दोन्ही बाजू पकडून ठेवत मी खाली बसण्याचा प्रयत्न केला. कोणास ठाऊक कसा, पण मी अखेर खाली बसलो. आम्ही चार जण दहाच मिनिटे पुलावर होतो, पण हा वेळ आम्हाला अनंतकाळासारखा भासला. पूल स्थिरावल्यानंतर आम्ही हळूहळू सुरक्षित ठिकाणी परत आलो. मृत्यूच्या जबड्यातून सुटण्याचा हा दुसरा प्रसंग होता. पण तो शेवटचा प्रसंग नक्कीच ठरणार नव्हता.

आमच्या भेटीच्या शेवटच्या दिवशी आम्ही तुकडीच्या मुख्य ठाण्यात सगळीकडे गेलो. आम्ही जवानांशी संवाद साधला आणि लंगरमध्ये त्यांच्यासोबत जेवलो. त्यानंतर ज्युनियर कमिशन्ड अधिकारी आणि तुकडीचे सुभेदार मेजर यांनी आम्हाला त्यांच्या लंगरला भेट देण्याची विनंती केली. आम्हाला ही जाटमंडळी साधी, तगडी आणि शांतस्वभावी वाटली. अर्थात चिडलेले आणि लढत नसतानाच फक्त ते

सौम्य असतात. आम्ही ज्या अनौपचारिकतेने त्यांच्याशी वागलो, ते त्यांना फारच भावले. आम्ही जेव्हा त्यांच्या लंगरमध्ये त्यांच्यासोबत जेवण्याची त्यांची विनंती मान्य केली, तेव्हा त्यांच्या डोळ्यांमध्ये पाणी उभे राहिले.

लष्करासोबत घालवलेले हे दोन आठवडे हा एक महत्त्वाचा अनुभव होता. आम्ही जवान तसेच ज्युनियर कमिशन्ड अधिकारी यांना जवळून पाहिले. जवानांची ज्युनियर कमिशन्ड अधिकारी यांच्यावर अत्यंत निष्ठा आणि विश्वास असतो. युद्धभूमीवर हेच ज्युनियर कमिशन्ड अधिकारी प्रत्यक्षात जवानांचे नेतृत्व करतात व मृत्यूला सामोरे जातात. त्यांना 'साब' असे संबोधले जाते व वरिष्ठ आधिकारी त्यांना अदबीने वागवतात. 'सुभेदार मेजर' त्यांच्यातील सर्वांत वरिष्ठ अधिकारी. तुकडीत त्याला विशेष असे स्थान असते आणि मुख्याधिकारी सर्व बाबींमध्ये त्याचा सल्ला घेतात. ऑफिसर्स मेसमधील सर्व औपचारिक कार्यक्रमांचे सूत्रसंचालन करण्याची जबाबदारी त्याची असते.

एका रात्री आमच्या सन्मानार्थ निरोपाची मेजवानी आयोजित करण्यात आली होती. जेवणानंतर राष्ट्रपतींच्या सन्मानार्थ 'टोस्ट' सादर करण्यात आला होता आणि प्रशिक्षणार्थींच्या वतीने मी उत्तरादाखल बोललो. अशा रीतीने लष्कराबरोबरच्या मुक्कामाचा शेवटचा दिवस संपला. हा आमच्यासाठीचा एक संस्मरणीय अनुभव होता.

निघायच्या आधी आम्ही पहिल्या जाट पलटणीचे प्रमुख लेफ्टनंट कर्नल उज्ज्वल सिंह यांची भेट घेतली. आमच्या वास्तव्याबाबत ते अत्यंत आत्मीयतेने बोलले. आम्हाला ते फारच भावले आणि आम्ही तितक्याच आत्मीयतेने त्यांना प्रतिसाद दिला. लष्करासोबतचा आमचा मुक्काम आनंददायीच होता. कष्ट भरपूर करावे लागले खरे, पण नव्या गोष्टी पाहण्यात आणि शिकण्यात लहान मुलांना जो आनंद मिळतो तोच आनंद आम्हाला मिळाला. धोका तर होताच; पण प्रत्यक्ष युद्धभूमीवर दुसऱ्या कशाची अपेक्षा करणार? जवान, ज्युनियर कमिशन्ड अधिकारी तसेच वरिष्ठ अधिकारी यांच्याशी आम्ही जवळून संपर्कात आलो. त्यांनी आमचे मोकळ्या मनाने स्वागत केले. आमचा प्रत्येक शब्द त्यांना मोलाचा वाटला आणि त्यांच्यासोबत पंधरा दिवस राहिल्यामुळे त्यांना आमच्याबद्दल आत्मीयता वाटू लागली. आम्ही त्यांच्यासाठी तिऱ्हाईत राहिलो नाही, तर त्यांच्यापैकीच एक झालो. सैनिकाचे आयुष्य आणि त्याचे मन कसे असते, याची झलक आम्हाला पाहायला मिळाली होती.

बारामुल्लाच्या दिशेने आमची जीप वेगात जात असताना माझ्या मनात अनेक विचार दाटले. मी नवे मित्र जोडले होते. कॅप्टन हरमिंदर सिंह वेगळ्याच प्रकृतीचे लष्करी अधिकारी होते. ते बुद्धिमान आणि सुसंस्कृत होतेच, शिवाय त्यांचे वाचनदेखील विस्तृत होते. जनरल थोरात कोअर कमांडरपदावर असताना त्यांनी आपले ए.डी.सी.

म्हणून कॅप्टन हरमिंदर सिंह यांची निवड केली होती, यात आश्चर्य वाटण्यासारखे काहीच नव्हते. त्यांनी मला जनरल थोरातांबद्दल बरेच काही सांगितले. भविष्यकाळात माझी आणि जनरल थोरातांची भेट एक वेगळ्या परिस्थितीत होणार होती.

काही वर्षांनी कॅप्टन हरमिंदर सिंह यांनी लष्करातून मुदतपूर्व निवृत्ती घेतली आणि भारतीय सीमावर्ती प्रांतसेवेत प्रवेश केला. त्यांनी नेफामध्ये (North-Eastern Frontier Agency) सेवा बजावली. अरुणाचल प्रदेशमधील तवांग भागातील सीमा ओलांडून दलाई लामा एका रात्री तिबेटमधून भारतात आले, त्या वेळी त्यांचे स्वागत करणारे भारत सरकारचे स्थानिक राजकीय प्रतिनिधी हरमिंदर सिंहच होते व त्यांचे नाव वर्तमानपत्रात झळकले.

आमचे पुढचे दहा दिवस आम्ही काश्मीर खोऱ्यात सुट्टीत घालवले. आमची ही सुट्टी अविस्मरणीय ठरली. आम्ही गुलमर्ग, सोनमर्ग, मार्तंड, अनंतनाग आणि पहलगाम अशा सर्व ठिकाणी गेलो. वसंतऋतू चालू झाला होता आणि मोठ्या प्रमाणात फळे उपलब्ध होती. श्रीनगरला असताना २७ जून या माझ्या वाढदिवशी मी सकाळी लवकर उठून दोन मित्रांसोबत सुमारे ९०० मीटर उंचावर असलेल्या प्राचीन शिवमंदिरात चढून गेलो. हिंदू धर्माची पुनर्स्थापना करण्याच्या आपल्या मोहिमेदरम्यान आद्य शंकराचार्य जेव्हा काश्मीर खोऱ्यात आले होते, तेव्हा त्यांनी हे मंदिर बांधले होते. चार दिवसांनी आम्ही विमानाने दिल्लीला परतणार होतो. पण आमच्या वाट्याची आणखी एक चित्तथरारक घटना आम्हाला अजून अनुभवायची होती.

श्रीनगरहून जम्मूला जाताना बनिहाल पर्वतरांगा ओलांडाव्या लागतात. या पर्वतरांगांची उंची साधारणपणे ३३०० मीटर एवढी असल्यामुळे विमानाला ४००० मीटरपेक्षा अधिक उंचीवरून उडणे भाग होते. आमचे विमान डाकोटा होते. त्या दुपारी हवामान फारच खराब होते. विमानाने दोनदा उड्डाण केले, पण खराब हवामानामुळे श्रीनगरला परत यावे लागले. हवामान सुधारल्याचे वृत्त हाती येताच विमानचालकाने जम्मूला जाण्याचा तिसरा प्रयत्न आरंभला. बनिहाल पर्वतरांगा ओलांडताच खराब हवामानांमुळे जम्मू विमानतळ बंद करण्यात आल्याचे आम्हाला समजले. त्याच वेळी बनिहालवर मोठ्या प्रमाणात ढग दाटून आले. त्यामुळे श्रीनगरला परत जाता येत नव्हते. हवेत उडत राहण्याशिवाय दुसरे काहीच करता येत नसल्यामुळे आम्ही काळजीत पडलो. ४००० मीटरपेक्षा अधिक उंचीवर असलेल्या आमच्या विमानाच्या पंखांवर बर्फ जमू लागले होते आणि जोरदार अशा

पावसाळी वाऱ्यामुळे विमान हेलकावे खाऊ लागले होते.

आम्ही जम्मूवर दोन तासांहून अधिक वेळ गिरक्या घालत होतो. हवामान सुधारताच विमानचालकाने जम्मूला यशस्वीरीत्या विमान उतरवले. काश्मीर खोऱ्याच्या आमच्या दौऱ्याचा हा एक चित्तथरारक शेवट होता.

साधारणपणे श्रीनगर-जम्मू या विमानप्रवासाला चाळीस मिनिटे लागतात. आम्हाला बरोबर तीन तास, चाळीस मिनिटे लागली होती. प्रवाशांनी सुटकेचा नि:श्वास टाकला आणि विमान उतरताच आम्ही चालकाचे अभिनंदन केले. जम्मू ते अमृतसर आणि तेथून पुढे दिल्ली हा प्रवास तसा बरा झाला.

४

केल्याने देशाटन...

देहराडून, मसुरी, हरिद्वार आणि हृषिकेश यांना दिलेल्या भेटी अशाच स्मरणात राहणार होत्या. आम्ही एके दिवशी संध्याकाळी दिल्लीहून रेल्वेने निघालो आणि पहाटे देहराडूनला पोहोचलो. भारतीय वन संशोधन संस्थेचे (Indian Forest Institute) कुलसचिव यांनी रेल्वे स्थानकावर आमचे स्वागत केले. आमची राहण्याची सोय संस्थेच्या वसतिगृहात केली होती. वसतिगृहाचा परिसर अत्यंत सुंदर होता शिवाय वसतिगृहाची अंतर्गत सजावटदेखील उत्तम होती. आमच्या मेसचे कर्मचारी आमच्या सोबत असल्यामुळे आम्हाला कोणतीच अडचण आली नाही. दुसऱ्या महायुद्धाच्या काळात संस्थेचा उपयोग आय.सी.एस. अधिकाऱ्यांचे प्रशिक्षण करण्यासाठी केला गेला होता.

संस्था रेल्वेस्थानकापासून साधारण पाच किलोमीटर अंतरावर होती. त्याच्या मुख्य इमारतीभोवती घनदाट अशी झाडी होती. ही संस्था आशियातील सर्वांत मोठी वनसंशोधन संस्था आहे आणि येथे मोठ्या प्रमाणावर संशोधन कार्य चालते. संस्थेची इमारत भव्य असून तिचे आवार खूपच मोठे आहे. संस्थेच्या बागेत उष्णकटिबंधात आढळणारी जवळ-जवळ सर्व झाडे आणि वनस्पती आहेत. लाकडांचे विविध प्रकार आणि त्यांचे जतन करण्याच्या पद्धती याबद्दलदेखील आम्ही जाणून घेतले.

त्यानंतर आम्ही 'सर्व्हेअर जनरल ऑफ इंडिया'च्या कार्यालयात गेलो. त्यांच्या अधिपत्याखाली देशाच्या सर्व भागाचे नकाशे बनवण्याचे काम चालते. नकाशा प्रत्यक्ष छापण्याआधीच्या त्यांच्या निर्मितीच्या प्रक्रियेतील प्रत्येक टप्पा आम्हाला दाखवण्यात आला. हे काम प्रत्यक्ष बघितल्याशिवाय ते किती काळजीपूर्वक करावे लागते तसेच ते किती किचकट आहे, हे लक्षात येत नाही. मुख्य सर्व्हे कार्यालयात त्यांच्या कामासाठी लागणारी यंत्र तसेच मोजणीचे तंत्र आम्हाला दाखवण्यात आले. गेल्या दोन शतकांमध्ये सर्व्हेअर्सनी केलेले काम थक्क करणारे आहे. आपल्या देशातील

सर्व भूमीची मोजणी करून त्यावरून नकाशे तयार करण्याचे काम फारच मोठे आहे.

जमीनमोजणीच्या कामाची झालेली ओळख आम्हाला फारच आवडली. आपापल्या विभागांचा कार्यभार स्वीकारल्यानंतर जमीन मोजणीच्या कामासंदर्भात आम्हाला परीक्षा द्यावी लागणार होती. जमीनमोजणी हे जमाबंदी आणि जमिनींच्या कागदपत्रांची व्यवस्थित नोंद ठेवणे, या दोन महत्त्वाच्या शासकीय कामांचा पाया होय. जमीन-मालकीच्या हक्कासंदर्भातील प्रश्नांच्याबाबत तर त्याला फारच महत्त्व आहे.

एके दिवशी आम्ही इंडियन मिलिटरी अॅकॅडमीला भेट दिली. कमांडंट मेजर जनरल एम. एस. वडालिया खडकवासला येथील राष्ट्रीय संरक्षण प्रबोधिनीत गेले असल्यामुळे डेप्युटी-कमांडंट कर्नल निरंजन प्रसाद यांनी आमचे स्वागत केले. त्यांनी आम्हाला संस्थेचा थोडक्यात ऐतिहासिक आढावा सादर केला. नंतर आम्हाला गटा-गटाने प्रशिक्षणार्थी अधिकाऱ्यांची भेट घेण्यासाठी नेण्यात आले. आम्ही त्यांची परेड पाहिली, त्यांच्या अभ्यासक्रमातील व्याख्याने ऐकली आणि त्यांच्याशी अनौपचारिक गप्पा मारल्या.

त्यानंतर एके दिवशी आम्ही जॉइंट सर्व्हिसेस विंगला भेट दिली. इथे १५ ते १७.५ या वयोगटातील मुलांना तीनही सैन्यदलातील अधिकारी होण्याच्या दृष्टीने प्रशिक्षण दिले जाते. आम्ही त्यांची संघटनात्मक रचना आणि शिकवण्याच्या पद्धती पाहिल्या. तिथे माझी आणि मधुकर नामजोशींच्या धाकट्या भावाची भेट झाली, याचा मला फारच आनंद वाटला.

एके दिवशी पहाटे उठून मी, पी. पी. नय्यर आणि एस. रामनाथन डेहराडूनहून ३५ किलोमीटरवर असलेल्या मसुरीला जायला निघालो. आम्ही मसुरीला सकाळी ९ वाजता पोहोचलो. स्वच्छ ऊन पडले होते आणि वातावरण ताजेतवाने करणारे होते. याच कारणासाठी मसुरीला 'हिल स्टेशनांची सम्राज्ञी' समजले जात असे. त्या वेळी भारतातील सर्वांत स्वच्छ शहर अशी मसुरीची ख्याती होती. अर्थात आज स्थिती दुर्दैवाने बदललेली आहे.

मसुरीला जाण्यापूर्वी डेहराडूनचे जिल्हाधिकारी व्ही. सी. शर्मा (आय.ए.एस.) यांच्यामार्फत तेथील सर्वांत मोठे हॉटेल 'द सॅव्हॉय' यात आम्ही आमच्या राहण्याची सोय केली होती. आम्हाला ते अत्यंत भव्य वाटले. त्याचे मालक श्री. कृपाराम हे आमचे स्वागत करण्यास थांबले होते. ते वयस्क असे सज्जन गृहस्थ होते. दर वर्षी आय.ए.एस. प्रशिक्षणार्थींची मसुरीला भेट आयोजित करण्यात ते बराच रस घेत असत. सॅव्हॉयमधील दर दिवशीचे खोलीभाडे ५० रुपये होते, पण त्यांनी आम्हाला १५ रुपये देऊन सवलतीत राहू दिले.

आम्ही हॉटेलच्या दरवाज्यातून आत शिरताच या वयस्क गृहस्थांनी पुढे येऊन 'हीच आमची तरुण कलेक्टरमंडळी का?' असे विचारले. आमच्यासारख्या भारतीय

प्रशासकीय सेवेतील आधुनिक वृत्तीच्या अधिकाऱ्यांबद्दल त्यांना वाटणारा अभिमान त्यांनी व्यक्त केला. गेली अनेक दशके ते आय.सी.एस. अधिकाऱ्यांचे आदरातिथ्य करत होते आणि अर्थातच काळ बदलला असल्याचे त्यांच्या लक्षात आले होते. आपल्या कारकिर्दीला सुरुवात करणाऱ्या तरुण आय.ए.एस. अधिकारी, विशेषत: जे उत्तर प्रदेशात सेवा बजावणार आहेत, त्यांच्याशी ओळख होणे, हे त्यांच्या व्यवसायाच्या दृष्टीने त्यांना फायद्याचे होते, हे आमच्या लक्षात आलेच.

दुसऱ्या दिवशी आम्ही हृषिकेशला गेलो. तेथून आम्ही दहा किलोमीटरवर असलेल्या लक्ष्मणझुला येथे गेलो. तिथे गंगा पार करण्यासाठी पूल बांधलेला आहे. मी आत्तापर्यंत पाहिलेल्या भव्य दृश्यांपैकी एक दृश्य मी तेथे पोहोचताच पाहिले. सूर्याच्या तिरप्या किरणांमुळे गंगेच्या वाहत्या पाण्यावर सतेज उजेड पडला होता. ज्या ठिकाणी गंगा नदी हिमालयातून मैदानी प्रदेशात प्रवेश करते, तेथे हा पूल बांधला गेला आहे. गंगेचे स्वच्छ खळाळणारे पाणी एका प्रकारे जीवनाचेच प्रतीक होते. तेथे उभे राहिल्यावरच भारतीय मानस गंगेला का पूजते, हे उमजले. गंगा नदी पवित्र आहे म्हणून नव्हे, तर उत्तर भारतातील लाखो-करोडो लोकांचे आयुष्य तिच्या पाण्यावर अवलंबून आहे, म्हणून तिचे पूजन केले जाते. याचा प्रत्यय मला दुसऱ्या दिवशी येणार होता.

दुसऱ्या दिवशी आम्ही हर-की-पौडी या हरिद्वार येथील घाटावर गेलो. मला गंगेत डुबकी मारायला आवडले आणि आम्ही काही छायाचित्रेदेखील काढली. यात्रेकरूंच्या सोयीसाठी येथे गंगेचा प्रवाह वळवण्यात आला आहे. आम्ही पुलावरून जात नदी ओलांडली आणि दुसऱ्या तीरावर पोहोचलो. तिथे एक मोठ्या आकाराचा बंधारा बांधण्यात आला होता. आम्ही तेथील प्रमुख अधिकाऱ्याशी परिचय करून घेतला. त्यांनी आमचे आगत्याने स्वागत केले आणि आम्हाला सर्व परिसर फिरवून दाखवला. हरिद्वारपासूनच प्रसिद्ध अप्परगंगा कालवा सुरू होतो. या कालव्याची पाणी नेण्याची क्षमता खूपच मोठी आहे. हा कालवा जगातील मोठ्या कालव्यांपैकी एक आहे, असे आम्हाला सांगण्यात आले. या कालव्याची लांबी १८० किलोमीटर आहे आणि यामुळे पश्चिम उत्तरप्रदेश समृद्ध झाला आहे. इतर अनेक कारणांसाठी हा कालवा लक्षणीय आहे. काही ठिकाणी हा कालवा नदीच्या वरून जातो, तर काही ठिकाणी नदी आणि कालव्यातील फरक करणे अवघड जाते. काही ठिकाणी हे सर्व एक मृगजळच भासू लागते. हा कालवा म्हणजे एक अभियांत्रिकी चमत्कारच आहे.

कालव्यावर आठ जलविद्युत प्रकल्प उभारले आहेत. तेथून पश्चिम उत्तरप्रदेशाला वीजपुरवठा करण्यात येतो. पाटबंधारे प्रकल्पांचे नेमके फायदे कोणते, हे पाहण्याची ही एक सुवर्णसंधीच होती. भारतातील सुपीक प्रदेशांमधील एक प्रदेश मी येथे

पाहिला. वाटेत आम्ही पाटबंधारे संशोधन केंद्र आणि जलविद्युत प्रकल्प यांना भेट देण्यासाठी थांबलो तसेच काही ठिकाणी गावकऱ्यांशी बोलायलादेखील थांबलो. आय.ए.एस. अधिकारी या नात्याने आमचे योग्य त्या आदराने स्वागत झाले. प्रत्यक्ष निरीक्षणातून आम्ही शेती आणि कालव्याद्वारे होणाऱ्या पाणीपुरवठ्याबद्दल बरेच काही शिकलो.

रूडकी, मुझफ्फरनगर आणि मेरठ मार्गे आम्ही दिल्लीच्या दिशेने निघालो आणि संध्याकाळी उशिराने मेटकॉफ हाउसला पोहोचलो. तीन दिवसांत आम्ही देशातील मोठा भूप्रदेश फिरलो होतो. आमच्यासोबत आमची नोकरमंडळी असल्यामुळे आमचा प्रवास सुखाचा झाला. आमचा दर माणशी खर्च ८७ रुपये इतका झाला होता. आजच्या काळात ही रक्कम क्षुल्लकच वाटेल, पण सरकारने घालून दिलेल्या खर्चाच्या रकमेपेक्षा ही रक्कम अधिकच होती. त्यावरून त्या वेळी रुपयाला काय किंमत होती, त्याची कल्पना येईल.

आमचा तिसरा दौरा हा राजस्थानला झाला. या दौऱ्यात मी माझे गुरू आणि फर्ग्युसन महाविद्यालयाचे माजी प्राचार्य डॉ. ग. स. महाजनी आणि त्यांच्या पत्नी यांना भेटलो. यामुळेच हा प्रवास माझ्या कायम स्मरणात राहिला.

आम्ही माउंट अबू येथील भारतीय पोलीस सेवेच्या प्रशिक्षण केंद्रात दहा दिवस राहणार होतो. अबूच्या वाटेवर असताना आम्ही उदयपूर, चित्तोडगढ आणि अजमेर या ठिकाणांना भेटी दिल्या. सर्व ठिकाणी आमची उत्तम सोय केली गेली होती आणि आम्ही सर्व प्रसिद्ध पर्यटनस्थळांना भेटी दिल्या. उदयपूरला आम्ही हिंदू वैभवाचे प्रतीक असलेल्या उदयपूरच्या महाराणांची भेट घेतली. त्यांचे पूर्वज मुघल बादशहांपुढे नमले नव्हते. इतकेच नव्हेतर १९११मध्ये पंचम जॉर्ज यांना मुजरा करायला लागेल, या कारणास्तव दिल्लीतील कार्यक्रमाला जाण्यास विद्यमान महाराजांनी नाकारले होते. या 'सूर्य देवाची' भेट घेणे, हा एक अविस्मरणीय अनुभव होता.

आमचा माउंट अबू येथील मुक्काम आनंददायक होता. तेथे ३६ आय.पी.एस. अधिकारी प्रशिक्षण घेत होते. त्यातील अनेकांशी माझा चांगला परिचय झाला. मी ३३ वर्षांनी जेव्हा केंद्रीय गृहसचिव झालो, तेव्हा त्यातील काही जणांशी माझी पुन्हा भेट झाली. आम्ही हे दहा दिवस कधीच विसरू शकणार नव्हतो. घोडेस्वारी, बिनतारी संदेशवहन यंत्रणा वापरणे तसेच बोटाच्या ठशांचे विश्लेषण करण्याचे जुजबी ज्ञान मिळवणे, हे आमच्या प्रशिक्षणाचे सर्वांत महत्त्वाचे घटक होते. काही तास घोड्यावरून रपेट मारणे हे दमवणारे असले, तरी आनंददायकच होते. कालांतराने अहमदाबादमध्ये असताना मी दौऱ्यांवर जाण्यासाठी घोडा बाळगला होता. मुंबई प्रांताच्या इतिहासात घोड्यावरून दौऱ्यावर जाणारा शेवटचा साहाय्यक जिल्हाधिकारी म्हणून इतिहासात माझी नोंद झाली. चहूबाजूंनी वाळवंटाने वेढलेल्या

आणि सपाटीवर वसलेल्या माउंट अबू या छोट्याशा हिलस्टेशनच्या मी प्रेमातच पडलो. तीन वर्षांनी माझी माउंट अबूला उपविभागीय अधिकारी म्हणून नियुक्ती झाली. तेथे मी दोन वर्षांपेक्षा अधिक काळ आनंदात घालवला.

दिल्लीला परतताना मी जयपूरला डॉ. महाजनी आणि त्यांच्या पत्नींची पुन्हा भेट घ्यायचे ठरवले. नव्याने स्थापन झालेल्या राजस्थान विद्यापीठाचे ते कुलगुरू होते. त्यांच्याबरोबर मी एक दिवस घालवला आणि त्यांनी माझे भरपूर आदरातिथ्य केले. हा एक न विसरण्यासारखा अनुभव होता. ज्या प्रेमाने सौ. महाजनी यांनी स्वत:च्या हाताने केलेले जेवण वाढले व आपल्या पतीचा एक शिष्य आय.ए.एस. झाला आहे याचा आनंद दर्शवला, तो प्रसंग आजही आठवला म्हणजे मातृत्व काय असते, याची जाणीव होते आणि माझ्या दिवंगत आईची मला आठवण होते.

५

विद्यार्थीदशेतून अधिकारपदावर

दिवस आणि महिने पटापट निघून जात होते. आमच्या प्रशिक्षणाच्या शेवटच्या महिन्यात आम्ही राष्ट्रपती आणि पंतप्रधान यांची औपचारिक भेट घ्यायला जाणार होतो.

त्याही आधी राष्ट्रपती आणि पंतप्रधान यांना जवळून पाहण्याची संधी आम्हाला मिळाली होती. संरक्षण मंत्रालयाने १५ ऑगस्टचा ध्वजवंदनाचा कार्यक्रम आणि २६ जानेवारीच्या 'परेड'चे नियोजन करण्यासाठी अनेक समित्यांची नियुक्ती केली होती. आम्हा प्रशिक्षणार्थी आय.ए.एस. अधिकाऱ्यांची या समित्यांवर नेमणूक झाली होती. या दोन्ही कार्यक्रमांसाठी करायला लागणारी तयारी फारच गुंतागुंतीची होती. प्रत्येक बाबींची तपशिलात जाऊन चर्चा करणे गरजेचे होते आणि त्याची कार्यक्षमरीत्या अंमलबजावणी करणे तितकेच आवश्यक होते. तिन्ही सैन्यदलाच्या अधिकाऱ्यांबरोबर आम्ही काम केले आणि निरीक्षणांद्वारे त्यांची काम करण्याची पद्धत शिकून घेतली. कार्यक्रमाला होणाऱ्या गर्दीचे नियंत्रण करण्यासाठी लागणाऱ्या पोलीस बंदोबस्ताच्या तयारीबाबत आम्ही दिल्लीच्या जिल्हादंडाधिकाऱ्यांसोबत काम केले. हा सर्व अनुभव आम्हाला आपापल्या जिल्ह्यांमध्ये काम करताना उपयोगास येणार होता.

आम्ही काही दिवस संसदभवनात घालवले. जेव्हा भारतीय प्रजासत्ताकाच्या पहिल्या संसदेच्या दोन्ही सभागृहांना उद्देशून राष्ट्रपतींनी भाषण केले, त्या प्रसंगी आम्ही द्वारपालाची (ushers) भूमिका बजावली. ही आमची संसद भवनाला दिलेली पहिली भेट होती. दुसऱ्या वेळी आम्ही संसदीय लोकशाहीचा व्यवहार कसा चालतो, हे अनुभवले आणि आपल्या स्वातंत्र्य चळवळीतील थोर नेत्यांना पाहिले. पंतप्रधानांवर सगळ्यांचेच लक्ष केंद्रित झाले होते. लोकसभेच्या लॉबीत बसून संसदीय लोकशाहीच्या व्यवहाराबद्दल बरेच काही शिकता येते, हे मला समजले.

अशा प्रकारचे आणि अशा पद्धतीने शिक्षण देण्याची महत्त्वाकांक्षा कोणतेही विद्यापीठ बाळगू शकत नाही. पुढे भारताचा गृहसचिव म्हणून कित्येक महत्त्वाच्या प्रसंगी मी त्या सभागृहाच्या अधिकाऱ्यांच्या कक्षामध्ये (gallery) बसलो होतो. तेव्हा राजीव गांधी पंतप्रधान होते. जवाहरलाल नेहरू आणि राजीव गांधी यांची काही ऐतिहासिक भाषणे मला ऐकायला मिळाली.

प्रथम वर्ग न्यायदंडाधिकाऱ्याच्या न्यायालात जाऊन आम्ही न्यायालयीन कामकाज समजावून घेतले. चाणाक्ष वकील साक्षीदारांनाच नव्हे, तर न्यायाधीशालाही कसे गुंडाळून ठेवू शकतात, हे आम्ही पाहिले. न्यायालयात सर्वांच्यासमोर स्वत:ला कसे उघडे पडू द्यायचे नाही, अशांसारख्या व्यावहारिक गोष्टीदेखील आम्ही शिकलो.

स्वातंत्र्यदिनी तसेच प्रजासत्ताक दिनी आम्हाला राष्ट्रपती भवनातील राष्ट्रपतींच्या औपचारिक चहापानाच्या कार्यक्रमाला आमंत्रित केले गेले होते. प्रजासत्ताकदिनी राष्ट्रपती भवनातील मुघल गार्डन पूर्णपणे फुललेले असते. विविध रंगांच्या फुलांमुळे वातावरण प्रसन्न होते. राष्ट्रपती भवन तसेच नॉर्थ आणि साउथ ब्लॉकवर रोषणाई केलेली होती. हे एक भव्य असे दृश्य होते. तुर्कमान गेटला रात्री दारूकामाचा कार्यक्रम ठेवला होता. प्रजासत्ताक दिनाचा कार्यक्रम माझ्या कायम लक्षात राहणार होता. कारण त्याच दिवशी मी माझ्या भावी पत्नीला मुघल गार्डनमध्ये पहिल्यांदा 'पाहणार' होतो. जे होणार होते, ते अचानक; पण अविस्मरणीय असे झाले!

प्रजासत्ताक दिनाच्या काही आठवडे आधी एन. एम. बुच (आय.सी.एस.) यांनी मला चहापानाला बोलावले. ते पूर्वी पंजाब केडरचे अधिकारी होते आणि स्वातंत्र्यानंतर त्यांनी मुंबई केडरमध्ये प्रवेश केला होता. ते त्या वेळी 'डिसपोझल'खात्याचे महासंचालक होते. ते त्या आधी संस्थानी-खात्यात (States Department) सहसचिवपदावर होते आणि त्यांनी सरदार वल्लभभाई पटेलांसोबत जवळून काम केले होते. सौराष्ट्रातील संस्थानांच्या विलीनीकरणासंदर्भात त्यांच्याकडे सांगण्यासारखे अनेक किस्से होते. १ अकबर मार्ग या त्यांच्या शासकीय निवासस्थानी माझी सौ. व श्री. सदाशिव आत्माराम गडकरी यांची भेट झाली. श्री. गडकरी त्या वेळी केंद्रीय पाटबंधारे मंडळाचे सदस्य होते. स्वातंत्र्यपूर्व काळातील पंजाब प्रांतामधील ते एक नामवंत अभियंते होते. नव्याने बांधल्या जात असलेल्या भाक्रा-नांगल आणि दामोदर व्हॅलीसारख्या अनेक मोठ्या बहुउद्देशीय प्रकल्पांच्या वीज निर्मिती योजनांमध्ये त्यांचा निकटचा संबंध होता. पुण्यातील प्रसिद्ध वकील भाऊसाहेब गडकरी यांचे ते बंधू होते. मी त्यांच्यासोबत काही तास आनंदात घालवले.

माझ्यावर सौ. गडकरींच्या व्यक्तिमत्त्वाचा चांगलाच प्रभाव पडला. त्या श्री.

गडकरींच्या मानाने फारच तरुण वाटत होत्या. ज्या काळात महिलांचे शालेय शिक्षणदेखील पूर्ण होत नसे, अशा काळात त्यांनी इंग्रजी साहित्याची एम.ए.ची पदवी मिळवली होती. मुंबईत विल्सन कॉलेजमध्ये त्या मोरारजीभाई देसाईंच्या समकालीन होत्या. श्री. गडकरींनी अमेरिकेतील M.I.T. या प्रसिद्ध विद्यापीठातून अभियांत्रिकीची पदवी मिळवली होती. पंजाब सरकारच्या सेवेत रुजू होण्यापूर्वी त्यांनी अमेरिकेतील प्रसिद्ध 'टेनेसी व्हॅली प्रकल्पा'त (Tennesse Valley Project) दहा वर्षे काम केले होते. असे हे उच्चशिक्षित आणि सुसंस्कृत मराठी जोडपे मला फारच भावले. दुसऱ्याच दिवशी सौ. गडकरींनी मला फोन करून रात्रीच्या जेवणाचे निमंत्रण दिले. काहीतरी सबब सांगून मी त्यांचे आमंत्रण टाळले. उलट याऐवजी मीच त्यांना आमच्या पुढच्या 'गेस्ट नाइट'चे आमंत्रण दिले.

राष्ट्रपती भवनातील चहापानाच्या कार्यक्रमात त्यांनी मला गाठले. त्यांना पुन्हा भेटण्यात मला आनंदच वाटला. काही अंतरावर मित्रमंडळींशी गप्पा मारत उभ्या असलेल्या त्यांच्या मुलीकडे माझे लक्ष गेले. अशा प्रकारे मी माझ्या भावी पत्नीला पहिल्यांदाच पाहिले.

'गेस्ट नाइट'ला येऊन गेल्यानंतर त्यांनी मला पुन्हा रात्रीच्या जेवणाचे आमंत्रण दिले. ते मी आनंदाने स्वीकारले. विवाहाचा विचार माझ्या मनाला शिवलाच नव्हता. आम्हाला आमची कारकिर्द यशस्वी व्हावी असे वाटत असेल, तर आम्ही पहिली ५-६ वर्षे अविवाहितच राहिले पाहिजे, असे आमच्या उपप्राचार्यांनी वारंवार आम्हाला बजावले होते. पण नशीब म्हणा किंवा भावनांचा प्रभाव म्हणा, गडकरींच्या मुलीशी माझा लवकरच साखरपुडा झाला.

बुच यांच्या १ अकबर मार्ग या निवासस्थानी या सगळ्याची सुरुवात झाली, हा एक योगायोगच होता. या घराला एके दिवशी ऐतिहासिक महत्त्व प्राप्त होणार होते. १ सफदरजंग मार्ग या शेजारच्या घरात श्रीमती इंदिरा गांधी यांचे निवासस्थान होते. १ अकबर मार्ग निवासाचा त्या कार्यालय म्हणून वापर करायच्या. १ अकबर मार्गाकडे येत असतानाच त्यांच्या सुरक्षारक्षकांनी त्यांची हत्या केली. कालांतराने मी केंद्रीय गृहसचिव झाल्यावर १ अकबर मार्गामध्ये पंतप्रधान राजीव गांधी यांना भेटण्यासाठी पुन्हा प्रवेश केला. ज्या बैठकीच्या खोलीत माझ्या भविष्याला एक वेगळे परिमाण मिळाले होते, ती खोली आता अधिकाऱ्यांसाठीची वेटिंग रूम झाली होती.

आमची शेवटची परीक्षा जवळ आली होती आणि आम्ही रात्र-दिवस अभ्यास करणारे विद्यार्थी झालो होतो. आमची शेवटची परीक्षा १९५३च्या मार्च महिन्यात होणार होती आणि मार्चच्या तिसऱ्या आठवड्यात आम्ही प्रशाला सोडणार होतो. दोन आठवड्यांच्या सुट्टीनंतर आम्ही आपापल्या राज्य सरकारांच्या सेवेत रुजू होणार होतो.

शेवटचे काही आठवडे फारच धावपळीत गेले. पंतप्रधानांनी तीन मूर्ती भवनात आम्हाला त्यांच्या भेटीसाठी बोलावले आणि त्यानंतर त्यांच्यातर्फे चहापानाचा कार्यक्रम झाला. आम्ही राष्ट्रपतींचीदेखील औपचारिक भेट घेणार होतो. अनेक वरिष्ठ अधिकारी आणि परदेशी वकिलातींकडून आम्हाला आमंत्रणे आली. केंद्रीय गृहमंत्री कैलाशनाथ काटजू प्रशालेत आले आणि चांगले सनदी अधिकारी कसे व्हावे, याबाबत त्यांनी आम्हाला सल्ला दिला. अखेर एकदा चिंतामणराव देशमुख प्रशालेत आले. त्यांची भेट व्हावी याची आम्ही बराच काळ वाट पाहत होतो. सनदी अधिकारी कसा असावा, याचे ते एक आदर्श होते. तसेच एखादा बुद्धिमान आणि कर्तव्यनिष्ठ सनदी अधिकारी किती मोठ्या पदापर्यंत पोहोचू शकतो, याचाही ते आदर्श होते. त्यांची कारकिर्द आम्हाला प्रेरणादायकच होती.

माझा जुना मित्र विठ्ठल माविनकुर्वे याच्या भेटीचादेखील मला आनंद झाला होता. तो आय.ए.एसची मुलाखत देण्यासाठी दिल्लीला आला होता, पण दुर्दैवाने तो त्या वर्षीदेखील परीक्षेत यशस्वी झाला नाही. मात्र भविष्यात मी अहमदाबादला 'शिकाऊ साहाय्यक जिल्हाधिकारी' (Supernumerary Assistant Collector) असताना आमच्या बऱ्याच गाठीभेटी होणार होत्या.

लवकरच मी मोटारगाडी शिकण्याच्या वर्गात जाऊ लागलो. मेटकॉफ हाउस सोडण्याच्या आधी वाहन चालवण्याचा परवाना मिळवण्याचा मी चंग बांधला होता. माझ्या भावी पत्नीला गाडीतून फिरायला नेण्यासाठीचे हे एक चांगले कारण होतेच.

लेखी परीक्षेतील माझी कामगिरी चांगली होती, पण पुन्हा मुलाखतीत मला कमी गुण मिळाले. माझा 'पुणेरीपणा' माझ्या आड आला, हे माझ्या मित्रांचे निरीक्षण योग्यच होते. पण त्यांचे हे मत माझ्यापेक्षा पुण्यावर अन्याय करणारे होते, असे मला वाटते.

दिल्लीच्या मुक्कामातील शेवटचे काही आठवडे आनंदात गेले. माझे प्रशिक्षण मला फारच आवडले होते. मी नवे मित्र जोडले होते. मला आवडलेल्या मुलीशी माझा विवाह ठरला होता. आयुष्य आनंदी होतेच, पण त्याचबरोबर येऊ घातलेल्या जबाबदाऱ्यांबद्दलची काळजी मनाच्या एका कोपऱ्यात होतीच. दिल्लीच्या वातावरणातून निघून थेट खेड्यात जाऊन राहणे, हा एक मोठा बदल असणार होता.

लवकरच मुंबई केडरमध्ये अहमदाबादला माझी नियुक्ती झाल्याचे नक्की झाले. अहमदाबादला नियुक्ती झाल्याने मला आनंद झाला. विसाव्या शतकाच्या सुरुवातीपासून अहमदाबादला शिकाऊ साहाय्यक जिल्हाधिकाऱ्यांची परंपरा होती. तसेच मुंबई आणि पुणे सोडले, तर अहमदाबाद हे तत्कालीन मुंबई राज्यातील सर्वांत महत्त्वाचे

शहर होते. त्यामुळे मला आनंदच झाला.

आमच्या निरोपासाठीची आमची शेवटची 'गेस्ट नाइट' झाली. दिल्लीत नियुक्त असलेल्या सर्व आय.सी.एस. अधिकाऱ्यांना यासाठी बोलवण्यात आले होते. कामात व्यग्र असल्यामुळे मंत्रीमंडळ सचिव राघवन पिल्लई येऊ शकले नाहीत. पण भविष्यात मी त्यांना लंडनमध्ये भेटणार होतोच. अनेक दिवस संध्याकाळचा वेळ मी त्याच्या सहवासात आनंदात घालवणार होतो. वरिष्ठांनी आमची कारकिर्द त्यांच्याइतकीच चांगली व्हावी, यासाठी आशीर्वाद दिला. काळ बदलला होता आणि त्याची जाणीव सर्वांनाच झाली होती.

दिल्लीचा निरोप घ्यायची वेळ आली. माझी आणि त्यांच्या मुलीच्या साखरपुड्याची घोषणा करण्यासाठी आणि मला निरोप देण्यासाठी गडकऱ्यांनी कॉकटेल पार्टीचे आयोजन केले होते. श्री. गडकरींचे आयुष्यभराचे सहकारी असलेले पंजाबमधील अनेक आय.सी.एस. अधिकारी आणि अभियंते मला तिथे भेटले.

डेक्कन क्वीनने २० मार्चला पुण्याला पोहोचत असल्याचे मी माझ्या वडिलांना कळवले होते. २ एप्रिलला मला मुंबई राज्याच्या मुख्य सचिवांसमोर हजर व्हायचे होते. याच दिवशी मी शासकीय सेवेत रुजू झालो होतो.

दिल्ली सोडायच्या आधी मी माझ्या वडिलांना दोन पत्र लिहिली होती. त्यांमध्ये मी माझ्यात झालेल्या बदलांचे विश्लेषण केले होते. मला मार्गदर्शक ठरतील असे आदर्श आणि माझ्या उद्दिष्टांचा उल्लेख केला होता. तसेच माझ्या भावांना हिताचा ठरेल, असा सल्लादेखील मी त्यात दिला होता. माझ्या वडिलांनी ही पत्रे जपून ठेवली होती. आणि १९७२मध्ये त्यांचे निधन होण्याच्या काही महिने आधी त्यांनी ती मला परत केली. यामुळे पस्तीस वर्षं शासकीय सेवा बजावल्यानंतर मीच माझ्याकडून केलेल्या अपेक्षा किती प्रमाणात पूर्ण करू शकलो, हे जोखण्यासाठी स्वत:चीच अशी एक मोजपट्टी माझ्याकडे होती.

६

बदलता काळ आणि बदलती मूल्ये

वडिलांना लिहिलेल्या या दोन पत्रांमध्ये मी काही गहन विचार व्यक्त केले होते. तसेच काही क्षुल्लक माहितीदेखील पुरवली होती.

आधी क्षुल्लक गोष्टींचा उल्लेख करतो. आमचा पहिला पगार महिन्याला ३५० रुपये होता. तुम्ही जर भारत सरकारमधील सचिवपदापर्यंत पोहोचलात, तर तुमचा पगार महिना ३,५०० रुपये होणार होता. आय.ए.एस.मध्ये प्रवेश केलेल्या आमच्यातील बहुतेक जणांची पार्श्वभूमी मध्यमवर्गीय होती. शासकीय सेवेत प्रवेश करण्याआधी आम्ही स्वत:चे असे कोणतेही उत्पन्न नसणारे सामान्य विद्यार्थी होतो. आता आम्ही अचानकपणे काहीसे श्रीमंत झालो होतो. माझ्या बाबतीत सांगायचे झाले, तर मी कितीसा श्रीमंत झालो होतो, हे मी माझ्या वडिलांना माझ्या खर्चाचा जो हिशोब लिहून पाठवला होता, त्यावरून समजेलच. मी लिहिले होते :

माझी आर्थिक परिस्थिती याप्रमाणे आहे –

पगार	दरमहा ३५० रुपये
महागाई भत्ता	दरमहा ४० रुपये
भविष्यनिर्वाह निधीसाठीची वजावट	दरमहा ३३ रुपये
आयकरापोटी वजावट	दरमहा ५ रुपये
हातात पडणारा पगार	रुपये, ३५२ फक्त

खर्च

जेवण-खाण	दरमहा १५० रुपये
(दर दिवसाचे ५ रुपये याप्रमाणे)	

खोलीभाडे, फर्निचर, वीज	दरमहा २० रुपये
नोकराचा पगार इत्यादी	
धोबी	दरमहा १२ रुपये
बेअरा	दरमहा १२ रुपये ८ आणे
किरकोळ खरेदी	दरमहा १५ रुपये
एकूण खर्च	२४२ रुपये १२ आणे
बचत	११० रुपये

कपड्याच्या बाबतीत बोलायचे झाले, तर मला औपचारिक पोशाख म्हणजेच एक रेशमी अचकन आणि चुडीदार पायजमा, एक डिनर सूट– एक काळी लोकरी पँट आणि पांढरे डिनर जॅकेट किंवा जोधपुरी बंद गळ्याचा कोट – शिवून घ्यायचा आहे. काळे बूटसुद्धा घ्यायचे आहेत. औपचारिक मेजवान्या आणि कार्यक्रमांना जाण्यासाठी या सर्व गोष्टींची आवश्यकता आहेच. संसदेचे पहिले-वहिले सत्र आणि राष्ट्रपतींकडचा चहापानाचा कार्यक्रम होणार आहे. तेव्हा घाई करणे आवश्यक आहे. रेशमी अचकन आणि पायजमे शिवायला टाकायला हवेत. एकूण सगळा खर्च रुपये ७५ एवढा येणार आहे. काळ्या बुटांची किंमत १६ रुपये आहे.

आज यावर विश्वास बसणे अवघड आहे; पण ते खरे होते. त्याच वर्षी काही दिवसांनंतर रात्रीच्या औपचारिक मेजवान्यांसाठी मला एक लोकरी काळा सूट करावा लागणार होता. मी एकूण १५० रुपयांत काळ्या रंगाची परदेशी पँट आणि एक बंद गळा असणारा कोट बनवून घेतला. काही वर्षांपूर्वीपर्यंत हा कोट चांगल्या स्थितीत होता आणि मी तो रात्रीच्या औपचारिक मेजवान्यांसाठी अधूनमधून वापरत असे. यावरून १९५२मध्ये रुपयाला किती किंमत होती आणि त्या काळी कापडाचा दर्जा किती चांगला होता, हेदेखील दिसते.

त्यानंतर याच पत्रांमध्ये मी माझ्या भावांना अनाहूत सल्ला दिला. काही कौटुंबिक समस्यांमुळे मला ते करावे लागले होते. अशा गोष्टी सगळ्याच कुटुंबांमध्ये होत असतात. नेमके काय झाले होते हे मला आठवत नाही, पण माझा थोरला तसेच धाकटा भाऊ यांचे वागणे 'मध्यमवर्गीय मूल्यां'शी विसंगत असे होते. एका आय.ए.एस. अधिकाऱ्याच्या कुटुंबीयांनी कसे वागले पाहिजे, याबद्दल माझे विचार व्यक्त करण्याइतपत मी अस्वस्थ झालो होतो. कदाचित तसे करणे चुकीचे होते असे आज वाटते.

मी लिहिले होते :

मी जिल्हाधिकारी या पदावर काम करणार आहे, हे प्रथमतः ध्यानात ठेवले पाहिजे. लोक माझ्याकडे एक आदर्श म्हणून पाहतील.

दुसरी गोष्ट म्हणजे मी दंडाधिकारी होणार आहे आणि काही वर्षांनी जिल्हादंडाधिकारी होणार आहे. या पदावर काम करण्यासाठी स्वच्छ चारित्र्य आणि प्रतिमा याच गुणांचा उपयोग होणार आहे.

आता या पदावर यशस्वीरीत्या काम करायचे, हे माझ्या चारित्र्यावर आणि कर्तबगारीवर अवलंबून आहेच. पण ही गोष्ट फक्त माझ्यावरच अवलंबून आहे, असेही नाही. हे काही मी एकट्याने करायचे काम नाही. यात कुटुंबातील प्रत्येक व्यक्तीचा सहभाग असणार आहे. कुटुंबातीलमंडळी जे काही करतील, त्यांची जी काही प्रतिमा तयार होईल – चांगली किंवा वाईट – अशा सगळ्या गोष्टींचा माझ्यावर परिणाम होणार आहे. घरातील सर्वांच्या मदतीशिवाय एखादी व्यक्ती जबाबदारीच्या पदावर राहू शकत नाही किंवा आपले कर्तव्यपालन करू शकत नाही.

माझ्या नोकरीचे स्वरूप पाहता नातेवाइकांपासून दूर माझ्या प्रांताच्या बाहेर माझी नियुक्ती झाली असती तर बरे झाले असते, असे मला वाटते. त्यामुळे माझे काम सोपे होईल. पण सुदैवाने म्हणा किंवा दुर्दैवाने म्हणा माझी नियुक्ती माझ्याच प्रांतात होणार आहे. माझ्या भावंडाकडून मला सर्वतोपरी मदत आणि सहकार्य मिळेल, अशी मी आशा करतो. याचा अर्थ त्यांनी माझे सातत्याने ऐकत राहावे असा होत नाही. मला फक्त स्वच्छ चारित्र्य एवढेच हवे आहे. त्या पलीकडे प्रत्येकाचे स्वतःचे नशीब किंवा दैव असतेच.

त्यांच्या फायद्याच्या ठरतील, अशा काही सूचना मी केल्या होत्या. मी लिहिले होते :

पहिले म्हणजे, त्यांनी आपली संगत निवडताना नीट विचार करावा. आपल्या चांगुलपणाचा गैरफायदा घेणारे तथाकथित मित्र आणि स्नेहीमंडळी ढिगाने असतात. अशा लोकांकडे दुर्लक्षच केलेले बरे.

दुसरे म्हणजे, आपली परिस्थिती पाहता इतर गोष्टींपेक्षा नवी नोकरी आणि त्याबरोबरच कुटुंबाचे हिताकडे अधिक लक्ष दिले पाहिजे. आपली प्रगती आपल्याला साधायची असेल, तर आपण एकत्रितपणे काम केले पाहिजे. आपल्या कुटुंबाचा लौकिक, प्रतिष्ठा आणि सुख हे प्रत्येकाच्या आस्थेचा विषय हवा.

तिसरी गोष्ट म्हणजे, आपण आपल्या नोकरी-व्यवसायाकडे पूर्ण लक्ष दिले पाहिजे. आपल्यासारख्या मर्यादित साधने असणाऱ्यांनी उगाचच मोठ्या

गोष्टींच्या मागे लागू नये. नोकरी असेल तर त्यात आणि फक्त त्यातच कसे यश मिळवता येईल, हे पाहावे.

आणखी इतर अनेक गोष्टींबद्दल लिहिता येईल. पण मला मार्गदर्शकाची किंवा गुरूची भूमिका स्वीकारायची इच्छा नाही. हा मजकूर म्हणजे माझ्या केवळ सूचना आहेत. माझे भाऊ त्यांचा गांभीर्याने विचार करतील, अशी अपेक्षा आहे.'

मी ज्या चांद्रसेनीय कायस्थ प्रभू समाजात जन्मलो होतो, त्या समाजाच्या एक शैक्षणिक संघटनेचे सत्काराचे निमंत्रण मी नाकारले होते. त्याचे आज मला काहीसे आश्चर्य वाटते. मी वडिलांना लिहिले –

'परवा मला मुंबईच्या सी.के.पी. एज्युकेशन सोसायटीच्या सचिवांकडून सत्काराच्या संदर्भात पत्र आले होते. मला यायला जमणार नाही, असे मी तार पाठवून कळवले. काही दिवसांपूर्वी दिल्लीतील महाराष्ट्र मंडळाच्या लोकांनी अशाच सत्काराच्या कार्यक्रमाबाबत माझ्याशी संपर्क साधला होता. पण माझा वेळ मला वाया घालवायचा नाही किंवा मला कोठेही जाऊन मिरवायचे नाही, असा नियम मी स्वतःला घालून घेतला आहे.

आम्ही शांतपणे काम करणे अपेक्षित आहे. आय.ए.एस. अधिकाऱ्यांनी नको इतके कौतुक आणि कडक टीका या दोन्हींचा स्वतःवर परिणाम होऊ न देणे अपेक्षित आहे.

काम करणे आणि ते करतच राहणे, हेच आमचे ब्रीद आहे. आराम, चैन यांसारख्या गोष्टी टाळल्याच पाहिजेत. मला हे सगळे करणे कसे आवश्यक आहे, याची मनोमन खातरी पटली आहे आणि मी पुढील काळात असेच वागणार आहे.'

मी माझ्या सनदी कारकिर्दीत अशी सर्व आमंत्रणे टाळली. फक्त १९८७मध्ये राज्यपाल झाल्यावर मी असे एक निमंत्रण स्वीकारले.

माझ्या पत्रातील सर्वांत गंभीर मजकूर हा मी माझ्यात झालेल्या परिवर्तनाचे केलेले विश्लेषण हा होता. आज तो मजकूर वाचताना काहीसा हास्यास्पदच वाटतो, पण मध्यमवर्गीय मूल्येदेखील त्यात प्रतिबिंबित झालेली दिसतात. मी लिहिले होते :

'एका वर्षाच्या प्रशिक्षणामुळे माझ्या व्यक्तिमत्त्वात झालेला बदल पाहून तुम्हाला आश्चर्यच वाटेल. गेल्या वर्षी मी एका सामान्य मध्यमवर्गीय कुटुंबातील एक सर्वसामान्य विद्यार्थी होतो. समाजाच्या वरच्या स्तरातील

जीवनाबाबत मी अनभिज्ञ होतो. तशा वातावरणात आपण कधी प्रवेश करू असे स्वप्नदेखील मी बाळगले नव्हते. पण सनदी सेवेत प्रवेश केल्यामुळे माझ्या विचारांमध्ये आणि भविष्यात मी कोणत्या प्रकारचे जीवन जगणार आहे, याच्यात जादुई वाटणारा असा बदल झाला आहे.

सामान्य अशा बुजऱ्या स्वभावाच्या तरुणाला ही सनदी सेवा समाजातील वरच्या स्तरात नेऊन टाकते. अजाणताच तो त्या स्तराचा हिस्सा बनतो. असे का आणि कसे होते? तसेच त्याचा परिणाम काय होतो? या प्रश्नांना माझ्याकडे उत्तर नाही. केवळ आय.ए.एस.चे सदस्य झाल्यामुळे एखादी व्यक्ती तिच्या सामाजिक स्तरातून आपोपाच बाहेर पडते, असे मला म्हणायचे नाही. पण त्याची इच्छा असो अगर नसो, ही सेवा त्याला वरच्या स्तरात नेऊन टाकतेच.

परिस्थितीत झालेल्या या आकर्षक बदलांमुळे माझी इतरांशी वागण्याची पद्धत बदलली आहे. वरवरचे निरीक्षण करणाऱ्याला मी शिष्ट झालो आहे, असे वाटेल. पूर्वी आय.सी.एस. लोकांच्या वागण्याबद्दल असेच म्हटले जायचे. पण स्पष्टपणे बोलायचे झाले, तर या सेवेत असताना शिष्ट समजले जाण्याचा धोका पत्करून इतरांशी थोड्याशा तुटक पद्धतीनेच वागले पाहिजे. तसे न केल्यास आपले कर्तव्यपालन करणे अवघड होते. या सगळ्या गुंतागुतीच्या गोष्टी आहेत. याचा निर्णय काळच करील.'

भाग २

मुंबई राज्यात

७

मुंबई राज्याच्या कारभाराची ओळख

दहा दिवस मी कुटुंबीयांच्या सहवासात मजेत घालवले. माझे दोन गुरू – सर रघुनाथराव परांजपे आणि न्या. एस. बी. ढवळे यांना मी भेटलो. मला भेटून त्यांना फार आनंद झाला. फर्ग्युसन महाविद्यालयातील माझ्या शिक्षकांनादेखील मी भेटलो. पण प्रा. धनंजयराव गाडगीळ यांना भेटण्याचे मी कटाक्षाने टाळले. या टप्प्यावरदेखील मी शासकीय सेवा सोडावी हे मला पटवण्याचा ते प्रयत्न करतील, अशी मला भीती वाटत होती. मधुकर नामजोशी आपल्या नवीन पेशात स्थिरावत असल्याचे तसेच आपल्या नवीन कारकिर्दीबद्दलदेखील उत्सुक असल्याचे पाहून मला आनंद झाला. त्यांनतर मात्र आमची कधीच भेट झाली नाही, हे खरे वाटणार नाही; पण तसेच झाले. वेगवेगळे मार्ग स्वीकारल्यामुळे आम्ही एकमेकांपासून दुरावलो. प्रा. गाडगीळ यांनी त्याची दिशाभूल केली, असे आजदेखील मला वाटते.

मुंबई राज्याच्या सेवेत नियुक्त झालेले आम्ही सर्व आय.ए.एस. अधिकारी २ एप्रिल, १९५३ या दिवशी सकाळी ठीक १० वाजता 'प्रॅक्सी' (Praxy) या नावाने ओळखले जाणारे राज्य सरकारचे 'निवासी अवर सचिव' (Resident Under-Secretary) पी. जे. फर्नांडिस यांच्या समोर हजर झालो. आम्ही राज्य सरकारच्या सेवेत औपचारिकरीत्या रुजू झालो.

एम. वेंकटेशन, एस. रामनाथन, के. एन. झुत्शी, एस. शिवज्ञानम आणि मी असे आम्ही पाच जण होतो. पुढे भाषावार प्रांतरचना झाल्यानंतर प्रथम वेंकटेशन आणि रामनाथन कर्नाटकात व नंतर झुत्शी आणि शिवज्ञानम गुजरातला गेले आणि मी एकटाच महाराष्ट्रात राहिलो.

चार वर्षांहून अधिक सेवा बजावलेल्या फर्नांडिस यांनी दोन आठवड्याच्या आमच्या मुंबईतील मुक्कामात आमची उत्तम सोय ठेवली. त्यांचे वागणे अत्यंत प्रसन्न करणारे आणि सुसंस्कृत होते. त्यांच्यात गोयेकरांची खास चैतन्यशीलता

होती. या त्यांच्या सगळ्या स्वभाववैशिष्ट्यांमुळे मार्गदर्शक म्हणून आम्हाला त्यांच्यापेक्षा चांगला वरिष्ठ अधिकारी मिळाला नसता. निवासी अवर सचिवपदावर असल्यामुळे त्या वेळी राज्य सरकारचे मुख्यालय असलेल्या जुन्या सचिवालयाच्या सगळ्यात वरच्या मजल्यावरचा एक ऐसपैस फ्लॅट हे त्यांचे निवासस्थान होते. द्वैभाषिक राज्याची निर्मिती झाल्यानंतर १९५८मध्ये सध्याची मंत्रालयाची इमारत बांधण्यात आली.

निवासी अवर सचिवाला असलेल्या सोयीसुविधांची आमच्यावर चांगलीच छाप पडली. राहायची फुकट सोय होती. रात्री येणाऱ्या तारा आणि बिनतारी संदेश पहिल्यांदा त्याच्याकडे पोहोचत असत आणि त्यासंदर्भात योग्य ती कारवाई करण्याची जबाबदारीदेखील त्याचीच असे. याच कारणासाठी रात्रं-दिवस त्याच्या दिमतीला नोकरमंडळी असायची. राजशिष्टाचार अधिकाऱ्याचे काम त्याच्याकडेच असल्यामुळे अनेक मोठ्या पाहुण्यांशी त्याच्या भेटी-गाठी व्हायचा. या सगळ्या गोष्टींमुळे हे पद आकर्षक वाटायचे. त्यामुळेच आपली वेळ आली की, या पदासाठी प्रयत्न करण्याचा निश्चय आमच्यातील अनेकांनी केला, यात आश्चर्य वाटण्यासारखे काहीच नव्हते.

सर्व वरिष्ठ अधिकाऱ्यांशी औपचारिक भेटीचे आयोजन प्रॅक्सीने केले होते. मुख्य सचिव एम. डी. भन्साळी (आय.सी.एस.) यांनी आमचे अत्यंत सन्मानाने स्वागत केले. उंच आणि भारदस्त व्यक्तिमत्त्वाच्या भन्साळींच्या वागण्यात जुन्या जमान्यातील खानदानी अदब होती. त्यांच्याबद्दल सर्वांनाच आदर आणि आपुलकी वाटायची. अर्थ-खात्याचे सचिव देहेजिया अत्यंत बुद्धिमान आणि स्पष्टवक्ते होते. हुशार असले, तरी ठरवून उद्धटपणे वागण्याच्या त्यांच्या सवयीमुळे ते लोकप्रिय नक्कीच नव्हते. कालांतराने ते केंद्रात अर्थसचिव झाले आणि बरीच वर्षे याच पदावर राहिले. बुद्धिमत्ता आणि फटकळ स्वभावामुळे त्यांचे सहकारी त्यांना घाबरत असत. डी. एस. बखले (आय.सी.एस.) हे महसूल सचिव होते. मोरारजी देसाई यांनी 'विभागीय आयुक्त' हे पद रद्द केल्यामुळे आता महसूल सचिव हेच सर्व जिल्हाधिकाऱ्यांचे थेट वरिष्ठ अधिकारी होते. ते आमच्याशी सौजन्याने वागले खरे; पण आम्हाला ते अलिप्त वृत्तीचे आणि कशावरही फारसा विश्वास न राहिलेले असे वाटले. समाजात वावरताना लागणारी कौशल्ये त्यांच्यात बहुधा नसावीत. त्यांच्यातील ही उणीव त्यांच्या पत्नीने भरून काढली. त्या आमच्याशी आपुलकीने आणि आस्थेने वागत. त्या अनेक सांस्कृतिक आणि शैक्षणिक कामांमध्ये सहभागी होत असल्यामुळे मी यशवंतराव चव्हाण यांच्यासोबत काम करत असताना माझा आणि त्यांचा चांगला परिचय झाला. पुढे डी. एस. बखले हे अलिबागच्या निर्मनुष्य समुद्रकिनाऱ्यावरील आपल्या बंगल्यामधून फारसे बाहेरच पडत नसत. आपल्या आयुष्याची शेवटची काही वर्षे ते स्पेनमधील एका मठात (Monastery) संन्यस्त आयुष्य जगले, असे नंतर समजले.

आम्ही काही हुशार, पण तुलनेने कनिष्ठ अशा अधिकाऱ्यांनादेखील भेटलो. म. रा. यार्दी (आय.सी.एस.) हे त्या वेळी उपसचिव होते. राज्याच्या ज्या भागांमध्ये दर वर्षी दुष्काळ पडायचा, त्या भागांमधील परिस्थिती हाताळण्यात ते व्यग्र होते. संस्कृत-पंडित असलेले यार्दी भगवद्‌गीतेचे गाढे अभ्यासक होते. परिस्थितीचे आकलन चटकन करण्याची त्यांची क्षमता होती. तसेच स्वत:ला योग्य वाटेल ते फायलीत नोंदवण्याची त्यांच्याकडे हिंमत होती. त्यामुळे त्यांची कडक अधिकारी अशी प्रतिमा निर्माण झाली होती. ते केंद्रीय अर्थखात्यात बरीच वर्षे सचिवपदावर होते आणि आपल्या गुणांमुळे त्यांनी सर्वांमध्ये आदराचे स्थान मिळवले होते. आम्ही ज्यांच्या भेटीची उत्सुकतेने वाट पाहत होतो, ते एम. जी. पिंपुटकर (आय.सी.एस.) हे अशा अधिकाऱ्यांपैकी आणखी एक. तुलनेने कनिष्ठ असलेल्या पिंपुटकरांची पुढाकार घेण्याच्या वृत्तीबद्दल ख्याती होती तसेच निष्ठुर प्रशासक म्हणून प्रतिमा निर्माण झाली होती. अहमदाबादला शिकाऊ साहाय्यक जिल्हाधिकारी या पदावर माझी लवकरच नियुक ती झाल्यानंतर पिंपुटकरांच्या कामाच्या पद्धतीबद्दल आणखी बरीच माहिती मला मिळाली.

एकूणच मुंबई प्रांताच्या लौकिकानुसार सचिवालयातील सर्व अधिकारी गंभीर प्रकृतीचे आहेत, असा आमचा समज झाला. पण लवकरच काही मजेदार व्यक्तींशी आमची भेट होणार होती आणि हे सर्व मुख्यमंत्र्यांच्या भेटीनंतर घडणार होते.

निवासी उपसचिवांनी ठरवल्यानुसार मुख्यमंत्र्यांची भेट त्यांच्या रिज रोडवरील (आताचा बाळ गंगाधर खेर मार्ग.) निवासस्थानी होणार होती. ३ एप्रिलला संध्याकाळी ५ ही भेटीची वेळ ठरली होती. त्याच दिवशी सकाळी मुख्यमंत्र्याच्या मुलीने आत्महत्या केल्याची चर्चा आमच्या कानी आली. कोणालाच या प्रकरणाचा तपशील माहीत नव्हता; पण मोरारजी देसाईंना पसंत नसलेल्या मुलाशी तिला लग्न करायचे होते, अशी अफवा होती. त्याच संध्याकाळी आमची मुख्यमंत्र्यांशी भेट ठरली असल्यामुळे आम्ही फर्नांडिस यांना त्याविषयी विचारले. मुख्यमंत्र्यांच्या सचिवांचा तसा काही निरोप आला तरच भेट रद्द झाल्याचे समजावे, अन्यथा आम्हाला जाणे भाग आहे, असे ते म्हणाले. त्यानुसार आम्ही मुख्यमंत्र्यांच्या शासकीय निवासस्थानी गेलो. समाचाराला जाण्याऐवजी अशा प्रकारची औपचारिक भेट घेणे कितपत योग्य आहे, ही शंका मनात घेऊनच आम्ही तिथे पोहोचलो. आम्ही ही शंका एकमेकांकडे व्यक्त करत असतानाच आम्हाला त्यांच्याकडे नेण्यात आले.

प्रसंगाचे गांभीर्य पाहून आम्ही चेहऱ्यावर हास्यमुद्रा न ठेवता त्यांना नमस्कार केला. आम्ही आपापला परिचय करून दिला आणि आमच्यातील एक म्हणाला, "आम्हाला खेद वाटतो –"

वाक्य पूर्ण होण्याच्या आधीच मुख्यमंत्र्यांनी त्याला थांबवत विचारले, "तुम्हाला खेद वाटण्याचे कारणच काय?"

ते काय बोलत आहेत, हे आमच्या लक्षात यायच्या आतच ते पुढे म्हणाले, "खासगी बाबींबद्दल तुम्हाला बोलण्याचे कारण नाही. अधिकारी या नात्याने तुम्ही फक्त शासकीय (official) बाबींकडे लक्ष पुरवले पाहिजे. जन्म-मृत्यू कोणाला चुकला आहे? जन्माला येणारा प्रत्येक मनुष्य आपल्याबरोबर आपले नशीब घेऊन येतो."

या उपदेशानंतर आम्ही जणूकाही आम्हाला माहीतच नाही, अशा आविर्भावात वागलो. कालांतराने जेव्हा मोरारजीभाईंशी अधिक ओळख झाली आणि त्यांचा स्वभाव जाणला, तेव्हा ते त्या दिवशी स्थितप्रज्ञवृत्तीचा आव आणत आपल्या भावना लपवण्याचा प्रयत्न करत नव्हते, हे माझ्या लक्षात आले. त्यांनी आपल्या मनालाच अशा प्रकारची शिस्त घालून घेतली होती.

याचबरोबर विचित्र स्वभावाच्या माणसाला आम्ही दुसऱ्या दिवशी भेटणार होतो. या अस्सल तऱ्हेवाईक माणसाचे नाव देण्याची गरज नाही. ते राज्य सरकारच्या एका खात्यात सचिवपदावरचे अधिकारी होते. आम्ही एका खोलीत शिरताच एक गृहस्थ हवेत काहीतरी उडवत आहेत आणि तोंडाचा 'आ' करून तीच वस्तू तोंडात पकडण्याचा प्रयत्न करत आहेत, हे दृश्य आम्हाला दिसले. आम्ही आपापला परिचय करून दिल्यानंतर या सचिवमहाशयांनी आम्हाला शेंगदाणे देऊ केले. थोड्याच वेळात त्यांच्या मार्गदर्शनाखाली आम्ही त्यांचे अनुकरण करू लागलो. एखाद्याने त्याच वेळी खोलीत प्रवेश केला असता, तर त्याला राज्य सरकारचे एक सचिव पाच शिकाऊ अधिकाऱ्यांना सर्कशीतले विदूषक होण्याचे प्रशिक्षण देत आहेत, असे अफलातून दृश्य पाहायला मिळाले असते. हे अधिकारी हुशार असले तरी तऱ्हेवाईक आहेत, हे आम्हाला नंतर कळले. अर्थात त्याचे आम्हाला काहीच आश्चर्य वाटले नाही. कारण ब्रिटिश राज्यात अशा अधिकाऱ्यांना विशेष स्थान असे. स्वदेशापासून हजारो मैल दूर परदेशात काम करताना साहजिकपणे काही अधिकारी विक्षिप्त होत, तर काही वेडेसुद्धा होत असत.

आमच्यावर प्रभाव टाकणारे अजून एक अधिकारी होते आणि त्याची कारणे आणखीनच वेगळी होती. हे अधिकारी होते, मुंबईचे तत्कालीन जिल्हाधिकारी जे. डी. कपाडिया (आय.सी.एस.). मुंबई शहर आणि हे शहर ज्या जिल्ह्याचा भाग होता, तो मुंबई जिल्हा यांच्यासंदर्भातील गुंतागुंतीच्या प्रश्नांची ओळख व्हावी, यासाठी आम्ही त्यांच्यासोबत काही दिवस घालवणार होतो. जमीन मोजणीच्या संदर्भातील आमच्या प्रशिक्षणाची सुरुवात त्यांनी करून द्यायची होती. एके दिवशी जिल्हाधिकारी आम्हाला आमच्या हॉटेलवर घ्यायला आले आणि मढ बेटावर घेऊन

गेले. त्या काळात मुंबईच्या या भागात काहीच वस्ती नव्हती. हा भाग नारळाच्या बागांनी भरलेला होता. समुद्र किनारा स्वच्छ होता आणि परिसराचे सौंदर्य मोहक होते.

आम्ही एका छोटयाशा इन्स्पेक्शन बंगल्यात गाडीने पोहोचलो. तेथे तहसीलदार आणि इतर कर्मचारी आमची वाट पाहत होते. पोटभर नाश्ता झाल्यानंतर जिल्हाधिकाऱ्यांनी आता जमीनमोजणीला चला, असे सांगत त्यांच्या मागोमाग यायला सांगितले. खाकी हाफ पँट आणि डोक्यावर सोला टोपी असा त्यांचा वेष होता. त्यामुळे हा मामला गंभीर आहे, हे आमच्या लक्षात आले. आम्ही त्यांच्या मागे काहीशे यार्ड उत्साहाने चालत गेलो. एका ट्रायपॉडवर जमीनमोजणीच्या कामात वापरली जाणारी दुर्बीण लावलेली होती आणि इतर साधने एके ठिकाणी ठेवली होती. अत्यंत गांभीर्याने जिल्हाधिकाऱ्यांनी आम्हाला ही साधने दाखवली आणि दुर्बिणीतून शंभर यार्डाच्या अंतरावर लावलेला जमीन मोजणीचा झेंडा पाहायला सांगितला. हे केल्यावर जमीनमोजणीबाबतचा आमचा कार्यक्रम संपला आहे, असे गृहीत धरून कपाडिया म्हणाले, "सभ्य गृहस्थहो! तुम्ही जमीन मोजणीच्या संदर्भातील गरजेचे प्रशिक्षण पूर्ण केले आहे, असे मी जाहीर करतो."

ते काय म्हणत आहेत, हे आमच्या लक्षात यायचा आतच अत्यंत गंभीर चेहरा करून ते म्हणाले, "आता आपण या सुंदर ठिकाणाचा आनंद लुटण्याचा गंभीर कार्यक्रम पार पाडू."

त्यांनी आम्हाला कपडे बदलून स्विमिंग ट्रंक घालायला सांगितले. या पोशाखाची त्यांनी आधीच सोय करून ठेवली होती. थोड्याच वेळात आम्ही मस्तपैकी खेळत होतो. आमचा वेळ अर्थातच आनंदात गेला.

राज्य सरकार जितके रुक्ष आणि अरसिक आहे, असे आम्हाला सांगण्यात आले होते, तितके ते नक्कीच नव्हते. कामाचा प्रचंड उरक असणारे वरिष्ठ अधिकारी होतेच; पण याच मंडळींना जीवनाचा आनंद कसा लुटायचा हेदेखील माहीत होते. आम्ही जमीनमोजणी आणि जमाबंदी याचे प्रशिक्षण घेण्यासाठी पुण्याला एक महिन्यासाठी जाणार होतो, हे जिल्हाधिकारी या नात्याने कपाडियांना माहीतच होते. त्यामुळे त्या दिवशी आमचा वेळ घालवण्यात काही अर्थ नाही, हे त्यांच्या लक्षात आले होतेच.

मी यशवंतराव चव्हाण यांचा खासगी सचिव म्हणून मुंबईला आल्यावर माझी आणि कपाडियांची अधिक ओळख झाली. ते त्या वेळी सार्वजनिक आरोग्य-खात्याचे सचिव होते. (हे खाते आज 'नगरविकास खाते' या नावाने ओळखले जाते.) कपाडियांना कशाचेच गांभीर्य नाही, असे प्रथमदर्शनी वाटायचे. पण वेळ पडली, तर ते आपली मते सडेतोडपणे मांडायचे. ही विलक्षणच बाब होती. त्यांची चाकोरीच्या बाहेर वेगळा विचार करण्याची आणि शाब्दिक फापटपसाऱ्यातून मुख्य

मुद्द्याला हात घालण्याची हातोटी यामुळे मला ते अत्यंत वेगळ्या धाटणीचे वरिष्ठ सनदी अधिकारी वाटले. यशवंतराव चव्हाण हेदेखील त्यांचे विचार व त्यामागची भूमिका समजून घेत. डॉ. सुब्रमण्यम स्वामी यांच्या रूपाने कपाडियांना आपल्याला शोभेल असाच वेगळा विचार करणारा बुद्धिमान जावई मिळाला. दुर्दैवाने माझी आणि डॉ. स्वामींची कधीच वैयक्तिक ओळख होऊ शकली नाही.

मुंबईतील आमचे दिवस पटकन चालले होते. काही वरिष्ठ अधिकाऱ्यांनी आम्हाला घरी जेवायला बोलावून आमच्याबद्दलची आपुलकी व्यक्त केली. आमच्या भटक्याच्या भ्रमंतीत आम्हाला कोणत्या वस्तू बाळगाव्या लागतील, याबद्दलचा मोलाचा सल्ला त्यांच्या पत्नींनी आम्हाला दिला. यात एक फोलडिंग कॉट, एक स्टोव्ह आणि एक सोला टोपी यांचा समावेश होता. या सगळ्याची जमवाजमव करून मी अहमदाबादला जायला सज्ज झालो.

पुढील चार वर्षांत माझी सचिवालयाला भेट होणार नव्हती, हे त्या वेळी मला माहीतच नव्हते. इंग्रजी राजवटीत १९व्या शतकात बांधल्या गेलेल्या या दगडी इमारतीला स्वतःचे असे सौंदर्य होते. स्वागतकक्ष म्हणून वापरल्या जाणाऱ्या मोठ्या हॉलभोवती सचिवांच्या खोल्या होत्या. इमारतीच्या मागच्या बाजूला असलेले ओव्हल मैदान या खोल्यांमधून दिसायचे. त्या पलीकडे अरबी समुद्र होता. भराव टाकून तयार केलेल्या जमिनीवर लवकरच मंत्रालयाच्या इमारतीचे बांधकाम सुरू झाले. त्यामुळे नरिमन पॉइंटच्या बहुमजली इमारतीच्या बांधकामाला चालना मिळाली आणि भोवतालचा परिसरच नव्हे, तर मुंबई शहरदेखील पार बदलून गेले.

८

जिल्हाधिकाऱ्याच्या कारकिर्दीला सुरुवात

'गुजरात मेल' १९ एप्रिल, १९५३ला पहाटे अहमदाबाद स्थानकावर पोहोचली. पांढरा गणवेश आणि लाल पट्टा घातलेले काही पट्टेवाले तसेच काही गणवेशधारी पोलीस अधिकारी स्थानकावर उभे असलेले मला दिसले. कोणीतरी बडी असामी – कदाचित एखादे मंत्रिमहोदयदेखील – यांच्या स्वागतासाठी ही मंडळी आली असावीत, असा मी अंदाज बांधला. मी स्थानकावर उतरताच ही मंडळी माझ्या दिशेने पुढे आली. लगेचच पूर्ण बाह्यांचा बुशशर्ट आणि पांढरी पँट घातलेल्या तसेच डोक्यावरचे केस बऱ्यापैकी पांढरे झालेल्या उंच अशा एका गृहस्थाने माझे स्वागत केले. ही व्यक्ती दुसरी-तिसरी कोणीही नसून खुद्द माझे जिल्हाधिकारी श्री. राजपाल होते. आपल्या हाताखाली काम करायला येणाऱ्या शिकाऊ साहाय्यक जिल्हाधिकाऱ्याच्या स्वागतासाठी ते स्वत: आले होते, हे मी कधीच विसरू शकणार नाही.

श्री. राजपाल मला शाहीबाग परिसरातील सर्किट हाउसमध्ये घेऊन गेले. गुजरातच्या मुघल सुभेदारांचा राजवाडा या परिसरात होता. ही सुभेदारमंडळी बहुतेक वेळा मुघलशाही खानदानातील राजपुत्र असल्यामुळे तो परिसर 'शाहीबाग' या नावाने ओळखला जात असे. हा राजवाडा सर्किट हाउसच्या बरोबर समोर होता. वरच्या मजल्यावर सहा सुईट (suites) असलेले सर्किट हाउस त्या वेळी अत्यंत चांगल्या परिस्थितीत होते. शहरातील विविध अधिकाऱ्यांच्या हाताखाली काम करत मी अहमदाबादमध्ये पुढील चार-पाच महिने घालवणार होतो. त्यामुळे राजपाल यांनी माझी सर्किट हाउसमध्ये राहण्याची सोय केली होती. माझ्या पगाराची एक-दशांश रक्कम म्हणजेच दरमहा ४० रुपये एवढेच भाड्यापोटी माझ्याकडून घ्यावेत, असा आदेश त्यांनी काढला होता. जिल्हाधिकारी आणि जिल्हा पोलीस अधीक्षक यांची

शासकीय निवासस्थाने पाचच मिनिटांच्या अंतरावर असल्यामुळे ही जागा अत्यंत सोयीची होती. इतर अधिकाऱ्यांची निवासस्थानेदेखील जवळच होती. साबरमतीच्या तीरावर असलेल्या मुघल राजवाड्यात यु. एम. मिरचंदानी (आय.सी.एस.) हे वरिष्ठ अधिकारी राहत असत. त्यांच्या जागी लवकरच के. एल. पंजाबी (आय.सी.एस.) हे बदलून आले. पूर्वी मुघल राजवाडा गुजरात विभागाच्या विभागीय आयुक्तांचे शासकीय निवासस्थान होता. हे पद रद्द करून त्यालाच समकक्ष 'स्थानिक स्वराज्य संस्थाचे निर्देशक' (Directer of Local Authorities) हे पद निर्माण करण्यात आले. विटांनी बांधलेल्या या भव्य वास्तूचे दरवाजे त्यातून हत्ती आत जाऊ शकेल इतके मोठे होते. त्याच्या मागच्या बाजूला नदीतीरावर बांधलेल्या भिंतीलगत एक मोठी गच्ची होती. अनेक वेळा मी संध्याकाळचा वेळ पंजाबी आणि त्यांच्या पत्नी यांच्या सोबत या गच्चीवर घालवला आहे. त्या वास्तूत आज सरदार पटेल यांचे स्मारक आहे.

काही वर्षांपूर्वी राजपाल हे विशेष भरती प्रक्रियेद्वारे आय.ए.एस.मध्ये सामील झाले होते. त्याआधी ते संरक्षण-खात्याच्या लेखा विभागात होते. ते आणि त्यांच्या प्रसन्नचित्त कुटुंबीयांनी आपुलकीने माझे स्वागत तर केलेच शिवाय मला स्थिरस्थावर होण्यास मदत केली. इतर अधिकारीदेखील अशाच आपुलकीने वागले. जिल्हाशल्यचिकित्सक डॉ. मिलर हे त्यातील सर्वांत लोकप्रिय अधिकारी होते. या इंग्रज गृहस्थाची पत्नी दाक्षिणात्य होती. पंरपरेने मिलर दांपत्य अहमदाबादला नियुक्त झालेल्या सर्व शिकाऊ साहाय्यक जिल्हाधिकाऱ्यांच्या पालकांची भूमिका पार पाडायचे. त्यांच्या घरी चहा आणि रात्रीच्या जेवणासाठी मुक्तद्वार होते. पोलीस उप-महानिरीक्षक नानावटी आणि त्यांच्या पत्नी असेच प्रसन्नचित्त होते. भारतीय पोलीस (आय.पी.) सेवेतील नानावटी हे तगडे आणि कमी बोलणारे पारशी गृहस्थ होते. त्यांच्या वागण्याची पद्धत अत्यंत अनौपचारिक होती आणि त्यांच्या हाताखालचे लोक त्यांना वचकून असायचे. त्यांच्या घरीदेखील मला मुक्तद्वार होते. कागल दांपत्याला भेटणेदेखील माझ्यासाठी आनंदाची गोष्ट होती. सौ. कागल या माझा जवळचा मित्र विठ्ठल माविनकुर्वे याच्या भगिनी होत. लवकरच विठ्ठल *टाइम्स ऑफ इंडिया*चा स्थानिक प्रतिनिधी म्हणून अहमदाबादला येऊन राहणार होता, हे ऐकून मला फारच आनंद झाला.

पहिले काही दिवस कटाक्षाने जिल्हाधिकारी स्वत: मला त्यांच्या गाडीतून घ्यायला येत आणि त्यांच्याबरोबर त्यांच्या कार्यालयात घेऊन जात. त्यांच्या टेबलाशेजारीच माझ्यासाठी त्यांनी एक छोट्याशा टेबलाची आणि खुर्चीची सोय केली होती.

त्यांच्याकडे आलेला प्रत्येक कागद किंवा फाइल माझ्या टेबलावरून कार्यालयाकडे परत जात असे. त्यामुळे जिल्हाधिकाऱ्याला कोणकोणते विविध स्वरूपाचे प्रश्न हाताळावे लागतात तसेच राजपाल हे त्यांच्यासमोर आलेल्या प्रत्येक प्रकरणातील मुद्द्यांचा सुक्ष्म पद्धतीने कसा अभ्यास करतात, हे मला काही दिवसांतच समजले. ते आपल्या हाताखालच्या उपविभागीय अधिकाऱ्यांच्या कामाकडे विशेष लक्ष पुरवत आणि त्याबद्दल समाधान झाले नाही, तर संबंधितांना लेखी समज द्यायला कचरत नसत. माझ्या दृष्टीने ही ध्यानात ठेवायची गोष्ट होती.

पहिले काही दिवस सकाळच्या वेळात मी जिल्हाधिकाऱ्यांबरोबर राहावे आणि दुपारच्या वेळात स्थानिक उपविभागीय अधिकारी ज्यांना गुजरातेत 'प्रांताधिकारी' असे संबोधले जायचे, यांच्याबरोबर राहावे असे ठरले होते. जिल्हाधिकाऱ्यांबरोबर बसलो असता, त्यांचा वैयक्तिक कर्मचारिवर्ग त्यांना 'साहेब बहादुरजी' तर मला 'छोटा साहेबजी' असे संबोधायचे. दुपारी प्रांताधिकारी राव बहादुरजी असायचे, तर मी साहेबजी असायचो. पटवाऱ्यापासून जिल्हाधिकाऱ्यांना संबोधण्यासाठी वापरल्या जाणाऱ्या या सन्मानदर्शक पदव्यांची सवय व्हायला मला काही काळ लागला.

माझ्या नवीन पदाच्या प्रतिष्ठेच्या संदर्भातदेखील मला काही बाबींची ओळख करून घ्यावी लागली. पहिल्याच दिवशी जिल्हाधिकाऱ्यासोबत जेवण झाल्यानंतर दहा मिनिटे चालत जाण्याच्या अंतरावर असलेल्या प्रांताधिकाऱ्यांच्या कार्यालयाकडे मी पायी निघालो. मी चालू लागताच माझ्यासोबत पाच पावले पुढे एक आणि पाच पावले मागे एक, असे दोन गणवेशधारी पट्टेवाले चालत असल्याचे माझ्या लक्षात आले. आमची ही मिरवणूक पुढे निघाली. हे सर्व मला काहीसे चमत्कारिक वाटू लागले. अशा पद्धतीने या पट्टेव्याल्यांनी माझ्यासोबत येऊ नये, असे मी मणिलाल या माझ्या मुख्य पट्टेवाल्याला समजावून सांगण्याचा प्रयत्न केला. ही अनेक दशकांची परंपरा असल्यामुळे तो त्यास तयार झाला नाही. अहमदाबादला शिकाऊ साहाय्यक जिल्हाधिकाऱ्यांची मोठी परंपरा होती. मणिलालने त्यांतील अनेकांना 'प्रशिक्षित' केले होते. त्यांना कसे हाताळावे तसेच त्यांची काळजी कशी घ्यायची, हे त्याला चांगले माहीत होते. फक्त मणिलालच आपल्या गणवेशावरच्या लाल पट्ट्यावर 'साहाय्यक जिल्हाधिकारी, अहमदाबाद' असा बिल्ला लावत असल्यामुळे मी या परिस्थितीशी जुळवून घेतले. माझे पद किंवा अधिकार दर्शवणारे असे कोणतेही साधन माझ्याकडे नव्हतेच व मणिलालच्या मते मी कोण आहे, हे जनतेला माहीत असले पाहिजे होते. गर्दीच्या रस्त्यावरील ही चमत्कारिक मिरवणूक बंद व्हावी, या हेतूने मी कार्यालयात सायकलवरून जाईन असे सुचवले. मणिलालने लगेच आपला आक्षेप नोंदवला. "साहेबजींना चालत जायचे असेल, तर त्यांनी तसे खुशाल करावे. वाहन वापरायचे असेल, तर ते मोटारगाडी किंवा घोडाच असायला

हवा.'' त्याच्या मते कार्यालयातील कारकुनांप्रमाणे मी सायकलवरून जाणे, हे माझ्या पदाच्या प्रतिष्ठेला बाधा आणणारे होते. मला माझी ही कल्पना सोडून द्यावी लागली. एक वर्षानंतर मी जिल्हा सोडला. तोपर्यंत काय करावे आणि काय करू नये, याबाबत मणिलालचे मार्गदर्शन मला मिळत राहिले. आपण आणखी एका शिकाऊ साहाय्यक जिल्हाधिकाऱ्याचे प्रशिक्षण केले, ही त्याच्यासाठी अभिमानाची गोष्ट होती. अर्थातच लवकरच तो नवीन माणसाला हातात घेणार होता. तसे करणे त्याचा विशेष अधिकारच होता.

मणिलालने सल्ला दिल्यामुळे मी गाडी घ्यायचा विचार करू लागलो. मी जिल्हाधिकारी राजपाल यांच्याशी सल्लामसलत केली आणि त्यांनी मला बॉम्बे गॅरेजमधून सेकंड हॅन्ड गाडी घ्यायचा सल्ला दिला. गॅरेजचे पारशी मालक भरुचा यांच्याशी राजपाल यांची वैयक्तिक ओळख होती. ते मला वाजवी किमतीत गाडी विकतील असे राजपाल यांनी सांगितले. त्यानुसार एके दिवशी सकाळी मी श्री. भरुचांना भेटायला गेलो. जिल्हाधिकारी या संदर्भात त्यांच्याशी आधीच बोलले होते. ते माझ्याशी अत्यंत आपुलकीने वागले आणि काही तगड्या अशा फोर्ड गाड्या दाखवल्या. त्यात अहमदाबाद शहराच्या सभोवताली असलेल्या रेताड प्रदेशासाठी योग्य असणाऱ्या फोर्ड-टी मॉडेलच्या गाड्यादेखील होत्या.

मी मात्र एका मोठ्या सुंदर गाडीची निवड केली. तिचा रंग कुंकवाच्या लाल रंगासारखा होता. तिला फुटबोर्ड होते अणि तिच्यावरचे क्रोमियम प्लेटिंग सूर्यप्रकाशात चकाकत होते. तिचे इंजीन अजिबात आवाज करत नव्हते. मला ही गाडी चालवायला फारच सोयीची वाटली. मी गाडीच्या प्रेमातच पडलो. भरुचांनी तिची किंमत ६,००० रुपये सांगितली आणि त्यामुळे मी ती गाडी विकत घ्यायचा निर्णय घेतला. जिल्हाधिकारी गाडीच्या खरेदीसाठी कर्ज देण्यास मान्यता देण्याची शक्यता होतीच. त्या संध्याकाळी मी राजपाल यांच्याकडे गेलो आणि उत्साहाने गाडीबद्दल सांगितले. त्यांनी विचारले, ''कोणत्या मेकची गाडी आहे?'' मी म्हणालो, ''रोल्स रॉईस १९४०.'' त्यांनी माझ्याकडे आश्चर्याने पाहत विचारले, ''तू गाडी घेतो आहेस की स्थावर मिळकत घेतो आहेस?''

ते काय म्हणत आहेत, हे मला न समजल्यामुळे शेवटी त्यांनीच मला विचारले, ''एका गॅलनमागे गाडी किती देते?'' मला हे माहीत करून घेण्यास राजपाल यांनी सांगितले. भरुचांना असा क्षुल्लक प्रश्न विचारायला मी कां-कूं करत आहे हे पाहताच, राजपाल यांनी सरळ रिसीव्हर उचलून भरुचांना फोन लावला. गॅलनमागे गाडी पाच मैल देते, हे त्यांनी शोधून काढले. मी जर माझ्या महिना ४००

रुपये पगारात ही गाडी ठेवणार असेन, तर ती गाडी विकत न घेण्याची जोरदार शिफारस राजपाल यांनी केली. याचा निषेध म्हणून मी दौऱ्यावर जाण्यासाठी गाडीऐवजी घोडा विकत घ्यायचा ठरवला.

आजदेखील ती ६,००० रुपये किमतीची रोल्स रॉईस न घेतल्याची मला रुखरुख वाटते. अर्थात त्या वेळी माझ्याकडे इतकी रक्कम हाताशी नव्हती. ही गाडी न वापरता तशीच ठेवली असती, तरी तिची किंमत आजच्या घडीला एक कोटीपेक्षा अधिक असती. विंटेज (vintage) कार म्हणून तिला त्याहून अधिक किंमत आली असती.

अहमदाबादमध्ये मला ठरलेले प्रशिक्षण मिळाले. तहसील कार्यालय, प्रांताधिकारी कार्यालय तसेच प्रथम वर्ग न्यायदंडाधिकारी यांच्या न्यायालयात प्रत्येकी काही आठवडे मी प्रशिक्षणासाठी घालवले. सत्र न्यायालयात खुनाचे दोन खटले मी पाहिले. भले गृहस्थ असलेले जिल्हा न्यायाधीश हे सरकारी वकिलापेक्षाही अधिक त्वेषाने बोलत आहेत, हे माझ्या लक्षात आले. ते पूर्वी सरकारी वकील होते आणि त्यांना आपल्या नवीन भूमिकेची सवय झाली नव्हती. सात वर्षांनंतर जेव्हा गुजरात राज्याची स्थापना झाली, तेव्हा त्यांची उच्च न्यायालयाच्या न्यायमूर्तीपदी नियुक्ती झाली.

या कालावधीत मला चार आठवडे कोषागार कार्यालयात अधिकारी म्हणून काम करावे लागले. आपल्या मुलीच्या लग्नासाठी कोषागार अधिकारी दोन आठवड्यांच्या रजेवर गेले असल्यामुळे मला त्या पदाचा पूर्णवेळ कार्यभार देण्यात आला. अहमदाबाद हे मोठे व्यापारी आणि उद्योग केंद्र होते. कोषागारात किती मोठी रोख रक्कम ठेवावी लागते आणि किती लाखांचे मुद्रांक ठेवावे लागतात, हे मला तेव्हा लक्षात आले. प्रत्येक वेळी काही दिवसांच्या अंतराने मला सर्व रोख रक्कम आणि मुद्रांकांची तसेच व्यसन म्हणून वापरल्या जाणाऱ्या अफूच्या साठ्याची मोजणी करावी लागायची. हे काम करायला मला सलग १४-१५ तास लागायचे.

त्याच काळात उच्च न्यायालयाच्या एका निर्णयामुळे माझी झोपच उडाली होती. एका प्रमुख मिलमालकाने दोन कोटी रुपये अतिरिक्त आयकर भरला होता. उच्च न्यायालयाच्या आदेशानुसार मला कोषागारातून ती रक्कम परत करायला लागणार होती. मी तो आदेश पुन्हा-पुन्हा वाचला. आदेशाच्या तपशिलाशी माझा तसा काहीच संबंध नव्हता. माझ्या कार्यालयातून मला सौम्यपणे चेकची आठवण करून दिली जात असली, तरी या प्रकरणात मी तीन दिवस काहीच केले नाही. मिलमालकाचे लोक कार्यालयातीलमंडळीच्या नक्कीच मागे लागले असणार. रकमेच्या परताव्यात काही चूक झाली, तर प्रधानांच्या पुढच्या किती पिढ्यांना त्याचे भोग

भोगावे लागतील, याचा मी विचार करत होतो. अखेर मिलमालकाने कोर्टाच्या बेअदबीची फिर्याद करण्याची धमकी दिली. ही मात्रा मला लागू पडली. सर्व देवी-देवतांनी माझे संरक्षण करावे, अशी प्रार्थना करत मी चेकवरील रकमेतील सात शून्ये दहा-दहा वेळा मोजली आणि अखेर चेकवर सही केली. सुदैवाने माझ्या हातून कोणतीही चूक झाली नाही. चूक होण्याची शक्यतादेखील नव्हती. पण मी अगदीच नवशिका आहे, हे दिसून आले. मला आणखीही काही धडे शिकायला मिळणार होते.

एके दिवशी सकाळी मुख्यमंत्री मोरारजी देसाई गुजरात मेलने अहमदाबादला पोहोचले. जिल्हाधिकारी दौऱ्यावरून वेळेत परत न आल्यामुळे मुख्यमंत्र्यांच्या स्वागतासाठी मी गेलो. आपल्या नेहमीच्या कडक इस्त्रीच्या खादीच्या पोशाखात ते खाली उतरले. त्यांच्या स्वागतासाठी आलेल्या काही काँग्रेस नेत्यांशी काही मिनिटे त्यांचे बोलणे झाल्यावर आम्ही गाडीत बसलो. त्यांनी मला गाडीच्या मागच्या बाजूला त्यांच्यासोबत बसायला सांगितल्यामुळे मला आनंदच झाला. वैयक्तिक प्रश्न विचारला म्हणून ते रागावतील या भीतीने मी त्यांची साधी विचारपूसदेखील केली नाही. अचानक ते माझ्याकडे वळले आणि म्हणाले, "परकीय राजवटीच्या बंधनात माझे अधिकारी स्वत:ला अडकवून घेतील, अशी माझी अपेक्षा नव्हती. तुम्ही टाय घालायची गरजच काय?" मी 'हो' किंवा 'नाही' असे उत्तर देणे अपेक्षित असले, तरी मी शांतच राहिलो. माझ्या या प्रतिसादाने बहुधा त्यांचे समाधान झाले असावे. लवकरच आमची गाडी सर्किट हाउसच्या आवारात शिरली.

अहमदाबादमधील माझा दिनक्रम तसा चांगलाच होता. अविवाहित असल्यामुळे मेजवानीच्या कार्यक्रमाला बोलावलेला पाहुणा आयत्या वेळी गळला, तर मला बोलावणे येणार हे ठरलेले होते. माझा भाव तेजीत होता. यजमानीण बाईंकडून आयत्या वेळी बोलावणे आले, तर शिकाऊ अधिकाऱ्याने त्याबद्दल तक्रार करायची नसते, हे मला समजले होतेच. विशेषत: यजमानीणबाई या जर जिल्हाधिकारी, पोलीस उपमहानिरीक्षक, पोलीस अधीक्षक किंवा जिल्हा शल्यचिकित्सक यांच्या पत्नी असतील, तर नाहीच नाही.

माझा मित्र विठ्ठल माविनकुर्वेदेखील अहमदाबादला आला होता. त्याच्या मेव्हण्यांचा घरी किंवा कॅन्टोन्मेंट भागात फिरण्यात आम्ही अनेक तास घालवत असू. मी रोज काही तास जिल्हाधिकाऱ्यांसोबत असतो, हे माहीत असल्यामुळे माझ्याकडून काहीतरी बातमी मिळते का, याची तो चाचपणी करत असे. लवकरच मी त्याला एक 'बॉक्स आयटम' देणार होतो. पण त्याबद्दल नंतर....

शरद रेगे हे आय.पी.एस. अधिकारी शहर विभागाचे साहाय्यक पोलीस अधीक्षक

होते. वरिष्ठ आय.सी.एस. अधिकारी डी.एस. रेगे हे त्यांचे वडील. माझ्या भावी पत्नीची आणि रेगे कुटुंबीयांची ओळख होती. आमची लवकरच मैत्री झाली. आम्ही दोघेही अविवाहित होतो आणि रेल्वेमार्गाच्या जवळील त्याच्या शासकीय बंगल्यात आम्ही बराच वेळ एकत्रित घालवत असू. आय.सी.एस. कुटुंबाची पार्श्वभूमी असल्यामुळे थाटात राहायची त्याला सवय होती तसेच चांगला स्वयंपाकी आणि बेअरा बाळगल्यामुळे त्याच्याकडे उत्तम जेवण मिळायचे. मला त्याच्याबरोबर वेळ घालवणे आवडायचे. पुढे आमचे विवाह जवळपास एकाच महिन्यात मागोमाग झाले आणि आमच्या पत्नींचीही एकमेकींशी चांगली मैत्री झाली. शरदला दुपारी वामकुक्षी घ्यायची सवय होती. मेटकॉफ हाउसमधील आमच्या उपप्राचार्यांनी रविवारशिवाय दुपारी झोपायचे नाही, हे आमच्या मनावर बिंबवले होते. मी शरदच्या या सवयीची चेष्टा करायचो.

दोन दशकांनंतर मी जेव्हा महाराष्ट्रात गृहसचिव झालो, तेव्हा 'निवांत वृत्तीचे अधिकारी' अशी शरदची प्रतिमा झाली असल्याचे माझ्या लक्षात आले. तसेच त्याची नियुक्ती होईल, त्या ठिकाणी त्याच्या वामकुक्षीच्या सवयीची बातमी गावभर पोहोचलेली असायची. गृहसचिव म्हणून शरदच्या कामाचे मूल्यमापन मी केले, तेव्हा शरदची कार्यपद्धती जुन्या पठडीतील पोलीस अधिकाऱ्यासारखी होती, हे माझ्या लक्षात आले. आरामशीर दिनक्रम, अधिकारांचे विकेंद्रीकरण, हाताखालच्या अधिकाऱ्यांच्या मानगुटावर न बसता त्यांना आपापले काम करण्याची मुभा देणे आणि पद्धतशीरपणे गुन्हेगारांचा तपास करणे, ही या कार्यपद्धतीची खास लक्षणे होती. खरे पाहता शरदच्या परिक्षेत्राची गुन्हे तपासणीची कामगिरी सर्वांत चांगली होती. त्यामुळे त्याच्या रखडलेल्या बढतीला हिरवा कंदील दाखवण्यात मला आनंद वाटला.

राजपालांनी माझ्या कामात रस घेतल्यामुळे मला नेमून देण्यात आलेला प्रशिक्षणाचा कार्यक्रम मी लवकरच पूर्ण केला. काही गोष्टी मी स्वत:हूनच शिकलो. मी अहमदाबादच्या जिल्हाधिकारी पदावरच्या एम.जी. पिंपुटकरांच्या कारकिर्दीबद्दल इतके ऐकले होते की, मी त्यांनी सादर केलेले गाव तपासणीचे अहवाल पद्धतशीरपणे वाचून काढले. मी अहमदाबादला असताना पिंपुटकर पुण्याला जिल्हाधिकारी होते. हे अहवाल परिपूर्णतेचे आदर्श नमुनेच होते. गाव पातळीवरची कागदपत्रे एकमेकांशी ताडून, ज्या कोणी कर्मचाऱ्याने दप्तरे व्यवस्थित ठेवली नसतील किंवा कुणाला तरी मदत करण्यासाठी चुकीच्या नोंदी केल्या असतील, त्या अपराध्याला पिंपुटकर ज्या पद्धतीने शोधून काढत याचा माझ्यावर फारच प्रभाव पडला. जवळ-जवळ प्रत्येक तपासणी अहवालात पटवाऱ्याला ताकीद दिल्याची किंवा त्याहून अधिक कडक शिक्षा केल्याची तर नोंद होतीच शिवाय जिल्हाधिकाऱ्यांनी जागच्या जागी दंड

ठोठावल्याचीदेखील नोंद होती. हे अहवाल वाचून आपण बरेच काही शिकलो आहोत, असे मला वाटले. पण त्यातून शिकलेल्या बऱ्याच गोष्टी लवकरच डोक्यातून काढून टाकाव्या लागणार होत्या.

पिंपुटकर हे खोट्या मिशा लावून आणि ट्रकचालकाचा वेष घालून सरकारी गोदामातून होणाऱ्या जीवनावश्यक वस्तूंच्या चोरटा व्यापार करणाऱ्या ट्रक्सच्या शोधात रात्री-बेरात्री कसे जायचे तसेच या बेकायदेशीर कृत्यांना आशीर्वाद देणाऱ्या नाक्यावरच्या पोलिसांना कसे पकडायचे याबद्दल मी वाचले होते. नवशिका अधिकारी असल्यामुळे मला या गोष्टी फारच रोमांचकारक वाटल्या. थोडा अनुभव आल्यानंतर मात्र याच गोष्टी अधिक चांगल्या पद्धतीने करण्यासाठी कर्मचारिवर्ग उपलब्ध असताना स्वत: जिल्हाधिकाऱ्यांनी अशा गोष्टी करणे कसे गरजेचे नाही अथवा योग्य नाही, हे माझ्या लक्षात आले.

राजपाल मला त्यांच्यासोबत त्यांच्या दौऱ्यांवर नेत असत. मी शहराबाहेर फार वेळ घालवत आहे, हे मुख्य सचिवांच्या लवकरच लक्षात आले. जिल्ह्याच्या ठिकाणी चालू असलेल्या माझ्या प्रशिक्षणामध्ये दौऱ्यांमुळे व्यत्यय येऊ नये, असा सल्ला त्यांनी सौम्यपणे जिल्हाधिकाऱ्यांना दिला. मला हे दौरे आवडू लागल्यामुळे हे समजल्यावर माझी काहीशी निराशाच झाली.

सहा महिन्यांनंतर मी विभागीय परीक्षेत यशस्वी झालो. आता मला एका तालुक्याची जबाबदारी देण्यात येणार होती. अहमदाबादहून रेल्वेने ६५ किलोमीटर अंतरावर असलेल्या ढोलका येथे माझी नेमणूक करण्यात आली.

अहमदाबादहून ढोलकाला रेल्वेने जाण्यासाठी मीटरगेजचा मार्ग एकपदरीच होता. तेथे पोहोचल्यावर गाव फारच छोटे असल्याचे माझ्या लक्षात आले. गावात वीज नव्हती, तसेच नळाद्वारे पाणीपुरवठ्याचीदेखील सोय नव्हती.

ज्या उपविभागाचा दोनापैकी एक तालुका ढोलका होता, त्या उपविभागाचे साहाय्यक जिल्हाधिकारी आर. ए. नाईक (आय.ए.एस.) हे होते. ते माझ्यापेक्षा सेवेत दोन वर्षं ज्येष्ठ होते आणि ते विवाहित होते. साहाय्यक जिल्हाधिकारी या पदाच्या अधिकाऱ्याला शोभेल असे एकच घर ढोलकामध्ये होते आणि ते नाईक यांनी भाड्याने घेतले होते. त्यामुळे मला आमच्या कार्यालयाच्या वरच्या मजल्यावर असलेल्या दोनपैकी एका 'सुईट'मध्ये मुक्काम ठोकावा लागला.

शिकाऊ साहाय्यक जिल्हाधिकाऱ्याची प्रशिक्षणासाठी ढोलकाला नियुक्ती करण्याची

परंपराच होती. कार्यालयीन अधीक्षक, ज्यांना 'रावसाहेब' या नावाने संबोधले जायचे आणि ज्यांच्या पदाला 'शिरस्तेदार' हे पर्यायी नाव होते, यांच्या नेतृत्वाखालील कर्मचारिवर्गाने अनेक शिकाऊ साहाय्यक जिल्हाधिकाऱ्यांना घडवले होते. रावसाहेबांनी माझा ताबा घेण्याची तयारी आरंभली. माझ्याकडे गाडी नसल्यामुळे ३०० रुपये देऊन माझ्यासाठी स्थानिक जातीच्या घोड्याची खरेदी करण्यात आली. घोडा मध्यम उंचीचा होता, तसेच तगडा आणि दणकट होता. आजूबाजूच्या रेताड प्रदेशातील दौऱ्यांसाठी तो योग्य होता. पुण्याहून आणलेला माझा नोकर गणपत माझ्यासोबत होताच. फोर्ड किंवा डॉज गाडी ठेवण्याची नेहमीची पद्धत सोडून घोडा ठेवणाऱ्या या साहाय्यक जिल्हाधिकाऱ्यांमुळे अनेक सेवकमंडळींना आनंद झाला. ते तितक्याच आनंदाने घोड्याची काळजी घेत.

मे महिन्याच्या मध्यामध्ये तापमान ४६० सेल्सियसपर्यंत पोहोचले होते. थोड्याच दिवसांत घराच्या आतील तापमानदेखील तिथपर्यंत जाऊन पोहोचणार होते. पहाटे लवकर उठून मी घोड्यावरून गावांच्या निरीक्षणासाठी निघत असे आणि सकाळी ११ वाजेपर्यंत परतण्याचा प्रयत्न करत असे. डोक्यावर सोला टोपी आणि सकाळची वेळ असूनदेखील उन्हाचा चटका बसायचाच.

एकदा घोड्यावरून एका गावातून परत येताना मला दूर क्षितिजावर मशिदींचे घुमट आणि मनोरे तसेच उंच अशी हिवराची झाडे दिसू लागली. शहराच्या स्थापत्याची एकूण ठेवण ही इस्लामी पद्धतीची वाटत होती. ते मृगजळ आहे, हे कळल्यानंतर माझी निराशा झाली. उन्हाळ्याच्या दिवसांतील हा नेहमीचाच प्रकार होता. अनुभवी वाटाड्या किंवा मार्गदर्शक सोबत असल्याशिवाय फिरू नये अशी मला ताकीद देण्यात आली, नाहीतर मृगजळामुळे चुकीच्या दिशेने दूरवर जाण्याचा धोका होता.

माझ्याकडे फक्त एकाच तालुक्याची जबाबदारी असल्यामुळे मला महिन्यातून दहा ते बारा दिवस दौऱ्यावर जावे लागत असे. प्रांताधिकाऱ्याला साधारणतः २० दिवस दौऱ्यावर जावे लागे. फायलींचे काम फारसे नसायचे. महसुली आणि कूळ प्रकरणातील अपिलांचे काम आणि काही फौजदारी गुन्हे चालवणे, ही कामे असायची. माझा बराचसा वेळ याच्यातच जायचा. मला प्रथमवर्ग न्यायदंडाधिकाऱ्याचे अधिकारदेखील बहाल करण्यात आले होते. गुन्ह्यांच्या मागची कारणे किरकोळ असायची. बहुतेक वेळा जमिनीवरून किंवा स्त्रियांवरून भांडणाला सुरुवात झालेली असायची. मात्र गुन्हा भयंकर रीतीने केला गेला असायचा. कदाचित तीव्र उन्हाच्या आणि वाळवंटाच्या प्रभावामुळे एखाद्याच्या डोक्यावर परिणाम होऊन तो वेडाच्या तात्पुरत्या भरात गुन्हा करून बसत असावा. स्थानिक वकिलांचे वागणे सहन करणे, ही एक प्रकारची शिक्षाच असायची. ही मंडळी साक्षीदारांना अप्रस्तुत प्रश्न तर

विचारायचेच शिवाय दंडाधिकाऱ्याशीदेखील वाद घालायचे. एखाद्या प्रकरणाचे तथ्य समोर स्पष्ट असताना असे करायची गरज नाही, असे मी सुरुवातीला सांगायचा प्रयत्न केला. पण थोड्याच अवधीत मला त्याची सवय झाली.

माझ्या शिरस्तेदारांनी मला धीर धरायला सांगितला आणि वकिलांना त्यांच्या पद्धतीने त्यांचे म्हणणे मांडण्याची मुभा द्यावी, हे पटवून दिले. जितक्या जोरात किंवा त्वेषाने ते आपली बाजू मांडतील, तितकी त्यांची फी वाढणार होती. हा मुद्दा तसा मला पटला. पण एकदा एक वकील मला 'माय ऑनर' असे संबोधू लागला आणि अखेर मी चिडलो. 'युवर ऑनर' संबोधन वापरणे योग्य ठरेल, असे मी त्याला सांगितले. पण त्याने *हायकोर्ट रिपोर्टर*चा अंक उघडून त्यात उच्च न्यायालयात न्यायमूर्तींना 'माय लॉर्ड' असे संबोधत असल्याचे दाखवले आणि म्हणजेच या न्यायालयात न्यायाधीशाला 'माय ऑनर' असेच संबोधले पाहिजे, असे सांगितले.

अखेर मी हा नाद सोडून दिला आणि मला 'सर' असे संबोधावे, असा त्या वकिलाला सल्ला दिला. आपला मुद्दा रेटण्यात तो यशस्वी झाला असल्यामुळे त्याला ही सूचना स्वीकारणे अवघड गेले नाही. तद्नंतर वकिलांशी वाद करण्याचे मी टाळत असे.

माझ्या ढोलकातील एक वर्षाच्या वास्तव्यात दोन घराण्यातील हाडवैर म्हणजे काय, हे माझ्या लक्षात आले. गावात दोन प्रमुख मुस्लीम घराणी होती. त्यांच्यातील वैर कशामुळे सुरू झाले होते, हे आता कोणालाच आठवत नव्हते. पण दर दोन महिन्यांनी आलटून-पालटून दोन्ही घराण्यातील कोणाचा तरी खून पडायचा. मोठ्या गर्दीच्या गावाच्या प्रमुख चौकात सर्वांच्यादेखत हा खून झाला पाहिजे, असा संकेत होता. हे कृत्य इतक्या पटकन आणि निर्घृणपणे केले जायचे की, कोणीही गुन्हेगारांना पकडायला किंवा साक्ष द्यायला पुढे यायला धजावत नसे. त्या बारा महिन्यांत सहा खून झाले. प्रत्येक घटनेनंतर पोलीस दोन्ही घराण्यांमधील प्रत्येकी सुमारे वीस-एक जण पकडून फौजदारी दंड संहितेच्या कलम १०७नुसार शांतता राखण्यासाठी त्यांच्याकडून जातमुचलका घेण्यासाठी माझ्यासमोर हजर करत. 'बैल गेला आणि झोपा केला' असा तो प्रकार होता. पण जातमुचलका घेण्याच्या आधी जामीन देण्याचा कार्यक्रम अत्यंत गांभीर्यपूर्वक होत असे. मग मी दोन्ही घराण्यातील ज्येष्ठांची आधी वेगवेगळी आणि त्यानंतर एकत्रित बैठक घेत असे. अकारण रक्त सांडण्याचे प्रकार सोडून द्यावेत, असा सल्ला मी त्यांना द्यायचो. पण दुसरा कागाळी करणार नाही, या अटीवरच हे प्रकरण संपवण्यास दोन्ही पक्ष कबूल होत असत. पण पडते कोणी घ्यायचे यावर एकमत होत नसल्यामुळे हे खूनसत्र सुरूच राहिले.

माझ्या शिरस्तेदारांनी गावात दहा वर्षं सेवा बजावली होती. या वैराचा गावातील इतर कोणालाच त्रास होत नसल्यामुळे त्यावर वेळ घालवणे व्यर्थ आहे, हे त्यांनी मला आधीच सांगितले होते. दोन्ही बाजूंची मनुष्यहानी होत असली, तरी कायदा आणि सुव्यवस्थेचा भंग होण्याची सुतराम शक्यता नव्हती, असे त्यांचे मत होते.

कामातून शिकण्याचा तसेच जिल्हाधिकारी कार्यालयात नियमावल्या आणि गाव तपासणीचे अहवाल वाचून मी जे काही शिकलो होतो, ते प्रत्यक्ष अमलात आणण्याचा हा काळ होता. महसुली बाबींमध्ये शेख नावाच्या सर्कल ऑफिसर यांनी माझे प्रशिक्षण आपल्या हातात घेतले. शेख हे कसलेले महसूल अधिकारी होते. कामात गडबडगुंडा करण्याच्या पटवाऱ्यांच्या सर्व तऱ्हा त्यांना चांगल्याच माहीत होत्या. तरुण प्रांताधिकाऱ्यांना कसे हाताळावे, हेही त्यांना चांगलेच माहीत होते. कार्यालयात बसून ज्या गोष्टी मी कधीच शिकू शकलो नसतो, त्या गोष्टी त्यांनी मला शिकवल्या.

मी घोडा घेतला आहे हे समजताच, त्यांनी गावच्या एका पटेलाकडून स्वत:साठी एक घोडा 'उधार' घेतला. जो घोडा ते उधार घेणार होते, त्याची उंची माझ्या घोड्याच्या उंचीपेक्षा किमान एका फुटाने कमी असेल, याची त्यांनी खबरदारी घेतली होती, जेणेकरून घोड्यावरून दौरा करत असताना प्रांताधिकाऱ्याच्या प्रतिष्ठेला कोणतीही बाधा येणार नाही. पटेलाच्या या घोड्याची आजूबाजूच्या खेड्यांमध्ये चांगली काळजी घेतली जाईल, याची त्यांनी खातरी करून घेतली. त्यामुळे माझ्या घोड्याचीदेखील अशीच निगा राखली जाईल, हे पक्के झाले. सरकारकडून मला दरमहा ६७ रुपये इतका घोडेभत्ता मिळायचा. घोड्याची व्यवस्थित काळजी घेतली जावी, यासाठी मी ही सर्व रक्कम शिरस्तेदारांच्या हवाली करत असे. पण फारसे प्रयत्न न करतादेखील माझ्या घोड्याला चांगल्या दर्जाचा चारा नेहमीच मिळायचा. माझा घोडेभत्ता शिरस्तेदार आणि सर्कल अधिकारी आपापसात वाटून घ्यायचे, अशी शंका मला आली.

सरकारने दिलेल्या तगावी कर्जांचा योग्य वापर झाला आहे का, हे पाहण्यासाठी जेव्हा अधिकारी तपासणी करायला जात, तेव्हा गावकरी कोणकोणत्या क्लृप्त्या वापरून त्यांना फसवू शकतात, हे शेख यांनी मला सांगितले. ही कर्जे विहिरी खणायला, बैल विकत घ्यायला इत्यादी कारणांसाठी दिली जायची. नीट लक्ष दिले नाही, तर तोच बैल दोनदोनदा अधिकाऱ्यासमोर हजर केला जाण्याची शक्यता होती. त्यामुळे कपड्यावर निशाणी मारण्यासाठी धोबीमंडळी जी शाई वापरत, ती मोठ्या प्रमाणावर शेख आपल्या बरोबर बाळगत. तपासणीसाठी बैल समोर आणला की

त्याच्या पार्श्वभागावर या शाईने ते एखादी खूण करून ठेवत. यामुळे पाच वेगवेगळे मालक तोच बैल तुमच्यासमोर हजर करत नसत. पण बैलाचे वय कसे तपासायचे? कर्ज तर तरुण बैल घेण्यासाठी दिले होते. बैलाचे तोंड उघडून त्याचे दात तपासून बैलाचे वय कसे ओळखावे, हे शेख यांनी मला शिकवले. थोड्याच दिवसांत गावकरीमंडळी नव्या प्रांताधिकाऱ्याच्या असामान्य क्षमतांबद्दल चर्चा करू लागले.

मी या आधी ज्या कोणत्या गोष्टी शिकलो होतो, त्यातील काही पूर्णत: विसरल्या पाहिजेत, हा शेख यांनी मला शिकवलेला सर्वांत महत्त्वाचा धडा होय. जिल्हाधिकारी कार्यालयात काम करत असताना मी माजी जिल्हाधिकारी पिंपुटकर यांनी सादर केलेल्या गाव तपासणीच्या टिपणांचा बारकाईने अभ्यास केला होता. मागे सांगितल्याप्रमाणे गावाच्या पटवाऱ्याचे दफ्तर परिपूर्ण पद्धतीने कसे तपासावे हे एखाद्या तरुण अधिकाऱ्याला शिकायचे असल्यास त्यासाठी ही टिपणे एक आदर्श नमुनाच होती. या गावतपासणीच्या अहवालातून पटवाऱ्यांची दफ्तरे कशी तपासावीत हे जसे मी शिकलो, तसेच काही त्रुटी आढळल्यास त्याबद्दल पटवाऱ्याला जागच्या जागी दंड केला पाहिजे, हेदेखील शिकलो. पिंपुटकरांच्या खास शैलीप्रमाणे मी तपासणी अहवालात पटवाऱ्याबद्दल प्रतिकूल शेरा मारीत असे. हा शेरा त्यानंतर त्याच्या वार्षिक गोपनीय अहवालात नोंदवला जात असे. मी तेवढ्यावरच न थांबता पुन्हा पिंपुटकरांच्या पद्धतीनुसार पटवाऱ्यावर १० ते ३० रुपयांचा दंड ठोठावत असे. त्या वेळचा पटवाऱ्यांचा पगार पाहता, ही रक्कम मोठीच होती.

पहिले तीन-चार महिने शेख याबद्दल माझ्याशी काहीच बोलले नाहीत. एके दिवशी मी माझ्या तंबूत बसलो असता माझ्यापाशी आले आणि म्हणाले, "साहेब, तुमची परवानगी असेल, तर मी तुमच्या निदर्शनास एक गोष्ट आणू इच्छितो." मी त्यांना तशी परवानगी दिली. जेव्हा-जेव्हा पटवाऱ्यावर दंड ठोठावला जातो, तेव्हा-तेव्हा तो गावावर सामुदायिक दंड ठोठावल्याचाच प्रकार होतो, असे शेख यांनी सांगितले. माझी ख्याती सर्वदूर पसरली होती. पिंपुटकरसाहेब बहादुरांच्या जमान्यात जे व्हायचे तेच आज होत आहे, असेदेखील ते पुढे म्हणाले.

प्रांताधिकारी यायच्या आधीच 'वर्गणी' गोळा करून ठेवण्यास पटवारी गावच्या पटेलांना सांगत असे. सरतेशेवटी पटवारी गावाचीच सेवा करत होता आणि पटेलांच्या प्रभावाखाली त्याने काही गोष्टी केल्या, तर त्याचा त्रास पटवाऱ्याला कशाला. या आवाहनाला प्रतिसाद मिळत असे आणि २५-३० रुपये जमा व्हायचे. मी माझा दंडाचा आदेश नोंदवताच पटवारी जागच्याजागी सर्कल अधिकाऱ्याकडे दंड जमा करायचा. बऱ्याच वेळा दंडाची रक्कम जमा झालेल्या 'वर्गणीपेक्षा' कमी असायची. उर्वरित रक्कम पटवाऱ्याच्या खिशात जायची. म्हणजेच दंड गावावर बसायचा आणि पटवाऱ्याला काहीच नुकसान व्हायचे नाही.

प्रांताधिकारी आणखी दोन वर्षे गावाला पुन्हा भेट देणार नाही, हे पटवाऱ्याला माहीत असायचे. त्यामुळे दंडाचा त्याच्या कार्यक्षमतेवर काहीच परिणाम होत नाही, असे आणखी स्पष्टीकरण शेख यांनी दिले. या सगळ्याचा परिणाम म्हणून दफ्तराची अवस्था अधिकच वाईट व्हायची. मला शेख यांचे म्हणणे रास्त वाटले आणि त्यांचा सल्लादेखील योग्य वाटला. पिंपुटकरांची पद्धत मी सोडून दिली आणि त्याऐवजी मी गावाच्या चावडीवरच सर्व गावकऱ्यांच्या समक्ष पटवाऱ्याच्या चुका दुरुस्त करू लागलो. अशा पद्धतीने समज दिल्यामुळे पटवारी शरमून जात. त्या शिवाय दंडाच्या तुलनेत या शिक्षेची परिणामकारकतादेखील अधिक असायची.

दौरे करत असताना बावला येथील छोटासा इन्स्पेक्शन बंगला हे माझे आवडते ठिकाण झाले होते. ढोलका-अहमदाबाद रेल्वेमार्गावर बरोबर मध्यावर 'बावला' हे गाव होते. त्यामुळे तिथे जाणे-येणे सोपे होते. हा बंगला शंभर वर्षांपूर्वी बांधला होता आणि रेल्वे स्थानकापासून तीन किलोमीटरवर होता. आजूबाजूला शेती असल्यामुळे परिसर हिरवागार होता. उंच छत आणि माती व चुन्याच्या जाड भिंती असल्यामुळे बंगला उन्हाळ्यात तुलनेने थंड असायचा. बावलात तेलाचा कारखाना आणि कापसाची गिरणी उभी राहिली होती. हा शहरात होऊ घातलेल्या औद्योगिकीकरणाचाच पुरावा होता. प्रगतीशील शेतकरी असणारा पटेल समाज बावलात राहत होता. आपण घेत असलेल्या कापूस, मका आणि शेंगदाणे या पिकांबद्दल त्यांना रास्त अभिमान होता. बावलाचे आणखी एक आकर्षण होते. मी गोखले इन्स्टिट्यूटमध्ये काम करत असताना तिथेच पदव्युत्तर शिक्षण घेत असलेल्या बावल्याच्याच भाईलाल पटेल यांच्याशी माझी ओळख झाली होती. आपला कौटुंबिक व्यवसायात काम करण्यासाठी पटेल बावल्यात एव्हाना परत आले होते. ते बावल्यात असल्यामुळे गंभीर विषयांवर बोलण्यासाठी मला बावल्यात निदान एकतरी व्यक्ती होती.

सरकारच्या नगरनियोजन संचालनालयाने बावल्यात मालमत्तांची मोजणी करून नकाशे बनवण्याचे काम हाती घेतले. तक्रारी ऐकण्यासाठी आणि नकाशाचा कच्चा आराखडा पक्का करून घेण्यासाठी माझी नेमणूक झाली. एखादे शहर वाढू लागले की, मग त्याचा भविष्यातील विकास सुनियोजित व्हावा यासाठी दीर्घकालीन योजना आखल्या जातात. यालाच 'नगर नियोजन' (Town planning) असे म्हणतात. सर्व स्थावर मालमत्तांची मोजणी आणि त्यांच्या सीमांची आखणी करणे तसेच त्यांच्या मालकीहक्कांच्या नोंदी करणे, ही नगर नियोजनातील पहिली पायरी. साधारणतः अशा मोजणींदरम्यान ज्या व्यक्तींची नोंद, मोजणी करणाऱ्यांनी सरकारी जमिनीवरील अतिक्रमणदार अशी केली असते, अशाच प्रकरणांशी संबंधित तक्रारी

पुढे येतात. यातील अनेक अतिक्रमणांचे स्वरूप सरकारी जमिनीवर घरांच्या पायऱ्या बांधल्या आहेत असेच होते. आपल्या जमिनीच्या सीमेपर्यंत बांधकाम करण्याची माणसाची स्वाभाविक वृत्ती असते आणि मग घरांच्या पायऱ्या या सार्वजनिक रस्त्यावर आणि बहुतेक वेळा घराच्या बाजूने जाणाऱ्या गटारावर बांधलेल्या असणार हे उघडच होते.

हे वाद सोडवण्यासाठी मला गावातील मुख्य रस्ते तसेच गटार असलेल्या आणि घाणीने भरलेल्या घरांमागील छोट्या गल्ली-बोळांमधून फिरत भेट द्यायला लागायची. लवकरच गावातील प्रत्येक घर आणि गल्ली माझ्या चांगल्या परिचयाची झाली. तरुणांसाठी आणि महिलांसाठी माझी भेट हा करमणुकीचाच कार्यक्रम झाला. माझे अस्खलित गुजराती बोलणे आणि गावकऱ्यांशी सहजरीत्या गप्पा मारणे, त्यांना फार आवडायचे.

मला हे काम पूर्ण करण्यासाठी तीन महिन्यांचा अवधी देण्यात आला होता. त्यामुळे मी स्वत:साठी एक वेळापत्रक तयार करून घेतले. ज्या मालमत्तांसंदर्भात वाद उपस्थित झाले आहेत, त्यांना मी सकाळी भेट देत असे आणि दुपारी एखाद्या भांडणातील दोन्ही बाजू ऐकून घेत असे. दोघांमधील भांडणे ही थोड्याशा तडजोडीने सोडवता यायची. पण आपण सरकारी जमिनीवर अतिक्रमण केले आहे, हे मान्य करणारी एकही व्यक्ती शोधूनसुद्धा सापडायची नाही.

बावल्याच्या पटेलमंडळींना कोर्टाची पायरी चढण्याची फारच हौस होती. अहमदाबादमधील नामवंत वकिलांना ते आपल्या प्रकरणांसाठी बावल्याला बोलावून घेत. ही वकीलमंडळी अहमदाबादहून रेल्वेने सकाळी येत आणि संध्याकाळच्या गाडीने परत जात. ते गलेलठ्ठ फी घेत असत. सरकारी जमिनीवरील जे अतिक्रमण १०० रुपये दंड भरून नियमित करता येत असे, अशा प्रकरणातदेखील अतिक्रमणदार वकिलांच्या फीवर दर दिवशी ५०० रुपयांपर्यंत खर्च करायला तयार आहेत, हे माझ्या लक्षात आले.

मोडी लिपीसारखीच असणारी जुनी गुजराती लिपी शिकण्यासाठी मी बरेच कष्ट घेतले. आपापल्या दाव्यांच्या समर्थनार्थ लोक तीन-चार शतके जुनी असलेली कागदपत्रे सादर करत. या कागदपत्रांची कसून छाननी करण्यात मी बरेच कष्ट घेतले. वेळ आणि पैसा वाया घालवण्यापेक्षा जमिनीवरील अतिक्रमण नियमित करून घ्या असा व्यावहारिक सल्ला जेव्हा जेव्हा मी या मंडळींना देत असे, तेव्हा तेव्हा लोक जोरदारपणे त्याला विरोध करत असत. आपल्या पूर्वजांनी सरकारी जमिनीवर अतिक्रमण केले आहे, हे कोण कसे बरे मान्य करील? असे होणे शक्यच नव्हते. आपल्या दाव्यांना पुष्टी देण्यासाठी ब्रिटिश काळात अमका तमका साहेबबहादुर त्यांच्या घरी कसा आणि केव्हा आला होता, याचे पुरावे सादर केले जायचे. आता

जर पायऱ्या सरकारी जमीनीवर अतिक्रमण करून बांधल्या गेल्या होत्या, तर तो साहेबबहादुर ती पायरी चढून घरात आलाच कसा असता, असा या मंडळींचा सवाल असायचा. अनेक वेळा पूर्वीच्या काळात सरकारने केलेल्या अतिक्रमणाच्या आरोपाविरुद्ध प्रतिवादीने दिल्लीतील फेडरल कोर्टापर्यंतच नव्हे, तर लंडनमधील प्रिव्ही काउन्सिलपर्यंत (Privy Council) गेल्याचा पुरावा सादर केला जात असे. अहमदबादहून येणारे वकीलदेखील आपल्या अशिलांना तडजोड करू देत नाहीत, हे लक्षात आल्यावर मात्र मी माझे प्रयत्न थांबवले. त्यामुळे पुढील अनेक दिवस मला बऱ्याच प्रकरणातील वाद-विवाद ऐकावे लागले आणि या मंडळींनी सर्वोच्च न्यायालयापर्यंत जाण्याची धमकी दिल्यामुळे संध्याकाळी बसून विस्तृत निकाल लिहीत बसावे लागले.

सहा महिन्यांनंतर मी नियमाप्रमाणे मुंबईत कनिष्ठस्तरीय विभागीय परीक्षा दिली आणि दिल्लीला माझ्या भावी पत्नीला भेटायला गेलो. ती सुट्टी आनंदात गेली. अनेक तरुण नातेवाईक मला भेटले. ज्यात प्रामुख्याने श्री. वसंतराव वैद्य यांचा – जे पुढे न्यू इंडिया व जनरल इन्शुरन्सचे प्रमुख झाले – उल्लेख करावा लागेल. माझ्या भावी सासू-सासऱ्यांनी ते बँकॉकला जाण्याची शक्यता आहे आणि तेथून त्यांना काही वर्षं तरी परत येता येणार नसल्याची शक्यता वर्तवली, त्यामुळे लग्न कदाचित लवकर करून घ्यावे लागेल, असे मला सांगितले. तत्पूर्वी मी साखरपुड्यानंतर दीड वर्षांनी लग्न व्हावे, असे सांगितले होते.

ढोलका येथे परत आल्यावर मी एकूण परिस्थितीचा विचार केला. मी कनिष्ठ स्तरीय विभागीय परीक्षेत यशस्वी झालो होतो. पण मी सहा महिन्यांनंतर होणाऱ्या वरिष्ठ स्तरीय विभागीय परीक्षेत यशस्वी झालो, तरच नोकरीत कायम (confirm) होणार होतो. माझ्या भावी पत्नीसाठी माझ्याकडे धड घरदेखील नव्हते. हिवाळ्याच्या महिन्यांमध्ये मी दौऱ्यांवर जाणे अपेक्षित होते आणि दौऱ्यांचा मोसम सुरू झालाच होता. तिला एकतर माझ्याबरोबर तरी यावे लागले असते किंवा ढोलकाला तरी राहावे लागले असते. कपडे आणि पुस्तके भरलेल्या दोन ट्रंका आणि स्वयंपाकासाठीचे सामान ज्यात ठेवलेले होते, असा एक मध्यम आकाराचा लाकडी खोका एवढीच संपत्ती माझ्याकडे होती. फर्निचर किंवा स्वयंपाकाची भांडी यांपैकी माझ्याकडे काहीच नव्हते. माझा हातातला पगारदेखील दरमहा ४०० रुपयांच्या आतच होता. वीज आणि पाणी मुबलक असलेल्या शहरांत आणि पंजाबमधील जिल्ह्याच्या ठिकाणी वाढलेल्या अशा मुलीसोबत मी या वाळवंटी प्रदेशात कसा काय संसार थाटणार होतो? हा प्रश्नच होता. हे सर्व मुद्दे नकारात्मकच होते. पण माझ्या भावी पत्नीला विवाह करून माझ्यासोबत यायचे होते, ही जमेची बाजू होती.

दोन्हीकडून येणारा कौटुंबिक दबाव यशस्वी झाला आणि जानेवारी, १९५४च्या मध्यावर लग्न होईल, याला मी तयार झालो. माझी पगारी रजा साठली नसल्यामुळे मला फक्त दहाच दिवसांची नैमित्तिक रजा (casual leave) मिळणार होती, हे मी स्पष्ट केले. पेशाने इंजिनिअर असणाऱ्या माझ्या सासऱ्यांनी कार्यक्रम चोखपणे आखला. मुंबईतील रेडिओ क्लबमध्ये १७ जानेवारी, १९५४ रोजी माझे लग्न पार पडले.

दुसऱ्याच दिवशी आम्ही माथेरानला गेलो आणि तीन-चार दिवसांनी कुटुंबीयांना भेटायला पुण्याला आलो. २५ जानेवारीला संध्याकाळी आम्ही मुंबईला परत आलो. दुसऱ्या दिवशी प्रजासत्ताक दिनाची सुट्टी असल्यामुळे मी २६च्या रात्री गुजरात मेलने अहमदाबादला परत जायचे ठरवले. पण २६ जानेवारीला सार्वजनिक इमारतींवर केलेली रोषणाई पाहण्यासाठी मुंबईत लाखो लोक बाहेर पडतात, हे आमच्या लक्षातच नव्हते. गुजरात मेल पकडण्यासाठी आम्ही मुंबई सेंट्रलला कसेबसे पोहोचलो. तरुण असल्यामुळे आम्हाला याचे काहीच वाटले नव्हते. माझी पत्नी जिल्ह्यातील आपल्या पुढच्या आयुष्याची आतुरतेने वाट पाहत होती; पण आपल्या पुढ्यात काय वाढून ठेवले आहे, याची तिला काहीच कल्पना नव्हती.

९

पत्नीसमवेत जिल्ह्यातील आयुष्य

दुसऱ्या दिवशी अहमदाबादला पोहोचताच काही मित्रांनी आमचे स्वागत केले. राजपाल यांनी आस्थेवाईकपणे आमच्यासाठी गाडी आणि वाहनचालक पाठवला होता. दिवसभरात आम्ही राजपाल आणि त्यांची पत्नी यांना तसेच शरद रेगेच्या घरी काही तरुण मित्रांना भेटलो. शरदचे लग्न थोड्याच दिवसांपूर्वी झाले होते. आम्ही एकमेकांशी परिचय करून घेतला. संध्याकाळच्या गाडीने आम्ही ढोलकासाठी रवाना झालो.

गाडीत बसल्यावर आपण ढोलकाला जात नसून बावला येथे जात आहोत, हे मी माझ्या पत्नीला सांगितले. बावला येथील काम मध्येच सोडून मी लग्नाला उभा राहिलो होतो आणि ते काम मला पूर्ण करणे गरजेचे आहे, हेदेखील मी तिला सांगितले. आम्ही अंधार पडल्यावर बावला येथे पोहोचलो. रेल्वेस्थानकावर स्थानिक अधिकाऱ्यांनी तसेच गोखले इन्स्टिट्यूटमधील पटेलांसकट काही प्रतिष्ठित नागरिकांनी आमचे स्वागत केले. पटेलांनी सौजन्य दाखवत आम्हाला इन्स्पेक्शन बंगल्यापर्यंत घेऊन जाण्यासाठी आपली गाडी आणली होती.

दुसऱ्या दिवशी सकाळी उठल्यावर बाग पूर्ण बहरली होती आणि बंगल्याभोवतीच्या शेतांमधील पिके डोलत होती, हे तिने पाहिले आणि हे वातावरण तिला फारच भावले. प्रांताधिकाऱ्याची नववधू पाहण्यासाठी बंगल्याजवळ घुटमळणाऱ्या गावातील महिलांशी बोलणे तिला फारच आवडले. आम्ही तिथे एक आठवडा राहिलो. काहीशा धास्तावलेल्या मनाने मी तिला ढोलकाला घेऊन जायचे ठरवले. आमची गाडी रात्री आठ वाजता ढोलकाला पोहोचली. ज्या पद्धतीने स्टेशनमास्तरांनी आमचे स्वागत केले आणि मणिलालने टांग्याची सोय केली होती, ते तिला फारच आवडले. गावातील दोन टांग्यापैकी एक आमच्या

दिमतीला होता. कार्यालयाचा वरच्या मजल्यावरील माझ्या खोलीत आल्यावर राहायला आपल्याला धड घरदेखील नाही, हे तिच्या लक्षात आले. वीज नव्हतीच; शिवाय नळाद्वारे पाण्याची सोयदेखील नव्हती. फ्रिज अर्थातच नव्हता. या सगळ्याचा तिला धक्का बसला, पण तिने या सर्व परिस्थितीशी जुळवून घेतले. तिचे सामान असलेल्या दहा ट्रंका आम्ही कार्यालयात ठेवल्या आणि माझ्या तालुक्याच्या मोठ्या दौऱ्यावर निघालो. चांगुलपणा दाखवत शेख यांनी तिला आपला घोडा देऊ केला. थोड्याच दिवसांत तिने या घोड्याची विशिष्ट अशी चाल आपल्या सवयीची करून घेतली.

दहा दिवस तंबूत राहण्याचा आणि त्यानंतर आठ दिवस इन्स्पेक्शन बंगल्यात राहण्याचा आम्ही कार्यक्रम आखला. तळ ठोकण्याची प्रक्रिया पाहणे तिला फारच गमतीदार वाटले. आम्ही यायच्या एक दिवस आधी मणिलाल सर्व सामान घेऊन पुढे जायचा. तळ ठोकण्याच्या ठिकाणी परंपरेने ज्या जागी प्रांताधिकाऱ्यांचा तंबू ठोकला जात असे, तिथेच तंबू ठोकून घेतला जायचा. साधारणपणे ही जागा गावाच्या बाहेर, पण एखाद्या जलस्रोताच्या जवळ आणि शक्यतो जवळ झाडी असलेल्या ठिकाणी असायची. आम्ही घोड्यांवरून मागाहून येत असू. तळावर आम्ही येणार म्हटल्यावर गावातील हालचालींना वेग यायचा. सर्व गावकामगार – ज्यात पोलीस-पाटील, गावपाटील, पटवारी, न्हावी इत्यादींचा समावेश होता – ही मंडळी जातीने हजर राहायची. ब्रिटिश गेल्यापासून आपल्या नवऱ्यासोबत दौऱ्यावर असताना घोड्यावर बसलेली प्रांताधिकाऱ्याची बायको त्यांनी पाहिलीच नव्हती. त्यामुळे या सगळ्याचा त्यांच्यावर चांगलाच प्रभाव पडला.

आमच्या तंबूचे नाव 'स्विस कॉटेज' (Swiss cottage) होते. तंबू दिसायला चांगला तसेच प्रशस्तदेखील होता. पुढच्या बाजूस बैठकीची खोली, मध्ये झोपण्याची सोय आणि मागच्या बाजूला अंघोळीची सोय केली होती. सुती सतरंज्या अंथरल्या होत्या आणि दुमडून ठेवता येतील, अशा खुर्च्या आणि टेबलदेखील होते. सगळी व्यवस्था चोख ठेवली जात आहे, याचा मणिलालला अभिमान होता. रात्री स्विस कॉटेजमध्ये पेट्रोमॅक्सचे दिवे लावलेले असायचे. त्यातील एखाद्या दिव्याची ज्योत अचानकपणे उफाळून यायची आणि छतापर्यंत पोहोचायची. याची सवय व्हायला माझ्या पत्नीला थोडा वेळ लागला.

फेब्रुवारी-मार्च या महिन्यांमधील हवामान चांगले होते आणि तंबूच्या भोवतालच्या परिसरातील शेतांमधील रब्बीच्या पिकांमुळे तर वातावरण अधिकच प्रसन्न वाटे. स्विस कॉटेजमध्ये राहण्याला माझी पत्नी स्थिरावली होती; पण दैनंदिन विधींसाठीची सोय पन्नास यार्डांवर ठोकलेल्या तंबूत केली होती. तिच्यासारख्या शहरात वाढलेल्या मुलीसाठी तेथपर्यंत चालत जाणे, हे सर्वांत मोठे आव्हान होते. तळावरील पोलीस

आणि गावकामगार यांच्यासमोरून तिथवर जाणे, हे तिच्यासाठी एकापरीने आपली लाज सोडून देण्याची सीमाच होती. अखेर मानवी गरजा या प्रतिष्ठेच्या कल्पनांहून वरचढ ठरल्या आणि याची तिला सवय झाली.

थोड्याच दिवसांत तिला घोडेस्वारी आणि गावातील स्त्रियांशी बोलणे आवडू लागले. सदैव हसतमुख व स्वैरपणे राहणाऱ्या राबाडी समाजाच्या स्त्रियांचे आयुष्य पाहणे, हा एक नाविन्यपूर्ण अनुभव होता. पारंपरिकरीत्या 'राबाडी' ही भटकी जमात आपल्या गुरांना घेऊन चरण्याची चांगली ठिकाणे शोधत हिंडत असते. पण आता राबाडी समाजातील बरेच जण गावांमध्ये स्थिरावू लागले होते. दुग्धव्यसाय हा या मंडळींचा मुख्य व्यवसाय झाला होता. उंच आणि सुंदर अशा राबाडी स्त्रियांचे शेकड्याने छोटे आरसे असलेले भडक लाल आणि हिरवे पोशाख पाहणे, माझ्या पत्नीला फार आवडे. डोक्यावर तीन-तीन भांडी घेऊन, चेहऱ्यावर कोणतीही चिंता नसलेल्या या बायका हात हलवत, ताठपणे चालत जात असत. शहरात वाढलेली ही नववधू पाहण्यासाठी त्याही उत्सुक असायचा. थोड्याच दिवसांत माझी पत्नी दुपारी उशिराने गावांना भेटी देऊन पटेल आणि गिरासदारमंडळीच्या घरातील स्त्रियांना भेटायला जाऊन त्यांच्या जीवनाबद्दल अधिक जाणून घेऊ लागली. भाषेचे अंतर आणि बुजरेपणा कमी झाल्यावर या महिला तिच्या येण्याची आतुरतेने वाट पाहू लागल्या.

लवकरच एप्रिल महिना उजाडला. आम्हाला राहायला असे घरच नसल्यामुळे ढोलकाला परत जाण्याची तशी घाई नव्हती. दर दिवशी पत्र आणि इतर कागदपत्रे कार्यालयाकडून पाठवली जात असत. रात्री त्यांचा फडशा पाडला जायचा आणि दुसऱ्या दिवशी सकाळी त्यांची पाठवणी व्हायची. ही पद्धत अत्यंत व्यवस्थितपणे चालली. सकाळचा वेळ निरीक्षणात जायचा, तर दुपारच्या वेळात फौजदारी आणि महसुली बाबींची सुनावणी होत असे. संध्याकाळचा वेळ ग्रामस्थांशी गप्पा मारण्यात जायचा. दिवसभर शेतात भरपूर काम करूनदेखील ही मंडळी संध्याकाळी किती निवांत असायची, याचे मला आश्चर्य वाटायचे. परतल्यानंतर आम्ही पत्रे आणि वर्तमानपत्रे आतुरतेने वाचत असू. रात्रीच्या जेवणानंतर मी फायली तपासत असे. दहा वाजता दिवस संपायचा आणि दुसऱ्या दिवशी सकाळी सहा वाजता सुरू व्हायचा.

एप्रिल महिन्यात मला वरिष्ठ-स्तरीय विभागीय परीक्षा द्यायची होती आणि त्यामुळे मला एका आठवड्यासाठी मुंबईला जायची संधी मिळाली. अनेक नवीन नातेवाइकांना आणि जुन्या मित्रांना भेटणे आम्हाला फार आवडले. परीक्षेत यशस्वी झाल्यानंतर मला ढोलका विभागाच्या साहाय्यक जिल्हाधिकारीपदी नेमले गेले. ढोलका विभागात ढोलका, धंदुका आणि साणंद महाल असे तीन तालुके होते. धंदुका हा पश्चिमेकडचा तालुका होता आणि सौराष्ट्रातल्या लिमडी या पूर्वीच्या

संस्थानाला लागून होता. तेथील नद्या म्हणजे खरे पाहता पावसाचे पाणी वाहून नेणारे मोठे नालेच होते. पावसाळा सोडला तर त्यात पाणी नसायचेच. हा भाग कोरडा, रेताड होता आणि तिथले पाणी मचूळ असायचे. लिमडीजवळील काही भागात जमिनीतले पाणी इतके खारट होते की, जेवणात वरून मीठ घालायला लागायचेच नाही. अहमदाबादच्या जवळचे साणंद हे अधिक हिरवेगार होते. येथे आंब्याच्या बागा होत्या. 'गिरासदार' या नावाने ओळखले जाणारे शेतकरी सधन होते. येथील बरीचशी जमीन, जहागीरदार आणि इनामदार यांच्या तसेच राजपूत ठाकुरांच्या ताब्यात होती आणि सामान्य शेतकऱ्यांवर या मंडळींचा चांगलाच प्रभाव होता. अलीकडे टाटांनी नॅनो मोटारीसाठी साणंदला कारखाना काढला आहे.

माझ्या अगोदरचे प्रांताधिकारी राम नाईक यांनी सोडलेल्या घरात आम्ही लवकरच स्थिरस्थावर झालो. हे घर गावाच्या रहिवासी भागातच होते. मुख्य रस्त्यावरून घरात येण्यासाठी एक भला मोठा दरवाजा होता. आत येताच समोर एक चौक लागायचा. डाव्या बाजूला दुमजली बंगली होती. ही आमची राहण्याची जागा होती. उजव्या बाजूला एक बैठी खोली होती. हेच आमचे स्वयंपाकघर आणि जेवणाची जागा होती. एका बाजूला पावसाचे पाणी साठवता यावे, यासाठी एक विहीर होती. पाऊस जर नेहमी प्रमाणे पडला नाही, तर पाण्यासाठी केलेली ही तजवीज होती. आश्चर्य म्हणजे विहिरीतील पाणी स्वच्छ आणि थंड असायचे. अर्थात ते पिण्याजोगे असायचेच असे नाही. घरापासून जवळच एक विहीर होती, जिच्यावर त्या वेळी नुकताच एक हँडपंप बसवला होता. गणपत चांगले काम करत होता. घरात मालकीणबाई आल्यामुळे सुरुवातीला तो आनंदात होता. पण आधीच्या काळात माझ्यासारख्या अविवाहित माणसाचा नोकर म्हणून त्याला जे स्वातंत्र्य उपभोगायची सवय झाली होती, ती आता हळूहळू कमी होऊ लागली. यामुळे तो अधिकाधिक दुर्मुखलेला होऊ लागला. घरकामासाठी आणि पाणी भरून आण्यासाठी आमच्याकडे एक दिसायला सुंदर आणि तगडी अशी राबाडी समाजातील एक महिला होती. एके दिवशी तिने सुट्टी घेतली, मुलाला जन्म दिला आणि दुसऱ्या दिवशी कामावर हजर झाली. हे सर्व होईपर्यंत तिला मूल होणार आहे, हे आमच्या लक्षातच आले नव्हते. मुलाला जन्म देणे इतके सोपे असू शकते, हे पाहून माझ्या पत्नीला फारच आश्चर्य वाटले. आमच्या भटकंतीदरम्यान आम्हाला ज्या अनेक गोष्टी शिकायला मिळाल्या, त्यांपैकी एक ही होती.

पुढील काही महिन्यांत त्या भागात फारसा पाऊस नसल्यामुळे आम्ही धंदुकाच्या कानाकोपऱ्यात फिरलो. या भागातील इन्स्पेक्शन बंगले १०० वर्षांपेक्षा जुने होते. बारवाला येथील बंगल्याच्या इमारतीत तर एके ठिकाणी १८४६ असे कोरलेला एक दगड होता. हे बंगले आपण व्यवस्थितरीत्या स्वच्छ ठेवतो, याचा तेथील

चौकीदारांना काय अभिमान असायचा. आयत्यावेळी सांगितले तरी ही मंडळी उत्तम जेवण करून देत असत. आजच्या सारखे विजेवर चालणारे पंखे नसल्यामुळे उन्हाळ्याच्या महिन्यांमध्ये जवळ-जवळ खोलीच्या रुंदीएवढ्या मोठ्या कापडी पंख्याखाली आम्ही रात्री झोपत असू. खोलीच्या बाहेर बसलेला तरुण नोकर रात्रभर पंखा हलत राहावा, यासाठी दोरी ओढत राहायचा. तो झोपला आहे असे वाटायचे, पण तो तालात पंख्याची दोरी ओढायचा.

ग्रामीण भागात करमणुकीचे कोणतेही साधन नव्हते आणि गप्पा मारायलादेखील कोणी नसायचे. त्यामुळे दिवसाचा वेळ घालवण्यासाठी स्थानिक लोकांत मिसळणे हाच एक पर्याय होता. या वाळवंटी प्रदेशात संध्याकाळपर्यंत हवा थंड होऊ लागायची. रात्री आम्ही चारपाईवर उघड्यावर झोपत असू. डास आणि इतर किड्यांपासून बचावासाठी आम्ही मच्छरदाण्या लावलेल्या असायच्या. पुढे काय होणार याची काहीच शाश्वती नसल्यामुळे जीवन कधीच नीरस वाटले नाही.

एकदा धंदुका येथील इन्स्पेक्शन बंगल्याच्या आवारात आम्ही उघड्यावर नदीच्या तीरावर झोपलो असताना जवळच असलेल्या नदीपात्रातून अनेक गुरेढोरे पळण्याच्या आवाजामुळे आम्हाला जाग आली. पाणी जोरात वाहत चालल्याचा आवाज ऐकू आला आणि अचानकपणे आमची लाकडी चारपाई पाण्यात तरंगू लागली. अचानक आलेल्या पुराचे हे पाणी होते. नदीकाठीच असल्यामुळे आम्हाला सुरक्षित ठिकाणी चढून जाता आले. आमचा पलंगपोस आणि इतर सामान मात्र पुरात वाहून गेले.

माझे जुने जिल्हाधिकारी राजपाल यांची मुंबईला बदली झाली आणि त्यांच्या जागी श्री. सुराडकर (ज्यांना आम्ही 'श्री. एस.' असे संबोधित असू.) आले. ते पूर्वी उपजिल्हाधिकारी होते आणि राज्यसेवेतून त्यांची आय.ए.एस.मध्ये बढती झाली होती. त्यांचा स्वभाव राजपाल यांच्यापेक्षा फार वेगळा होता. त्यांच्या निवृत्तीला फक्त तीन-चार वर्षेच राहिली होती. त्यांच्या प्रशासनाच्या आणि एकूण आयुष्याच्या अनुभवामुळे ते सगळ्या गोष्टींकडे काहीशा स्थितप्रज्ञ वृत्तीने पाहत असत. ते शांतपणे आणि कार्यक्षमतेने आपले काम करत असत. ते कधी मला सल्ला देण्याच्या फंदात पडले नाहीत. त्यामुळे पुढील चार-पाच महिने माझ्याकडे फारसे कोणी लक्षच दिले नाही. यामुळे मला माझ्या कामाची आखणी करण्याचे अधिक स्वातंत्र्य मिळणार होते आणि विविध प्रकारच्या व्यक्ती आणि प्रकरणे हाताळण्याचा आत्मविश्वास मला मिळणार होता. त्यामुळे मला या दुर्लक्षाचे काहीच वाटले नाही.

ज्या वेळी श्री. सुराडकर ढोलकाला पहिल्यांदाच येणार होते, तेव्हा त्यांना आमच्याकडे जेवायला बोलावता येईल, एवढ्यादेखील सोयी नव्हत्या. त्यामुळे आम्ही त्यांना संध्याकाळी चहा-फराळाला बोलावले. जिल्हाधिकाऱ्यांचे आमच्या

घरात स्वागत करण्यास माझी पत्नी उत्सुकच होती. गणपतला हाताशी घेऊन तिने सर्व पदार्थ केले आणि दिल्लीहून आणलेली क्रोकरी वापरून चहा तयार ठेवला. श्री. एस. आले. अत्यंत नम्रपणे त्यांनी आमची ख्यालीखुशाली विचारली. माझ्या पत्नीने त्यांच्या समोर सर्व पदार्थ आणून ठेवले. त्यांनी प्लेटकडे पाहिले आणि म्हणाले, "मला माफ करा, पण आज माझा उपवास आहे." हा नम्रपणा त्यांच्या स्वभावाचा भागच होता. पण जिल्हाधिकाऱ्यांचा त्या दिवशी उपवास असतो का, हे आधीच माहिती करून न घेतल्यामुळे माझी पत्नी माझ्यावर चिडली. उपवास आहे किंवा नाही हे यजमानांना सांगणे हे पाहुण्यांचे कर्तव्य आहे, हे माझे स्पष्टीकरण तिला अजिबात पटले नाही. पुढील काही दिवस मला या फराळावरच काढावे लागले.

यानंतर आम्ही श्री. एस.ना देवमाणूस म्हणायचे ठरवले. सोयीस्कररीत्या इंग्रजी भाषेत देवमाणूसचा संक्षेप 'डी.एम.' झाला. सोयीनुसार डी.एम.चा विस्तार डिस्ट्रिक्ट मॅजिस्ट्रेट म्हणजेच जिल्हा दंडाधिकारी असादेखील करता यायचा. हा देवमाणूस जितका साधा-भोळा वाटायचा तितका काही तो तसा नव्हता. तसे ते मदत करायचे; पण गरज पडली तर निष्ठुरपणे वागत असत. प्रशासनाशी संबंधित अनेक व्यावहारिक बाबी मला त्यांच्याकडून शिकता आल्या.

एकदा मी नगरसर्वेक्षण आणि महसुली प्रकरणांच्या सुनावणीसाठी ढोलकाहून बावलाला रेल्वेने जात होतो. यातील बहुतेक महसुली प्रकरणे अपिलाची होती. माझी पत्नी ढोलकालाच राहिली असल्यामुळे त्या दिवशी मी वीस-एक प्रकरणे हाताळून रात्री परत यायचे ठरवले होते. इन्स्पेक्शन बंगल्यावर पोहोचताच या प्रकरणांची कागदपत्रे माझा पट्टेवाला गाडीतच विसरला आहे, हे माझ्या लक्षात आले. आमची गाडी एव्हाना अहमदाबादला रवाना झाली होती. प्रकरणातील वादी-प्रतिवादी आणि त्यांची वकीलमंडळी लवकरच येणार होती. कागदपत्रांशिवाय सुनावणी करणे अशक्य असल्यामुळे मी अस्वस्थ झालो. कागदपत्रे हरवल्याचे सगळ्यांना समजेल आणि मग वकीलमंडळी बरीच गडबड करतील. आता पुढे काय-काय होऊ शकते, हे माझ्या मनात येऊ लागले. मूळ कागदपत्रे हरवल्यामुळे माझी नोकरी जाऊ शकत होती. किमानपक्षी उच्च न्यायालय माझ्यावर ताशेरे तरी ओढेल, अशी शक्यता होती.

सर्व मंडळींना खरे कारण न सांगता मी माझ्या पट्टेवाल्याबरोबर रेल्वे स्थानकावर परत गेलो. स्टेशन मास्तरांना रेल्वेच्या दूरध्वनी यंत्रणेवरून माझ्या डब्यात कागदपत्रांचा शोध घेण्यासाठी निरोप पाठवायला सांगितला आणि अहमदाबादची पुढची गाडी पकडली. अहमदाबाद स्थानकावर रेल्वे पोलिसांनी गाडीची कसून तपासणी केली होती, पण कागदपत्रे सापडली नव्हती. अत्यंत अस्वस्थ होऊन मी डी.एम.ना भेटायला गेलो आणि माझ्या हाताखालच्या कर्मचाऱ्याने केलेल्या घोडचुकीची

कबुली दिली. कागदपत्रांची सुरक्षितता ही माझी जबाबदारी असल्यामुळे मी या चुकीसाठी कोणतीही शिक्षा भोगायला तयार आहे, असे मी सांगितले. एकही शब्द न उच्चारता डी.एम. यांनी मला चहा दिला आणि तोंडातली सुपारी चघळत राहिले. त्यांना घटनेचे गांभीर्य समजले नव्हते, असे वाटल्यामुळे मी त्यांना सगळी रामकहाणी पुन्हा ऐकवली. त्यांनी माझ्याकडे पाहिले आणि म्हणाले, "त्यात काय झाले?"

मला आश्चर्याचा धक्काच बसला. मूळ कागदपत्रे हरवल्यामुळे प्रत्येक प्रकरणाची सुनावणी नव्याने करावी लागणार इत्यादी गोष्टी मी त्यांना सांगितल्या. त्यांनी माझ्याकडे रोखून पाहिले आणि म्हणाले, "सरकारी कचेऱ्यांमधून दर वर्षी कितीशे कागदपत्रे गहाळ होतात, ते तुम्हाला माहीत आहे काय?" काही क्षण ते मुद्दामहून सुपारी चघळत राहिले. मग मला म्हणाले, "तुमचीदेखील कागदपत्रे हरवली तर काय झाले?" त्यांनी मला मोलाचा सल्ला दिला. "मूळ निर्णय ज्यांचा बाजूने लागले होते, त्यांना एक-एक करून बोलावून घ्या. या मंडळींना या निकालांमध्ये रस असल्यामुळे ते कागदपत्रांच्या प्रती आणून देतील. जी मंडळी खालच्या कोर्टात हरली आहेत, त्यांच्या दृष्टीने कागदपत्रे गहाळ होणे, हे त्यांच्या फायद्याचेच होते. कोणती कागदपत्रे अस्सल आहेत आणि कोणती अस्सल कागदपत्रांची सत्यप्रत आहे, याचा वाद वादी-प्रतिवादी पुढे अनेक वर्षे घालत राहातील." ते काय बोलत आहेत, यावर माझा विश्वासच बसेना. पण त्यांच्या बोलण्यात तथ्य होते.

सुदैवाने मी जिल्हा पोलीस अधीक्षकांच्या बंगल्यात शिरताच मला एक चांगली बातमी ऐकायला मिळाली. अहमदाबादच्या एक स्थानक अलीकडे गाडीतून उतरलेल्या आणि हातात कागदपत्रांचे बाड घेऊन चाललेल्या एका व्यक्तीला पोलिसांनी पकडले होते. हटकल्यावर त्या व्यक्तीने ती कागदपत्रे लागलीच पोलिसांच्या हवाली केली. फक्त निरुपयोगी सरकारी कागदच आपल्या हाती लागले आहेत आणि त्यामुळे आपल्याला त्याचा त्रासच होणार आहे, हे त्या चोराच्या लक्षात आले होते. त्यामुळे त्याने ती कागदपत्रे आनंदाने पोलिसांच्या हवाली केली.

आम्ही दोघे अधून-मधून अहमदाबादला भेट देत असू. जिल्ह्यातील सर्व अधिकाऱ्यांच्या एकदिवसीय बैठका महिन्यातून एकदा व्हायच्या आणि साधारणत: त्यामुळेच आमची अहमदाबादची भेट घडून यायची. दरम्यानच्या काळात विठ्ठल माविनकुर्वेंचा विवाह झाला होता. रेगे सपत्नीक आणि कधीतरी माविनकुर्वे सपत्नीक या आमच्या मित्रमंडळींना भेटणे आम्हाला फार आवड असे. त्या वेळी नवीनच सुरू झालेल्या क्वालिटी रेस्तोराँ (Restaurant)मध्ये जेवणे आणि रिलीफ थिएटरमध्ये चित्रपट पाहणे, हा आमचा आवडता कार्यक्रम असे.

वर्षाच्या मध्यावर आम्ही दोन आठवड्याच्या सुट्टीसाठी दिल्लीला गेलो. दिल्लीलाच असताना माझी बदली बनासकांठा जिल्ह्यातील माउंट अबू उपविभागात झाली

असल्याची आनंदाची बातमी मला समजली. या उपविभागाचे मुख्यालय नुकतेच माउंट अबूला हलवण्यात आले होते, ही या नियुक्तीतली सर्वांत आकर्षक बाब होती. आय.ए.एस. प्रशिक्षण प्रशालेत असताना मी माउंट अबूला भेट दिली होतीच आणि त्यामुळे ढोलकाच्या आमच्या वास्तव्याच्या तुलनेत हा किती चांगला बदल आहे, हे माझ्या लक्षात आले.

१०

जिल्हा प्रशासनाचा श्रीगणेशा

बनासकांठा हा त्यावेळच्या मुंबई राज्याचा सर्वांत उत्तरेकडचा जिल्हा होता. त्याचा बहुतेक भाग वाळवंटी होता आणि थरच्या वाळवंटाची सुरुवात काहीशे मैल पश्चिमेकडे होत होती. त्यामुळे बनासकांठा जिल्ह्यातील नियुक्ती ही 'पनिशमेंट पोस्टिंग' (punishment posting) मानली जायची. एखाद्या अधिकाऱ्याला शिक्षा द्यायची असेल, तर त्याला बनासकांठ्याला पाठवले जाते, असा समज होता. हा जिल्हा म्हणजे पूर्वीचे पालनपूर संस्थान होय. पालनपूरच्या नबाबांबद्दल इतर संस्थानिकांमध्येदेखील आदराची भावना होती. ते सुशिक्षित आणि सुसंस्कृत होते आणि त्यांची पत्नी युरोपियन होती. नेमस्त वृत्ती आणि व्हाइसरॉयशी चांगले संबंध याबद्दल त्यांची ख्याती होती. शेजारील काही संस्थानिक – ज्यात एका हिंदू संस्थानिकाचादेखील समावेश होता – जेव्हा पाकिस्तानात सामील होण्यासाठी विचार करत होते, तेव्हा पालनपूरच्या नबाबांनी भारतात सामील होण्यासाठी पुढाकार घेतला. इतकेच नव्हे, तर भारतात सामील होणे कसे आवश्यक आहे, हे त्यांनी इतर संस्थानिकांना पटवून दिले. त्यामुळे स्वातंत्र्योत्तर काळातदेखील दिल्ली दरबारात त्यांचे वजन होते.

माउंट अबूकरता अबू रोडला जायला आम्ही अहमदाबाद-दिल्ली रेल्वे मार्गाने निघालो आणि दोन-एक तासांनी आम्ही पालनपूरला पोहोचलो. रेल्वे स्थानकावर जिल्हाधिकारी कार्यालयातील काही अधिकाऱ्यांनी आमची भेट घेतली. जिल्हाधिकाऱ्यांच्या वतीने ते आमचे स्वागत करायला आले होते. नेहमीच्या प्रथेनुसार जिल्हाधिकाऱ्यांनी बोलावल्याशिवाय मी त्यांना भेटायला पालनपूरला जाऊ नये, असा जिल्हाधिकाऱ्यांचाच निरोप या अधिकाऱ्यांनी मला दिला. हा निरोप मला काहीसा चमत्कारिकच वाटला.

अबू रोड स्थानकावर स्थानिक तहसीलदार आणि अबू रोड नगरपालिकेचे अध्यक्ष असलेले वयस्कर आणि पोक्त पारशी गृहस्थ या दोघांनी माझे स्वागत केले.

अध्यक्षांनी चांगुलपणा दाखवत माउंट अबूला जाण्यासाठी आमच्यासाठी गाडीची सोय केली होती. तासाभरातच आम्ही ढोलकाच्या तुलनेत हिरव्यागार वनश्रीने प्रसन्न केलेल्या वातावरणात जाऊन पोहोचलो.

मी उत्साहाने माझ्या विविध जबाबदाऱ्या स्वीकारल्या. मी अबू रोड आणि दांटा (Danta) या दोन तालुक्यांचा उपविभागीय अधिकारी होतो. मी वनाधिकारी आणि माउंट अबू नगरपालिकेचा अध्यक्षदेखील होतो. हिल स्टेशनचा अधीक्षक या नात्याने सर्व स्थानिक कार्यालये माझ्या अधिकारक्षेत्रात येत होती. हिल स्टेशनचा अधीक्षक (superintendent) हे पद ब्रिटिशांनी पहिल्यांदा महाबळेश्वरसाठी स्थापित केले होते. थंड हवेच्या ठिकाणांचा सुनियोजित पद्धतीने विकास व्हावा, हा त्यामागचा उद्देश होता. माउंट अबूचे सर्वांत मोठे आकर्षण होते, भारतीय पोलीस सेवेची प्रशिक्षण प्रशाला.

भारतीय पोलीस सेवेतील सरदार वाऱ्याम सिंग (Waryam Singh) हे त्या वेळी प्रशालेचे प्रमुख होते. ते पंजाब केडरचे जुन्या जमान्यातील आय.जी. अधिकारी होते आणि माझ्या सासू-सासऱ्यांची आणि त्यांची चांगली ओळख होती. त्यांनी आमचे प्रेमाने स्वागत केले. आमच्या अडीच वर्षांच्या वास्तव्यात आम्ही त्यांचा अनेक वेळा पाहुणचार घेतला. त्यांची थोरली मुलगी आणि लष्कराच्या अभियांत्रिकी सेवेत असलेले तिचे पती कर्नल अर्जुन सिंह यांच्याशी आमची मैत्री झाली. अर्जुन सिंह पुढे लेफ्टनंट जनरल पदापर्यंत पोहोचले. वाऱ्याम सिंह यांची धाकटी मुलगी अमृत कौर त्या वेळी ९-१० वर्षांची होती. तिचा विवाह भारतीय विदेश सेवेतील इंद्रजीत चड्ढा यांच्याशी झाला. चड्ढा हे माझ्यानंतर जिनिव्हा येथील गॅट (Gatt) आणि उंक्टाड (Unctad) या आंतरराष्ट्रीय संस्थांमध्ये भारताचे निवासी प्रतिनिधी होते. आंतरराष्ट्रीय पातळीवरच्या आर्थिक बाबींमध्ये त्यांनी नाव कमावले. उंक्टाडच्या सचिवालयात त्यांनी काही वर्षे काम केले आणि त्यानंतर ते बांगलादेशात भारताचे राजदूत होते.

पहिले काही महिने आम्ही भाड्याच्या घरात राहत होतो. लवकरच आय.पी.एस. अधिकाऱ्याच्या मेससमोरील 'कॅरिक कॉटेज' (Carrick Cottage) या नावाने ओळखले जाणारे घर हे साहाय्यक जिल्हाधिकारी आणि उपविभागीय दंडाधिकाऱ्याचे शासकीय निवासस्थान असेल हे ठरवण्यात आले. मी येण्याच्या काहीच दिवस आधी माउंट अबूला उपविभागाचे मुख्यालय हलवण्यात आले असल्यामुळे शासकीय निवासस्थानाची तरतूदच केली गेली नव्हती.

आम्ही लवकरच या घरात स्थिरावलो. नेहमी लागणारी नोकरमंडळी, एक बेअरा आणि एक स्वयंपाकी आमच्यासोबत असायचेच. माझ्या मुलाचा जन्म झाल्यावर या चमूत एका आयाचा समावेश झाला. एकूण आमचे जीवन आनंदाचे

आणि चांगले होते. गुजरात आणि राजस्थानच्या संस्थानिकांसाठीचे थंड हवेचे ठिकाण म्हणून माउंट अबूला विकसित करण्यात आले होते. राजस्थानी संस्थानांसाठी नियुक्त केलेल्या रेसिडेंटने माउंट अबूला आपले मुख्यालयाचे ठिकाण केले होते. त्यामुळे माउंट अबूला उन्हाळ्यात अधून-मधून होणाऱ्या भेटींदरम्यान राहण्याची सोय म्हणून बऱ्याच संस्थानिकांनी येथे आलिशान महाल किंवा बंगले बांधले होते. रेसिडेंटचे घर हे माउंट अबूमधील सर्वांत उंच ठिकाणी होते. आता ते भारत सरकारच्या ताब्यात होते आणि गृहमंत्री आणि इतर बड्या व्यक्तींच्या भेटींदरम्यान राहण्याची सोय व्हावी म्हणून त्याचा विश्रामगृह म्हणून वापर होत असे. माउंट अबूला असा एक चांगला क्लब होता. संध्याकाळचा वेळ घालवण्यासाठी हे एक उत्तम ठिकाण होते. जवळ-जवळ प्रत्येक संध्याकाळी तिथे प्रशिक्षण प्रशालेचे प्रमुख आणि माउंट अबू येथील लष्करी तुकडीच्या प्रमुख असलेल्या कर्नलपदावरचे अधिकारी यांची उपस्थिती असायची. त्यामुळे जुन्या रीतीभाती पाळल्या जात असत. मी तुलनेने फारच कनिष्ठ अधिकारी होतो, पण उपविभागाची जबाबदारी माझ्याकडे असल्यामुळे मला क्लबचे अध्यक्ष होण्यास सांगण्यात आले. ज्येष्ठतेचा अहं इतरांशी वागण्या-बोलण्याच्या आड येत नव्हता आणि जुन्या परंपरा पाळल्या जात होत्या, असा तो जुना काळ होता.

माउंट अबूपासून काही मैलांवर असलेल्या दिलवाडा येथील मंदिरे हे एक महत्त्वाचे पर्यटन स्थळ होते. पर्यटकांना जाता येतील, अशी इतरही काही ठिकाणे होती. माझ्या तीन वर्षांच्या वास्तव्यात मी माउंट अबू येथील तलाव आणि त्याच्या परिसराचे सुशोभीकरण करून घेतले, तलावाकाठी पदपथ बांधून घेतला आणि तिथे विजेची सोय केली. माउंट अबूला एकच गैरसोय होती. मला माझ्या उपविभागात केव्हाही दौऱ्यावर जायचे झाल्यास मला गाडीने अबू रोडला यायला लागायचे. अबू रोड तालुका हा पूर्वी एका राजपूत संस्थानिकाच्या अधिपत्याखालील एक संस्थान होते. येथे प्रामुख्याने भिल्ल समाजाची वस्ती होती. अबू रोड आणि दांटा या तालुक्याच्या सीमेवर गुजरात आणि राजस्थानातील लोकांचे श्रद्धास्थान असलेले प्रसिद्ध अंबाजी मंदिर होते. मी त्या जंगल असलेल्या भागाला अनेक भेटी दिल्या तसेच तळ ठोकून तंबूतदेखील राहिलो. या भागात कधी-कधी वाघ दिसायचे. मी ज्या इन्स्पेक्शन बंगल्यात राहत असे किंवा ज्या तंबूत असे, त्याच्याभोवती नेहमीच भिल्लमंडळी जमा होऊन शेकोटी करून बसायची.

अबू रोड तालुक्यात आणि शेजारील राजस्थानातील सिरोही जिल्ह्यात सरकारला लवकरच एका वेगळ्या धोक्याचा सामना करावा लागणार होता. कुप्रसिद्ध महिला दरोडेखोर पुतळी आणि तिची टोळी सक्रिय झाली होती. आणि त्या वेळी सरकारी अधिकारी – विशेषत: दंडाधिकारी – यांच्यावर तिचा राग होता. एकदा मी तिच्या

तडाख्यातून थोडक्यात बचावलो. अबू रोडहून १०-१२ कि.मी. अंतरावर असलेल्या ठिकाणी मी तळ ठोकायचे ठरवले. अबू रोडला मी काही फौजदारी प्रकरणांची सुनावणी पूर्ण केली आणि रात्रीच्या मुक्कामासाठी त्या ठिकाणी मी जायला निघणारच होतो. माझ्या जमादारासोबत माझे सामान तळाच्या ठिकाणी आधीच पोहोचले होते. दिवस संपताच मला काय वाटले कोणास ठाऊक, पण अबू रोड सोडून तळाच्या ठिकाणी जाऊ नये, असे मला वाटू लागले. मी दुसऱ्या दिवशी लवकर जायचे ठरवले. दुसऱ्या दिवशी मी तळावर पोहोचताच तिथे प्रचंड प्रमाणात गडबड झाली असल्याचे मला आढळले. रात्री पुतळी आणि तिच्या टोळीने तळावर हल्ला करून मला शोधण्याचा प्रयत्न केला होता. मी सापडलो नाही म्हणून माझ्या जमादाराला आणि इन्स्पेक्शन बंगल्याच्या चौकीदाराला पुष्कळ मारले होते. मी थोडक्यात बचावलो होतो.

जिल्हाधिकारी व्ही. शंकर (आय.सी.एस.) यांनी मी त्यांना भेटायला यायच्याऐवजी तेच मला भेटायला येतील, असा निरोप पाठवला होता. सनदी सेवेत शंकर यांचे नाव मोठे होते. अनेक वर्षे त्यांनी सरदार पटेल यांचे वैयक्तिक सचिव म्हणून काम केले होते. अत्यंत चाणाक्ष आणि बुद्धिमान म्हणून ते प्रसिद्ध होते. संस्थानांमध्येदेखील ते प्रसिद्ध होते. व्ही. पी. मेनन सोडले, तर कदाचित संस्थानांमध्ये शंकर यांच्याइतका सुपरिचित दुसरा कोणताही अधिकारी नसावा. केंद्र सरकारमध्ये ते सहसचिवपदापर्यंत पोहोचले होते आणि ते तिथेच राहिले असते, पण विवाहित असताना आणि दोन मोठ्या मुली असूनदेखील त्यांनी एका तरुण स्त्रीशी विवाह केला होता. पंतप्रधानांचा सल्ला झुगारून त्यांनी हे पाऊल उचलले होते. याच कारणासाठी त्यांना मुंबई या आपल्या मुळच्या केडरच्या राज्यात परत पाठवण्यात आले. अधिकारी म्हणून शंकर मोरारजीभाई देसाईंना पसंत होते. तसेच त्यांच्या गुणांबद्दल मोरारजीभाईंना कौतुकदेखील होते. पण मोरारजीभाईंनी शंकरना सचिवालयात सचिवपदी नेमले नाही. त्यांना शिक्षा म्हणून बनासकांठाचे जिल्हाधिकारी आणि जिल्हादंडाधिकारी या पदावर नियुक्त करण्यात आले.

व्ही. शंकर आणि त्यांची तरुण पत्नी लवकरच पालनपूरला स्थिरावले. आपल्याला मिळालेल्या शिक्षेबद्दल तक्रार करण्यापेक्षा त्यांनी या मागासभागाचा विकास करण्याच्या योजना आखल्या. आपल्या मदतीसाठी दोन तरुण आय.ए.एस. अधिकाऱ्यांची नियुक्ती करावी, अशी त्यांनी सरकारला विनंती केली. ही विनंती मान्य झाली आणि अशा अधिकाऱ्यांच्या यादीतील दोघांची निवड करण्यास शंकर यांना सांगितले. त्या वेळी ठाणे जिल्ह्यात असलेले बी. जी. देशमुख आणि मी अशा दोघांची त्यांनी निवड केली. देशमुखांना थर विभागाची जबाबदारी देण्यात आली. थर हा तसा रेताड आणि वाळवंटी प्रदेश होता आणि देशमुखांना बहुतेकवेळा उंटावरून

प्रवास करावा लागायचा. माझ्या उपविभागात थोडेफार तरी रस्ते असल्यामुळे देशमुखांनी मला माझ्या वापरासाठी त्यांची जुनी डॉज गाडी देऊ केली. त्यामुळे माझी सोय झाली. निदान माझा माउंट अबू ते अबू रोड तसेच अंबाजीचा प्रवास सोपा झाला. एरवी मी घोडा वापरत असे. यामुळे देशमुखांची गाडी चालत्या स्थितीत राहिली.

जिल्ह्याची वाटणी जशी दोन महसुली उपविभागात करण्यात आली होती तशीच ती दोन पोलीस उपविभागातदेखील करण्यात आली होती. एकाची जबाबदारी आर.एन. हळदीपूर (आय.पी.एस.) यांच्याकडे होती. कालांतराने ते भारतीय सीमावर्ती प्रशासकीय सेवेत (Indian Frontier Administrative Service) दाखल झाले आणि त्यांची ईशान्य भारतातील कारकिर्द गाजली. पुढे ते अरुणाचल प्रदेशचे नायब राज्यपाल झाले. दुसऱ्या उपविभागाची जबाबदारी कल्याणपूरकर (आय.पी.एस.) यांच्याकडे होती. ते आणि त्यांची डॉक्टर पत्नी आमच्याशी आपुलकीने वागले. पुढे त्यांची केंद्रीय गुप्तचर विभागात नियुक्ती झाली आणि ते दिल्लीला रवाना झाले. त्यांच्याशी माझा संपर्क राहिलाच नाही.

त्यानंतर २० नोव्हेंबर, १९६२ या दिवशी मात्र त्यांचे छायाचित्र सर्व वर्तमानपत्रातून झळकले. त्यांना आणि बीजिंगमधल्या भारतीय दूतावासातील 'चार्ज द अफेअर्स' या पदावरील वरिष्ठ अधिकारी पी. के. बॅनर्जी यांना साम्यवादी चीनचे पंतप्रधान चाऊ-एन लाय यांनी मध्यरात्री भेटायला बोलावल्याची बातमी सर्वत्र झळकली. तोपर्यंत त्यांनी आपले कल्याणपूरकर हे आडनाव बदलून राव हे आपले पारंपरिक आडनाव स्वीकारले होते.

शंकर यांची माउंट अबूला होणारी भेट ही माझ्यासाठी लक्षात राहण्यासारखी होती. शंकर यांच्या राजेशाही थाटाच्या जीवनशैलीबद्दल मी बरेच काही ऐकले असल्यामुळे मी त्यांना प्रत्यक्ष भेटण्यास उत्सुक होतो. त्यांना पाहून माझी निराशा मात्र झाली नाही. लकाकणारे डोळे, सदा हसतमुख चेहरा आणि काहीसे स्थूल असणारे शंकर हे निवांत वृत्तीचे वाटले. पण माझा हा ग्रह चुकीचा होता. सर्किट हाउसमध्ये त्यांच्यासाठी विशेष तयारी करण्यात आली होती. पण या प्रसंगी सर्किट हाउसमध्ये राहण्याऐवजी त्यांनी वस्तीपासून काहीशा दूरवर असणाऱ्या एका राजपूत संस्थानिकाच्या बंगलीत राहायचे ठरवले होते. ते माउंट अबूला येताच मी त्यांचे स्वागत केले. त्यांच्या तरुण पत्नी कृष्णा माझ्याशी आपुलकीने वागल्या. मी तरुण होतोच; शिवाय कदाचित त्यांच्याच वयाचा होतो. चहा झाल्यानंतर शंकर यांनी तीन दिवसांच्या त्यांच्या वास्तव्यात मी त्यांना येऊन भेटू नये आणि ते अबू रोडला परत निघायच्या एक तास आधी मी त्यांना भेटायला यावे, अशी मला सूचना केली.

मी काहीसा कोड्यात पडलो. पण त्यांचा आदेश अगदी स्पष्ट असल्यामुळे मी

त्यांना भेटायला गेलो नाही. माउंट अबूमध्येदेखील ते आणि त्यांच्या पत्नी निदान दिसतील असादेखील प्रसंग उद्‌भवला नाही. ठरलेल्या वेळी मी त्यांना त्या बंगलीत भेटायला गेलो. ते आरामात बसले होते. त्यांनी त्यांच्या सुट्टीचा भरपूर आनंद लुटला होता. राजघराण्यातल्या त्यांच्या मित्रमंडळींनी बहुधा याची व्यवस्था केली होती. बैठकीच्या खोलीत सर्वत्र पुष्पगुच्छांची गर्दी झाली होती, दागिन्यांचे काही बॉक्स आणि काही महागड्या भेटवस्तू खोलीत इकडे-तिकडे पडल्या होत्या. या सर्व भेटवस्तू त्यांची भेट घ्यायला आलेल्या माजी संस्थानिकमंडळींनी त्यांना दिल्या होत्या, हे उघडच होते. माझ्याबद्दल आणि माझ्या कामाबद्दल त्यांनी जुजबी चौकशी केली आणि त्यांच्या तरुण पत्नीने मला चहा आणून दिला. त्यांची निघायची वेळ झाली आणि त्यांनी विचारले, "काही सल्ला विचारायचा असेल, तर विचारून घ्या."

गेले तीन दिवस ज्या राजेशाही थाटात शंकर आणि त्यांच्या पत्नीचा पाहुणचार झाला होता, हे मी पाहत होतो. तसेच त्यांना महागडे दागिने आणि चांदीच्या अनेक वस्तू भेट मिळाल्या होत्या, हेदेखील माझ्या ध्यानात आले होते. मेटकॉफ हाउसमधील प्रशिक्षणादरम्यान आमच्या उपप्राचार्यांनी दिलेल्या शिकवणीच्या हे सर्व विरोधात जाणारे आहे, असे माझ्या तरुण मनाला वाटले. सनदी अधिकाऱ्यांनी कोणत्याही महागड्या भेटवस्तू स्वीकारू नयेत, हेच आमच्यावर बिंबवण्यात आले होते. हा धडा माझ्या मनात ताजा होता.

इकडे-तिकडे विखुरलेल्या भेटवस्तूंकडे बोट दाखवत आणि कोणताही आडपडदा न ठेवत मी विचारले, "आम्हाला प्रशालेत भेटवस्तू न स्वीकारण्याबद्दल जे सांगितले होते, त्याच्याशी या सगळ्याची कशी काय सुसंगती लावता येईल?" मी यापेक्षा अधिक स्पष्टीकरण न देता त्यांना मला काय म्हणायचे आहे, हे लक्षात आले. माझ्याकडे बघत ते म्हणाले, "प्रधान, पूर्वी केलेल्या कामासाठी या भेटवस्तू दिलेल्या आहेत. जे काम अजून व्हायचे आहे किंवा आपणाकडून होणार आहे त्यासाठी भेटवस्तू स्वीकारू नयेत." या पलीकडे कोणत्याही स्पष्टीकरणाची गरज नव्हती. व्ही. शंकर यांची सनदी सेवेतील ख्याती कशामुळे निर्माण झाली आहे, हे माझ्या लक्षात आले. स्वतःला जे करायचे आहे, ते करण्याची त्यांच्या अंगी धमक होती आणि ती त्यांची खास शैली होती.

आमची ही भेट तशी जुजबीच झाली. ज्या दिवशी मुख्यमंत्री मोरारजी देसाई पालनपूरला येणार होते त्याच दिवशी मी शंकरना तिथेच भेटावे, असे मला सांगण्यात आले. देशमुख आणि मी अशा दोघांना बोलावण्यात आले होते. मी त्याआधी मोरारजीभाईंना अहमदाबादमध्ये दोन-तीनदा भेटलो होतो. ते मला ओळखतात, हे शंकरना सांगण्याचा चांगुलपणा त्यांनी दाखवला. अबू रोड राजस्थानमध्ये सामील व्हावे यासाठी अधूनमधून आंदोलने उफाळून येत होती. त्या संदर्भात मोरारजीभाईंनी

मला काही प्रश्न विचारले आणि हे आंदोलन ठामपणे हाताळले पाहिजे असे सांगितले. गोळीबार करावा लागला तरी चालेल, असेदेखील त्यांनी सांगितले. दुर्दैवाने माझ्या कार्यकाळात मला दोनदा गोळीबाराचे आदेश द्यावे लागले. आम्ही माउंट अबूच्या विकासाबद्दल थोडे बोललो. माउंट अबूसाठी सरकार सढळ हाताने पैसा देत होते. राजस्थानातील संस्थानिक आणि जमीनदारवर्ग यांना आपलेसे करणे, हा त्यामागील उद्देश होता. मुख्यमंत्री विविध विकास योजनांमध्ये स्वत: लक्ष घालत होते. त्यामुळे पूर्णत्वास येत असलेल्या माउंट अबूच्या पाणीपुरवठा योजनेचे उद्घाटन करायला येण्याची विनंती मी मोरारजींना केली. अनेक लाखांचा खर्च करून बांधलेला हा एक महत्त्वाचा प्रकल्प होता. त्यांनी माझे आमंत्रण आनंदाने स्वीकारले. माझे असे करणे जिल्हाधिकाऱ्यांना रुचणार नाही, याची कल्पनाच मला आली नाही.

शंकर यांनी संध्याकाळी 'भेटायला या,' असा निरोप मला पाठवला. ते म्हणाले, "मुख्यमंत्र्यांना तुम्ही बोलावले, ते तुमचे चुकलेच." ते नेमके काय म्हणत आहेत हे मला समजलेच नाही. मला काहीसा राग आला आणि मी म्हणालो, "त्यात चुकले काय? मी नगरपालिकेचा अध्यक्ष या नात्याने त्यांना निमंत्रित केले आहे." शंकर यांनी माझी हजेरी घेत सांगितले की, तुम्ही फक्त पदसिद्ध (ex-officio) अध्यक्ष आहात आणि अध्यक्षांच्या कारभारावर जिल्हाधिकाऱ्यांची देखरेख असते. त्यांचे म्हणणे योग्य होते, पण ते माझ्याशी ज्या पद्धतीने बोलले, ते मला अजिबात आवडले नाही. कदाचित हे त्यांच्यादेखील लक्षात आले. त्यांनी रात्री ९ वाजता इन्स्पेक्शन बंगल्यावर आमच्यासाठी चालकासह गाडी पाठवली आणि मला व माझ्या पत्नीला कॉफीचे आमंत्रण दिले. मी ज्येष्ठ अधिकाऱ्याचे आमंत्रण स्वीकारणारच, हे व्ही. शंकर यांनी गृहीत धरले असावे. मी ते आमंत्रण नाकारले. माझा मराठीपणा कदाचित त्याचे कारण असेल.

दुसऱ्या दिवशी सकाळी मी त्यांना भेटायला गेलो तेव्हा ते मला म्हणाले, "माझे बोलणे तुम्हाला लागले असेल, तर मला माफ करा." त्यांचा मोठेपणा यातच होता. त्या क्षणापासून ते माझे खऱ्या अर्थाने गुरू झाले. मी करत असलेल्या प्रत्येक कामात त्यांनी रस घेतला आणि ज्या ज्या वेळी ते माउंट अबूला येत, तेव्हा तेव्हा ते त्यांच्या संस्थानिक मित्रमंडळींशी माझी कटाक्षाने ओळख करून देत. त्यांनी मला माझ्या कामात इतके स्वातंत्र्य दिले की, मी जे काही करत आहे, त्याला जिल्हाधिकाऱ्यांचा पाठिंबा असेल, हे लोकांच्या लक्षात आले. यामुळे माउंट अबू नगरपालिका आणि रघुनाथजी मंदिराचे ताकदवान महंत यांच्यातील वाद मला सोडवता आले. यामुळे स्थानिक जनतेत माझी लोकप्रियता वाढली.

माझ्यासाठी काम आणि आनंद या नाण्याचा दोन बाजू होत्या. मी सकाळी

घोडेस्वारीला जात असे, तेव्हा मी नगरपालिकेच्या कामांचे निरीक्षण करत असे. मी जंगलात फिरत असे तेव्हा मी वनाधिकारी असे आणि बेकायदेशीररीत्या वृक्षतोड करणाऱ्या गुन्हेगारांना पकडत असे. दुपारी मी उपविभागीय दंडाधिकारी या नात्याने न्यायालयात असे आणि गुन्हेगारांना शिक्षा सुनावत असे. साहाय्यक जिल्हाधिकारी या नात्याने मी नगरपालिकेच्या मुख्य अधिकाऱ्यांची हजेरी घेणारी कडक पत्रे लिहीत असे. नगरपालिकेचा अध्यक्ष या नात्याने ही पत्रे आणि त्यांच्या उत्तरांचे मसुदे तेच मुख्य अधिकारी मान्यतेसाठी माझ्याकडे घेऊन यायचे. माझ्याकडील विविध पदांच्या अधिकारात काही प्रश्न सुटत नसतील, तर मी हिलस्टेशन्सचा अधीक्षक या पदाचे अधिकार वापरत असे. या पदाचे अधिकार नेमके कोणते-कोणते आहेत आणि त्यांची व्याप्ती किती आहे, हे कधीच ठरवले गेले नव्हते. ब्रिटिश काळात 'स्थानिक अधिकारी' (man on the spot) याला विशेष महत्त्व होते.

पूर्वीचे राजपुताना हॉटेल असलेल्या ऑफिसर्स मेसच्या समोर असलेले कॅरिक कॉटेज हे आमचे घर शिकाऊ आय.पी.एस. अधिकाऱ्यांसाठी आकर्षणाचे ठिकाण होते. रविवारी सकाळी आमच्याकडे मुक्तद्वार असायचे आणि या अधिकाऱ्यांपैकी अनेक जण आमच्याकडे कॉफी प्यायला यायचे. आम्ही अनेक नवीन मित्र जोडले आणि प्रशालेतून तीन तुकड्या प्रशिक्षित होऊन बाहेर पडताना पाहिल्या. अनेक दशकांनतर जेव्हा मी केंद्रीय गृहसचिव झालो, तेव्हा त्यांच्यातील अनेक जणांशी माझी पुन्हा भेट झाली. एम. के. नारायण हे या प्रशिक्षणार्थींपैकी सर्वांत हुशार होते. आम्हा दोघांना त्यांच्याबद्दल आपुलकी वाटे. ते गुप्तचर-खात्याचे संचालक या सर्वोच्च पदापर्यंत पोहोचले.

आमच्या परिचयाचे अनेक हुशार अधिकारी मोठ्या पदांपर्यंत पोहोचले. ज्युलिओ रिबेरो आणि मोहन कात्रे ही त्यांपैकी दोन नावे. तीन दशकांनी ज्युलिओ केंद्रीय राखीव पोलिसदलाचे महासंचालक झाले. पंजाबमधील दहशतवादाच्या हाताळणीमुळे त्यांनी नाव कमावले आणि 'टॉप कॉप' म्हणून ओळखले जाऊ लागले. केंद्रीय गृहमंत्रालयात विशेष सचिवपदावर असताना त्यांनी माझ्यासोबत काम केले. कात्रे केंद्रीय गुन्हे अन्वेषण विभाग अर्थात सी.बी.आय.च्या संचालक पदावरून निवृत्त झाले. बोफोर्स प्रकरणाच्या हाताळणीमुळे त्यांना बरीच प्रसिद्धी मिळाली. कुणी त्याला कुप्रसिद्धीदेखील म्हणतात. बी.पी. सिंघल यांनी माझ्यासोबत अतिरिक्त सचिवपदावर काम केले. निवृत्तीनंतर त्यांनी भाजपमध्ये प्रवेश केला आणि खासदार झाले. एस. स्वामीनाथन हे 'रॉ'चे प्रमुख झाले. मिझोराममधील दहशतवाद संपवण्याच्या दृष्टीने लालडेंगांशी सुरू असलेल्या वाटाघाटींमध्ये त्यांनी माझ्यासोबत सक्रिय भाग घेतला. असे अनेक अधिकारी होते. मी केंद्रीय गृहसचिव झाल्यावर ही सर्व मंडळी माझे नेटवर्कच होते.

माउंट अबूला असताना मी सरकारी कामकाजाच्या खाचाखोचा माहीत करून घेत होतो. माझे मार्गदर्शन करण्यासाठी तिथे कोणीच नव्हते. त्यामुळे माझ्या हातून कोणताही मूर्खपणा घडू नये, याची मी काळजी घेत होतो. एकदा असे होता-होता मी थोडक्यात बचावलो. अबू रोड नगरपालिका आणि अबू रोड वीज पुरवठा कंपनी यांच्यात वीज दरावरून वाद चालू होता. तसेच नगरपालिकेकडे असलेल्या वीज कंपनीच्या मोठ्या रकमेच्या थकबाकीच्या संदर्भातदेखील वाद होता. उच्च न्यायालयाने हे प्रकरण सोडवण्यासाठी मला एकमेव लवाद नेमले होते. मी सर्व कागदपत्रे बारकाईने वाचली. प्रकरणाच्या सुनावणीला सुरुवात झाली. दोन्ही बाजूंच्या वकिलांच्या अकार्यक्षमतेचा मला इतका वैताग आला की, त्यांच्या दुर्दैवाने मीच या प्रकरणावर बोलू लागलो. मी ते इतक्या यशस्वीपणे केले की, दोन्ही बाजूंचा माझ्यावरील विश्वास उडाला. मला बदलावे यासाठी त्यांनी उच्च न्यायालयाचा दरवाजा ठोठावला. अर्थात या सगळ्याला माझी काहीच हरकत नव्हती.

राज्य पुनर्रचना आयोगापुढे साक्ष देणे, ही माझ्या माउंट अबूमधील कारकिर्दीतील सर्वांत महत्त्वाची घटना होय. आयोगाचे अध्यक्ष न्यायमूर्ती फजल अली हे डॉ. हृदयनाथ कुंझरू आणि सरदार के. एन. पणिक्कर या इतर दोन सदस्यांच्या सोबत माउंट अबूला येणार होते. अबू रोड तालुका हा वादाचा प्रमुख मुद्दा होता. हा तालुका पूर्वी सिरोही संस्थानाचा भाग होता. सिरोही जेव्हा भारतात विलीन झाले तेव्हा फक्त हाच एक तालुका तोडून तो शेजारच्या बनासकांठा जिल्ह्याला जोडण्यात आला होता. असे करण्यामागची कारणे स्पष्ट नव्हती. व्ही. शंकर हे आता मुंबई राज्याचे महसूल सचिव झाले होते. मी आयोगापुढे मुंबई राज्याची बाजू मांडावी असा त्यांचा आग्रह असल्यामुळे मी त्यासंदर्भात बरेच संशोधन केले. ऐतिहासिक बाबी, भौगोलिक सलगता तसेच माउंट अबूची अर्थव्यवस्था प्रामुख्याने गुजरात आणि सौराष्ट्रातून येणाऱ्या पर्यटकांवर अवलंबून आहे, या मुद्द्यांच्या आधारे लवकरच मी माझे निवेदन तयार करून ठेवले.

नियोजित दिवशी मी आयोगासमोर हजर झालो आणि खास तेवढ्यासाठी तयार करून घेतलेले अनेक तक्ते आणि नकाशांच्या साहाय्याने माझी बाजू जोरकसपणे मांडली. यामुळे आयोग प्रभावित झाला असेल, असे मला वाटले. माझा युक्तिवाद बिनतोड होता. आयोगाच्या प्रतिक्रियेची मी उत्सुकतेने वाट पाहत होतो.

लकाकणारे डोळे आणि सुहास्य मुद्रेने सरदार पणिक्करांनी माझ्याकडे पाहिले आणि आपल्या दाढीशी खेळत म्हणाले, ''मि. प्रधान, तुम्ही तुमचे काम उत्तमपणे केले आहे. आयोग याने प्रभावित झाला आहे.'' क्षणभर थांबत ते म्हणाले, ''दुर्दैवाने भौगोलिक मुद्दे तुमच्या विरोधात जाणारे आहेत.'' मी काहीशा संभ्रमितपणे त्यांच्याकडे पाहिल्यावर ते म्हणाले, ''डोंगराळ भागात सीमा आखताना आंतरराष्ट्रीय पातळीवर

स्वीकारले गेलेले वॉटरशेडचे (watershed) तत्त्व आम्हालादेखील स्वीकारावे लागेल. माउंट अबू डोंगरउतारावर वसले आहे आणि या उताराची दिशा ही राजस्थानकडे जाणारी आहे. म्हणूनच भौगोलिक बाबी तुमच्या विरोधात जाणाऱ्या आहेत.'' त्यांचे म्हणणे माझ्या लक्षात यावे, यासाठी ते थोडे थांबले आणि मग म्हणाले, ''इतिहाससुद्धा तुमच्या विरोधात जाणारा आहे. सरदार पटेलांना जर माउंट अबू हा गुजरातचा भाग व्हावा असे वाटत असते, तर त्यांनी संपूर्ण सिरोही संस्थान मुंबई राज्यात विलीन केले असते. हे न करणे ऐतिहासिक घोडचूकच होती.''

सरदार पणिक्कर यांचा युक्तिवाद बिनतोड होता. मी किती चांगल्या रीतीने मुंबई राज्याची बाजू मांडली होती हे आयोग मुख्यमंत्र्यांना कळवेल, हे सांगण्याचे सौजन्य अध्यक्षांनी दाखवले. लवकरच मुख्य सचिवांकडून मला कौतुकाचे पत्र मिळाले. मी माझे कर्तव्य पार पाडले होते आणि सरकारने त्याची दखल घेतली होती, याचा मला आनंद झाला होता.

१ नोव्हेंबर, १९५६ला मी अबू रोड तालुका राजस्थानच्या हवाली केला. राजस्थानचे मुख्य सचिव स्वतः यासाठी आले होते. तसेच माझ्यानंतर उपविभागीय अधिकाऱ्याचे पद स्वीकारणारे अधिकारीदेखील त्यांच्याबरोबर आले होते. स्वतःला थोर समजणाऱ्या मुंबई सरकारने मात्र यासाठी एखादा वरिष्ठ अधिकारी पाठवण्याऐवजी मलाच सर्वाधिकार दिले होते. मी आवश्यक त्या कागदपत्रांवर सह्या केल्या आणि डॉजमध्ये बसून अबू रोडमार्गे पालनपूरला निघालो. मी भारत सरकारात वरिष्ठ पदावर गेल्यावर ती कागदपत्रे पाहिली. त्यावर केलेल्या सह्यांमुळे मी भारताच्या इतिहासाचा भाग झालो होतो. माझ्या वाटचालीची ती सुरुवात होती.

तीन-चार महिने जिल्हाधिकाऱ्यांच्या कार्यालयात उपविभागीय दंडाधिकारी म्हणून मी काम केले. पुण्यात जाऊन नव्याने निर्माण केलेल्या अतिरिक्त जिल्हाधिकारीपदाचा कार्यभार स्वीकारावा, असा आदेश एके दिवशी अत्यंत अनपेक्षितपणे मला मिळाला.

११

पुण्यात पदार्पण

पुण्याला झालेली माझी बदली काहीशी आश्चर्यकारकच होती. साधारणपणे साहाय्यक जिल्हाधिकारी पदावरच्या अधिकाऱ्याची राज्याच्या ज्या प्रदेशात नियुक्ती झाली होती, त्याच्या बाहेर बदली होत नसे. पण राज्य सरकारने पहिल्यांदाच मुंबई, पुणे आणि अहमदाबाद या जिल्ह्यांसाठी 'अतिरिक्त जिल्हाधिकारी' (Additional Collector) पद निर्माण केले होते. बडोद्याच्या शिवज्ञानम यांची अहमदाबादला नियुक्ती करण्यात आली होती. त्यामुळे मला गुजरातच्या बाहेर पाठवण्यात आले.

मला पुण्यात जायला आनंदच झाला होता. शासकीय सेवेत शिरल्यापासून मी वडिलांसोबत फार काळ घालवला नव्हता. शिवाय मला माझ्या धाकट्या भावंडाना भेटायची उत्सुकता होतीच. दरम्यान ११ जून, १९५५ला माझा थोरला मुलगा राजीव याचा जन्म झाला होताच. आम्ही त्याला घेऊन पुण्याला येणार म्हणून माझ्या भावंडांना आनंद झाला होता.

माउंट अबूमधील आमचे वास्तव्य आनंदात गेले होते आणि काहीशा खेदाने आम्ही बनासकांठा सोडले. स्वयंपाकी आणि बेअरा या दुहेरी भूमिका बजावणाऱ्या आमच्या नोकराचा आणि राजीवची उत्तम काळजी घेणाऱ्या आयाचा आम्ही निरोप घेतला. त्यांच्यासाठी महाराष्ट्रात जाणे म्हणजे परदेशातच जाण्यासारखे होते. सुदैवाने आम्हाला पुण्यातच चांगली नोकरमंडळी मिळाली.

पुणे हा जुना जिल्हा असल्यामुळे आम्ही पुण्याला पोहोचण्याच्या आधीच आमचे शासकीय निवासस्थान तयार होते. जिल्हाधिकारी कार्यालयातील काही भाग हा खास अतिरिक्त जिल्हाधिकाऱ्यासाठी तयार करून ठेवला होता. २६ क्वीन्स गार्डन हा मंगळुरी कौले असलेला जुन्या पद्धतीचा दगडी बंगला होता. आम्ही पहिल्या मजल्यावर राहणार होतो. आमच्या दृष्टीने हे घर फारच मोठे होते. त्यामुळे आम्ही तळमजला पुण्यात शिकाऊ साहाय्यक जिल्हाधिकारी असणाऱ्या पी. चंद्रकांत

नायक (आय.ए.एस.) यांना राहायला दिला. ते अविवाहित होते आणि आम्ही सर्व जण एका कुटुंबासारखे राहिलो. नायक यांची बदली झाल्यानंतर जमशेद कांगा (आय.ए.एस.) त्या पदावर आले. चंद्रकांत नायक आणि कांगा दोघे आज ६० वर्षांनंतरही मला त्याच आदराने आणि प्रेमाने वागवतात. हे सर्व भारतीय सेवेच्या परंपरांप्रमाणे (Traditions) आहे.

आमचे थोडेसेच सामान होते आणि ते आम्ही या मोठ्या घरात हलवले. माझ्या पत्नीचा चेहरा काहीसा चिंताक्रांत झाला होता. लहान मुलाकडे लक्ष देणे गरजेचे होते तसेच स्वयंपाकाची सोय करणेदेखील आवश्यक होते. तोपर्यंत तिला स्वयंपाक करायची कधी वेळच आली नव्हती. त्यामुळे आता जेवणाचे काय असा तिच्यापुढे प्रश्न होता. सुदैवाने एक मध्यमवयीन जोडपे बंगल्याच्या आवारात आले. श्रीराम यांनी ब्रिगेडियर मोतीसागर यांच्याकडे स्वयंपाकी म्हणून काम केले होते. सागर यांची काही दिवसांपूर्वीच पुण्यातून बदली झाली होती. श्रीरामने जरुरीची शिफारसपत्रे दाखवली आणि आम्ही त्यांना तत्काळ कामावर ठेवले. त्यांची पत्नी लक्ष्मी या आया म्हणून काम करायला तयार झाल्या. दोघांना एकाच ठिकाणी काम मिळाल्याचा त्यांना आनंद झाला. अनेक वर्षे या दोघांनी आमच्याकडे निष्ठेने काम केले.

डॉ. ए. यु. शेख हे पुण्याचे जिल्हाधिकारी होते. विकासाभिमुख अधिकारी तसेच ज्यांच्या कामाला वर्तमानपत्रांमधून प्रसिद्धी मिळते, असे अधिकारी म्हणून त्यांनी नाव कमावले होते. समान दर्जाच्या दोन अधिकाऱ्यांमध्ये मतभेद होण्याची शक्यता होती हे राज्य सरकारने आधीच ताडले होते आणि त्यामुळे समंजसपणे आमच्या दोघांमध्ये कामाची वाटणी करून टाकली होती. त्यामुळे आमच्या कार्यालयीन संबंधांमध्ये कोणताही तणाव उत्पन्न व्हायला जागाच नव्हती. मी वयाने लहान असल्यामुळे मी शेख यांच्यापेक्षा कनिष्ठ आहे, हे मी स्पष्ट केले. त्यामुळे काही विघ्नसंतोषी कनिष्ठ अधिकाऱ्यांच्या गडबड करण्याच्या प्रयत्नांना आळा बसला. दुसऱ्या काही अतिरिक्त जिल्हाधिकाऱ्यांचे आपल्या वरिष्ठांशी संबंध ताणले गेले होते, हे मला नंतर समजले. पुण्यात असल्यामुळे अनेक वरिष्ठ सनदी आणि लष्करी अधिकाऱ्यांना भेटण्याची आम्हाला संधी मिळाली. तसेच काही प्रतिष्ठित नागरिकांना भेटण्याचीदेखील आम्हाला संधी मिळाली. वरिष्ठमंडळीपैकी बी. बी. पेमास्टर (आय.सी.एस.) आणि त्यांच्या पत्नीने आमचे स्वागत केले. पेमास्टर हे वेगळ्याच स्वभावाचे पारशी गृहस्थ होते. त्यांचा दृष्टिकोन इतरांपेक्षा निराळा असे आणि कोणतेही प्रकरण ते अत्यंत वेगळ्या पद्धतीने हाताळत. ते त्या वेळी स्थानिक स्वराज्य संस्थांचे निर्देशक होते. पुढे राज्य सरकारच्या मुख्य सचिवपदावरून ते निवृत्त झाले. पेमास्टर पती-पत्नी कायम आमचे हितचिंतक राहिले.

माझ्या नियुक्तीनंतर काहीच महिन्यांत विभागीय आयुक्त या पदाचे पुनरुज्जीवन

करण्यात आले. पन्नासहून अधिक जिल्हे असलेल्या विशाल द्वैभाषिक मुंबई राज्याचा कारभार थेट सचिवालयातून चालवणे अवघड झाले होते, हे यामागचे कारण होते. जी. एल. शेठ (आय.सी.एस.) यांची विभागीय आयुक्तपदी नियुक्ती करण्यात आली. इतर अधिकारी आणि त्यांच्या पत्नींपेक्षा दोघेही फारच वेगळ्या स्वभावाचे होते. हे सधन गुजराती कुटुंबातील असल्यामुळे त्यांचे राहणीमान वरच्या दर्जाचे होते. आमच्याशी ते आपुलकीने वागले. लवकरच आम्हाला त्यांच्या कुटुंबातच स्थान मिळाले आणि आयुष्यभर आमचे तेच स्थान होते. त्यांची कन्या कानन आयुष्यभर आमच्या कन्येसारखी राहिली. दुर्दैवाने काही वर्षांपूर्वी कॅन्सरमुळे तिचे निधन झाले. एका वर्षाच्या आत तिचे पती जगदीश यांचे निधन झाले. ते गेल्यामुळे माझ्या व माझ्या पत्नीच्या आयुष्यात एक पोकळी निर्माण झाली. आजही त्यांची वेळोवेळी आठवण येते. सदैव हसरी आणि आनंदी असलेल्या काननने दिलेले प्रेम आमच्या आयुष्याचा अमूल्य ठेवा आहे.

कूळ कायद्याची अंमलबजावणी तसेच इनाम आणि जहागिरी रद्द करून घेण्याची अंमलबजावणी करणे, हा माझ्या कामाचा सर्वांत महत्त्वाचा भाग होता. इनाम आणि जहागिरीची प्रकरणे हाताळताना मला शिवाजीमहाराजांच्या प्रशासन व्यवस्थेबद्दल बरेच काही समजले. महत्त्वाच्या घराण्यांना आपलेसे करण्यासाठी तसेच राज्याची सेवा करता यावी, यासाठी इनामे आणि जहागिरी दिल्या गेल्या होत्या. या सगळ्याबाबत चौकशी करण्यासाठी मी जिल्ह्याच्या दुर्गम भागांमध्ये बरेच दौरे काढले. सुदैवाने ही इनामे आणि जहागिरी जुन्या किल्ल्यांच्या परिसरात होती. त्यामुळे पुण्याच्या आसपास असलेल्या अनेक किल्ल्यांना आम्हाला भेटी देता आल्या. शिवाजी महाराज आणि मराठी राज्याची पिढ्यान्‌पिढ्या सेवा केलेल्या जुन्या घराण्यातील व्यक्तींशी आमच्या भेटी-गाठी झाल्या. सुदैवाने या भागांमध्ये विशेषत: मावळ, जुन्नर, भोर भाटघरमध्ये बरीच वनश्री होती तसेच अनेक तलावदेखील होते. कुटुंबीय आणि नोकरमंडळी यांच्या समवेत अशा ठिकाणी दौरा केल्यामुळे आम्हाला निसर्गाचा तर आनंद लुटता आला शिवाय लोकजीवनाशीदेखील परिचय झाला.

मी ज्या छोट्याशा चांद्रसेनीय कायस्थ प्रभू (सी.के.पी) समाजात जन्माला आलो, त्या समाजातील अनेक घराणी येथे मला पहिल्यांदाच भेटली. बहुतेक घराण्यांनी शिवाजी महाराजांची सही-शिक्का असलेल्या मूळ सनदा सादर केल्या. मला मोडी येत असल्यामुळे मी कोणत्या शौर्यासाठी कोणाला ही इनाम-जहागिरी दिल्या गेल्या होत्या, हे उत्सुकतेने वाचले. या सगळ्या सनदांमध्ये एक समान सूत्र होते आणि ते होते, 'निष्ठा!' स्वामीनिष्ठेबद्दल सी.के.पी. समाजाने चांगला लौकिक मिळवला होता. त्यातील अनेकांनी शिवाजी महाराजांची सेवा केली होती आणि त्यांच्यासाठी आपल्या आयुष्याचे बलिदान दिले होते. या त्यांच्या रक्तातील गुणामुळे पेशवे आणि

इतर मराठी संस्थानिकांनी आपला महत्त्वाचा पत्रव्यवहार आणि तत्सम इतर कामे हाताळण्यासाठी सीकेपी समाजातील व्यक्तींची नियुक्ती केली होती. त्याच्या बदल्यात सीकेपींनी स्वामीनिष्ठा दाखवली आणि आपला लौकिक प्रस्थापित केला. या समाजातील व्यक्तींचे आणखी एक गुणवैशिष्ट्य होते. चांगल्या हस्ताक्षरासाठी त्यांची ख्याती होती. ते चांगले लेखनिक असत आणि त्यामुळेच त्यांनी विविध राजे-रजवाड्यांचे सल्लागार आणि कागदपत्रांची देखरेख करणारे अधिकारी असा लौकिक मिळवला. प्रामाणिकपणा आणि स्वामीनिष्ठा यांची परंपराच काही शतकांमध्ये उभी राहिली.

माझ्या पुण्याच्या नियुक्तीमुळे मला लवकरच एका मराठा नेत्यासोबत काम करण्याची संधी उपलब्ध होणार होती, हे मला माहीत नव्हते.

मी माउंट अबूला पाच-सहा महिने काढले नसतील, इतक्यात कळले की, त्या वेळी नुकत्याच सुरुवात झालेल्या 'समाज विकास कार्यक्रमा'ची (कम्युनिटी डेव्हलपमेंट प्रोग्रॅम) राज्य पातळावरील एक परिषद माउंट अबूला करण्याचे योजिले आहे. त्या वेळी यशवंतराव चव्हाण समाजविकास-खात्याचे मंत्री होते. तो १९५४ सालचा मे महिना असावा. त्या परिषदेस मुख्यमंत्री मोरारजी देसाई, संपूर्ण मंत्रीमंडळाचे सदस्य, मुख्य सचिव व विधायक कार्यासंबंधी काम करणारे सर्व सचिव तसेच मुंबई राज्यातील सर्व जिल्हाधिकारी व इतर वरिष्ठ अधिकारी हजर होते.

माझे जिल्हाधिकारी व्ही. शंकर, जे आय.सी.एस.मधील वरिष्ठ अधिकारी होते, त्यांनी मला सांगितले, "एवढ्या मोठ्या परिषदेची व्यवस्था तुला करायची आहे व तुझ्यामधील संघटनचातुर्य दाखवण्याची ही एक संधी आहे."

अर्थातच त्या इशाऱ्यानंतर माझ्या छोट्याशा अनुभवावर माझ्या दृष्टीने ही परीक्षा यशस्वी करण्यासाठी जे काम करायचे होते, त्यासाठी मी अहोरात्र प्रयत्न केले. तीन दिवस विचारविनिमय व सभा चालू होत्या.

परिषदेच्या शेवटच्या दिवशी यशवंतरावांनी मला भेटण्यासाठी बोलावले. ते म्हणाले, "प्रधान, तुमचे अभिनंदन. एवढी मोठी परिषद काही अनुभव नसताना ज्या तऱ्हेने पार पाडली, त्यामागे तुम्ही किती परिश्रम घेतले असतील, याची मला कल्पना आहे."

ते जे बोलतात, तो औपचारिक सभ्यतेचा भाग आहे, असे समजून मी 'थँक यू' असे म्हटले. परंतु यशवंतराव तेथे थांबले नाहीत. ते पुढे म्हणाले, "तुमच्यासारख्या एका तरुण अधिकाऱ्याच्या शोधात मी आहे. लवकरच मुंबई विभागात तीन-चार नॅशनल एक्स्टेन्शन ब्लॉक्स सुरू होणार आहेत व माझी इच्छा आहे की, तुम्ही कराडला यावे." ते पुढे म्हणाले, "मी याबाबत मुख्यमंत्र्यांशी बोलणार आहे."

कराड, सातारा, सांगली या भागांविषयी मला काहीच महिती नव्हती. तसेच, नुकताच आय.ए.एस.मध्ये दाखल झाल्यानंतर मी माझ्या कामात गुंतलो होतो. त्यामुळे ते जे बोलले त्यामध्ये विशेष काही आहे, असे मला त्या वेळेला तरी वाटले नाही.

त्या दिवशी दुपारी माझ्या जिल्हाधिकाऱ्यांनी मला बोलावले व म्हणाले, "प्रधान, तुला कराडला नेमून घेण्याबाबत यशवंतरावांनी मोरारजी देसाईंना विचारले, परंतु मी त्यास विरोध केलेला आहे. तुला अजून महसूल शासनाविषयी बरेच काही शिकायचे आहे व जोपर्यंत महसुली अधिकारी व मॅजिस्ट्रेट म्हणून काम करण्याचा अनुभव संपूर्ण होणार नाही, तोपर्यंत तू या विभागाच्या बाहेर जाऊ नये, असे मी मुख्यमंत्र्यांना सांगितले आहे."

त्यांनी जे काय सांगितले, त्या विषयी मला तरी काही आश्चर्य वाटले नाही. खरे म्हणजे, यशवंतरावांची आणि माझी माउंट अबूला तोंडओळखच झाली होती. ते परिषदेच्या कामामध्ये गुंतले होते व मी सर्वांची देखभाल करण्यात मग्न होतो.

शेवटच्या दिवशी निरोप घेताना यशवंतराव म्हणाले, "प्रधान, तुम्हाला जिल्हाधिकाऱ्यांनी जे सांगितले तेसुद्धा बरोबर आहे." निरोप घेता-घेता ते म्हणाले, "आपण लवकरच भेटू."

त्यांनी द्वैभाषिक राज्याच्या मुख्यमंत्री पदावर नियुक्त होताच माझ्या बदलीचे आदेश काढले, हे स्पष्ट होते. पश्चिम महाराष्ट्रात झालेली माझी नियुक्ती माझ्या कारकिर्दीचीच नव्हे, तर माझ्या आयुष्याची दिशा बदलून टाकणारी होती, हे मला त्या वेळी माहीत नव्हते.

पुण्यात आठ महिने अतिरिक्त जिल्हाधिकारी म्हणून काम करत असताना यशवंतरावांना भेटण्याचा योग आला होता. त्या कारकिर्दीत दोन-एक महिने मी जिल्हाधिकारी म्हणून कार्यभार सांभाळला.

मुंबईत १९५७च्या सप्टेंबर महिन्यात सर्व जिल्हाधिकाऱ्यांची परिषद होती. त्या परिषदेच्या उद्घाटनाच्या प्रसंगी यशवंतरावांनी जे भाषण केले, त्याचा आमच्या सर्वांच्या मनावर खोल परिणाम झाला. त्यांच्या भाषणाचा गाभा होता, 'लोकांचे समाधान हीच राज्यकारभाराची कसोटी आहे.'

माझ्या मनावर मात्र त्या शब्दांचा परिणाम झाला. शासकीय जीवनासाठी एक उद्दिष्ट मिळाले व त्याविषयी न बोलता मी माझ्या जीवनात त्याचा उपयोग केला– पण त्याविषयी पुढे केव्हातरी.

दुसऱ्या दिवशी बैठक संपल्यानंतर व्ही. शंकर यांनी मला सांगितले की, कोल्हापूरचे जिल्हाधिकारी जी. आर. रेड्डी दोन महिन्यांसाठी रजेवर जात आहेत व मुख्यमंत्र्यांनी तुला तात्पुरता जिल्हाधिकारी म्हणून तिथे पाठवण्याचे मान्य केले आहे.

माझी कोल्हापुरातील दोन महिन्यांची कारकिर्द चांगली झाली असावी, कारण कोल्हापूर सोडण्याच्या काही तासच अगोदर मुख्य सचिवांनी फोनवर सांगितले की, 'प्रधानांनी कोल्हापूर सोडू नये' असा आदेश मुख्यमंत्र्यांनी दिला आहे.

मुख्यमंत्र्यांनी स्वत: मी कोल्हापुरात राहावे असा आदेश काढला, हे कळल्यावर मला एक नवी शक्ती मिळाली. त्याबरोबर एक मोठ्या जबाबदारीची भावना. मी त्या वेळेस अवघा अठ्ठावीस वर्षांचा होतो. अवघ्या पाच वर्षांचा सेवेचा अनुभव होता. पुढील साडेतीन वर्षांत कोल्हापूरच्या मातीने, माणसांनी व मुख्यमंत्र्यांनी प्रेमाने मला शासकीय जीवनात उंच झेप घेण्याची शक्ती दिली.

कोल्हापूर... मी व यशवंतराव यांच्यामधला अदृश्य दुवा ठरले!

१२

कोल्हापूर माझी कर्मभूमी

कोल्हापूरला मी माझी कर्मभूमी समजतो व तिथे केलेल्या कार्याचा थोडक्यात आढावा या प्रकरणात देत आहे.

मी कोल्हापूरच्या जनतेच्या जोशाने भारावून गेलो होतो व पुढील दीड वर्षे मी स्वत:ला कोल्हापूरमधील कामांमध्ये झोकून दिले. जसे १९५९ वर्ष संपत आले तसे मी हातात घेतलेले कित्येक प्रकल्प पूर्णावस्थेत पोहोचले होते. त्यांत प्रामुख्याने 'शाहू मार्केटयार्ड', 'पन्हाळा किल्ल्यावरील पर्यटन केंद्र', 'टेंबलाईवरील जंगी वृक्षारोपण', 'कोल्हापूर शहराच्या विकासाचा आराखडा' व 'उद्यमनगरीचे पुनरुज्जीवन' तसेच लोकांच्या दृष्टीने सर्वांत महत्त्वाचे म्हणजे महालक्ष्मी मंदिराचा जीर्णोद्धार यांचा समावेश होता.

मी १९५७मध्ये जेव्हा मंदिरात प्रथम गेलो होतो, तेव्हा प्रमुख दरवाज्यातून आत शिरल्यानंतर चिंचोळ्या बोळातून मंदिराच्या सभामंडपापर्यंत जावे लागत असे. मंदिराच्या आवारात चारीबाजूला जुन्या चाळी होत्या. त्यांत कित्येक कुटुंबे पिढ्यान्‌पिढ्या राहत होती. सर्वत्र घाण व कचरा होता. हे पाहिल्यानंतर कसेबसे दर्शन घेऊन मी बाहेर पडलो व मंदिरातील एका बाजूस असलेल्या मंदिराच्या व्यवस्थापन मंडळाच्या कार्यालयात गेलो. तेथे मला कळले की, कोर्टाने जिल्हाधिकाऱ्यांना महालक्ष्मी मंदिराच्या देवस्थान मंडळाचे अध्यक्ष नेमले आहे. ते कळताच निश्चय केला की, लवकरात लवकर हे देवस्थान भाविक व यात्रेकरू यांच्या दृष्टीने सुधारले पाहिजे.

दुसऱ्या दिवशी मी देवस्थान मंडळाची बैठक घेतली. खरे म्हणजे, जिल्हाधिकाऱ्याच्या हातांत सर्व अधिकार होते. शहरातील एक उद्योगपती मदनमोहन लोहिया मंडळावर सभासद होते. ते कोल्हापूर साखर कारखान्याचे व्यवस्थापकीय संचालक होते. तो कारखाना मुंबईचे प्रसिद्ध उद्योगपती रामनिवास रुईया यांच्या मालकीचा असला, तरी जवळ-जवळ सर्व मालकीअधिकार व जबाबदाऱ्या लोहिया

संभाळत होते. सामाजिक कार्यासाठी लोहिया नेहमी पुढे असत, ही त्यांची ख्याती मी ऐकून होतो.

मी लोहियांना महालक्ष्मी मंदिराच्या स्थितीविषयी बोललो व जर हे पुण्यस्थान खरोखरच मंगल स्थितीत आणायचे असेल, तर त्या मंदिराच्या परिसरातील तसेच मंदिराच्या आजूबाजूला जी अनधिकृत बांधकामे आहेत, ती पाडून टाकण्याचा माझा विचार त्यांना सांगितला. तोपर्यंत अनधिकृत घरे व इमारती पाडण्यात माझी ख्याती झाली होती. कारण पन्हाळ्यावरील जवळ-जवळ चाळीस घरे मी एका आठवड्यात जमीनदोस्त केली होती. शक्यतो त्या अनधिकृत घरांत राहणाऱ्या कुटुंबांना दुसरी राहायची सोय करण्याची मी शक्य होईल तितकी तयारी दाखविली. मी लोहियांना विनंती केली की, आपण त्या मंडळींना सामोपचाराने घरे रिकामी करण्यास भाग पाडा, कोर्ट-कचेरी नको. तसेच, घरे रिकामी होताच पाडापाडीचे काम साखर कारखान्याच्या खर्चाने करून द्यावे. कारण देवस्थान मंडळातर्फे करावयाचे असेल, तर सरकाराकडे खर्चासाठी मंजुरी मागावी लागेल व शेकडो प्रश्न विचारले जातील.

लोहियांनी जबाबदारी पत्करली. पुढील आठ-दहा महिन्यांत एक-एक करून जवळ-जवळ सात इमारती पाडण्यात आल्या. मुदतीत सर्व परिसर मोकळा झाल्यावर आज जी मंदिरे महालक्ष्मी मंदिराच्या परिसराच्या आवारात दिसतात, ती दिसू लागली. बरेच देव व मंदिरे इमारतींखाली लपून बसली होती. अशी बरीच देवस्थाने वंशपरंपरागत आपल्या मालकीची आहेत, अशा भ्रमाने वहिवाटली जात होती. आज जिथे दुकान आहेत, त्यांच्यावर एका तीनमजली इमारतीत शाळा चालत होती. दीड-दोन वर्षांच्या पाडापाडीच्या उद्योगानंतर पूर्वीच्या स्थितीतले मंदिर जेव्हा लोकांना दिसू लागले, तेव्हा त्यांना आनंद झाला. कित्येक भक्तमंडळींनी माझ्या निवासस्थानी येऊन माझे अभिनंदन केले व आशीर्वादही दिले.

लोहियाशेठनी पैसे जमा करून सर्व परिसरात सिमेंट-कॉंक्रीट घालून दररोजच्या आवार धुण्याची व्यवस्था केली. हे मंदिराचे काम असल्यामुळे प्रत्येक पाऊल विचारपूर्वक टाकावे लागले. जसा भक्तांच्या भावनेचा प्रश्न होता, तसेच पुरातन धार्मिक वास्तू असल्यामुळे कोणासही उगाच टीका किंवा आक्षेप घेण्याची संधी उपलब्ध होऊ नये यासाठी दक्ष राहण्यात शहाणपण होता. हे सर्व साध्य झाले, ते जनतेच्या सहकार्याने व विशेषत: कोल्हापुरातील दोन दैनिकांनी जाहीर उत्तेजन दिल्यामुळे.

महालक्ष्मी मंदिराच्या जीर्णोद्धारासाठी काय-काय केले, ते 'दैनिक सत्यवादी'ने आपल्या १६ ऑगस्ट, १९५९च्या संपादकियात लोकांसमोर सादर केले. त्यात 'सत्यवादी'ने 'श्री महालक्ष्मी देवालयाचा कायाकल्प' या विषयी लिहिले....

'कोल्हापूरच्या श्रीमहालक्ष्मी देवालयाचे माहात्म्य फार मोठे मानले जाते. या

देवालयामुळेच कोल्हापूरला 'दक्षिण काशी' म्हणून म्हटले जाते. भारताने काशीचे विश्वेश्वर मंदिर, सौराष्ट्रातील सोमनाथचे मंदिर, पंढरपूरचे विठ्ठल मंदिर यांप्रमाणे करवीरचे श्रीमहालक्ष्मीचे मंदिर भाविकांना पूजनीय वाटते. श्रीमहालक्ष्मीचे भक्त सर्व भारतभर आढळतात. श्रीमहालक्ष्मीचे देवालय जसे प्राचीन त्याचप्रमाणे शिल्पकलेच्या दृष्टीने कलापूर्ण आहे. करवीर माहात्म्य या पुस्तकात या देवालयाची वैशिष्ट्ये सविस्तरपणे सांगण्यात आली आहेत. हजारो भाविकांच्या आदराला नि भक्तीला पात्र झालेल्या या देवालयास अलीकडे बाजारी स्वरूप येऊ लागले होते व त्या प्रकारामुळे अनेक भक्त कष्टी झालेले दिसत असत.

आजवर अनेकांच्या मनांत देवालयातील दुकाने व गलिच्छ जागा यांनी तेथील पावित्र्यास गालबोट लागते, असे येत असे. परंतु त्यात सुधारणा करण्याचा पुढारीपणा कोणी घेतला नव्हता. त्या दिशेने पाऊल टाकण्यास सुरुवात करताच पुण्याच्या वृत्तपत्रातूंन या सुधारणांवर पुराणवस्तू संशोधनाच्या सनातनी दृष्टीतून टीकाही झाली. तथापि करवीर जनतेने या टीकेची फारशी दखल घेतली नाही. कारण चाललेल्या सुधारणांनी देवालयाच्या सौंदर्यात भरच पडत आहे, याची तिला खात्री पटली होती.

अंबाबाईच्या देवळात आज ज्या विविध सुधारणा करण्यात येत आहेत, त्यात एक विधायक दृष्टी ठेवण्यात आली आहे. देवालयाचे मूळ प्राचीन शिल्प कायम राखूनच त्याचे सौंदर्य वाढेल व भाविकांसाठी सुखसोयी होतील, असे प्रयत्न करण्यात येत आहेत. देवालयाच्या आवारात 'धनकर्णिका' या नावाने ओळखले जाणारे एक विहीरवजा कुंड होते. ते इतके गलिच्छ होते की, त्यातील पाण्याने चूळ भरणेसुद्धा जिवावर येई. आत्महत्येसाठीच त्याचा वापर मधून-मधून होई! देवालय सुधारणा मंडळाने हे कुंड बुजवून सुंदर जागा केली आहे. तेथे लवकरच उद्यान होणार आहे. तसे झाले, तर देवदर्शनास येणाऱ्यांना, विशेषतः मुलांना ते एक मोठे आकर्षण ठरेल. बांडगुळाप्रमाणे सर्व देवालयभर पसरलेली दुकाने काढून ती बाजूस नेल्यामुळे देवालय केवढे तरी प्रशस्त वाटत आहे. परगावहून येणाऱ्या भक्तांना उतरण्यासाठी अद्ययावत धर्मशाळा, पिण्याच्या पाण्याची व्यवस्था, इत्यादी सोयी देवालयात लवकरच करण्यात येणार आहेत. शिवाय सिमेंट कॉंक्रीटची सुंदर फरशी सर्वत्र केली जाईल. देवालयासभोवतालचे वातावरण प्रसन्न आणि अभिरुचीपूर्ण करण्याचा प्रयत्न केला जाणार आहे. देवालयाचे लांबून दर्शन होताच नेत्राचे पारणे फिटावे व अनुकूल ग्रह व्हावा, असे स्वरूप लवकरच पाहायला मिळेल. श्रीमहालक्ष्मी देवालयाचा हा कायाकल्प पुरा झाला म्हणजे नास्तिकाच्या मनातदेखील देवभक्ती जागृत होईल, असे म्हटले, तर ते चुकीचे ठरणार नाही.'

माझ्या कोल्हापूरच्या कारकीर्दीत मला सगळ्यात जास्त समाधान झाले, ते या

पुरातन महालक्ष्मी मंदिराच्या जीर्णोद्धाराचे. त्या कामामुळे माझ्यावर महालक्ष्मीचा वरदहस्त आहे, ही माझी भावना आहे.

शाहू मार्केट यार्ड

कोल्हापुरात आल्यापासून निरनिराळ्या विकासकामांत मी गुंतलो होतो, पण कोल्हापूरच्या बाजारपेठेत खरेदी-विक्री कशी होते, त्याविषयी मला काही माहिती नव्हती. मला फक्त एवढेच माहीत होते की, कोल्हापूर शहरातील गुळाची बाजारपेठ ही देशातील सर्वांत मोठी बाजारपेठ आहे व तेथे प्रत्येक हंगामात चार ते साडेचार कोटी रुपयांचा गुळाचा व्यवहार होतो. मुख्यमंत्र्यांनी मला विचारल्यानंतर मी काही जाणकार लोकांना बोलावले व माहिती घेण्याचा प्रयत्न केला.

शाहूपुरी पेठेत सन १९४५मध्ये मार्केट कमिटीची स्थापना झाली होती. मार्केटमध्ये येणाऱ्या गूळ, शेंगा या मालाचे सौदे मार्केट कमिटीच्या देखरेखीखाली होत असत. पेठेत आवक किती झाली, विक्री किती झाली, दर काय होता याविषयी मार्केट कमिटी दररोज वर्तमानपत्रात माहिती देत असे. हे सर्व अडाणी शेतकऱ्यांच्या हितासाठी होते. परंतु खरी अडचण ही होती की, ते मार्केट यार्ड नसल्यामुळे बाजारपेठेत येणाऱ्या व जाणाऱ्या मालावर मार्केट कमिटीचे नियंत्रण नव्हते. बरेच व्यवहार परस्पर होत असत. व्यापारी व शेतकरी यांच्या संगनमताने मालाची खरेदी-विक्री चालू असे.

एकदा आपल्यावरची शस्त्रक्रिया झाल्यानंतर चव्हाण पन्हाळ्याला विश्रांतीसाठी आले होते. पन्हाळा सोडण्यापूर्वी यशवंतरावांनी मला निरोप घेण्यासाठी बोलावले. त्या वास्तव्यात कित्येक क्षेत्रांतील व्यक्ती त्यांना भेटल्या होत्या. कोल्हापूर जिल्ह्यात विकासकार्याला जी गती मिळाली, त्याची त्यांना संपूर्ण माहिती होती.

निरोप घेताना सहजपणे ते म्हणाले, ''प्रधान, गेल्या एका वर्षात कोल्हापुरातील समस्या सोडवण्यासाठी तुम्ही काय केले आहे, त्याची मला माहिती आहे. तुमच्या कार्यशैलीमुळे तुम्ही सर्वांची मने जिंकली आहेत. आता मला वाटते की, तुम्ही मार्केटयार्डच्या योजनेत लक्ष घालावे.''

मुख्यमंत्र्यांनी स्वत: चालना दिल्यानंतर मी ताबडतोब आणखी खोलात चौकशी केली. खरे म्हणजे, जिल्हाधिकारी म्हणून माझा या कामाशी काहीही संबंध नव्हता. त्यासाठी सहकार विभागात एक खाते होते. हे काम हाती घ्यायचे असेल, तर सहकार विभागाची मदत तर लागणारच होती, पण त्यापेक्षा महत्त्वाचे म्हणजे कोल्हापूर शेतकरी संघ व त्याचे संचालक तात्यासाहेब मोहिते यांचे सहकार्य मिळणे गरजेचे होते.

कोल्हापूर शेतकरी संघांनी केलेले काम जेव्हा मला तात्यासाहेबांनी सांगितले, तेव्हा माझ्यासाठी एका नव्या क्षेत्राचे दालनच जणू उघडले. तात्यासाहेब मोहित्यांची खरी ओळख झाली, तेव्हा ते ५० वर्षांचे होते. अडीच हजार लोकवस्तीच्या यळगूड गावात जन्म. शिक्षण इंग्रजी चौथीपर्यंत. पहिल्यापासून सहकार प्रवाहात झोकून दिलेल्या सर्व शिक्षण अनुभवातून मिळवलेल्या त्यांच्या स्वयंभू व्यक्तिमत्त्वाने मी प्रभावित झालो. तात्यासाहेबांबरोबर बसून मी मार्केट यार्डचा आराखडा बनवला. मुख्यमंत्र्यांच्या इच्छेप्रमाणे शेतकऱ्यांना लवकरात लवकर फायदा मिळवून द्यावयाचा असेल, तर पुढील गळीत हंगामाच्या वेळी मार्केट यार्ड कार्यान्वित झाले पाहिजे, असे तात्यासाहेबांनी व मी ठरवले होते. त्यासाठी १ डिसेंबर, १९५९ ही तारीख आम्ही ठरविली.

जे वर्षानुवर्षं झाले नाही, ते सात-आठ महिन्यांत कसे होईल? आणि काम प्रचंड होते. जवळ-जवळ सहा-आठ किलोमीटर कुंपण घालायचे. त्याच्या आत जमीन सपाट करून रस्ते तयार करायचे. प्रशासकीय इमारती, मालाच्या लिलावासाठी गाळे, रस्ते, शेतकऱ्यांसाठी सुविधा, गुरांसाठी सोयी या सर्वांचा आराखड्यात समावेश होता.

आमच्या समोर खरा प्रश्न होता पैशांचा. एक दिवस पुण्याला जाऊन मुख्यमंत्र्यांची भेट घेतली. त्यांनी आराखडा बारकाईने पाहिला. त्यांनी सहकार आयुक्तांना आर्थिक व्यवस्था करण्यासाठी आदेश दिले. कलेक्टरच्या नावाने एक खाते उघडण्यात आले. पैशांवर नियंत्रण करायला मिळाल्यामुळे माझा उत्साहही द्विगुणित झाला होता. त्याच्या जोडीला खुद्द मुख्यमंत्र्यांच्या शुभेच्छा!

सहा महिन्यांत मोकळ्या रानमाळावर मार्केटयार्डचे मूर्त स्वरूप दिसू लागले. मुंबई-बंगलोर महामार्गावरून जाणाऱ्या येणाऱ्यांच्या डोळ्यांत ते प्रचंड गाळे भरू लागले. एक दिवस व्यापारी शिष्टमंडळ घेऊन आले. ऑगस्ट महिना उजाडला होता. त्यांनी स्पष्ट शब्दांत मला सांगितले की, रेल्वे-साइडिंग व कमीतकमी शंभर टेलिफोनची व्यवस्था झाल्याशिवाय मार्केटयार्ड सुरू करण्याचे स्वप्नही पाहू नका.

मी मुख्यमंत्र्यांना मला दिल्लीस जाण्यासाठी सात दिवसांची रजा देण्याची विनंती केली. मी म्हटले, मी दळणवळण मंत्री स. का. पाटील यांना भेटणार आहे. मी त्यांना एवढीच विनंती केली की, स. का. पाटलांना माझी ओळख म्हणून त्यांनी फक्त दोन ओळींचे पत्र द्यावे. माझ्या कामाविषयी त्यांनी काही लिहू नये.

एके दिवशी संध्याकाळी चोवीस तासांच्या प्रवासानंतर अचानकपणे मी दिल्लीतील माझ्या सासऱ्यांच्या दरवाज्यात उभा राहिलो. त्यांना आश्चर्य वाटले.

दुसऱ्या दिवशी सकाळी लवकरच अशोका मार्गावरील स. का. पाटलांच्या निवासस्थानी मी पोहोचलो. त्यांच्या स्वीय साहाय्यकास मी यशवंतरावांनी दिलेले

पत्र दाखविताच त्यांनी तातडीने मला दिवाणखाण्यात पाटलांना भेटण्यास नेले. यापूर्वी मी त्यांना कधी प्रत्यक्ष पाहिलेही नव्हते. त्यांचे दिल्लीत 'वजन' आहे व सुदैवाने ते रेल्वे व टेलिफोन-खात्याचे मंत्री आहेत, एवढेच मला माहीत होते.

स. का. पाटील यांनी मुख्यमंत्र्यांचे पत्र वाचले व प्रश्नचिन्हांकित नजरेने माझ्याकडे पाहिले व म्हणाले, "केंद्र सरकारकडे कामासाठी दूत म्हणून मुंबई सरकार जिल्हाधिकाऱ्यांना केव्हापासून पाठवू लागलं?"

मला धक्काच बसला. लगेच स्वत:ला सावरून मी म्हटले, "सर, मुंबई सरकारच्या वतीने मी केंद्रीय मंत्र्याकडे आलो नाही. मी श्रीयुत स. का. पाटलांना भेटण्यास आलो आहे. माझे स्वत:चे काही काम नाही. आपण रत्नागिरीचे व आपल्यालगत असलेल्या कोल्हापूरचे काही तातडीचे प्रश्न आहेत, म्हणून आपल्या मदतीच्या अपेक्षेने मी आलो आहे." मी जेव्हा सहा आठवड्यांत रेल्वे सायडिंग व टेलिफोन यांचे काम झाले पाहिजे हे सांगितले. तेव्हा ते म्हणाले, "प्रधान, मी सर्व वस्तुस्थिती समजू शकतो, पण असे काम आपल्या चाकोरीतून करण्यास कमीत कमी एक वर्ष लागेल."

"तडफदारीने काम करण्यात आपला लौकिक आहे," असे म्हणून थोडेसे खोटे बोललो. "यशवंतराव म्हणाले होते की, स. का. पाटीलच अशक्य असलेले काम करू शकतील."

ते ऐकताच त्यांचा चेहरा बदलला व ते म्हणाले, "यशवंतरावांनी तुम्हांला पाठवले आहे, तेव्हा कशा तऱ्हेने मदत करता येईल, ते मला पाहावेच लागेल."

त्याच दिवशी दुपारी त्यांनी त्यांच्या कार्यालयातील रेल्वे बोर्डाचे अध्यक्ष, इतर सदस्य आणि पोस्ट व तार-खात्यातील वरिष्ठ अधिकाऱ्यांची बैठक बोलावली.

स. का. पाटलांनी मी मुंबई राज्याच्या मुख्यमंत्र्यांकडून मुद्दाम दिल्लीस आलो आहे, अशी ओळख करून दिली. मंत्र्यांच्या शेजारी बसून मी माझे प्रश्न त्यांचेसमोर मांडले. सुदैवाने तार-खात्यातील एक अधिकारी श्री. केणी माझ्या पूर्वपरिचयाचे निघाले. त्यांनी शंभर टेलिफोन लाइन्सचे एक निगम (एक्सचेंज) एक महिन्यात कार्यान्वित करण्याचे मान्य केले.

रेल्वेमार्गासाठी अधिकारी थोडे आढेवेढे घेत आहेत, असे दिसताच मंत्री महाशयांनी स्पष्ट शब्दात त्यांना सांगितले, "मुंबईचे मुख्यमंत्री जेव्हा एका अधिकाऱ्यास ही योजना घेऊन आपणांकडे पाठवतात, त्यावरूनच या योजनेचे महत्त्व आपण गृहीत धरले पाहिजे व रेल्वेच्या दृष्टीने या योजनेत नुकसान नसून, व्यापारी दृष्टिकोनातून ही योजना नफ्याचीच आहे. मग अडचण का?"

स. का. पाटील यांनी स्पष्ट आदेश दिला की, एक डिसेंबरला उद्‌घाटन होणार असे गृहीत धरून त्याच्या सात दिवस अगोदर रेल्वे सायडिंग कार्यान्वित करा.

मी त्यांचे आभार मानले व दोन दिवसांनी मुंबईत पोहोचलो. मुख्यमंत्र्यांना जेव्हा हे सर्व सांगितले, तेव्हा ते थोडे आश्चर्यचकित झाल्यासारखे मला वाटले. स. का. पाटील या योजनेबाबत इतक्या झटपटीने आदेश देतील, हे कदाचित यशवंतरावांना अपेक्षित नसावे. कारण व्यापाऱ्यांच्या इच्छेविरुद्ध ते काही करतील, असे त्यांना वाटले नसावे.

जसे-जसे रेल्वेचे काम पुढे सरकत होते व टेलिफोनचे काम सर्वांच्या नजरेत भरत होते, तसे-तसे शाहूपुरीत वातावरण तापत होते. मार्केटयार्डचे उद्‌घाटन दहा दिवसांवर आले तेव्हा अचानक फोन आला की, मी मुख्यमंत्र्यांना मुंबईला भेटावे.

त्या दिवशी सायंकाळी सह्याद्रीवर भेटताच मुख्यमंत्र्यांनी सांगितले की, जीवराज मेहतांनी सरकारी तिजोरीतून पैसे देण्याचे साफ नाकारले आहे. आपण सहकार विभागाला एक कोटी रुपयांचा निधी शेतकरी सहकारी संघाला कर्ज स्वरूपात देण्यास रिझर्व्ह बँककडे विनंती करण्यास आदेश दिले आहेत. त्याची मंजुरी एक-दोन दिवसांत मिळेल. हे कर्ज मार्केटयार्ड चालवण्यासाठी देण्यात येत आहे, असेही त्यांनी स्पष्ट केले.

दुसऱ्या दिवशी सकाळी मी जेव्हा कोल्हापुरात पोहोचलो, तेव्हा सर्वत्र उत्साहाचे वातावरण होते. आता नवीन रेल्वे साइडिंग तयार होते. तसेच १०० लाइन्सचे टेलिफोन एक्स्चेंज कार्यान्वित झाले होते. प्रचंड गाळे गुळांच्या रव्यासाठी तयार होते व महत्त्वाचे म्हणजे, तात्यासाहेब मोहित्यांच्या हातांत एक कोटी रुपये होते!

मी २९ नोव्हेंबरला मार्केटयार्डात गेलो, तर चाळीस नवीन अडतीच्या दुकानांचे बोर्ड लागले होते. प्रत्येक दुकानात एक टेबल व दोन खुर्च्या मांडल्या होत्या. नावांच्या पाट्यांवर जिल्हाधिकाऱ्यांच्या हस्ते हार लावण्यासाठी प्रत्येक सोसायटीचे पदाधिकारी रांगेत हारतुरे घेऊन उभे होते.

ते सर्व पाहून माझ्या डोळ्यांत अश्रू आले. 'कोल्हापूर स्पिरिट' म्हणजे काय, ते मी प्रत्यक्षात अनुभवत होतो.

दुसऱ्या दिवशी सकाळी ९:०० वाजता उद्‌घाटन करायचे ठरले. मुख्यमंत्री येणार, असे आम्ही गृहीत धरले होते. नवे मार्केटयार्ड हे त्यांचे स्वप्न होते. १ डिसेंबरला सकाळी ७:०० वाजता त्यांचा फोन आला. सद्य:परिस्थितीत त्यांनी न येणे हेच योग्य, असे ते म्हणाले.

सकाळी ९ वाजता मीच कागदावर मुख्यमंत्र्यांचा संदेश लिहून वाचून दाखवला. लगेच टाळ्यांच्या गजरात सर्व 'दुकानदार' आपआपल्या गाळ्यात गेले. सकाळपासून गावागावांतून बैलगाडीतून गूळ आणण्याची व्यवस्था तात्यासाहेबांनी केलीच होती. त्या गुळाचे लिलाव पुकारले गेले व नवीन मार्केटयार्डात शेतीमालाच्या खरेदीचे व्यवहार सुरू झाले. व्यापाऱ्यांनी डावपेच खेळून मार्केटयार्ड चालू राहू नये यासाठी

बरेच प्रयत्न केले. परंतु तात्यासाहेब मोहित्यांनी त्यावर मात केली.

हे सर्व साध्य झाले, ते यशवंतरावांच्या मुत्सद्दी मार्गदर्शनामुळे. मलाही एवढी मोठी योजना आठ महिन्यांत कशी कार्यान्वित करता येते, याचा अनुभव मिळाला. तसेच कोल्हापुरातील शेतकरी-व्यापारी यांच्या या ऐतिहासिक संघर्षात शासनातर्फे मला एक महत्त्वाची भूमिका पार पाडण्याची संधी मिळाली.

सर्वांत महत्त्वाचे म्हणजे, या सर्व लढ्यात यशवंतराव आणि माझ्यामधील परस्पर विश्वासाचा धागा अधिक घट्ट झाला!

१३

कोल्हापूरला निरोप

कोल्हापूर जिल्ह्यातील सर्व कामांमुळे प्रसिद्धीबरोबर मला लोकांचे अमाप प्रेम व आशीर्वादही मिळाले. तीन वर्षांच्या वास्तव्यानंतर कोल्हापूर शहर व जिल्ह्यातील सामान्य लोक माझ्याशी प्रेमाने व आपुलकीने वागत आणि लहान-सहान प्रसंगी आपल्या प्रशंसेची सुमने माझ्यावर उधळत. आपल्याला कोल्हापूर लवकरच सोडावे लागेल, याची जाणीव मनात येत होती. जाण्याअगोदर रंकाळा तलावाभोवती सुंदर उद्यान करण्याची योजना माझ्या डोक्यात आली होती. जुन्या शहराच्या दोन्ही अंगांना रंकाळ्याचा जलाशय पसरला होता. काठावर अनेक मंदिरे होती. या पवित्र स्थानांच्या सान्निध्यात रंकाळा तलाव होता. शतकानुशतके घाण तसेच काही सांडपाणी तलावात सोडल्यामुळे तलाव व शेजारील वातावरण प्रदूषित झाले होते. मी अहमदाबादला असताना तेथील महानगरपालिकेच्या आयुक्तांनी तलावातील घाण उपसून, आजूबाजूला बागबगीचे करून कांकरिया तलावाचे नंदनवन निर्माण केले होते. त्याच धर्तीवर आपण काही करावे, हे माझ्या मनात होते. त्यासाठी शासनाने परवानगी दिली होती.

अहमदाबादला जाताना मुंबईतील माझ्या एका दिवसाच्या मुक्कामात मी मुख्यमंत्र्यांच्या कार्यालयात त्यांचे खासगी सचिव व्ही. प्रभाकर (आय.ए.एस.) यांना भेटण्यास गेलो. मी त्यांच्या कार्यालयात पाऊल ठेवताच ते म्हणाले, "मी तुमच्याच शोधात होतो. मुख्यमंत्र्यांना तुम्हाला भेटायचे आहे."

कोणत्या कामासाठी, हे व्ही. प्रभाकर यांनी सांगितले नाही व मीदेखील त्यांना विचारले नाही.

थोड्या वेळाने मुख्यमंत्र्यांची भेट झाली. कोल्हापूरसंबंधी काही औपचारिक प्रश्न विचारल्यानंतर ते मला म्हणाले, "प्रभाकर यांच्या जागी मी एका आय.ए.एस. अधिकाऱ्याच्या शोधात आहे. माझ्या मनात तुम्ही येथे यावे असे आहे."

मी काही उत्तर दिलं नाही. माझ्या मनातला संभ्रम लक्षात येताच ते म्हणाले, "मी म्हणतोय म्हणून होय म्हटलंच पाहिजे, असं नव्हे. तुम्ही विचार करून आपला निर्णय प्रभाकर यांना सांगा."

मी त्यांना म्हटलं, "मी आज रात्री अहमदाबादला जात आहे. चार दिवसांनी परत येईन, तेव्हा आपणांस माझा निर्णय सांगू का?"

त्यांनी आनंदानं होकार दिला.

चार दिवसांच्या अहमदाबाद येथील वास्तव्यता मी बराच विचार केला. गेल्या तीन-सव्वातीन वर्षांत मी कोल्हापूर जिल्ह्यात बरेच काही केले होते. माझ्या कामाचे कौतुक सर्वत्र झाले होते. खुद्द मुख्यमंत्र्यांनी माझे काम बघितले होते. ते पन्हाळ्यास विश्रांतीसाठी आले असता, मीही त्यांच्याबरोबर बऱ्याच चर्चांत भाग घेतला होता. ते दुसऱ्या सामान्य राजकारणी नेत्यांसारखे नव्हते. सौम्य प्रकृतीच्या, अभ्यासू, तसेच नाट्य व कलाक्षेत्र यांचे ज्ञान असलेल्या त्यांच्या व्यक्तिमत्त्वाशी मी परिचित होतो. मुख्य म्हणजे, दुसऱ्याचे ऐकून घेण्याची, त्यांच्या विचारांचा आदर करण्याची कला त्यांना उपजतच होती. आज ते देशातील सर्वांत प्रमुख राज्याचे मुख्यमंत्री आहेत व आता महाराष्ट्र राज्याची निर्मिती होणार आहे. या वेळी त्यांना नाही म्हणणे योग्य होणार नाही, असे विचार माझ्या मनात आले.

मुंबईला येताच मी त्यांना भेटलो व सांगितले, "तुम्हांला जेव्हा योग्य वाटेल तेव्हा मला बोलावून घ्या. मी यायला तयार आहे."

माझ्या निर्णयाने ते आनंदित झाले आणि त्यांनी मलाच योग्य वेळ निवडण्यास सांगितले.

ही भेट १९६०च्या जानेवारी महिन्यात झाली. यशवंतराव चव्हाण महाराष्ट्र राज्याच्या निर्मिती व तत्संबंधीच्या राजकीय निर्णयात व्यग्र होते. ज्या दिवशी महाराष्ट्र राज्य स्थापन होईल, त्या दिवशी मी कामावर रुजू व्हावे, असे त्यांनी मला सांगितले. त्याचबरोबर माझ्या नव्या नेमणुकीविषयी मी कोणासही बोलू नये, असे मला बजावले.

कोल्हापूरला परत येताच मी माझ्या कामाचा व व्यापाचा आढावा घेतला. गेल्या तीन वर्षांत मी बरेच काही केले होते. सबंध जिल्ह्याभर मी जातीने फिरलो होतो. असे कोणतेही क्षेत्र नव्हते की, ज्यात मी जातीने लक्ष घातले नव्हते. राष्ट्रीय विस्तारण योजनेत कोल्हापूरची सर्वप्रथम आघाडीचा जिल्हा म्हणून सर्वत्र वाहवा झाली होती. तसेच, कोल्हापूर जिल्ह्यातील नद्या-नाल्यांवर एक नवीन तऱ्हेचा पूल व बंधारा बांधण्याचे काम मोठ्या प्रमाणात राबवले होते. बंधाऱ्यामुळे शेतकऱ्यांना पाण्याचा उपसा मिळे व पुलामुळे उसाच्या बैलगाड्या अलीकडे-पलीकडे जाऊ येऊ शकत. पुढे या योजनेला 'कोल्हापूर टाईप बंधारा' असे संबोधण्याची प्रथा पडली.

अहोरात्र विकास कार्यात मग्न होऊन काम केल्यामुळे लोकांचे अमाप प्रेम मिळाले होते. त्यामुळे माझा उत्साहही द्विगुणित होत असे.

आता सर्व काम आवाक्यात आणणे जरुरीचे होते. ते दोन-तीन आठवड्यांत करून मी फेब्रुवारी महिन्याच्या सुरुवातीपासून एक महिन्याची रजा मागितली. ती मंजूर होताच ४ फेब्रुवारी, १९६० रोजी मी कोल्हापूर सोडले. रजेनंतर कोणत्या पदावर रुजू व्हायचे हे सरकार तुम्हांस कळवील, असे रजा मंजूर करताना औपचारिक पद्धतीने सांगण्यात आले. त्यामुळे मी कोठे जाणार आहे, याविषयी कोणाशीही बोलू शकलो नाही.

कोल्हापूर सोडताना बरेच वाईट वाटले. विशेष म्हणजे, मी असंख्य चाहत्यांचा निरोप घेतल्याशिवाय कोल्हापुरातून पाय काढीत होतो. मी यशवंतरावांबरोबर काम करणार आहे हे जर त्यांना कळले असते, तर त्यांना अत्यानंद झाला असता; पण माझा नाईलाज होता.

मी २२ ऑक्टोबर, १९५७मध्ये कोल्हापुरात रूजू झालो होतो. जाताना किती तरी आठवणी घेऊन जात होतो. ज्या जिल्ह्याने मला घडवले त्याबद्दल मी कृतज्ञतेच्या भावनेने पाहत होतो. स्टेशनवर जाण्याअगोदर मी सपत्नीक महालक्ष्मीच्या दर्शनास गेलो व आशीर्वाद घेतला. पुढील तीस वर्षे शासकीय आयुष्यात माझी केव्हाही पिछेहाट झाली नाही. न मागता सर्व मिळत गेले.

कोल्हापूर स्टेशन सोडून गाडी मार्केटयार्डच्या बाजूने धावत असताना आपण कोल्हापुरात, जिल्ह्याचे शेतकरी व व्यापारी वर्गासाठी काही तरी कायम स्वरूपाचे पाठीमागे ठेवून जात आहोत, ही भावना मनात आली. प्रत्येक तालुक्यात व बहुसंख्य गावात कितीतरी आठवणी साठलेल्या होत्या. जीवनाची गाडी वेगाने पुढे जात होती.

कोल्हापुरातील सत्यवादी दैनिकाने अग्रलेख लिहून माझ्या कामाचे समीक्षण केले, ते मी शासकीय जीवनातील लोकांनी दिलेली पोच, या भावनेने खाली उद्धृत करत आहे.

२ फेब्रुवारी, १९६०च्या दैनिकात सत्यवादीकारांनी म्हटले,

'कोल्हापुर जिल्ह्याचे लोकप्रिय जिल्हाधिकारी श्री. रा. द. प्रधान हे दोन दिवसांत एक महिन्याचे रजेवर जात असून, ते बहुधा कोल्हापूर जिल्ह्याचे जिल्हाधिकारी म्हणून परत येणार नाहीत. मुंबईच्या सचिवालया (सेक्रेटरीएट)मध्ये त्यांची नेमणूक होईल, असा अंदाज आहे.

श्री. प्रधान हे एक तरुण व उत्साही सरकारी अधिकारी आहेत. ते कोल्हापूर जिल्ह्याचे जिल्हाधिकारी म्हणून २२ ऑक्टोबर, १९५७ पासून येथे आले. तेव्हापासूनचा

त्यांचा एकंदर कारभार पाहिला तर तो लोकहितदक्ष असाच होता. आपल्या तडफदार वृत्तीने आणि कार्यक्षम कारभारामुळे त्यांनी सरकारी यंत्रणेत चांगलेच नाव कमावले आहे. त्यांच्या लोकसंग्राहक वृत्तीमुळेच ते कोल्हापूर जिल्ह्यातील सर्व थरांच्या आणि सर्व वर्गांच्या जनतेत अल्पावधीत लोकप्रिय झाले. सर्व प्रकारच्या आणि सर्व तऱ्हेच्या लोकांचे सहकार्य आपल्या गोड आणि मनमिळाऊ स्वभावाने प्राप्त करून घेऊन विकासाच्या नानाविध कामांना गती देण्याची त्यांची हातोटी आगळी आहे. त्यांच्या सर्व थरांतील लोकप्रियतेचे खरे गमक यातच आहे. कोल्हापूरचे नवे शाहू मार्केटयार्ड यशस्वी करण्याच्या कामात त्यांना अनंत अडचणी आल्या. त्या सर्व दूर करून व जोरदार विरोधही बाजूला सारून त्यांनी ते यशस्वी व सर्व भारतात आदर्श असे करून दाखवले आहे.

एकदा निर्णय घेतल्यानंतर त्याच्या अंमलबजावणीत तसूभरही हयगय करायची नाही, हे त्यांच्या स्वभावातील एक खास वैशिष्ट्य आहे. येथील अंबाबाईच्या देवळातील बहुविध सुधारणा करतानाही त्यांना विरोधकांना टक्कर देऊन कार्य करावे लागले.'

पन्हाळा हिल स्टेशन, टेंबलाईवरील वनोद्यान, सहकारी घरबांधणी संस्थांना उत्तेजन इत्यादी कित्येक कामांचा परामर्श घेऊन, सत्यवादीकारांनी, 'त्यांचा उत्कर्ष होवो, असे आम्ही मन:पूर्वक चिंततो.' असे लिहिले होते.

दुसऱ्या दिवशी पहाटे जेव्हा पुणे स्टेशनात गाडी आली, तेव्हा मनात काय आले ते आज आठवत नाही; पण आता कोल्हापूर पाठीमागे सोडून पुढे गेले पाहिजे, त्यासाठी नवे तन, नवीन मनासारखेच असले पाहिजे, असे कदाचित मनात येऊन मी माझा सेफ्टी रेझर काढला व दाढी करता-करता माझ्या मिशा काढल्या.

त्या सकाळी मी आता एक नवीन व्यक्ती झालो आहे, या भावनेने स्वत:कडे पाहू लागलो, असे वाटते!

१४

मुख्यमंत्र्यांचा खाजगी सचिव

रजा संपल्यानंतर मुख्यमंत्र्यांच्या कार्यालयात जेव्हा विशेष अधिकारी म्हणून रुजू झालो तेव्हा कोल्हापुरातील मित्रमंडळी व हितचिंतकांना मी कोठे काम करणार याची कल्पना मिळाली.

विशेष म्हणजे, कोल्हापूरशी कायमचे नाते लागले होते. मी जेव्हा कोल्हापुरात आलो तेव्हा माझा थोरला मुलगा राजीव चार-एक वर्षांचा होता. तिथे माझ्या दुसऱ्या मुलाचा – विवेकचा – जन्म झाला. त्यामुळे त्या शहराशी कायमचे नाते निर्माण झाले. त्याहून अधिक कोल्हापूरची महालक्ष्मी. तिला मी माझे आद्यदैवत मानतो. माझ्या आयुष्यात जे-जे चांगले झाले, ते तिच्या वरदहस्तामुळे झाले, अशी माझी भावना आहे.

यशवंतरावांबरोबर कामास सुरुवात केली तेव्हा मला त्यांच्या स्वभावाची व कार्यशैलीची जवळून ओळख होऊ लागली. त्यांचा कामाचा उरक पाहून मी थक्क झालो. रोज सकाळी फायलींचे गठ्ठे घेऊन त्यांचे शिपाई माझ्या खोलीत यायचे. रात्री एक-दोन वाजेपर्यंत काम करून आलेल्या सर्व फायलींचा फन्ना उडवायचा व नंतर झोपायचे, हा त्यांचा नियम होता.

प्रत्येक फाइलवर लाल शाईने – प्रथेप्रमाणे केवळ मुख्यमंत्री लाल शाई वापरीत – ते आपल्या हाताने आपले विचार व निर्णय लिहीत असत. काही फायली चर्चा करण्यासाठी ते निराळ्या ठेवत. अशा प्रत्येक प्रकरणाचा बारकाईने अभ्यास करून मी त्यांच्याकडे जात असे. एक-दोन प्रश्न विचारून त्यांचे समाधान झाल्यास ते लगेच आपला निर्णय लेखी देत.

त्यामुळे यशवंतरावांकडे जाणाऱ्या प्रत्येक फायलीचा मी जाणीवपूर्वक अभ्यास करू लागलो व एखाद्या प्रकरणात माझ्या मते त्यांच्या नजरेत विशेष असे काही

आणायचे असल्यास अथवा सचिवांनी मांडलेली मते व सल्ल्याशी मी सहमत नसल्यास, मी फायलीवर काही न लिहिता, एका कागदावर माझा सल्ला लिहीत असे आणि टाचणीने तो फाइलवर लावत असे. तो विचारात घेऊन ते आपला निर्णय देत.

लवकरच यशवंतराव माझ्या सल्ल्याप्रमाणे आपले निर्णय देऊ लागले, तेव्हा अर्थातच मला माझ्या कामाची उपयुक्तता वाटू लागली.

लवकरच एप्रिल महिन्याचा शेवटचा आठवडा उजाडला. २७ एप्रिल रोजी शिवजयंती मोठ्या सोहळ्यात साजरी करण्याचे यशवंतरावांनी ठरवले होते. शिवनेरीवर सर्व व्यवस्था करण्यासाठी त्यांनी प्रभाकर यांना सांगितले होते. कारण प्रभाकर पुणे जिल्ह्याचे जिल्हाधिकारी म्हणून नेमले गेले होते.

मुंबईहून जाताना निरोप घेता-घेता अत्यंत कटू भाषेत जीवराज मेहता श्रीप्रकाशजींना म्हणाले, "ज्या तऱ्हेने द्वैभाषिक राज्याचे विभाजन करण्यात आले आहे, त्यामुळे यशवंतराव चव्हाणांनी आमच्या पाठीत खंजीर खुपसला आहे, असे आम्हांस वाटते."

काही दिवसांनी राज्यपालांनी राष्ट्रपतींना लिहिलेल्या मासिक अहवालात जीवराज मेहता यांनी काढलेले उद्गार कळवले. ते करताना, गुजरातचे मंत्री अहमदाबादला रवाना होत असताना एकही मराठीभाषिक मंत्री हजर नव्हता, याविषयी खेद व्यक्त केला. काही दिवसांनी राष्ट्रपतींनी हे पंतप्रधानांच्या नजरेस आणले. साहजिकच त्यांना बराच मनस्ताप झाला. श्री. श्रीप्रकाशजींनी नूतन महाराष्ट्र राज्याचे राज्यपाल या नात्याने मराठी मंत्र्यांच्या अनुपस्थितीबद्दल योग्य ते समर्थन करण्याऐवजी जी नाराजी व्यक्त केली होती, त्यामुळे मुख्यमंत्री व राज्यपाल यांच्यामध्ये जी काही कटुता निर्माण झाली होती, ती आणखी वाढली.

त्यानंतरच्या सात-आठ महिन्यांच्या काळात मुख्यमंत्र्यांनी राज्यपालांशी अत्यंत औपचारिक पातळीवर संबंध ठेवले होते. श्री. श्रीप्रकाशजींनी त्यांच्या परीने, त्यांच्या बाजूने संबंध सुधारण्याचे प्रयत्न केले. मीही दोघांमध्ये जास्त गैरसमज वाढू नये म्हणून कटाक्षाने प्रयत्न करत होतो. परंतु दुर्दैवाने असे काही घडले की, परिस्थिती आणखीनच चिघळली.

मला राज्यपालांच्या मन:स्थितीची थोडी फार कल्पना असल्यामुळे त्यांना अधिक न दुखवता हे प्रकरण कसे मिटवता येईल, याविषयी मी रात्री बराच विचार केला होता. यशवंतरावांना शांत करण्यासाठी मी म्हणालो की, "आपण तरुण आहात, राज्यपाल आपल्याहून जवळ-जवळ तीस वर्षे मोठे आहेत. वयोमानाप्रमाणे राज्यपालांचा स्वभाव थोडा तक्रारखोर झाला असेल. ते बोलतात त्या सर्वच गोष्टी त्यांना खरोखर म्हणायच्या नसतील."

माझ्या असल्या बोलण्याने यशवंतराव शांत होतील अशी माझी अपेक्षा नव्हती. कारण या वेळेला श्रीप्रकाशजींनी जवाहरलालजींना लेखी पत्र लिहिले होते. बोलण्याम व पत्र लिहिण्यात बराच फरक असतो. चव्हाणांचा राग शांत करण्याचा प्रयत्न करून मी त्यांना एवढेच म्हणालो की, "आपण प्रत्यक्ष श्रीप्रकाशजींशी तोंडातोंडी करण्यापेक्षा त्यांना एक पत्र का लिहू नये? उद्या जर हे प्रकरण चिघळले, तर सर्व गोष्टी राष्ट्रपती व पंतप्रधान यांच्या नजरेला आणाव्या लागतील. त्यासाठी आपणांस जे काही बोलायचे असेल ते आपण लेखी कळवल तर जास्त शहाणपणाचे ठरेल."

यशवंतरावांना माझे म्हणणे पटले व लगेच मी मुख्य सचिव एन. टी. मोने यांच्या कानांवर सर्व प्रकरण घातले. पंतप्रधानांची मुख्य तक्रार मुख्य सचिवांच्या कार्यालयाविषयी असल्यामुळे जो काही समजुतींचा घोटाळा झाला असेल, त्याचे निवारण करण्यासाठी मुख्य सचिवांनीच मुख्यमंत्र्यांच्या पत्राचा मसुदा तयार करावा, असे मी त्यांना सुचवले. राज्यपालांच्या प्रतिक्रियेविषयी त्यांना बरेच आश्चर्य वाटले. कारण गेला महिनाभर मुख्य सचिवांच्या कार्यालयात राणीसाहेबांच्या भेटीसंबंधी काही बैठका झाल्या होत्या. त्या बैठकींना परराष्ट्रखात्याचे वरिष्ठ अधिकारी, ब्रिटनचे मुंबईतील उपायुक्त तसेच राजभवनातील कंट्रोलर हजर होते. राज्यपालांच्या वतीने हजर असलेल्या अधिकाऱ्यांनी वेळोवेळी झालेल्या चर्चा व निर्णय याविषयी राज्यपालांना माहिती दिलीच असेल, असे मुख्य सचिवांनी गृहीत धरले होते.

त्यामुळे आणखी काही औपचारिक निवेदने राज्यपालांकडे पाठवावीत, अशी गरज मुख्य सचिवांना वाटली नव्हती. हे सर्व खरे असले, तरी माझ्या माहितीप्रमाणे मुख्य सचिवांच्या कार्यालयाकडून थोडा निष्काळजीपणा झाला होता. दिल्लीहून राणीसाहेबांच्या कार्यक्रमाची प्रत आल्यानंतर मुख्य सचिवांनी जवळ-जवळ तीन आठवडे राज्यपालांच्या कार्यालयास त्याविषयी काहीच माहिती दिली नव्हती. त्या अनुषंगाने राज्यपालांची तक्रार रास्त होती.

ही हकीकत कळल्यावर राज्यपालांची तक्रार थोडी फार रास्त आहे व त्याविषयी मुख्यमंत्र्यांनी काही हरकत घेतल्यास हे प्रकरण आपल्याच अंगावर शेकेल, असे मी यशवंतरावांच्या नजरेस आणले. उगाच तक्रार करण्यात काहीच अर्थ नाही, असे म्हणून एकंदर प्रकरण आपल्या हातावेगळे करण्यासाठी मी मुख्यमंत्र्यांना सुचवले की, आपण पंतप्रधानांकडून आलेल्या पत्राची प्रत राज्यपालांकडे पाठवून त्या पत्राला मुख्यमंत्र्यांनी काय उत्तर द्यावे याचा मसुदा राज्यपालांनी द्यावा, अशी विनंती करावी. हा मार्ग अडनीडा होता. पण माझ्या मते या मार्गाने गेल्यामुळे राज्यपालांच्या दृष्टीने तो न्याय्य आणि योग्य ठरेल, असे मला वाटले होते. यशवंतरावांना ते पटले, पण असे पत्र त्यांनी राज्यपालांना पाठवण्याऐवजी मीच राज्यपालांना पाठवावे, असा

आग्रह त्यांनी धरला.

मी केलेल्या सूचनेच्या कात्रीत नकळत मीच सापडलो, पण मुख्यमंत्र्यांनी पत्र लिहून हे प्रकरण अधिक चिघळण्याऐवजी मीच मुख्यमंत्र्यांच्या सूचनेप्रमाणे राज्यपालांना पत्र लिहिले व त्याचबरोबर पंतप्रधानांच्या पत्राची प्रतही पाठवली. मुख्यमंत्र्याऐवजी त्यांचे खासगी सचिव मला पत्र का लिहितात अशी तक्रार राज्यपाल करतील, अशी जाणीव असल्यामुळे मी यशवंतरावांना विनंती केली की, दुसऱ्या दिवशी सकाळी त्यांनी राज्यपालांना भेटावे. ठरल्याप्रमाणे ते राज्यपालांना भेटले. माझ्या पत्राचा उल्लेख न करता त्यांनी पंतप्रधानांना पाठवायच्या पत्रोत्तराचा मसुदा राज्यपालांनी द्यावा, अशी विनंती श्रीप्रकाशजींना केली. ती राज्यपालांनी मान्य केली.

कबूल केल्याप्रमाणे तत्परतेने श्रीप्रकाशजींनी उत्तराचा मसुदा माझ्याकडे पाठवला व त्याबरोबर एक पत्रही पाठवले. त्यात त्यांनी असे लिहिले होते की, "आपण अतिशय साधे, सरळ बोलणारे आहोत व जे रुचले नाही, ते स्पष्ट सांगण्यात आपण कधी भीड बाळगली नाही."

आपल्या पत्राच्या शेवटी त्यांनी लिहिले – "माझ्या बाजूने सांगायचे, तर राज्यघटनेने आखून दिलेल्या चौकटीत राहून स्वाभाविकपणे राज्यपालांना जे करणे आवश्यक आहे, ते करण्याचा माझा प्रामाणिक प्रयत्न असतो. तुम्हांला माझ्याकडून जास्तीत जास्त मदत व्हावी, अशी माझी इच्छा आहे."

मुख्यमंत्री व पंतप्रधान यांच्या या पत्रव्यवहारात आपणास कसे गोवले गेले, या विषयी त्यांनी लिहिले, "या परिस्थितीत मला थोडे गोंधळल्यासारखे वाटत आहे, पण मीच पत्र लिहावे असा तुमचा आग्रह दिसतो, म्हणून मी हे पत्र लिहीत आहे."

हे पत्र मिळण्याअगोदर मुख्यमंत्र्यांनी मुख्य सचिवांच्या कार्यालयातील सर्व कागद पाहिले होते व त्यांचीही खात्री झाली की, राज्यपालांच्या तक्रारीत थोडे फार तथ्य होते. कारण राणीसाहेबांचा कार्यक्रम तीन आठवडे मुख्य सचिवांच्या कार्यालयात पडून होता व त्याविषयी काहीही माहिती राज्यपालांना कळवण्यात आली नव्हती. दिल्लीत चौकशी केली तेव्हा कळले की, या घोटाळ्याविषयी तक्रार राज्यपालांच्यापेक्षा जास्त कटू शब्दांत श्रीमती विजयालक्ष्मी पंडित यांनी पंतप्रधानांना केली होती. राणीसाहेबांच्या दिल्लीभेटीची व्यवस्था पंतप्रधानांच्यातर्फे त्या पाहत होत्या.

राज्यपालांकडून मनाला चटका लावणारे स्पष्टीकरणात्मक पत्र मिळाल्यावर यशवंतरावांनी पंतप्रधानांना पाठवलेल्या पत्रात मुख्य सचिवांविषयीच्या तक्रारीत तथ्यांश असल्याचे मान्य केले. राज्यपालांशी झालेला गैरसमज आता दूर झाला आहे, हेही कळवले. त्या पत्राला पंतप्रधानांचे उत्तर उलटटपाली आले. त्यांनी लिहिले होते, "राज्यपालांची भेट घेऊन आपसात निर्माण झालेले गैरसमज तुम्ही दूर केले, याबद्दल मला आनंद वाटला."

या सर्व प्रकरणामुळे श्रीप्रकाशजी व यशवंतराव यांच्यामधील एक उपयुक्त दुवा म्हणून दोघांनीही माझ्या कामाबद्दल समाधान व्यक्त केले. त्यामुळे यशवंतरावांबरोबर काम करण्यास जसा नवा जोम मिळाला, तसाच श्रीप्रकाशजींबरोबर निर्माण झालेले भावनात्मक नाते आणखी दृढ झाले. काही महिन्यांनी मला परत त्या दोघांमध्ये आणखी एका बाबतीत देवाणघेवाण करण्याचे कार्य करावे लागले.

१५

पंडित नेहरू : राजकारणातले आणि कुटुंबातले

१९६२च्या प्रारंभी झालेल्या लोकसभेच्या निवडणुका माझ्यासाठी संस्मरणीय ठरल्या. निवडणूक प्रचारासाठी पंडित नेहरू चार दिवस महाराष्ट्रात होते. यशवंतरावांबरोबर मी ते चार दिवस त्यांच्या सहवासात घालविले. त्यांच्या राहण्याची, खाण्यापिण्याची व त्यांची एकंदर देखभाल करण्याची जबाबदारी यशवंतरावांनी माझ्यावर सोपवली होती. त्या निमित्ताने मी त्या दौऱ्यात पंडितजींबरोबर त्यांच्या छोटेखानी विमानातून प्रवास केला. मुख्यत: त्यांनी पुणे, कोल्हापूर, नागपूर व मुंबई शहरांत निवडणूक प्रचारासाठी सभा घेतल्या.

पंडितजी कोल्हापूरला आले, त्या अगोदर एक दिवस मी तिथे पोहोचलो. मी दोन वर्षांनंतर तेथे गेलो होतो. कित्येक मित्रमंडळी तसेच काँग्रेस कार्यकर्ते तेथे येऊन भेटले. मी यशवंतरावांना महाराष्ट्र राज्याची धुरा सांभाळण्यास मदत करतो, याचे माझ्या चाहत्यांना कौतुक वाटत होते. माझी जडण-घडण कोल्हापुरात झाली होती याची जशी मला जाणीव होती, तशीच त्यांनाही होती.

धावपट्टी तयार करण्यात आली होती. कोल्हापूर शहराच्या विकास आराखड्यात कोल्हापूर-कागल मार्गावर विमानतळ बांधण्यासाठी मीच ती जागा राखीव ठेवली होती. इतक्या लवकर तेथे विमान उतरेल याची मला कल्पना नव्हती.

पंडित नेहरूंची राहण्याची व्यवस्था त्या वेळच्या बावडा गावातील सर्किट हाउसमध्ये करण्यात आली होती. कोल्हापूर शुगर मिल्सला सलग असलेला तो बंगला कोल्हापूर संस्थान होते, तेव्हापासून राज्य-अतिथीगृह म्हणून वापरत असत. तिथे यशवंतरावांच्या बरोबर गाडीने येताच मी पुढे जाऊन पंडित नेहरूंचे स्वागत केले. त्यांनी हास्यवदनाने माझ्याकडे पाहून हे कोण, असे यशवंतरावांना विचारणार

तोच त्यांनी माझी ओळख करून दिली व म्हणाले, "हेच ते तरुण अधिकारी, ज्यांनी आठ महिन्यांत शाहू मार्केटयार्ड निर्माण केले."

नंतर मला कळले की, त्यांचे विमान कोल्हापूरवरून भ्रमंती करीत असताना, त्या मार्केटयार्डचा विस्तार पाहून पंडित नेहरूंनी त्याविषयी चौकशी केली होती.

यशवंतरावांनी ओळख करून देताच ते म्हणाले, "शेतकऱ्यांच्या वतीने जो लढा तुम्ही लढला, त्याची माहिती मला आज रात्री सांगा बरं!"

पंडितजींचा प्रचार-कार्यक्रम भरगच्च होता म्हणून जेवणाची व्यवस्था तयार होती. तीस-चाळीस व्यक्तींना त्यांना भेटण्यास व त्यांच्याबरोबर जेवण घेण्यासाठी आमंत्रण होते. त्यात प्रामुख्याने काँग्रेसची स्थानिक नेतेमंडळी, उद्योगपती, सरदार, जहागीरदारमंडळी होती. चार-चार व्यक्ती एका टेबलावर बसतील अशी व्यवस्था केली होती. सर्वांअगोदर, टेबलावर मांडलेल्या पदार्थांपैकी काही निवडक आपल्या प्लेटमध्ये घेऊन पंडितजींनी माझा हात पकडला व एका कोपऱ्याच्या टेबलाकडे वळले. भिंतीकडे तोंड करून एका खुर्चीत बसता-बसता म्हणाले, "हे बघ, जेवताना मला बोलणे आवडत नाही व अपरिचित लोकांशी तर नाहीच. या टेबलावर कोणी येणार नाही, याकडे लक्ष ठेव."

ते एकटे अर्धा तास हळूहळू जेवले. एक शब्दही तोंडातून काढला नाही.

बऱ्याच पाहुण्यांची निराशा झाली. जेवणाच्या निमित्ताने त्यांना भेटण्यास ते उत्सुक होते. मला त्यांना न दुखवता पंडितजींच्या टेबलापासून दूर ठेवावे लागले. त्यांची निराशा होऊ नये म्हणून जेवणानंतर पंडितजी अर्धातास दिवाणखान्यात बसले व सर्व जण एक-एक करून भेटले.

त्या प्रसंगाची एक अविस्मरणीय घटना म्हणजे कोल्हापूरच्या एका तरुण चित्रकाराने काढलेले चित्र. माझ्या आठवणीप्रमाणे ते बाळ गजबर (जुन्या पिढीतील प्रख्यात चित्रकार बाबा गजबर यांचे चिरंजीव.) यांनी काढले होते. ते चित्र पंडितजींचे होते. त्याकडे बराच वेळ त्यांनी पाहिले व लोहियाशेठनी विनंती करताच त्या चित्रावर सही केली. ती सही करत असतानाच कोणीतरी त्यांचा फोटो घेतला. तो फोटो माझ्या संग्रहात आहे आणि आजही त्या प्रसंगाची आठवण ताजी करतो.

त्या रात्री पंडितजी आपल्या खोलीत एकटेच जेवले. त्यानंतर मला बोलावले व कोल्हापूर मार्केटयार्डविषयी सांग, असे म्हणाले.

मी दहा-बारा मिनिटांत त्यांना सर्व रामायण सांगताच ते म्हणाले, "तुझे अभिनंदन! शेतकऱ्यांसाठी असा लढा सरकारी यंत्रणेने लढल्याचे मलातरी माहीत नाही."

अर्थातच मी हे सर्व मुख्यमंत्र्यांच्या प्रेरणेने व मार्गदर्शनाखाली केले होते हे सांगितले, तेव्हा पंडितजी हसले व म्हणाले, "वो सब ठीक है, पर काम तो आप लोगोंने किया था।"

त्यांचे ते प्रशंसात्मक शब्द माझ्यासाठी एक मोठे पारितोषिक होते.

या निवडणुकीच्या प्रवासात पंडितजींचे दोन-तीन पैलू पाहण्यास मिळाले. रोज रात्री कितीही उशीर का होईना, आपले काम व पत्रव्यवहार हातावेगळा केलाच पाहिजे, हे त्यांच्या शिस्तप्रिय जीवनाचे एक अंग होते. रोज रात्री त्यांचे स्वीय साहाय्यक त्या दिवशी आलेल्या पेट्या घेऊन त्यांच्या खोलीत जात. रात्री एक-दोन वाजेपर्यंत पंतप्रधान आपले काम संपवत. दुसऱ्या दिवशी नाष्टा संपताच, स्वीय साहाय्यक रात्रभर टाईप केलेले कागद, पत्रे त्यांच्या सहीसाठी आणत.

अवघ्या चार-पाच तासांच्या झोपेनंतर ताजेतवाने व नवीन दिवसास तोंड देण्यास सज्ज असे त्यांचे व्यक्तिमत्त्व होते. नेहरू-गांधी कुटुंबांचे ते वैशिष्ट्य होते असे मला वाटते. श्रीमती इंदिरा गांधींही त्याप्रमाणे काम करत व राजीव गांधी भल्या पहाटे तीन-चार वाजता झोपी जाऊन सहा वाजता कामास तयार असत.

हे सर्व मानसिक शिस्तप्रियतेमुळे असावे. दुपारी जेवणानंतर वीस-पंचवीस मिनिटे झोप घेण्यासाठी जेव्हा पंडितजी आपल्या खोलीत जात, तेव्हा घड्याळाकडे पाहत. मला पुढील कार्यक्रम विचारत व सांगत मी इतक्या वाजता बाहेर येईन. 'त्या' मिनिटाच्या एक मिनिट अगोदर एक ताजेतवाने गुलाबाचे फूल घेऊन मी त्यांच्या दरवाजानजीक उभा राहत असे. ते बाहेर येताच हास्यवदनाने फूल घेत, आपल्या कोटावर लावत व 'थँक यू' म्हणून नव्या दमाने प्रचारकार्यास लागत.

हे सर्व गौण वाटत असले तरी, प्रत्येक मिनिटाचा उपयोग कसा करावा व दुसऱ्यांचाही एकही मिनिट वाया जाऊ नये यासाठी दक्ष असणे, हे पंडितजींच्या शिस्तप्रिय जीवनाचे अंग होते. आज फारच थोडी नेतेमंडळी दुसऱ्यांच्या वेळेची कदर करतात!

पंडितजींच्या मुंबई भेटीविषयी मी मागे उल्लेख केला आहे. त्या अगोदर ते नागपुरास गेले. त्यांचे तिथे प्रचंड स्वागत झाले. नागपूर व विदर्भाचे पंडितजींवर अमाप प्रेम होते. नागपुरहून निरनिराळ्या भागांत जाऊन त्यांनी जोमाने प्रचार केला व शेवटच्या दिवशी मुंबईत कृष्ण मेनन यांचा धूमधडाक्यात प्रचार केला.

तेथून निरोप घेताना माझे त्यांनी आभार मानले. पंडितजींच्या बरोबर काढलेले ते चार दिवस माझ्या आयुष्यातील अविस्मरणीय आहेत. आजही मला गुलाबाचे ताजे फूल लावताना त्यांचा तो ताजातवाना व सुंदर हास्यमय चेहरा आठवतो!

राजकारणातील मोठ्या व्यक्तींच्याही दुसऱ्या सामान्य कुटुंबातील व्यक्तींसारख्या समस्या असतात, हे सहज लक्षात येत नाही. खुद्द पंतप्रधान नेहरूंना काही समस्यांना तोंड देणे प्राप्त होते. त्यांनी आपली बहीण कृष्णा हाथी सिंग यांच्यासंबंधी जेव्हा यशवंतरावांना पत्र लिहिले, तेव्हा मला हे उमजले.

पंडितजींनी लिहिले होते, 'माझ्या बहिणीविषयी काय करावे, हे मला समजत

नाही. मी मतिगुंग झालो आहे. काही जमिनीच्या प्रकरणी ती तुमच्याशी बोलल्याचे मला कळते. परंतु त्याविषयी काम न झाल्यामुळे ती अत्यंत मानसिक तणावाच्या स्थितीत आहे.'

खरं म्हणजे या प्रश्नासंबंधी मुख्यमंत्र्यांना लिहिणे त्यांना योग्य वाटत नव्हते, हे पंडितजींनी पत्रात स्पष्ट केले होते. पण त्यांची बहीण काहीतरी 'वेड्यासारखं' करेल, अशी भीती वाटत असल्यामुळे, त्यांनी लिहिण्याचे ठरवले होते.

यशवंतरावांनी हे पत्र माझ्या हातात दिले व म्हणाले, "प्रधान, हे प्रकरण तुम्ही संभाळा. कृष्णा हाथी सिंग यांच्याशी जरा जपून वागा. मलातरी त्यांना हाताळता येणार नाही."

काही आठवड्यांपूर्वी कृष्णा हाथी सिंग यशवंतरावांना सह्याद्रीवर भेटल्या होत्या. त्या इतक्या काही क्षुब्ध होत्या की, त्यांना काय पाहिजे, हे यशवंतरावांना कळले नव्हते. काहीतरी जमिनीचे प्रकरण आहे, एवढेच त्यांना कळले होते.

मी महसूल विभागात चौकशी केली तेव्हा कळले की, वरळी येथील हाथी सिंग कुटुंबाची जमीन युद्धकाळात त्या वेळच्या ब्रिटिश सरकारने सैन्यासाठी आपल्या कब्जात घेतली होती. अरबी समुद्रावरील जहाजवाहतुकीवर नियंत्रण ठेवण्यासाठी ब्रिटिश फौजेने तोफा तैनात करण्यास त्यांच्या जमिनीचा उपयोग केला होता. काही जागेवर बॅरॅक्स बांधल्या होत्या. युद्धानंतर ती सर्व जमीन व बॅरॅक्स राज्य सरकारला हस्तांतर करण्यात आल्या व त्या बॅरॅक्स पोलीस शिपायांच्या निवासासाठी वापरात होत्या.

मी गृहखात्याकडे चौकशी केली. तेव्हा वरळी येथील बॅरॅक्सपैकी फक्त कृष्णा हाथी सिंग यांची जमीन त्यांना परत करता येणार नाही, असे त्यांनी कळवले. यात चार-एक आठवडे गेले. एकंदर आपल्या पत्नीची मनःस्थिती व स्वतःची गरज यासाठी त्यांचे पती राजा हाथी सिंग यशवंतरावांच्या पाठीमागे लागले होते. 'कसेही करून आमच्या जमिनीवर कब्जा करून असलेल्या ५२ कुटुंबांना दुसरी जागा द्या, म्हणजे माझ्या जमिनीवर आम्हास राहायला एक लहान बंगला बांधता येईल,' असे ते आवर्जून सांगत.

'जर सहा आठवड्यांत आपण जमीन परत केली नाही, तर मी आमरण उपोषण करणार आहे', असेही त्यांनी यशवंतरावांना लेखी कळवले.

ते कळल्यावर मी कृष्णा हाथी सिंग यांच्याशी दूरध्वनीवर संपर्क साधण्याचा प्रयत्न केला, तेव्हा कळले की त्या श्रीनगरला गेल्या आहेत. जवळ-जवळ रोज त्या चव्हाणांना लिहीत, 'आता ४० दिवस', 'आता ३९ दिवस'....

प्रत्येक दिवशी येणाऱ्या या पत्रामुळे यशवंतराव हैराण झाले होते.

हे होत असतानाच आम्ही दिल्लीला गेलो. तेथेही संरक्षण मंत्र्यांकडे पत्रांचा वर्षाव चालू होताच.

श्रीमती कृष्णा हाथी सिंगांची तणावलेली मानसिक स्थिती, चीनने युद्ध पुकारल्यानंतर झालेली खुद्द पंतप्रधानांची मानसिक स्थिती व त्यांचा उदासीन चेहरा यांमुळे मीही कष्टी झालो होतो.

एक दिवस मी यशवंतरावांकडे गेलो व त्यांना सांगितले, "जर भारताच्या संरक्षणमंत्र्यांना एवढं लहान काम महाराष्ट्र शासनाकडून करून घेता येत नसेल, तर हाथी सिंग दांपत्यांबरोबर मलाही उपोषणाला बसावे लागेल, असे मला वाटते."

माझ्या धमकीपेक्षा यशवंतरावांना पंडितजींची काळजी होती. त्यांनी महाराष्ट्राचे महसूल मंत्री पी. के. सावंत यांना फोनवर बोलावले आणि 'हे लहान काम जर आपण करू शकत नसलात, तर मंत्री म्हणून राहण्याचा आपणांस काय अधिकार?' असे म्हणून त्यांना नोटीस बजावली.

दोन-तीन आठवड्यांत कृष्णा हाथी सिंग यांना त्यांची जमीन परत देण्यात आली. त्यांना अर्थातच आनंद झाला.

पण या प्रकरणांत पंडितजींचा एक पैलू दिसून आला. त्यांनी यशवंतरावांना याबाबत एकच पत्र लिहिले होते. त्यानंतर त्यांनी त्याचा कधीच पाठपुरावा केला नाही. एक शब्दानेसुद्धा विचारले नाही की, तुम्ही माझ्या बहिणीच्या कामाविषयी काय केले? आपल्या धाकट्या बहिणीसाठी कोणत्याही मोठ्या पदावर असलेल्या भावाने जे केले असते, ते त्यांनी केले होते. पण त्या वैयक्तिक स्वरूपाच्या कामासाठी कोणतेही दडपण आणले नाही. ते त्यांच्या स्थितप्रज्ञ स्वभावाचे प्रतीक होते, असे म्हणावे लागेल.

१६

माझे निकटचे सहकारी

महाराष्ट्र राज्य निर्मितीनंतर माझ्या कचेरीत तीन-चार निकट काम करणाऱ्या व्यक्ती म्हणजे के. व्ही. ब्रह्मे, श्रीपाद डोंगरे, बी. पी. जोशी व राम खांडेकर होय. ब्रह्मे सर्वांत ज्येष्ठ व विचारवंत.

महाराष्ट्र राज्य निर्मितीनंतर मुख्यमंत्री राज्याचे केंद्रबिंदू झाले होते. राज्यकारभार, राजकारण, सांस्कृतिक कार्य तसेच महाराष्ट्राच्या विकासासाठी नवनव्या योजना हे सर्व यशवंतरावांच्या प्रेरणेने आकार घेत होत्या. मुख्यमंत्री तडफदारीने पुढे पावले टाकीत होते व प्रत्येक पाऊल टाकण्याअगोदर लोकशिक्षण व लोकसंघटन यांकरता आपले विचार चौफेर निरनिराळ्या कार्यक्रमानिमित्ताने लोकांसमोर मांडीत होते.

यशवंतरावांची भाषणे व विचार पुस्तकाच्या स्वरूपात मांडण्याची मूळ कल्पना मुख्यमंत्र्यांच्या कार्यालयातील त्यांचे जुने स्वीय साहाय्यक के. व्ही. ब्रह्मे यांनी काढली. ते यशवंतरावांचे मराठीतील पत्रव्यवहार, भाषणे इत्यादींचे काम बरीच वर्षे करत होते. शांत स्वभावाचे, अत्यंत मेहनती तसेच प्रसिद्धि-विन्मुख असे त्यांचे व्यक्तिमत्त्व होते. मराठी भाषेवर त्यांचे प्रभुत्व होतेच; पण त्यापेक्षा महत्त्वाचे म्हणजे यशवंतरावांचे विचार व भाषाशैली यांचे त्यांनी अध्ययन केले होते. त्यामुळे जशी त्यांची यशवंतरावांना मदत होत असे, त्यापेक्षा जास्त मला होत असे. कारण मराठीतील सर्व पत्रव्यवहार ते पाहत. काही नाजूक मसुदा असेल, तर ते तो मला दाखवत व नंतर मुख्यमंत्र्यांकडे पाठवत. सामान्यपणे त्यांनी मुख्यमंत्र्यांकडे थेट पाठवण्यास मी त्यांना मुभा दिली होती. चव्हाणांकडून परत येताना मात्र सर्व कागद-फायली माझ्याकडे येत व त्यामुळे सर्व कामावर मला देखरेख ठेवता येत असे. या कार्यपद्धतीमुळे मला मुख्यमंत्र्यांचा इंग्रजी भाषेतील पत्रव्यवहार तसेच फायली याकडे लक्ष देण्यास वेळ मिळत असे. त्याचबरोबर अनेक व्यक्तींना भेटता येत असे.

के. व्ही. ब्रह्मे यांनी यशवंतरावांच्या भाषणाची एक पुस्तिका काढण्याची कल्पना पब्लिसिटी विभागातील अधिकाऱ्यांना सांगितली व जुळवाजुळव झाल्यानंतर ते माझ्याकडे आले. त्यांच्याबरोबर बाळ सामंत होते. पुस्तकाचे पाहून मी काही सूचना दिल्यावर त्यांनी नावाविषयी विचारले, तेव्हा 'नव्या दिशा', 'नवे वारे' अशा काही सूचना पुढे आल्या.

'नवे वारे' मला आवडले. मी म्हटले, "वारे नेहमीच नवे असतात. एकदा आलेला वारा परत येत नाही. आपण यावर विचार करा व उद्या या."

त्या रात्री मी विचार करत होतो, तेव्हा माझ्यासमोर यशवंतरावांचा चेहरा आला. त्या चेहऱ्यात मी सह्याद्रीचे स्वरूप पाहिले. काळसर, सतेज, लाव्ह्यासारखा कठोर तसेच निधड्या व्यक्तिमत्त्वाचे प्रतीक. त्यावरून त्यांच्या वैचारिक भाषणांना 'सह्याद्रीचे वारे' असे नाव का ठेवू नये, असे विचार माझ्या मनात आले. हे नाव सर्वांनाच आवडले व खास करून यशवंतरावांना! त्या पुस्तकातील भाषणे आजही महाराष्ट्रास मार्गदर्शक आहेत व पुढेही कित्येक वर्षे राहतील.

के. व्ही. ब्रह्मे एक विलक्षण व्यक्तिमत्त्व होते. शांत स्वभावाचे व साध्या राहणीचे, विनम्र. भाषा सोपी व जवळ-जवळ यशवंतरावांची अशी वाटे. दुर्दैवाने प्रकृतीअस्वास्थ्यामुळे ते निवृत्त झाल्यानंतर लवकरच वारले. त्यांचे यशवंतरावांवर अमाप प्रेम होते व तशीच त्यांची कर्तव्यबुद्धी. कौटुंबिक जबाबदाऱ्यांमुळे ते आमच्याबरोबर दिल्लीला येऊ शकले नाहीत. त्यांच्याऐवजी मी त्या वेळचे माझे मराठी टायपिंग वगैरे काम करणारे राम खांडेकर यांना येण्यास विनंती केली व ते लगेच तयार झाले.

राम खांडेकर त्या वेळी चोवीस-पंचवीस वर्षांचे असतील. तरुण, कामात चोख व शिकण्याची तयारी यामुळे लवकरच ते यशवंतरावांचे मराठी भाषेतील सर्व काम दिल्लीत पाहू लागले. हळूहळू ते यशवंतरावांच्या कुटुंबाचे एक सदस्य झाले व शेवटपर्यंत त्यांच्याबरोबर राहिले. त्यांनी कित्येक वर्षे यशवंतरावांना पाहिले आहे. त्यांच्याबरोबर बरे-वाईट दिवस काढले आहेत. त्यांनी वेणूताईंचीही सेवा केली व माझ्या मते यशवंतरावांसंबंधी, विशेषत: १९७७ ते १९८० कालखंडाविषयी ते एक दिवस लिहितील, अशी माझी अपेक्षा आहे.

पुढे खांडेकर नरसिंह रावांबरोबर काम करत असताना माझा त्यांचा जवळचा संबंध आला. राव पंतप्रधान झाल्यावर खांडेकर त्यांचे विश्वासू सचिव म्हणून काम पाहू लागले. आपल्या अंगी असलेल्या गुणांमुळे तसेच स्वच्छ चारित्र्यामुळे ते आज दिल्लीत सर्वांच्या आदरास पात्र आहेत, याचा आनंद होतो.

माझे आणखी एक सहकारी बी. पी. जोशी, माझ्याबरोबर इंग्लिश भाषेचे स्टेनोग्राफर म्हणून काम करत. ते दिल्लीला आमच्याबरोबर आले व आपली

तल्लख बुद्धिमत्ता तसेच मेहनत करून विदेश मंत्रालयात संयुक्त सचिवपदापर्यंत पोहोचले. त्यांनीही यशवंतरावांना साथ दिली व विशेष म्हणजे, १९९१मध्ये जेव्हा राजीव गांधींच्याबरोबर काम करण्यास मी दिल्लीला गेलो, तेव्हा हाक मारताच माझ्याबरोबर काम करण्यास तयार झाले. अत्यंत सोज्ज्वळ, स्वच्छ जीवन व सदा हसणे, हे त्यांचे वैशिष्ट्य. तेही यशवंतरावांच्या वाढत्या कमानीपासून शेवटपर्यंत चव्हाणांच्या जीवनाचे साक्षीदार आहेत.

या तीन सहकाऱ्यांपेक्षा जर कोणी यशवंतरावांची मनोभावे सेवा केली असेल, तर ती श्रीपादराव डोंगऱ्यांनी. यशवंतराव १९५७मध्ये मुख्यमंत्री झाले. त्या वेळी डोंगरे मोरारजीभाई देसाई यांच्याबरोबर काम करत. डोंगरे यशवंतरावांचे सह्याद्रीवरील काम तसेच येणाऱ्या-जाणाऱ्या व्यक्तींचे आदरातिथ्य, भेटीगाठींसाठी वेळ हे काम तेव्हा पाहत. अत्यंत सोज्ज्वळ, मितभाषी तसेच चाणाक्ष असे त्यांचे व्यक्तिमत्त्व होते. ते सह्याद्रीवरच राहत व दिल्लीला गेल्यानंतर ते यशवंतरावांच्या कुटुंबात समरस होऊन त्यांच्याबरोबरच राहिले. ते भेटीगाठींच्या कामाबरोबर यशवंतरावांचे काँग्रेसपक्षीय तसेच इतर राजकीय स्वरूपाचे काम पाहत. शेवटी तर डोंगरे व यशवंतराव हे जवळ-जवळ समीकरण झाले होते. कारण डोंगरे यांनी वेळ दिल्याशिवाय सहसा कोणी यशवंतरावांना भेटू शकत नसे. कोणी, केव्हा, किती वेळ भेटावे; हे अवघड काम डोंगरे करत. त्यांचा मुख्य स्वभावधर्म म्हणजे यशवंतरावांवरील त्यांची स्वामीनिष्ठा. ते आपणहून कधी काही चकाट्याच्या रूपाने बोलायचे नाहीत. सर्वांचे ऐकून घेण्यात ते निष्णात होते. एका लहान भावासारखी त्यांनी यशवंतराव व वेणूताईंची सेवा केली.

दुर्दैवाने दीर्घ आजारानंतर १९८३च्या सुमारास मुंबईमध्ये त्यांचे निधन झाले. मी त्या वेळी मुख्य सचिव होतो. मला आठवते, आम्ही सर्व वेणूताई व यशवंतरावांची दिल्लीहून येण्याची वाट पाहत होतो. बाबुलनाथ मंदिराच्या जवळील डोंगरे यांच्या निवासस्थानी येताच यशवंतराव ओक्साबोक्शी रडले. अशा अवस्थेत मी त्यांना कधीच पाहिले नव्हते.

हे माझे चार तरुण सहकारी माझ्याबरोबर त्या वेळी होते, म्हणूनच मी यशवंतरावांबरोबर त्यांचे कामकाज तसेच वैचारिक चर्चा व बैठका यांत सहभागी होऊ शकलो. त्या सर्वांत दोन गुण होते. एक चव्हाणांविषयी स्वामीनिष्ठा आणि माझ्यासंबंधी आदरयुक्त जिव्हाळा! त्यांच्या या गुणांविषयी लिहावे तेवढे कमीच, असे वाटते.

आमच्याबरोबर मुख्यमंत्र्यांच्या कार्यालयातील आणखी दोन व्यक्तींचा निर्देश करावाच लागेल. ते म्हणजे विठ्ठल व महमूद. मुख्यमंत्र्यांचे दोन जमादार. ते त्यांच्या दाराजवळ सतत हजर असत. त्यांनी दार उघडल्याशिवाय कोणीही मुख्यमंत्र्यांच्या

खोलीत शिरू शकत नव्हते.

विठ्ठल, क्षेत्र महाबळेश्वरचा. उंच, सडपातळ, डौलदार लाल रंगाची मावळ्यांची गोल पगडी, कमरेवर लालभडक वस्त्र घट्ट बांधलेले व त्यात खुपसलेला खंजीर. या रूबाबदार व्यक्तिमत्त्वापुढे तो कोणावरही छाप मारीत असे. कमी बोलणे हा त्याचा स्वभाव व येणाऱ्या-जाणाऱ्याकडे तीक्ष्ण नजर ठेवणे, हे त्याचे काम. त्याचा रुबाब असा होता की, कित्येक अधिकारी तसेच मंत्रालयातील कर्मचारी विठ्ठलला बिचकून असत.

महमूद हा दुसरा जमादार. हाडकुळा, उंच पण दिसण्यात आणि वागण्यात चपळ आणि चलाख. जेवढा विठ्ठल शांत तेवढाच महमूद उतावळा. दोघांचा धर्म स्वामीनिष्ठा.

विठ्ठल सातारा जिल्ह्यातील म्हणून व आपल्या आयुष्याला नवीन वळण देणारी व्यक्ती म्हणून यशवंतराव त्याला विशेष मान देत असत. त्या प्रसंगाचे वर्णन मी वादळमाथा या पुस्तकात केले आहे. थोडक्यात सांगायचे तर १९४६च्या निवडणुकीनंतर मुख्यमंत्री बाळासाहेब खेर यांनी यशवंतरावांना मुंबईहून भेटीसाठी बोलावले. जुन्या सेक्रेटरियट इमारतीत मुख्यमंत्री व महसूल मंत्री मोरारजी देसाई यांची केबिन शेजारी होती, तेथे चव्हाण गेले. मुख्यमंत्र्यांचा जमादार विठ्ठलने त्यांना ओळखले व आपण मोरारजी देसाईंना का भेटत नाही, असे म्हणून त्यांनी यशवंतरावांना देसाईंसमोर हजर केले. त्या भेटीत देसाईंनी यशवंतरावांना 'संसदीय सचिव' म्हणून काम करण्यास प्रवृत्त केले. यशवंतरावांनी ही गोष्ट मला सांगितली व म्हणाले, "विठोबांनी माझी भेट देसाईंशी करून दिली नसती, तर काय झाले असते, ते नियतीलाच ठाऊक."

मुख्यमंत्र्यांकडे रोज सामान्य नागरिकांची शंभर-एक पत्रे येत असत. त्यांत एक व्यक्ती साताऱ्याहून दोन-एक आठवड्यांतून एकदा तरी लिहीत असे. तो कोणतीही विनंती करीत नसे. काही मागत नसे. फक्त दोन-चार वाक्यांत यशवंतरावांच्या हितासाठी सल्ला देत असे.

ती व्यक्ती गंगूबाबा म्हणून सही करत असे. पत्रे निरनिराळ्या ठिकाणांहून पाठवत असे, हे पोस्टाच्या शिक्क्यावरून स्पष्ट होते. सातारा-सांगली या भागातून गंगूबाबा पत्र टाकत असे, म्हणून मुख्यमंत्र्यांनी त्या गृहस्थाचा शोध लावा, असे पोलिसांना सांगितले. पोलीस-खात्यातील अधिकारी, विशेषतः ज्यांच्यावर मुख्यमंत्र्यांच्या संरक्षणाची जबाबदारी होती, ते अशा व्यक्तींसंबंधी सावध असत. जरी गंगूबाबा हितचिंतक म्हणून पत्र लिहीत असला तरी तो कोण, कुठे राहतो, पत्र का लिहीत असतो, ही माहिती काढण्यासाठी पोलिसांनी बराच प्रयत्न केला; पण यश आले नाही.

एक दिवस यशवंतराव दिल्लीत संरक्षणमंत्री म्हणून गेल्यावर गंगूबाबाचे पत्र आले व त्या पत्राबरोबर त्यांनी आपला फोटो पाठवला. पत्र कऱ्हाड शहरातून

पाठवले आहे, असे त्यांनी लिहिले होते.

ते पत्र मिळताच बराच वेळ यशवंतरावांनी त्या अनोळखी चेहऱ्याकडे पाहून तो कोण व कसा असावा, याविषयी विचार केला.

शेवटी हा गंगूबाबा गेली सात-आठ वर्षे मला पत्रे लिहीत आहे, तो कसा दिसतो ते मला आजच कळले, हा शेरा लिहून पत्र माझ्या हातात दिले. माझ्या माहितीप्रमाणे त्या व्यक्तीचा पत्ता मात्र लागला नाही.

१७

माझी पहिली विदेश यात्रा

१ ऑगस्ट, १९६०ला अमेरिकेचे राजदूत एल्सवर्थ बँकर यांनी त्यांच्या सरकारच्या वतीने यशवंतरावांना अमेरिकेला येण्याचे आमंत्रण दिले होते. अमेरिकेतील लोकतांत्रिक संस्था कशा काम करतात याची माहिती करून घेण्यासाठी तसेच भारतीयांच्या आशा-आकांक्षा यांचा परिचय अमेरिकन जनतेला देण्यास आपली भेट उपयुक्त होईल, अशी आशा त्यांनी व्यक्त केली होती. त्यांच्या प्रवासासाठी व इतर खर्चासाठी पैशांची व्यवस्था आपले शासन करील, असे आश्वासनही त्यांनी दिले होते.

पत्र मिळताच मुख्यमंत्र्यांनी पंतप्रधानांना त्या आमंत्रणाची माहिती दिली व आपल्या संमतीशिवाय ते कोणतीही प्रतिक्रिया देऊ शकणार नाहीत, हेही स्पष्ट केले. त्यांनी पंडितजींचा सल्ला विचारला.

तीन एक आठवड्यांत पंतप्रधानांचे उत्तर आले. त्यांनी राज्याच्या मुख्यमंत्र्यांनी असे आमंत्रण स्वीकारणे का योग्य नाही, हे कळवले.

तद्नंतर १९६२मध्ये मे महिन्यात अमेरिकेचे आमंत्रण पंतप्रधानांमार्फत परत आले होते. ते पंतप्रधानांनी नाकारले व यशवंतरावांना त्यांनी तसे कळवले होते. ब्रिटनची आमंत्रणे दोनदा आली होती. त्यांचीही बोळवण अशीच करण्यात आली होती. पंतप्रधानांचे अशा आमंत्रणाविषयी काय धोरण आहे, हे माहीत झाल्यावर मुख्यमंत्र्यांनी आणखी कित्येक देशांची आलेली आमंत्रणे तोंडीच नाकारली. खरे म्हणजे परदेशात जाऊन बरेच काही बघण्याची व शिकण्याची त्यांची इच्छा होती व ते गेले असते, तर त्यांच्या दृष्टीने औद्योगिकक्षेत्रात आघाडीवर असलेल्या महाराष्ट्र राज्याच्या विकासासाठी त्यांना नवीन ज्ञानाचा उपयोग करून घेता आला असता. परंतु पंतप्रधानांचे म्हणणेही सयुक्तिक आहे, असे त्यांना वाटले. त्यानंतर स्वत: बाहेर जाण्याचा प्रयत्न त्यांनी कधीही केला नाही.

आपण जाऊ शकलो नाही, म्हणून कमीत कमी प्रधानांनी विदेशी जाऊन विदेश

काय हे पाहावे, अशी इच्छा त्यांनी डॉ. रफिक झकेरिया यांना एकदा बोलून दाखवली. त्यांची ही इच्छा समजताच माझ्या विदेशयात्रेसाठी झकेरियांनी खटपट केली. सुदैवाने मिडल ईस्ट एअर लाइन्सच्या मुंबई-बैरुत विमान मार्गाचे उद्घाटन होणार होते. त्यांचे आमंत्रण त्यांनी यशवंतरावांच्या हातात दिले आणि त्याविषयी मला झकेरियांनी सांगितले.

मुख्यमंत्र्यांनी ते आमंत्रण मुख्य सचिव मोने साहेबांकडे पाठवले व त्यांचा अभिप्राय मागितला. मोने साहेबांनी आय.ए.एस. अधिकाऱ्याच्या सेवानियमक नियमांप्रमाणे कोणताही आक्षेप घेण्याचे कारण नाही, असे लिहिले. कोणत्याही परदेशी शासनाचा या निमंत्रणाशी संबंध नसल्यामुळे मुख्यमंत्री निर्णय घेऊ शकतील, असा अभिप्रायही दिला. परंतु शेवटी अशी मखलाशी केली की, प्रधान मुख्यमंत्र्यांबरोबर काम करत असल्यामुळे त्यांनी आमंत्रण न स्वीकारणे अधिक इष्ट.

ते कागद माझ्यामार्फत पाठवणे बरोबर नाही असे वाटून मोने साहेबांनी ते मुख्यमंत्र्यांना स्वत: नेऊन दिले. त्या संध्याकाळी यशवंतरावांनी मला बोलावले व त्यांनी कागदावर काय लिहिले आहे, ते वाचण्यास सांगितले. थोडक्यात, नियमानुसार जर काही अडचण नव्हती, तर मुख्य सचिवांनी उगाचच मखलाशी करण्याचे कारण काय? प्रधानांचा सर्व प्रवास खर्च मिडल ईस्ट एअरलाइन्स करणार आहे व बराच खर्च प्रधान आपल्या खिशातून करतील, म्हणून नाही म्हणण्याचे कारण दिसत नाही, असा शेरा मुख्यमंत्र्यांनी मारला होता.

माझ्या हातात कागद देता ते म्हणाले, "मला जाता आले नाही, पण तुम्ही जाणार यातच मला आनंद आहे. जग कसं आहे ते पाहून या व मला सांगा. तुमच्या विदेशयात्रेच्या अनुभवाचा मला पुढे केव्हा तरी उपयोग होईल."

त्यांच्या निर्णयामुळे व त्यांनी केलेल्या प्रयत्नांमुळे मी माझ्या आयुष्यातील पहिल्या विदेशयात्रेला जाऊ शकलो.

मी बैरुत, दमास्कस, कैरो शहरांत पर्यटनासाठी गेलो. त्या भेटीत कित्येक महत्त्वाच्या व्यक्तींना भेटण्याचा योग आला व बरेच काही शिकण्याचाही. नाईल नदीवरील प्रचंड आस्वान धरणाचे काम पाहिले, त्याबरोबर अत्यंत हलाखीच्या स्थितीत राहत असलेला गाझा येथील अरब निर्वासितांच्या वस्त्याही बघण्यास मिळाल्या. एका परदेशयात्रेत जे पाहिले व अनुभवले, त्याचा उपयोग यशवंतरावांबरोबर काम करताना झाला.

मी त्यांच्याबरोबर १९६३मध्ये अमेरिका व ब्रिटनला गेलो व तद्नंतर रशियाला गेलो. प्रवासात येणाऱ्या लहानसहान अडचणींचा अनुभव घेतला असल्यामुळे मी त्यांना साहाय्य व मार्गदर्शन करू शकलो, यात शंका नाही.

भाग ३

संरक्षण मंत्रालयात*

** नोव्हेंबर, १९६२ ते १९६५ या काळात यशवंतराव चव्हाण यांच्या बरोबर जे काम मी केले, ते 'वादळमाथा' व 'पहिली फेरी – १९६५ पाक-भारत युद्ध' या पुस्तकांमध्ये सादर केले आहे. त्यामुळे या भागात केवळ माझ्या चरित्राच्या वस्तुकथनाच्या दृष्टीने आवश्यक आहे, तेवढेच सादर केले आहे.*

१८

चलो दिल्ली!

१ नोव्हेंबर, १९६२ रोजी मी आणि माझी पत्नी दिल्लीला आलो होतो. कारण आदल्या दिवशी तिच्या वडिलांचे निधन झाले होते. आणि घरातील कर्ता पुरुष म्हणून क्रियाकर्माची सर्व जबाबदारी माझ्यावरच होती. ४ नोव्हेंबरला पंतप्रधानांनी 'राष्ट्रीय विकास परिषदे'ची (नॅशनल डेव्हलपमेन्ट कौन्सिल) बैठक बोलावली होती. चिनी आक्रमणानंतर निर्माण झालेल्या परिस्थितीचा आढावा घेण्यासाठी ती खास बैठक होती. या बैठकीला असाधारण महत्त्व होते.

त्या बैठकीचे यशवंतरावांना आमंत्रण होते. यशवंतरावांचा निरोप आला की, शक्य असल्यास मीही त्यांच्याबरोबर सभेस हजर राहावे. सामान्यतः मी अशा राष्ट्रीय पातळीवरील सर्वच सभांना त्यांच्या मदतीसाठी हजर राहत असे व त्यांच्या पाठीमागे बसत असे. त्या वेळच्या प्रथेप्रमाणे फक्त मुख्यमंत्री, राज्यातील एखाद-दुसरा मंत्री व अधिकाऱ्यांतून मुख्य सचिव असे निवडक व आमंत्रितच अशा सभांना हजर राहू शकत होते.

त्या दिवशी सकाळी झालेल्या परिषदेत आसामच्या मुख्यमंत्र्यांनी आसामधील परिस्थितीचे दारुण वर्णन केले होते. दुपारी राष्ट्रीय विकास परिषदेची सभा संपताच यशवंतराव साउथ ब्लॉकमध्ये पंतप्रधानांच्या कचेरीत गेले. तिथे प्रदीर्घ बैठक झाली. त्या बैठकीला तत्कालीन मद्रासचे मुख्यमंत्री कामराज नाडर, पंजाबचे मुख्यमंत्री प्रताप सिंग कैरों, आंध्रचे मुख्यमंत्री संजीव रेड्डी आणि ओरिसाचे मुख्यमंत्री बिजू पटनाईक हे चार मुख्यमंत्रीही हजर होते.

संध्याकाळची बैठक दीड तास चालू होती. पंतप्रधानांचे खासगी सचिव खन्ना यांच्या कचेरीत मी बसलो होतो. त्यांच्याच कचेरीतून मुख्यमंत्री पंतप्रधानांच्या खोलीत गेले होते. बैठक संपल्यावर हे पाचही मुख्यमंत्री बाहेर पडले, ते खन्नांच्या

दालनात. नेहमीप्रमाणे पंडितजीही त्यांना निरोप देण्यासाठी बाहेर आले. मला पाहताच त्यांनी स्मितहास्य केले. चेहरा दमलेला; पण पूर्ण आत्मविश्वास दर्शवणारा होता.

पंतप्रधानांपुढे अति अवघड समस्या उभी होती. त्या बैठकीत मुख्यमंत्र्यांनी काही मते निर्भयपणे परखड शब्दांत मांडली होती. प्रताप सिंग केरॉं अधिक स्पष्ट बोलत होते. त्यांचे लक्ष्य उघड-उघड कृष्ण मेनन होते. यशवंतरावांखेरीज पंतप्रधानांना भेटलेल्या चारही मुख्यमंत्र्यांनी देश, जनता आणि सभासद यांच्या तीव्र भावना पंडितजींना ऐकवल्या होत्या.

यशवंतराव म्हणाले, ‘‘मी इतरांचे सांगणे लक्षपूर्वक ऐकत होतो. मी काही विशेष बोललो नाही. आमच्या बोलण्याचा थोडक्यात मथितार्थ होता : आपण कृष्ण मेननना राजकीय जीवनातून उठवावे, असा आमचा उद्देश नाही; परंतु पंतप्रधान म्हणून आपण लोकांच्या भावनांची उपेक्षाही करू नये.

पंतप्रधानांनी सर्व ऐकून घेतले व म्हणाले, ‘‘कृष्ण मेनन यांनी काही चुकीचे केले आहे, असे मलातरी वाटत नाही. माझ्या सर्व सहकाऱ्यांमध्ये ते बुद्धिमत्तेत तसेच कामात सर्वांहून उच्च आहेत व या तऱ्हेने मी जर अशा मागणीला भीक घातली, तर उद्या जे लोक आज मेननचा राजीनामा मागत आहेत, ते माझाही मागतील. मला त्याविषयी रोष नाही; पण हे आपण कितपत खपवून घेणार हा प्रश्न आहे.’’

‘‘आपल्या पक्षातील भावना विचारात घेऊन आपल्याला काय योग्य वाटेल, ते आपण करा, असे आम्ही पंडितजींना अखेरीस सांगितले.’’

६ तारखेला मला निरोप आला, ‘तातडीने मुंबईस परत या.’ एवढ्या तातडीचे काय काम निघाले? मी थोडासा गोंधळलो. दुसऱ्या दिवशी सकाळी मुंबईस पोहोचल्यावर विमानतळावरून मी थेट सह्याद्री बंगल्यात गेलो. मला शयनगृहातच नेण्यात आले. यशवंतराव, पत्नी वेणूताईंबरोबर सकाळचा नाष्टा घेत होते.

मला पाहताच ते म्हणाले, ‘‘राम, माझ्यासमोर एक भारी पेच उभा राहिला आहे. या वेळी तू जवळ असावास असे वाटले, म्हणून तुला मुंबईस परतण्याचा निरोप पाठवला. मला माहीत होते की, तू घरगुती कामांत गुंतला आहेस, पण माझा इलाज नव्हता.’’ नंतर त्यांनी मला आदल्या दिवशी पंडितजींकडून आलेल्या टेलिफोनविषयी सांगितले.

मी विचारले, ‘‘तुम्ही काय ठरवले आहे?’’

यशवंतरावांनी उत्तर दिले, ‘‘माझ्यापुरता निर्णय एकच आहे, पंडितजींना हवे ते मी करणार. तरी पण या क्षणी दिल्लीला जावे की नाही, याबद्दल मन शंकित आहे. दिल्लीला जाणे कितपत शहाणपणाचे ठरेल? आपण महाराष्ट्रात राजकीय आणि सामाजिक मनोमीलनाची प्रक्रिया सुरू केली आहे. महाराष्ट्र निर्मितीच्या

प्रश्नावर नुकतेच महाभारत घडून गेले आहे. दिल्ली ही तर एक गूढ जागा आहे. तेथे जाण्याइतका मी मुरलो आहे का, असाही विचार मनात येऊन जातो.''

यशवंतरावांच्या मनाचे हेलकावे पाहून मी ठरवले की, या वेळेला काही सल्ला देणे किंवा विचार मांडणे योग्य होणार नाही. काही बिकट प्रश्नांची उत्तरे काळाच्या उदरातून योग्य वेळी निघतात.

शनिवार, दिनांक १० नोव्हेंबर हा एक महत्त्वाचा दिवस ठरला. तिसऱ्या प्रहरी उशिरा यशवंतरावांनी मला सांगितले की, आपण दोघे संध्याकाळच्या विमानाने दिल्लीला जाणार आहोत. पंतप्रधानांनी फोनवरून त्यांना दिल्लीला येण्यास सांगितले होते. पंतप्रधानांनी चव्हाणांना रात्री ९:३० वाजता भेटीसाठी बोलावले होते. आम्ही जरा लवकर तीन मूर्ती भवनकडे निघालो. वेळ घालवण्यासाठी गाडी संथपणे चालली होती. बरोबर साडेनऊला आम्ही तीन मूर्ती भवनात प्रवेश केला. हिवाळ्याची चाहूल लागत होती. रात्र अंधारी. सर्वत्र नीरव शांतता पसरली होती.

वेळ जाऊ लागला तसा मला कंटाळा येऊ लागला, म्हणून टेबलावरची काही मासिके मी घेतली आणि चाळू लागलो. मला समजलेच नाही की, माझ्या डोळ्यांवर झोपेची झापड येत आहे. तेवढ्यात यशवंतराव मला येऊन उठवत आहेत, असे वाटले. ते खरे होते. त्यांच्या शेजारी लाल बहादूर शास्त्री व पंडित नेहरू उभे होते. मी चटकन उभे राहताच यशवंतरावांनी माझी ओळख करून दिली. त्यावर पंतप्रधान म्हणाले, ''मै इनको जानता हूँ। आपने कोल्हापूरमे इनकी पहेचान की थी।''

मी एका स्वप्नातून स्वातंत्र्यकाळातील भारतीय इतिहासातील बिकट समयी जागा झालो, तो पंतप्रधानांच्या निवासस्थळी – तीन मूर्ती भवनमध्ये!

आम्ही मुंबईला येऊन दिल्लीला जाण्याच्या तयारीला लागलो. १० नोव्हेबरच्या रात्रीच यशवंतराव चव्हाण दिल्लीला संरक्षण मंत्री म्हणून जाणार हे जगजाहीर झाले. राजकीय पातळीवर चक्रे वेगाने सुरू झाली. मुख्यमंत्र्यांच्या खुर्चीसाठी चक्रे फिरू लागली. यशवंतरावांनी काय व कसे करायचे, याचे गणित आपल्या मनात अगोदरच मांडले होते आणि त्याप्रमाणेच झाले.

दिनांक १९ नोव्हेंबर रोजी सकाळी महाराष्ट्र विधिमंडळाच्या काँग्रेस पक्षाची बैठक झाली आणि मारोतराव कन्नमवार यांची पक्षनेता म्हणून निवड करण्यात आली. त्याच दुपारी विधानसभेने यशवंतरावांना निरोप दिला. त्या ऐतिहासिक प्रसंगी हजर राहण्याचे भाग्य मला मिळाले. सभा सुरू होताच विरोधी पक्षनेते कृष्णराव

धुळूप यांनी ठराव मांडला :

'हे सभागृह श्री. यशवंतराव चव्हाण यांनी केलेल्या सेवेची नोंद घेऊन त्यांचे अभिनंदन करत आहे. सभागृहाचे नेते आणि राज्याचे मुख्यमंत्री या नात्याने त्यांनी जो उत्साह, कर्तबगारी आणि समयसूचकता दाखवून अपूर्व कौशल्याने या सभागृहाचे कामकाज केले आणि राज्याचे हित निष्ठेने सांभाळले, यामुळे त्यांनी या सभागृहाचा आदर आणि जनतेचे प्रेम पूर्णत्वाने जिंकले आहे.'

आपल्या उत्तराच्या भाषणात यशवंतराव म्हणाले, "मी जो जात आहे, तो माझ्या वैयक्तिक सामर्थ्याच्या जोरावर जात नाही. संरक्षणाच्या कामासाठी नेत्याची हाक आली तर तिला उत्कटतेने साद देणे हा आमचा स्वभाव आहे, आमची परंपरा आहे, येथील मातीतच तो गुण आहे. याच मातीत आम्ही रांगलो आणि रंगलोही. या मातीत रंगलेला माणूस समोरच्या शत्रूला माती चारल्याशिवाय परत येणारा नव्हे, या आत्मविश्वासाने मी जात आहे."

त्याच संध्याकाळी मुंबई शहराने त्यांना अविस्मरणीय असा निरोप दिला. महाराष्ट्राचा हा तरुण, यशस्वी मुख्यमंत्री दिल्लीकडे प्रयाण करत होता व यशाच्या तेजाने झळाळत होता. त्यांचे निवासस्थान 'सह्याद्री' बंगल्यापासून ते थेट विमानतळापर्यंत दुतर्फा आपल्या आवडत्या नेत्याला निरोप देण्यासाठी लोकांनी गर्दी केली होती. मुंबईचे सर्व पोलीस-खाते मोठ्या अभिमानाने रांग धरून गर्दी सावरत होते. नाक्यानाक्यावर लोक घोषणा देत होते : 'यशवंतरावजी की जय! यशवंतरावजी की जय!'

सांताक्रूझ विमानतळ परिसर जनसागराच्या लाटांनी उचंबळून आला होता. विमानतळाच्या आत मुंगी शिरण्यास वाव नव्हता. प्रत्येकाला यशवंतरावजींना शुभेच्छा द्यायच्या होत्या. मोठ्या कष्टाने पोलिसांनी यशवंतरावांना वाट काढून दिली.

मी विमानतळावर आल्याबरोबर माझ्या मुलांचा आणि पत्नीचा घाईने निरोप घेतला. माझे वडील पुण्याहून मुद्दाम मला निरोप देण्यासाठी आले होते. त्या गर्दीतून मार्ग काढत यशवंतरावांच्या मागोमाग चालत होतो. त्या घाईगर्दीतही माझे कुटुंब पाहताच यशवंतराव क्षणभर थांबले. माझ्या वडिलांना नमस्कार केला व पत्नीकडे पाहून म्हणाले, "रामला घेऊन जात आहे. लवकरच आपणही दिल्लीत या!"

दोनच वाक्ये – पण त्यामध्ये होत्या, यशवंतरावांच्या कौटुंबिक भावना. त्या त्यांच्या मृत्यूपर्यंत तशाच राहिल्या.

११

संरक्षण मंत्रालय : प्रारंभ

सकाळी ठीक नऊ वाजता मंत्रीमंडळ सचिव एस. एस. खेरा यशवंतरावांना राष्ट्रपती भवनाकडे नेण्यासाठी आले. ते संरक्षण-खात्याचेही प्रमुख सचिव होते. यशवंतरावांचा शपथविधी साधा, पण दिमाखाने साजरा झाला. पंतप्रधान व त्यांच्या मंत्रीमंडळाचे सर्व सहकारी राष्ट्रपती भवनात उपस्थित होते. राष्ट्रपती राधाकृष्णन मोठ्या खुशीत दिसले आणि भोवतालचे वातावरण प्रफुल्लित करण्याचा त्यांचा प्रयत्न होता.

या क्षणापर्यंत संरक्षण-खाते पंतप्रधानांकडेच होते आणि आता औपचारिकरीत्या आपले ते पद नव्या संरक्षणमंत्र्यांच्या हाती त्यांना द्यायचे होते. पंतप्रधानांचे कार्यालय साउथ ब्लॉकमध्ये संरक्षण मंत्र्यांच्या कार्यालयाजवळ होते. मी आणि माझे सहकारी श्रीपाद डोंगरे व बी. पी. जोशी कार्यालयामध्ये पोहोचलो. मी माझ्या कचेरीमध्ये स्थानापन्न झालो. ही खोली संरक्षणमंत्र्यांच्या कार्यालयाला लागूनच होती. त्यांच्या कचेरीकडे जाताना एक वाट माझ्याच खोलीत जात असे. बाहेरच्या बाजूने दुसरी एक थेट वाट होती. यशवंतरावांना घेऊन पंतप्रधान त्या वाटेने आत आले. संरक्षणखात्याचे सचिव आणि इतर सेनाप्रमुख अगोदरच संरक्षणमंत्र्यांच्या कचेरीत उपस्थित होते. लष्करप्रमुख जनरल जे. एन. चौधरी, नौदलप्रमुख व्हाइस ॲडमिरल सोमण, वायुसेनेचे प्रमुख एअर मार्शल ए. एम. इंजिनियर आपापल्या लष्करी गणवेशात त्याच नेटकेपणाने उपस्थित होते.

पंतप्रधानांनी नव्या संरक्षणमंत्र्यांची या अधिकाऱ्यांशी व सेनानींशी ओळख करून दिली. यशवंतराव माझ्याकडे वळले आणि त्यांनी 'हे माझे स्वीय सचिव' अशी सर्वांना ओळख करून दिली.

बरोबर ११:०० वाजता पंतप्रधान यशवंतरावांना घेऊन सभागृहात शिरले.

सभागृह आणि सर्व प्रेक्षक गॅलऱ्या भरगच्च भरल्या होत्या. सर्वांचे लक्ष यशवंतरावांकडे होते. अनेक सरकारपक्षीय व विरोधी पक्षांतील सभासदांनी त्यांचे उत्स्फूर्त स्वागत केले आणि टेबले वाजवून आपला आनंद व्यक्त केला.

यशवंतरावांनी २१ नोव्हेंबर, १९६२ रोजी दोन प्रहरी आपल्या मंत्रालयाच्या वरिष्ठ अधिकाऱ्यांची बैठक घेतली व आपल्या साउथ ब्लॉकमधील कचेरीतून कामास सुरुवात केली.

संरक्षणमंत्री हे परराष्ट्रीय क्षेत्राशी किती संबंधित असतात, हे आम्हाला लवकरच जाणवले. त्यांना अनेक शिष्टमंडळे आणि प्रतिष्ठित पदाधिकारी यांना भेटावे लागते. मंत्रीमंडळाच्या परराष्ट्रीय-खात्याच्या कमिटीचे यशवंतराव सभासद होते तसेच मंत्रीमंडळाच्या 'अतिदक्षता समिती' (emergency committee of cabinet)चेही सभासद होते. या कमिटीला सर्व तऱ्हेच्या गोष्टींचा विचार करावा लागे. या संदर्भात परराष्ट्रीय-खात्याचे महासचिव (Secretary General) रतन कुमार नेहरू आणि विशेषत: विदेश सचिव एम. जे. देसाई यशवंतरावांचे मदतनीस ठरले. एम. जे. देसाई मुंबई आय.सी.एस.च्या गटामधून (केडर) आलेले होते. तरी यशवंतरावांना किंवा मला त्यांचा परिचय होण्याची संधी आली नव्हती. नव्या संरक्षणमंत्र्यांना सर्व माहिती योग्य वेळी व पूर्णपणे पुरवली जावी, याची देसाईंनी विशेष काळजी घेतली. अनेक शिष्टमंडळे येत, त्यांची एकाच वेळी विविध ठिकाणी चर्चा होई आणि हे सर्व सम्यक रीतीने संरक्षणमंत्र्यांना कळवण्याचे काम देसाई करत. परराष्ट्र-खात्याला त्या दिवसांत जवळ-जवळ अठरा तास काम करावे लागे. विशेषत: चीनने एकतर्फी युद्धबंदी पुकारल्यानंतर त्या क्षेत्रात अनेक घटना विद्युतवेगाने घडत होत्या. सर्व जण त्यात बुडून गेले होते.

यशवंतराव व मी रोज संध्याकाळी भेटत असू, तेव्हा इतक्या गोष्टी घडलेल्या असत की, यशवंतरावांना संरक्षणमंत्री या नात्याने त्या सर्वांकडे लक्ष देण्यास केव्हा वेळ सापडणार आहे, असा प्रश्न पडे. यशवंतरावांचे सर्वप्रथम अनुमान होते की, चिनी सेना त्यांना योग्य वेळ वाटेल, तेव्हा पुन्हा हल्ला सुरू करेल. या विचारामुळे त्यांनी कार्यालयामध्ये आल्याबरोबर सकाळी संरक्षण-खात्याच्या तीनही विभागांचे प्रमुख आणि खात्याचे सचिव यांच्याबरोबर बैठक घेण्याची प्रथा सुरू केली. पंतप्रधानांनी कृष्ण मेनन यांच्याकडून संरक्षण-खाते तात्पुरते आपणाकडे घेतले, त्या दिवसापासून (१ नोव्हेंबर, १९६२) ही प्रथा त्यांनीच सुरू केली होती. बरोबर साडेनऊ वाजता बैठक सुरू होई आणि ती तासभर चाले. अधूनमधून मंत्रीमंडळ सचिव एस. एस. खेरा, विदेश सचिव एम. जे. देसाई व गुप्तहेर-खात्याचे संचालक

बी. एन. मलिक बैठकीला हजर असत. अतिरिक्त सचिव हरीश सरीन यांच्याकडे या बैठकीच्या चर्चेच्या नोंदी करण्याचे काम असे व माझ्याकडे यशवंतरावांची सही घेऊन त्या निर्णयांची अंमलबजावणी होत आहे, याकडे लक्ष ठेवण्याची जबाबदारी होती. त्यामुळे मला वरिष्ठ पातळीवर घेतलेल्या निर्णयांची माहिती होत असे. तसेच संरक्षण मंत्रालय व सैन्य यांच्यामध्ये समन्वय प्रस्थापित करण्यासाठी काय करणे आवश्यक आहे, हेही कळत असे.

लवकरच आसाम युद्ध क्षेत्रात काय परिस्थिती आहे, हे पाहण्याची संधी मला मिळाली.

२०

अविस्मरणीय आसाम भेट

पंतप्रधान आणि नवे संरक्षणमंत्री यांनी दिनांक ५ आणि ६ डिसेंबर १९६२ या दिवशी ईशान्य आघाडीला भेट देण्याचे ठरवले.

५ डिसेंबरला भल्या पहाटे यशवंतराव व मी पालम विमानतळावर गेलो. सुमारे सव्वा महिन्यापूर्वी झालेल्या भारत-चीन युद्धातील पराभवानंतर पंतप्रधानांची आसामला ही पहिलीच भेट होती. त्यामुळे या भेटीबद्दल मोठेच औत्सुक्य निर्माण झाले होते. आम्ही गुवाहाटीला उतरलो, तेव्हा आसामचे राज्यपाल विष्णु सहाय व मुख्यमंत्री चालिहा यांनी इतर अधिकाऱ्यांबरोबर आमचे स्वागत केले. इंदिराजी त्यापूर्वीच तेथे गेल्या होत्या. त्या आम्हाला येऊन मिळाल्या.

सेला आणि बोमादिला येथील भारतीय सेनेच्या पराभवानंतर तेथे उद्‌भवलेल्या परिस्थितीमुळे खूप मोठ्या प्रमाणात लोक ब्रह्मपुत्रेच्या उत्तर किनाऱ्यावरून गावे सोडून इकडे आले होते. त्यामुळे मुलकी अधिकाऱ्यांसमोर उभ्या राहिलेल्या प्रश्नांची माहिती पंतप्रधानांना देण्यात आली होती. पंतप्रधानांनी २० नोव्हेंबरला आकाशवाणीवरून जे भाषण केले होते, त्यात जवळ-जवळ आसामी जनतेला 'निरोप' दिल्याचा भाव होता व त्या निवेदनाबद्दल जनतेत खूपच ताणतणाव होते. राग होता. वास्तविक त्या भाषणात तो सूर मुळीच नव्हता; परंतु लोकांमध्ये त्याचा अर्थ तसा लावला गेला, हे मात्र खरे.

गुवाहाटीहून आम्ही ब्रह्मपुत्रेच्या उत्तर किनाऱ्यावर वसलेल्या तेजपूरला गेलो. तेथे लेफ्टनंट जनरल माणेकशॉ यांनी पंतप्रधान व संरक्षणमंत्र्यांचे स्वागत केले. माणेकशॉ चौथ्या कोअरचे सेनानी म्हणून नुकतेच रुजू झाले होते. थोड्या दिवसांपूर्वीच त्यांनी अधिकारसूत्रे हाती घेतली होती. माणेकशॉ यांचे व्यक्तिमत्त्व, त्यांचा एकंदर आत्मविश्वास व लष्करी शिस्तीच्या त्यांच्या वागणुकीने आम्हा सर्वांवर प्रभाव पाडला. जनरल चौधरी

आणि लेफ्टनंट जनरल एल. पी. सेन हे दोघे तेजपूरला उपस्थित होते.

विमानतळावरून पंतप्रधान, त्यांचे अंगरक्षक मेहरा, यशवंतराव व मी असे मिसामारी येथील लष्करी इस्पितळाकडे निघालो. तेथे लढाईत जखमी झालेले किंवा हिमदंशाने (frost-bite) ग्रस्त जखमींवर उपचार केले जात होते. तो हृदयस्पर्शी अनुभव होता.

त्या भेटीनंतर यशवंतरावांनी अनेक ठिकाणी, देशाच्या अनेक भागांत व प्रत्यक्ष लढ्याच्या छावण्यांनाही भेटी दिल्या. ते जेथे-जेथे गेले, तेथे-तेथे त्यांचे उत्साहाने स्वागत झाले. जवानांना या मराठा संरक्षणमंत्र्याबद्दल विश्वास वाटत असे. शिवाजी महाराजांच्या महाराष्ट्रातला हा नवा संरक्षणमंत्री आपल्याला मिळाला, याचा त्यांना अभिमान वाटताना दिसे. त्यामुळे यशवंतरावांचाही आत्मविश्वास दुणावला होता.

२१

अर्ल माउंटबॅटन : मान व शान

पंतप्रधानांनी १९६३च्या मार्चच्या सुरुवातीला यशवंतरावांना कळवले होते की, ब्रिटनचे सरसेनानी अर्ल माउंटबॅटन एप्रिलच्या शेवटच्या आठवड्यात दोन-चार दिवस भारतभेटीला येण्याची शक्यता आहे.

पंडितजींनी त्यांच्या भेटीच्या प्रस्तावाचे स्वागत केले आणि यशवंतरावांना सुचवले की, नॅशनल डिफेन्स कौन्सिलच्या मिलिटरी अफेअर्स कमिटीची बैठक माउंटबॅटन यांच्या भेटीच्या वेळी बोलवावी.

पंडितजी व माउंटबॅटन यांचा घनिष्ठ स्नेह सर्वपरिचित होताच. ही भेट टी.टी.के. अमेरिकेला जाण्याच्या सुमारास ठेवण्यात आली होती. याचा सरळ अर्थ होता की, ती बैठक लष्करी साहित्यनिर्मिती व प्रामुख्याने नौदलाच्या साहित्याबाबत भारताचे धोरण काय आहे, याचा अंदाज बांधण्यासाठी होती. माउंटबॅटन भारताच्या संरक्षण धोरणात हस्तक्षेप करतील याबाबत चव्हाण साशंक होतेच. त्यांच्या हस्तक्षेपाचा एक नमुना अगोदरच त्यांच्या नजरेस आला होता.

अर्ल माउंटबॅटन यांचे ३० एप्रिल, १९६३ रोजी एखाद्या राष्ट्रप्रमुखाप्रमाणे स्वागत करण्यात आले. पंतप्रधान स्वत: विमानतळावर उपस्थित होते. त्यांच्याबरोबर तीनही सेनादल प्रमुख, मंत्रीमंडळ सदस्य व राजकीय वर्तुळातीलमंडळी माउंटबॅटनच्या शाही स्वागतास हजर होती. अर्थात यशवंतरावांनाही हजर राहावे लागलेच.

संरक्षणमंत्र्यांच्या भेटीस दुसऱ्या दिवशी सकाळी १० वाजता अर्ल माउंटबॅटन येणार असे ठरले. त्यांच्या भेटीपूर्वी काही मिनिटे यशवंतरावांनी माउंटबॅटन यांचे स्वागत कसे करावे व कुणी करावे याबद्दल चर्चा केली आणि अनेक पर्याय बाजूला सारत सांगितले की, साउथ ब्लॉकच्या चार नंबरच्या गेटवर मी एकट्याने माउंटबॅटनच्या स्वागतास जावे व त्यांना घेऊन संरक्षणमंत्र्यांच्या कचेरीत यावे. 'अर्ल माउंटबॅटन ऑफ बर्मा' अशा थोराचे ते स्वागत म्हणजे फक्त औपचारिक प्रकारचे होणार होते

व थोडे अपमानास्पदही दिसणार होते. अशा तऱ्हेने माझ्यासारख्या कनिष्ठ अधिकाऱ्याने त्यांचे स्वागत करावे, हे माझ्या मनास पटले नाही.

मी योग्य शब्दांत त्यांचे स्वागत करून त्यांना दरवाज्यापर्यंत नेले. माउंटबॅटन आपल्या लष्करी वेषात थाटात पावले टाकत होते. त्या उंच सरसेनानीबरोबर आपले पाऊल टाकताना मला जवळ-जवळ धावावे लागत होते. आपल्या स्वागतास संरक्षणमंत्र्यांचा एक खासगी सचिव येतो आणि बरोबर कोणी नाही, हे माउंटबॅटनच्या लक्षात आले याची मला खातरी पटली; परंतु त्यांनी या गोष्टीला फारसे महत्त्व दिले नाही, हेही चटकन माझ्या लक्षात आले.

भेटीची पहिली वीस मिनिटे यशवंतराव व माउंटबॅटन यांची बोलणी झाली व नंतर तिन्ही सेनादलांचे प्रमुख आणि संरक्षण मंत्रालयातील वरिष्ठ अधिकारीही आत गेले.

त्यांची ही भेट व बोलणी चांगली झाली असावीत, कारण माउंटबॅटन परत निघाले असता त्यांना पोहोचवण्यास संरक्षणमंत्र्यांनी माझ्याबरोबर संरक्षण-खात्यातील एका ज्येष्ठ संयुक्त सचिव (Joint Secretary)लाही पाठवले.

त्या रात्री यशवंतरावांनी अशोका हॉटेलमध्ये माउंटबॅटन यांच्या सन्मानार्थ भोजन दिले. माउंटबॅटन यांच्या कन्या लेडी पमेला त्यांच्याबरोबर येणार असल्याने श्रीमती वेणूताई चव्हाण व इतर महिला भोजनाच्या वेळी उपस्थित होत्या. वेणूताई, माउंटबॅटन व लेडी पमेला यांची देखभाल व पाहुणचार करण्याचे काम माझ्या पत्नीकडे सोपवण्यात आले होते. अशा अनौपचारिक भेटीच्या वेळी यशवंतराव नेहमीच स्नेहाळ ठसा उमटवीत. या वेळी ते विशेष आनंदात दिसले. माउंटबॅटनसुद्धा तशाच मोकळेपणाने जवळ-जवळ प्रत्येकाशी गप्पागोष्टी करत होते. त्यांचे व्यक्तिमत्त्व आणि लष्करी रुबाब याचा आम्हा सर्वांवर साहजिकच प्रभाव पडला.

२२

नेफा आघाडीवरील पराभव : माझी राष्ट्रपतींसमोर हाजिरी

'नेफा चौकशी अहवाल' (हेंडरसन ब्रुक्स अहवाल) म्हणजे यशवंतरावांच्या पदरात पडलेला निखाराच होता. आपल्या कारकिर्दीतल्या पहिल्याच वर्षात त्यांना या प्रश्नाचा निचरा करायचा होता. या अहवालाच्या कार्यवाहीवर केवळ सरकारचेच नव्हे, तर खुद्द पंतप्रधानांचे भवितव्य अवलंबून होते.

अशा तऱ्हेच्या चौकशीच्या विविध पैलूंवर खूप चर्चा झाली. यशवंतराव एका निर्णयापर्यंत आले की, ही चौकशी न्यायालयीन चौकशीसारखी 'कमिशन ऑफ एन्क्वायरी ॲक्ट'खाली होऊ नये. चौकशीचे असे स्वरूप ठेवणे शहाणपणाचे ठरणार नव्हते. कारण त्या परिस्थितीत अशा चौकशीचा अहवाल संसदेला सादर करावा लागला असता व संसदपटावर सरकारच्या अभिप्रायाबरोबर सादर करावा लागला असता. ते केल्यावर संसदेने दिलेली गोळी कितीही कडू असो, गिळावीच लागली असती. म्हणून यशवंतरावांनी मार्ग काढला की, संरक्षणमंत्र्यांच्या आदेशाप्रमाणे लष्करी सेनानीने (चीफ ऑफ द आर्मी स्टाफ) चौकशीचा हुकूम द्यावा व दोन अनुभवी अधिकाऱ्यांमार्फत ही चौकशी व्हावी.

याप्रमाणे सेनापतींनी लेफ्टनंट जनरल हेंडरसन ब्रुक्स आणि ब्रिगेडियर भगत (ज्यांना दुसऱ्या महायुद्धात व्हिक्टोरिया क्रॉस मिळाला होता) यांनी ते काम करावे, असा हुकूम काढला.

या चौकशीचा अहवाल १२ मे, १९६३ रोजी जनरल चौधरी यांच्याकडे आला. त्यांनी पूर्ण चिकित्सा करून आपल्या टिप्पणीसह संरक्षणमंत्र्यांना २ जुलै रोजी तो सादर केला. जनरल स्वत: आले व त्यांनी ते बाड संरक्षणमंत्र्यांच्या टेबलावर ठेवले.

१३ ऑगस्ट, १९६३ रोजी संसदेचे पावसाळी अधिवेशन सुरू होणार हे सर्वांना माहीत होते. त्या वेळी या अहवालावर चर्चेची मागणी होणार हेही स्पष्ट होते. या अहवालात काय असेल, याबद्दल प्रचंड कुतूहल होते. म्हणूनच त्यातील काहीही बाहेर फुटू नये याला महत्त्व प्राप्त झाले. सरकारमधील कुणीतरी या अहवालाचे पृथक्करण करून त्यावर निर्णय घेईपर्यंत, हे प्रकरण अतिगुप्त राहणे गरजेचे होते.

आतापर्यंत यशवंतरावांनी आम्हा दोघांमध्ये कोणतीही गोष्ट गोपनीय अशी ठेवली नव्हती. यशवंतरावांनी थोड्याशा समजुतीच्या स्वरात सांगितले की, हा अहवाल कमीत कमी लोकांनीच पाहावा. त्यांची संख्या पाचपेक्षा जास्त असू नये आणि मी त्यामध्ये असणार नाही, असा निर्णय त्यांनी घेतला आहे. हे उघड होते की पंतप्रधान, संरक्षणमंत्री चव्हाण, मंत्रीमंडळ सचिव (हेच संरक्षण-खात्याचे मुख्य होते.) यांनी तर हा अहवाल अभ्यासलाच पाहिजे होता.

त्याचबरोबर यशवंतरावांनी मला विशद करून सांगितले की, हा अहवाल माझ्याच ताब्यात राहील व त्याच्या ने-आण करण्यावर माझे नियंत्रण राहील. अनेक लठ्ठ गठ्ठ्यांत हा अहवाल माझ्या कपाटात बंद राहिला पाहिजे व ते स्वत: सांगतील तेव्हाच मी तो गठ्ठा त्यांच्यासमोर उघडायचा आहे.

त्यानंतर काही दिवस आपल्या ताब्यात असलेल्या या अतिगोपनीय कागदपत्रांमुळे माझी झोपच उडाली होती. त्यात थोडी जरी चूक झाली, तर पहिला बळी मी जाणार होतो.

हा अहवाल पाच व्यक्तींपुरताच मर्यादित राहावा, असा निर्णय यशवंतरावांनी घेतला खरा; पण त्यांत राष्ट्रपतींचा समावेश नव्हता. त्यामुळे राष्ट्रपतींच्या नाराजीचा त्यांना अनुभव आला आणि त्यांचे संविधानातले खास अधिकार म्हणजे काय याचे शिक्षणही मिळाले.

एक दिवस जुलै महिन्यात यशवंतराव नेहमीच्या पद्धतीप्रमाणे आपल्या पंधरवड्याच्या भेटीकरता राष्ट्रपती भवनात गेले. परत येताच ते मला म्हणाले, ''सदर अहवालाची प्रत राष्ट्रपतींना पाठवली नाही, यामुळे ते खूपच रागावले आहेत.''

यशवंतरावांनी असा खुलासा केला की, आपल्याजवळ फक्त एकच प्रत असून त्याची दुसरी प्रत नाही.

तेव्हा राष्ट्रपती म्हणाले, 'मूळ प्रतच त्यांच्याकडे पाठवायला हवी होती.'

यशवंतरावांनी पुन्हा खुलासा केला की, हा अहवाल म्हणजे एक नाजूक प्रकरण असून, कमीत कमी लोकांनाच तो पाहायला मिळावा, अशी गरज होती. राष्ट्रपतींना जर ती प्रत पाठवली असती, तर स्वाभाविकच त्यांचे चिटणीस व इतर अधिकारी यांनाही ती पाहता आली असती.

यावर राष्ट्रपती म्हणाले की, अशा स्थितीत यशवंतरावांनी स्वत: येऊन ती

मूळ प्रत त्यांना द्यायला हवी होती.

यावर यशवंतराव उमगले की, प्रकरण गंभीर आहे.

राष्ट्रपतींनी असे सुचवले की, चव्हाणांच्या खासगी सचिवांनी तो अहवाल राष्ट्रपतींकडे घेऊन जावा व त्यांना स्वत: दाखवावा. राष्ट्रपतींनी तो पाहिल्यानंतर चव्हाणांच्या खासगी सचिवांनी तो परत न्यावा.

चव्हाण सकाळी राष्ट्रपती भवनात गेले होते. दुपारच्या जेवणाला घरी जाण्याअगोदर त्यांनी मला तो सीलबंद गोपनीय अहवाल घेऊन बोलावले. त्यांच्यादेखत मी सील फोडले व कोणते-कोणते खंड मी राष्ट्रपतींकडे न्यावेत, हे त्यांनी मला सांगितले.

त्याबरोबरची परिशिष्टे नेण्याचे कारण नाही असे त्यांना वाटले.

मी माझे जेवण होताच राष्ट्रपतींची सोय विचारून जाण्याचे ठरवले होते. पावणेदोन वाजता यशवंतरावांनी त्यांच्या निवासस्थानातून फोन केला आणि सांगितले, ''राष्ट्रपतींना अजून अहवाल मिळाला नाही म्हणून ते अतिशय रागावलेले आहेत. ताबडतोब निघा व राष्ट्रपतींना भेटा.''

मी तडक राष्ट्रपती भवनात गेलो. त्यांच्या ए.डी.सी.ने मला सांगितले, ''राष्ट्रपती झोपी गेले आहेत, कागदपत्रे मला द्या. मी त्यांना देईन.''

मी सांगितले, ''ही कागदपत्रे मी स्वत: खुद्द राष्ट्रपतींनाच द्यावीत, असे त्यांच्यांत व संरक्षण मंत्र्यात ठरले आहे.''

ए.डी.सी.ने पुन्हा जिद्दीने स्वत: तो गठ्ठा अध्यक्षांच्या शयनगृहात नेतो, असे सांगितले. तितक्याच ठामपणे मी सांगितले की, ''मला मिळालेल्या सूचना स्पष्ट आहेत. मी स्वत: ते कागद राष्ट्रपतींना द्यायचे आणि त्यांच्याकडून मीच परत न्यायचे आहेत.''

तो बिचारा ए.डी.सी. लष्करातील एक अधिकारी होता. संरक्षणमंत्र्यांच्या खासगी सचिवाच्या या ठामपणाने तो अवाक् झाला.

मला राष्ट्रपतींकडे दुसऱ्या मजल्यावर नेण्यात आले. ती खोली राष्ट्रपतींची वैयक्तिक बैठकीची होती असे कळले; परंतु डॉ. राधाकृष्णन खुर्चीवर न बसता एका दिवाणावर लांब पाय करून पहुडले होते. सर्व अंगावर एक सफेद चादर ओढून त्यांचे पुस्तक-वाचन चालू होते. नंतर मला कळले की, ही त्यांची नेहमीची पद्धत. मी आत पाऊल टाकताच त्यांनी प्रेमाने मला 'या' म्हटले आणि त्यांच्या शेजारी खुर्चीवर बसण्यास सांगितले. मी त्यांना आणलेले सर्व खंड दाखवले आणि किती खंड आहेत, याची संख्या मोजली. त्यांनी दर्शवल्याप्रमाणे मी ते शेजारच्या टेबलावर ठेवले. मी त्यांना मला मिळालेल्या सूचना सांगितल्या. ते सर्व बाड मी

स्वतःच त्यांच्याकडून पाहून झाल्यानंतर परत न्यायचे होते.

त्यांनी माझे आभार मानले व विचारले, "यंग मॅन, ही दुपारच्या जेवणाची वेळ आहे. तू काही खाल्ले आहेस का?"

मी म्हणालो, "कचेरीत परत गेल्यावर भोजन घेईन."

त्यांनी ताबडतोब माझ्यासाठी काही खाद्यपदार्थ आणायला सांगितले. मला थोडासा संकोच वाटला; परंतु भारताचे राष्ट्रपती दिवाणावर पहुडले होते आणि त्यांच्या शेजारी बसून मी त्याचा आस्वाद घेतला.

खोलीच्या बाहेर जाताना राष्ट्रपतींनी माझे नाव विचारले आणि सांगितले की, 'हे कागद परत केव्हा न्यायचे, ते आपण रक्सवर नंतर सांगू.'

मी कचेरीत परत आलो आणि त्या थोर माणसाजवळ बसून घेतलेल्या पदार्थांची चव तोंडात घोटाळत आहे, तेवढ्यात रक्स टेलिफोन वाजला. क्षणातच दुसऱ्या बाजूने आवाज आला, "मी राधाकृष्णन, राष्ट्रपती!"

मला आश्चर्य वाटले की, एवढा मोठा अहवाल त्यांनी वाचून कसा संपवला. परंतु फोनवर आवाज आला, "यंग मॅन, रिपोर्टची परिशिष्टे कोठे आहेत?"

मी 'मंत्र्यांच्या मताने परिशिष्टे देऊन आपणांस त्रास द्यावा असे वाटले नाही,' अशा स्वरूपाचे काहीतरी सांगत असतानाच तिकडून ठाम आवाज आला. राष्ट्रपती म्हणत होते, "परिशिष्ट हा अहवालाचा भाग नाही का? ताबडतोब ते घेऊन मजकडे ये."

या वेळपर्यंत यशवंतराव कचेरीत आले होते. राष्ट्रपतींची इच्छा मी त्यांच्या कानी घातली आणि सर्व परिशिष्टांसह पुन्हा राष्ट्रपती भवनात हजर झालो. डॉ. राधाकृष्णन पूर्वीसारखेच दिवाणावर पहुडले होते. मला आढळले, राष्ट्रपती पूर्वी जे पुस्तक वाचत होते तेच त्यांच्या हातात होते. त्यांनी अहवालाला हातही लावला नव्हता, हे स्पष्ट होते. त्यांनी ते सर्व कागद ठेवण्यास सांगितले. मला वाटले, आता आणखी काही ऐकावे लागणार; परंतु सुखद आश्चर्य की, त्यांनी गोड हसून मला खुणावले की तू बाहेर जाऊ शकतोस.

त्यांनी एकही शब्द उच्चारला नाही.

दुसऱ्याच दिवशी मला राष्ट्रपतींनी बोलावले. पूर्वीच्याच पद्धतीने माझे स्वागत झाले. फक्त या वेळी ते आपल्या अभ्यासिकेत बसले होते. मला चहा देण्यात आला आणि राष्ट्रपती थोडे सौम्य झाले आहेत, असे पाहून मी त्यांना विचारले, "सर, आपण या प्रचंड अहवालाचे इतक्या थोड्या वेळात परिशीलन केले?"

राष्ट्रपती म्हणाले, "हा अहवाल मी वाचण्या न वाचण्याचा प्रश्न नाही. प्रश्न आहे तो राष्ट्रपतीपदाच्या अधिकारांचा. त्यांना सर्व अहवाल दिला गेला पाहिजे."

मी डॉ. राधाकृष्णन या भव्य व्यक्तिमत्त्वासमोर आदराने उभा होतो.

त्यांना नमस्कार करून मी निघालो.

भारताचे संविधान व राष्ट्रपतींचे अधिकार यावर एक महत्त्वाचा धडा डॉ. राधाकृष्णन यांनी दिला होता.

माझी खातरी होती की, त्यांनी त्या अहवालाची चार-दोन पानेच चाळली असतील. त्यांच्या दृष्टीने खरा प्रश्न होता, तो राष्ट्रपतींच्या घटनात्मक अधिकाराचा आणि स्थानाचा.

२३

संसदेसाठी मसुदा : पंडितजींचे योगदान

मंत्रीमंडळ सचिव एस. एस. खेरा हे संरक्षणखात्याचेही मुख्य सचिव होते. त्यांच्याकडे या अहवालाचा अभ्यास करून संसदेला सादर करायच्या निवेदनाचा मसुदा तयार करण्याचे काम सोपवले होते. प्रत्यक्षात हे काम अपेक्षेप्रमाणे सुशीतल बॅनर्जी या उपसचिवाने पूर्ण केले. थोड्याच दिवसांत खेरा यांच्याकडून हा मसुदा थेट यशवंतरावांच्या हाती आला. सुशीतल स्वत: आले. त्यांनी अहवालाची सर्व कागदपत्रे माझ्याजवळ दिली आणि मी ताबडतोब त्यांच्या समक्ष त्यावर सील करून कपाटात ठेवून दिली.

दुसऱ्या दिवशी यशवंतरावांनी मला बोलावले आणि त्या मसुद्याकडे पाहत ते म्हणाले, "हा मसुदा मला राजकीय दृष्ट्या ज्या पद्धतीने संसदेत सादर करायचा आहे, तसा झालेला नाही."

त्यांनी मला निराळा मसुदा तयार करण्यास सांगितला.

मी विचारले, "मुख्य अहवाल अभ्यासल्याशिवाय हा निवेदनाचा मसुदा मी कसा करू शकेन?"

माझी अडचण त्यांच्या लक्षात आली. ते म्हणाले, "ठीक आहे, राष्ट्रपतींना सोडले, तर तू हा अहवाल पाहणारा पाचवा गृहस्थ ठरशील आणि मी आखलेल्या मर्यादेतच ती संख्या राहील."

समजुतीच्या स्वरात ते म्हणाले, "मी तुला हा अहवाल पूर्वी दाखवला नाही, कारण तो खरोखरच अतिगोपनीय आहे. काही कारणाने त्याची अल्पशी वाच्यता झाली असती, तर तो दोष आपल्या कार्यालयावर येऊ नये अशी माझी इच्छा होती."

वास्तविक यशवंतरावांनी असे सांगण्याचेही कारण नव्हते. मला स्वार्थी

कारणासाठीसुद्धा तो अहवाल पाहण्याची इच्छा नव्हती. मला तेव्हा वाटत असे आणि अजूनही वाटते की, अशा अतिगुप्ततेच्या गोष्टी न कळलेल्या बऱ्या!

हे होईपर्यंत ऑगस्ट महिन्यातील काही दिवस लोटले. लवकरच संसदेत पावसाळी अधिवेशनात अहवाल सादर केला जाईल, अशी अपेक्षा होती. वेळ फारच थोडा होता. मी तो अहवाल बाहेर नेऊ शकत नव्हतो आणि कचेरीत तर नेहमी अनेक चर्चा, बैठका आणि भेटीस येणाऱ्या लोकांची गर्दी असे. दिवसा काही काम करणे शक्य नव्हते. म्हणून मी रात्री जेवण करून परत ऑफिसात येत असे आणि पहाटेपर्यंत जागून अहवालाचा अभ्यास करत असे.

मी तीन रात्री कचेरीतच घालवल्या. रात्रीचा कामावरील सेवकवर्ग आणि संरक्षक अधिकारी साहजिकच बुचकळ्यात पडले की, हे तीन दिवस मी कुठल्या कामासाठी येत आहे आणि रात्रीचा दिवस करत आहे.

माझ्या अभ्यासानंतर मसुदा स्वत:च्या हाताने लिहिला व यशवंतरावांबरोबर त्याची चर्चा केली. अनेक वेळा दुरुस्त्या, पुनर्लेखन झाल्यावर शेवटी मसुदा तयार झाला. त्या रात्री अत्यंत विश्वासू व गोपनीयतेची ग्वाही मिळवलेल्या टंकलेखकाकडून तो टाईप करून घेतला.

यशवंतराव पंतप्रधानांकडे गेले आणि मूळचा व हा नंतरचा मसुदा त्यांनी त्यांना सादर केला. त्याची प्रत ठेवण्यात आलेली नव्हती. परत आल्यानंतर त्यांनी, राष्ट्रपतींप्रमाणेच मूळचा अहवाल पंतप्रधानांच्या हाती द्यावा असे मला सांगितले.

त्या दिवशी दुपारी पंतप्रधान भोजनासाठी जाण्यापूर्वी त्यांचे खासगी चिटणीस खन्ना यांचा फोन आला. मी त्यांच्या कचेरीत गेलो. माझ्याबरोबर मूळ अहवाल कापडात गुंडाळलेला होता. गेल्याबरोबर मला आत सोडण्यात आले. आत जाताच पंतप्रधानांनी मला हातानेच खुणावले की, ते पुडके शेजारच्या लोखंडी पेटीत ठेवा. अहवाल पेटीबंद झाल्याबरोबर पंतप्रधानांनी आपल्या खिशातून एक किल्ली काढली. माझ्या देखतच पेटीला कुलूप लावले आणि मजकडे बघत विचारले, "तुम्ही अहवाल वाचला आहे का?"

मी म्हणालो, "येस सर!"

ते ऐकून परत माझ्याकडे निरखून बघितले व म्हणाले, "ही पेटी परत केव्हा न्यायची ते मी सांगेन. तेव्हा येऊन घेऊन जा."

काही दिवसांनंतर मला तो निरोप मिळाला. मी गेलो.

अहवालाचे पुडके परत देताना ते काहीही बोलले नाहीत, पण स्मित केले.

जणूकाही 'आपल्या दोघांनाही या अहवालातील गुपित माहीत आहे' असे त्यांनी आपल्या चेहऱ्यावरच्या आविर्भावाने सूचित केले.

थोड्याच दिवसांनी आम्ही केलेल्या अहवालाचा मसुदा एका बंद लिफाफ्यात मजकडे आला. त्यावर त्यांचे हिरवे सील होते. अतिगोपनीय कागदपत्रे पाठवताना त्या सीलचा वापर करतात. मी तो लिफाफा यशवंतरावांसमोर उघडला. पंतप्रधानांनी एका छोट्या कागदावर लिहिले होते, ''यात मी काही सुधारणा कराव्यात असे नाही. नो कॉमेन्ट्स!''

मी त्या अहवालाचा मसुदा यशवंतरावांबरोबरच पाहिला. आश्चर्याची गोष्ट म्हणजे, यात एखादा शब्द किंवा स्वल्पविरामसुद्धा बदलला नव्हता. हे फार नवलाचे होते. कारण सामान्यपणे पंतप्रधानांकडे गेलेल्या कागदांवर त्यांच्या सुधारणा यायच्याच. काही वेळा तर ते संपूर्ण मसुदा स्वत: तयार करून संबंधित अधिकाऱ्याकडे पाठवत आणि त्याने सही करून प्रसिद्ध करण्याचे काम राहिलेले असे.

मी यशवंतरावांना विचारले, ''पंतप्रधानांनी काहीही सुधारणा केल्या नाहीत, याचा अर्थ त्यांना या प्रकरणात पूर्णपणे अलिप्त राहायचे आहे का?''

कदाचित यशवंतरावांनी ज्या प्रकारे हेंडरसन ब्रुक्स अहवालाची सांगता केली, ती त्यांना आवडली नसेल. म्हणून मी यशवंतरावांना आग्रह केला की, आपण स्वत: तो मसुदा घेऊन पंडितजींकडे जावे आणि खातरी करून घ्यावी की, त्यांना हे निवेदन मान्य आहे आणि त्यात काही सुधारणा करायच्या नाहीत. विशेषत: निवेदनातील शेवटचा भाग जरा आलंकारिक भाषेत होता. याकडे पंतप्रधानांचे लक्ष वेधावे, असे सुचवले.

यशवंतराव पंडितजीकडे गेले आणि अर्ध्या तासातच परत आले. आमच्या मसुद्यावर पंडितजी पूर्ण समाधानी होते. मात्र शेवटच्या परिच्छेदाकडे लक्ष वेधले, तेव्हा त्यांनी स्वत:च आपल्या हस्ताक्षरात नवा शेवट लिहून दिला. माझ्या मूळ मसुद्यामध्ये खालीलप्रमाणे लिहिले होते :

> 'हे जरा आलंकारिक वाटेल, पण हे नमूद केले पाहिजे की, ब्रिटिशांना डंकर्क सहन करावे लागले, अमेरिकनांना पर्ल हार्बर टाळता आले नाही आणि आपल्याला सेला आणि बोमदिला पराभव पदरी घ्यावा लागला. हे सर्व परिणाम हुकूमशाही स्वरूपाच्या शत्रूने फसवणूक आणि विश्वासघात यांच्या जोरावर घडवून आणले होते. त्यांचे हे उघडेनागडे आक्रमण म्हणजे शेजारच्या शांतताप्रिय मित्रावर आघात होता.'

पंडितजींनी या परिच्छेदाभोवती वर्तुळ करून स्वत: लिहिले :

> ‘सेला आणि बोमदिला येथे जे घडले, तो आपला धक्कादायक पराभव होता; पण आपण लक्षात घेतले पाहिजे की, इतर शक्तिवान राष्ट्रांनासुद्धा लढाईच्या पहिल्या प्रहरात असे पराभव सहन करावे लागले होते. आक्रमकांना सहजच काही फायदा मिळतो आणि विशेषत: जेव्हा हे आक्रमण अकस्मात आणि पूर्ण तयारीने केलेले असते, तेव्हा हे साहजिकच घडते. आता आम्ही प्रतिकाराला सिद्ध झालो आहोत.’

पंडितजींनी या लिखाणातील नको होते ते शब्द बदलले आणि एक चूक दुरुस्त केली. यामध्ये त्यांची विषयावरील पकड स्पष्ट झाली आणि मसुदा कितीतरी प्रकारे सुधारला गेला.

हाच अहवाल यशवंतरावांनी संसदेला सादर केला.

२४

पंडित नेहरूंचे निधन : स्वदेशी परत

नेफा चौकशी समितीचा अहवाल दोन्ही सभागृहांना सादर केल्यानंतर भारत सरकारमध्ये यशवंतरावांचे स्थान भक्कम झाले. त्यामुळे तेही नवीन जोमाने व आत्मविश्वासाने संरक्षण मंत्रालयाची धुरा सांभाळू लागले.

पंडित नेहरूंच्या अनुमतीने यशवंतरावांनी १९६३ सालात सोव्हिएट युनियन व इंग्लंडचे दोन दौरे केले. पहिला सप्टेंबर, १९६३मध्ये मॉस्को, लेनिनग्राड व ओल्गाग्राड असा होता. या दौऱ्यामध्ये आताच्या रशियाचा बराच भाग बघण्यास मिळाला. तसेच बरेच नवे अनुभव लाभले. इंग्लंडचा दौरा औपचारिक स्वरूपाचा होता. कारण भारतीय नौसेना आणि ब्रिटन यांचे संबंध दोनशे वर्षे जुने होते. तसेच भारताचे शेवटचे व्हाइसरॉय अर्ल माउंटबॅटन हे भारत आणि इंग्लंड यांच्या संबंधाविषयी सतर्क असल्यामुळे लंडनला जाऊन भारतीय नौसेनेसाठी कशा तऱ्हेची मदत मिळू शकेल हे पाहणे, हे या दौऱ्याचे उद्दिष्ट होते. या दौऱ्यात माझ्या दृष्टीने बरेच काही शिकायला मिळाले. कारण आमच्या कामाची मुख्य भाषा इंग्रजी असल्यामुळे इंग्लंडमध्ये स्वैरपणे बोलता येत होते. तसेच बऱ्याच पुढाऱ्यांबरोबर समोरासमोर बसून चर्चा करणे शक्य होते. या सर्वांविषयी मी *वादळमाथा*मध्ये लिहिले आहे.

यशवंतरावांचा शेवटचा दौरा अमेरिकेचा होता. कारण १९६२च्या युद्धानंतर म्हणजे चीनच्या आक्रमणानंतर अमेरिकेने भारताला शस्त्रसामग्री देण्यात पुढाकार घेतला होता. तो दहा-बारा दिवसांचा दौरा अनेक दृष्टीने सफल झाला होता. भारत आणि चीन यामध्ये नवीन संबंध जुळण्याची चर्चा यशस्वी होण्याच्या मार्गावर चालू असतानाच भारताचे पंतप्रधान पंडित नेहरू यांचे निधन झाल्याचे कळले. त्या समयी मी यशवंतरावांबरोबर कोलोरॅडो-स्प्रिंग्ज येथे होतो.

अमेरिकेच्या राष्ट्राध्यक्षांच्या सौजन्याने कोलोरॅडो-स्प्रिंग्ज येथील पीटरसन विमानतळावरून आम्ही ज्या विमानाने निघालो, त्यात फक्त दहा लोकांना बसण्यापुरतीच

जागा होती; पण लवकरच कळले की, या छोटेखानी विमानात सर्व तऱ्हेच्या सुविधा उपलब्ध होत्या. टेलिफोन व टेलिप्रिंटरसह विमान सुसज्ज होते. विमानातून मी पहिले काम केले, ते श्रीमती इंदिरा गांधी व राष्ट्रपतींना संदेश पाठवला.

श्रीमती गांधींना पाठवलेल्या संदेशात चव्हाण म्हणाले,

> 'पंडितजींच्या निधनाच्या वार्तेने धक्का बसला. राष्ट्राच्या जीवनातला हा सर्वांत दुःखद दिवस आहे. आपल्या दुःखात सारा देश सहभागी आहे.'

राष्ट्रपती राधाकृष्णनांना पाठवलेल्या संदेशात चव्हाण म्हणतात,

> 'पंडितजींच्या निधनाने हादरून गेलो. सारा देश आपल्या लाडक्या नेत्याच्या जाण्याने झालेल्या दुःखात बुडून जाईल. मी देवाला प्रार्थना करतो की, हा धक्का सहन करण्याचे धैर्य सर्वांना लाभो!'

मी यशवंतरावांतर्फे पाठवण्याच्या संदेशाचा मसुदा त्यांना दाखवला आणि विमानातूनच आम्ही कोणत्या परिस्थितीत दिल्लीला परत निघालो आहोत, ते अमेरिकेचे अध्यक्ष लिंडन जॉन्सन यांना कळवले. अध्यक्षांबरोबरची भेट या आकस्मिक कारणाने हुकली याबद्दल खेद व्यक्त केला.

आमचे विमान न्यू यॉर्कला जात असताना आम्हाला वॉशिंग्टनहून निरोप मिळाला की, न्यू यॉर्कला संरक्षणमंत्र्यांसाठी एक ७०७ बोईंग तयार ठेवण्यात आले आहे. त्या विमानात 'सेक्रेटरी ऑफ स्टेट' डीन रस्क आणि आमचे वकील बी. के. नेहरू हेही चव्हाणांबरोबर दिल्लीस येणार होते. हे विमान वॉशिंग्टन विमानतळावरून निघणार होते, म्हणून आम्ही न्यू यॉर्कऐवजी वॉशिंग्टनकडे आमचे विमान वळवले.

ॲन्ड्र्यूज एअरफोर्स तळावर आम्ही सकाळी स्थानिक वेळ पावणेअकराला विमानातून उतरलो आणि आमचे विमान धावपट्टीवर पळत असताना रॉबर्ट मॅकन्मारा हेलिकॉप्टरमधून तळावर उतरताना दिसले.

मि. टॉलबट यांनी चव्हाणांना उतरून घेतले आणि व्ही.आय.पी. कक्षात नेले. तेथे भारतातील अमेरिकन वकील चेस्टर बाऊल्स तसेच मिस्टर व मिसेस जे. के. गालब्रेथ दांपत्यही होते. भारतीय वकिलातीतील सर्व अधिकारी व अमेरिकन सरकारचे अनेक अधिकारी तेथे उपस्थित होते. ते संरक्षणमंत्र्यांचे सांत्वन करण्यास व आपले दुःख प्रकट करण्यास आले होते. मॅकन्मारांनी भावपूर्ण शब्दांत दुःखवटा व्यक्त केला. बोलण्याच्या मनःस्थितीत कोणीच नव्हते आणि यशवंतराव तर पूर्णपणे दिङ्मूढ झाले होते.

बरोबर सव्वाअकरा वाजता आम्ही बोईंग विमानात बसलो. विमानाची दारे बंद होणार एवढ्यात टॉल्बट पुढे झाले आणि त्यांनी चव्हाणांना चार-दोन मिनिटे थांबू शकाल का, असे विचारले. ॲडमिरल नंदा व गुहन न्यू यॉर्कहून वॉशिंग्टनला निघाले होते व त्यांचे विमान नुकतेच उतरले होते. त्यांना याच विमानातून दिल्लीस घेऊन जाता येईल, असे ते म्हणाले. काही मिनिटांनी ते दोघे धडपडत आमच्या विमानात दाखल झाले. आम्ही अकरा पंचेचाळीसला वॉशिंग्टन सोडले. विमानाने आकाशात झेप घेतल्याबरोबर डीन रस्क साधा बुशशर्ट घालून प्रत्येकाजवळ आले आणि त्यांनी नव्यांची ओळख करून घेतली. त्यांच्या सौजन्याचे व माणुसकीचे दर्शन घडले.

नंतर डीन रस्क यशवंतरावांसाठी असलेल्या खास दालनात गेले. मी त्यांच्याबरोबर गेलो. डीन रस्क म्हणाले, "मि. मिनिस्टर, हे विमान तुमच्या दिमतीला आहे. तुम्हाला, तुमच्यापैकी कुणाला सोबतीसाठी हवे असेल, तर आम्ही मागील बाजूस जाऊ."

डीन रस्कना सांगायचे होते की, अमेरिकेच्या मान्यवर प्रतिनिधींच्या उपस्थितीने संरक्षणमंत्र्यांना अडचण होऊ नये. प्रसंग अतिदुःखाचा व गंभीर होता. मला वाटले, किती विचारपूर्वक रस्क बोलत होते.

थोड्याच वेळात आम्ही अमेरिकेचा किनारा सोडला व अटलांटिक महासागरावरून जाऊ लागलो. हा घरचा प्रवास खूप लांबचा आहे, याची जाणीव होती.

आकाशात सुमारे १२,००० मीटर उंचीवर चालणारे विमान स्पेनच्या दिशेने निघाले. त्यात सर्व तऱ्हेची खाण्यापिण्याची सोय होती व आम्हांस हवे नको पाहण्यासाठी अमेरिकन हवाई दलाचे तत्पर सेवक हजर होते. डीन रस्क अगदी साधेपणाने विमानात प्रत्येकाशी बोलत-भेटत होते. सारे वातावरण थोडेसे तणावरहित करण्याचा तो प्रयत्न होता. घडल्या घटनेचा धक्का आणि दुःख सर्वांनाच जाणवत होते; पण मि. रस्क यांच्या उदाहरणाने आम्ही आपले दुःख जणू एकमेकांत वाटून घेत होतो. हा राष्ट्राच्या जीवनातील एक दुःखद क्षण होता आणि त्या क्षणी कोण मोठा, कोण छोटा, हा विचार कोणाच्याही मनात नव्हता. मला आठवते, त्या लांबच्या प्रवासात, मी डीन रस्क, चेस्टर बाऊल्स व बी. के. नेहरू यांच्याशी दिलखुलास बोलत होतो. बी. के. नेहरूंबरोबरचा माझा संवाद जरा अधिक मोकळा होता. कारण मी त्यांचा पाहुणा म्हणून वॉशिंग्टनला राहिलो होतो. प्रत्येकाच्या मनात मात्र एकच प्रश्न राहत होता, 'नेहरूनंतर कोण व नेहरूंच्या नंतर काय?'

इराणच्या आकाशातून जात असता डीन रस्क यशवंतरावांच्या जवळ आले व त्यांनी सांगितले की, पाकिस्तानचे अध्यक्ष आयूबखान यांनी स्वतः हे विमान पाकिस्तानवरून जाण्यास परवानगी दिली असून, संरक्षणमंत्री आता योग्य वेळी

दिल्लीत पंतप्रधानांच्या अंतिम विधीला हजर राहू शकतील. हा निर्णय त्यांनी स्वत: काही क्षणांत मिळवलेला होता व हृदयस्पर्शी होता.

यशवंतरावांनी डीन रस्क यांचे आभार मानले. तसेच अध्यक्ष आयूबखान यांना आपले आभार कळवण्यास सांगितले.

आमचे विमान आता पामीरचे पठार, काराकोरमच्या रांगा व हिमालय यांवरून जात होते. या सर्व प्रयत्नांमुळे आम्ही जेव्हा दिल्ली विमानतळावर उतरलो, तेव्हा अपेक्षेपेक्षा खूपच अगोदर विमान दिल्लीला पोहोचले होते. विमानातूनच आम्हांला दिसले की, राजशिष्टाचाराप्रमाणे परराष्ट्र-खाते, संरक्षण मंत्रालय व चव्हाणांच्या ऑफिसातील सेवक विमानतळावर उपस्थित होते.

विमानातून खाली उतरलो. तेवढ्यात डीन रस्क चव्हाणांकडे वळून म्हणाले, "मि. मिनिस्टर, तुमच्या विमानातून मला व माझ्या सहकाऱ्यांना आपण येऊ दिलेत, त्याबद्दल आम्ही आपले आभारी आहोत."

ते एकूण यशवंतरावांना काही बोलताच येईना. ते दिल्लीला इतक्या थोड्या वेळात पोहोचू शकले, कारण अमेरिकन राष्ट्राध्यक्षाने त्यांच्या दिमतीला स्वत:चे एक खास विमान दिले होते. त्यांच्या सौजन्याने ते दिल्लीला पोहोचले होते आणि आता अमेरिकेचा 'सेक्रेटरी ऑफ स्टेट' यशवंतरावांचेच आभार मानत होता की, 'तुम्ही आम्हाला तुमच्याबरोबर येऊ दिलेत.'

ही भाषा राजकीय होती, तशीच एका थोर सभ्य गृहस्थाची होती.

आम्ही दिल्लीला पोहोचल्याबरोबर अंत्ययात्रेच्या व्यवस्थेची आम्हांला कल्पना देण्यात आली. त्या शोकयात्रेत मध्येच सामील होण्याचा प्रश्नच नव्हता. दहा लाखांपेक्षा जास्त लोक मिरवणुकीत सामील झाले होते आणि त्या गर्दीतून पंडितजींचे पार्थिव ठेवलेल्या तोफगाडीजवळ पोहोचण्याची शक्यता नव्हती. आजूबाजूचे सर्व रस्ते वाहतुकीला बंद केले होते आणि म्हणून असे ठरवण्यात आले की, यशवंतराव व त्यांच्याबरोबरची मंडळी यांना हेलिकॉप्टरने थेट अंतिम विधीच्या जागी नेऊन उतरवावे. सुमारे साडेचार वाजता आम्ही राजघाटाजवळ उतरलो. संरक्षणदलाचे अधिकारी आपल्या खांद्यांवरून पंतप्रधानांचे पार्थिव तेथे आणणार, त्या वेळी यशवंतराव तेथे हजर होते. मी यशवंतरावांच्या शेजारी होतो. दहनभूमीच्या भोवती खास उभारलेल्या कठड्याच्या आत आम्ही पोहोचलो आणि पंडितजींना शेवटचे अभिवादन करून बाजूला उतरलो. मंत्री व महत्त्वाच्या व्यक्ती उभ्या होत्या तेथे पोहोचलो. पंडितजींचे पार्थिव एका प्लॅटफॉर्मवर ठेवले होते. दुसऱ्या बाजूला या प्रसंगासाठी आलेले पाहुणे, राजनैतिक प्रतिनिधी आणि महत्त्वाच्या व्यक्ती यांच्यासाठी

खुर्च्या मांडलेल्या होत्या. बसताना माझ्या लक्षात आले की, माझ्या शेजारीच कृष्ण मेनन उभे आहेत. त्यांच्या चेहऱ्यावरील दुःख आणि मानसिक ताण उघड जाणवत होता.

अंतिम विधी झाल्यानंतर सुमारे छत्तीस तास यशवंतरावांचा सारा वेळ पुढील व्यवस्था करण्यातच गेला. कारण या कामाची जबाबदारी संरक्षणमंत्रालयावर होती. अनेक परदेशी व्यक्ती व पाहुणे यशवंतरावांचे भेटीस येत होते. मी त्याच गडबडीत होतो. मलासुद्धा झोपेने घेरले होते. कारण जवळ-जवळ साठ तास आम्ही जागेच होतो.

भाग ४

आंतरराष्ट्रीय व्यवहार व मुत्सद्देगिरी

२५

नव्या धावपट्टीवर

भारतीय प्रशासन सेवा, अर्थात आय.ए.एस.मध्ये अधिकारी म्हणून काम करताना मला कधी स्वप्नातदेखील वाटले नव्हते की, माझ्या सेवाकाळातील सुमारे एक-तृतीयांश काळ मुत्सद्देगिरी आणि आंतरराष्ट्रीय कारभार यामध्ये जाणार आहे. हा नशिबाचाच एक भाग होता.

वाणिज्यमंत्रालयामध्ये उपसचिव या पदावर २७ जानेवारी, १९६५ रोजी मी रुजू व्हावे, असे मला सांगण्यात आले. संरक्षणमंत्र्यांचा खासगी सचिव या पदाचा कार्यभार मी २५ जानेवारीला दुसऱ्यांकडे सोपवला होता. दुसऱ्या दिवशी मी सहकुटुंब सहपरिवार प्रजासत्ताक दिनाच्या संचलनाचा आनंद लुटला. मी व माझी पत्नी राष्ट्रपतीभवनामध्ये स्वागत समारंभाला उपस्थित राहिलो.

ठरल्या दिवशी मी वाणिज्यमंत्रालयामध्ये सचिव डी. एस. जोशी यांना भेटलो. उद्योगभवनामध्ये शिरल्यावर आपण वेगळ्याच वातावरणात आल्याची जाणीव झाली. संरक्षणमंत्रालय साउथ ब्लॉकमध्ये होते. साउथ ब्लॉक आणि नॉर्थ ब्लॉक या लाल आणि गुलाबी रंगांच्या दगडांमध्ये बांधलेल्या इमारती ब्रिटिश साम्राजाच्या खुणा आहेत. यामध्ये सर्व ठिकाणी लखलखीत सूर्यप्रकाश असतो आणि या इमारतींमधले राजेशाही कॉरिडॉर्स ब्रिटिश राजवटीची भव्यता आणि सामर्थ्य यांची जणू काय प्रतीके आहेत.

याच्या अगदी उलट, स्वातंत्र्योत्तर काळात बांधल्या गेलेल्या उद्योगभवनाची दर्शनी बाजू त्या दोन ब्लॉक्सशी मिळतीजुळती असली, तरी त्यातील आतला भाग फारच अनाकर्षक होता. मध्यभागी लांब, आरपार कॉरिडॉर्स आणि त्यांच्या दोन्ही बाजूंना अधिकाऱ्यांच्या खोल्या, अशी निश्चितच निरुत्साहजनक रचना होती.

वाणिज्यमंत्रालयाच्या कामाबद्दल मी संपूर्ण अनभिज्ञ होतो. डी. एस. जोशी यांच्याशिवाय मी त्या मंत्रालयामध्ये कोणाला ओळखतदेखील नव्हतो. जोशी नम्र व

व्यवहारी गृहस्थ होते. पश्चिम युरोपबरोबर होणाऱ्या व्यापाराच्या कारभारासाठी माझी उपसचिव म्हणून नेमणूक झाली असल्याचे त्यांनी मला सांगितले. वाणिज्यमंत्रालयाचा परिचय करून घेण्यासाठी ही चांगली सुरुवात होती आणि कामगिरीही बरी वाटत होती.

ज्या दिवशी मी उद्योगभवनामध्ये कामावर रुजू झालो, त्या दिवशी त्या वेळी त्या विभागाचे संयुक्त सचिव एस. वोऱ्हा, जे १९४०च्या पंजाब (पुढे हरयाणा) तुकडीचे आय.सी.एस. होते, न्यू यॉर्कमध्ये संयुक्त राष्ट्रांच्या (UNCTAD) उंक्टाड या नवीन संघटनेच्या स्थापनेसंदर्भातील सभेकरता गेले होते. त्यांच्या अनुपस्थितीत जोशी यांनी कनिष्ठ सचिव व्ही. ए. पद्मनाभन आणि कनिष्ठ संशोधक अधिकारी राजू माकील यांना मदतीला घेऊन स्थिरस्थावर होण्यास मला सुचवले. जोशींच्या सचिवाने या दोघांना तशी पूर्वसूचना दिली होती आणि त्यांच्या कार्यालयाच्या दरवाजाबाहेर ते दोघे माझी वाटच पाहत होते.

त्या दोघांनी मला दुसऱ्या मजल्यावरच्या एका लहान खोलीमध्ये नेले. तेथील टेबल धुळीने माखले होते व जमिनीवर कागदाचा पसारा पडला होता. माझ्यासाठी घाईने कोणालातरी ती खोली रिकामी करून द्यायला सांगण्यात आले असावे, असे मला वाटले.

मी तेथे साफसफाई करून घेतली. पश्चिम युरोपबरोबर भारताच्या असणाऱ्या व्यापारावर काही मुद्रित साहित्य व टीका-टिप्पणीचे कागद तिथे होते, ते मी सर्व डोळ्याखालून घातले. भिंतीवर असणाऱ्या नकाशावरून पश्चिम युरोपातील देशांच्या आकारांबरोबर त्या प्रदेशाच्या भूगोलाची उजळणी केली. पद्मनाभन यांनी गॅट आणि उंक्टाड या दोन आंतरराष्ट्रीय व्यापारी संघटनांबद्दल माहिती दिली. जेवढी माहिती मिळाली तेवढी मी समजावून घेतली. मला विशेष काही समजले असे नव्हे.

मी रुजू झाल्यावर काही आठवड्यांतच दोन अशा घटना घडल्या की, ज्यांनी माझ्या भविष्याला वेगळे वळण लावले. एके दिवशी कृष्ण बिहारी लाल हे भेटीसाठी वाणिज्य मंत्रालयामध्ये येणार असे मला समजले. के. बी. लाल (आय.सी.एस.) होते. ते भारताचे बेल्जियममधील राजदूत होते व त्याचबरोबर ते 'युरोपियन इकॉनॉमिक कम्युनिटी' (European Economic Community) या संघटनेसाठी भारताचे प्रतिनिधी होते. आंतरराष्ट्रीय आर्थिक मुत्सद्देगिरीत के. बी. लाल हे एक मोठे नाव होते, हे मला माहीत होते. वाणिज्यमंत्रालयात पश्चिम युरोपबरोबरचा व्यापार आणि संयुक्त राष्ट्रांशी संबंधित मुद्दे यांच्याबाबत त्यांच्याशी चर्चा करण्याकरता जोरात तयारी चालली होती. पण मला त्यात सहभागी केले गेले नव्हते.

मी नवखा असल्यामुळे ना मला काही तोशीस झाली आणि ना मी कोणत्याही अर्थपूर्ण चर्चेत भाग घेण्यास पात्र होतो. राजदूतांच्या या मार्गदर्शक चर्चासत्राच्या फेऱ्या झाल्यानंतर एके दिवशी दुपारी मला लाल यांनी भेटायला बोलावले आहे असा निरोप मिळाला. त्यांना भेटताच, स्वत:ची ओळख करून देताना मी या मंत्रालयातील कामात नवशिका असल्याचे त्यांना सांगितले. ते ऐकताच, "अरे भाई, मी तुम्हाला भेटायला बोलावले आहे. तुमच्याबद्दल मी बरेच जाणून आहे. चला बसा आणि मला सांगा की मला तुम्ही मदत व मार्गदर्शन कसे करणार आहात?" असे बोलून लाल यांनी सुरुवात केली.

के. बी. लाल हे तरुण अधिकाऱ्यांची पारख कशी करत असत, याची पहिली चुणूक मला त्या क्षणी दिसली. माझा मनमोकळेपणा आपल्याला आवडला हे त्यांनी मला हसून सांगितले आणि माझ्याबरोबर काम करायला आवडेल हेदेखील सांगितले. आपल्या खास शैलीत त्यांनी पुढे पुस्ती जोडली, "नाहीतरी शासनातील उपसचिवां (Deputy Secretary)कडून आदेश घेणारा मी केवळ एक राजदूतच आहे व तुमच्या मदतीशिवाय मी काही करू शकत नाही!"

संरक्षणमंत्रालयात अशी विनोदबुद्धी मला औषधालादेखील जाणवली नव्हती. तेथे वरिष्ठ अधिकारी दुर्मुखलेले, प्रसंगी उद्धट आणि अहंकारी असत. कनिष्ठ अधिकाऱ्यांशी वागताना तर हे विशेष दिसत असे.

संरक्षणमंत्रालयामधील माझ्या अनुभवांवर बोलून झाल्यावर के. बी. यांनी (ते 'के. बी.' या नावाने ओळखले जात.) मी जिनिव्हामध्ये भरणाऱ्या गॅटच्या (GATT) पुढील वार्षिक सभेला उपस्थित राहावे, अशी सूचना केली. ती सभा पुढच्या दहा-बारा दिवसांत भरायची होती.

लाल यांचा निरोप घेऊन मी माझ्या खोलीत परतलो, तोवर माझ्या अभ्यासाचा रोख पश्चिम युरोपातील देशांच्या भूगोल, इतिहास आणि अर्थव्यवस्था यांच्यावर होता. आता तो बदलला. कनिष्ठ सचिवांकडून गॅटवर मी धडे घेऊ लागलो.

दुसऱ्याच दिवशी सकाळी डी. एस. जोशी यांनी मला बोलावले. माझ्याकडे बघत ते म्हणाले, "प्रधान, मंत्रालयात आल्यानंतर इतक्या लवकर तुम्ही परदेशात प्रतिनिधी मंडळावर जाण्याचा प्रयत्न कराल असे मला वाटले नव्हते. तुम्ही जिनिव्हामध्ये पुढच्या गॅटच्या अधिवेशनामध्ये त्यांच्याबरोबर असणार असल्याचे के. बी. यांनी मला काल सांगितले."

मला आश्चर्याचा धक्का बसला. मी जोशींना मला परदेशी जाण्यात काहीही रस नाही, असे स्पष्ट केले. मी त्यांना सांगितले, "गॅट किंवा उंक्टाड यांच्याबद्दल मला ओ की ठो माहीत नाही. मी गॅटच्या वार्षिक सभेला उपस्थित राहावे, ही राजदूतांची सूचना आहे." मी मंत्रालयामध्ये आल्यानंतर हे इतके लवकर झाले याबद्दल काहीही

गैरसमज कोणाच्याही मनात असू नये म्हणून मी जोशी यांना आणखी असेही सांगितले, "माझी तेथे स्वत:ची फजिती करून घेण्याची अजिबात इच्छा नाही. मला या विषयात गती येईपर्यंत मला त्यांनी कृपया परदेशी पाठवू नये."

जोशी यांनी हा खटाटोप माझा नाही, या माझ्या बोलण्यावर विश्वास ठेवला व त्यांच्या आदेशानुसार माकील आणि पद्मनाभन यांनी व्हिसा आणि अन्य औपचारिकता पूर्ण केल्या. भारताच्या सर्वसाधारण नागरिकांकडे निळ्या रंगाचे आवरण असलेला पासपोर्ट असतो. एक आठवड्यानंतर रोमला जाणाऱ्या एअर इंडियाच्या विमानात असताना माझ्याकडे पांढऱ्या आवरणातील 'ऑफिशियल' पासपोर्ट होता.

आंतरराष्ट्रीय व्यापारी मुत्सद्देगिरी या क्षेत्रातील माझ्या कारकिर्दीचा हा श्रीगणेशा होता.

एअर इंडियाचे ते विमान रोमला भल्या पहाटे पोहोचले. तेथील भारतीय वकिलातीत त्या वेळी आय.ए.एस. अधिकारी अनंत दातार हे प्रथम सचिव (First Secretary) या पदावर होते. ते व्यापारविषयक बाबी पाहत असत. त्यांचे वडील केंद्रीय मंत्रीमंडळात १९५०च्या दशकात गृहखात्याचे राज्यमंत्री होते आणि त्यांचा माझा परिचय होता.

जिनिव्हाचे विमान दुपारी होते. अनंत मला त्यांच्या घरी घेऊन गेले. तेथे त्यांच्या पत्नीने माझे स्वागत व आदरातिथ्य प्रेमाने केले. अनंत यांनी पुढे अनेक उच्च पदे भूषवली व शेवटी ते कर्नाटक सरकारचे मुख्य सचिव या पदापर्यंत गेले. पण रोमला भेटलेले अनंत दातार आणि त्यांची पत्नी यांचा अत्यंत प्रसन्न, सुसंस्कृत आणि विनम्र स्वभाव याची आठवण आजही ताजी आहे. मी निवृत्तीनंतर कधीही बंगळूरला भेट दिली की, अनंत माझ्यासाठी न चुकता गोल्फ खेळण्याची व्यवस्था करत. काही वर्षांपूर्वी त्यांना देवाज्ञा झाली.

रोम विमानतळाकडे जाताना अनंत यांनी मला काही पर्यटन स्थळे दाखवली. यात त्या शहरातील सुप्रसिद्ध ट्रेनी (Treni) कारंजाचा समावेश होता. त्यांनी मला काही नाणी दिली आणि माझ्या डाव्या खांद्यावरून ती कारंजामध्ये टाकायला सांगितली. नाणी उडवताना आपल्या मनामध्ये आपण एखादी इच्छा प्रकट केली तर ती सफल होते असा पूर्वापार समज आहे व आजदेखील हे पर्यटकांचे लोकप्रिय स्थान आहे. मी तेथे होतो त्या वेळी सकाळची वेळ होती. पण पर्यटकांची वर्दळ होती तसेच बहुतेक सर्वच नाणी कारंजात टाकत होते.

त्या चौकातून बाहेर पडण्यापूर्वी अनंत मला एका बुटाच्या दुकानात घेऊन गेले. तेथे तरुण सेल्सगर्ल्सनी केलेले स्वागत मला विशेषत: भावले. इटालियन चामड्याच्या वस्तू तयार करण्याची कारागिरी नावाजलेली आहे. त्या वेळेपासूनच मला इटालियन

पद्धतीच्या बुटांची सवय लागली व पुढे रोममधून कधीही जाण्याचा प्रसंग आला की, मी त्या दुकानात जाऊन एकतरी बुटांचा जोड विकत घेत असे.

जिनिव्हा विमानतळावर मी दुपारी उतरलो तेव्हा त्या विमानतळावरची इमारत पाहिल्यावर दिल्लीमधील जुन्या सफदरजंग एअरपोर्ट टर्मिनलची आठवण झाली. ती एक लहान, गजबजलेली आणि प्रवाशांसाठी कमीत कमी सुविधा असलेली इमारत होती. पण केवळ पंधरा वर्षांनंतर या विमानतळाचा संपूर्ण कायापालट झाला. आपण जे करायचे ते उत्कृष्टच झाले पाहिजे, असा स्विस लोकांचा ध्यास असतो. आजचा जिनिव्हाचा नवा विमानतळ त्याचेच द्योतक आहे. स्विस नियोजनाचा आणि उभारणीचा तो अतिउत्कृष्ट नमुना आहे.

मला विमानतळावर घेण्याकरता हुकूम सिंग हे गृहस्थ आले होते. गॅटमधील भारताच्या 'स्थानिक प्रतिनिधी'चे (Resident Representative of India) हे स्वीय सचिव होते. ते मला हॉटेल दु र्‍होनमध्ये घेऊन गेले. र्‍होन नदीच्या काठावरचे हे प्रथम श्रेणीचे हॉटेल लेहमन सरोवराजवळील एक आधुनिक हॉटेल होते. र्‍होन नदी काठावरील इतर अलिशान अशा जुन्या हॉटेल्सच्या पंक्तीत हे हॉटेल बसत नसले, तरी हे आधुनिक सुविधांनी सज्ज होते. भारतीय दूतावासाने आपल्या शिष्टमंडळांची तेथे उतरण्याची सोय करण्यासाठी खास दर ठरवून घेतला होता.

ब्रिजनंदन स्वरूप (आय.ए.एस.) हे गॅटमध्ये भारताचे स्थानिक प्रतिनिधी म्हणून त्या वेळी काम करत होते. त्यांनी मला रात्रीच्या जेवणासाठी निमंत्रण दिले व एका निर्देशित ठिकाणी ट्रामने येऊन उतरण्याची सूचनादेखील दिली. दुर्दैवाने मी ट्राममध्ये शिरेपर्यंत बर्फाचे वादळ सुरू झाले व काही क्षणांत सर्व रस्ते हिममय झाले. थंडी आणि हिम यांच्यापासूनच्या बचावाकरता माझ्याकडे उसन्या घेतलेल्या एका लोकरीच्या ओव्हरकोटखेरीज काहीही नव्हते. डोक्यावर ना टोपी होती ना छत्री. त्यातच मी दिशा चुकलो आणि जेथे उतरायला पाहिजे होते तेथून दूर एका स्टॉपवर उतरलो. रस्त्यावर चिटपाखरूदेखील नव्हते. चौकशी करण्याकरता एखाद्या इमारतीत जाऊ म्हटले, तर तेथील इमारतींची प्रमुख प्रवेशद्वारे स्वयंचलित पद्धतीने कुलूपबंद होती आणि रहिवाशांशी संपर्क साधणे अशक्य होते. पायी त्या रस्त्यावर पुढे जाण्याशिवाय मला पर्याय नव्हता.

सुदैवाने ब्रिजनंदन स्वरूपच बाहेर येऊन माझा शोध घेण्याकरता त्या हमरस्त्यावर एके ठिकाणी उभे राहिले होते. मी त्यांना अगोदर कधीच भेटलो नव्हतो. ते १९५०च्या बॅचचे, उत्तरप्रदेश केडरचे आय.ए.एस. होते. त्यांच्या घरात शिरेपर्यंत मला शिंकांनी गाठले होते. स्वरूप यांनी आपली पत्नी उषा हिच्याशी माझी ओळख करून दिली. मला त्यांनी थोडी ब्रँडीदेखील दिली. स्वरूप शांतवृत्तीचे तर उषा बोलकी आणि उत्साहाने सळसळणारी होती. उषाचे वडील व्ही. शंकर हे बनासकांठामधील

माझे जिल्हाधिकारी होते, हे कळल्यावर आमची मैत्री वाढली. तद्नंतर प्रत्येक वेळी माझे जिनिव्हाला जाणे झाले की, त्यांच्याकडे माझी बडदास्त राखली जात असे.

त्या रात्री स्वरूप यांनी दुसऱ्या दिवशीचा कार्यक्रम आणि गॅटचे मुख्यालय आणि युएन पॅले (UN Palais) येथे भेट देण्याकरता केलेली व्यवस्था यावर माहिती दिली. स्वरूप यांच्यात मला एक चांगला सहकारी मिळाला. विशेषत: ज्या नव्या क्षेत्रामध्ये माझा प्रवेश झाला होता, त्यासाठी ते चांगले मार्गदर्शक होते. दुसरे दिवशी सकाळी ते मला युएन पॅलेमध्ये गॅटच्या सर्व सभासदांचे (Contracting Parties) वार्षिक अधिवेशनाचे सत्र होणार होते, तेथे घेऊन जाणार होते.

तिथे मला कळले की, के. बी. लाल आणि व्ही. शंकर दोघेही एकमेकांचे साडू होते. म्हणजे पर्यायाने स्वरूपदेखील के. बी. लाल यांचे जावई होते. माझ्या नंतर ध्यानात आले की, जिनिव्हाला भेट देणाऱ्या अधिकाऱ्यांबरोबर वागताना व स्वत:साठी या वैयक्तिक नात्याचा स्वरूप यांनी पूर्ण फायदा घेतला होता. दुर्दैवाने, या नातेसंबंधावर अवलंबून राहिल्यामुळे आपल्या पुढल्या सेवाकाळामध्ये त्यांच्या क्षमतेचा त्यांना लाभ घेता आला नाही आणि त्यांचा विकास खुंटला.

२६

आंतरदेशीय संस्थांची ओळख

मी पहिल्यांदाच गॅटच्या सचिवालयात गेलो, ती भेट मी कधीच विसरू शकणार नाही. त्या वेळी ते सचिवालय संयुक्त राष्ट्राची कार्यालये असणाऱ्या विस्तीर्ण इस्टेटच्या शेजारील व्हिला बोकाज नामक दोनशे वर्षांपेक्षा जुन्या इमारतीत होते.

गॅट (GATT किंवा General Agreement on Tariffs and Trade) हा आंतरराष्ट्रीय व्यापार व जकातविषयक सर्वसामान्य करार आहे. जागतिक महामंदी (१९२९-३३) आणि दुसरे महायुद्ध (१९३९-४५) या काळात काही राष्ट्रांनी एकमेकांविरुद्ध संरक्षक कर बसवले. त्यामुळे जागतिक व्यापारामध्ये मोठी घट झाली. दुसऱ्या महायुद्धानंतर आर्थिक विकासासाठी जे काही प्रयत्न झाले, त्यांपैकी जागतिक बँक (World Bank), आंतरराष्ट्रीय नाणेनिधी (IMF) व गॅटची संघटना जन्माला आल्या.

देशोदेशांमधील व्यापारातील अडथळे दूर करणे, जकातदर कमी करणे आणि त्यायोगे आंतरराष्ट्रीय व्यापाराला गती देणे याकरता हॅवाना येथे १९४७मध्ये परिषद झाली. ती गॅटची सुरुवात होय. त्याकाळी वसाहत असतानादेखील भारताने या परिषदेत भाग घेऊन याला हातभार लावला होता. या काळातील इतिहासाची माहिती आणि गॅटच्या स्थापनेची माहिती मला माझे सहकारी व्ही. ए. पद्मनाभन यांच्याकडून मिळाली. हॅवाना परिषदेमध्ये सर राघवन पिल्लई (आय.सी.एस.) यांच्या नेतृत्वाखाली भारताचे जे शिष्टमंडळ गेले होते, त्याचे पद्मनाभन सर्वांत कनिष्ठ अधिकारी होते.

स्वरूप यांनी माझी ओळख मि. वाईंडहॅम व्हाइट यांच्याशी करून दिली. गॅट

संघटनेच्या स्थापनेपासून ते तिचे महासंचालक होते. या मितभाषी आयरिश माणसाला व्यापार विषयाच्या बारीकसारीक गोष्टी माहीत होत्या आणि त्याचा या क्षेत्रात मोठा दबदबा होता. पुढच्या काळात मी त्यांना अधिक जवळून ओळखू लागलो. त्याच्या हुशारीबरोबरच ते मागे एक, पुढे एक असे करणाऱ्यांपैकी आहेत, हेसुद्धा मला जाणवले. त्यांना निवृत्तीनंतर नाइटहूड मिळाली. अनेक वित्तीय संस्थांना त्यांची सेवा हवी असे. पण पुढे जिनिव्हास्थित एका कंपनीच्या गैरव्यवहारामध्ये त्यांचा सहभाग असल्याचे उघड झाले आणि गंभीर वित्तीय आणि कायदेशीर समस्या त्यांच्यापुढे उभ्या ठाकल्या.

स्वरूप यांनी सचिवालयामध्ये माझी अनेक वरिष्ठ अधिकाऱ्यांशी ओळख करून दिली. त्यांपैकी एक, एम. जी. माथूर होते. माथूर आय.आर.एस. (IRS) मधले होते. शांत, गंभीर दिसणाऱ्या, मृदू आवाजाच्या आणि संकोची अशा या व्यक्तीचे त्या आंतरराष्ट्रीय वातावरणात कसे काय चालत असेल, याचे मला कोडे होते. पण लवकरच मला त्यांच्या तल्लख बुद्धीचा आणि व्यापारविषयक अभ्यासाचा प्रत्यय आला. विकसनशील देशांच्या शिष्टमंडळासाठी ते मोठा आधार होते. ते उत्कृष्ट मसुदा करत असत आणि विकसित व विकसनशील देशांमधील दरी कशी कमी करता येईल, याच्या प्रस्तावांच्या टिप्पणी करत.

या साऱ्या औपचारिक भेटीनंतर स्वरूप मला युएन पॅलेमध्ये घेऊन गेले. तेथील भव्यता, इटालियन संगमरवरातील कॉरिडॉर्स, स्वच्छता आणि उत्तम देखभाल यांनी मी भारावून गेलो. लेहमान सरोवरासमोर असणारी ही इमारत सुंदर आणि दिपवून टाकणारी आहे. काही वर्षांनंतर याला अनेकमजली इमारतींची (ॲनेक्सीची) जोड दिली गेली. पण पहिल्या महायुद्धोत्तर काळात लीग ऑफ नेशन्स आणि नंतर संयुक्त राष्ट्रे यांचे मुख्यालय ज्या वास्तूत होते, त्या जुन्या पॅलेची शान न्यारीच होती. त्या भेटीच्या वेळी माझ्या ध्यानीमनीदेखील नव्हते की, आठ वर्षांनंतर संयुक्त राष्ट्राचा उच्चपदस्थ अधिकारी म्हणून आपण तेथे काम करणार आहोत.

पुढच्या काही दिवसांमध्ये मला भारताच्या कौन्सुलेट जनरलच्या कामकाजाची समज आली. हे कार्यालय त्या वेळी शहराच्या मध्यभागी होते. कार्यालय लहानसेच होते, ज्यात दोन प्रथम सचिव आणि काही द्वितीय दर्जाचे सचिव असत. सर्वसाधारणपणे विदेश सेवेतील (IFS) तरुण अधिकाऱ्यांना फ्रेंच शिकण्यासाठी जिनिव्हामध्ये नेमण्याची प्रथा होती. पुढील तीन वर्षांत मला येथे अनेक कर्तबगार अधिकारी भेटले. ललित मानसिंग आणि त्यांची पत्नी सोनल, एस. पुरुषोत्तम आणि त्यांची पत्नी सुशीला, प्रीत मलिक आणि अरुणा, माधव मंगलमूर्ती आणि अंजली, राजेंद्र आणि

पल्लवी अभ्यंकर – या सर्वांनी पुढे भरपूर यश कमावले. ललित मानसिंग परराष्ट्र सचिव झाले. (सोनल मानसिंग यांनी नृत्यांगना म्हणून नाव मिळवले.) प्रीत मलिक बर्मामध्ये राजदूत झाले, तर मंगलमूर्ती स्वित्झर्लंडमध्ये. राजेंद्र अभ्यंकर परराष्ट्र कार्यालय सचिव होते, पुढे बेल्जियममध्ये राजदूत आणि युरोपियन कम्युनिटीमध्ये भारताचे प्रतिनिधी म्हणून त्यांनी काम केले. दुर्दैवाने पुरुषोत्तम यांचे अकाली निधन झाले, नाहीतर ते परराष्ट्र सचिव झाले असते.

कौन्सुलेट जनरल विदेश मंत्रालयाने नेमले होते. स्वरूप वाणिज्यमंत्रालयाचे प्रतिनिधित्व करत होते. ते दोघेही 'कौन्सेलर' या हुद्याचे होते. परंतु या दोन अधिकाऱ्यांमधील संबंध सौहादपूर्ण नव्हते, असे माझ्या लक्षात आले. त्यामुळे कार्यालयाचा कारभार दोन प्रकारे चालत असे. पुढे काही दिवसांनी मला समजले की, तिसरा एक अधिकारी छुप्या पद्धतीने येथे कारभार चालवत असे. तो त्याच्या दिल्लीमधील वरिष्ठांशी थेट संपर्कात होता. तो भारतीय गुप्तचर दलाचे प्रतिनिधित्व करत होता व कौन्सुलेटमधील लहानसहान गोष्टींही त्याला माहीत असत. दिल्ली किंवा अन्यत्र सांकेतिक पद्धतीने जाणारे अहवाल त्याच्याद्वारे जात असत. संरक्षण मंत्रालयामध्ये मी काम करत असताना असे सांकेतिक भाषेत संदेश मी पाहत असे, पण कामाची पद्धत मला माहीत नव्हती. त्या वेळी असे सांकेतिक भाषेतील संदेश परराष्ट्र कार्यालयात टेलिप्रिंटर्सद्वारे थेट येत. तेथे त्या संदेशांची फोड होत असे. तेथे काम करणाऱ्या माणसांची नावे बदलली जात व त्यांना नवी ओळख दिली जात असे. हेरगिरीसाठी स्वित्झर्लंड प्रसिद्ध आहे. आणि जोपर्यंत कोण काय आहे, हे एखाद्याला माहीत असे, तोपर्यंत सर्व सुरळीत असे. खरेतर, कुणीही तो काय काम करतो ते सांगत नसे.

या पहिल्या भेटीतच स्वरूप यांनी माझी ओळख 'आंतरराष्ट्रीय श्रम संघटना' (ILO) आणि 'जागतिक आरोग्य संघटना' (WHO) यामध्ये काम करणाऱ्या काही भारतीयांशी करून दिली. मी दिल्लीत अनेक नेत्यांबरोबर उच्च स्तरांवर काम केले असल्याने त्यांना माझ्याबद्दल औत्सुक्य होते. पंडित नेहरूंच्या निधनानंतर दिल्लीतील घटनांबद्दल कुतूहल होते. यशवंतराव चव्हाण एखादे दिवशी पंतप्रधान होतील काय, याचीही थोडीफार उत्कंठा होती.

२७

कृष्ण बिहारी लाल : अलौकिक व्यक्ती

गॅटची बैठक सुरू होण्याच्या आदल्या दिवशी के. बी. लाल ब्रुसेल्सहून आले. स्वरूप यांच्याबरोबर मीही त्यांच्या स्वागताला विमानतळावर गेलो.

त्या दिवशी सायंकाळी स्वरूप यांच्या घरी रंगतदार भोजनाचा बेत होता. निवडक वाइन्सबरोबर इतर काही मद्ये होती. के.बी. यांची माझ्यावर बारीक नजर होती. हॉटेलवर परतल्यावर मी त्यांच्या खोलीवर गुड नाइट म्हणायला गेलो. त्या भोजनानंतर डोळे पेंगळायला लागले होते, पण के.बी. यांनी माझे प्रशिक्षण सुरू करायचा घाट घातला होता.

त्यांनी मला खोलीत बोलावले आणि आपल्या पॅडची विचारणा केली.

"कसले पॅड?" मी प्रश्न केला.

"मला उद्या सकाळी गॅटच्या सत्राला जायचे आहे. मी तेथे काय करायचे आहे हे मला माहीत नको? गॅटच्या अधिवेशनासंबंधी जी काही कागदपत्रे असतील, विशेषत: माझे उद्याचे पॅड, या सर्वांची तयारी करणे तुमचे काम आहे." इतके बोलून, मला बोलण्याची संधी न देताच दुसरे दिवशी सकाळी सहा वाजता पॅड घेऊन या, अशी आज्ञाच दिली.

मी आश्चर्यचकित झालो. ना स्वरूप यांनी मला कागदपत्रे दाखवली होती, ना के.बी. यांच्याकरता एखादे पॅड तयार ठेवण्याचा निर्देश केला होता. मध्यरात्र तर उलटून गेली होती. स्वरूप यांना उठवण्याऐवजी मी त्यांचे खासगी सचिव हुकूम सिंग यांना फोन लावला. ते तडफदार भाषेत म्हणाले, "तुम्ही निर्धास्त राहा, आपण सर्व करू."

पंधरा मिनिटांत हुकूम सिंग टॅक्सीने हॉटेलवर आले व मला कौन्सुलेटमध्ये घेऊन गेले. त्यांनी कार्यालय उघडले आणि पुढचे दोन तास आम्ही स्वरूप यांच्या

खोलीत बसून काम केले. त्यांनी गॅट अधिवेशनासंबंधित सर्व कागदपत्रे गोळा केली, दुसऱ्या दिवशीचा कार्यक्रम शोधला आणि 'पॅड' कसे जुळवायचे त्याचे धडे दिले. कार्यक्रम-पत्रिकेवरील सर्व विषय आणि गॅट सचिवालयाकडून मिळालेल्या नोंदी त्यांनी यथानुक्रम लावल्या. मग प्रत्येक विषयाकरता पूर्वीच्या अधिवेशनातील कागदपत्रांमधून संदर्भ साहित्य धुंडाळले आणि वाणिज्यमंत्रालयामधून त्या विषयावर जी टिप्पणी आली होती, त्याला ते जोडले. मी हॉटेलवर परतलो तेव्हा पहाटेचे तीन वाजले होते. हॉटेलच्या रिसेप्शनला मला उठवण्याच्या सूचना दिल्या आणि खोलीत जाऊन विसावलो.

सकाळी ठीक सहा वाजता मी राजदूतांच्या खोलीबाहेर जाऊन बेल वाजवली. आतून घुमणारा आवाज आला, "दार उघडे आहे, आत या!" आत शिरल्यावर मला के. बी. शीर्षासनाच्या अवस्थेत दिसले. अंगावर फक्त अंतर्वस्त्र होते. मला त्यांनी मी 'ब्रीफ' करावे अशी सूचना दिली. मी त्यांच्यासमोर खुर्चीत बसलो. एका उपसचिवाने भारताच्या राजदूताला अशा प्रकारे त्या अवस्थेत विषयवार काही सांगणे हा हास्यास्पद देखावा होता. पण माझ्या लक्षात आले की, माझ्याबरोबर काम करणे म्हणजे सुळावरची पोळी आहे, हे सांगायचा तो लाल यांचा पहिला पाठ होता.

आतंरराष्ट्रीय मुत्सद्देगिरीमध्ये पुढे आलेले व के. बी. यांच्याशी निष्ठावंत अशा अधिकाऱ्यांची फळी घडवण्याचे त्यांचे ते तंत्र होते. मुचकुंद दुबे, जे पुढे परराष्ट्र सचिव झाले, एन. के. सिंग (आय.ए.एस.) ज्यांनी नियोजन, अर्थ, वित्त अशा अनेक क्षेत्रांमध्ये आपला ठसा उमटवला; मणिशंकर अय्यर (आय.एफ.एस.) जे पुढे केंद्रीय मंत्री झाले व जे ब्रुसेल्स येथे के.बी. यांचे दुय्यम सचिव होते, हे सर्व या मुशीतून बाहेर पडले होते. भारताच्या आर्थिक प्रशासनामध्ये के.बी. यांचे हे मोठे योगदान आहे आणि मला अशी व्यक्ती मार्गदर्शन करण्यासाठी मिळाली, हे माझे सद्भाग्य होते.

के.बी. यांच्याबरोबरचे पुढील तीन आठवडे म्हणजे अध्ययन होते. जिनिव्हामध्ये पर्ल दू लॅक या विख्यात रेस्टॉरंटमध्ये ज्येष्ठ मुत्सद्द्यांबरोबर नेहमी उठबस केली जाते. एकदा के.बी. यांनी त्यांना ब्रिटिश राजदूताबरोबर दुपारी जेवायला जायचे आहे आणि तुम्ही माझ्याबरोबर चला असे सुचवले. यजमानपद आमच्याकडे असल्याने आम्ही तेथे पाच मिनिटे लवकरच पोहोचलो.

आम्ही बसतो न बसतो तोच के.बी. यांनी विचारले, "ब्रीफ काय आहे?"

मी अगदी निष्पापपणे उत्तर दिले, "कसले ब्रीफ? मला वाटले, तुम्ही मला जेवायला बरोबर चल असे म्हटले."

के.बी. माझ्याकडे रोखून पाहत म्हणाले, "मुत्सद्दी म्हणून आपण ज्या मेजवानी देतो, त्यांचा खर्च भारताचे राष्ट्रपती म्हणजे पर्यायाने भारतीय जनता करते. या

मेजवानी आपल्या आनंदाकरता नसतात. आपण कोणाला जेवायला आंमत्रित केले किंवा अन्य कोणी आपल्याला बोलावले, तर टेबलावर होणाऱ्या चर्चेद्वारा आपल्याला काय साध्य करायचे आहे, ते अगोदर ठरवायला हवे आणि त्याची तयारी करायला हवी.'' इतके बोलून त्यांनी एक कागदाचा तुकडा खिशातून काढला आणि त्यांना काय अभिप्रेत आहे, ते दाखवले. त्या कागदाच्या कपट्यावर दहा-एक ओळींचा नीट टंकलिखित मजकूर होता.

अशा प्रकारे सहजपणे कायम स्मरणात राहील, अशी शिकवण के.बी. यांनी दिली. हे माझ्या इतके अंगळवाणी पडले की, पुढे मी कोणालाही औपचारिक भोजनाला बोलावले किंवा कोणत्याही चर्चेकरता जायचे असल्यास खिशामध्ये कागदाचा चतकोर तुकडा ठेवत असे. पुढे मी माझ्या कनिष्ठांनाही या गोष्टीचा स्वीकार करण्याचा आग्रह धरत असे. परंपरा अशा पाळल्या जातात.

आणखी एका प्रसंगी के.बी. यांनी ब्राझिलच्या राजदूतांना त्यांच्या एका साहाय्यकाला माझ्याकडे काही चर्चा करायला पाठवावे, अशी सूचना केली. या चर्चेची निष्पत्ती दुसरे दिवशी मला त्यांना कळवायची होती म्हणून मी त्या तरुण मुत्सद्द्याला त्याने सायंकाळी ऱ्होन हॉटेलवर यावे अशी विनंती केली. तो एक कनिष्ठ सचिव होता, पण सर्वसाधारण ब्राझिलियन लोकांच्या स्वभावाप्रमाणे आपण किती महत्त्वाचे आहोत, ते दाखवण्याचा तो प्रयत्न करत होता.

बारमध्ये बसल्या-बसल्या वेटर ऑर्डर घेण्यास आल्यावर मी त्या साहाय्यकाला त्याला कोणती व्हिस्की घ्यायला आवडेल असे विचारले. त्याने त्याला जे काही पाहिजे ते वेटरला सांगितले आणि काही खायलाही आणायला सांगितले. त्याचे तीन आणि माझा एक अशा पेयांच्या फेऱ्या झाल्यावर मी बिल मागवले आणि त्यावर सही केली.

दुसऱ्या दिवशी सकाळी के.बी. यांना भेटून सगळा वृत्तान्त सादर केला आणि बिलही दाखवले. त्या बिलावर नजर टाकत ते म्हणाले, ''हे बघा, या क्षेत्रात तुम्ही नवे आहात हे खरे, पण इतकी महाग व्हिस्की आणि कॅव्हिअर त्या दुय्यम सचिवाला देण्याची काय आवश्यकता होती? यापुढे यजमान म्हणून तुम्ही ऑर्डर देत जा!'' असे म्हणत शिष्टमंडळाचा जो आतिथ्य भत्ता असतो, त्यातून पैसे देण्यासाठी त्यांनी बिलावर सही केली.

माझ्या मुत्सद्दीपणाच्या आयुष्यातील हा मोठा धडा होता. या गोष्टीनंतर सुमारे वीस वर्षांनी तो ब्राझिलियन गृहस्थ डब्ल्यूटीओ (जागतिक व्यापारी संघटना) याचा उपमहासंचालक झाला. तो मला भेटला तेव्हा त्याला मी ही गोष्ट सांगितली. तो

पोटभर हसला आणि या ऋणाची परतफेड म्हणून जेवायला मला पंचतारांकित हॉटेलमध्ये नेले. यामुळे आमची मैत्री पुन्हा जुळली. पण मुत्सद्द्यांच्या जीवनात होते तसे तो सेवानिवृत्त झाल्यावर आमचा संपर्कच तुटला.

के.बी. यांच्याकडून आणखी एका धड्याची भेट मिळाली. गॅटच्या सत्राच्या अहवालाचा मसुदा तयार करून ब्रुसेल्सला येऊन त्याची मंजुरी घेण्यास त्यांनी मला सुचवले. झटून काम करून हुकूम सिंग यांच्या मदतीने मी मसुदा तयार केला. के.बी. यांना त्यांच्या ब्रुसेल्सच्या कार्यालयात काही दिवसांनी मी जाऊन तो दिला. आपल्याला तो आवडला नसल्याचे त्यांनी सांगितले आणि मला तो तर्जुमा नव्याने करायला सांगितले. आपल्याला त्यामध्ये काय हवे, याची त्यांनी कल्पना दिली.

एक नाही, दोन नाही, पाच वेळा मी तो खर्डा बदलला. पाचव्या वेळी के.बी. यांचे समाधान झाले. मग त्यांनी समजावून सांगितले, "तुमचा एकही मसुदा समाधानकारक नव्हता असे नव्हे. पण हा राजदूतांचा मंत्रालयाला पाठवण्याचा अहवाल आहे. यामध्ये निव्वळ काय झाले हे नमूद करायचे नसून, मंत्रालयाने कोणत्या मुद्द्यांचा पाठपुरावा करावा आणि भविष्यात एखादा विशिष्ट विषय कसा हाताळावा याचाही त्यामध्ये निर्देश हवा. तुम्ही या सर्वांत नवे आहात. तुम्ही उपसचिव नव्हे, तर राजदूताच्या स्तरावरून विचार करण्यास सुरुवात करावी, असे मला वाटते. आता हा मसुदा डी. एस. जोशी यांच्याकडे धाडून द्या आणि तुमच्या शिफारशींवर काम करायला लागा." इतके बोलून झाल्यावर त्यांनी वाणिज्य सचिवाला पाठवण्याकरता माझ्यादेखतच पत्र डिक्टेट केले. या पत्रामध्ये भारतीय शिष्टमंडळासाठी मी केलेल्या योगदानाची वाखाणणी केली होती आणि इतका नेटका अहवाल तयार केल्याबद्दल प्रशंसोद्गार होते.

तरुण अधिकाऱ्यांना उद्बोधन करण्याची के. बी. यांची पद्धत अशी होती. माझ्यापुरते बोलायचे तर आंतरराष्ट्रीय क्षेत्रात शिरतानाचे हे प्राथमिक पाठ होते. हे मोठे स्वाध्याय होते. मला यातून लक्षात आले की, या नव्या क्षेत्रामध्ये आपल्याला नाव कमवायचे असेल तर मेहनतीशिवाय पर्याय नाही. तसेच माझी स्वत:ची कार्यशैली बनवावी लागेल. मुत्सद्देगिरी म्हणजे समोरच्यापेक्षा आपण अधिक हुशार आहोत, हे दाखवण्याचा प्रयत्न नव्हे किंवा आपले ध्येय साध्य करण्यासाठी दुसऱ्यांना फसवणे नव्हे. तुम्हाला उभयपक्षी किंवा बहुपक्षीदेखील खरोखरच यशस्वी आणि प्रभावी बनायचे असेल, तर तुम्ही आदरपात्र आणि विश्वासपात्र व्हायला पाहिजे. विशेषत: ज्यांच्याबरोबर तुम्ही विचारविमर्श करत आहात, त्यांच्या मनात हा विचार ठसला पाहिजे. मला या सर्व पाठांचा उपयोग झाला आणि पुढच्या काही वर्षांत माझ्या वाटाघाटींच्या कौशल्याबाबत बराच काही बोलबाला झाला.

२८

उंक्टाडचे मुख्यालय स्थापन करण्यासाठी खटाटोप

पुढील काही महिने माझ्या अभ्यासाचे दोन विषय होते – गॅटचा तह आणि त्याकाळी नव्याने स्थापन झालेले उंक्टाड (UNCTAD). संयुक्त राष्ट्रांनी बोलावलेल्या एका परिषदेमध्ये उंक्टाडची स्थापना करण्यात आली होती.

उंक्टाडची स्थापना १९६४मध्ये झाली. त्यामागची पार्श्वभूमी म्हणजे एक इतिहासच आहे. विकसनशील राष्ट्रांना व्यापाराबाबत महत्त्वाच्या वाटणाऱ्या मुद्द्यांसाठी एक नवे आणि स्वतंत्र व्यासपीठ (फोरम) मिळवून देणे असा या 'युनायटेड नेशन्स कॉन्फरन्स ऑन ट्रेड ॲन्ड डेव्हलपमेंट' असे मालगाडीसारखे लांबलचक नाव असलेल्या संघटनेचा उद्देश होता. UNCTAD हे त्याचे संक्षिप्त रूप होते. विकसनशील देशांसाठी त्यांच्या वापराच्या संदर्भात पूर्वीच्या गॅटअंतर्गत काही त्रुटी होत्या. त्या दूर करण्यासाठी एक खास संघटना स्थापन करावी, असा या देशांचा आग्रह होता. बराच काथ्याकूट होऊन 'कॉन्फरन्स' या नावाने ओळखली जाणारी एक संघटना स्थापन केली जावी, असा तोडगा विकसित आणि विकसनशील देश यांनी काढला.

उंक्टाडच्या स्थापनेच्या वेळी या संघटनेने दर चार वर्षांनी नियमितपणे भेटावे, असे मान्य करण्यात आले होते. दरम्यानच्या काळात 'ट्रेड ॲन्ड डेव्हलपमेंट बोर्ड' या नावाच्या समितीने कामकाज चालवायचे होते. मी वाणिज्यमंत्रालयात रुजू झाल्यानंतर थोड्याच काळाने या संस्थेचे खास अधिवेशन उंक्टाडचे मुख्यालय कुठे असावे, हे ठरवण्यासाठी जिनिव्हा येथे बोलावण्यात आले.

या मुख्यालयाच्या शर्यतीत लंडन, लागोस, रोम ही शहरे होती. तेथील देशातील सरकारांनी आपापल्या स्थानाच्या तौलनिक गुणवत्तेवर दीर्घ सादरीकरण करून त्यांच्या देशातील शहर मुख्यालय होण्यास कसे पात्र आहे, हे

दाखवले. संयुक्त राष्ट्रसंघाकरता अनेक सवलती देऊ केल्या गेल्या आणि तेथून येणाऱ्या प्रतिनिधींचे मन वळवून यश आपल्या पदरात पाडण्यासाठी भोजन आणि कॉकटेल्स यांनी त्यांचा पाहुणचार करण्यात आला. खरेतर या सर्वांत स्वित्झर्लंडची न विचारता निवड झाली असती. पण तो देश याकरता अनुत्सुक होता. किंबहुना त्यापूर्वी काही महिने जिनिव्हा कँटनच्या नागरिकांनी सार्वमतात जिनिव्हा हे उंक्टाडचे मुख्यालय असावे, या प्रस्तावाविरुद्ध कौल दिला होता.

संयुक्त राष्ट्रसंघाला मात्र हे मुख्यालय अन्यत्र असावे हे मान्य नव्हते. 'लीग ऑफ नेशन्स'चा अस्त झाल्यानंतर जिनिव्हा येथील पॅलेचा पुरेपूर उपयोग केला जात नव्हता. त्या वास्तूतील पायाभूत सोई हव्या तेवढ्या वापरात येत नव्हत्या. संयुक्त राष्ट्रसंघाच्या सेक्रेटरी जनरल यांनी धाव घेऊन स्विस फेडरल सरकारला, जिनिव्हा कँटनच्या नागरिकांनी आपल्या निर्णयाचा फेरविचार करावा अशी त्यांना विनंती करावी, असे सुचवले.

आम्ही आमच्या सत्रासाठी भेटलो तेव्हा हे सर्व वेगवेगळे प्रयत्न सुरू होते. युनायटेड किंग्डम आणि इटली यांचा अनुक्रमे लंडन आणि रोम यांच्यासाठी इतका दबाव येत होता की, अनेक विकसनशील देशांची पसंती लागोसला होती. लागोसच्या (नायजेरियाची राजधानी) आड तेथील हवामान आणि इतर घटक येत होते.

अखेर आणखी एक सार्वमत घेऊन स्विस लोकांनी पुनर्विचार करून आपला निर्णय बदलण्याकरता त्यांचे मन वळवण्याचे ठरले. जिनिव्हाच्या स्थानिक रहिवाशांचा मुख्य आक्षेप हा होता की, मुत्सद्द्यांचे लोंढे येऊ लागल्यावर राहण्याच्या जागांची भाडी वाढतील. मुत्सद्द्यांसाठी डयुटी फ्री आणि करमुक्त असे जे राज्य असते त्यामुळे आयातशुल्क आणि महसुलाचे इतर स्रोत यावर जी गदा येईल, त्याला काहींची हरकत होती. काहींची नापसंती मुत्सद्द्यांना मिळणाऱ्या उन्मुक्तीला (immunity) होती. उदाहरणार्थ, 'नो पार्किंग' क्षेत्रात मोटार उभी केली तरी मुत्सद्द्यांवर खटला चालवता येत नसे. संयुक्त राष्ट्र संघटनेने पुरेशी वित्तीय आणि अन्य आमिषे यांचे मधाचे बोल लावले आणि जिनिव्हाच्या कँटनमधील सुजाण नागरिकांनी जिनिव्हामध्ये उंक्टाडचे मुख्यालय स्थापन करायला आपली संमती दिली.

काही महिन्यांनंतर 'ट्रेड अॅन्ड डेव्हलपमेंट बोर्ड'ची बैठक उंक्टाडचा कार्यक्रम आखण्यासाठी भरली. विशेष गोष्ट ही की संयुक्त राष्ट्रसंघाचे काम स्वित्झर्लंडमध्ये

सुरू असताना तो देश संयुक्त राष्ट्रसंघाचा सभासद नव्हता. एकोणिसाव्या शतकाच्या दुसऱ्या दशकात व्हिएन्ना कॉंग्रेसमध्ये जो शांततेचा तह झाला त्या वेळी त्या तहकर्त्यांनी स्वित्झर्लंडला तटस्थ राष्ट्र म्हणून आपले सत्त्व टिकवण्याची ग्वाही दिली होती. स्वित्झर्लंड या तटस्थतेचे रक्षण करत होता.

२१

विधायक मुत्सद्देगिरी, भारत-पाकिस्तान युद्ध

ऑगस्ट, १९६५च्या शेवटच्या आठवड्यात मी उंक्टाडच्या ट्रेड आणि बोर्ड याच्या सत्राकरता जिनिव्हामध्ये होतो. कार्यक्रम, पुढच्या सभांची आखणी इत्यादी चर्चा करण्याकरता हे सत्र होते.

मी भारतातून निघालो तेव्हा भारत-पाक सीमेवर युद्धाचे ढग जमू लागले होते. कच्छच्या रणात १९६५च्या पूर्वार्धातच पाकिस्तानने चाल केली होती. ऑगस्ट, १९६५च्या सुरुवातीला लडाखमधील कारगीलपासून जम्मूजवळच्या छांबपर्यंतची ७०० कि.मी. लांब युद्धबंदी रेषा ओलांडून मोठ्या संख्येने घुसखोर भारतामध्ये शिरले. संयुक्त राष्ट्रसंघाचे निरीक्षक दोन्ही बाजूंना रोखण्याचा प्रयत्न करत होते.

अचानक पाकिस्तानी सैन्याने १ सप्टेंबर, १९६५ या दिवशी जम्मूतील छांब सेक्टरमध्ये हल्ला चढवला. जम्मू आणि काश्मीर व अन्य भारत यांना जोडणारा मार्ग या भागातून जातो. चिनाबवरचा पूल हा काश्मीर खोरे भारताच्या अन्य भागाशी जोडणारा एकमेव दुवा असून, तो ताब्यात घेऊन काश्मीर खोरे भारतापासून अलग करायचे, हा यामागचा इरादा होता. भारतीय लष्कराने या चढाईला जोरदार प्रतिकार केला आणि युद्ध भडकले.

उंक्टाडमध्ये आशिया, आफ्रिका, लॅटिन अमेरिका यामधील देश तसेच पूर्व युरोपमधील समाजवादी देश यांसारखे विकसनशील देशांचे गट होते. याखेरीज उंक्टाडमध्ये विकसित देशांचा गट होता. भारत आणि पाकिस्तान आशियाई गटात मोडत होते. एकाच गटातील या दोन देशांमधील संघर्ष आशियाई गटाच्या कामाच्या मुळावर येईल आणि ट्रेड डेव्हलपमेंट बोर्डचे सत्र स्थगित करावे लागेल, अशी भीती उत्पन्न झाली.

उपखंडातील या चकमकींची बातमी जिनिव्हामध्ये दुपारी एकच्या सुमारास पोहोचली. के. बी. लाल यांनी पुढाकार घेऊन पाकिस्तानी शिष्टमंडळाचे नेतृत्व करणाऱ्या मुत्सद्द्यांबरोबर दुसऱ्या दिवशी सकाळी बैठक ठरवली.

त्या सकाळी दोन्ही राजदूत पॅलेमध्ये आपल्या वरिष्ठ सल्लागारांसमवेत भेटले. पाकिस्तानतर्फे महमद अयूब, जे पूर्वी आय.सी.एस.मध्ये होते, नेतृत्व करत होते. त्यांच्या जोडीला अख्तर महमद (जिनिव्हामधील प्रथम सचिव) आणि नियाझ नाईक (ब्रुसेल्समधील पाकिस्तानी वकिलातीमधील प्रथम सचिव) हे होते. लाल यांच्याबरोबर स्वरूप आणि मी होतो. महमद अयूब आणि लाल हे दोन्ही राजदूत आय.सी.एस.मध्ये होते आणि त्यांच्या दरम्यान भावबंध चांगला होता. हा फोरम, व्यापार आणि विकास यांच्यासाठी होता. तेव्हा भारतीय उपखंडातील संघर्षाचा आशियाई गट किंवा उंक्टाड यांच्या कामकाजावर काही परिणाम होऊ द्यायचा नाही असे त्यांनी ठरवले. स्वदेशात युद्ध आहे म्हणून आपण येथे परस्परविरोधी भूमिका घ्यायची नाही हे मान्य केले. पण या संघर्षाशी आपला काहीच संबंध नाही, असे दिसता कामा नये याकरता दोन्ही राजदूतांनी असे नक्की केले की, दोन्ही शिष्टमंडळातील सदस्य, सर्व स्तवरांवर, संयुक्त राष्ट्रसंघटनेमधील वास्तूमध्ये व चर्चेच्या वेळी एकमेकांशी सौजन्यपूर्ण पद्धतीने व्यवहार करतील; परंतु भाषा आणि संस्कृती यांच्यामुळे जी एरवी जवळीक निर्माण होते, त्याचे उघड प्रदर्शन करणार नाहीत.

या समजूतदारपणामुळे सगळे नीट चालले. कॉरिडॉर्समध्ये आम्ही एकमेकांशी स्मित करत नसू किंवा हस्तांदोलन करणे टाळत असू, पण चर्चेमध्ये एकमेकांना सांभाळून घेत असू. भारत किंवा पाकिस्तान यांचे प्रतिनिधी असे वागत आहेत, याचे अनेक देशांना आश्चर्य वाटत होते. आमच्यासाठी विधायक मुत्सद्देगिरीचा हा एक गृहपाठ होता.

'ट्रेड अॅन्ड डेव्हलपमेंट बोर्ड'चे हे सत्र तीन आठवडे चालले. दुसऱ्या आठवड्यात मला के. बी. यांनी बोलावले आणि वाणिज्य-सचिवांनी मला परत पाठवावे, असे सांगितल्याचा निरोप सांगितला. मला पुन्हा का बोलावले आहे, हे ना त्यांना माहीत होते ना मला काही तर्क करता येत होता. चोवीस तासात मी डी. एस. जोशी यांच्यासमोर उपस्थिती दिली. संरक्षणमंत्र्यांनी तुम्हाला भेटायला बोलावले आहे, असा निरोप जोशी यांनी दिला. मला काहीच कळेना आणि थोडी उत्सुकताही वाटू लागली. गेले काही महिने मी यशवंतरावांपासून दूर असताना मी त्यांच्यापासून भावनिकदृष्ट्या अंतरलो होतो.

मी त्वरित संरक्षण मंत्रालय गाठले. माझ्यानंतर तेथे शरद केळकर रुजू झाले

होते. त्यांनादेखील यशवंतराव यांनी मला का बोलावले आहे, हे माहीत नव्हते. मी यशवंतरावांना भेटलो तेव्हा ते चिंताग्रस्त वाटले. मी त्यांच्याबरोबर असावे असे त्यांना वाटत होते आणि हे त्यांनी मला सांगितले. केळकरांच्या कामाबद्दल ते समाधानी होते, पण त्यामानाने लष्करातील तसेच मंत्रालयातील अधिकारी यांच्याबरोबर कारभार कसा करायचा याबाबत केळकर नवखे होते. युद्ध लांबेल अशी यशवंतरावांना अटकळ होती आणि यासाठी त्यांना साहाय्यकर्ता हवा होता आणि त्यांच्यासमोर माझे नाव आले.

मी नाही म्हणण्याचा प्रश्नच नव्हता, कारण युद्ध अगदी निर्णायक स्तरावर आले होते. यशवंतरावांच्या कर्मचारिवर्गात तात्पुरते दाखल होण्याची संमती मी डी.एस.जोशी यांच्याकडून मिळवली. माझ्या भविष्यातील नेमणुकीबाबतचा अंतिम निर्णय होईस्तोवर माझे वाणिज्यमंत्रालयातील पद रिकामे ठेवण्याची ग्वाही त्यांनी दिली. पी. व्ही. राव या संरक्षण सचिव तसेच आस्थापना अधिकारी यांना मी यशवंतरावांबरोबर काम करण्याबाबत कोणतेही अधिकृत आदेश काढू नयेत, अशी त्यांनी सूचना केली. यशवंतरावांबरोबर माझ्या निकटच्या संबंधांमुळे तसे म्हटले तर कोणी काही बोललेदेखील नसते. माझ्यापुरते बोलायचे तर ही सर्व व्यवस्था ठीक होती.

यशवंतरावांबरोबर मी सहा आठवडे काम केले. युद्धबंदी २२ सप्टेंबर, १९६५ रोजी जाहीर झाली. या छोट्याशा मध्यंतरामुळे देशातील शासनाप्रत जबाबदारीची कामे करणाऱ्या अधिकाऱ्यांच्या यादीत माझी गणना होऊ लागली. युद्धानंतर एके दिवशी यशवंतरावांना मी तुमच्यासाठी कधीही उपलब्ध आहे, हे सांगून मी वाणिज्यमंत्रालयातील माझ्या कामाकडे परतलो.

यशवंतरावांच्या मृत्यूनंतर त्यांची वैयक्तिक दैनंदिनी मला पाहायला मिळाली. शनिवार दिनांक १४ सप्टेंबर, १९६५ या दिवशी यशवंतरावांनी नोंद केली होती, ‘प्रधान मला भेटायला आले, ते जिनिव्हामधून नुकतेच परतले होते. त्यांनी आपण काम करायला तयार असल्याचे सांगितले. मला ते आवडले.’

हे वाचल्यावर मी धन्य झालो.

मला महत्त्वाच्या प्रसंगी दिल्लीला बोलावले गेले ही बाब अनेक उच्चपदस्थांच्या लक्षात आली नसती तरच नवल. के. बी. लाल यांच्याबरोबरचे संबंध दृढ होण्यास यामुळे मदत झाली. त्यांनी मला २१ सप्टेंबरला जे पत्र लिहिले त्यामध्ये ‘तात्पुरते

का होईना, पण माझा अगोदरचा अनुभव वापरून राष्ट्रीय कार्याला उपयोग होईल असे कळीचे स्थान मी मिळवले असेल, असा आपल्याला विश्वास वाटतो,' असे त्यांनी म्हटले. माझ्या एखाद्या प्रश्नाला भिडण्याच्या पद्धतीचे कौतुक करून त्यांनी नवी व्यापारी धोरणे ठरवताना माझा किती उपयोग वाणिज्यमंत्रालयाला करून घेता येईल हेदेखील स्पष्ट केले.

एका संपूर्ण अनोळखी क्षेत्रामध्ये इतक्या अल्प कालावधीत मी माझी छाप पाडू शकलो, या भावनेनेच माझा आत्मविश्वास दुणावला. त्या पुढचे अठरा महिने वेगवेगळ्या आणि धावपळीची कार्यक्रमपत्रिका असणाऱ्या सभांचे होते. के. बी. लाल ज्या 'कमिटी ऑफ ट्रेड ॲन्ड डेव्हलपमेंट'चे अध्यक्ष होते, त्याच्या अनेक सभा गॅटने आयोजित केल्या होत्या. सदस्य देशांमधील मुद्दे आणि मतभिन्नता यांची विस्तृत छाननी गॅट अनेक कार्यकारी समितीतर्फे करत असे. या समित्यांमध्ये सहभाग म्हणजे आदर्श शिक्षण होते.

याच वेळी अठरा आफ्रिकन देश आणि युरोपियन इकॉनॉमिक कम्युनिटी यांच्यामधील 'ट्रीटी ऑफ असोसिएशन' या नावाने ओळखल्या जाणाऱ्या कराराचा मुद्दा चर्चेला आला. हे सर्व देश पूर्वी फ्रान्सच्या वसाहती होत्या. आणि त्यांच्या अर्थव्यवस्था फ्रान्सवर अवलंबून होत्या. या कराराच्या चर्चेच्या निमित्ताने मला या देशांतील लोक, संस्कृती, व्यवहार तसेच त्या देशांना फ्रेंच संस्कृती आणि भाषा याबद्दल असणारी ओढ यासंबंधी नवी ओळख झाली. या प्रसंगी माझ्या ज्या नव्या ओळखी झाल्या त्यांचा उपयोग मला माझ्या संयुक्त राष्ट्रसंघाच्या कारकिर्दीत झाला.

३०

वाटाघाटींची केनेडी फेरी

वाणिज्य मंत्रालयामध्ये माझे पद परदेशी व्यापार संचालक असे होते. या नात्याने मला गॅटमध्ये 'केनेडी राउंड' या नावाने ओळखल्या जाणाऱ्या वाटाघाटी हाताळाव्या लागत असत. अमेरिकेचे माजी अध्यक्ष जॉन केनेडी यांच्या पुढाकाराने या फेरी सुरू झाल्या म्हणून त्यांना हे नाव पडले.

गॅटमधील वाटाघाटींचा पाया परस्पर लाभ हा होता. तुम्ही इतरांना सवलती देता व त्याच्या बदल्यात तुम्हाला इतर सदस्य देशांच्या बाजारपेठांमध्ये बऱ्यापैकी प्रवेश मिळतो. हे सर्व व्यवहार परस्परानुकूल सहकार्य या आधारावर होत.

भारताला श्रीमंत बाजारपेठांमध्ये शिरकाव करून घेण्यासाठी प्रत्येक विकसित देशाकडून भारतीय वस्तूंकरता लावल्या जाणाऱ्या जकातीवर सवलत पदरात पाडून घेणे आवश्यक होते. पण मग आपण त्या देशांना कोणत्या वस्तूंसाठी सीमाशुल्कात सवलत देऊ शकतो, हे सांगणेही आवश्यक होते. या वस्तू कोणत्या असाव्यात हे ठरवण्याकरता मला वित्त मंत्रालयाशी, विशेषत: सीमाशुल्क विभागाशी निकटचा संपर्क ठेवणे आवश्यक होते. सीमाशुल्क कमी करणे म्हणजे महसूल कमी होणे होते. शिवाय परदेशी वस्तूंची मोठ्या प्रमाणातील आयात त्याच प्रकारच्या भारतीय बनावटीच्या वस्तूंच्या विक्रीच्या मुळावर येण्याची शक्यता होती.

या सर्व चक्रव्यूहातून सुटण्यासाठी उद्योग मंत्रालय आणि निर्यातवृद्धीकरता स्थापन झालेल्या संस्था यांच्याशी चर्चा आणि सल्लामसलत करणे आवश्यक होते. मुंबईतील 'इंडियन मर्चंट्स चेंबर', 'असोसिएशन ऑफ टेक्स्टाईल एक्स्पोर्टर्स' किंवा कोलकात्यातील 'इंजिनिअर एक्सपोर्ट कौन्सिल' यांसारख्या संस्थांना मी भेटी दिल्या. या संस्था तसेच व्यापारी संघटना यांच्या पदाधिकाऱ्यांशी बोलणी अतिशय

उद्‌बोधप्रद ठरली. कोचीतील कमॉडिटी बोर्ड ऑफ स्पाइसेस किंवा कॉयर बोर्ड यांना मी दिलेल्या भेटी फारच उपयोगी ठरल्या. कारण कृषिउत्पादने, त्यांची लागवड, त्यांच्यावरील प्रक्रिया आणि त्यांचे पणन याबद्दल मला बरेच काही शिकायला मिळाले.

मी पश्चिम युरोपबरोबरच्या व्यापारासाठी प्रभारी अधिकारी होतो. यासाठी मला कमिशन ऑफ युरोपियन कम्युनिटी यांच्याशी बोलणी करायला ब्रुसेल्स येथे जावे लागे आणि त्याची तयारीदेखील करावी लागे. याकरता मला रोमचा तह, युरोपियन कम्युनिटी स्थापन होण्यामागचा इतिहास, त्यामागचे तत्त्वज्ञान, सदस्य देशांचे अंतर्गत संघर्ष आणि हितसंबंध या सर्वांचा अभ्यास करावा लागला. फ्रेंच कृषिक्षेत्राबाबत अधिक जागरूक होते, तर इटालियन आणि जर्मन उदारीकरण तथा औद्योगिक उत्पादनांवरील निर्बंध उठवणे या बाजूचे होते. युनायटेड किंग्डम युरोपमध्ये असले, तरी तो युरोपियन कम्युनिटीचा भाग नव्हता. त्याचे व्यापारी हितसंबंध राष्ट्रकुल देश आणि ऑस्ट्रेलिया, न्यूझीलंड, कॅनडा या डोमिनियन्सशी निगडित होते.

ब्रुसेल्समध्ये कमिशनची चर्चा करताना के.बी. यांनी त्यांच्या वतीने मी प्रतिनिधित्व करावे, यासाठी प्रोत्साहन दिले. एकदा ताग (jute) आणि लोकरी गालिचे (carpets) यांच्याबाबत चर्चा करण्याकरता त्यांनी मला कमिशनर थिओडोर हिझेन यांच्याकडे पाठवले. मि. हिझेन माझ्यासारख्या दुय्यम अधिकाऱ्याला भेटतील की नाही, याबद्दल मी साशंक होतो.

के.बी. यांनी दूरध्वनीवरून माझ्या राजकीय संबंधांविषयी व वाटाघाटींबद्दलच्या सूचना मि. हिझेन यांना कळवल्या. मि. हिझेन समंजस आणि सुशील स्वभावाचे होते. कमिशनच्या इतर अधिकाऱ्यांमार्फत माझ्याबद्दलची माहिती कळली. यामुळे पुन्हा माझा आत्मविश्वास वाढला आणि काही अधिकाऱ्यांबरोबर मैत्री होऊन, पुढे ती दीर्घकाळ टिकली.

३१

व्यापार मंत्र्यांबरोबर...

दिल्लीमध्ये भेटीला येणाऱ्या शिष्टमंडळांच्या संबंधित कामांमध्ये मी आकंठ बुडालो होतो. त्या वेळी मनुभाई शहा हे व्यापारमंत्री होते. अहमदाबादमधील या गृहस्थाचे व्यक्तिमत्त्व तडफदार होते आणि त्यांना या देशातील अर्थव्यवस्था आणि परदेशांशी आर्थिक हितसंबंध याची उत्तम जाण होती. आकडेवारीवर प्रभुत्व असणारे मनुभाई जवळ-जवळ व्यापाऱ्यासारखे व्यवहार करत. त्यांचे वागणे असभ्य नसले, तरी सर्वसामान्य मंत्र्यांसारखे नव्हते. ते खुर्चीत मांडी ठोकून व पान चघळत बसत. ते शीघ्रकोपी होते आणि निर्बुद्धांना, मग ते अधिकारी असोत वा राजकारणी असोत, आपल्या दारात उभेही करत नसत. त्यामुळे अधिकारी त्यांना भेटायला उत्सुक नसत.

एकदा मला त्यांच्या या वागणुकीचा फटका बसला. युनायटेड किंग्डमचे व्यापारमंत्री नवी दिल्लीत परस्पर हितसंबंधांवर चर्चा करायला आले होते. डी. एस. जोशी यांच्यासोबत युरोपबरोबरच्या व्यापाराचा प्रभारी उपसचिव म्हणून मला उपस्थित राहण्यास सांगितले गेले होते. (माझ्या अखत्यारीत युनायटेड किंग्डमसुद्धा होते.) माझे सहसचिव (Joint Secretary) परदेशी असल्यामुळे विष्णू आहुजा (आय.एफ.एस.) यांना सहसचिव स्तरावर उपस्थित होण्यास सांगण्यात आले होते.

ते परदेशी मंत्री येण्यापूर्वी काही मिनिटांपूर्वी मनुभाईंनी अचानक माझ्याकडे वळून मला विचारले, "अभिपत्रक (comminique) कुठे आहे?"

अत्यंत निष्पापपणे मी प्रश्न केला, "पण दोन मंत्री भेटण्यापूर्वीच अभिपत्रक कसे तयार असेल?"

आता मंत्र्यांचा भडका उडेल याची पूर्वसूचना आल्यासारखे वाटून जोशी यांनी 'प्रधान नवे आहेत, मी एका तासात त्या अभिपत्रकाचा मसुदा पाठवतो,' इतके म्हणून वेळ मारून नेली.

ते ब्रिटिश मंत्री औपचारिकपणे वागत होते. आपल्या चर्चेत त्यांनी काही गोष्टी सांगितल्या आणि मनुभाईंनी त्यांना काही उत्तरे दिली. मी काळजीपूर्वक टिपणे घेत होतो. मंत्र्यांना निरोप दिल्यावर जोशी यांनी आहुजा यांना मला मदत करून अभिपत्रकाचा मसुदा करण्यास सांगितले. विष्णू आहुजा कार्यक्षम होते, पण त्यांना तपशिलात रस नव्हता. त्यांनी मला मसुदा तयार करून तो मनुभाईंना दाखवायला सांगितला. मी त्या दोन मंत्र्यांदरम्यान जे बोलणे झाले त्याची जवळ-जवळ पूर्ण नोंद असलेला मसुदा तयार केला. जे काही घडले ते आपण बिनचूक त्या मसुद्यामध्ये मांडले आहे, या समजुतीत मी होतो. मी मनुभाईंकडे तो मसुदा दिला तेव्हा ते भडकले आणि मला त्यांनी जवळ-जवळ हाकलून दिले.

मी व्यापारसचिवांकडे जाऊन त्यांच्या कानावर सर्व हकीकत घातली. त्यांनी मला शांतपणे समजावून सांगितले की, दोन मंत्री भेटतात तेव्हा जे अभिपत्रक तयार होते, त्यामध्ये ते काय बोलले किंवा बोलले नाहीत याचा लेखाजोखा घ्यायचा नसतो. अभिपत्रकामध्ये 'खेळीमेळीच्या वातावरणात', 'दीर्घ मैत्रीमध्ये' असे शब्द पेरून अधूनमधून मंत्री स्तरावर काय घडले याच्याबद्दल सांगायचे असते. अभिपत्रक वर्तमानपत्रांसाठी असते, त्यामुळे त्यामध्ये मैत्रीपूर्ण संबंधांचे प्रतिबिंब असावे लागते. अर्थशास्त्र आणि व्यापार इत्यादींना त्यामध्ये गौण स्थान असते.

आहुजांच्या मदतीने मी मसुदा तयार केला. धडधडत्या हृदयाने आम्ही मनुभाईंच्या खोलीत शिरलो. सुदैवाने काही मामुली बदल करून एक शब्द न बोलता मनुभाईंनी मसुदा मंजूर केला. जे चर्चिले गेले नाही ते दर्शवण्याची, सामंजस्य व मैत्रीपूर्ण वातावरणात मतभेद कसे मिटवले गेले ते दाखवण्याची ती बहुतांश राजकारण्यांची पद्धत असते.

३२

माद्रिदमध्ये ताग सम्राटांबरोबर

जिनिव्हाच्या माझ्या एका दौऱ्यामध्ये १९६६मध्ये मला अचानक माद्रिदला जायला सांगण्यात आले. तेथे ताग उत्पादक आणि ताग बनवणाऱ्यांच्या परिषदेस मला उपस्थित राहायचे होते.

सायंकाळी मी माद्रिदला उतरलो. शहराच्या डाउनटाउन भागात हॉटेल माद्रिद या नावाचे जुने आलिशान हॉटेल होते, तेथे माझी उतरण्याची सोय भारतीय दूतावासाने केली होती. भारताचे राजदूत मदनजीत सिंग यांनी मला त्या रात्री भोजनाचे आमंत्रण दिले आणि त्या परिषदेबद्दल माहिती दिली. स्कॉटलंड आणि बेल्जियम यातील काही अतिश्रीमंत, ताग बनवणाऱ्यांचे प्रतिनिधित्व करणार होते. एकूण हा सोहळा भव्य होणार होता. ताग उत्पादक अशा मोठ्या देशातील प्रतिनिधी म्हणून त्या उद्योगाने रेझ केलेल्या टोस्टला मी प्रतिसाद द्यायचा होता. काळा टाय – डिनर पोशाख घालून मेजवानीला जावे, ही सूचनादेखील मला दिली गेली.

माझ्याजवळ असा पोशाख नव्हता, म्हणून अशा प्रसंगांना नियमितपणे कपडे भाड्याने देणारी दुकाने होती, तेथे मला दुसऱ्या दिवशी सकाळी घेऊन जाण्यास राजदूतांनी आपल्या स्वीय कर्मचारिवर्गाला सांगितले. काही दुकाने फिरल्यावर माझ्या लक्षात आले की, हे सर्व कपडे पाश्चिमात्त्य लोकांच्या मापांचे आहेत आणि ते, विशेषत: तेथील पँट्स, आपल्या उपयोगाचे नाहीत. आपल्याला न बसणारे कपडे घालून तेथे जाणे थोडेसे मूर्खपणाचे झाले असते. शिवाय काळे सूट घालून युरोपमध्ये अंत्यविधी आणि विवाह समारंभ यांना जाण्याची प्रथा आहे. मला असले कपडे घालणे आवडले नाही आणि मी सुदैवाने बरोबर आणलेला भारतीय बंद गळ्याचा पोशाख घालायचे ठरवले.

ते सायंकाळचे भोजन म्हणजे अपार श्रीमंतीचे प्रदर्शन होते. पुरूष एकजात काळ्या टायमध्ये होते, तर स्त्रिया उंची वस्त्रे आणि हिऱ्यांचे दागिने यांनी मढल्या

होत्या. भोजन सात कोर्सचे होते आणि वाइन्स तथा मद्य यांचे इच्छासेवन होते. गमतीची गोष्ट म्हणजे प्रमुख तागउत्पादक देशाच्या आणि काहीशा तरुण माणसाने घातलेला बंद गळ्याच्या आणि रुपेरी हैदराबादचे निर्मल काम असणारा पोशाखच इतरांच्या नजरेमध्ये भरला. भोजनानंतर नृत्याचा कार्यक्रम होता. माझे 'चा-चा-चा' आणि 'सांबा' या नृत्यामधील पदलालित्य जमलेल्या लोकांना भावले. सर्व माहोल फ्रेंच सम्राटांच्या काळामधील असावा असा होता. अतिश्रीमंत लोकांमध्ये आपण सहज वावरू शकतो, ही भावना सुखकारक होती. माझा आत्मविश्वास आणि भविष्य याला याचा उपयोग होणार होता.

दुसऱ्या दिवशी दुपारी अध्यक्ष जनरल फ्रँको यांनी आम्हाला बैलांची झुंज पाहायला येण्याचे निमंत्रण दिले. अध्यक्ष महाशय सर्व प्रतिनिधींना भेटले. त्या दुपारी स्पेनमधील उत्कृष्ट आणि लोकप्रिय मॅटेडोर्सना जनरल फ्रँको यांच्या हस्ते पदके दिली जाणार होती. मॅटेडोर्सचे कौशल्य आणि धैर्य वाखाणण्यासारखे असले तरी बैलांना ठार मारण्याची कल्पना मला मान्य नव्हती. त्या सायंकाळी स्पॅनिश नृत्यांचा कार्यक्रम होता. बार्सिलोनाचे 'फ्लामिंगो' पाहणे हा अविस्मरणीय अनुभव होता.

माझ्या या माद्रिदच्या भेटीने माझे डोळे उघडले. भारत आणि पूर्व पाकिस्तान (बांगला देश) निर्यात करत असलेला कच्चा माल घेऊन वर्षानुवर्षे पिळवणूक केल्यानंतर आलेली ही श्रीमंती मला उमजली. पश्चिम युरोपमध्ये पाठवल्या जाणाऱ्या ताग उत्पादनांवरील मोठी जकात कमी करण्यावर भर द्यायचा असे ठरवले आणि आपल्या मालाची, विशेषत: ग्रामीण भागांमधून येणाऱ्या मालाची, गुणवत्ता वाढवण्याकरता प्रयत्न करण्याचे मी ठरवले.

किंबहुना, युरोपमधील ताग उद्योगधंद्याबरोबर जसा माझा जास्त परिचय झाला तसे मला ताग उत्पादनाचे आणि नफ्याचे अर्थकारण याबद्दल अनुभव व संपर्क यांच्याद्वारे आकलन होऊ शकले. केनेडी फेरीमध्ये भारतातील हातमाग आणि हस्तकला यांच्या उत्पादनांकरता अधिक अर्थपूर्ण सवलती पदरात कशा पाडून घेता येतील, यासाठी एक जोरदार केस तयार केली.

३३

मृत्यूच्या तोंडातून

ज्या क्षेत्राचा मला अनुभव नव्हता किंवा ज्याचे मला औपचारिक शिक्षण मिळाले नव्हते अशा क्षेत्रामध्ये काम करून मी आनंद लुटत असताना, एके दिवशी मला जीवन आणि मृत्यू यामधील त्या क्षीण रेषेचा अनुभव आला.

केनेडी फेरी, उंक्टाड आणि गॅट यांच्या सभा या सर्वांसाठी मला मुख्यत्वे जिनिव्हा आणि ब्रुसेल्स यांच्या दरम्यान फेऱ्या माराव्या लागत. पहिल्या चोवीस महिन्यांमध्ये मी जिनिव्हाला सतरा वेळा भेट दिली. झोप कशी भरून काढायची आणि दीर्घ प्रवासानंतर उतरल्यावर वेळ न दवडता कामाला सुरुवात कशी करायची याचा तो आदर्श वस्तुपाठ होता. या सर्व प्रवासांमध्ये मी चुकूनसुद्धा असा विचार केला नव्हता की, संख्याशास्त्रीयदृष्ट्या प्रवास जितका लांब तितका जिवाला धोका अधिक.

एके दिवशी माझे भाग्य म्हणून मी मृत्यूच्या खाईतून सुटलो. मुचकुंद दुबे त्या वेळी 'अवर सचिव' (Under Secretary) होते. मला आणि त्यांना जिनिव्हापर्यंत जायचे होते. तेथून दुबे यांना न्यू यॉर्क येथे जायचे होते. संयुक्त राष्ट्रसंघाच्या 'आर्थिक आणि सामाजिक मंडळा'च्या (Economic and Social Council) वार्षिक सभेला उपस्थित राहण्यासाठी कर्नाटकातील 'म्हैसूर आय.ए.एस.'चे सहसचिव (Joint Secretary) डी. के. श्रीनिवासचार हे अगोदरच न्यू यॉर्कमध्ये होते.

जाण्याच्या दिवशी सकाळी दुबे यांनी आपल्या पोटात दुखत असल्याचे मला सांगितले. कार्यालयात येण्याऐवजी त्यांनी डॉक्टरांकडे जावे आणि विमानप्रवास करू नये, हा सल्ला मी त्यांना दिला. मुचकुंद हे नेक व कार्यक्षम अधिकारी होते. आणि त्यांना बरे वाटावे म्हणून मी त्यांना आपले प्रयाण दोन दिवसांनी पुढे ढकलेन असे सुचवले. आम्ही पुन्हा एअर इंडियाची तिकिटे काढली. दुसऱ्या दिवशी मी घरी कुटुंबाबरोबर दिवस घालवायचा ठरवला आणि पत्नीबरोबर चित्रपट पाहण्याचे नक्की केले.

आम्ही तयारी करत असतानाच आकाशवाणीने सायंकाळच्या ६च्या बातमीपत्रात एअर इंडियाच्या विमानाला रोम ते जिनिव्हादरम्यान अपघात होऊन, ते आल्प्स पर्वतराजीत कोसळल्याचे जाहीर केले. यामध्ये इतर प्रवाशांबरोबरच विख्यात अणुशास्त्रज्ञ डॉ. होमी भाभा यांचा मृत्यू झाला, ही वार्ता ऐकल्यावर माझी पत्नी आणि मी – दोघांना धक्का बसला. काही वेळाने मुचकुंद यांनी बातमी ऐकली काय याची चौकशी करण्याकरता त्यांना फोन केला. मी त्यांना म्हटले, "मुचकुंद, तुमच्या पोटामुळे आपले प्राण वाचले."

माउंट ब्लँकच्या (Mount Blanc) शिखरावर मृत्युमुखी पडलेल्या त्या दुर्दैवी जिवांची पार्थिवे तब्बल वीस वर्षांनी सापडली. मी त्या उड्डाणावर असतो, तर युरोपच्या सर्वांत उंच शिखरावर इतकी वर्षे माझे पार्थिव पडून राहिले असते, या विचारांनी आजही माझ्या अंगावर काटा उभा राहतो.

३४

त्रिराष्ट्रीय व्यापार करार

माझ्याकरता १९६६ हे वर्ष मोठ्या घडामोडींचे गेले. भारताच्या पंतप्रधान इंदिरा गांधी, इजिप्तचे अध्यक्ष नासेर आणि युगोस्लाव्हियाचे अध्यक्ष टिटो यांची टिटो यांच्या खासगी ब्रियोनी बेटावर बैठक झाली. या वेळी या नेत्यांनी ही तीन राष्ट्रे वाटाघाटी करून 'मुक्त व्यापार व्यवस्था' (Free Trade Arrangement) स्थापन करतील असे जाहीर केले.

त्या वेळी युरोपमध्ये 'युरोपियन इकॉनॉमिक कम्युनिटी' (EEC) आणि 'युरोपियन फ्री ट्रेड एरिया' (EFTA) या दोन संघटनांच्या तत्त्वांच्या आधारे युरोपियन बाजारपेठेतील व्यवहार होत असत. यांपैकी 'एफ्टा' (EFTA) हा सभासद देशांसाठी व्यापाराचा फक्त करार होता. यातील महत्त्वाचा भाग म्हणजे या दोन्ही संघटनांचे सदस्य देश भौगोलिकदृष्ट्या संलग्न होते. यामुळे गॅट नियमांनुसार शुल्कमुक्त शासन पद्धतीची व्यवस्था त्यांना स्वीकारार्ह होती.

इजिप्त, भारत आणि युगोस्लाव्हिया यांची व्यवस्था या युरोपियन व्यवस्थेला शह देण्याकरता योजली होती. पण हे तिन्ही देश भौगोलिकदृष्ट्या संलग्न नव्हते. त्यामुळे 'एफ्टा'सारखी ही व्यवस्था (आंतर प्रादेशिक व्यापार ब्लॉक) गॅटच्या नियमात बसत नव्हती.

मी परदेशी व्यापाराचा संचालक होतो आणि त्या नात्याने डी. एस. जोशी यांनी या नव्या व्यवस्थेमधील वाटाघाटींची जबाबदारी माझ्यावर सोपवली. वाटाघाटींच्या कार्यपद्धती आणि कराराची योजना कशा स्वरूपाची असावी, हे ठरवण्यासाठी बेलग्रेड येथे जून, १९६६मध्ये पहिली सभा घेण्याचे ठरले. इजिप्त आणि युगोस्लाव्हिया यांच्या शिष्टमंडळांचे नेते अपर सचिव (Additional Secretary) या स्तरावरचे असणार होते. त्यामुळे वाणिज्य मंत्रालयाचे सहसचिव (Joint Secretary) विष्णू आहुजा यांनी भारतीय शिष्टमंडळाचे नेतृत्व करावे असे ठरले. अर्थात याबाबतचे

काम मीच करायचे होते.

पहिल्याच सभेत पुढे काय आणि कसे करायचे याबद्दल एकवाक्यता नाही, हे स्पष्ट झाले. तिन्ही देशांमधील जकातीच्या पद्धती विभिन्न होत्या. इजिप्तमध्ये औद्योगिकक्षेत्रामधील उत्पादन माफक होते. ते त्यांच्या घरगुती बाजारपेठेलाच पुरेसे होते. त्यामुळे निर्यात करण्यासाठी त्यांचेकडे काहीच नव्हते. भारतास इजिप्तला काही औद्योगिक उत्पादने आणि सुती वस्त्रे देऊ करता येत होते, पण इजिप्तमध्ये सुती वस्त्रोद्योग संरक्षित क्षेत्र होते. त्यामुळे ती निर्यात करणे शक्य नव्हते. युगोस्लाव्हियाकडे भारत आणि इजिप्त यांना देऊ करण्यासाठी औद्योगिक आणि कृषी अशी दोन्ही उत्पादने होती; पण भारतात या वस्तूंवर ७० ते १०० टक्के सीमाशुल्क होते. त्यामुळे युगोस्लाव्हियालादेखील ही समस्या अटळ वाटत होती.

बेलग्रेडमधील सभा निष्फळ ठरली. कार्यपद्धती किंवा कराराची योजना, कशावरच एकमत झाले नाही. काही महिन्यांनी कैरोमध्ये भेटण्यावर मात्र सहमत झाले. कैरोच्या त्या भेटीतील माझा अनुभव अनोखा होता. आम्हाला शहरातील सर्वोत्कृष्ट हॉटेलमध्ये उतरवण्यात आले होते आणि आदरातिथ्यामध्ये काही कमतरता नव्हती. पण माझी जेवणाची अडचण झाली. कारण सर्व स्वयंपाक डुकराच्या चरबीतला असे आणि त्याला उग्र वास येत असे. मी पाच दिवस पाव आणि त्या हंगामातील सहज उपलब्ध होणारे फळ – प्लम, यावर काढले. मद्यांची मात्र रेलचेल होती; विशेषत: गोड दारू मुबलक होती. कामकाजामध्ये काहीच प्रगती होत नसल्याने शिष्टमंडळाच्या सदस्यांनी आपला वेळ ओळखी करण्यात घालवला. सोबत जर्दाळू आणि मध होतेच. काम विशेष नसल्यामुळे माझा अनेक युगोस्लाव लोकांशी, विशेषत: जिनिव्हामध्ये अनेक कामे करत असलेल्या अधिकाऱ्यांशी घनिष्ट परिचय झाला.

या काळात माझी दोन व्यक्तींबरोबर ओळख झाली, जी मी पुढे आयुष्यभर टिकवली. त्यांपैकी पहिले म्हणजे इजिप्तचे डॉ. सैद तलत हार्ब. हे इजिप्तच्या वाणिज्यमंत्रालयाशी संबंधित होते. मोठ्या आणि राजकीयदृष्ट्या प्रभावी घराण्यात जन्मलेले सैद यांचे शिक्षण स्वित्झर्लंडमध्ये झाले होते आणि त्यांची अर्थशास्त्रातील डॉक्टरेट स्वित्झर्लंड मधील फ्रायबर्ग विद्यापीठातील होती. दुसरी व्यक्ती प्राण नेव्हिल. भारताच्या आय.एफ.एस. सेवेतील बराचसा भाग त्यांनी समाजवादी देशांमध्ये घालवला होता. त्यामुळे त्यांना त्या देशातील व्यापाराची उत्तम जाण होती. त्यांची विद्वत्ता, आर्थिक व व्यापारी संघटना यांच्याबद्दलची माहिती यांमुळे त्यांचा दबदबा होता. त्यांनी मला युगोस्लाव्हियाचे अर्थकारण, व्यापार संरचना आणि व्यापारी संघटना यांच्याबद्दल बरेच काही शिकवले.

मी भारतात आलो आणि परतल्यावर माझे मुख्य काम ही त्रिराष्ट्रीय चर्चा पुढे

कशी न्यायची आणि तिला मूर्त स्वरूप कसे द्यायचे हे होते. त्या वर्षाच्या अखेरीला या तिन्ही राष्ट्रांच्या प्रमुख कामाच्या प्रगतीचा आढावा घेणे अपेक्षित होते. या राजकीय इच्छेपुढे आम्हाला निश्चित असे काही सादर न करणे शक्यच नव्हते. एक दिवस मी याबाबत डी. एम. जोशी यांच्याकडे चर्चा करायला गेलो, तेव्हा त्यांनी मला डॉ. आय. जी. पटेल यांना भेटायचा सल्ला दिला. डॉ. पटेल त्या वेळी वित्तमंत्रालयामध्ये प्रमुख आर्थिक सल्लागार या पदावर होते. बेलग्रेड सभेचा माझा वृत्तान्त त्यांनी शांतपणे ऐकला. तीन भिन्न आर्थिक संरचना आणि संरक्षक हितसंबंध असणाऱ्या देशांना माफक प्रमाणातदेखील सीमाशुल्क कमी करणे शक्य होणार नव्हते.

आमच्या चर्चेदरम्यान डॉ. पटेल यांनी नवीनच संकल्पना सुचवली. प्रत्येक देशाने प्रथम अशा वस्तूंची यादी तयार करायची, ज्यामध्ये सीमाशुल्कात सूट देता येईल. मग या तिन्ही यादीतील सामाईक वस्तूंची यादी करायची. या वस्तूंना या देशातून त्या देशात पाठवताना सीमाशुल्कात सूट द्यायची. ही एकदम नवीन संकल्पना होती आणि मी त्यावर लगेच काम सुरू केले.

सुदैवाने या वेळेपावेतो मला भारताच्या व्यापारासंबंधी बरीच माहिती मिळाली होती. मी भारत देऊ करील अशी शंभर-एक वस्तूंची यादी तयार केली. यात मेख अशी होती की, त्यांपैकी बहुतांश वस्तूंवर कोटा नियंत्रण होते आणि काहींवर भारतात आयातबंदी होती. मी कोटा नियंत्रणाखाली असलेल्या अशा अनेक वस्तू निवडल्या की, ज्यासाठी अन्य दोन देशांकरता पारस्पारिक (reciprocal) सवलती देता येतील. सामाईक यादीची ही संकल्पना नवी असल्याने मला हे तंत्र वापरून वाटाघाटी अर्थपूर्ण कशा करता येतील, हे समजावण्यासाठी संकल्पना पत्रिका तयार करायला सांगण्यात आले.

परंतु नवीन संकल्पना आणि महसूल बुडेल या कारणामुळे सीमाशुल्क विभागाचा नकार यामुळे आपल्या सरकारात याबद्दल काहीच ठोस निर्णय होऊ शकला नाही. मी ही संकल्पना कैरोमध्ये चालवून पाहावी, असे मला सांगण्यात आले. संकल्पनेवर नंतर काम करायचे होते. आम्ही कैरोत भेटलो त्या वेळी माझ्याकडे ती सामाईक वस्तूंची यादी होती, पण वाटाघाटी कोणत्या आधारावर करायच्या त्याची यादी मार्गदर्शक तत्त्वे नव्हती किंवा काही व्यूहरचना नव्हती. सुदैवाने त्या अन्य दोन्ही देशांच्या शिष्टमंडळांना पुढे कसे जायचे याबद्दल गंधही नव्हता. कैरोमधील बैठकीच्या पहिल्या दोन दिवसांत आम्ही एकमेकांकडून काय करता येईल, यावर काही कल्पना मिळतात काय हे बघण्याचा प्रयत्न करत होतो. तिसऱ्या दिवशी प्रतिनिधींना आस्वान धरण बघण्यास नेण्यात आले. ते त्या वेळी पूर्ण झाले होते.

त्या अगोदर चार वर्षांपूर्वी आस्वान धरणाचे काम सुरू झाले, त्या वेळी मी तेथे गेलो होतो. आणि मला पूर्ण दिवस प्रवासात वाया घालवण्यात रस नव्हता. मी तो

दिवस कैरोमध्ये काही उच्चपदस्थ इजिप्शियन अधिकाऱ्यांना भेटून कैरो बैठकीत या कार्यक्रमाची तड लावणे कसे आवश्यक आहे, हे समजवण्यात घालवला. अर्थव्यवस्था आणि व्यापार मंत्रालयाचे राज्य सचिव (Secretary Of State) हुसेन खलीद हमीद यांना मी भेटलो.

मी हमीद यांना पटवून दिले की, आम्हा अधिकाऱ्यांना एखादी पद्धत शोधता आली नाही आणि हा व्यापारकरार करता आला नाही, हे या तिन्ही नेत्यांना सांगणे अशक्यप्राय गोष्ट आहे. त्यांना व त्यांच्या सहाकाऱ्यांना माझा दृष्टिकोन पटला. इजिप्तमध्ये हुकूमशाही होती आणि या लोकांच्या नोकऱ्या जाण्याचा धोका होता. भारताच्या कोणत्याही विधायक प्रस्तावाला पाठिंबा देण्याचे त्यांनी आश्वासन दिले.

त्या रात्री प्रतिनिधी परतल्यावर मी त्या वस्तूंच्या सामाईक यादींचा प्रस्ताव ढोबळमानाने त्यांच्यासमोर ठेवला. ही संकल्पना एकदम नवी असल्याने बेलग्रेडहून सूचना येईपर्यंत आपल्याला पुढे जाणे शक्य नसल्याचे युगोस्लाव्हियन उपमंत्र्यांनी सांगितले. इजिप्शियन प्रतिनिधींनादेखील असेच वाटत होते. या मुद्द्यांवर निर्णय घेण्यासाठी ३६ तासांची रिसेस (मध्यंतर) घेण्याचे ठरले. सैद हार्ब यांनी त्यांच्या मंत्रालयाला यादी तयार करायला मदत केली. युगोस्लाव्हियन शिष्टमंडळ गोंधळले होते. एकतर वरून सूचना येईपर्यंत त्यांना काहीच करता येणार नव्हते आणि दुसरे म्हणजे कराराची योजना माहीत नसताना त्यांना ही संकल्पना समजावून सांगणे कठीण पडत होते.

बोलणी पूर्ण होण्याच्या पूर्वसंध्येला युगोस्लाव्हियन उपमंत्री आणि त्यांचे कौन्सेलर मला खासगीत भेटले. त्यांची इकडे आड, तिकडे विहीर अशी परिस्थिती झाली होती. भारताने वाटाघाटींसाठी काही कराराची योजना सुचवली होती. इजिप्त ती आधार म्हणून मान्य करायला तयार होता. पण युगोस्लाव्हियाची पाटी कोरी होती. घड्याळाचे काटे वेगाने पुढे सरकत होते. वाटाघाटींची ही फेरी यशस्वी झाली असून पुढच्या बैठकीमध्ये हे तिन्ही देश हा करार करतील अशा प्रकारचे निवेदन वर्तमानपत्रांना द्यायला इजिप्शियन अधीर होते.

कराराच्या योजनेबाबत युगोस्लाव्हियाला काही म्हणणे नसेल, तर वर्तमानपत्रांना पाठवायच्या निवेदनामध्ये इजिप्त आणि भारत पुढे जायला राजी आहेत; पण युगोस्लाव्हियाने प्रतिसाद दिला नाही असा उल्लेख करू, असे सांगितले. मला दिल्लीला परतल्यावर काहीतरी निश्चित सांगणे आवश्यक आहे, हेदेखील सांगितले. तसे केल्यास आपल्या नोकरीवर गदा येईल, असे मला सांगून युगोस्लाव्हियन कौन्सेलर ल्युबिसा मिलानोविक यांच्या डोळ्यांत पाणी तरळले. कारण हा करार करण्यात टिटो यांचा पुढाकार होता व त्यांना आपण असा करार करू शकत नाही, हे सांगणे अशक्यच होते.

मला त्यांची स्थिती कळली आणि ते अडचणीत येणार नाहीत, असे वृत्तपत्रांकरता निवेदन करण्याच्या मी मागे लागलो. दुसऱ्या दिवशी विष्णू आहुजा आणि मी मिळून असा मसुदा तयार केला की ज्यामध्ये तिन्ही पक्षांच्या भूमिका स्पष्ट होतील. यातच तिन्ही शिष्टमंडळे नव्या दिल्लीला काही महिन्यांनी भेटतील हेही जाहीर केले होते. यामुळे मिलोनेविक आणि त्यांच्या सहकारी श्रीमती दुसात्का पाव्होलोविक यांच्याशी माझी मैत्री जडली.

आम्ही तिसऱ्या आणि अखेरच्या वेळी दिल्लीत भेटलो त्या वेळी तिन्ही शिष्टमंडळांच्या लक्षात आले होते की कराराचा मसुदा तयार करायला आता फार कमी वेळ आहे. त्या सामाईक यादीने प्रत्येक देशाला आपल्या व्यापाराला संरक्षित करणे आणि त्याचवेळी दोन्ही मित्र देशांना प्रवेश देणे याबाबत थोडीशी लवचिकता मिळाली होती. प्रत्येक देशाला आपले आयात आणि निर्यात हितसंबंध जपता येतील अशा वस्तूंची यादी काढता आली. या करारामुळे व्यापाराच्या उलाढालीवर काही मोठा फरक होणार नव्हता हे सर्वांनाच कळून चुकले. पण या तिन्ही देशांनी आंतरप्रादेशिक व्यापार व्यवस्थेचा पाया घातला असून त्याची दिशा मुक्त व्यापार क्षेत्राकडे आहे, असा दावा आम्ही करू शकत होतो. गॅटच्या चौकटीत बसतील असे नियम आणि संज्ञावली आम्ही तयार केली. हे होईस्तो के. बी. व्यापार सचिव झाले होते. मी तसेच के. बी. लाल आणि इजिप्त आणि युगोस्लाव्हिया यांच्या प्रतिनिधींनी २३ डिसेंबर, १९६६ रोजी मोठ्या दिमाखात या दस्तऐवजावर आपल्या सह्या केल्या.

या नव्या कल्पनेचा पाठपुरावा करून त्यावर काम केल्याबद्दल माझी पाठ थोपटली गेली. आय. जी. पटेल यांना आपली कल्पना प्रत्यक्षात उतरली याबद्दल समाधान वाटले. त्यांच्याबरोबरची मैत्री अधिक दृढ झाली आणि भविष्यकाळात यु.एन.डी.पी. (UNDP) चे ते महासंचालक असताना मला त्यांचा आधार मिळाला. सीमाशुल्क आणि अबकारी कर यांचे संचालक आनंद यांच्या ओळखीची परिणती मैत्रीत झाली.

या मैत्रीचा एक फायदा म्हणजे भारतात परतल्यावर कस्टममधून मी विनासायास बाहेर पडत असे. त्या वेळी ते अनेकांकरता दिव्य असे!

३५

उंक्टाड २ – नवी दिल्ली

इजिप्त, भारत आणि युगोस्लाव्हिया यांनी आंतरप्रादेशिक व्यापार करार केला खरा; पण गॅटशी संबंधित पक्ष त्याला मान्यता देतील की नाही, म्हणजे त्यामध्ये काही निषेधार्ह नाही हे सांगतील की नाही, याबद्दल हे देश साशंक होते. त्यामुळे ही संकल्पना मान्य करण्याच्या दृष्टीने उंक्टाडचा वापर करावा असे ठरवले गेले.

ही दुसरी उंक्टाड परिषद नवी दिल्लीमध्ये जानेवारी-फेब्रुवारी, १९६७मध्ये भरली. याच्या सर्व व्यवस्थेची सूत्रे वाणिज्य-मंत्रालयाकडे होती. कामाची वाटणी निश्चित होती. काही अधिकारी पायाभूत सोयी इत्यादींकडे लक्ष देत होते, तर अन्य काहींची चर्चेला लागणाऱ्या मुद्द्यांच्या तयारीसाठी नियुक्ती केली गेली. के.बी. लाल यांच्या कामाची पद्धत मला माहीत झाली होती आणि माझा त्यांचा संबंधही पूर्वीपेक्षा जवळचा झाला होता. त्यांनी मला चर्चांच्या अनेक क्षेत्रांमध्ये गुंतवले. विशेषत: औद्योगिक उत्पादने आणि विकसनशील देशांमधील व्यापाराचा विस्तार. केनेडी फेरी आणि त्रिराष्ट्रीय करार यातील सहभाग यांमुळे माझी त्या विषयातील ज्ञान आणि तज्ज्ञता याची फळी मजबूत झाली होती.

उंक्टाड-२च्या निमित्ताने बऱ्याच पायाभूत सोयी नव्याने उभारल्या गेल्या. विज्ञानभवनाचा विस्तार केला गेला. यात अनेक समित्यांच्या बैठका घेण्याच्या सुविधा, उपाहारगृहे, लाउंजेस, आणि मीडिया सेंटर उभारले गेले. याचा उपयोग येथे अनेक आंतरराष्ट्रीय परिषदा घेताना झाला. अशोक हॉटेलमध्ये एक ॲनेक्सी बांधली गेली ज्यामध्ये २५०० आसनक्षमता होती. देशातील तो सर्वांत मोठा कॉन्फरन्स हॉल होता. कर्झन मार्गावर परिषदेच्या प्रतिनिधींसाठी वसतिगृहे आणि निवासस्थाने बांधण्यात आली. पुढे यांचा उपयोग परदेश सेवेतील अधिकाऱ्यांसाठी निवासस्थान म्हणून केला गेला. तरुण आय.एफ.एस. अधिकाऱ्यांसाठी ही अजूनही लोकप्रिय निवासगृहे आहेत.

श्रीमती इंदिरा गांधी यांच्या हस्ते परिषदेचे उद्घाटन झाले. परिषदेचे खुले (Plenary) अधिवेशन पार पडल्यावर लहान समितींची कामे सुरू झाली. या सर्व समितींच्या चर्चेचे मुख्य प्रभारी म्हणून वाणिज्य सचिव असले तरी भारतीय शिष्टमंडळाचे नेते म्हणून काही अधिकारी काम पाहत होते. माझ्याकडे विकसनशील देशांमधील व्यापाराचा विस्तार आणि आर्थिक सहकार्य यावरील समितीच्या कामकाजाची जबाबदारी टाकण्यात आली. भविष्यात हे कसे साधता येईल, याची तत्त्वे तयार करणे हे निश्चित ध्येय आमच्यासमोर होते.

भूगोल, विकासाचा स्तर आणि तत्कालीन व्यापार व्यवस्था यांच्या आधारे देशांच्या गटांमध्ये मतभेद होते. उदाहरणार्थ लॅटिन अमेरिकन क्षेत्रामध्ये अमेरिका आणि दक्षिण अमेरिका यांच्यात प्रादेशिक व्यवस्था होत्या. वेस्ट इंडिजचा आपले वेगळे मुक्त व्यापार क्षेत्र ठेवण्याचा प्रस्ताव होता. आफ्रिकेतील मोरोक्को, आल्जिरिया, ट्युनिशिया या देशांचा ओढा फ्रान्सकडे होता; तर युगांडा, केनिया, झाम्बिया यांसारखे आफ्रिकन देश युनायटेड किंग्डमच्या पक्षात होते. दक्षिण आफ्रिका खरा तर मोठा देश होता, पण त्याच्या वर्णभेदाच्या धोरणामुळे त्याला काहीच स्थान नव्हते. युरोपियन देशांबरोबर तो शांतपणे बसला होता.

परस्परविरोधी हितसंबंध आणि वसाहतींच्या पूर्वीच्या राज्यकर्त्यांबरोबर असणारे व्यापारी व आर्थिक संबंध यामुळे व्यापाराच्या विस्तारासंबंधी समान तत्त्वे ठरवणे सोपी गोष्ट नव्हती. आमच्या चर्चांवर फ्रेंच आणि ब्रिटिश बारीक नजर ठेवून होते. सोव्हिएत गटाचे स्वतंत्र हितसंबंध होते. त्यांचे आफ्रिका खंडामधील अनेक विकसनशील देशांशी आणि युगोस्लाव्हियाबरोबर निकटचे व्यापारी संबंध होते. त्यांच्या व्यापारी संबंध आणि राजकीय अनुबंधन (linkages) यांच्या आड येणाऱ्या विकसनशील देशांशी केल्या जाणाऱ्या व्यापाराला ते कदापि संमती देणे शक्य नव्हते. चर्चेच्या वेळी ते निष्ठूर असत. एका चर्चेदरम्यान, मी त्या त्रिराष्ट्रीय कराराचा विस्तारीकरणाला फार उपयोग केल्यास त्याचे फार गंभीर परिणाम होतील, अशी धमकी नव्या दिल्लीतील सोव्हिएत वकिलातीतील प्रथम सचिवाने मला दिली. मी हे सर्व संभाषण त्याच्या राजदूताला कळवेन, जो ते खातरीने मॉस्कोला कळवेल, अशी त्याला समज दिल्यावर तो प्रथम सचिव शांत झाला.

समितीच्या कामाचा दिवस सकाळी दहाला सुरू होऊन काही प्रसंगी मध्यरात्रीनंतर संपत असे. चर्चांची साखळी असे. ब्राझील, चिली या लॅटिन अमेरिकन देशातील आणि इजिप्त, इथिओपिया, नायजेरिया या आफ्रिका खंडातील देशातील काही जणांशी माझी विशेष मैत्री जमली. आमच्या संबंधित प्रादेशिक गट आणि या गटांमधील चर्चा यांच्या आधारे आम्ही विकसनशील देशांच्या एकत्रित पावित्र्याचे प्रतिनिधित्व होईल, असा दस्तऐवज तयार केला. अनेक देशांचे आक्षेप होते, तरी

जे देश आतंरप्रादेशिक व्यापार व्यवस्थेची स्थापना करण्याचा विचार करत होते, त्यांचा पाठिंबा मिळवण्यात यशस्वी झालो. यात अट अशी होती की, जे देश असा पाठिंबा देतील, ते आपल्या संबंधित प्रादेशिक गटाचे हितसंबंध अबाधित राखायला, गॅटमध्ये आपली भूमिका मांडायला स्वतंत्र असतील. अर्जेंटिनाच्या नेतृत्वाखाली अनेक देशांनी याला शेवटपर्यंत कसून विरोध केला.

या भूमिकेच्या आधारे आम्ही विकसित देशांच्या गटाबरोबर वाटाघाटी सुरू केल्या आणि अधिवेशन संपण्याच्या काही दिवस अगोदर आमच्यामध्ये फक्त तीनच मतभेदांचे मुद्दे उरले. या मुद्द्यांवरील मजकूर चौकोनी कंसामध्ये घातला गेला. संयुक्त राष्ट्रसंघात ज्या शब्दांवर किंवा वाक्यांवर एकवाक्यता होत नाही, ते शब्द किंवा ती वाक्ये चौकोनी कंसात घालण्याचे तंत्र आहे. यावरून असा अर्थ घेतला जातो की, उर्वरित मसुदा वाटाघाटी करणाऱ्या पक्षांना मान्य आहे.

अंतिम सत्राच्या पूर्वसंध्येला के.बी. यांनी मला त्यावेळच्या हॉटेल ओबेरॉयमध्ये (आता इंटर कॉन्टिनेन्टल) वरच्या मजल्यावर येण्यास सांगितले. तेथे 'एव्हरेस्ट ग्रुप' या नावाने ओळखल्या जाणाऱ्या वाटाघाटी करणाऱ्या उच्चपदस्थांची सभा ठरवली होती. अशा वाटाघाटींचे सूप कसे वाजते, हे बघण्यास मी उत्सुक होतो. ती परिषदेची शेवटची रात्र असल्याने या मंडळींना निव्वळ त्या चौकोनी कंसातील मुद्द्यांवर लक्ष द्यायचे होते आणि खुल्या अधिवेशनासमोर ठेवायच्या ठरावांचे मसुदे तयार करायचे होते.

त्या मोठ्या लाउंजमध्ये शिरल्यावर जणूकाही बाजार असल्यासारखे दृश्य होते. एका बाजूला ओळीने टेबले मांडली होती, ज्यांच्यावर उंची पेये आणि अन्नपदार्थ होते. हॉलभर वेगवेगळ्या शिष्टमंडळांचे नेते गटागटाने बसून मतभेदांवर चर्चा करत होते. ते आणि फक्त काही खास आमंत्रित व्यक्ती, ज्या त्यांच्या गटाच्या वतीने वाटाघाटी करू शकत होत्या, तेथे उपस्थित होत्या. हॉलच्या दुसऱ्या बाजूला महासचिव डॉ. रौल प्रेबिश्च पंच म्हणून बसले होते. परिषद निर्णायक ठरावी याची जबाबदारी त्यांच्यावर होती. मी दिलेला कागद घेऊन के.बी. युनायटेड किंग्डम आणि अमेरिका यांच्या राजदूतांना भेटले. एका कोपऱ्यात झालेल्या या भेटीमध्ये त्यांनी दोघांना काही मिनिटांमध्ये काहीतरी समजावून सांगितले. ब्रिटिश राजदूत ऐकायला तयार झाले, पण अमेरिकन राजदूत मजकुरातील एका शब्दावर अडले. विकसनशील देशांमधील व्यापार विस्ताराकरता असणाऱ्या आंतरप्रादेशिक व्यवस्थेला त्यांचा विरोध होता, कारण तसे होणे गॅटच्या विरोधी होते. त्याचबरोबर कोणतीही व्यवस्था मुक्त असावी याबद्दल ते आग्रही होते. काही काळाने मला उलगडा झाला. मजकुरात लिबरल (liberal) हा शब्द होता. 'लिबरल' या शब्दप्रयोगाची अर्थछटा ब्रिटिश आणि अमेरिकन यांना वेगळी होती. 'मुक्त व्यापार' हा अमेरिकनांचा

जणूकाही श्वास होता. त्यामुळे या शब्दाचा, 'लिबरल', अर्थ स्पष्ट केल्याशिवाय ते तडजोड करायला तयार नव्हते. मी तयार केलेला मसुदा निरर्थक ठरला होता.

काही मिनिटांतच हा मसुदा डॉ. प्रेबिश्च यांच्याकडे नेण्यात आला. अमेरिकनांनी हा मसुदा न स्वीकारता त्यांनी खुल्या अधिवेशनामध्ये आपली नामंजुरी – रेकॉर्डसाठी नोंद करावी असे सुचवले. के.बी. यांनी एका चौकोनी कंसाच्या बदल्यात दुसरा गाळून टाकण्याला मंजुरी दिली. काही मिनिटांमध्ये हा मामला मिटवला गेला. ज्या पद्धतीने हे झाले त्याने मी अचंबित झालो.

नंतर माझ्या पुढील कार्यासाठी – तो एक धडा होता. माझ्या लक्षात आले की, आंतरराष्ट्रीय परिषदांमध्ये अखेरीला अशा प्रकारे जलद देवाणघेवाण करून मतैक्य साधणे शक्य असते. जे अंतिम मसुद्याशी सहमत नसतात ते खुल्या अधिवेशनात आपली बाजू मांडतात. एकूण ही परिषद माझ्याकरता वाटाघाटी कशा कराव्यात याकरता वस्तुपाठ होता.

उंक्टाड-२ इतरही बाबतीत अभ्यासपूर्ण ठरली. वाणिज्यमंत्री दिनेश सिंग परिषदेच्या खुल्या अधिवेशनांचे अध्यक्ष असल्यामुळे के.बी. भारतीय शिष्टमंडळाचे नेतृत्व करत होते. वाणिज्य, परदेश व्यवहार आणि वित्त या मंत्रालयांमधील अधिकाऱ्यांकडे विविध विषयांवरच्या गटांचे प्रमुख या नात्याने मोठी कामे दिली होती. रोज सकाळी के.बी. या गटनेत्यांशी त्यांना एकमेकांच्या कामाची प्रगती काय झाली आहे, हे कळावे म्हणून ब्रीफिंग सत्र घेत आणि आपल्या सूचना देत. आम्ही एकदिलाने काम करत होतो. परिषदेचे यजमान या नात्याने परदेशी पाहुणे आणि प्रतिनिधी यांचे हवे-नको पाहणे, हीदेखील आमच्यावर अतिरिक्त जबाबदारी होती. दोन्ही भोजनांच्या किंवा कॉकटेल्सच्या प्रसंगी विचारांची देवाणघेवाण होत असे. भारताच्या औद्योगिक प्रगतीचा आढावा देण्यासाठी या सर्व प्रसंगांचा उपयोग झाला.

या निमित्ताने आम्ही सहलींचे आयोजन केले होते. यामध्ये अर्थात ताजमहालचे आकर्षण सर्वांनाच होते. काहींना जयपूर आणि दक्षिणेतील देवालये यांची भुरळ पडली. काहींना हरिद्वार आणि ह्रषिकेश भावले. विशेषत: महर्षि महेश यांचा आश्रम! यांपैकी काहींनी या स्थळांना पुन्हा भेट दिली. बीटल्स आणि पंडित रविशंकर यांनी त्यांना अगोदर प्रसिद्धी दिली होती. काहींना पुण्यातील ओशोंच्या आश्रमाला भेट देऊन आल्यावर समाधान वाटले. परिषदेनंतर ओशोंच्यो छायाचित्रांची पदके असणाऱ्या माळा गळयात घालणाऱ्या तसेच नारिंगी कपडे घालणाऱ्या तरुण मुली पॅलेमध्ये दिसू लागल्या.

परिषदेमध्ये निव्वळ काम नव्हते. सायंकाळी कॉकटेल्स आणि भोजन यांची

रेलचेल असे. मी काही जणांना त्यांच्या आयुष्यातील जोडीदारांबरोबर घरी आमंत्रित केले. यामुळे माझी पत्नी व मी यांचा त्यांच्याशी जास्त परिचय झाला, जो पुढे लाभाचा झाला. हलकेफुलके क्षणसुद्धा येत होते. आदेबान्जो या माझ्या नायजेरीयन सहकाऱ्याची शेवटच्या खुल्या अधिवेशनातील मल्लीनाथी तर अजूनही लक्षात आहे. ते म्हणाले होते, "For most countries UNCTAD stands for Under No Circumstances Take A Decision."

उंक्टाड-२च्या अखेरीला मला माझे स्थान भारताच्या आंतरराष्ट्रीय आर्थिक मुत्सद्देगिरीमध्ये नक्की आहे, याची जाणीव झाली. विशेषत: हिंदुस्थान टाइम्समधील उतारा वाचून तर त्या जाणिवेला पुष्टी मिळाली.

परिषदेचे सूप वाजले, तेव्हा आपण लवकरच उंक्टाड आणि गॅट या दोन्हीकडे भारताचे प्रतिनिधित्व करणार आहोत, याची कल्पना नव्हती.

३६

जिनिव्हामध्ये स्थायिक

दिल्लीमधील वास्तव्य गुंडाळून मुंबईला परत जाण्याचा विचार मी करत होतो. पण नियतीची योजना निराळीच होती. मुंबईऐवजी मला जिनिव्हामध्ये जाण्याची अचानक संधी मिळाली.

त्याचे असे झाले की, बी. एन. स्वरूप (आय.ए.एस.) यांनी भारताचे जिनिव्हा येथील प्रतिनिधी म्हणून चार वर्षे काम केले होते. उंक्टाड-२ मधून उत्पन्न झालेली जी काही कार्ये करावी लागणार होती, ती पार पाडायला के.बी. यांच्या मदतीने निदान एखाद्या वर्षाच्या मुदतवाढीची शक्यता त्यांना वाटत होती. त्यांना विविध मुद्द्यांचे आणि प्रश्नांचे त्यांना चांगले ज्ञान होते. स्वरूपना आणखी मुदतवाढ देण्यासंबंधीचा प्रस्ताव, व्यापार धोरण विभागाचा प्रभारी अधिकारी या नात्याने मी पाठवावा, असे मला सांगण्यात आले. उंक्टाड परिषदेच्या मध्यावधीला या प्रस्तावावर मंत्रालयात बी. डी. जयाल (आय.ए.एस.) काम करत होते.

एके दिवशी सायंकाळी जयाल यांनी स्वरूप यांच्याबाबत काही समस्या आहेत आणि त्यांच्या जागी माझे नाव घेतले जात आहे, असे मला अचानकपणे सांगितले. परदेश मंत्रालय एका आय.एफ.एस.मधील अधिकाऱ्याची नेमणूक करण्याबाबत दबाव टाकत आहे, हेदेखील त्यांनी सांगितले.

त्या वेळी परदेशी जाणे माझ्या ध्यानीमनीदेखील नव्हते. माझी दोन्ही मुले दिल्लीत शाळेत शिकत होती आणि माझी पत्नी, अमेरिकन इंटरनॅशनल स्कूलमध्ये ग्रंथपाल या पदावर माझ्या पगारापेक्षा चौपट पगार मिळवत होती. भारत शासनाकडे मी पाच वर्षे डेप्युटेशनवर होतो आणि ती पाच वर्षे पूर्ण झाल्यावर महाराष्ट्रात परतायचे मी मनाशी ठरवले होते. जिनिव्हासारख्या महागड्या शहरात तुटपुंजा पगार व भत्ता यामध्ये भारतीय मुत्सद्दी कसे दिवस काढतात, हे मी पाहिले होते.

एक दिवस के. बी. लाल यांनीच माझ्या नावाला संमती मिळाली असून स्वरूप

यांच्या जागी मला डेप्युटेशनवर दोन वर्षे जाण्याचा ठराव सर्वमान्य झाला आहे, असे सांगितले. मी काही आठवड्यांतच निघायचे आहे, असा मला संकेत मिळाला.

लवकरच स्वरूप यांना मुदतवाढ का मिळाली नाही, याबद्दलची कहाणी माझ्या कानावर आली. दस्तऐवज आणि उंक्टाडचे संदर्भ साहित्य यांचे मोठे पेटारे घेऊन स्वरूप आले होते. त्याबरोबर ज्याच्यावर बंदी होती, अशी इलेक्ट्रॉनिक उपकरणेही होती. दिल्ली विमानतळावर त्यांनी कस्टममध्ये खोटे प्रतिज्ञापत्र केले व त्यामुळे ते अडचणीत आले होते. स्वरूप भारतात 'ट्रान्सफर ऑफ रेसिडन्स' या तत्त्वावर आले आहेत आणि हे सर्व साहित्य त्यांच्या वैयक्तिक उपयोगाचे आहे, असे प्रतिपादन करून जयाल हे प्रकरण मिटवण्याच्या प्रयत्नात होते. पण त्यासाठी त्यांच्या मुदतवाढीचा प्रस्ताव घाईने मागे घेणे आवश्यक होते. त्यांनी माझे नाव पुढे सरकवले. कदाचित मी पुढील दहा वर्षे परदेशी राहावे, असे नियतीच्या मनात असावे. माझ्या आयुष्याला हे अनपेक्षित वळण मिळाले व यामुळे माझा थोरला मुलगा राजीव याचा जीवनक्रम पूर्णपणे बदलला.

एप्रिल, १९६८मध्ये आम्ही जिनिव्हामध्ये दाखल झालो. राजीव १२ वर्षांचा तर विवेक ८ वर्षांचा होता. माझी मुलगी सरिता, आठ महिन्यांची तान्हुली होती. भारतीय दूतावासाने आमच्या निवासाची सोय हॉटेल सेंच्युरीमध्ये केली होती. हे दोन शयनगृहे असणारे घर आमच्या पुढील तीन महिन्यांचे निवासस्थान होते.

उंक्टाडच्या निमित्ताने मी जिनिव्हाला चार-पाच महिन्यांमध्ये फेरी मारली नव्हती. मधल्या काळात तेथे नवे कौन्सुल जनरल आले होते. पहिल्या दिवशी त्यांनी आम्हांला जेवायला बोलावले. एन. कृष्णन आणि त्यांची सुविद्य पत्नी ललिता यांची ती पहिलीच भेट होती. त्यांचे आणि माझे कुटुंब यांच्यात पुढे जवळीक निर्माण झाली. आय.एफ.एस.चे ते अत्यंत कार्यक्षम अधिकारी होते. हे सद्गृहस्थ त्यांच्या सर्व व्यवहारांमध्ये पारदर्शक होते. आमची मैत्री दृढ होऊ लागली, तसे राजशिष्टाचार आणि सुरक्षा यांच्यावरून होणारी धुसफूस बंद होऊन जिनिव्हामधील दूतावास एकत्रपणे काम करू लागला. कृष्णन यांनी पुढे भारताचे संयुक्त राष्ट्रसंघातील भारताचे प्रतिनिधी आणि सेवानिवृत्तीनंतर संयुक्त राष्ट्रसंघामध्ये महासचिवांचे दक्षिण आफ्रिकेसाठी स्वीय प्रतिनिधी, अशा उच्च पदांवर काम केले. ते व त्यांची पत्नी सदैव विनयशील राहिले.

शाळा सुरू होईपर्यंत जो वेळ होता, त्या काळात माझी पत्नी आणि मुले फ्रेंच भाषेच्या अभ्यासक्रमासाठी दाखल झाले. मी माझ्या गॅट आणि त्रिदेशीय आंतरप्रादेशिक व्यवस्थेला गॅटमधील करार झालेल्या गटांकडून संमती मिळवण्याच्या माझ्या कार्यक्रमात व्यग्र होण्याच्या विचारात असतानाच माझ्याकडे वेगळे नाजूक अभियान देण्यात आले. ते आगंतुकासारखे आले होते आणि त्यात मला तारेवरची कसरत करावी लागणार होती.

३७

दिनेश सिंग व सौजन्य...

उंक्टाड-२च्या अधिवेशनाचे अध्यक्ष भारताचे वाणिज्यमंत्री राजा दिनेश सिंग होते. ते इंदिरा गांधींच्या निकटवर्ती गोटातील होते.

'उंक्टाड' ही एक संस्था होती, पण स्वतंत्र संघटना नव्हती. ते संयुक्त राष्ट्रसंघाचे अंग होते. संयुक्त राष्ट्रसंघाच्या सभेचे अध्यक्षपद एका वर्षासाठी असते. या अध्यक्षांचे मुख्य काम त्या वर्षामध्ये होणाऱ्या सभांचे संचालन करणे असते. अध्यक्ष या नात्याने त्यांचे अधिकार एखाद्या सत्रापुरतेच असतात. दोन सत्रांच्या कालावधीत अध्यक्षांच्या कार्याबाबत काहीच स्पष्ट नव्हते. काही वर्तुळांमध्ये विशेषत: भारत सरकारमध्ये असा मतप्रवाह होता की, परिषदेच्या अध्यक्षांना कामकाजाच्या दोन अधिवेशनांदरम्यान उंक्टाडला मार्गदर्शन देण्याच्या दृष्टीने काही अधिकार असायला हवेत.

माझ्या नेमणुकीसंबंधी डॉ. रौल प्रेबिश्च यांना लिहिलेल्या पत्रामध्ये माझ्या जिनिव्हातील कामाची रूपरेषा के.बी. यांनी निश्चित केली. त्यांनी लिहिले, "मला वाटते, तुमची आणि आर. डी. प्रधान यांची भेट झाली आहे. ते आमच्या व्यापार धोरण विभागाचे महासंचालक आहेत. उंक्टाड-२मध्ये त्यांनी महत्त्वाची भूमिका बजावली आहे. व्यवसायासारखी एखादी यंत्रणा कशी संघटित करायची, हे ठरवण्यासाठी 'ट्रेड ॲन्ड डेव्हलपमेंट बोर्ड'च्या आगामी सभेचा कसा आणि किती उपयोग करायचा यासाठी आपले मार्गदर्शन घ्यावे, असे त्यांना सूचित करण्यात आले आहे... आपल्या संयुक्त कार्यक्रमासाठी आर. डी. प्रधान आपल्यामध्ये पुरेसा दुवा ठरतील याची मला खातरी आहे."

यानंतर भारत सरकारच्या कायदेतज्ज्ञांकडून त्या यंत्रणेमध्ये उंक्टाड-२च्या अध्यक्षांची भूमिका कोणती असावी यासंबंधीचा प्रस्ताव मांडणारे मुद्देशीर पत्र आले. आमच्या पहिल्या भेटीमध्ये डॉ. प्रेबिश्च समंजस व मित्रत्वाच्या नात्याने वागले.

ज्या प्रस्तावामुळे त्यांचे स्थान गौण होऊ शकते अशावर त्यांची प्रतिक्रया जाणून घेण्याकरता मी विषयाला आडून हात घातला. मधल्या काळात माझ्या कानावर ही बातमी आली होती की, सी. व्ही. नरसिंमहन, जे संयुक्त राष्ट्रसंघाचे महासचिव उ. थांट यांचे सर्वांत वरिष्ठ सल्लागार होते, त्यांच्या मदतीने हे प्रकरण भारताचे न्यू यॉर्कमधील कायम प्रतिनिधी जी. पार्थसारथी यांनी उ. थांट यांच्यापर्यंत चर्चेला नेले होते.

या चर्चेचा पाठपुरावा करण्यासाठी एक दिवस एस. के. सिंग (आय.ए.एस.) जिनिव्हामध्ये दाखल झाले. (एस. के. यांनी पुढे विदेश सचिव आणि राजस्थानचे राज्यपाल म्हणून काम केले.) मी त्यांना परिषदेदरम्यान भेटलो होतो. ते जरी कनिष्ठ अधिकारी होते, तरी त्यांचे चलनवलन विदेश कार्यालयातील आपण सर्वोच्च अधिकारी असल्यासारखे होते. न्यू यॉर्कमध्ये आपल्या हुशारीने त्यांनी दबदबा निर्माण केला होता. ते वाणिज्य मंत्रालयात रुजू झाले, तेव्हा त्यांचा माझा थोडा परिचय झाला होता.

डॉ. रौल प्रेबिश्च यांना भेटण्यासाठी मी त्यांच्याबरोबर यावे, असे एस. के. सिंग यांनी मला सुचवले. आमची ती भेट म्हणजे पूर्ण फज्जा होता. प्रेबिश्च मला भेटले तेव्हा समंजसपणे त्यांनी सर्व ऐकून घेतले. उंक्टाड-२च्या अध्यक्षांसाठी काय भूमिका असावी याकरता काही मार्ग काढावा, असे त्यांना वाटत होते. पण एस.के. यांच्याशी बोलताना ते मनमोकळे नव्हते. संयुक्त राष्ट्रसंघाच्या प्रणालीत त्यांच्या पदाचे महत्त्व आणि दिनेश सिंग यांनी राष्ट्रीय सरकारात मिळवलेले राजकीय स्थान हे दोन मुद्दे लक्षात घेऊन हा नाजूक प्रश्न सोडवता येईल, एवढेच आश्वासन त्यांनी दिले. या संबंधी उ. थांट यांच्याशी आपल्याला चर्चा करावी लागेल, हेदेखील त्यांनी स्पष्ट केले. मला पुढे कळले की, उ. थांट यांच्या मनातदेखील भारताचा प्रस्ताव किती योग्य आहे, या विषयी शंका होती. जी. पार्थसारथी यांच्या मतेही नवीन पायंडा टाळण्याकरता घाई करण्यात अर्थ नाही, असे त्यांना वाटले असावे.

त्यानंतर पुढील काही महिने डॉ. रौल प्रेबिश्च यांच्या संपर्कात राहणे आणि के.बी. यांना त्यांच्या मताप्रमाणे काही फरक पडतो आहे काय ते कळवणे, हे माझे काम राहिले. त्यांनी माझ्याशी या मुद्द्यावर चर्चा करणे योग्यच होते. परंतु आतून मात्र के.बी. यांनी मनात ठरवल्याप्रमाणे कोणीतरी त्यांच्यावर दबाव आणून त्यांच्या कामावर लक्ष ठेवणे, याला त्यांचा विरोध असणे स्वाभाविक होते.

डॉ. प्रेबिश्च यांचे ज्येष्ठ सहकारी पॉल कॉइदाँ (Paul Coidan) हे फ्रेंच नागरिक होते. ते परिषद कारभार आणि विदेश संबंध यांचे संचालक होते. त्यांनी मला स्पष्ट सांगितले की, मंत्रिमहोदयांना ज्या वेळी जिनिव्हाला यायचे असेल तेव्हा त्यांचे योग्य स्वागत केले जाईल. मंत्रिमहोदय 'थोड्या काळाकरता' पॅलेला भेट देतील तेव्हा राष्ट्रसंघ त्यांना ऑफिससाठी खोल्या आणि काही साहाय्यक देण्याची व्यवस्था

आपण करू. त्यांनी 'थोडा काळ' या शब्दावर विशेष भर दिला.

काही महिन्यांनंतर राजा दिनेश सिंग यांनी जिनिव्हाला भेट देण्याचे ठरवले. मला पॅलेमध्ये त्यांच्यासाठी राजशिष्टाचाराची व्यवस्था करायला सांगण्यात आले. डॉ. रौल प्रेबिश्च यांनी खुद्द येऊन मंत्र्यांचे पॅलेच्या प्रवेशद्वाराशी स्वागत करावे, असा दिल्लीचा आग्रह होता. कॉइदाँ यांनी ही सूचना फेटाळली. मी कोंडीत सापडलो. के.बी. त्यांचा आग्रह सोडत नव्हते. स्वरूप तोवर त्या मंत्रालयात 'सहसचिव' (Joint Secretary) झाले होते. ते के.बी. यांना उद्युक्त करत होते. कदाचित एस. के. सिंगही तसे करत असावेत. संयुक्त राष्ट्रसंघाचे अधिकारी, पॅलेमध्ये महासचिवांच्या दालनापर्यंत मंत्र्यांना एस्कॉर्ट करण्याची जबाबदारी भारतीय प्रतिनिधींची आहे, या आपल्या भूमिकेवर ठाम होते. या सर्व व्यवहारात मी नवखा होतो. पण मी राजशिष्टाचाराची व्यवस्था कशी केली आहे, यावरून मंत्री माझी किंमत ठरवतील, हे मला माहीत होते.

दिनेश सिंग पॅलेला भेट देणार होते, त्या दिवशी सकाळी मी कॉइदाँ यांच्याशी संपर्क साधला. उंक्टाडच्या महासचिवांच्या पदाच्या मानाची आम्हाला पूर्ण कल्पना आहे आणि ते मानाचे स्थान आहे हे आम्हाला मान्य आहे, इतके सूतोवाच करून स्वत: कॉइदाँ मंत्र्यांना पॅलेच्या मुख्य प्रवेशद्वाराशी भेटू शकतील काय आणि लिफ्टमध्ये सोबत करतील काय, अशी विनंतीवजा पृच्छा केली. महासचिवांना भेटण्यापूर्वी मंत्रिमहोदयांना काही मुद्द्यांवर सल्ला द्यायचा आहे, ही पुस्तीदेखील त्याला जोडली. यामुळे परिस्थिती निवळण्याला मदत होणार होती.

पॉल कॉइदाँ सभ्य गृहस्थ होते. मंत्रिमहोदयांना ते खाली येऊन भेटले आणि त्यांच्याबरोबर ते पॅलेच्या पहिल्या मजल्यापर्यंत सोबत गेले. तेथे दोन तरुण सचिव मदतनीस म्हणून हजर होत्या. उंक्टाड-२ बाबतच्या काही मुद्द्यांवर मंत्रिमहोदयांशी बोलण्यासाठी मी काही मुत्सद्द्यांना आमंत्रित केले व त्यांपैकी काही आले. परंतु दिनेश सिंग यांना लवकरच उमजून चुकले की, त्या भेटीमध्ये विकसनशील देशांमधील प्रतिनिधींना स्वारस्थ्य नाही. विकसित देशांतील प्रतिनिधींना उंक्टाडशी देणे-घेणे नव्हतेच. राजा दिनेश सिंगांच्या आदरातिथ्याचा पुरेपूर परामर्श घेण्यात त्यांना काही अडचण नव्हती. हे पाहिल्यावर दिनेश सिंग यांनी तीन दिवसांनी गुपचूप जिनिव्हा सोडले व सुदैवाने त्यांच्या लक्षात आले की, दिल्लीतील वरिष्ठ अधिकारी, जे काही त्यांचेसाठी योजीत होते, ते शक्य नव्हते. त्यांच्या संमजसपणामुळे माझी त्या अडचणीतून सुटका झाली.

३८

संयुक्त राष्ट्रसंघातील संघटनेमध्ये प्रतिनिधित्व

त्या नाजूक परिस्थितीच्या हाताळणीने मलाही धडा मिळाला की, राजशिष्टाचाराशी संबंधित एखादी गोष्ट कितीही फालतू असली तरी, त्यामुळे मुत्सद्द्याच्या जीवनात खूप वेळ आणि श्रम वाया जाऊ शकतात. पुढे मला हादेखील बोध झाला की, संयुक्त राष्ट्रसंघासारख्या बहुअंगी संघटनेमध्ये काम करायचे झाल्यास आपण सरळ मनोवृत्तीने आणि मैत्रीचा हात पुढे करणारे असायला हवे. येथे देखाव्याला काही स्थान नसते. इतर देशातील प्रतिनिधी एखाद्याचे महत्त्व तो किती मतैक्य घडवून आणतो आणि वाटाघाटी कशा करतो, यावरून ठरवत असत. तो कोणत्या अधिकारश्रेणीमध्ये कुठे आहे, याला त्यांच्या लेखी काहीच महत्त्व नव्हते. माझीच गोष्ट आहे. माझा हुद्दा कौन्सेलर (सल्लागार) हा होता. पण लवकरच मला राजदूताच्या स्तरावरची वागणूक मिळायला लागली. अगदी यु.के. आणि अमेरिका यांच्या राजशिष्टाचाराबद्दल जागरूक असणाऱ्या शिष्टमंडळांकडूनदेखील.

त्या आगंतुक गोष्टीमुळे माझी आणि डॉ. रौल प्रेबिश्च यांची अगदी जवळीक झाली. आमची मैत्री वाढली आणि पुढे त्यांनी मला त्यांच्या निकटवर्ती निवडक आठ मुत्सद्द्यांच्या गटातील एक सदस्य बनवले. हा गट दर गुरुवारी दुपारच्या भोजनाच्या निमित्ताने उंक्टाडच्या विविध कार्य क्षेत्रातील कामावर चर्चा करत असे. डॉ. प्रेबिश्च यांना जिनिव्हाच्या आसपासच्या सर्व उत्तम खाण्याच्या जागा माहीत होत्या. पुढचे भोजन कुठे करायचे आणि त्याचा यजमान कोण, हे सर्व तेच ठरवत असत. त्यामुळे मला या जागा तर कळल्याच, पण अन्नपदार्थ आणि मद्य कसे निवडायचे याचेही शिक्षण मिळाले.

पहिल्या चार महिन्यांमध्ये भारताचा निवासी प्रतिनिधी या नात्याने अनेक

मुत्सद्दयांना भेटणे याव्यतिरिक्त माझे काम निवासस्थान शोधणे, हे होते. जिनिव्हाच्या आसपास बरेच व्हिला उपलब्ध होते. पण ते व्हिला आमच्याकरता सोईस्कर नव्हते. एकतर ते शहरापासून दूर होते. तसेच एखाद्या व्हिलात चार शयनगृहे असली तरी तळमजल्यावर एकच स्नानगृह व शौचालय असे. त्या उलट जिनिव्हा शहराच्या बाहेर ज्या इमारती उभारल्या जात होत्या, त्यामध्ये निदान दोन शॉवर्स असणारी स्नानगृहे होती. पण जेव्हा 'रेजिस' म्हणजे एजंट यांना आम्हाला तीन मुले आहेत आणि आमच्याकडे एक नोकर आहे हे समजले, तेव्हा अपार्टमेंट देण्याला ते कां-कू करत असत.

एके दिवशी मी माझ्या स्विस सहकाऱ्याकडे याविषयी तक्रार केली. त्याचा परिणाम की काय, पण एका एजंटने चार शयनगृहे असणारे ऐसपैस अपार्टमेंट दाखवले. संयुक्त राष्ट्रसंघाच्या जवळच पार्क-द-बुदे या विभागातच हे अपार्टमेंट होते आणि ते परदेशस्थांकरताच होते. भारत सरकारने संमत केलेल्या भाड्यापेक्षा याचे भाडे जास्त असले तरी मला व माझ्या पत्नीला ते अपार्टमेंट आवडले होते. भाड्यामधील फरक मी माझ्या पगारातून भरायचे ठरवले. हे घर घ्यायचा निर्णय फायद्याचा ठरला, कारण कित्येक परदेशी या भागात राहत असल्यामुळे बुदे जवळील परदेशी मुलांना स्विस शिक्षणासाठी फ्रेंच भाषेची तयारी करून घेण्याची विशेष सोय होती. त्यामुळे माझ्या मुलांना फ्रेंच भाषेवर प्रभुत्व मिळवता आले व आजही राजीव व विवेक उत्कृष्ट फ्रेंच भाषा बोलतात.

पार्क-द-बुदेमध्ये सातव्या मजल्यावर असणाऱ्या इंटरकॉन्टिनेन्टल हॉटेल समोरच्या त्या अपार्टमेंटचा अनेक मुत्सद्दयांना हेवा वाटत असे. विशेषत: भारतीय सहकाऱ्यांना, कारण अपार्टमेंटमध्ये प्रत्येक खोलीला सलग स्नानगृह होते. शिवाय नोकरासाठी स्वतंत्र खोली होती. आमचे शेजारी एअर इंडियाचे प्रादेशिक व्यवस्थापक नरी दस्तूर होते. नरी आणि त्यांची पत्नी केटी, दोघेही सौजन्यशील व भारताविषयी अभिमान बाळगणारे होते. त्यांच्याशी अजूनही माझी मैत्री आहे.

जिनिव्हामधील मुत्सद्दयांचे कामकाज प्रत्येक वर्षी सप्टेंबरमध्ये सुरू होते. युरोपियन लोक ऑगस्ट महिन्यात प्रवास करतात आणि समुद्रकिनारी सूर्यस्नानाला धावतात. सप्टेंबरनंतर गॅट आणि उंक्टाड यांच्या सभांचे भरगच्च वेळापत्रक होते. पॅलेमध्ये मी अगोदरच परिचित व्यक्ती होतो आणि अनेकांशी माझी व्यक्तिश: ओळखही होती. त्यामुळे काम करणे सोपे झाले. काही महिन्यांत विकसनशील देशांच्या प्रतिनिधींच्या 'लहान' गटामधील व विशेषत: 'ग्रुप ऑफ ७७'चा (Group of 77) महत्त्वाचा सदस्य म्हणून मी ओळखला जाऊ लागलो. या लहान गटामध्ये ब्राझील, अर्जेंटिना, चिली, नायजेरिया, इजिप्त, घाना, भारत, पाकिस्तान आणि द फिलीपाइन्स हे देश होते. लवकरच त्या गटात मेक्सिको, सीरीया, इंडोनेशिया अशा

देशांचे प्रतिनिधी सामील झाल्यावर हा गट शक्तिशाली ठरला व विकसित देशांना आमच्या वाटाघाटींच्या कौशल्याची आणि उपद्रवमूल्यांची दखल घ्यावी लागली. त्यामुळे उंक्टाडसंबंधी सर्व बाबतीत आमच्याशी सल्लामसलत केली जात असे.

या गटामध्ये ब्राझील, चिली, नायजेरिया, भारत आणि पाकिस्तान यांचा उपगट होता, ज्याला 'माफिया' असे संबोधले जात असे. वाटाघाटी करण्यात आम्ही तरबेज होतो. उदाहरणार्थ, वाटाघाटीदरम्यान ब्राझील प्रथम प्रस्ताव मांडत असे. त्याला नायजेरिया अनुमोदन देत असे. विकसित देशांनी प्रतिवाद सुरू केला की, भारत किंवा पाकिस्तान त्या प्रतिवादाला खोडून काढत असे. आम्ही आमचा गृहपाठ उत्तम करत असू आणि आपापल्या प्रादेशिक गटामधून पाठिंबा मिळवून त्या ७७च्या गटामध्ये मतैक्य घडवून आणत असू. यामुळे आठवड्याचे पाच दिवस अहोरात्र काम करण्यात जात. शनिवार-रविवार दोन दिवस अर्थात घरच्या कामांसाठी राखीव असत.

पुढची तीन वर्षे मी वाटाघाटींच्या टेबलांभोवती पिंगा घालत होतो, असे म्हटल्यास वावगे ठरू नये. मुत्सद्द्यांनी एकमेकांची अगदी सहजपणे घेतलेली भेटसुद्धा कामाच्या दृष्टीने उपयुक्तच असे. तसेच वाटाघाटींदरम्यान तो मनुष्य किती लवचीक असेल, हेदेखील अशा भेटीघाटींमुळे समजण्यास मदत होत असे. ही सर्व कामे दुपारची भोजने, कॉकटेल्स, रात्रीची भोजने यामध्ये होत असत. त्यामध्ये पत्नीचाही सहभाग असे.

कोणत्याही देशाच्या प्रतिनिधीला त्या देशाच्या सरकारने घालून दिलेल्या ध्येय आणि सूचना यांच्या चौकटीमध्ये काम करावे लागे. त्या काळामध्ये दिल्लीशी दळणवळणाचे एकमेव साधन म्हणजे कौन्सुल जनरलच्या कार्यालयामधून साउथ ब्लॉकला जोडलेला टेलिप्रिंटर होता. टेलिफोन बेभरवशाचा होता आणि त्याच्या खर्चामुळे तो क्वचितच वापरला जात असे. मंत्रालयाने जे साध्य करायला सांगितले आहे ते कसे साध्य करायचे, ते आमचे आम्हीच ठरवायचो. त्यामुळे भारताच्या शिष्टमंडळातील लोकांना बरेच स्वातंत्र्य होते.

या दळणवळणाच्या अपुऱ्या सोयींमुळे विकसनशील देशांची शिष्टमंडळे बहुतांशी मुख्यालयातून सूचना मिळायची वाट न पाहता स्वतःचे हिमतीवर वाटाघाटी करत असत. यामुळे माझ्यासारख्या मध्यम दर्जाच्या मुत्सद्द्यांना स्वतःच्या बुद्धीने व विश्वासाने काम करण्याची सवय आपोआप होत असे.

याउलट विकसित देशांना विशेषतः अमेरिका आणि युरोपीय देशांना असे स्वातंत्र्य नसे. त्यांच्याकडे दळणवळणाची उत्तम साधने होती आणि काम करण्याची

शिस्त होती. अर्थात आताच्या प्रगत माहिती तंत्रज्ञानाने मुत्सद्द्यांची लवचिकता पार कमी झाली आहे. आमच्या काळामध्ये प्रणालीपेक्षा व्यक्ती महत्त्वाच्या होत्या. याचा पुरेपूर लाभ मी जिनिव्हामध्ये वाटाघाटींच्या क्षेत्रात उठवला. तसेच मुचकुंद दुबे यांनी न्यू यॉर्क येथे असेच स्थान मिळवले.

भारताचा जिनिव्हामधील प्रतिनिधी या नात्याने माझ्या साडेचार वर्षांच्या करीयरमध्ये उंक्टाड आणि गॅट यांच्या अंतर्गत व्यापाराशी संबंधित सर्व वाटाघाटींमध्ये माझा सहभाग होता. एका परीने विकसित आणि विकसनशील राष्ट्रे यांच्या दरम्यानचे आंतरराष्ट्रीय आर्थिक संबंध दृढ होण्याचा तो सुवर्णकाळ होता. आर्थिक मुत्सद्देगिरी शिखरावर होती. अनेक आर्थिक क्षेत्रांमध्ये 'ब्रेक थ्रू' मिळण्याच्या दृष्टीने एक नवे विचारपीठ म्हणून उंक्टाडकडे पाहिले जाऊ लागले. व्यापार क्षेत्रामध्ये काही नव्या संकल्पना रुढ होऊ लागल्या. उदाहरणार्थ, विकसनशील देशांदरम्यान व्यापार विस्तार आणि आर्थिक सहकार्य. जहाजवाहतूक, विमा, वित्तीय धोरणे अशी जी क्षेत्रे गॅटच्या कक्षेच्या बाहेर होती, त्यांचा उंक्टाडमध्ये अभ्यास होऊन त्यांच्यावर चर्चा होत असे. नंतर काही काळाने ही कामे इंटरनॅशनल मॅरीटाइम ऑर्गनायझेशन किंवा आंतरराष्ट्रीय नाणेनिधी यांच्यासारख्या विशेष संघटनांद्वारे होऊ लागली, परंतु या सर्वांचा उगम उंक्टाडमध्ये त्या सुवर्णकाळात झाला. कर्मधर्मसंयोगाने मी या कार्यात सहभागी झालो ते नियतीमुळे, असे मी मानतो.

या सर्व कामांमध्ये मी भारताचे प्रतिनिधित्व केले. यामध्ये विक्रेय वस्तू, उत्पादीत वस्तू, जहाजवाहतूक आणि अन्य ॲडहॉक समित्यांच्या कार्यासाठी दिल्लीहून येणाऱ्या शिष्टमंडळामध्ये वित्तसंबंधी विषयांसाठी डॉ. मनमोहन सिंग किंवा डॉ. होनावर आणि जहाजवाहतुकीसाठी डॉ. सी. पी. श्रीवास्तव यांच्यासारख्या नामांकित तज्ज्ञांचा अंतर्भाव असे. गॅटमध्ये उद्योगधंदे विभागाचे सचिव आणि वाणिज्य मंत्रालयाचे आर्थिक सल्लागार एस. एस. मराठे आपली हजेरी लावत असत, पण भारताचा प्रतिनिधी म्हणून बोलण्याचा मान मला लाभत असे.

मी जिनिव्हामध्ये असताना हंगेरी, रुमानिया, पोलंड, त्यावेळचे झेकोस्लोव्हिकिया यांसारखे पूर्व युरोपातील समाजवादी देश गॅटचे सदस्य झाले. त्यांची अर्थव्यवस्था आणि करप्रणाली यांचे सूक्ष्म परीक्षण झाल्यानंतरच हे सभासदत्व बहाल केले गेले. याचा फायदा असा झाला की, मला या देशांचे अर्थकारण आणि व्यापारी संघटन याविषयी खोल अभ्यास करण्याची संधी मिळाली. याशिवाय पोलादी पडद्यामागचे काही नवीन मित्र मिळाले, ते वेगळेच!

३१

आंतरराष्ट्रीय स्तरावरील यश

'ग्रुप ऑफ ७७'मध्ये महत्त्वाचे स्थान मला मिळाल्यावर, विषयाचे ज्ञान असो वा नसो, सर्व वाटाघाटीत माझा सहभाग असे. उदाहरणार्थ, जहाजवहन हा विषय अत्यंत गहन आहे. या विषयाकरता आपल्या शिष्टमंडळामध्ये सी. पी. श्रीवास्तव, राजावार अशी तज्ज्ञमंडळी असत. श्रीवास्तव शिपिंग कॉर्पोरेशन ऑफ इंडियाचे अध्यक्ष होते आणि पुढे ते इंटरनॅशनल मेरीटाइम ऑर्गनायझेशनचे प्रमुख झाले. त्यांना त्यांच्या या क्षेत्रातील सेवेबद्दल ब्रिटनच्या राणीने 'सर' हा किताब बहाल केला. तसेच भारत सरकारने त्यांना पद्मविभूषणने गौरवले. राजावार शिपिंग कॉर्पोरेशनच्या अध्यक्षपदी विराजमान झाले. ते आणि त्यांचे सहकारी आंतरराष्ट्रीय जहाजवहनामधील किचकट गोष्टी मला समजावून देत आणि विकसनशील देशांची बाजू मांडायला तयारी करून घेत. त्यामुळे ब्रिटिश जहाजवहन क्षेत्रातील अति-तज्ज्ञ माझ्या ज्ञानाबद्दल जेव्हा माझी पाठ थोपटत, त्या वेळी मला अभिमान वाटत असे. पण हे सर्व करताना मला जाणीव होती की, हे सर्व उसने आहे. अगदी जसे वकील आपल्या पक्षकारातर्फे बोलतो तसे.

जहाजवहनासंबंधातील समितीची एक सभा आजन्म माझ्या स्मरणात राहील. सभेच्या सकाळच्या सत्रामध्येच माझे वडील गेल्याची तार मिळाली. मी ती वाचून खिशात टाकली आणि दुपारी जेवणाच्या सुट्टीत घरी जाऊन पत्नीला ही बातमी सांगितली. तसे म्हटले तर त्यापूर्वी काही महिन्यांपूर्वी मी त्यांना पुण्यात येऊन भेटलो होतो. त्या भेटीत ते आता काही काळाचेच सोबती आहेत, हे मला जाणवले होते; पण तरीदेखील ती बातमी मला एक धक्काच होता. पुण्यात जाऊन वडिलांचे अत्यंदर्शन घेण्याची इच्छा होती. पण एअर इंडियाचे तिकीट खरेदी करून भारतात जायला माझ्याकडे पैसे नव्हते. त्यास्तव टेलिफोन करून मी माझ्या बंधूंना माझी वाट न पाहता अंत्यसंस्कार पार पाडावेत, असे कळवले.

दुपारी मी पॅलेमध्ये जाऊन भारताच्या वतीने निवेदन केले. त्याचे चांगले स्वागत झाले. सत्र संपल्यानंतर मी शिष्टमंडळातील सहकाऱ्यांना ही बातमी सांगितली. त्या अत्यंत दुःखद क्षणीही मी माझे कर्तव्य पार पाडले, याचे त्यांना आश्चर्य वाटले. संध्याकाळी सर्वांनी घरी येऊन कुटुंबाचे सांत्वन केले.

वडिलांच्या मृत्यूचा शोक तर झाला होताच, पण बालपणापासून आणि भारतीय सेवेत दाखल झाल्यापासूनच माझ्यावर असे संस्कार झाले होते की, जीवन-मरणाच्या प्रवासात स्वतःचे कर्तव्य पार पाडणे हा खरा धर्म आहे. कृष्णाने कुरुक्षेत्राच्या युद्धभूमीवर अर्जुनाला हाच उपदेश केला होता. माझी आई कर्करोगाने अनेक वर्षे आजारी होती. तिला त्यातच देवाज्ञा झाली होती. कदाचित हे सर्व अनुभवल्यामुळे शोक, दुःख या मानसिक अवस्थांपलीकडे मी गेलो होतो. त्यामुळे पुढील जीवनात कधीही कोणी वारले, तरी मी दुःख प्रदर्शित करत नाही म्हणून अनेक मित्र आणि नातेवाइकांनी माझ्याबद्दल गैरसमजूत करून घेतली आहे. त्यामुळे लहाणपणापासूनच मृत्यू अटळ आहे आणि 'जेथे जनन तेथे मरण' ही उक्ती मी मान्य केली आहे.

पुढील दोन वर्षे वाटाघाटींच्या फेऱ्या आणि सभांना उपस्थित राहणे यामध्ये गेली. यात तीन घटना अशा होत्या की, त्यांच्यामुळे मला 'ग्रुप ऑफ ७७' यातच नव्हे, तर युनायटेड किंग्डम आणि अमेरिका यांच्या शिष्टमंडळाच्या नेत्यांमध्ये वेगळे मानाचे स्थान मिळाले.

उंक्टाडमधील एक नाजूक प्रश्न म्हणजे विकसित देशांकडून विकसनशील देशांना तंत्रज्ञान (Technology) हस्तांतरण हा होता. हा प्रश्न भारतालाही भेडसावत होता. कारण जॉइन्ट व्हेन्चर्स सुरू करणे यामध्ये भारत आघाडीवर होता. त्याचबरोबर जॉइन्ट व्हेन्चर्स स्थापित करताना अमेरिका, युनायटेड किंग्डम आणि तत्कालीन पश्चिम जर्मनी हे देश अतिमहत्त्वाचे तंत्रज्ञान कसे नाकारत असत याचा अनुभव होता. मेक्सिको आणि अनेक लॅटिन अमेरिकन देशांमध्ये अमेरिकेने आपल्या बहुराष्ट्रीय कंपन्यांच्या सबसिडिअरी (उपकंपन्या) स्थापन केल्या होत्या. पण तेथे तंत्रज्ञान हस्तांतरणाची तरतूद नव्हती. या सर्व परिस्थितीमध्ये 'ग्रुप ऑफ ७७' या हस्तांतरणाच्या मुद्द्याचा सखोल अभ्यास व्हावा आणि उंक्टाडमध्ये एका वेगळ्या समितीमध्ये त्याचा विचार व्हावा, याचा आग्रह धरत होता.

विकसित देशांचा याला एकजुटीने विरोध होता. त्या वेळी 'युनिडो' (युनायटेड

नेशन्स इंडस्ट्रीयल डेव्हलपमेंट ऑर्गनायझेशन) या नावाची संस्था व्हिएन्नामध्ये संयुक्त राष्ट्रसंघाने स्थापन केली होती. या नव्या संघटनेमध्ये हा प्रश्न चर्चेला घ्यावा असे या विकसित देशांचे म्हणणे होते. तसेच व्यापारी करार हे बहुराष्ट्रीय कंपन्या आणि विकसनशील देशांमधील औद्योगिक व्यवसाय यांच्या दरम्यान खासगी व्यवहार होत असल्याने तंत्रज्ञानाचे हस्तांतरण या मुद्द्यावर विकसित देशातील सरकारांना काहीच माहिती नसते, असे त्यांचे म्हणणे होते. पूर्व युरोपातील साम्यवादी राष्ट्रांनी त्यांचे औद्योगिक सहभाग हे नेहमी दोन्ही सरकार यांच्या स्तरावर होतात, असा पवित्रा घेतला. सबब ही बाब उंक्टाडमध्ये चर्चा करण्याची गोष्ट नाही, अशी या गटाची धारणा होती.

उंक्टाडच्या सचिवालयातील त्या वेळी दोन व्यक्ती अशा होत्या की, त्यांनी या विषयाची संकल्पना तसेच व्यवहार या दोन्ही बाजूंनी गाढ अभ्यास केला होता. त्यातील एक होते, पोलंडचे मालिनोव्हस्की. ते जहाजवहन आणि इनव्हिजिबल्स यांच्या एका विभागाचे संचालक होते. मूळ अहमदाबाद येथील सुरेंद्र पटेल त्या विषयातील तज्ज्ञ होते. त्यांचे साहाय्य मिळत होते. पटेल हे उंक्टाडमध्ये संस्थेच्या स्थापनेपासून होते व अतिशय कर्तृत्वान अर्थशास्त्रज्ञ म्हणून त्यांची ख्याती होती. तंत्रज्ञानाचे हस्तांतरण यांवरील प्राथमिक प्रलेखन आणि निष्कर्ष लेखन ते प्रभावीपणे करत असत. विकसनशील देशांकडून विकसित देशांकडे जो 'ब्रेन ड्रेन' (brain drain) होत होता, त्याचे गुणात्मक आणि संख्यात्मक पद (terms) वापरून एक प्रतिमान (model) तयार करणारा आणि विकसित देशांपासून विकसनशील देशाकडे संशोधनाचा ओघ वळवण्याच्या सिद्धान्ताची मांडणी करणारे ते कदाचित पहिले अर्थशास्त्रज्ञ असावेत.

या दोहोंच्या मार्गदर्शनामुळे आम्ही तंत्रज्ञान हा हस्तांतरणाचा मुद्दा व्यापाराच्या अंतर्गत येतो तसेच उंक्टाड विकसित देशांच्या व्यापारविषयक मुद्द्यांच्या हितसंबंधी चर्चा करण्याकरता व्यासपीठ आहे. तंत्रज्ञान हस्तांतरणाचा मुद्दा व्यापाराशी संबंधित असल्याने त्यावरची चर्चा उंक्टाडमध्येच व्हावी, हेच सूत्र घेऊन आमची भूमिका वरचेवर मांडत असू. या संदर्भात पटेल यांनी बौद्धिक संपदा आणि तिचे हक्क या मुद्द्यांचा सखोल अभ्यास करून विकसनशील देशांना त्यांना मिळायचे उत्पन्न कसे नाकारले जात आहे, हे सिद्ध करून व दाखवून दिले होते.

तीन दशकांनंतर पटेल यांनी जे विचार मांडले, ते जगभर स्वीकारले गेले आहेत. आज माहिती तंत्रज्ञानाच्या क्षेत्रात विकसित देशांकडून विकसनशील देशांकडे ब्रेन ड्रेन होत आहे, हे बंगलोर व पुणे येथील माहिती तंत्रज्ञानाचा विकास व विस्तार पाहून स्पष्ट होते. तंत्रज्ञान हस्तांतरणामुळे व्यापाराचे वारे पूर्णपणे फिरतील या पटेल यांच्या निष्कर्षाला यामुळे पुष्टी मिळाली आहे.

कठीण आणि तप्त वातावरणातील चर्चांच्या अनेक फेरीनंतर एक दिवस अचानक विकसित देशांच्या त्या फळीला चीर पडली आहे, असे आम्हाला जाणवले. पाँटी या रोमच्या उद्योग मंत्रालयातील कनिष्ठ अधिकाऱ्याच्या बोलण्यामधून मला असा एक संकेत मिळाला की, इटालियन उद्योग व्यवसाय भारतात जॉइन्ट व्हेन्चर्स उभारण्याच्या प्रयत्नांमध्ये असून इटालीतील सरकार आम्हाला जिनिव्हामध्ये पाठिंबा देईल. त्यांनी तसे केल्यास भारतामध्ये इटालियन उद्योगव्यवसायांना ज्या काही समस्यांना तोंड द्यावे लागेल, त्याबाबत मी माझ्या सरकारला सहानुभूतीने लक्ष घालायची शिफारस करायला तयार आहे, हे मी सूचित केले.

रोमहून हिरवे निशाण मिळाल्यानंतर एके दिवशी पाँटी यांनी वाटाघाटी करणाऱ्या गटाच्या समितीत उंक्टाडमध्ये तंत्रज्ञान हस्तांतरणासंबंधीच्या मुद्द्यांवर चर्चा करायला त्यांच्या सरकारची हरकत नसल्याचे निवेदन केले. त्याने जणूकाही मोठा दरवाजा उघडला. काही लहान विकसित देश – जसे स्कँडिनोव्हियातील देश – यांनी उघडपणे आम्हाला पाठिंबा दिला. लवकरच बौद्धिक संपदेच्या हस्तांतरणासंबंधीच्या व्यापारविषयक प्रश्नांचा अभ्यास करण्यासाठी उंक्टाडमध्ये समिती स्थापन करण्यात आली. सुरेंद्र पटेल त्या विभागाचे प्रमुख होते. या विषयावर इतका प्रगल्भ अभ्यास करणारी अन्य कोणतीही व्यक्ती मी पाहिलेली नाही. पुढे नवी दिल्लीमध्ये इंडिया इंटरनॅशनल्स सेंटरमध्ये आमच्या भेटी होत, तेव्हा आमच्या जिनिव्हातील दिवसांची उजळणी होत असे.

सुरेंद्र पटेल यांच्याबाबत आणखी एक गमतीदार किस्सा आहे. एके दिवशी कौन्सल जनरल एन. कृष्णन यांनी मला पंतप्रधानांचे सचिव, प्राणनाथ हक्सर यांनी फोन करून सुरेंद्र पटेल यांना दिल्लीला त्वरित येण्यास सांगितले असल्याचा निरोप सांगितला. पटेल यांना कृष्णन अधिक ओळखत नसल्याने त्यांनी ही जबाबदारी माझ्यावर सोपवली. पटेल यांनी स्वाभाविकपणे भारत सरकारच्या उच्च पदस्थ अधिकाऱ्यांना त्यांच्याबद्दल अचानक का रस निर्माण झाला, हा प्रश्न मला केला. मला काहीच माहीत नव्हते, त्यामुळे पटेल यांनी हक्सर यांच्याशी थेट टेलिफोनवरून बातचीत करावी, असा मी त्यांना सल्ला दिला.

पुढे मला याचा उलगडा झाला. पटेल यांच्या एका पुस्तकाच्या मलपृष्ठावर दारिद्र्य निर्मूलनाकरता पटेल यांच्या दहाकलमी कार्यक्रमाचा उल्लेख होता. पटेल यांनी त्या कार्यक्रमामध्ये थोडाफार फेरफार करावा, म्हणजे इंदिरा गांधींच्या तत्सम कार्यक्रमामध्ये त्या कलमांचा उपयोग करता येईल, यासाठी त्यांचे मन वळवण्यासाठी हक्सर यांचा तो फोन होता. इंदिरा गांधी त्या वेळी भारतीय राष्ट्रीय काँग्रेसच्या अध्यक्षा होत्या. पटेल यांना त्याची काहीच अडचण नव्हती.

पंतप्रधान इंदिरा गांधी यांनी बंगळुरू येथे १९६९मध्ये काँग्रेसचे अधिवेशन

झाले, त्या वेळी काँग्रेसचे अध्यक्ष, एस.निजलिंगप्पा यांना हाच कार्यक्रम पत्राद्वारे सादर केला. काँग्रेस पक्षाच्या कार्यक्रमाला तो नवी दिशा देण्याचा प्रयत्न होता. त्या अधिवेशनात काँग्रेसमध्ये फूट पाडण्याच्या इंदिरा गांधी यांच्या खेळीतील तो एक भाग होता, असे नंतर कळले.

गॅटमध्ये विकसित देशांदरम्यान व्यापार वाढावा, या दृष्टीने 'ट्रेड निगोशिएटिंग कमिटी'ची (TNC) स्थापना ही या कालखंडातील एक महत्त्वाची घटना होती. त्या त्रिपक्षीय करारानंतर के.बी. यांनी व्यापार विस्तार कसा होईल, यावर अधिक काम करायची कठीण जबाबदारी माझ्यावर टाकली होती. टीएनसीची स्थापना गॅटच्या चौकटीत करायची होती, पण त्याला मान्य करण्यात मुख्य समस्या 'एमएफटी' (MFT – Most Favoured Treatment) ही होती व अशी कोणतीही व्यवस्था गॅटच्या तत्त्वाविरुद्ध होती. त्यामुळे अनेक विकसित देशांचा याला विरोध होता. त्यांपैकी काहींचे प्रादेशिक व्यापार गट होते. विशेषत: दक्षिण अमेरिका, मध्य अमेरिका आणि आफ्रिका या खंडांमध्ये अशा व्यवस्था होत्या. जागतिक स्तरावर व्यापाराचा विस्तार झाला की, आपल्याला शुल्कमाफीबाबत जो काही लाभ मिळतो तो मिळेनासा होईल, अशी त्यांना भीती होती. या विकसित राष्ट्रांचे या प्रादेशिक व्यवस्थांमध्ये हितसंबंध गुंतले होते. त्यांच्या देशामधील बहुराष्ट्रीय कंपन्यांना अशा गटांमध्ये मुक्त संचार असे. दक्षिण अमेरिका आणि मध्य अमेरिका यामध्ये अमेरिकन बहुराष्ट्रीय कंपन्या व्यापार, वाणिज्य आणि राजकारण या तिन्हींमध्ये प्रभाव पाडत होत्या.

अर्थात 'टीएनसी' ही संकल्पना सरळ उडवून लावण्यासारखी नव्हती. कारण गॅटप्रमाणे कोणत्याही प्रकारचा व्यापार विस्तार हा जागतिक व्यापार प्रणालीला पोषकच ठरणार होता. या वेळेपर्यंत मदन माथूर गॅटमध्ये उपमहासंचालक या पदावर विराजमान झाले होते. त्यांनी ही संकल्पना उत्तमरीत्या विषद केली. आपल्या न खोडता येणाऱ्या तर्काच्या आधारे त्यांनी टीएनसीच्या निर्मितीला योग्य असे प्रलेखन केले. अखेर १९७१मध्ये गॅट आणि उंक्टाडमध्ये टीएनसीची स्थापना झाली. दुर्दैवाने मला सहभागी होता येणार नव्हते. कारण मी लवकरच चार वर्षांच्या कालावधीनंतर भारताचे प्रतिनिधित्व सोडणार होतो. यामधील 'कायम प्रतिनिधी' हे पद मी सोडण्याच्या सुमाराला टीएनसीची उभारणी झाली.

विकसनशील देशांमध्ये व्यापार विस्तार करण्यासाठी घेतलेल्या परिश्रमाचा मला खऱ्या अर्थाने फायदा झाला. मला तज्ज्ञ म्हणून प्रतिष्ठा मिळाली. काही वर्षानंतर मला युनिडोने दक्षिण-दक्षिण सहकार्यासाठी योजना तयार करण्यासाठी

सांगितले. अर्थात आंतरराष्ट्रीय सनदी सेवेमध्ये माझे येणे होण्यासाठी कारणीभूत 'जनरलाइज्ड सिस्टीम ऑफ प्रेफरन्सेस' (Generalised system of preferences) होते.

आणखी एक महत्त्वाची घटना म्हणजे निर्यात क्षेत्रातील काम. त्या वेळी भारताचा निर्यात व्यापार मर्यादित होता. चहा आणि ताग यांच्याखेरीज आपल्याकडे निर्यात करायला काहीच कृषिउत्पादने नव्हती. चहासाठी विकसित झालेली लिलावाची व्यवस्था होती. ताग मुख्यत्वे यु.के. आणि युरोपीय आर्थिक समूह यातील काही देश यांनाच विकला जाऊ शकत होता. असे असतानादेखील आफ्रिकी देश आणि मलेशियासारखे आशियाई देश, ज्यांना तांबे आणि रबर यामध्ये स्वारस्य होते त्यांच्या वतीने मला बरेच काही करता आले.

या सर्व कामामुळे युरापियन इकॉनॉमिक कमिटीच्या अनेक अधिकाऱ्यांच्या निकट मी येऊ शकलो. या अधिकाऱ्यांबरोबरचे संबंध नेहमी परस्परभावावर आधारित असत. म्हणजे मदत मागितली तर वाटाघाटी करतेवेळी त्यांना मी मदत करावी, अशी त्यांची अपेक्षा असे. या आयोगाचे सात सदस्य देश होते. सदस्य देशांचा आयोगाच्या प्रवक्त्यांवर दबाव आणि प्रभाव असे. त्यामुळे ७७च्या गटाच्या स्थानाला धक्का न लावता या प्रवक्त्यांशी जुळवून काम करणे मोठे जिकीरीचे असे. अमेरिकेचा या प्रेफरेन्सेसच्या योजनेला प्रखर विरोध होता. त्यामुळे या युरोपियन देशाच्या सहकार्याशिवाय अमेरिकेवर आपल्याला दबाव टाकणे शक्य झाले नसते.

या विक्रेय वस्तूंच्या क्षेत्रामध्ये आयोगाचा पॉइन्टमन मि. ट्रॉन व्हॅन थीन ही जन्माने व्हिएतनामी असणारी व्यक्ती होती. आन्द्रे फिलीप या एका प्रमुख फ्रेंच मंत्र्याने त्याला दत्तक घेतला होता. ट्रॉनचे ७७च्या गटाशी जवळचे संबंध होते. वाटाघाटी निकराच्या प्रसंगी येऊन ठेपल्या की, हा बुटका, चश्माधारी गृहस्थ डोळ्यांत अश्रू आणून आयोगाच्या बाजूने बोलताना, वाटाघाटी निष्फळ ठरल्या तर आपली नोकरी जाईल, असे सांगून विनवण्या करत असे. काही काळानंतर आशियाई लोकांशी बोलताना ट्रॉन ही बतावणी करतो, हे माझ्या लक्षात आले; पण त्याच्या प्रामाणिकपणाबद्दल आमच्या मनात मुळीच शंका नव्हती. मूळ आशियाई वंशाचा असल्याने या देशांबद्दल त्याच्या मनामध्ये सहानुभूती होती आणि इइसीचा अधिकारी या आपल्या पदाशी तडजोड न करता तो आम्हाला मदत करत असे. बदल्यात आम्हीदेखील त्याला मदत करत असू.

एकदा इइसीच्या जिव्हाळ्याच्या वाटाघाटीप्रसंगी मला विकसनशील देशांच्या वतीने ट्रॉन यांच्याबरोबर जवळीक साधण्याची महत्त्वाची भूमिका बजवावी लागली. भारताकरता त्याबाबत काही समस्या नव्हती आणि माझे काम सोपे झाले. आयोगाने माझ्या कामाची प्रशंसा केली आणि आयोगाच्या वतीने ट्रॉन यांनी मला संदेश

पाठवला. तो संदेश प्रशंसात्मक व माझ्या कार्यपद्धतीमुळे कशा प्रकारचा आंतरराष्ट्रीय करार यशस्वीपणे झाला, या विषयावर होता. त्यांनी तो संदेश दिल्लीला के.बी. यांनादेखील पाठवला.

के.बी. यांनी तरुण अधिकाऱ्यांना प्रोत्साहित करण्याच्या त्यांच्या पद्धतीप्रमाणे मला माझी वाखाणणी करणारे पत्र लिहिले. विक्रेय वस्तूंच्या आंतरराष्ट्रीय स्तरावरील समितीमध्ये नवी वाट चोखाळल्याबद्दल त्यांनी समाधान व्यक्त केले व 'तुम्ही राष्ट्रीय आणि आंतरराष्ट्रीय धोरणांबाबत समस्या जाणून घेण्याचे कौशल्य मिळवले आहे, याबद्दल आपले अभिनंदन!' असे लिहिले.

एखाद्या तरुण अधिकाऱ्याला आपल्या बॉसकडून आणखी कोणत्या चांगल्या शब्दांची अपेक्षा असू शकते? आणखी प्रयास करून पुढे आणखी यश मिळवण्याची माझी इच्छा वाढली आणि सुदैवाने मला आंतरराष्ट्रीय स्तरावर बरेच काही मिळवता आले.

टी. स्वामीनाथन १९७०मध्ये ब्रुसेल्सहून भारतात परतल्यानंतर बी. आर. पटेल (आय.सी.एस.) यांनी हातात सूत्रे घेतली. बी.आर. हे एकदम वेगळे व्यक्तिमत्त्व होते. त्यांच्या सुरुवातीच्या काळात जे.आर.डी. टाटा यांनी त्यांना एअर इंडियाचे प्रमुख म्हणून निवडले होते, त्या वेळी बी.आर. यांनी आपली निवड सार्थ असल्याचे सिद्ध केले होते. ते अत्यंत तल्लख बुद्धीचे होते आणि त्यांची स्मरणशक्ती जबरदस्त होती. ते बोलायला परखड होते. त्यामुळे जेथे सरळ बोलणे अवघड असते, अशा बहुसांस्कृतिक मुत्सद्देगिरीच्या वातावरणात त्यांना मनाने जुळवून घेणे शक्यच नव्हते. त्यांनी मला माझ्या पद्धतीने काम करण्याची मुभा व प्रोत्साहन दिले आणि मला मदत हवी असेल, तेव्हा ते मला नेहमी साहाय्य करत असत.

बी. आर. पटेल हे ब्रुसेल्समधील सर्वाधिक लोकप्रिय तथा जास्तीतजास्त पार्ट्यांना जाणारे राजदूत असावेत. माझ्या प्रशस्त फ्लॅटमध्ये ते नेहमी पार्ट्यांचे आयोजन करत. एकदा बी.आर. त्यांच्याबरोबर एक सौंदर्यवतीला घेऊन आले आणि त्यांनी तिची ओळख 'शर्माची राजकन्या' म्हणून करून दिली, तेव्हा माझी पत्नी व त्या वेळी आमच्याकडे आलेल्या माझ्या सासूबाई यांच्या आश्चर्याला पारावार राहिला नाही. एक तर आम्हाला 'शर्मा' नावाचे राज्य माहीत नव्हते. त्यात त्या सुंदरीने जे कपडे घातले होते, त्यामधून तिचे शरीर दिसत होते. त्यामुळे ती बाई पार्टीचे आकर्षणबिंदू न ठरती तरच नवल! बी.आर. यांच्या एअर इंडियाच्या पूर्वसंबंधामुळे ते सर्वप्रिय होते. ते मुक्तहस्ते सर्वांना मदत करत असत. आपल्याच मानदंडाप्रमाणे राहणारा आणि आपल्याला जे हवे ते उघडपणे करणारा हा वेगळा सनदी अधिकारी होता.

बी. आर. चतुर होते; पण ओठावर एक आणि पोटात दुसरे या मुत्सद्देगिरीमधील

कार्यपद्धतीची त्यांना जाण नव्हती. त्याची काळजी मला घ्यावी लागत असे. के.बी. यांच्या तालमीत तयार झालेल्या माझ्यासारख्या माणसाला बी.आर. यांच्यासारखे महाराजा शैलीत काम करणे सोपे नव्हते. पण मला लवकरच हे जाणवले की, अमेरिकन आणि ब्रिटिश प्रतिनिधी त्यांना विशेष मानतात. बी.आर. यांच्या प्रामाणिकपणावर आणि आतबाहेर वेगळे न करणे, या वृत्तीवर त्यांचा विश्वास होता. त्यांना कदाचित हे जाणवले नसेल की, या माणसाच्या मेंदूमधला मिनीसंगणक विचार करतेवेळी त्याला इतरांपेक्षा तीन पावले पुढे ठेवत असतो!

आय.सी.एस.मधील के. बी. लाल, टी. स्वामीनाथन आणि बी. आर. पटेल यांच्या भिन्न कार्यशैली पाहिल्यावर मी स्वत:शी ठरवले की, स्वामींसारखा गाजावाजा न करता सरळ काम करणे आणि बी.आर. यांच्या प्रामाणिकपणाचा आदर्श ठेवायचा. कित्येक वर्षांनंतर आसाम आणि मिझोराम यांच्याबाबत राजकीय स्तरावर वाटाघाटी करताना मला अनेक गोष्टी साध्य करायला त्यांचा उपयोग झाला.

४०

माझ्या वाटचालीचा सौदा

मी जिनिव्हाला येऊन १९७१च्या सुरुवातीला चार वर्षे पूर्ण होत होती आणि मी भारतात परतण्याचा विचार करत होतो. यावेळेपर्यंत रौल प्रेबिश्च यांच्याकडील 'उंक्टाडचे महासचिव' या पदाची सूत्रे पेरेझ गुएर्रेरो (Perez Gurrero) या व्हेनेझुएलाच्या माजी मंत्र्यांनी हाती घेतली होती. एक दिवस त्यांनी मला दुपारच्या जेवणासाठी बोलावले आणि जीएसपीतून विकसनशील देशांना कसा लाभ होईल यावरील प्रकल्प मी हाती घ्यावा, अशी सूचना केली. ही योजना राबवण्यासाठी जिने काही नियम घालून दिले होते, त्या वर्किंग कमिटीचा मी अध्यक्ष होतो आणि या जीएसपीमध्ये एक वाटाघाटी करणारादेखील होतो. त्यामुळे माहिती प्रसारण आणि विकसनशील देशातील अधिकाऱ्यांना प्रशिक्षण देणे याकरता मी योग्य व्यक्ती आहे अशी त्यांची धारणा होती.

मी माझी समस्या त्यांना समजावून सांगितली. प्रतिनियुक्तीवर परदेशी जे अधिकारी जातात, त्याचा जो कालावधी असतो, तो माझ्या बाबतीत मी फार पूर्वीच ओलांडला होता. पुन्हा मी अशा टप्प्यावर आलो होतो की, मी राज्यशासनात काम केले, तरच पुढे केंद्र शासनामध्ये उच्च पदांवर काम करण्यास पात्र ठरणार होतो. पण त्यांनी आग्रह सोडला नाही आणि एका विचित्र योगायोगामुळे त्यांचा कार्यभाग सिद्धीला गेला.

त्याच सुमारास इंदिरा गांधींच्या जवळच्या लोकांपैकी एक बिहारमधील वजनदार नेते ललितनारायण मिश्रा हे दिनेश सिंग यांच्याऐवजी वाणिज्यमंत्री झाले. त्यांना जिनिव्हाला भेट देणे फार प्रिय होते. तेथे व्यापार आणि उद्योगधंदे या क्षेत्रांमधील अनेक भारतीय आणि परदेशी लोक त्यांच्या ओळखीचे होते. जिनिव्हाला आले की, त्यांचे आणि पेरेझ गुएर्रेरो यांचे आदराप्रित्यर्थ भोजन ठरलेले असे आणि प्रत्येक भेटीत ते गुएर्रेरो यांना सूट शिवण्यासाठी खादीचे रेशमी कापड भेट देत असत.

एका वर्षात गुएरेरो यांच्याकडे चार कापडे गोळा झाली होती.

त्या दुपारच्या जेवणाच्या वेळी गुएरेरो यांनी पुढील वेळी मिश्रा भेट देतील तेव्हा ते त्यांच्या सन्मानार्थ मेजवानी देतील, असे मला सांगितले. जेवणानंतर मिश्रा यांनी ते रेशमी कापड भेट देण्यापूर्वी गुएरेरो यांनी त्यांना सांगितले की, जिनिव्हामध्ये सूट शिवणे खर्चिक असल्याने दुर्दैवाने त्या कापडांचा त्यांना काहीच उपयोग होत नव्हता. मंत्रिमहोदयांचा गुएरेरो यांच्यावर लोभ होता. 'त्या कापडाऐवजी मी तुम्हाला काय देऊ?' असा त्यांनी प्रश्न केला. गुएरेरो त्यांना बाजूला घेऊन गेले आणि प्रधानांना उंक्टाडसाठी किमान तीन वर्षांसाठी द्यावे, अशी विनंती केली. मंत्री महोदयांनी मोठ्या मनाने ती विनंती मान्य केली. एका सूटभर लांबीच्या खादीच्या रेशमी कापडाने माझे नशीब बदलले!

या वेळेपर्यंत आंतरराष्ट्रीय संघटनांमध्ये काम करायला लागून मला सात-एक वर्षे झाली होती. संयुक्त राष्ट्रसंघातील अधिकारश्रेणीमध्ये आपण कुठे शिरणे महत्त्वाचे आहे, ते कळले. मी उंक्टाडच्या वतीने आंतरराष्ट्रीय तज्ज्ञांच्या गटांचे नेतृत्व करावे अशी अपेक्षा होती. हा गट उच्च स्तरावरील जागतिक प्रकल्प हाताळणार होता, ज्यासाठी युनायटेड नेशन्स डेव्हलपमेंट प्रोग्रॅम (UNDP) यांच्याकडून निधी उपलब्ध होणार होता.

उंक्टाडमधील सर्वांत वरिष्ठ अधिकारी डी-२ (D-II) या श्रेणीत काम करत असत. मला जर डी-२ या स्तरावरील पद देण्यात आले, तरच मी हे पद स्वीकारेन हे मी गुएरेरो यांना निक्षून सांगितले. त्या चतुर मुत्सद्द्याने मी याबाबत संयुक्त राष्ट्रसंघातील मानव संसाधन (पर्सोनेल) विभागाचे प्रमुख यांच्याबरोबर चर्चा करावी असे सुचवले आणि माझी न्यू यॉर्कला जाण्याची व्यवस्थादेखील केली.

त्या विभागाचे प्रमुख मार्शल हे गृहस्थ होते. माझी सेवा संयुक्त राष्ट्रसंघाला हवी होती अशी सुरुवात करून, मला माझ्या कमी वयामुळे डी-२ स्तरावरील पद देता येत नाही, अशी पुस्ती त्यांनी जोडली. मी तेव्हा ४२ वर्षांचा होतो. मी तरुण आहे हा काही माझा दोष नाही आणि मी नोकरी मागायला आलो नाही, तर संयुक्त राष्ट्रसंघाने मला आमंत्रित केले आहे, हे मी त्यांना सांगितले. त्यांनी आपली अडचण समजावून सांगितली. तसेच एक वर्षानंतर डी-२ स्तरावर पदोन्नती होईल, या त्यांच्या आश्वासनानंतर मी त्यांच्या सूचनेला संमती दिली. त्यांनीसुद्धा त्यांचा शब्द राखला.

एक फ्रेंच, एक जर्मन, एक इजिप्शियन आणि एक अर्जेंटिनियन असे मिळून एका आंतरराष्ट्रीय संघाची स्थापना झाली. जीएसपीच्या उंक्टाड-यूएनडीपी-ग्लोबल प्रोजेक्टचा संचालक म्हणून माझी या संघावर नियुक्ती झाली. व्यापार क्षेत्रात पाच

दशलक्ष डॉलर्सचे अंदाजपत्रक असणारा हा पहिला मोठा प्रकल्प होता. हा प्रकल्प पूर्णपणे माझ्या अखत्यारीत होता. यामुळे उंक्टाडमध्ये हेवेदावे आणि मत्सर यांचे प्रयोग सुरू झाले. गमतीची गोष्ट म्हणजे डी-१ स्तरावर संचालक असणाऱ्या एका भारतीय सहकाऱ्याने त्या स्तरावरील पद मला मिळू नये किंवा त्याच्या निधीवर माझे पूर्ण नियंत्रण असू नये, याकरता आटोकाट प्रयत्न केले. परंतु उंक्टाडचे महासचिव यांच्याबरोबरच्या माझ्या वैयक्तिक संबंधामुळे आणि त्यांचे साहाय्यक व्हिट्टेरी यांच्या महत्त्वपूर्ण भूमिकेने मला पूर्ण स्वायत्ता मिळाली. सुदैवाने या प्रकल्पाकरता निधी पुरवणाऱ्या यूएनडीपीचे प्रमुख डॉ. आय. जी. पटेल माझे हितचिंतक होते.

उंक्टाडच्या महासचिवांच्या निर्देशानुसार मला संयुक्त राष्ट्रसंघाच्या प्रशासनाचा पूर्ण पाठिंबा मिळाला. ॲनेक्सीच्या वरच्या मजल्यावर आम्हा पाचांच्या संघाला प्रशस्त जागा मिळाली. मिसेस शेली या सक्षम आणि अनुभवी व्यक्तीने प्रशासनाच्या कामाची जबाबदारी घेतली आणि कठोर जर्मन कार्यक्षमतेने काम केले. आमच्या दोन सचिव होत्या. एक सिसिलीमधली सुंदर इटालियन तरुणी होती आणि दुसरी मायान वंशाची मेक्सिकन होती. विकसनशील देशांना आमच्या सेवा प्रदान करण्यापूर्वी संघ म्हणून घर लावणे, हे आमचे पहिले काम होते. जीएसपी आणि रूल्स ऑफ ओरिजीन, ज्यामध्ये विकसनशील देशांना मदतीची गरज होती त्यांचा अभ्यास करणे, हेही आम्ही सुरू केले.

या नियमांचा हेतू विकसनशील देशात कोणत्या वस्तू खरोखर निर्माण झाल्या आहेत, याची व्याख्या करणे हा होता. उदाहरणार्थ, 'अ' या विकसित देशातील वस्तू एखाद्या विकसनशील देशाला निर्यात करून तेथून ती 'ब' या दुसऱ्या विकसित देशाला पुन्हा निर्यात करून अधिमान्य शुल्काचा (प्रेफरेन्शियल टॅरिफ) लाभ घेतला जाणार नाही याची खातरी करणे, हा त्यामागचा उद्देश होता. व्यापार भलतीकडेच जाऊ नये यासाठी व विकसित देशांनी या योजनेचा गैरफायदा घेऊन नये म्हणून या प्रशिक्षणाची आवश्यकता होती.

या नियमांमध्ये विकसनशील देशामध्ये निर्मित वस्तू म्हणजे *'खरोखर'* काय याची व्याख्या केली होती. प्राधान्य देणाऱ्या विकसित देशाला आयात करताना जे शुल्कासाठी प्राधान्य मिळायचे त्याकरता पात्र राहण्यासाठी महत्त्वाचा निकष हा होता की, विकसनशील देशामधून निर्यात करतेवेळी त्या विकसनशील देशामध्ये वस्तूंच्या कच्च्या मालामध्ये अथवा अर्धवट तयार स्थितीमध्ये *'आमूलाग्र'* बदल झाला असायला हवा. या सर्व बाबी अत्यंत तांत्रिक स्वरूपाच्या होत्या. विकसनशील देशांमधून प्राधान्य देणाऱ्या विकसित देशांमध्ये निर्यात होतेवेळी आमच्याकडून काही अडचणी, समस्या उद्भवू नयेत, यासाठी आम्हाला आमच्या सादरीकरणाचे विश्लेषण अत्यंत काळजीपूर्वक करावे लागेल.

माझ्या संघातील सहकाऱ्यांपेकी तत्कालीन पश्चिम जर्मनीचे ब्रँडेनबर्ग हे वित्त मंत्रालयामधील वरिष्ठ अधिकारी होते. युरोपियन समुहाच्या 'सीमा शुल्क नियमावली नियम आणि शुल्क संरचना' यांचा त्यांना विस्तृत अभ्यास होता. अर्जेंटिनाचे एम. एम. ए. माँसाल्वे यांना व्यापार क्षेत्रामधील सल्लागाराच्या कामाचा दांडगा अनुभव होता. जिनिव्हामधील आंतरराष्ट्रीय व्यापार केंद्राकडून त्यांना या प्रकल्पामध्ये पाठवण्यात आले होते. यु.ए.आर.चे एम. नाशात यांनी युनिडोमध्ये अनेक वर्षे काम केले होते. औद्योगिक-विकास या विषयामध्ये ते तज्ज्ञ होते. जाक-द मिरामाँ हे फ्रान्समधील नामांकित अर्थशास्त्रज्ञ होते. ओईसीडी या पॅरिसस्थित शासकीय संस्थेत ते होते. या संस्थेमध्ये आर्थिक आणि वित्तीय घडामोडींवर विश्लेषण केले जाते.

संघातील प्रत्येक सदस्याची निवड विचारपूर्वक केली गेली होती व हा विशेष तज्ज्ञांचा असा खास आंतरराष्ट्रीय संघ होता. माझे मुख्य काम त्यांच्याकडून संघ म्हणून काम करवून घेणे होते आणि आमच्या कार्यात काही गोष्टी खरेच कठीण होत्या. संयुक्त राष्ट्रसंघाच्या कामकाजात काहीही अराजकीय नसते. त्यामुळे या प्रकल्पाचा, कामाच्या राजकीय व्यवस्थापनाचा हातभार मी संभाळत होतो. जीएसपी प्रकल्प हा बहुतेक प्राधान्य देणाऱ्या विकसित देशांसाठी संवेदनाशील प्रकल्प होता. एका बाजूला सीमा शुल्क गमावले जाण्याची शक्यता आणि विकसनशील देशांमधून आयात झाल्यामुळे प्रतिकूल परिणाम झालेले स्वदेशातील व्यापार तथा उद्योगधंदे यांच्याकडून होऊ शकणारी संभाव्य तीव्र प्रतिक्रिया, ही या संवेदनशीलतेची कारणे होती.

अर्जेंटिनियन लोक बरेच व्यक्तिवादी असतात. त्यांचे बोलणे-चालणे यामध्ये अधिकारवाणी असते. मार्कोस माँसाल्वे हा त्याचा आदर्श वस्तुपाठ होता. आपली चूक ते कधीच मान्य करत नसत. युर्गेन ब्रँडेनबर्ग जर्मन लोकांचा मूर्तिमंत नमुना होता. निळे डोळे आणि डोक्यावर सोनेरी केस, वागणे काही शिक्षकासारखे आणि कामात पूर्ण व्यावसायिक होते. सीमाशुल्क, प्रशुल्क आणि कार्यपद्धती यात हे तज्ज्ञ होते. जीएसपीचे रूल्स ऑफ ओरिजिन यांचे स्पष्टीकरण देण्यात यांचे मोठे योगदान होते.

वयोपरत्वे, महमद नाशात सर्वांत मोठे होते. हा चतुर इजिप्शियन मनुष्य त्याच्या लाघवी बोलण्याने एखाद्या अरब व्यापाऱ्याप्रमाणे भासत असे. यांची नजर भिरभिरत असे. युनिडोद्वारा त्यांना औद्योगिकीकरणाचे तज्ज्ञ म्हणून पाठवण्यात आले होते. त्यांचे ज्ञान आणि तज्ज्ञता याबद्दल आम्हाला काहीच खातरी नव्हती. काहीही असो, औद्योगिकीकरण ही मंदगतीने होणारी प्रक्रिया आहे आणि औद्योगिकीकरणाला जीएसपीचा उपयोग उशिराच होणार होता. या प्रकल्पामध्ये त्यांच्या योगदानाचा उपयोग त्वरित होण्यासारखा नव्हता.

जाक मिरामाँ ही आमच्या संघातील सर्वांत तरुण व्यक्ती होती. ते बुद्धिवान

होते. त्यांची खानदानी पार्श्वभूमी, बुद्धिमत्ता आणि ओईसीडीमध्ये विश्लेषक या कामाचा अनुभव यांमुळे आमच्या संघाचे ते बलस्थान होते. शिवाय आमच्यापेक्षा वयाने लहान असल्याने आमच्या अभियानामध्ये लहानसहान कामे त्यांच्यावरच पडत. फ्रेंच आणि इंग्रजी या दोन्ही भाषांमध्ये ते काम करू शकत असत. भारताबद्दल त्यांना असणारे प्रेम मला कळल्यावर तर माझा त्यांच्यावरचा लोभ वाढला. त्यांच्या कुटुंबाचे आणि भारताचे संबंध तीनशे वर्षांपासून आहेत. त्यांच्या घरातील जुन्या चित्रांचा आणि वस्तूंचा संग्रह आगळावेगळा आहे. त्यांची पत्नी हॅलेन आणि जाक आजदेखील आमचे घनिष्ट मित्र आहेत. आम्ही पॅरिसला जातो तेव्हा त्यांच्याच घरी आमचा मुक्काम असतो. त्यांचे आलिशान घर आर्क द त्राँफच्या जवळ असून घरामध्ये भिंतीवरून लटकणारे गालिचे आणि जुन्या पिढीतील चित्रकारांनी काढलेली चित्रे यांचा संग्रह आहे. गेल्या तीन दशकांमध्ये त्यांनी भारतातील विविध प्रदेशांना भेटी दिल्या आहेत व आपले प्रेम कायम ठेवले आहे.

जिनिव्हामध्ये पाच वर्षे काढणे आणि जीएसपीसाठी वाटाघाटींकरता नाव मिळवणे, हे माझ्यासाठी सुदैवी होते. आमच्या संघामध्ये व्यक्तिमत्त्व आणि देशांचे जे काही गुणदोष असतात, त्यापरत्वे काही पेचप्रसंग उद्‌भवत असत. परंतु इतक्या वेगवेगळ्या विद्वान व कार्यक्षम व्यक्तींना एकत्र घेऊन काम करणे, मला अवघड गेले नाही. मी गौतम बुद्धाच्या भूमीतून आलो असल्यामुळे ही सगळी मंडळी आपापल्या समस्या, मतभेद घेऊन येत आणि मी शांतपणे त्यांचे ऐकून घेई. त्यामुळे परस्परांतले बरेच तणाव आपोआप निवळत असत.

यातील बऱ्याच वादग्रस्त गोष्टी खरे तर आमच्या कामाबाहेरच्या होत्या. प्रत्येक सदस्याचे वेगळेच तंत्र होते. माँसाल्वे तत्त्व म्हणून दुसऱ्याचा दृष्टिकोन स्वीकारत नसत. नाशात यांच्याकडे तोडगा असे, पण त्यातून दुसरीच एखादी समस्या उभी राहत असे. जाक यांचे सगळे बोलणे तर्कशास्त्रावर आधारित असे. एखाद्याचे बोलणे तर्कसंगत नसेल, तर ते अस्वस्थ होत आणि त्यांचा सोशिकपणा संपत असे. ब्रँडेनबर्ग यांना त्यांच्या देशाच्या इतिहासाची आठवण नकोशी वाटत असे. दुसऱ्या महायुद्धाबाबत बोलण्याचे ते टाळत आणि आपण त्या वेळी फार लहान होतो, असे सांगत असत. पण तो त्यांचा खरा चेहरा नाही, हे आम्ही जाणून होतो. आम्ही लॅटिन अमेरिकेच्या दौऱ्यावर जात असू, तेव्हा तेथील जर्मन लोकांना भेटण्याचे ते टाळत असत. कारण तेथे पूर्वाश्रमीच्या अनेक नाझींनी आश्रय घेतला होता आणि कदाचित आपल्याला त्या जुन्या काळातील कोणीतरी भेटेल, याची त्यांना धास्ती वाटत असावी. किंबहुना माझ्या लक्षात असे आले की, त्या पिढीतील अनेक जर्मन त्यांच्या गतकाळाचा उल्लेख टाळत असत. कारण स्वेच्छेने किंवा अन्य कारणास्तव ही सर्व मंडळी युद्धात सहभागी झाली होती.

माझ्या बाबतीत या माझ्या सहकाऱ्यांना वेगळीच समस्या होती. भारतातील अनेक व्यक्तींना दुसऱ्याचे बोलणे ऐकत असताना मान डोलवायची सवय असते. त्यानुसार मीही कधी डोके खाली-वर किंवा या बाजूने त्या बाजूला हलवत असे. माझे सहकारी अशी तक्रार करायचे की, मी डोके संमतीदर्शक हलवत आहे की नाही, हे त्यांना कळत नाही. मला असे सांगण्यात आले की, आपण ज्याला 'होय' असे म्हणतो त्यामधून पाश्चिमात्त्य 'नाही' असा अर्थ लावतात. शेवटी काही असले तरी परस्पर आदर आणि सदिच्छा यांनी अशा गोष्टींवर मात केली व असे लहान गैरसमज हसत-हसत बाजूला करत असू.

अशा वेगवेगळ्या पार्श्वभूमीतील लोकांची मोळी एकत्र बांधून एक कार्यक्षम आंतरराष्ट्रीय संघ उभारण्याचे काही श्रेय मी घेऊ शकतो. आम्ही एकमेकांना समजावून घेत होतो आणि एकमेकांशी आदराने वागत होतो. एकमेकांच्या कुटुंबाची आम्ही काळजी घेत होतो आणि समस्यादेखील जाणून घेत होतो. खेळीमेळीत काम करताना ते काम नुसताच खेळ होऊ नये याची काळजी घेत असताना निव्वळ कामाची ओझी वाहायची असेही नव्हते.

आमच्या प्रकल्पाचा भाग म्हणून आम्हाला जगात विविध ठिकाणी भेटी द्याव्या लागत. म्हणजे घरापासून दूर राहणे होत असे. त्या पाच वर्षांत मी अनेकवेळा दीर्घकाळ घराबाहेर असताना माझ्या पत्नीने मुलांना वाढवले. वडिलांच्या गैरहजेरीत मुलांना वाढवणे हे काम कठीण असते. पण माझ्या पत्नीने हे काम उत्तम प्रकारे केले. याच काळात तिने भारतीय तसेच ब्रिटिश आणि अमेरिकन लोकांच्या वर्तुळामध्ये प्रवेश करून आपले नेटवर्क तयार केले. जिनिव्हामध्ये इंग्रजी भाषिक लोकांचे केंद्र – अमेरिकन चर्च, लायब्ररी – याच्या कामकाजामध्ये तिने सक्रिय भाग घेतला. दुकानामध्ये क्वचितच मिळणारी इंग्रजी पुस्तके या ग्रंथालयात मिळत. ती स्वत: नवी दिल्लीतील अमेरिकन इंटरनॅशनल स्कूलमध्ये ग्रंथपाल होती आणि त्यामुळे ती तेथे लोकप्रिय होती. तिने आपल्या सेवा विनामूल्य पुरवल्या.

माझ्या युरोपियन सहकाऱ्यांच्या समस्या वेगळ्या होत्या. जाक मिरामाँची पत्नी हेलेन पॅरिसमध्ये पूर्ण वेळ काम करत होती. जाक यांचे आई-वडील त्या मोठ्या घरात राहत होते व त्यामुळे हेलेन पूर्णपणे कौटुंबिक आयुष्य जगत होती. आपल्या तीन मुलांचा तिने प्रतिपाळ केला. याउलट ब्रँडेनबर्गच्या पत्नीला फ्रेंच येत नसल्याने आणि मित्रपरिवार मोठा नसल्याने जिनिव्हामध्ये राहणे कठीण वाटायचे. दौऱ्याहून परतल्यावर युर्गेनला घरी नको होई आणि शनिवारी-रविवारी ते दारूमध्ये बुडून गेलेले दिसत असत.

मार्कोस माँसाल्वे यांचे कुटुंब जिनिव्हामध्ये रुळले होते. त्यांचे स्वत:चे घर होते आणि ते सुदैवी होते. ते एक संतुष्ट, परिपक्व, सामाजिकदृष्ट्या सक्रिय दांपत्य होते.

त्यांच्याबरोबरची संध्याकाळ नेहमी नृत्यात संपे. मिसेस माँसाल्वे मला 'टँगो' हे नृत्य शिकवायचा प्रयत्न करत असत. अर्जेंटिनियन लोक टँगो नृत्य करण्यात निष्णात असतात. या नृत्यामध्ये जोडीदारांची शरीरे एकमेकांच्या फार जवळ असतात.

नाशात सुखी प्राणी होते. जेथे कुठे जातील तेथे त्यांना अरब मित्र भेटायचे. पॅलेस्टाईनचे प्रमुख मुफ्ती ब्युनोसएरीजमध्ये विजनवासात असताना मला त्यांना भेटण्याचे आमंत्रण देऊन त्यांनी मला आश्चर्याचा धक्का दिला होता. जुन्या बाजारात पुरातन वस्तू घ्यायला आम्ही जात असू, तेव्हा भावाची घासघीस करण्याचे त्यांचे अरबी कौशल्य आमच्या अतिशय उपयोगी पडे.

पॅलेमधील अनेक महिला सचिवांसाठी नाशात पैसै व खरेदीबाबत सल्ला देत असत. त्यांनी दिलेल्या सल्ल्यामुळे एका इटालियन सचिवाचे तर उखळ पांढरे झाले. अमेरिकेचे राष्ट्राध्यक्ष, रिचर्ड निक्सन यांनी डॉलर आणि सोन्याची बाजारपेठ यांची १९७१मध्ये अचानक फारकत केली. आणि या महिलेवर लक्ष्मी प्रसन्न झाली. एके दिवशी ती जिनिव्हामधून आपल्या संपत्तीसह जी अदृश्य झाली, ती पुन्हा कधीही दिसली नाही. सिसिली येथील असल्याने माफियांनी तिचे अपहरण केले असावे, असा एक प्रवाद होता. नाशात यांना तिचा ठावठिकाणा माहीत असावा, पण आम्ही तिचे नाव घेतले की ते चूप बसत.

४१

परदेश दौरे – आठवणींचा गुच्छ

आम्ही आमच्या कामाची आखणी करत असताना पाकिस्तानचे त्यावेळच्या जिनिव्हा येथील मिशनचे एक सदस्य नियाझ नाईक, जिनिव्हात मला भेटायला आले. या प्रकल्पाचे प्रमुख भारतीय आणि तेदेखील प्रधान असल्याबद्दल आपले सरकार फार समाधानी आहे अशी प्रस्तावना करून, या प्रकल्पाने पाकिस्तानला भेट देऊन आपले सल्लागाराचे काम सुरू करावे, अशी इच्छा प्रकट केली. ही साधारण जून, १९७२च्या सुरुवातीची गोष्ट होती.

त्या वेळी भारत-पाकिस्तानच्या १९७१ सालच्या संघर्षाच्या जखमा अजून ओल्या होत्या. पाकिस्तानात भारतविरोधी भावना प्रबळ होत्या. त्यामुळे आमचा संघ पाकिस्तानात पाठवावा किंवा कसे याबद्दल माझ्या मनाची स्थिती द्विधा झाली होती. नियाझ नाईक यांच्याशी माझे संबंध मैत्रीचे होते. त्यांच्या भावना मला कळत होत्या. म्हणून मी त्यांना सांगितले की, पाकिस्तान सरकारकडून अधिकृत लेखी निमंत्रण आल्यावरच मला अशा भेटीचा विचार करता येईल. असे काही पत्र येईल अशी मला सुतराम अपेक्षा नव्हती.

पण एका आठवड्यातच पाकिस्तानचे राजदूत मला निमंत्रणाचे पत्र घेऊन भेटायला आले आणि मी आश्चर्यचकित झालो. मी त्यांचे आभार मानून निमंत्रणाचा स्वीकार केला. ऑगस्ट, १९७२च्या पहिल्या आठवड्यात पाकिस्तानात जाऊन प्रकल्पाच्या कार्याचा आरंभ करायचे आम्ही ठरवले. भारत सरकारशी विचारविनिमय करण्यासाठी मी नवी दिल्लीलादेखील भेट देण्याचे ठरवले. संयुक्त राष्ट्रसंघाची इकॉनॉमिक ॲन्ड स्पेशल कमिशन फॉर एशिया ॲन्ड पॅसिफिक या संघटनेद्वारा आपल्या सदस्य सभासदांसाठी परिसंवाद आयोजित करण्यासाठी बँकॉकला भेट देण्याचाही मी विचार केला.

विविध प्रदेशातील संयुक्त राष्ट्रसंघाच्या आर्थिक आयोग आणि अन्य संघटना

तथा बिगर सरकारी संस्था यांच्याद्वारे परिसंवाद, कार्यशाळा आणि चर्चासत्रे यांच्याद्वारे प्रकल्पाच्या कार्यांचे आयोजन करण्यात आले. सुमारे पाच वर्षांच्या कालावधीमध्ये या प्रकल्पांतर्गत डझनभर कार्ये आयोजित करण्यात आली.

बैरुतपासून सुरुवात करून आम्ही सान्तियागो, ब्राझिलीया, ग्वातेमाला सिटी, जॉर्जटाउन, बोगोटा, पनामासिटी, मेक्सिकोसिटी या मध्य आणि दक्षिण अमेरिका खंडातील शहरे; अदिस अबाबा, कैरो, लागोस आणि नैरोबी ही आफ्रिकेतील शहरे; बँकॉक, सिंगापूर, मनिला, जकार्ता ही आशियातील शहरे आणि अर्थात कराची, ढाका, कोलंबो आणि नवी दिल्ली ही शहरे यांना भेटी दिल्या. ही यादी आंतरप्रादेशिक प्रकल्प भौगोलिक क्षेत्राच्या मानाने किती पसरला आहे, ते सुचवते. याचवेळी लॅटिन अमेरिका, आफ्रिका आणि आशिया या खंडांमधील जवळ-जवळ ५० देशांसाठी प्रकल्पांतर्गत अल्प मुदतीची सल्लागार अभियाने चालवली तसेच विकसनशील देशांसाठी अनेक हस्तपुस्तिका तयार करण्यात आल्या.

माझ्यापुरते बोलायचे, तर हा मला आयुष्यभर पुरणारा अनुभव होता. मी स्वप्नातदेखील कल्पना केली नव्हती की, पाच दशलक्ष डॉलर्सचे पाठबळ असणाऱ्या आणि जगभर विस्तार पावलेल्या प्रकल्पाचे नेतृत्व करण्याची संधी मला मिळेल. ज्या देशांना मी कामानिमित्त भेटी दिल्या त्यात मंत्री, उच्चपदस्थ अधिकारी आणि उद्योगपती यांना मी भेटलो. यांपैकी अनेकांना मी वैयक्तिक ओळखत होतो. याचे कारण जिनिव्हामधील 'ग्रुप ऑफ ७७'चे मी भूषवलेले अध्यक्षपद, आंतरराष्ट्रीय व्यापार क्षेत्रातील माझी रुची आणि काही महत्त्वाच्या वाटाघाटी, हे होते. या देशांची आर्थिक, औद्योगिक आणि व्यापार यांची संरचना आणि विकसनशील देशांमधील व्यापार आणि औद्योगिकीकरण यांच्या आड येणाऱ्या खास समस्या समजावून घेण्याची मला ही मोठी संधी होती. याचा मला पुढे विकसनशील देशांदरम्यान आर्थिक सहकार, व्यापार आणि उद्योग यांच्यामधील 'दक्षिण-दक्षिण' सहकार यासंबंधी काम मी अंगावर घेतले, त्या वेळी मोठा उपयोग झाला.

आम्ही आमच्या प्रकल्पाच्या कामानिमित्त एखाद्या देशाला तेथील सरकारचे निमंत्रण आले, तरच भेट देत असू. आम्ही ज्या ठिकाणांना भेट देत असू तेथील यजमान देश आम्हाला स्थानिक पर्यटन स्थळे दाखवत असे. कधी-कधी तर देशातील दूरवर असलेली ठिकाणेदेखील त्यात असत.

कराचीच्या आमच्या पहिल्या भेटीमध्ये आम्हाला पारंपरिक अगत्याचा अनुभव आला. कराची मला मुंबईचाच भाग वाटला. लाहोरला आम्ही गेलो तेव्हा जहांगीरने बांधलेला किल्ला तथा मशीद पाहायला गेलो. ती भव्य वास्तू बघताना मला दिल्लीतील जुम्मा मशिदीची आठवण झाली. लाहोर माझ्यासाठी विशेष होते, कारण माझी पत्नी आताच्या पाकिस्तानमधील पंजाब प्रांतामध्ये लहानाची मोठी झाली होती. स्वातंत्र्यापूर्वी

अनेक वर्षे तिचे वडील तेथील सार्वजनिक बांधकाम विभागाचे सचिव होते. ते इलेक्ट्रिकल इंजिनिअर होते. अखंड भारतातील पहिले जलविद्युत केंद्र त्यांनी त्यावेळच्या पंजाबातील आणि आताच्या हिमाचल प्रदेशामधील जोगिंदरनगर येथे १९३०च्या दशकात उभारले होते. स्वातंत्र्यानंतर ते केंद्रीय जल आणि वीज आयोगाचे सदस्य झाले आणि भाक्रा-नांगल आणि दामोदर खोरे यांच्यासहीत अनेक जलविद्युत निर्मिती केंद्रांच्या उभारणीत त्यांनी महत्त्वाची भूमिका बजावली होती.

माझ्या पत्नीने स्वातंत्र्यदिनापूर्वी काही दिवस अगोदर लाहोर सोडले. तिच्या आई-वडिलांनी १४ ऑगस्ट, १९४७ या दिवशी भरलेले घर मागे सोडून, दंगली उसळलेल्या असताना भारताचा रस्ता धरला. त्यांच्या एन. एम. बूच (आय.सी.एस.) या सहकाऱ्याने स्वत: चालवलेल्या मोटारीतून त्यांनी लाहोरहून अमृतसर गाठले. बूच त्या काफिल्याचे नेतृत्व करत होते. त्यांचा १९५५मध्ये अकाली मृत्यू झाला. तोवर ते माझे चांगले स्नेही होते. त्यांची तिन्ही मुले – महेश, गिरीश आणि महेंद्र – भारतीय प्रशासन सेवेत दाखल झाली.

माझ्या पत्नीच्या अनेक मैत्रिणींनी ऑगस्ट, १९४७मध्ये अचानक लाहोर सोडण्यापूर्वी त्या आणि त्यांचे आई-वडील जेथे राहत होते, ती घरे मी पाहून यावीत असा आग्रह केला. त्यांनी माझ्या हातात यादीच ठेवली. पाकिस्तानी अधिकाऱ्यांनी मला एस्कॉर्ट देऊन प्रसिद्ध लॉरेन्स क्लबच्या शेजारी असणाऱ्या त्या अधिकाऱ्यांच्या वसाहती पाहण्याची व्यवस्था केली. ब्रिटिश निघून गेले त्या वेळी रस्त्यांची आणि गल्ल्यांची नावे होती, ती अजूनही तशीच आहेत, हे बघून मला आश्चर्याचा धक्का बसला. अनारकली ही बाजारपेठ पूर्वी होती तशीच होती. त्या बाजारपेठेत एका चौकामध्ये देऊळ होते. त्या चौकाचे नाव लक्ष्मी चौक होते. भारतात जागोजागी नामांतर होत होते, त्याच्या विरुद्ध हे सर्व होते.

माझ्या पत्नीच्या अनेक मैत्रिणींच्या जुन्या घरी मी गेलो, तेव्हा मला काही वेगळे अनुभव आले. अनेक वेळा मी त्या घरांच्या दरवाज्यापाशी मोटार थांबवली; पण घरक्रमांक व त्या घरात राहणाऱ्या माणसाचे नाव दाखवणाऱ्या त्या दरवाज्याचे छायाचित्र काढावे की नाही, याबद्दल मी संभ्रमित झालो. एका प्रसंगी एका घरात राहणारा अधिकारी बाहेर आला. माझी पत्नी त्या घरात मुलगी असताना राहत होती हे त्याला समजल्यावर त्याने मला आत बोलावले आणि मला हवी तितकी छायाचित्रे काढायला सांगितले. सी. एन. चंद्रा राहत होते, त्या घरी अशीच गोष्ट घडली. त्यांच्या मुलींना त्यांनी त्यांचे बालपण जेथे घालवले, ज्याची ते आठवण काढत, त्या घराचे छायाचित्र आणून देण्याचे मी कबूल केले होते.

फाळणीनंतर या दोन देशांच्या सरकारांनी एकमेकांविरुद्ध जे संघर्षाचे वातावरण निर्माण केले होते, त्याहून हा माणसांमधील ओलावा फारच वेगळा होता. पाकिस्तानी

अधिकाऱ्यांनी आमच्याकरता अधिकृत स्वागतसमारंभ ठेवला होता, त्या वेळी तर मला हे प्रकर्षाने जाणवले. लॉरेन्स क्लब येथे लाहोरचे तत्कालीन महापौर भेटले. माझ्या पत्नीचे शिक्षण तेथील स्थानिक शाळेत, सर गंगाराम हायस्कूलमध्ये झाले आहे हे त्यांना कळल्यावर, लाहोर महानगरपालिकेच्या वतीने त्यांनी श्री. प्रधान आणि प्रकल्पाचा संघ यासाठी सहभोजन ठेवले. दुसऱ्या दिवशी रात्री सुमारे १५० व्यक्ती त्या भोजनाला आल्या होत्या. त्यांना संबोधित करताना ते भोजन 'लाहोरच्या जावयाच्या' सन्मानार्थ असल्याचे त्यांनी सांगितले. यापेक्षा अधिक प्रेम काय असू शकेल? त्या भोजनाच्या वेळी मला अनेक व्यक्ती अशा भेटल्या की, त्यांच्या प्रश्नाचा रोख त्यांची मूळ गावे, त्यांच्या सीमेपलीकडील पंजाबातील जालंधर आणि लुधियाना, जेथून अनेक मुस्लीम लोक पाकिस्तानात गेले त्यावर होता. त्यांच्या या लोभामुळे मला भरून आले. मला या शहरांबाबत जेवढी माहिती होती, ती मी त्यांना दिली.

आम्ही ज्या गावांना भेटी दिल्या त्यामध्ये घडलेल्या काही घटनांचा ठसा माझ्यावर अद्याप आहे. नेहमीप्रमाणे नवे लोक आणि प्रदेश याबद्दल शिकण्यासारखे होतेच. तसेच परदेशात, विशेषतः अधिक लोकसंख्या असणाऱ्या देशांमध्ये, जेथे मूलभूत सोयींचा अभाव असणे हे नेहमीचे असते, तेथे माझ्या प्रकल्पातील सदस्यांची फिरतानाची प्रतिक्रिया बघणे हे वेगळेच असते.

याउलट नेहमी नीटनेटक्या पोशाखात असणाऱ्या आणि उधळपट्टी करून पाहुणचार करणाऱ्या जिनिव्हातील प्रतिनिधींची घरची स्थिती पाहिल्यावर धक्काच बसे. विकसन देशातील बरेचसे प्रतिनिधी अशा देशांमधून आलेले असत की जेथे अठरा विश्व दारिद्र्य असे. असे प्रतिनिधी उच्चशिक्षित असत. काहींचे शिक्षण तर ऑक्सफर्ड, केंब्रिज किंवा सॉरबाँ येथे झालेले असे. ही मंडळी वादविवादात तरबेज असत. परंतु त्यांच्या देशात गेल्यावर असे दिसून येई की, तेथील जनता अधिकतर निरक्षर, गरीब आणि कोणतेही राजकीय हक्क नसणारी असे.

हे प्रतिनिधी आंतरराष्ट्रीय व्यापारावर हिरीरीने बोलत; परंतु त्यांच्या देशात निर्याती करता काय; पण घरगुती वापराकरतासुद्धा पुरेसे असे कोणतेही उत्पादन नसे. यांपैकी अनेक देश एकाच वस्तूचे उत्पादक होते आणि त्यांची अर्थव्यवस्था ही आंतरराष्ट्रीय बाजारपेठेतील बदलत्या किमतीवर अवलंबून असे. विकसित देशातील व्यापारकेंद्रांनी अनेक वेळा ही किंमत स्वतःच्या फायद्याप्रमाणे ठरवलेली असे. आफ्रिकन आणि दक्षिण अमेरिकन देशांबाबत हे बऱ्याचवेळी सत्य असे. भारत, पाकिस्तान, मलेशिया, इंडोनेशिया, कोरिया आणि द फिलिपाइन्स यांसारखे आशियाई देश उद्योगधंदे स्थापन करून निर्यातयोग्य वस्तू तयार करण्याचा निदान प्रयत्न तरी करत होते. तसेच या देशात मागणी असणारी अनेक पारंपरिक उत्पादने होती.

४२

आठवणींचा गुच्छ : २

लॅटिन अमेरिका या प्रदेशाने मला भुरळ घातली होती. 'ग्रुप ऑफ ७७'च्या मंत्रीस्तरावरील सभेच्या तयारी करता भारताचा प्रतिनिधी आणि 'ग्रुप ऑफ ७७'चा अध्यक्ष या नात्याने मला सप्टेंबर, १९७०मध्ये लिमा (पेरू) येथे जाण्याचा योग आला होता. याच्या काही महिने अगोदर येथे लष्करी अंमल सुरू झाला होता. आम्ही शहराच्या मध्यभागी असणाऱ्या हॉटेलमध्ये राहत होतो. रात्री हॉटेलबाहेर बॉम्बस्फोट झाल्याचे आणि दंगलखोरांचा लष्कर बीमोड करत आहे, असे आवाज येत. लिमा शहर हे पॅसिफिक महासागराच्या पूर्वेकडील बाजूला वसलेले शहर आहे. याच्या जवळून हंबोल्ट (Humboldt) समुद्रप्रवाह जात असल्यामुळे लिमाचे हवामान वर्षाचे बारा महिने अतिशय आल्हाददायक राहते. लिमामधील लोकसंख्या मूळ ॲझटेक आणि नंतर आलेल्या स्पॅनिश कॉक्विस्टोडर्स यांच्या संमिश्र वंशजांनी मिळून बनलेली आहे.

'ग्रुप ऑफ ७७'चा जिनिव्हातील अध्यक्ष म्हणून त्या लिमातील सभेकरता माझी महत्त्वाची भूमिका होती. प्रतिनिधी म्हणून काम करण्याची ती माझी शेवटची वेळ होती. त्या सभेत मला रोस्ट्रमवर खास स्थान देण्यात आले होते आणि उंक्टाड-३मध्ये येणाऱ्या मुद्द्यांबाबत मंत्र्यांनी मला वेगळे-वेगळे भेटून माझा सल्ला घेतला होता. 'ग्रुप ऑफ ७७'मधील मी केलेल्या कामाचा तो कळस होता. चिलीमधील सान्तियागो येथे पुढील काही महिन्यांत उंक्टाड-३ भरणार होती. तेथे होणाऱ्या वाटाघाटींकरता आधार म्हणून या सभेत 'ग्रुप ऑफ ७७'ने ठराव मांडले होते.

अमेरिकन बहुराष्ट्रीय कंपन्यांमुळे लॅटिन अमेरिकेत औद्योगिकीकरण झपाट्याने झाले. जीएसपीमुळे (GSP) मिळालेल्या फायद्याचा आधार घेत अनेक देश अमेरिका आणि युरोपीय बाजारपेठ येथे निर्यात करण्यासाठी उत्पादन वाढवण्याचा विचार

करत होते. जीएसपी प्रकल्पामध्ये यामुळेच रुची वाढली होती आणि मग आम्हाला व्हॅरिग (VARIG) या ब्राझिलियन हवाई कंपनीद्वारे झुरीक, माद्रिद आणि माद्रिद ते रिओडीजानिरो असे असंख्य वेळा प्रवास करावे लागले. अटलांटिक महासागरावरील प्रवास दीर्घ असल्याने आम्हाला रिओ येथे दोन रात्र मुक्काम करण्याची परवानगी होती. त्यामुळे आमची गेलेली झोप परत मिळवता यायची. शिवाय तेथील प्रसिद्ध किनारे (beaches) विशेषत: इपेनेमा आणि कोपाकबाना हे किनारे पाहायला मिळत. याशिवाय अर्धनग्न, सुंदर, उल्लसित ब्राझिलियन मुली आणि तरुणी बघणे वेगळेच.

सान पाओलो (San Paulo) या ब्राझीलमधील व्यापारी शहराला भेट देणे तितकेच संस्मरणीय होते. आमच्या विनंतीवरून आमच्या यजमानांनी तेथील फुटबॉल फेडरेशनच्या कार्यालयाला भेट आयोजित केली. तेथे आम्ही त्या महान फुटबॉलपटू पेले यांच्याबरोबर हस्तांदोलन केले. माझ्या विनंतीवरून पेलेने माझ्या मुलांकरता त्याचे मुद्रित पोस्टर स्वाक्षरी करून दिले. त्या गावातील घाऊक भाजीबाजार असाच बघण्यासारखा होता. मी तेथे सकाळी फेरी मारायला गेलो होतो. ही बाजारपेठ जपानी वंशाच्या व्यापाऱ्यांकडे आहे. दुसऱ्या महायुद्धापूर्वी रेल्वे आणि इतर पायाभूत सुविधा बांधण्यासाठी मोठ्या प्रमाणात येथे जपानी मजुरांना आणण्यात आले होते. दुसऱ्या महायुद्धाच्या काळात ते येथेच अडकले. मग स्पॅनिश आणि आफ्रिकन वंशाच्या स्थानिक ब्राझिलियन लोकांमध्ये ते मिसळून गेले. बाजारपेठेमध्ये निळ्या आणि करड्या रंगाचे डोळे, गालाचे मोठे हाड असणारे जपानी मंगोलॉईड वैशिष्ट्ये असणारे लोक दिसले. तसेच पिचपिच्या जपानी डोळ्यांचा; पण युरोपियन चेहरा असणारी आणि क्वचित त्या चेहऱ्याला कुरळे आफ्रिकन केस असणारी विचित्र माणसेदेखील दिसली.

सुरुवातीला त्यांना पाहताना जरा चमत्कारिक वाटले; पण मनामध्ये भरणारी गोष्ट म्हणजे हे त्या देशाचे नागरिक होते व त्याचा त्यांना अभिमान होता. ब्राझिलीयन कायद्याप्रमाणे कोणताही परदेशी माणूस, ब्राझिलीयन राष्ट्रध्वजाला आपली निष्ठा दाखवून येथील नागरिकत्व मिळवू शकतो व कालांतराने तो पूर्ण ब्राझीलवासी होतो. इतके वंश, संस्कृती, वर्ण आणि भाषा यांचे वैविध्य असूनदेखील राष्ट्र म्हणून हे एकत्र नांदतात. आपला ध्वज, आपले सार्वभौमत्व, आपल्या देशाचे भविष्यकाळातील जागतिक सत्ता म्हणून येऊ घातलेले स्थान याबाबत हे लोक अभिमानी आहेत.

आमच्या भेटीमध्ये भारतीय उपखंडामधून, विशेषत: गोव्यातून येऊन ब्राझीलवासी झालेली अनेक कुटुंबे भेटली. ब्राझील ही पोर्तुगालची लॅटिन अमेरिकेमधील (किंवा पश्चिम गोलार्धातील) एकमेव वसाहत होती. त्यामुळे गोवा आणि ब्राझील यांची भाषा व संस्कृती यांच्यात विलक्षण साम्य आहे.

भारतापेक्षा ब्राझील चारपट मोठा आहे. सुमारे ८० टक्के प्रदेश अजूनही लोकसंख्याविरहीत आहे आणि माणसे त्यातील अनेक भागांपर्यंत पोहोचलेलीही नाहीत. देशामध्ये खनिजे आणि इतर संसाधने भरपूर आहेत. मुंबईसारखी झोपडपट्टी मोठ्या शहरांत आढळते; पण या देशात शिक्षित आणि जाणती लोकसंख्या असल्यामुळे याचा समर्थ राष्ट्राचा दावा सहज फेटाळता येणार नाही. संयुक्त राष्ट्रसंघाच्या सर्व चर्चांमध्ये ब्राझील आणि भारत यांची प्रतिनिधीमंडळे एकमेकांशी मिळूनमिसळून काम करतात. वादविवादात वाघ असतात आणि वाटाघाटीतही त्यांचे योगदान मोलाचे असते. पण कधी-कधी आम्हाला असाही अनुभव आला होता की, ब्राझील अमेरिकेच्या ओंजळीने पाणी पितो. अमेरिकेच्या हाती लष्करशहांच्या नाड्या असतात आणि राजकारणावर त्याचा प्रभाव असतो. अशी परिस्थिती निदान १९७०च्या दशकात होती. आता संपूर्णपणे बदल झाला आहे.

तीस वर्षे उलटल्यानंतरदेखील आज मी माझ्या तेथील मित्रांच्या संपर्कात आहे. नव्याने निर्माण झालेल्या विकसनशील देशांच्या गटामध्ये आजही ब्राझील आणि भारत त्या देशांच्या वतीने बाजारपेठेमध्ये प्रवेश देण्याच्या मुद्द्यावर मोठी भूमिका बजावत आहे, ही अतिशय स्वागतार्ह गोष्ट आहे. हे दोन्ही देश भविष्यातील आर्थिक महासत्ता आहेत, हे आज सर्वमान्य होत आहे.

ब्युनोसएरीझ हे लॅटिन अमेरिकेमधील सर्वांत जास्त युरोपियन पगडा असलेले शहर आहे. यामध्ये इटालियन वंशाचे बरेच नागरिक आहेत. याउलट चिलीमधील सान्तियागो म्हणजे इंग्लिश आहेत. पार दक्षिण ध्रुवापर्यंत पॅसिफिक महासागराच्या किनाऱ्यालगत पसरलेल्या चिलीचा पूर्व आशियातील ब्रिटिश वसाहतींबरोबर मोठा व्यापार चालत असे. सान्तियागोमधील शॉपिंग गॅलरींमध्ये फिरताना, त्या लंडनच्या शॉपिंग गॅलरींच्या प्रतिकृती असल्याने लंडनमध्ये असल्याचा भास होतो. चिलीला मी पहिल्यांदा १९७१मध्ये भेट दिली तेव्हा चिलीची ख्याती लॅटिन अमेरिका खंडामधील सर्वाधिक उदार आणि सर्वांत दीर्घ कालावधील असणारा लोकशाहीचा देश अशी होती. पण नंतर हा देश जनरल पिनोचे यांच्या लष्करी हुकूमशाहीखाली गेला.

सान्तियागोसंबंधी माझ्या मनात बऱ्याच कडू-गोड आठवणी आहेत. उंक्टाड-३ याला उपस्थित राहण्यासाठी आंतरराष्ट्रीय सेवेमध्ये रुजू झाल्यानंतर मी सान्तियागोला दुसऱ्यांदा भेट दिली. भारतीय शिष्टमंडळाचे नेतृत्व तत्कालीन वाणिज्य सचिव, एच. लाल (आय.सी.एस.) यांच्याकडे होते आणि त्या शिष्टमंडळामध्ये मी ज्यांना ओळखत होतो, असे ज्येष्ठ अधिकारी होते. हे अधिकारी अध्यक्षीय प्रासाद मोनेडा पॅलेसजवळील हॉटेल कॅरेरामध्ये उतरले होते. डॉ. मनमोहन सिंग, एन. के. सिंग, मुचकुंद दुबे आणि रोमेश भंडारी अशांबरोबर घालवलेल्या संध्याकाळी अजूनही ताज्या आहेत.

एका संध्याकाळी भारतीय शिष्टमंडळ एका नाइट क्लबमध्ये गेले होते. शो जसा व्हायला हवा होता तसा झाला, पण धक्कादायक गोष्ट म्हणजे सर्वांत श्रेष्ठ अशा काही अधिकाऱ्यांचे वर्तन होय. भरपूर मद्य रिचवल्यानंतर त्यांचे अश्लील चाळे सुरू झाले. मी किळस येऊन डॉ. मनमोहन सिंग यांच्याबरोबर तेथून बाहेर पडलो. मध्यरात्रीच्या सुमाराला आम्ही हॉटेलवर परतलो. जे आम्ही पाहिले, त्याबद्दल बोलणे आम्हाला संकोचपूर्ण वाटले. त्या घटनेनंतर आमचे ज्येष्ठ अधिकारी आमच्या नजरेस नजर मिळवायचे टाळत होते.

त्या माझ्या मुक्कामामध्ये मी 'इकॉनॉमिक कमिशन फॉर लॅटिन अमेरिका' (ECLA) यामधील अधिकाऱ्यांबरोबर पुन्हा संबंध प्रस्थापित केले. डॉ. रौल प्रेबिश्च यांनी फॉरेस्ता या स्पॅनिश रेस्टॉरन्टमध्ये शाही मेजवानी दिली. आमच्या जिनिव्हातील आठवणींना उजाळा देत आम्ही सुमारे तीन तास घालवले.

सान्तियागोच्या माझ्या पुढच्या दोन भेटी वेगळ्याच कारणासाठी संस्मरणीय ठरल्या. चिलीमध्ये पिनोचेची लष्करी हुकूमशाही अंमलात आल्यावर १९७४च्या अखेरीला यापूर्वीच्या समाजवादी अध्यक्ष ॲयेन्दे यांच्या सरकारशी संबंधित अनेक अधिकारी आणि मुत्सद्दी यांना देशातून पळ काढावा लागला. त्यांच्या जिवाला धोका असल्याने यांपैकी अनेक जिनिव्हाला विजनवासात आले. एक दिवस मला माझे जुने सहकारी, ह्यूगो क्युबियोस भेटले. माझी त्यांची पहिली भेट झाली तेव्हा ते चिलीच्या कमिशनचे काउन्सेलर होते. त्याचे राजदूत हर्नरनान सांताक्रूझ आणि आपले राजदूत के. बी. लाल हे घनिष्ट मित्र होते. उंक्टाड-१च्या वेळी विकसनशील देशांच्या वतीने या दोघांनी लढ्याचे एकत्रित नेतृत्व केले होते. त्यामुळे ह्यूगो आणि मी अनेक वाटाघाटींमध्ये एकत्र काम करत होतो.

पण आमची मैत्री होण्याचे कारण विचित्र होते. माझे पोस्टिंग झाल्यानंतर ह्यूगो आणि मी एका युगोस्लाव्हियन सहकाऱ्याला निरोप देण्याच्या निमित्ताने आयोजित केलेल्या भोजनसमारंभाला गेलो होतो. त्या समारंभात माझ्याकडून ड्रिंक्स घेताना काहीतरी गडबड झाली आणि पार्टीमधून परतत असताना भारतामध्ये चालवतात तशी मोटार डाव्या बाजूने चालवायला लागलो. ह्यूगो मागून येत होते. माझ्या गाडीपुढे मोटार नेऊन त्यांनी मला हाताने गाडी थांबवण्याची खूण केली. त्या वेळी माझ्या लक्षात आले की, मद्याच्या अंमलाखाली आपण चुकीच्या बाजूने मोटार चालवत आहोत आणि अपघात होण्याची शक्यता होती. ह्यूगोंनी मला हॉटेलपर्यंत पोहोचवले.

विजनवासात असताना ह्यूगो जिनिव्हाला आले, पण अनेक महिने त्यांनी

माझ्याशी संपर्क करणे टाळले. कदाचित मी अडचणीत येऊ नये, ही त्यांची इच्छा असावी. एके दिवशी मी पॅलेमध्ये त्यांना हटकले असता त्यांना काहीही काम नाही, हे मला कळले. आपली बचत आणि वडिलांकडून मिळणारी मदत यावर ते दिवस काढत होते. त्यांचे वडील चिलीचे ब्रिटनमधील माजी वकील होते आणि इक्वादोरमध्ये स्थायिक झाले होते. जीएसपी प्रकल्पासाठी मॉन्साल्वे यांच्याखेरीज स्पॅनिशमध्ये काम करू शकेल, अशा तज्ज्ञांची गरज होती. मी पेरेझ गुएरेरो यांच्याशी बोलून ह्यूगो यांना कमी स्तरावरील नोकरी देऊ केली.

इतर काहीही पर्याय नसल्याने ह्यूगो यांना ती नोकरी स्वीकारण्याशिवाय पर्याय नव्हता. संयुक्त राष्ट्रसंघात जे अधिकार श्रेणींचे स्तर असतात, तसे काही लक्षात न घेता आम्ही आमच्या संघात काम करत असल्याने त्यांना जुळवून घेण्यात काही कठीण वाटले नाही. त्यांचे इंग्रजी आणि फ्रेंच चांगले होते आणि ते फायद्याचे होते. ॲयेन्दे राजवटीमध्ये ते राजदूताच्या पदावर काम करत होते. त्यामुळे संयुक्त राष्ट्रसंघाच्या पॅनेलमध्ये ती परिचित व्यक्ती होती. संयुक्त राष्ट्रसंघातील नोकरशाहीमधील सर्वांत उच्च स्तरावरील लोकांतही त्यांची उठबस होती. अंडर सेक्रेटरी जनरल डायगो कोर्डोविझ हे त्यांचे आणि माझेदेखील चांगले मित्र होते. (पुढे अफगाणिस्तानातून सोव्हिएत सैन्याने माघार घेतल्यावर महासचिवांचे तेथील प्रतिनिधी म्हणून कोर्डोविझ हे नाव प्रसिद्ध झाले.)

ह्यूगो उंक्टाड वा युएनडीपी यामध्ये कसे आले, याचे बऱ्याच लोकांना कोडे होते. पिनोचे शासनाकरता ह्यूगो अनभिमत व्यक्ती (persona non-granta) होती. सर्वसाधारणपणे संयुक्त राष्ट्रसंघामध्ये एखाद्याची, विशेषतः माजी मुत्सद्द्याची नेमणूक करतेवेळी, तो ज्या देशाचा असतो, त्या सरकारची परवानगी घेतली जाते. सुदैवाने तेथील उच्चपदस्थ नोकरशहांना ह्यूगो आणि त्यांनी 'ग्रुप ऑफ ७७'मध्ये केलेले काम याबद्दल माहिती होती. विकसनशील देशांसाठी खंबीरपणे बाजू मांडणारी आणि वेळ पडल्यास विकसित देशांच्या मंत्र्यांशी दोन हात करू शकणारी व्यक्ती, अशी ह्यूगो यांची ख्याती होती. रॉबर्ट मॅक्नमारा जागतिक बँकेचे अध्यक्ष असताना त्यांनी काही चुकीची विधाने केल्यावर ह्यूगो यांनी उघडपणे त्यांच्याकडून माफीची मागणी केली होती आणि ती मिळवलीदेखील होती. त्यांचे त्यांच्या सरकारात, विशेषतः विदेश मंत्रालयामध्ये अनेक लोक मित्र होते.

माझ्या संघामध्ये ह्यूगो यांना घेण्याबद्दल मी जिनिव्हामधील चिलीच्या राजदूताला विचारले असता त्यांनी मी काय सांगितले ते त्यांना ऐकू आले नाही, असे उत्तर दिले. मला न गोवता तुम्हाला काय करायचे असेल ते करा, असे मुत्सद्देगिरीने दिलेले ते उत्तर होते.

चिली सरकारच्या विनंतीवरून आम्ही त्या देशाचा दौरा आखत होतो आणि

तोवर ह्यूगो आमच्यात दाखल झाले होते. आपल्या संघामध्ये ह्यूगो असतील हे मी संघ सदस्यांना कळवले. ह्यूगो संयुक्त राष्ट्रसंघाचे सनदी नोकर असल्याने चिलीच्या सरकारने कोणताही आक्षेप घेतला नाही. पण त्यांच्याबाबतीत स्थानिक अधिकारी काहीतरी खुसपट काढतील याची आम्हाला जाणीव होती. आणि ह्यूगो त्यांची पत्नी चेया आणि मुले यांना भेटायला गेले, तेव्हा तसे झालेदेखील. हॉटेलपासून चेया आणि मुले राहत होती, त्या ठिकाणापर्यंत आम्हाला एस्कॉर्ट पुरवावा लागला.

जनरल पिनोचेच्या काळात अगणित लोकांचे अपहरण केले गेले होते आणि ही माणसे पुन्हा कधीही दिसली नव्हती. अनेक दशकानंतर सामुहिक कबरी आढळून आल्या. फक्त चर्च आणि 'युनायटेड नेशन्स कमिशन्स फॉर लॅटिन अमेरिका' (ECLA) या दोन संस्था काय चालले आहे, याचा मागोवा घेत होत्या. ह्यूगो यांना संरक्षण देण्याच्या दृष्टीने काय सावधगिरी बाळगावी, याचा सल्ला त्यांच्याकडूनच मिळाला. आम्ही सान्तियागो सोडत असताना – सुरक्षा आणि सीमा शुल्क यातून जात असताना – मी ह्यूगोच्या मागे दोन पावले ठेवून चालत होतो. न जाणो, अत्यंत क्षुल्लक कारणामुळे त्यांना अडवले तर! एकदा विमानात बसल्यावर आमच्यावरचे दडपण दूर झाले आणि आमच्यामध्ये हास्यविनोद सुरू झाले. ह्यूगोंना त्यांच्या घरातून केलेल्या 'पलायनावरून' आम्ही त्यांची छेड काढायला सुरुवात केली. आमची मैत्री पक्की झाली. डोक्यावर चपचपीतपणे बसवलेले केस आणि रुडॉल्फ व्हॅलेंटीनो या इटालियन नटासारखे दिसणे, आकर्षक वागणूक आणि काळेभोर डोळे यामुळे ह्यूगो महिलावर्गाला सहज आपल्याकडे आकृष्ट करत असत.

यातील काही देशांना भेट दिल्यावर सत्तरीच्या त्या दशकामध्ये बोकाळलेली अनियंत्रित चलनवाढ काय करू शकते, याचीही प्रचिती आली. ब्युनोसएरीझच्या एका दौऱ्यामध्ये मार्कोस मॉन्साल्व्हो यांना तयारी करण्यासाठी पुढे पाठवण्यात आले होते. आम्ही पाच जण तेथे पोहोचल्यावर ते आमच्या हॉटेलवर आमच्याकरता प्रत्येकी एक प्रमाणे चलनी नोटा खच्चून भरलेल्या पाच सुटकेसेस घेऊन आले. अर्जेंटिनाच्या पैशांचे इतके अवमूल्यन झाले होते की, पैसे त्याच प्रकारे घेऊन जाता येतील हेदेखील त्यांनी सांगितले. आणि हे खरे होते. त्या रात्री आम्ही जेवायला गेलो तेव्हा मॉन्साल्व्हो बिल भागवण्यासाठी एक ब्रीफकेस घेऊन आले होते.

सान्तियागोमध्ये आम्हाला असाच अनुभव आला. तेथील बाजारात वस्तूंची डॉलर्समधील किंमत विश्वास बसणार नाही इतकी कमी पडे. (आम्हाला डॉलर्समध्ये पैसे मिळत.) मी एक थ्री-पीस सूट दहा डॉलर्सपेक्षा कमी किमतीला घेतला. काचेच्या वस्तू आणि काही संग्राह्य कलेच्या वस्तू अशाच कमालीच्या स्वस्त भावात

मिळाल्या. अन्नासाठी दाही दिशा भटकणारी काही कुटुंबे मौल्यवान जुन्या गोष्टी आणि घरात वर्षानुवर्षे जपलेल्या पिढीजात वस्तू विकत होती. पूर्णपणे अविश्वसनीय असा हा अनुभव होता.

बागोटा हे कोलोंबियाच्या राजधानीचे शहर. घनदाट जंगलाने आणि साधन संपत्तीने समृद्ध हा देश दुर्दैवाने लष्करी हुकूमशाहीखाली भरडून निघाला आणि त्यात त्याच्या नैसर्गिक संपत्तीची लूट झाली. येथील खाणी रत्नांनी समृद्ध आहेत आणि येथील हिरवे पाचू जगातील सर्वोत्कृष्ट असतात. आम्ही या देशाला १९७२मध्ये भेट दिली तेव्हा हा शांत देश होता. परंतु काही वर्षांनंतर येथे अशांततेचा आणि बंडखोरीचा प्रादुर्भाव झाला. मेक्सिको आणि अन्य देशांमधून येथे कोकेन आणण्यात येऊन त्याची हेरॉईनमध्ये प्रक्रिया केली जाऊ लागली. हा धोका इतका वाढला की अमेरिकेने येथील ड्रग माफियांविरुद्ध युद्ध पुकारले. आजदेखील या देशातील लोक कायद्याचे राज्य नसणाऱ्या परिस्थितीच्या सावटाखाली राहत आहेत.

आमच्या भेटीमध्ये आम्ही ताक्वेदामा (Taquedama) इंटर कॉन्टिनेन्टल हॉटेलमध्ये राहिलो होतो. हे हॉटेल भव्य ताक्वेदामा धबधब्याच्या जवळ आहे. या ठिकाणी १५० मीटर उंचीवरून खाली बोगोटा नदीमध्ये पाणी पडते. त्या धबधब्याबद्दल चिबेहास इंडियन दंतकथा आहे. बोगोटा ज्या सुपीक खोऱ्यामध्ये वसले आहे तेथे कोणे एकेकाळी एका भयानक वादळाने थैमान घातले होते. पुराचे पाणी वाढायला लागले तसे लोक उंचीवरील जमिनीवर आश्रयासाठी गेले आणि सुटकेसाठी प्रार्थना करू लागले. अचानक आपल्या जादूच्या कांडीबरोबर बोचिका हा देव या लोकांच्या मदतीला धावून आला. आपल्या जादूच्या कांडीने त्याने पाणी अडवणाऱ्या डोंगराला फटका मारला आणि भगदाड पाडून पाण्याला वाट करून दिली. तेव्हापासून ताक्वेदामा धबधब्यातून पाणी पडते अशी दंतकथा आहे. बागोटामध्ये एक उत्कृष्ट सुवर्ण वस्तुसंग्रहालय आहे. म्युझियो-देल-ओरो (Museo-del-oro) या नावाच्या त्या वस्तुसंग्रहालयामध्ये १५,०००पेक्षा अधिक शंभर टक्के सोन्याच्या वस्तू आहेत. त्यातील काही ५,००० वर्षे जुन्या आहेत. ऐकावे ते नवलच!

ज्युलियो फेसलेर जे १९९०च्या दशकामध्ये नव्या दिल्लीत मेक्सिकोचे राजदूत म्हणून आले ते व्यापार विभागाचे प्रमुख होते. जिनिव्हामधील या माझ्या सहकाऱ्याने मेक्सिकोमध्ये आमचा मोठा पाहुणचार केला. पण मेक्सिको सिटीची माझी आठवण वेगळीच आहे. शहराच्या मध्यभागी झोनारोसा (Zona-Rosa) नामक भागात हॉटेल जिनेव्हा या एका जुन्या सुंदर हॉटेलमध्ये आमची सोय केली होती. हवा आल्हाददायक असल्याने मी माझ्या खोलीची खिडकी रात्री उघडी ठेवली होती. दुसऱ्या दिवशी सकाळी मला आपण पेट्रोलचा धूर श्वासावाटे घेत आहोत, असे मला वाटू लागले. या शहराला भेट देणाऱ्या अनेक लोकांचा हाच अनुभव

आहे. मेक्सिको सिटी ही उंच टेकड्यांनी वेढलेल्या एका खळग्यात वसली आहे. मोटारीतून निर्माण होणारा पेट्रोलियमचा धूर यामध्ये अडकतो आणि रात्री हा धूर शहाराच्या मध्यभागात खाली बसतो. फक्त दुपारनंतर वारे वाहायला लागले की, तो खळगा काहीसा शुद्ध होतो.

४३

आठवणींचा गुच्छ : ३

आशियाई देशांच्या भेटीत हा एक वेगळाच अनुभव असे. माझ्या पाश्चिमात्त्य सहकाऱ्यांना तर तो अस्वस्थ करणारा असे. मनिलाला मी जेव्हा पहिल्यांदाच भेट दिली ती तर मला कायमची लक्षात राहिली. आम्ही सर्वांत जुन्या मनिला हॉटेलमध्ये राहत होतो. हे हॉटेल पॅसिफिक समुद्रकिनारी होते आणि दुसऱ्या महायुद्धात जनरल मॅकआर्थर यांचे ते मुख्यालय होते. आम्ही हॉटेलमध्ये दाखल झाल्यावर आम्हाला संयुक्त राष्ट्रसंघाचे कायम प्रतिनिधी यांच्याकडून एक पत्र देण्यात आले. अनेक टोळ्या मोकाटपणे फिरून परदेशी पर्यटकांना लुबाडत असल्याने आम्ही हॉटेलमधून संध्याकाळी सातनंतर बाहेर पडू नये, असा त्यात इशारा होता. खुद्द हॉटेलच्या कॉरिडॉरमध्ये अनोळखी माणसांवर लक्ष ठेवण्याच्या आणि सावधगिरीच्या कोणत्या उपाययोजना करायच्या याबद्दल तपशीलवार सूचना दिल्या होत्या. त्या हॉटेलच्या लॉबीमध्ये तर एकदा मनिलाच्या महापौरांच्या खुनाचा प्रयत्न झाला होता. अनेक परदेशी पर्यटक त्यात जखमी झाले होते. फिलीपाईन्सचे अध्यक्ष मार्कोस यांचा हा कसोटीचा काळ होता. पुढे मार्कोस यांनी अशा लोकांचे कठोरपणे निर्दालन केले आणि कायदा व सुव्यवस्था प्रस्थापित केली.

मनिलामध्ये माझे अनेक जवळचे सहकारी मित्र राहत होते. जिनिव्हामधील फिलिपाइन्सचे राजदूत, ब्रिलिॲनटीस (Brilliantes) हे एक संस्थानच होते. जिनिव्हामध्ये ते जवळ-जवळ दोन दशक होते आणि उंक्टाडमधील आशियाई देशांच्या गटाचे ते आजीव अध्यक्ष होते. ते अतिशय सोशीक होते आणि त्यांच्याकडे मतभेद सफाईने मिटवायचे लाघवी कौशल्य होते. एखाद्या वादात पडायची त्यांची इच्छा नसली किंवा काहीवेळा भारत आणि पाकिस्तान यांच्यामधील मतभेद फार तीव्रतेने उफाळले गेले, तर ते बुद्धासारखी पोझ घेऊन बसत आणि मग त्यांचे वागणे अतर्क्य असे.

आशिया खंडातील आनंददायी आणि सामाजिकदृष्ट्या मोहिनी घालणाऱ्या व्यक्ती म्हणून फिलिपाइन्सच्या लोकांचे नाव घेता येईल. इतर कोणत्याही देशात न दिसणारी गोष्ट जी फिलिपाइन्समध्ये जाणवते ती म्हणजे येथील नोकरशाहीत महिलांचा मोठ्या प्रमाणात असणारा भरणा होय. वित्त, वाणिज्य, व्यापार इत्यादी अनेक मंत्रालयात स्त्रिया उच्च व महत्त्वाच्या पदावर आहेत; पण ऑफिसबाहेर या स्त्रिया अतिशय सुसंस्कृत, मोहक आणि प्रेमळ वागत असत.

आम्ही भेट दिलेल्या प्रत्येक देशांच्या स्वत:च्या आर्थिक, राजकीय आणि सामाजिक समस्या होत्या. त्याचवेळी म्हणजे सत्तरच्या दशकात आंतरराष्ट्रीय सहकाराची शक्यता बळावत चालली होती. विकसनशील देश विकसित देशांच्या बाजारपेठेत शिरकाव करण्याचा प्रयत्न करत होते. तसेच त्याच वेळी विकसित देश त्याच्या बदल्यात काही सवलती मिळवायची संधी पाहत होते. याला उत्तर म्हणून डॉ. रौल प्रेबिश्च यांनी उंक्टाड-१मध्ये चर्चा करताना असे सुचवले की, विकसनशील देशांसाठी निर्यातीमधून मिळणारे उत्पन्न त्या देशांच्या उन्नतीचे इंजीन ठरेल. त्यामुळे गॅटच्या नियमाप्रमाणे विकसित देशांनी निव्वळ पारस्पारिकतेच्या आधारावर मागणी करू नये, तर स्थूल परस्पर लाभाचा विचार करावा. सैद्धान्तिक स्वरूपात हे मत योग्य होते, पण उद्योजकता आणि गुंतवणूक यांना चालना देणाऱ्या राजकीय आणि आर्थिक संरचना यामध्ये मूलभूत सुधारणा झाल्याशिवाय बाजारपेठा उघडल्या तरी बऱ्याच विकनशील देशांना त्यांचा लाभ घेता आला नसता.

या संदर्भात अनेक देशांचे अवलोकन करताना आम्हाला हेच दिसले. उदाहरणार्थ, थायलंडमध्ये लष्कराच्या आधारे राजेशाही चालली होती आणि त्या देशाला या व्यवस्थेचा लाभ झाला असता. व्हिएतनाम युद्धातील अमेरिकन सैनिकांना येथे सुख उपभोगता यावे आणि त्यांना चैन करता यावी, याकरता या देशामध्ये पाण्यासारखा पैसा ओतला गेला होता. परिणामी पर्यटनाकरता पायाभूत सुविधा निर्माण झाल्या खऱ्या, पण एड्ससारखे सामाजिक आणि आरोग्यविषयक राक्षस उभे राहिले.

मी याबाबत डॉ. रौल प्रेबिश्च यांना एकदा विचारले. आर्थिक विकास करून विकसनशील देशांमध्ये सुबत्ता आणणे हा निर्यातीचा हेतू असला, तर न चालणाऱ्या उद्योगधंद्यापेक्षा पर्यटनाला चालना द्यायला काय हरकत आहे? त्यांचे उत्तर सरळ आणि स्पष्ट होते. वस्तूंच्या व्यापाराबरोबर सेवांचा व्यापार आणि पर्यटनासारखा अदृष्य व्यापार (invisible trade) याचे ते समर्थन करत होते. काही विकसनशील देशांना त्यांनी निर्यात करण्यासाठी उद्योगधंदे स्थापन करून आपली साधनसंपत्ती वाया घालवू नये आणि पर्यटनाचा विकास करावा, हा सल्ला देताना आम्हाला या स्पष्टीकरणाचा उपयोग झाला. या देशांकडे ना त्यासाठी नैसर्गिक साधनसंपत्ती होती ना प्रशिक्षित मनुष्यबळ व जे देश एकाच कृषिउत्पादनाचे उत्पादन आणि निर्यात

करण्यावर अवलंबून असतात त्या देशांना हे तत्त्व अधिक लागू पडत होते. भारतात पुढे अनुभव येणार होता त्याप्रमाणे समर्थ राष्ट्रीय बाजारपेठ असल्याशिवाय निव्वळ निर्यातीसाठी उत्पादन करणे सोयीचे नसते.

आम्ही बांगला देशाला १९७२ ते १९७६ या कालावधीत तीन वेळा भेटी दिल्या. पाकिस्तानच्या लष्करी हुकूमशहांच्या जोखडातून मुक्त झालेल्या या देशामध्ये आर्थिक विकासासाठी लोकशाही धोरणाचा चौकटीमध्ये सार्वभौम राष्ट्र उभारणी होत असलेली प्रतिमा उभी करण्याची उत्सुकता होती. त्यासाठी जागतिक बँक, आंतरराष्ट्रीय नाणेनिधी आणि संयुक्त राष्ट्रसंघ या आंतरराष्ट्रीय संघटना या नव्या राष्ट्राला मदत करायला उत्सुक होत्या. जीएसपी संघाला ढाक्याला येण्याचे निमंत्रण देण्यात आले. कारण अनेक पाकिस्तानी अधिकारी, ज्यांनी जिनिव्हामध्ये प्रतिनिधित्व केले होते, ते येथील सरकारात उच्चपदावर होते. साहजिकच त्यांना सर्व उपलब्ध फायदे नव्या देशासाठी मिळवायचे होते.

पण नवजात बांगला देशामध्ये उद्योगधंदेच नव्हते. पूर्वीच्या पाकिस्तानात उद्योगधंदे पश्चिम पाकिस्तानात होते. त्या देशाच्या संरचनेच्या समस्या आणि गरिबीची परिस्थिती इतकी तीव्र होती की, अशा प्रकारचा प्रकल्प संदर्भहीन झाला असता. शिवाय त्यांची पारंपरिक उत्पादने – जसे ताग, हातमागावर उत्पादित वस्तू, हस्तकलेच्या वस्तू – यांना विकसित बाजारपेठेमध्ये विनासीमाशुल्क प्रवेश होताच. आमच्या भेटीदरम्यान आमच्या लक्षात हे आल्यावर त्या वेळी जीएसपीमध्ये बांगला देशाकरता काहीच नाही, हे समजावून सांगावे लागले.

याउलट सिंगापूरसारख्या लहान देशामध्ये प्रशिक्षित मनुष्यबळ आणि तंत्रदृष्ट्या प्रगत क्षेत्रामध्ये नवे उद्योगधंदे उभारण्याची क्षमता यामुळे जीएसपीमधून मोठा लाभ मिळू शकत होता. आम्ही सिंगापूरला उपयुक्त सल्लागार अभियाने नेत असू. मला तर असे वाटते की, सिंगापूरच्या नोकरशहांकडून आम्ही त्यांना जो सल्ला दिला त्यापेक्षा आम्हाला जास्त शिकायला मिळाले.

श्रीलंका आंतरराष्ट्रीय व्यासपीठावर नेहमीच सक्रिय राहिली आहे. भारत आणि पाकिस्तान यांच्या तुलनेत इतर आशियाई देशांमध्ये आपल्या लहान आकारामुळे श्रीलंका अधिक विश्वास निर्माण करू शकली आहे. त्यांचे प्रतिनिधी म्हणून काम करणारे तरुण मुत्सद्दी 'ग्रुप ऑफ ७७'चे हितसंबंध जपण्यात मोलाचे काम करत असत. श्रीलंकेने या संधीचा पुरेपूर लाभ उठवला आणि १९७०च्या दशकामध्ये

अनेक आंतरराष्ट्रीय संघटनांचे प्रमुख श्रीलंकन असत. पर्यटनासाठी पायाभूत सुविधा विकसित करण्याबरोबर त्यांनी विशिष्ट क्षेत्रांमध्ये उद्योगधंद्यांचे मिश्रण असणारी आर्थिक विकासाची उत्तम प्रतिकृती स्वीकारली. खरे तर त्या देशाचा भविष्यकाळ उज्ज्वल होता, पण देशांतर्गत समस्यांची परिणती आर्थिक वाढ खुंटण्यात झाली. देशात लोकशाही टिकून राहिली आणि देशाने अंतर्गत अशांततेला चांगले तोंड दिले. तो लढा साधारण २०१०मध्ये संपुष्टात आला आहे. श्रीलंका परत आर्थिक प्रगतीच्या दिशेने चालत आहे.

श्रीलंकेमध्येदेखील माझे अनेक मित्र होते. त्यामध्ये प्रसिद्ध आर्टिस्ट जॉर्ज क्येट होते. त्यांचा पाहुणचार कोलंबोमध्ये मी आणि माझ्या पत्नीने घेतला. जिनिव्हामधील आणि नंतर न्यू यॉर्कमधील श्रीलंकेचे कायम प्रतिनिधी योगसुंदरम आणि त्यांची पत्नी इंद्राणी आमचे न्यू यॉर्कमधील जिवलग मित्र आहेत. जिनिव्हामधील आंतरराष्ट्रीय व्यापार केंद्राचे संचालक व्हिक्टर सांता पिल्लाई आणि त्यांची पत्नी क्लॅराबेल आता तेथेच स्थायिक झाले आहेत. आम्ही स्वित्झर्लंडला गेलो की, त्यांना हमखास भेटतो.

मेक्सिको आणि दक्षिण अमेरिका खंड यांच्या दरम्यान मध्य अमेरिका या नावाने ओळखला जाणारा जो प्रदेश आहे त्यामध्ये अनेक छोटे देश आहेत. प्राचीन संस्कृतींनी समृद्ध हा प्रदेश आहे. होंडुरासमध्ये काही प्राचीन, पायऱ्या असणारे पिरॅमिड्स् आहेत. मी काही अंतर्गत भागात असणाऱ्या निर्बिड जंगलातदेखील फेरी मारून आलो. काही पिरॅमिड्स आणि त्यांच्याभोवती असणाऱ्या नगरांचे अवशेष म्हणजे गूढच आहे. कधीकाळी गजबजलेली ही ठिकाणे आज घनदाट जंगलांनी लपेटून गेली आहेत. निकाराग्वा, एल साल्वादोर आणि ग्वातेमाला हे देश काही महत्त्वाच्या कामापेक्षा तेथील पर्यटनामुळे संस्मरणीय ठरले आहेत. संयुक्त राष्ट्रसंघाच्या धोरणाप्रमाणे लहान देशांना मदत होत नसली, तरी अशा देशांना भेट देण्याचे नाकारता येत नाही. 'संयुक्त राष्ट्रसंघाचा ध्वज उंच धरा रे!' हा नारा देण्याची ती संधी असते.

भारतीय मिशनचा सदस्य म्हणून युरोपमध्ये आणि पोलादी पडद्यामागे प्रवास करणे, हा आनंद होता. माझ्या मोटारीवर संयुक्त राष्ट्रसंघाची नंबरप्लेट होती आणि आम्हा सर्वांकडे संयुक्त राष्ट्रसंघाचे मुत्सद्दी पासपोर्ट होते. हा पासपोर्ट घेऊन प्रवास करताना मुक्त संचार असे. तत्कालीन पूर्व आणि पश्चिम अशा दोन्ही जर्मनीमध्ये एक खास गोष्ट म्हणजे १९५० आणि १९७०च्या दशकात मुत्सद्दी पासपोर्ट असणाऱ्या

भारतीयांना विशेष हक्क होते. कारण दुसऱ्या महायुद्धामधील जेत्या राष्ट्रांच्या लष्करामध्ये भारतीय लष्कराचा समावेश होता.

पॅरिस, व्हेनिस, व्हिएन्ना ही आमच्या कुटुंबाची आवडती ठिकाणे. प्राग, बुडापेस्ट, वॉर्सा आणि काही लहानसहान जर्मन शहरांत आम्ही मोटारीने गेलो. जीएसपी प्रकल्पावर काम करत असताना मी बुखारेस्ट आणि अर्थात मॉस्को येथेही जाऊन आलो. 'केल्याने देशाटन' काय मिळते याचा मी स्वत: अनुभव घेतला.

काही देश असे होते, जे आम्हाला बोलवण्यास उत्सुक होते; परंतु त्यांना मदत करू शकू असे काहीही उत्पादन त्यांच्याकडे नव्हते. पण तरीही आम्हाला त्यांच्या आमंत्रणाचा मान ठेवावा लागत होता. मी याबाबत जमैका आणि अफगाणिस्तान यांची उदाहरणे देईन. जॉर्जटाउन हे निसर्गरम्य शहर आहे. आम्ही तेथे पेगासस या उत्तम हॉटेलमध्ये राहत होतो. दोन दिवसांच्या चर्चेनंतर आमच्या असे लक्षात आले की, त्यांचा भर रम आणि इतर काही मद्ये यांच्या निर्यातीकडे होता. जीएसपीमधून त्यांना काहीच लाभ मिळणार नव्हता. त्यांची दुसरी उत्पादित गोष्ट सुती शर्ट्स होते. त्या विविधरंगी शर्टांना अमेरिकेत, विशेषत: समुद्रकिनाऱ्यावरील पर्यटन स्थळांमध्ये प्रचंड मागणी होती. त्यांना शुल्क माफी देण्याची आवश्यकता नव्हती. आम्ही जमैकात पर्यटनाला चालना देण्याचा प्रस्ताव सुचवला, पण तेथील ढासळत्या कायदा आणि सुव्यवस्थेमुळे हा व्यवसाय लवकर सुस्थितीत येईल, अशी शक्यता नव्हती. तेथे सूर्यास्तानंतर रस्त्यावर फिरणे मुश्कील होते.

अफगाणिस्तानमध्ये हाताने विणलेले लोकरी गालिचे आणि सुका मेवा यांखेरीज देण्यासारखे कुठलेच उत्पादन नव्हते. बंदुका आणि ड्रग्ज यांखेरीज त्यांच्याकडे निर्यातीसाठी वस्तू नव्हत्या आणि आमच्या यादीत त्या बसत नव्हत्या. त्यामुळे आम्हीही कोणतीच वस्तू सुचवली नाही.

आमच्या कार्याचा दुसरा भाग म्हणजे विकसित देशांच्या अधिकाऱ्यांना भेटून त्यांना कामाची माहिती देणे, हा होता. त्या निमित्ताने मला लंडन, ब्रुसेल्स, वॉशिंग्टन आणि इतर अनेक राजधान्यांना प्रकल्प संचालक म्हणून भेटी द्याव्या लागल्या. अमेरिका आणि युरोपियन इकॉनॉमिक कम्युनिटी हे दोन्ही त्या वेळी विकसनशील देशांच्या उत्पादनांच्या प्रमुख बाजारपेठा होत्या. त्यातील संबंधित अधिकाऱ्यांना भेटून व्यावहारिक समस्या सोडवणे आणि प्राधान्याच्या या व्यवस्थेमध्ये तेथील प्रशासनाकडून सुधारणा घडवून आणणे या करता – जीएसपी प्रकल्पाकरता

– हे गरजेचे होते.

अमेरिकेमध्ये आंतरराष्ट्रीय व्यापाराशी संबंधित सर्व मुद्द्यांकरता यु.एस. ट्रेड रिप्रेझेन्टेटिव्हचे कार्यालय, अध्यक्षांचे प्रमुख सल्लागार असते. केनेडी फेरी आणि जीएसपीवरील वाटाघाटी यांच्या दरम्यान माझी त्यातील काही अधिकाऱ्यांशी ओळख झाली होती. त्या वेळी आम्ही आमच्या ध्येयांकरता भांडत असू आणि राजकीय इच्छाशक्ती नसल्यावरून अनेक वेळा घणाघाती टीका करत असू. आम्ही तो आमच्या कामाचा भाग आहे, याची जाणीव ठेवत असू. वॉशिंग्टनमधील आमच्या बैठकींमध्ये ते नम्र तर असतच; पण त्याशिवाय त्यांचा दृष्टिकोन विधायक असे. त्यांची प्राधान्यांची योजना राबवल्यानंतर अमेरिकेच्या बाजारपेठेत मोठ्या प्रमाणात प्रवेश घेऊन विकसनशील देशांनी त्याचा लाभ उठवावा याबद्दल ते प्रयत्नशील होते. अमेरिकन लोकांसाठी हे सर्व चांगले अर्थशास्त्र आणि उत्तम राजकारण यांचा भाग होता. जिनिव्हामध्ये प्रथम सचिव असणारे मिस्टर बुशनेल निक्सन यांच्या कारकिर्दीमध्ये अचानक सहायक सचिवा (Assistant Secretary)च्या कार्यालयामध्ये लॅटिन अमेरिकन देशांचा कारभार बघू लागले. त्यामुळे मला 'डिपार्टमेंट ऑफ ट्रेझरी'मधून पूर्ण सहकार्य मिळाले.

आमच्या प्रकल्पाच्या काही कार्यांना 'स्विडिश इंटरनॅशनल डेव्हलपमेंट एजन्सी' (SIDA) आणि 'कॅनेडियन इंटरनॅशनल डेव्हलपमेंट एजन्सी' (CIDA) यांच्याकडून निधी मिळत असे. आमची बाजू समजवायला मला ओटावा येथे जावे लागे. फिनलंड या छोट्याशा देशातून आम्हाला अनेक तज्ज्ञांची सेवा उपलब्ध झाली होती. त्या देशाच्या राजधानीत जाऊन माझ्या सहकाऱ्यांना जितकी मजा वाटली तितकीच तेथील सौना आणि दिवस असल्यासारख्या रात्रींची मजा वाटली. माझा गव्हाळी वर्ण तरुण स्त्रियांना आकर्षणाचा विषय वाटला आणि अनेक वेळा मी हा वर्ण कसा मिळवला याची चौकशी भर रस्त्यात मला थांबवून करण्यात येत असे.

प्रकल्प संचालक म्हणून मी पूर्व युरोपमधील समाजवादी देशांनादेखील भेटी दिल्या. काही अग्रक्रम-व्यवस्था (Preferential arrangements) ते देऊ शकतील काय, याची चाचपणी त्या भेटींमध्ये करायची होती. त्यांच्याकडे सीमा शुल्क नव्हते. त्यांच्या खरेदीच्या धोरणांनुसार त्यांनी असे अग्रक्रम (Preferences) अगोदरच दिले होते. विकसनशील देशांमधील वस्तूंना येथे पुरवठ्याच्या स्त्रोतासंबंधात प्राधान्य दिले जात असे आणि तेथील सार्वजनिक क्षेत्रातील संघटना त्यांना अधिक किंमत देत असत. येथे बहुधा व्यापाराची राजकारणाशी सांगड घातली गेली होती आणि या देशांचे विकसन देशातील संबंधात अर्थकारणापेक्षा राजकारण जास्त असावे. आम्हाला या सर्वांमधून काही फार मिळवता आले नाही, पण तेथील अधिकाऱ्यांबरोबर संबंध सुरळीत करण्यास तसेच 'गुडविल' स्थापन करण्यास या भेटींचा उपयोग झाला.

उक्टांडमधील पूर्व युरोपमधील समाजवादी देशांशी व्यापार करण्यासंबंधीची जो विभाग होता त्यांना आम्ही दुर्लक्षित केलेले नाही, हे समजल्यावर ती मंडळीही खूश होती. हा विभाग नेहमी एखाद्या रशियन माणसाच्या हाताखाली काम करत असे. त्यामध्ये काम करणारी माणसे सोव्हिएत गटामधील देशांचे नागरिक असत. यातील काही लोक के.जी.बी.चे हस्तक आहेत आणि ते रोज सकाळी जिनिव्हातील दुतावासाला आपले अहवाल सादर करत याची आम्हाला पूर्ण जाणीव होती. ते आंतरराष्ट्रीय सनदी नोकर असले तरी ते वेगळे होते, हे नेहमीच मानले जाई आणि त्यांना संयुक्त राष्ट्रसंघातर्फे वेतन आणि भत्ते मिळत असले, तरी त्यातील मोठा भाग मायदेशाच्या तिजोरीला पाठवत, हेही सर्वश्रुत होते.

सोव्हिएत गटातील देशांमध्ये भेट देणे म्हणजे आल्हाददायी अनुभव असे. एक तर तेथे विशेष काम नसे. मॉस्कोमध्ये आमचा पाहुणचार वऱ्हाडात असल्यासारखा होत असे आणि त्या वेळी असे लक्षात येई की, आमच्या भेटीकरता तैनात केलेल्या अधिकाऱ्यांबरोबरच मंत्रालयातील वरिष्ठ अधिकारी यांचेही 'अपना हाथ जगन्नाथ' चालत असे. ती एक वेगळीच संस्कृती होती. आम्हाला ज्या सार्वजनिक क्षेत्रामधील संघटनांमध्ये सकाळी नेण्यात येत असे तेथे आम्हाला ब्रँडी देऊ केलेली असे. आम्ही घेणार नाही, हे त्यांना माहीत असे. त्यातील बराच भाग स्थानिक अधिकारी घेत असत आणि दुपारच्या भोजनापर्यंत अनेक लोक दारूच्या धुंदीत असत.

बुखारेस्ट किंवा बुडापेस्ट ही सोव्हिएत गटातील देशांची राजधानी शहरे असली, तरी त्यांच्या खाण्यापिण्याच्या सवयींवर लॅटिन संस्कृतीचा प्रभाव होता. डॅन्यूबच्या पाण्याचा या देशातील लोकजीवनावर मोठा प्रभाव पडला आहे. यांचे वागणे मोकळे, सुसंस्कृत तसेच ते बोलके आहेत. आमचे उत्तम आदरातिथ्य करून त्यांनी आम्हाला अनेक पर्यटनस्थळे दाखवली. हंगेरीयन भाषेमध्ये अनेक संस्कृत शब्द व स्वर ऐकून गंमत वाटली. रुमानियाची गोष्ट वेगळी आहे. त्या देशाने आपली जुनी संस्कृती, नृत्य, लोकनृत्य आणि संगीत यांची परंपरा राखली आहे.

जग फिरताना अशा अनेक गोष्टी कळल्या. प्रत्येक समाजाची वैशिष्ट्ये ध्यानात आली. 'व्यक्ती तितक्या प्रकृती' याचा प्रत्यक्ष प्रत्यय आला, हेही नसे थोडके!

४४

विकसित देशांशी संबंध

लंडनमध्ये बोर्ड ऑफ ट्रेडमध्ये माझे अनेक स्नेही होते. तेथे जायला मला संकोच वाटत नसे. तेथील बऱ्याच जणांचा जुन्या काळातील आय.सी.एस. अधिकाऱ्यांशी परिचय होता आणि ते आय.ए.एस. अधिकाऱ्यांना मान देत असत.

जिनिव्हामध्ये माझी फॉरीन ऑफिसमधील काही लोकांशी ओळख झाली. त्यांपैकी कायमचा स्मरणात राहिलेला एक म्हणजे, रिचर्ड ॲबट होय. ॲबट कुटुंबाच्या चार पिढ्यांनी भारतात आय.सी.एस.मध्ये सेवा बजावली होती. रुडयार्ड किपलिंगच्या पुस्तकांत वायव्य प्रांतातील कायदा व सुव्यवस्था नसलेल्या प्रदेशामध्ये राज्य चालवणाऱ्या काही अधिकाऱ्यांचे जे वर्णन आहे, ते कदाचित या ॲबट लोकांवरून घेतले असावे. (*सोल्जर साहिब्ज – द मेन हू मेड द नॉर्थवेस्ट फ्रॉंटियर* या चार्ल्स ॲलेन लिखित पुस्तकात या ॲबट कुटुंबातील लोकांच्या पराक्रमाचे सुरेख वर्णन केले आहे.) दुर्दैवाने रिचर्ड आणि माझा पुढील काळात संपर्क तुटला.

अनेक प्रकारच्या पण समविचारांच्या लोकांबरोबरचा दुवा, भाषा आणि पूर्वीचे साम्राज्यवादी संबंध यांच्याद्वारे राखता येतो, याचा ब्रिटिश मुत्सद्द्यांनी चांगला उपयोग केला. आय.सी.एस. त्यांना माहीत होते आणि आय.ए.एस.मधील तरुणांशी मैत्री भविष्यात उपयोगी आणि लाभदायक ठरेल, हे त्यांना समजत होते. 'येस मिनिस्टर' या इंग्रजी मालिकेत दाखवण्यात आलेल्या एका खास क्लबमध्ये माझे जे आदरातिथ्य केले जात असे, त्यामुळे माझ्या मनावर छाप पडली आहे.

सर युजिन मेल्व्हिल हे युनायटेड किंगडम ऑफ ग्रेट ब्रिटन ॲन्ड नॉदर्न आयर्लंड (KCMG) याचे राजदूत होते. आपण बहुतेक राष्ट्रकुल देशांचे केंद्रस्थान ठरू याची खातरी करून वागणाऱ्या या कर्मठ मुत्सद्द्याची भारत आणि पाकिस्तान यांच्यासमोर डाळ शिजत नसे. माझे पूर्वीचे पोस्टिंग भारताच्या संरक्षणमंत्र्यांचा खासगी सचिव (Private Secretary) असे होते, हे त्यांना उमगून आल्यावर ते

मला आदराने वागवत असत. भारतीयांचे त्यांच्या भाषेवर जे प्रभुत्व होते, त्याबद्दलदेखील ब्रिटिशांना आदर वाटत असे. संयुक्त राष्ट्रसंघामध्ये मसुदा तयार करताना ती भाषा सहजपणे वापरता येणे, हे महत्त्वाचे होते आणि आम्ही भारतीयांनी त्यामध्ये भरपूर मोठे नाव कमावले होते.

भारताचा रेसिडेंट प्रतिनिधी म्हणून माझे सुरुवातीचे पोस्टिंग फक्त दोन वर्षांसाठी होते. सुदैवाने वाणिज्य मंत्रालयात सर्व वरिष्ठांनी कामाबद्दल माझ्या पाठीवर शाबासकी दिली. प्रथम के. बी. लाल, त्यांच्यानंतर एच. लाल (आय.सी.एस.) आणि त्याच्यानंतर बी. बी. लाल (आय.सी.एस.) असे ते वरिष्ठ होते. लागोपाठ असे तीन 'लाल' आल्याने बऱ्याच शिष्टमंडळांनी अशी कल्पना करून घेतली की, सचिव पदावर गेले की 'लाल' (Lal) अशी उपाधी अधिकाऱ्यांमागे लावली जाते! हे सर्व लोक माझ्याशी अतिशय प्रेमाने वागले आणि ज्या-ज्या वेळी माझ्या मुदतवाढीचा प्रश्न आला, तेव्हा काहीही खळखळ न करता या मंडळींनी सहकार्य केले.

मी आंतरराष्ट्रीय व्यापार क्षेत्रामध्ये शिरलो त्या वेळी ब्रुसेल्स आर्थिक घडामोडींचे 'हब' (केंद्र) म्हणून उदयाला येत होते. युरोपियन इकॉनॉमिक कम्युनिटी बाळसे धरत होती. फ्रान्स, पश्चिम जर्मनी, इटाली, बेनेलक्स देश म्हणजे बेल्जियम, लक्झेंबर्ग आणि नेदरलँड सीमा शुल्क मुक्त क्षेत्र बनवून मुक्त व्यापार सुरू व्हावा यादृष्टीने कार्यरत होते. या एकात्मिकरणाचे व्यापार, आर्थिक आणि राजकीय महत्त्व या सर्व बाबतीतील परिणाम दिसू लागले आणि अमेरिका व युरोपमध्ये सशक्त व्यापारी संघ उमलत असल्याची धास्ती वाटू लागली. युद्धोत्तर युरोपवरील त्यांच्या वर्चस्वाला धक्का बसतो आहे की काय, अशी त्यांना भीती वाटू लागली.

यु.के. तळ्यात की मळ्यात अशा पेचात होता. राष्ट्रकुलातील अनेक विकसनशील देशांनी आपापल्या प्रगतीचा मार्ग आखला होता. यु.के.बरोबर त्यांचे संबंध शिथिल होऊ लागले होते. केनेडी फेरीच्या वेळी भारताने आपल्या पदरात यु.के.च्या संदर्भात लाभ पाडून घेतले होते. मला त्याबद्दल शाबासकीदेखील मिळाली होती. यु.के., पश्चिम जर्मनी आणि अमेरिका यांच्याशी आपला व्यापार चालत असे. आता त्याला नवी दिशा द्यायचे आपण जाणीवपूर्वक ठरवले. वाटाघाटीनंतर आता व्यापाराचा रोख अमेरिका, इ.इ.सी. आणि यु.के. या क्रमाने झाला. ब्रुसेल्सची भूमिका महत्त्वाची ठरली.

या काळात आपल्या ब्रुसेल्स येथील राजदूतांना एस. नरसिंहन या अद्वितीय अधिकाऱ्याची सार्थ मदत मिळाली. हे अतिशय कार्यक्षम होते आणि वाटाघाटींमध्ये काही कडक, कटू बोलणी आणि मामला गंभीर झाला की, यांची विनोदी बुद्धी आमच्या मदतीला धावून यायची. काही वेळा मात्र भारतीय प्रतिनिधीमंडळ अडचणीत येत असे. कारण भारतीयांच्या आणि पाश्चिमात्त्यांच्या विनोदबुद्धीत फरक आहे. नरसिंहन आणि त्यांची पत्नी यांचे घर मला भोजनासाठी नेहमी उघडे असे.

जिनिव्हामध्ये अनेक प्रकारचे लोक भेटत. संयुक्त राष्ट्रसंघ पॅलेमध्ये तर अशा लोकांची रेलचेल असे. कामाचे दीर्घ तास, भोजने आणि कॉकटेल्स म्हणजे नित्यक्रम होता. लोक एकमेकांना ओळखत असत, कधी-कधी तर अतिजवळून. सहज झालेल्या ओळखीचे गाढ मैत्रीमध्ये रूपांतर झाल्याची माझ्याबाबत अनेक उदाहरणे सांगता येतील.

एके दिवशी घेब्रे चिदान अलुला हे इथिओपियन मिशनचे प्रथम सचिव माझ्याशी मराठीत बोलू लागले, तेव्हा माझ्या आश्चर्याला पारावर राहिला नाही. अलुला पाच वर्षे पुण्यामध्ये फर्ग्युसन कॉलेजमध्ये होते आणि ते अस्खलितपणे मराठी बोलत असत. व्यापार क्षेत्रामध्ये इथिओपियाला फार कमी रस होता, पण आदिस अबाबामध्ये 'ऑर्गनायझेशन फॉर आफ्रिकन युनिटी' (OAU) या संघटनेचे मुख्यालय होते आणि त्यामुळे अलुला यांना उंक्टाडच्या कामात सहभागी होण्यासाठी जिनिव्हाला यायला लागत असे. मला त्यांचा मनमोकळा स्वभाव अतिशय आवडत असे आणि त्याचबरोबर गुंतागुंतीच्या समस्यांवर सोप्या पद्धतीने उत्तर शोधण्याच्या त्यांच्या वृत्तीचे कौतुक वाटे.

आजूबाजूच्या लोकांना काही कळू द्यायचे नसल्यास अलुला मराठी वापरायचे. पॅलेमध्ये अशी कुजबुज सुरू झाली की, आम्ही गुप्त अशी आदिम लोकांची भाषा वापरतो. ते जितके भोळे वाटत तेवढे मात्र नव्हते. 'विकसनशील देशांमधील कमी विकसित देश' (Least Developed Among Developing Countries – LDC) ही संकल्पना आपल्या आफ्रिकन सहकाऱ्यांना समजावून देण्यात त्यांनी मोठे प्रयत्न केले. प्रथम भारतासकट अनेक देशांनी या संकल्पनेला, विकसित देशांचा हा 'ग्रुप ऑफ ७७'च्या ऐक्याला सुरुंग लावायचा प्रयत्न अशा समजुतीपोटी याला विरोध केला होता. या संकल्पनेचा स्वीकार व्हावा म्हणून जे ठराव मांडायचे होते, त्याचा मसुदा तयार करायला मी अलुला यांना बरीच मदत केली होती व त्या पद्धतीने मी आफ्रिकन देशांचा खास मित्र बनलो.

आता थोडे अमेरिकन सहकाऱ्यांबद्दल. हेन्री ब्रोडी अनेक वर्षे कायम प्रतिनिधी म्हणून राहिले. हे जितक्यास तितके बोलणारे, फटकळ स्वभावाचे, रुक्ष, पक्के होते. हे मुळीच लोकप्रिय नव्हते. यांनी नकळत केलेल्या पाणउताऱ्यामुळे यांच्या निकटचे हाताखाली काम करणारे दुखावले गेले होते. मी वॉशिंग्टनमध्ये १९६३मध्ये तिखट बोलण्यामध्ये प्रसिद्ध असणारे मॅक्नमारा यांना पाहिले होते. त्यामुळे मला याबद्दल काहीच आश्चर्य वाटले नाही. राजनैतिक मुत्सद्द्याला आवश्यक गुण यांच्यात नसल्याने अनेक लोकांना यांचे वागणे तिरस्काराचा विषय वाटत होता.

यांच्या उलट त्यांचे साहाय्यक विल्यम (बॉब) कल्बर्ट होते. वाटाघाटींच्या वेळी ताठर असणारा हा गृहस्थ बोलायला मृदू होता. त्यांची पत्नीही चांगली होती आणि आमची लवकरच मैत्री जुळली. अमेरिकनांच्याबाबत मला या गोष्टीची पूर्ण जाणीव होती की, त्यांच्या प्रतिनिधी मंडळामध्ये नेहमीचा एखादा सी. आय. ए.मधील अधिकारी असतो. अशी व्यक्ती हेरणे हीसुद्धा गंमत होती. निदान जिनिव्हामध्ये तरी ती व्यक्ती काही भरीव काम करत नसे, पण नेत्रदीपक पाहुणचार करणे, त्या व्यक्तीचे काम असे. ट्रेड रिप्रेझेन्टेटिव्हच्या कार्यालयामध्ये मी गेलो असता, मला माझ्या माजी सहकाऱ्याने एका गाफील क्षणी असे कानावर घातले की, त्यांच्याकडे मिस्टर आर. डी. प्रधान यांच्यावरची मोठी फाइल तयार आहे. मला याचे मुळीच आश्चर्य वाटले नाही. कारण मी पूर्वी संरक्षणखात्यामध्ये अनेक संवेदनशील कामे हाताळली होती.

स्कॅन्डीनेव्हियन लोकांचा एक वेगळाच वर्ग आहे. ते युरोपमध्ये असले तरी ते इइसीमध्ये नव्हते. ते देश लहान असल्याने त्यांचा व्यापार क्षेत्रात प्रभाव मर्यादित होता, पण वाटाघाटीमधील त्यांची भूमिका महत्त्वाची ठरत असे. ते विश्वासपात्र होते आणि आमच्या समस्या सोडवण्यासाठी त्यांची मदत होत असे. त्यामुळे डेन्मार्क, स्वीडन आणि नॉर्वे या देशांमध्ये माझे बरेच मित्र आहेत. जीएसपी वाटाघाटींच्या वेळी विकसित देशांचे नेतृत्व करणारे नॉर्वेचे मॅग्ना रीड आणि त्यांची पत्नी यांचा त्यामध्ये समावेश होता. स्कॅन्डीनेव्हियन माणसे वेळ पाळण्याबाबत जरा फाजील जागरूक असतात. रात्रीचे भोजन जर आठ वाजता असेल, तर सर्व पाहुणे यजमानांच्या घराबाहेर पाच मिनिटे अगोदर येऊन उभे राहत आणि बरोबर आठच्या ठोक्याला यजमानांच्या घराची घंटा वाजवली जात असे. पाहुण्यांचे स्वागत शँपेनच्या ग्लासने केले जात असे. यांच्या घरामध्ये व्हिस्की हे भोजनोत्तर पेय आहे. ब्रिटिश लोकांची परंपरा उलटी आहे – भोजनपूर्व व्हिस्की आणि भोजनोत्तर शँपेन.

माझे करियर घडवण्यात आफ्रिकेमधील काही राजदूतांचा महत्त्वाचा वाटा आहे. आयव्हरी कोस्टचे ॲम्ब बेनी निओपीन हे सुसंस्कृत आणि मृदुभाषिक होते. ते अस्खलित इंग्रजी बोलत असत. गॅबॉनचे मार्क नान-गेमा हे असेच लोभस व्यक्तिमत्त्व होते. बुटके, बोकड दाढी ठेवलेले आणि थ्री-पीस सूटमधले आकर्षक कपडे घालणाऱ्या या गृहस्थांकडे पाहिल्यावर मॉलिन रुजचे प्रसिद्ध फ्रेंच चित्रकार हेन्री लुटेरेक यांची आठवण मला येत असे. मॅलेगासीचे (मादागास्कर) अर्मांद रझाफिंदराबे हे आणखी एक मित्र. खरे

तर ही सर्व मंडळी अशा देशांची होती, ज्यात एखाददुसरी वस्तू व्यापाराकरता महत्त्वाची होती आणि त्या देशांना आंतरराष्ट्रीय व्यापारामध्ये त्याशिवाय काही स्वारस्य नव्हते. परंतु सर्व कामात ते जागरुकतेने भाग घेत.

जीएसपी वाटाघाटींच्या वेळी या तिघांनी जी मोलाची भूमिका बजावली ती मी कधीही विसरू शकत नाही. त्यात विकसित देशांच्या वतीने मॅग्ना रीड व विकसनशील देशांच्या वतीने मी असे. आम्ही अहोरात्र मेहनत करून ठरावाच्या मसुद्याला अंतिम रूप दिले होते. त्याच वेळी बातमी थडकली की, आफ्रिकन देश मसुद्याला मान्यता न देता बैठकीमध्ये तटस्थ राहणार आहेत. त्या बातमीचे गर्भित परिणाम व अर्थ असे होते की, उंक्टाड दुबळी करण्याच्या उद्देशाने विकसनशील देशामधील एकी मोडण्याचा प्रयत्न काही देश करत आहेत. (इइसी आफ्रिकन देशांचे हित राखण्यासाठी ज्या सवलती देऊ इच्छित होती, त्या मागे घेण्याची शक्यता होती.) माझ्या कानावर ही गोष्ट पडल्यावर मी तहकुबी मिळवली आणि या तिन्ही राजदूतांना खुल्या अधिवेशनच्या सत्राच्या सभागृहाबाहेर सर्व प्रतिनिधींना बोलावण्याची विनंती केली.

पुढील काही मिनिटांमध्ये लेहमन सरोवराच्या समोरच्या त्या पॅलेच्या भव्य पॅसेजमध्ये अगदी मध्यभागी माझ्या भोवती साठ-सत्तर प्रतिनिधींचा गराडा पडला. काही प्रतिनिधी रागावलेले होते. त्यांनी प्रश्न केले, "जीएसपीचा आम्हा आफ्रिकन देशांना लाभ कोणता आहे? आशिया आणि लॅटिन अमेरिका या खंडामधील देशांना लाभकारी ठरणाऱ्या या योजनेला आम्ही पाठिंबा काय म्हणून द्यावा?"

त्या वेळी मध्यरात्र उलटून गेली होती. अशा बिकट वेळी तर्कशुद्ध उत्तर देणे सयुक्तिक नाही, हे मी ठरवले. ऐकून आणि समजून घेण्याचे मन:स्थितीमध्ये कोणीच नव्हते. ते बहुतेक प्रतिनिधी फ्रेंच भाषेतून व्यवहार करत असत. म्हणून मी या प्रतिनिधींशी नान-गेमा यांच्यामार्फत संभाषणाचा मार्ग साधला. त्यांना मी आश्वासन दिले की, जर त्यांनी जीएसपीला पाठिंबा दिला, तर त्यांच्या शेती-मालाबाबत आशियाई गट त्यांच्या पाठिशी पूर्णपणे उभा राहील. आता हा प्रस्ताव स्वीकारायचा की फेटाळायचा हे त्यांच्यावर आहे, इतके बोलून मी तेथून बाहेर पडलो.

आता ही दिलेली ऑफर पूर्णपणे अस्सल आहे, यावर काथ्याकूट करून ती पटवून देण्याचे काम त्या तीन राजदूतांवर पडली. सुमारे अर्ध्या तासाने मला त्यांना भेटायला येण्याचा निरोप आला. ही ३० मिनिटे मला एखाद्या युगासारखी वाटली. गॅबॉनचे राजदूत मला म्हणाले, "माननीय प्रधान, आमचा तुमच्यावर विश्वास आहे आणि आम्ही तुमच्या शब्दाबाहेर नाही. आफ्रिकेसाठी जीएसपीमध्ये काही नाही, पण आमचा तुम्हाला पाठिंबा आहे." या वेळी त्यांच्या डोळ्यांतून अश्रू ओघळत होते. मी माझ्या ग्वाहीचा पुनरुच्चार केला. उंक्टाडमध्ये जीएसपीचा अखेरीला समावेश झाला तो अशा प्रकारे होय.

पुढे मी माझा शब्द पाळला आणि आफ्रिकेचा मित्र झालो. ट्रान व्हान थीन यांच्या पाठिंब्याने मी काय मिळवले, याचा उल्लेख मागे आला आहे. 'वस्तू-व्यापारा'बाबत (Commodity trade) उंक्टाड हे प्रमुख व्यासपीठ बनले. माझ्यानंतर माझ्या पदावर इंदरजीत चड्ढा (आय.एफ.एस.) आले. त्यांनी वस्तूंच्या करारांबाबत मोठे योगदान केले आणि उंक्टाडमध्ये त्यांना 'वायदे-बाजार संचालक' (Director of Commodity) या पदावर नेमणूक करून त्यांचा गौरव करण्यात आला. त्यांनी हे पद अतिशय आब राखून सांभाळले.

४५

काही मित्रमंडळी

जिनिव्हाच्या दहा वर्षांच्या वास्तव्यामध्ये देशोदेशीचे अनेक मित्र मला मिळाले. बहुसांस्कृतिक राजनैतिक वर्तुळात सर्व मुत्सद्द्यांना एकत्र काम करावे लागते, एकमेकांच्या कुटुंबांशी संबंध येतो. पण आम्ही पाणवठ्यावर बसलेले पक्षी आहोत याची जाण आम्हाला नेहमीच असे. नव्यांचे स्वागत, ओळखीच्यांना निरोप, कुठेतरी आणि कधीतरी भेटण्याची वचने हे नित्याचे असते. अनेक वेळा या बोली आणि आणाभाका फक्त बोलाचीच कढी आणि बोलाचाच भात राहतात व उर्वरित आयुष्यात एखाद्याची क्वचितच भेट होत असे.

मला स्वित्झर्लंडला जाण्याची जेव्हा-जेव्हा संधी मिळे तेव्हा-तेव्हा मी जिनिव्हाला विनोद रेगे आणि त्याची पत्नी श्यामल यांना भेटायला जात असे. त्यांच्याकडे जेवण आणि त्यांचा मुलगा व नातू यांची भेट घेणे आनंददायी असे. विनोद माझ्याबरोबर वाणिज्य मंत्रालयामध्ये संशोधन अधिकारी होते. या हुशार आणि कष्टाळू सहकाऱ्यामुळे मला गॅटची माहिती झाली. कैरोला त्रिपक्षीय वाटाघाटींसाठी मी गेलो तेव्हा आपल्या नवपरिणीत पत्नीसह तेही बरोबर आले होते. नाईलच्या काठावर शेफर्ड्स हॉटेलमध्ये आम्ही मुक्कामाला होतो. आमच्या कामाच्या वेळापत्रकामुळे विनोद यांना आपल्या पत्नीकडे लक्ष द्यायला क्षणाचीही उसंत मिळाली नाही. त्याबद्दल मी श्यामलजवळ दिलगिरी व्यक्त केली होती. माझ्यासाठी अभिमानाची गोष्ट म्हणजे विनोद आपल्या कर्तृत्वामुळे गॅटच्या संचालकपदापर्यंत पोहोचले आणि तेथूनच ते निवृत्त झाले. सेवानिवृत्तीनंतर ते जिनिव्हामधील राष्ट्रकुल सचिवालयासाठी काम करत आहेत. या सुखी दांपत्याच्या आनंदाला लागलेले गालबोट म्हणजे त्यांच्या एकुलत्या एक मुलाचे काही वर्षांपूर्वी गोव्यात हृदयक्रिया बंद पडून झालेले निधन होय.

वाणिज्य मंत्रालयातील माझा संशोधन-साहाय्यक राजू माकील, माझ्या मिशनमध्ये द्वितीय सचिव म्हणून काम करत होता. राजूसुद्धा आपल्या कर्तृत्वाने जिनिव्हामधील

इंटरनॅशनल ट्रेड सेंटरच्या महासंचालकपदापर्यंत पोहोचून सेवानिवृत्त झाला. त्याची इंग्रज पत्नी मोना, उंक्टाडच्या आर. कृष्णमूर्ती या उत्पादन विभागाच्या संचालकांची सचिव म्हणून काम करत असल्यापासून माझ्या माहितीची होती. ते आता जिनिव्हासंलग्न कोपे येथील आपल्या मोठ्या व्हिलामध्ये सुखाने आयुष्य जगत आहेत.

आर. कृष्णमूर्ती उर्फ कृष्णा हे असेच जुने मित्र आहेत. ते बँकॉकमध्ये एस्कापमध्ये (ESCAP) काम करत असताना डॉ. रौल प्रेबिश्च यांनी व्यापार विषयाकरता स्वीय सल्लागार म्हणून त्यांची निवड केली. कृष्णा आणि त्यांची पत्नी मीना, आज टोरांटोमध्ये त्यांचा ज्येष्ठ पुत्र राजूकडे राहतात. त्यांची मुलगी इंदिरा हिचा विवाह उत्तर प्रदेशातील एका प्रधान आडनावाच्या कुटुंबामधील मुलाबरोबर झाला आहे. आम्ही एकमेकांशी ई-मेलने संपर्क ठेवून आहोत.

मदन माथूर यांना मी जिनिव्हामध्ये प्रथम भेटलो तेव्हा ते गॅटचे संचालक होते. ते आय.आर.एम.चे अधिकारी म्हणून प्रथम लंडनला गेले आणि मग ब्रुसेल्सला गेले. भारतीय दूतावासामध्ये काम करत असताना त्यांची कॉलेट या बेल्जियन तरुणीशी भेट झाली. मी जिनिव्हाला दुसऱ्या वेळी गेलो असता, त्यांनी त्यांच्या छोटेखानी अपार्टमेंटमध्ये भोजनाला मला बोलावून लाजत आपल्या अतिशय सुंदर अशा पत्नीशी ओळख करून दिली. वर्षे जशी गेली तशी आमची मैत्री वाढली. डिवॉन (Divonne) या फ्रेंच जुगारी रिसॉर्टच्या जवळील बुर्जे या ठिकाणी ते राहत होते. जिनिव्हापासून वीस किलोमीटर सीमेपलीकडे डिवॉन वसलेले होते. कारण स्वित्झर्लंडमध्ये मोठ्या रकमेच्या जुगाराला बंदी होती. भारतीय पाहुण्यांना डिवॉन येथे नेताना-आणताना माथूर यांची त्यांचे घरी भेट व्हायचीच.

गॅटच्या सचिवालयामध्ये उपमहासंचालक या पदापर्यंत माथूर गेले. विकसनशील देशांसाठी हा मोठा आधार होता. त्यांच्यावर सर्वांचा विश्वास होता. एक सच्चा मित्र आणि खराखुरा आंतरराष्ट्रीय सनदी नोकर – मनमोकळा, तारतम्य बाळगणारा, विचार करणारा आणि विकसनशील देशांच्या गुंतागुतीच्या समस्या सोडवण्याकडे कल असणारा. विकसित देशांकडे असणारे आपले वजन विकसनशील देशांसाठी माथूर खर्च करत असत. कॉलेट या त्यांचे स्फूर्तिस्थान होते. त्यांना एक मुलगा आणि एक मुलगी अशी दोन अपत्ये होती. 'वर्ल्ड इकॉनॉमिक फोरम'मध्ये (World Economic Forum) कॉलेटने आपले करियर केले होते. जगातील अनेक देशांचे अध्यक्ष, पंतप्रधान, नेते, उद्योगपती वगैरे यांना एका व्यासपीठावर आणणाऱ्या संस्थांपैकी ही एक संस्था होती. त्यामुळे कॉलेट माथूर यांचे नाव भारतामधील औद्योगिक आणि व्यापार उदीम यांच्या वर्तुळामध्ये सर्वपरिचित झाले होते.

पॅरिसमधील जाक आणि हेलन द मिरामाँ, माद्रिदमधील फर्नान्डेस-एस्पिनार्स हे माझे युरोपमधील घनिष्ट स्नेही होत. त्यांना भेटण्यासाठी आम्ही गेल्या काही

वर्षांमध्ये पॅरिस आणि माद्रिद यांच्या तीन वेळा वाऱ्या केल्या. एस्पिनार हे अगत्यशील असून माद्रिदमध्ये आम्ही त्यांच्या घरी तासन्तास काढले आहेत. या दोघांनाही भारताबद्दल प्रचंड ओढ असून भारताविषयी ग्रंथांचा त्यांच्याकडे मोठा संग्रह आहे.

सैद हार्ब या माझ्या सहकाऱ्याशी आणि मित्राशी माझा संपर्क आता पूर्णपणे तुटला आहे. इंटरनॅशनल ट्रेड सेंटरमधून निवृत्त झाल्यावर सैद इजिप्तला परतले. या अनन्यसाधारण हुशार आणि सुसंस्कृत गृहस्थाची पहिली पत्नी फातिमा म्हणजे खऱ्या अर्थाने रणरागिणी होती. तरुण आणि सुंदर फातिमा अल्जिरियाचे क्रांतिकारी नेते बेन बेला यांच्याबरोबर होती. त्यांनी तिला दत्तक घेतली होती. अल्जिरिया स्वतंत्र झाल्यावर ती जिनिव्हाला आली आणि मग सैदबरोबर तिचा विवाह झाला. जिनिव्हामधील अत्यंत मोजक्या लाघवी जोडप्यांपैकी यांचे एक होते. फातिमा आणि माझी पत्नी पहिल्याच भेटीत एकमेकांच्या मैत्रिणी झाल्या. आणि फातिमा अनेक कौटुंबिक गोष्टी तिच्याबरोबर बोलत असे. मला आठवते की, एका भोजनाप्रसंगी कोणीतरी फातिमाला तिने खरोखरच अल्जिरीयाच्या फ्रान्सविरुद्धच्या स्वातंत्र्ययुद्धात भाग घेतला किंवा कसे यावरून डिवचले. फातिमाने धीटपणे आपला स्कर्ट वर करून मांडीच्या वरच्या भागात झालेली बंदुकीच्या गोळीची जखम दाखवली. फातिमा चारचौघांत मिसळणारी आणि रूढींना न जुमानणारी होती. सैद खानदानी अरब होते. ती बिजली होती, तर सैद पुढे-पुढे न करणाऱ्यांपैकी. या दोघांचा विवाह विस्कटला आणि त्याचा शेवट घटस्फोटात झाला. दुर्दैवाने यानंतर काही वर्षांनी फातिमा कर्करोगाला बळी पडल्या.

४६

काही अविस्मरणीय प्रसंग

संयुक्त राष्ट्रसंघाच्या संघटनांचा गाभा अनेक राष्ट्रांचे परस्परसंबंध आणि या राष्ट्रांमधील परस्पर चलनवलन हे आहेत. हे सुरू असताना काही अभूतपूर्व आणि संस्मरणीय घटना घडतात. गॅटमधून तैवानची हकालपट्टी ही अशीच एक घटना होय. गॅटच्या कराराची १९४८ला सुरुवात झाली त्या वेळी चीनमध्ये राजकीय उलथापालथ चालली होती. चीनमध्ये साम्यवादी राजवट आली. लाल चीनला गॅटसारख्या संस्थांमध्ये विशेष रस नव्हता. त्यामुळे अमेरिकेच्या साहाय्याने तैवानमधील चँग-कै-शेकच्या सरकारने चीनचे स्थान गॅटमध्ये घेतले. कालांतराने जेव्हा लालचीन आपली जागा परत मागू लागला, तेव्हा एका सत्रात तैवानची हकालपट्टी करण्याचा ठराव मांडला गेला. मी इतक्या तापलेल्या वातावरणात चाललेली सभा कधीच पाहिली नव्हती. तैवानचे राजदूत युआंग चँग यांनी आवेशाने किल्ला लढवला; परंतु शेवटी त्यांना घाईघाईने, निंद्यप्रकारे सभागृहातून काढून टाकण्यात आले. खरे तर, ती तैवानची हकालपट्टी होती. भारताचे तैवानबद्दलचे धोरण स्पष्ट असल्यामुळे आम्ही या नाटकामध्ये निव्वळ प्रेक्षक होतो. हकालपट्टीचे हे एकमेव उदाहरण होते.

आणखी एका घटनेने मला बोलू कसे *नये,* याचा धडा मिळाला. संयुक्त राष्ट्रसंघाचा खरा कारभार उच्च गुणवत्तेच्या दुभाष्यांवर आधारित असतो. हे उच्च वेतन घेणारे कर्मचारी असतात; पण त्यांचे काम किती कठीण असते, याची जाण नसलेले प्रतिनिधी या दुभाष्यांचे काम आणखी कठीण करून ठेवतात. संयुक्त राष्ट्रसंघाचे कामकाज १९७०च्या दशकामध्ये इंग्रजी, फ्रेंच, स्पॅनिश, रशियन आणि अरबी या भाषांमध्ये चालत असे. पुढे यांमध्ये चिनी भाषेची भर पडली.

संयुक्त राष्ट्र व इतर संस्था याचे कामकाजात इंग्रजी भाषिक प्रतिनिधींना काही बाबतीत फायदा मिळे. कारण जगातील अनेक देशांमध्ये आणि आता स्वतंत्र देश

असलेल्या पूर्वीच्या ब्रिटिश वसाहतींमध्ये ती बोलली जाते. तसेच फ्रेंच भाषादेखील फ्रान्स आणि त्यांच्याशी संबंधित आफ्रिकेमधील देश यामध्ये बोलली जाते. या सर्वांना फ्रेंच भाषेचा प्रचंड अभिमान असतो आणि ते फक्त फ्रेंचमध्येच बोलण्याचा आग्रह धरतात. त्यामुळे फ्रेंचमधून इंग्रजी तसेच उलट भाषांतर करण्यासाठी निष्णात दुभाषी असतात. परंतु काही वेळा तेही खरोखर अडचणीत पडतात. याचे एक उदाहरण आजही आठवते. माझे एक सहकारी एस. नरसिंहन अधूनमधून असे 'सामिष' विनोद सांगत, ज्यांचा गाभा दुभाषांच्या पटकन लक्षात येत नसे आणि त्यांना नीट भाषांतर करता येत नसे. निष्पापपणे केलेल्या त्यांच्या निवेदनाला असे वळण मिळे की, आमचा बराच वेळ स्पष्टीकरण देण्यात किंवा दिलगिरी व्यक्त करण्यात जात असे. हीच गोष्ट लांब आणि पल्लेदार वाक्यांची होती. के.बी. यांचे असे होत असे. त्यांचे इंग्रजीवर उत्तम प्रभुत्व होते; परंतु त्यांच्या भाषणातील उपहास, उपरोध आणि विनोद इंग्रजी भाषिकांपुरताच मर्यादित राहत असे.

एकदा इइसी आणि १८ आफ्रिकन देश यांच्या दरम्यान होणाऱ्या कराराबद्दल गॅटमध्ये चर्चा सुरू होती आणि के.बी. त्यामध्ये बोलत होते. आपल्या खास शैलीमध्ये त्यांनी भारताचे आफ्रिकेतील फ्रेंच भाषिक देशांशी सांस्कृतिक किंवा व्यापारी संबंध नसले, तरी सर्व आफ्रिकन देशांबद्दल भारताला आपुलकी वाटते असे नमूद केले. 'या आफ्रिकन देशांच्या फ्रान्सबरोबर असणाऱ्या निकटच्या संबंधाला भारताचा विरोध नव्हता, पण आफ्रिकन देश निर्णय घेताना स्वत: स्वतंत्र देश म्हणून निर्णय घेतात की, त्यामागे आणखी एखादा हेतू असतो काय, याची मला शंका वाटते' या त्यांच्या विधानाने एकच गहजब उडाला. ते जे बोलले त्याने ठिणगी पडली.

सत्राच्या शेवटी आफ्रिकन देशांच्या प्रतिनिधींनी के.बी. यांना चांगलेच धारेवर धरले. त्यांच्या मते के.बी. यांनी हे देश फ्रान्सच्या जोखडापासून मुक्त झाले असले तरी त्यांच्या देशासंदर्भातील महत्त्वाच्या गोष्टींबद्दल स्वयंनिर्णय घेण्याची क्षमता यावर संशय घेतला होता. के.बी. यांनी जाणले की, दुभाष्याद्वारे जे अर्थान्तर झाले त्यामधून चुकीचा संदेश गेला होता. त्यांनी पाच-सहा राजदूतांना त्या संध्याकाळी हॉटेलात ड्रिंक्सकरता बोलावले. त्या संध्याकाळी त्या बैठकीमध्ये भावनांचा जो उद्रेक झाला तसा त्या अगोदर मी कधीच पाहिला नव्हता.

सुदैवाने के.बी. यांनी त्या भाषणाची टेप मिळवली. त्या ध्वनिफितीमधील तो भाग – ज्याने इतकी राळ उडवली होती – त्यांनी परत लावला आणि त्याचे इंग्रजी अर्थान्तर वाचून पाहिले. त्या वेळी त्यांना कळून चुकले की, गैरसमज कसा निर्माण झाला होता. या गंभीर गैरसमजुतीने भारत आणि फ्रेंच भाषिक आफ्रिकन देश यांच्यामधील संबंध कायमचे बिघडले असते. पण के.बी. लाल यांनी वेळीच पावले

उचलल्याने पुढचा प्रसंग टळला. या सर्वांचे माझ्यासाठी तात्पर्य हे होते की, संयुक्त राष्ट्रसंघाच्या फोरममध्ये मोठी पल्लेदार वाक्ये किंवा विनोद टाळावेत. अशाने कारण लक्षात न येता हानी होण्याची शक्यता असते. मुख्यत: आपण भारतीय इंग्रजीमध्ये सहज व्यवहार करू शकत असलो, तरी आपण हशा पिकवण्याकरता जे विनोद सांगतो किंवा विनोदी आठवणी सांगतो, ते करताना तारतम्य बाळगायला हवे.

इंग्रजी भाषेबद्दल आणखी एक धोक्याचा संकेत. भारतात प्रत्येक प्रांतामधील इंग्रजी भाषेचे स्वरूप वेगवेगळे आहे. आंतरराष्ट्रीय स्तरावरदेखील तसेच आहे. एखादा अरब, इथिओपियन, नायजेरियन, घानाचा नागरिक इंग्रजीच बोलत असला तरी ती समजून घेण्याला वेळ लागतो. तसेच त्या लोकांनासुद्धा पंजाबी, तामिळी, मल्याळी, मराठी धाटणीचे इंग्रजी समजायला अडचण होते. या परिस्थितीत, दुभाष्यांवर एकाच वेळी कामाच्या प्रचंड दबावाखाली एका भाषेमधून दुसऱ्या भाषेमध्ये योग्य अर्थान्तर करणे फारच अवघड असते.

उंक्टाड कुटुंबामध्ये १९६९च्या मध्यापर्यंत मी माझे स्थान नक्की केले होते. अनेक विकसनशील देशांना समिती किंवा वर्किंग पार्टी यांच्यासाठी मी अध्यक्ष हवा असे. मलादेखील हे पद भूषवणे आवडायला लागले. त्यामध्ये रोजचे भरडून काढणारे काम नसते. अध्यक्ष म्हणून मला फक्त शेवटी-शेवटी कामकाजाला अंतिम स्वरूप देत असताना हस्तक्षेप करावा लागत असे. पण अध्यक्षच्या पदावर असतानादेखील कधी-कधी कसोटी पाहणारा क्षण उगवत असे. मी एकदा माझी आणि भारताची छी-थू होण्याच्या प्रसंगातून सुटलो आहे.

मी एका सभेच्या अध्यक्षपदी असतानाचा हा प्रसंग आहे. त्या वेळी मूळ आय.सी.एस.मधील, पण भारतातून ब्रह्मदेश वेगळा झाल्यावर तेथील सेवेत असणाऱ्या व्यक्तीकडे त्या सभेच्या व्यवस्थापनाची जबाबदारी होती. ते माझ्या शेजारी मंचावर बसले होते. सभेत मध्यावर त्यांनी मला स्पेनचे सर्वेसर्वा जनरल फ्रँको वारल्याची बातमी एका चिठ्ठीवर लिहून दाखवली. तसेच शोक व्यक्त करून सभा तहकूब करावी, असे सुचवले. फ्रँकोच्या राजवटीच्या काळात अनेक विकसनशील देशांचे स्पेनशी राजनैतिक संबंध नव्हते आणि त्यांच्या त्या मृत्यूच्या तथाकथित बातमीनंतरदेखील फ्रँको यांच्याबद्दल काही बोलावे की नाही, याबद्दल जरा संदिग्धताच वाटत होती.

मी त्याच निरोपाच्या चिठोऱ्यावर त्या सचिवाला त्याने याबाबत स्पॅनिश प्रतिनिधीमंडळाच्या नेत्याशी बोलावे असे सुचवले. लगबगीने ते त्यांना भेटण्यास गेले. त्यांनी बातमी देताच मला मंचावरूनच स्पॅनिश शिष्टमंडळाची अस्वस्थ झाल्याची प्रतिक्रिया दिसली. राजदूत पटकन माद्रिदला फोन करून बातमीची

खातरजमा करण्यास उठले. काही वेळाने ते गृहात परतले आणि कामकाज काही कळाकरता स्थगित करावे, अशी विनंती केली. ते अनुभवी मुत्सद्दी असल्याने मोठा वाद न करता त्यांनी व्यासपीठावर येऊन माझ्याकडे फ्रँको यांच्या मृत्यूची बातमी फैलावणाऱ्या सचिवालयातील अधिकाऱ्याबद्दल त्यांच्या देशातर्फे तीव्र निषेध नोंदवला. त्या अधिकाऱ्याला आपली चूक उमगली आणि ते रडवेले झाले. मीही काही वेळाने सभा परत बोलावली व निर्धारित कामकाम संपवले. सभा समाप्त झाल्यानंतर राजदूतांनी मला हे प्रकरण नीट हाताळण्याबद्दल आणि कोणतीही जाहीर घोषणा न केल्याबद्दल धन्यवाद दिले. आणि त्याचवेळी स्पेनच्या वतीने महासंचालकांकडे त्या अधिकाऱ्याच्या वर्तनाबद्दल तक्रार करणार असल्याचे घोषितदेखील केले. दुर्दैवाने मला त्या अधिकाऱ्याला पाठीशी घालता आले नाही. परंतु समजा मी त्याचा सल्ला मानला असता व बैठक स्थगित केली असती, तर मला व पर्यायाने आपल्या देशाला मान खाली घालायची वेळ आली असती. 'घाई करा, पण सावकाश!' या घोषवाक्याने मला वाचवले होते, असे वाटते.

जीएसपी संघाला अनेक वेळा मोठे आणि दीर्घ प्रवास करावे लागत असत. त्या वेळी कधी-कधी एखादी खोडी काढायचा, चेष्टा करण्याचा मोह होत असे. निक्सन राजवटीच्या वेळी काही काळ मियामीहून हवानाकडे किंवा हवानाहून मियामीला विमानांचे अपहरण करण्याचा उच्छाद होत होता. आम्ही एकदा मेक्सिकोकडे विमानाने जात असता, मेक्सिकोच्या आखातावर – मियामीवर – विमान आले असता ब्रॅन्डेनबर्ग यांनी हवाईसुंदरीला सहज विचारले, "आपण हवानाला किती वाजता पोहोचणे अपेक्षित आहे?" ती तडक विमानाच्या कमांडरकडे गेली आणि त्याला झाला प्रकार सांगितला. तो कमांडर बाहेर आला आणि त्याने ब्रॅन्डेनबर्गला जाब विचारला. ब्रॅन्डेनबर्गच्या मोठ्या स्पष्टीकरणानंतर कमांडरला हा प्रश्न म्हणजे निव्वळ विनोद असल्याचे पटले; पण स्पष्टीकरण स्वीकारण्यापूर्वी त्यांनी सर्व प्रवाशांना असले बोलणे विनोद म्हणूनदेखील मान्य करणार नाही असा दम देऊन, अशी व्यक्ती विमान उतरल्यावर अटक होण्यास कारणीभूत ठरेल, असा सज्जड दम दिला.

मेक्सिको सिटी विमानतळावर पोहोचल्यावर आम्हाला ब्रॅन्डेनबर्गला बाहेर काढण्यासाठी मॉंसाल्वेचे भाषेचे कौशल्य वापरावे लागले.

४७

जिनिव्हाला रामराम

संयुक्त राष्ट्रसंघाबरोबर मी काम करू लागल्याला १९७६च्या सुरुवातीला पाच वर्षे पूर्ण होत होती. मी पन्नाशीच्या उंबरठ्यावर होतो आणि माझ्या उर्वरित सेवेची दहा वर्षे बाकी होती. त्यापूर्वीच्या दोन वर्षांमध्ये कौटुंबिक जीवनामध्ये अनेक बदल घडून आले होते. माझ्या वडिलांचे निधन झाले. माझी भावंडे लग्न होऊन आपापल्या संसाराला लागली असली, तरी आपण कुटुंबापासून दूर राहिलो आहोत, अशी मला जाणीव होऊ लागली. भारतीय प्रशासन सेवेत १९५२मध्ये दाखल झाल्यापासून मी घरापासून खरोखरच दूर होतो. माझ्या करिअरच्या दृष्टीने विचार करता मी नोव्हेंबर, १९६२मध्ये राज्य शासनाच्या सेवेतून बाहेर पडलो होतो आणि भारतीय प्रशासन सेवेत पुढे काम करायचे असल्यास मला महाराष्ट्रात परतणे क्रमप्राप्त होते. या पुढील काळाबद्दल मी व माझी पत्नी विचार करत होतो.

सुदैवाने माझ्याकडे एक पर्याय होता. संयुक्त राष्ट्रसंघामध्ये मी डी-२ या स्तराच्या वर काम केले होते. एखाद्या नोकरशहासाठी ही सर्वोच्च उन्नती असते. त्या पुढील नेमणुका राजकीय आधारावर असतात. उंक्टाड/युडानडीपी यांना मी प्रकल्प-संचालक म्हणून किंवा संयुक्त राष्ट्रसंघामध्ये तत्सम पदावर पुढे काम करावे, असे वाटत होते. मी राज्य शासनामध्ये परतलो आणि माझ्याबद्दल अनुकूल मत झाले, तर मी भारत शासनामध्ये सचिव म्हणून जाऊ शकण्याची शक्यता होती. हे प्रशासनसेवेमधील अत्युच्च पद असते, जे साधारण कोणाचेही लक्ष्य असते. म्हणजे भारतीय प्रशासनसेवेमध्येसुद्धा मला उज्ज्वल भविष्य होते.

आम्हा पती-पत्नींच्या विचारात मुलांचाही विचार होता. राजीव जिनिव्हा येथील अमेरिकन इंटरनॅशनल स्कूलमध्ये चांगला चमकला होता आणि पुढील उच्च शिक्षणाकरता ऑक्सफर्ड किंवा केंब्रिज या विश्वविद्यालयामध्ये प्रवेश घेण्याइतकी पात्रता त्याने निर्विवाद सिद्ध केली होती. विवेक खेळांमध्ये प्रवीण होता, इतर

कलांमध्ये त्याचे कौशल्य वाखाणण्यासारखे होते. मित्रांचे वर्तुळ मोठे होते. अभ्यासात राजीवइतका सरस नसला तरी हुशार होता. आणि मुख्य म्हणजे फ्रेंच शिक्षण पद्धतीत सुरुवातीपासून शिक्षण झाल्याने त्याचे फ्रेंच अस्खलित होते. सरिता सात वर्षांची होती. आम्ही लगेच भारतात परतलो, तर ती भारतातील शाळेत जाऊ शकत होती. पुढे काही वर्षांनी आम्ही परततो, तर तिला भारतीय शिक्षण पद्धतीत जुळवून घेणे जड गेले असते. आम्ही सरिताचे शिक्षण भारतात करण्याचे ठरवले, म्हणजे पुढे समस्या येऊ नयेत.

आमची डॉ. शुमी दास यांच्याशी ओळख झाली. शिमल्याच्या वाटेवर कसौली येथे सनवारमधील सेंट लॉरेन्स स्कूलमध्ये ते मुख्याध्यापक होते. त्यांनी सरिताला प्रवेश देऊन तिची गुणवत्ता वाढवण्याकरता मदत करण्याची ग्वाही दिली. मग एक दिवस आम्ही दोघे सरिताला घेऊन सनवारला गेलो. शुमी आणि त्यांची पत्नी फिरोजा यांना भेटलो आणि सरिताला शाळेत दाखल केले. सरिताला शाळेत सोडून आम्ही दोघे परत निघालो ती दुपार आजही माझ्या डोळ्यांसमोर आहे. काळा ओव्हरकोट घातलेली आमची कन्या डबडबलेल्या डोळ्यांनी कॅप हालवून आम्हाला गुडबाय करत होती.

आज सरिता जी आहे, त्याचे श्रेय दास दाम्पत्याला आणि शाळेला द्यायला हवे. दिल्ली, मुंबई, न्यू यॉर्क सर्वत्र सनारीयन विखुरले आहेत. न्यू यॉर्कमध्ये पन्नासहून अधिक सनारीयन एकमेकांशी १९९६मध्ये नेटवर्किंगच्या साहाय्याने एकमेकांशी मैत्री टिकवून आहेत. शाळेचे बोधवाक्य Never give up हे आहे आणि सरिता ते प्रत्यक्ष जगत आहे.

मी १९७६च्या अखेरीला उंक्टाडचे महासचिव आणि संयुक्त राष्ट्रसंघाचे प्रशासन यांना माझा भारतीय प्रशासन सेवेमध्ये परतण्याचा इरादा बोलून दाखवला. ते चकित झाले. सर्वसाधारणपणे सर्व, विशेषत: भारतीय त्यांच्या कालावधीच्या शेवटी संयुक्त राष्ट्रसंघातील नोकरी सोडण्यापेक्षा तेथेच चिकटून राहतात. माझ्याबाबत मी संयुक्त राष्ट्रसंघातच राहावे, असा तेथील लोकांचा आग्रह होता. त्यांनी काही पदे देऊ केली त्यांपैकी एक जिनिव्हा येथील इंटरनॅशनल ट्रेड सेंटर याच्या संचालकपदाचे होते.

व्हिक्टर शांतापिल्ले हे या सेंटरचे त्याच्या स्थापनेपासून संचालकपदावर होते. ते सेवानिवृत्त होत होते आणि श्रीलंकेत राजकीय स्तरावरील मोठ्या पदावर जाण्याची त्यांची इच्छा होती. मी हे पद स्वीकारावे असा त्यांचा आग्रह होता आणि माझ्या नावाला त्यांनी सर्व संबंधितांकडून होकार मिळवला होता. मला मोह होत होता. सैद हार्ब जे आता येथे उपसंचालक म्हणून काम पाहत होते ते आणि इतर मित्र माझ्यावर पद स्वीकारण्याबाबत दबाव आणत होते.

पण आम्ही आमच्या निर्णयाशी ठाम राहिलो. त्यामागची कारणे कदाचित कोणाला मान्य होणार नाहीत. भारतीय स्वातंत्र्य-चळवळीशी निगडित काळामध्ये जी तरुण पिढी होती, त्यांपैकी मी आहे. मला म्हणूनच कोणत्याही पदावर नियुक्ती का होईना, पण राज्य सरकारमध्ये काम करण्यासाठी भारतात परतायचे होते. भारतीय प्रशासन सेवेमध्ये निवड होण्याची सुतराम शक्यता नसताना मी त्यामध्ये दाखल झालो होतो. आता मला काही प्रमाणात त्याची परतफेड करायची होती.

या कारणाशिवाय आणखी एक कारण होते. आम्ही सेवेत दाखल झालो त्या वेळी आम्हाला असे सांगण्यात आले की, आमच्यापैकी फक्त ७-१० टक्के भारत सरकारच्या सचिवपदी पोहोचण्याची अपेक्षा करू शकतात. ही पदे सर्वोच्च स्तरावरची असतात. 'मंत्रीमंडळ सचिव' हे पद ज्येष्ठतेप्रमाणे मिळते. मला ही पूर्ण कल्पना होती की, मला ते पद मिळणे शक्य नव्हते. राज्य शासनाचे मुख्य सचिवपद मिळण्याचीदेखील शक्यता कमी होती. माझ्यापेक्षा अनेक जण ज्येष्ठ होते. आणि माझी पाळी येईपर्यंत मी सेवानिवृत्तीच्या उंबरठ्यावर आलेलो असतो किंवा त्याबाहेरही पडलेलो असतो. माझी मनोधारणा, पत्नीचा आधार याने बाजी मारली आणि मी कोणत्याही मोहाला बळी पडलो नाही.

माझे जिनिव्हा सोडणे हे डॉ. पी. सी. अलेक्झांडर (आय.ए.एस.) यांच्या पथ्यावर पडले. इंदिरा गांधींचा निवडणुकीत पराभव झाल्यावर त्यांनी स्वेच्छा सेवानिवृत्ती स्वीकारली होती. इंदिरा गांधी यांच्यानंतर आलेल्या मोरारजी देसाई यांनी त्यांना दिलेल्या वागणुकीने ते विषण्ण झाले होते. संयुक्त राष्ट्रसंघातील आपल्या ओळखीच्या आधारे इंटरनॅशनल ट्रेड सेंटरमध्ये डी-१ स्तरावर त्यांनी आपली वर्णी लावून घेतली. मी ते पद नाकारल्यावर व्हिक्टर शांतपिल्ले यांनी ते डॉ. अलेक्झांडर यांना देऊ केले. अनेक वर्षे वाणिज्य आणि उद्योग यामध्ये काम केल्यामुळे आणि भारत सरकारमध्ये वाणिज्य सचिव हे पद भूषवल्यामुळे कदाचित ते या पदाकरता अधिक पात्र असावेत. काही महिन्यांनंतर त्या पदाची 'सहायक महासचिव'(Assistant Secretary General) यामध्ये उन्नती झाली.

माझा निर्णय वैयक्तिक मुद्द्यांवर आधारित होता आणि त्यामुळे मला माझ्या निर्णयाचा मुळीच खेद वाटत नाही. मी माझ्या सेवेतील यशामुळे पुन्हा कधीही संयुक्त राष्ट्रसंघामध्ये जाऊ शकतो, हे मी जाणत होतो. मला खरेच माहीत नव्हते की, आणखी चार वर्षांनी मला अशी संधी मिळणार आहे.

आम्ही जिनिव्हाला नऊ वर्षे होतो. घर गुंडाळून परत येणे सोपे नव्हते. आमच्या मुलांच्या भविष्याचा विचार करायचा होता. सुदैवाने सरिता सनवार येथील शाळेत दाखल झाली होती. राजीव लंडन स्कूल ऑफ इकॉनॉमिक्समध्ये होता. तो अकौन्टन्सी आणि फायनान्स या विषयात आपले स्पेशलायझेशन करत होता. आपली आर्टिकलशिप

१९७६मध्ये पूर्ण करून तो पुढचा विचार करत होता. लंडन स्कूल ऑफ इकॉनॉमिक्समधून बी.एस्सी.ही पदवी मिळाल्यानंतर आणि चार्टर्ड अकाउंटंट झाल्यानंतर त्याला मास्टर्स इन बिझनेस ॲडमिनिस्ट्रेशन करायचे होते.

राजीवचे नेत्रदीपक शैक्षणिक जीवन पाहून आम्हाला त्याने हार्वर्ड किंवा आयव्ही लीगमध्ये पुढे शिकावे असे वाटत होते. वॉशिंग्टन आणि न्यू यॉर्क येथे माझ्यासाठी निरोप समारंभ आयोजित करण्यात आले होते. वॉशिंग्टनहून मी आणि राजीव आगगाडीने बोस्टनला गेलो आणि हार्वर्ड येथे प्रवेश देणाऱ्या डीनना भेटलो. राजीव फक्त २२ वर्षांचा असल्याने त्याने कामाचा निदान दोन वर्षांचा अनुभव घ्यावा आणि नंतर हार्वर्डमधील पूर्णवेळ एम.बी.ए. अभ्यासक्रमाचा लाभ घ्यावा, असे डीनचे म्हणणे होते. बोस्टनहून आम्ही फिलाडेल्फियामधील व्हार्टन येथे गेलो. तेथेही आम्हाला तशीच सूचना देण्यात आली. आम्ही न्यू यॉर्क विद्यापीठ, कोलंबिया येथील स्कूल ऑफ बिझनेसमध्ये सॅम्युअलसन यांना भेटल्यावर राजीवला परब्रह्म भेटल्याचा आनंद झाला. नोबेल पोरितोषिक विजेत्याशी आपण इतके सहज गप्पा मारू शकतो, याचे राजीवला आश्चर्य वाटले. (त्या वेळी त्यांना ते पारितोषिक मिळाले होते.) त्यांनी हार्वर्डला दिलेला सल्लाच दिला.

राजीवला सर्वोत्तम संस्थेमध्येच शिकायला जायचे असल्याने त्याने त्याची तयारी पीट मार्विक अँड मिशेल या चार्टर्ड अकाउंटंट्सच्या प्रसिद्ध कंपनीपासून केली. अर्थात त्याला अन्य नामांकित कंपन्यांकडूनही बोलावण्यात आले होते. राजीवच्या बाबतीत काहीच समस्या नव्हती.

विवेकच्याच भविष्याचा प्रश्न होता. तोवर तो १५ वर्षांचा झाला होता आणि त्याचे शिक्षण फ्रेंचमधून झाले होते. राजीव त्या वेळी लंडनमध्ये होता. त्याच्या मदतीने मी विवेकला ब्रायटनजवळच्या लॅन्सिंग येथील पब्लिक स्कूलमध्ये प्रवेश मिळवून दिला. म्हणजे एक दिवस मी विवेकला घेऊन लॅन्सिंग शाळेचे हेडमास्टर, मि. बीएर यांना भेटायला गेलो. हे तरुण गृहस्थ पब्लिक स्कूल पद्धतीत हळूहळू नावाला येत होते. विवेकला मुलाखत घेऊन त्यांनी शाळेत प्रवेश दिला. कारण त्यांना भारतीय उपखंडातील निदान एक विद्यार्थी शाळेमध्ये हवा होता. त्या शाळेची फी आणि इतर खर्च परवडण्याजोगा होता. मी भारतात परतल्यानंतरसुद्धा त्याला शालेय खर्चासाठी कमी पडणार नाही, इतक्या रकमेचे डिपॉझिट शाळेत भरले. अभ्यासेतर क्षेत्रात तो उत्तमोत्तम चमकला. अभ्यासात तो सरासरीपेक्षा थोडा उजवा होता आणि याचे मुख्य कारण त्याचे शिक्षण त्यापूर्वी इंग्रजी पद्धतीपेक्षा भिन्न फ्रेंच पद्धतीप्रमाणे झाले होते. आम्ही भारतात परतल्यानंतर त्याने त्याची ए-लेव्हल पूर्ण केली.

जिनिव्हा सोडायचे हा निर्णय पक्का झाल्यावर आमच्या तेथील मुक्कामाचे शेवटचे चार महिने सामान आवरण्यात गेले. नऊ वर्षांमध्ये घरात अनेक वस्तू

घेतल्या होत्या. भारतात उपयोगी पडतील एवढ्याच वस्तू ठेवून उरलेल्या जिनिव्हात दान केल्या. अमेरिकन चर्च लायब्ररीला ७०० पुस्तके दिली. सामान भारतात नेण्याकरता मूव्हर्सकडे सोपवल्यानंतर आम्ही पॅलेजवळच्या अफगाणिस्तानच्या राजदूतांच्या छोट्या अपार्टमेंटमध्ये मुक्काम हलवला. ते कधीतरी जिनिव्हाला येत असत आणि आम्हाला त्यांचा फर्निश्ड फ्लॅट त्यांनी छोटे भाडे आकारून वापरायला दिला.

असंख्य मित्रांना निरोप देताना आणि फ्रान्स व इटाली येथील शहरांना भेटी देताना घटका गेल्या, पळे गेली आणि जिनिव्हाचा ऋणानुबंध सुटला. एअर इंडियाच्या विमानाने आकाशात झेप घेतली आणि मी व माझी पत्नी यांच्यासमोर जिनिव्हामधील वास्तव्याचा चित्रपट डोळ्यांसमोर सुरू झाला. जगातील सुंदर शहरांपैकी एक अशा जिनिव्हात एक नाही, दोन नाही तब्बल दहा वर्षे आमचे घर होते. आम्ही येथे आलो तेव्हा मुले लहान होती. आता राजीव आणि विवेक यांनी तारुण्यात प्रवेश केला होता. जिनिव्हामध्ये आमचे कुटुंब वाढले.

यातील गंमत म्हणजे माझ्या सासऱ्यांचे शिक्षण अमेरिकेमध्ये एम.आय.टी. येथे झाले. त्यांनी १९२०च्या दशकात टेनेसी खोरे प्रकल्पावर काम केले होते. सेवानिवृत्तीनंतर स्थायिक होण्यासाठी अनेक ठिकाणांपैकी जिनिव्हा हे स्थान चांगले असल्याचे त्यांनी अनेकवार बोलून दाखवले होते. त्यांना तशी संधी मिळाली नाही, पण काही अंशी त्यांच्या मुलीने आणि नातवंडांनी तेथे वास्तव्य केले.

आमच्या दशकभरच्या वास्तव्यात आम्ही जिनिव्हाला विविध भागांमध्ये राहिलो. प्रथम पॅलेजवळ पार्क द बुदेमध्ये आणि मग विमानतळाजवळ 'चेमीं दे जॉन्क' येथे व्हिलामध्ये राहिलो. 'चेमीं द बॉई'मध्ये माउंट सालेवे याच्या पायथ्याशी असणाऱ्या व्हिलातील आमचे वास्तव्य सर्वाधिक काळ होते. मुले मोठी होत असल्यामुळे तो व्हिला सर्वांनाच सोईस्कर होता. ती बागेत खेळू शकत होती आणि आजूबाजूच्या मुलांमध्ये मिसळू शकत होती. बागेत गवत कापणे, बाग राखणे यामध्ये त्यांचा वेळ जात असे.

आम्ही १९६७मध्ये जो घरगडी जिनिव्हाला नेला होता, त्याच्याकरताही तो व्हिला योग्य होता. विजय सिंग हा घरगडी गढवालमधील होता – गोरा, हुशार आणि तगड्या शरीरयष्टीचा. तो आमच्या मुलांबरोबरच लहानाचा मोठा झाला होता. मुले अभ्यासाला बसत, तेव्हा तो त्यांच्या शेजारी बसत असे. अशा तऱ्हेने त्याने इंग्रजी आणि फ्रेंच या भाषा आत्मसात केल्या. आमच्या अपार्टमेंटमध्ये ज्या मोलकरणी येत असत त्यांच्याकडून तो स्पॅनिश शिकला. अन्य मुत्सद्द्यांच्या कॉकटेल आणि भोजन समारंभाच्या वेळी काम करायला आम्ही त्याला मोकळीक

दिली होती, जेणेकरून तो चार पैसे कमवू शकेल.

जिनिव्हा सोडायचे आमचे ठरले तेव्हा विजय सिंगला आम्ही त्याची कल्पना दिली. पॅरिसमधील एका इराणी मुत्सद्द्याने त्याला अगोदरच हेरले होते आणि त्याच्याकडे काम करण्यास येण्याबद्दल सांगितले होते. विजय सिंगने आमची परवानगी मागितली आणि आम्ही त्याची पॅरिसला जाण्याची सोय केली. नंतर त्याने गढवालमधील एका मुलीबरोबर लग्न केले आणि तिलाही पॅरिसला नेले. आमच्याकडून तो गेल्यावर मी त्याला एकदाच पॅरिसच्या माझ्या भेटीदरम्यान भेटलो होतो. भरपूर कष्ट करून आणि पैसे गोळा करून त्याने तेथे पॅरिसमध्ये एक छोटे उपाहारगृहही घातले होते. तो आता कुठे आहे मला माहीत नाही; पण माझी खातरी आहे की, विजय सिंग पॅरिसमध्ये कुठेतरी भारतीय खाद्यपदार्थांचे उपहारगृह चालवत असेल.

महाराष्ट्राबद्दल बोलताना आचार्य अत्रे यांनी 'या राज्याला नुसताच भूगोल नव्हे, तर इतिहासदेखील आहे' असे सांगितले होते. जिनिव्हाबाबतही मी असेच म्हणेन. माँट ब्लॅक, जिनिव्हा येथील सरोवर या पिक्चर पोस्ट कार्डांवर दिसणारी भौगोलिक वैशिष्ट्ये तर येथे आहेतच, पण जिनिव्हाला मोठा इतिहासही आहे. जिनिव्हा हे नाव प्रथम ज्युलियस सीझर याच्या गॉलिक टिपणीमध्ये आढळते. एका खोऱ्याच्या मध्यभागात रोमन काळात व्हिकस (खेडे) म्हणून वसवलेले हे गाव, इसवी सनाच्या तिसऱ्या शतकामध्ये सिवितास (शहर) होण्याइतके मोठे झाले. शहराभोवती तटबंदी उभारली गेली. तटबंदीच्या जुन्या शहरामध्ये अनेक इमारती उभ्या राहिल्या. या जुन्या शहरामध्ये मी व माझी पत्नी अनेक वेळा फिरायला गेलो होतो आणि तेथील जुन्या वस्तू, दुर्मीळ पुस्तके यांनी भरलेली पुस्तके आणि चित्रांच्या गॅलरीज यांनी आम्हाला नेहमीच भुरळ पाडली होती.

पण जिनिव्हाची खरी ओळख म्हणजे युरोपियन संस्कृतीवर प्रभाव पाडणाऱ्या तीन मोठ्या व्यक्तींचे येथे वास्तव्य होते. कॅल्व्हिन याने मध्ययुगीन काळात धर्मसुधारणा आंदोलनाचे (Reformation) नेतृत्व केले होते. त्याने २१ मे, १५३६ रोजी प्रोटेस्टंट प्रजासत्ताकाची स्थापना केली. त्याच्या कार्यसंस्कृतीची मूल्ये – प्रामाणिकपणा, कामसू आणि कुटुंबवत्सलता – आजही स्विस लोकांमध्ये रुजली आहेत. त्याचा पुतळा 'शातो दे ईल' यासमोर दिसतो.

व्होलतेर आणि रुसो हे अठराव्या शतकातील विचारवंत याच शहरातील होत. रुसोचा जन्म जिनिव्हातील आहे आणि त्याच्या लिखाणाचा अमेरिकन आणि फ्रेंच या दोन्ही राज्यक्रांतीवर दूरगामी परिणाम झाला होता. व्होलतेर फर्नी नामक जिनिव्हामधील एका खेड्यात राहत होता. आज त्याला 'फेर्नी-व्होलतेर' असे नाव आहे.

आमच्या आयुष्यात जिनिव्हाने कसे घर मांडले, ही माझी विचारशृंखला 'मुंबईला उतरायला आता फक्त काही क्षणांचा अवधी राहिला आहे,' या विमानातील उद्घोषणेने तुटली. मुंबई दिसू लागली होती आणि आमच्या आयुष्यामधील नव्या प्रकरणाची सुरुवात झाली होती.

४८

पंतप्रधान मोरारजी देसाई यांच्याशी भेट

त्या संशयाने पछाडलेल्या वातावरणात देश असताना एक दिवस आम्हाला कळले की, इंदिरा गांधी यांनी आणीबाणी उठवली असून, विरोधी नेत्यांना तुरुंगातून सोडून सार्वत्रिक निवडणुकींची घोषणा केली आहे. या आणि पुढील घटनांनी भारताप्रमाणेच परदेशातदेखील धक्काच बसला. निवडणुकीत लोकशाहीचा विजय झाला. इंदिरा गांधींनी आपली खुर्ची गमावली आणि लोकसभेत काँग्रेसपक्ष लहान गोळा म्हणून दिसू लागला.

मोरारजी देसाई यांनी पंतप्रधानपदाची सूत्रे हाती घेतली, ही माझ्याकरता चांगली बातमी होती. ते लोकप्रिय नेते नव्हते किंवा लोकप्रियतेसाठी हपापलेले नेते नव्हते. कसे राहावे, याबाबत त्यांची काही तत्त्वे होती आणि ते त्या मार्गाने पुढे जावे, या मताचे होते. माझ्या कारकिर्दीच्या अगदी सुरुवातीच्या काळापासूनच त्यांचा माझ्यावर लोभ जडला. त्यांना थेट आणि प्रामाणिक बोलणे आवडत असे आणि मी त्यांच्याशी त्याच सूत्राने वागत असे. आपल्या वयाच्या ८४व्या वर्षी, त्यांनी त्यापूर्वी सुमारे दोन दशके बाळगलेली पंतप्रधान होण्याची महत्त्वाकांक्षा साध्य केली, याचा मला आनंद झाला.

जवाहरलाल नेहरू आणि लालबहादूर शास्त्री या दोघांच्या निधनानंतर वारस निवडीबाबत जी साठमारी झाली होती, त्या दोन्ही प्रसंगांचा मी साक्षीदार आहे. 'अंतर्गत' नाट्ये आणि त्यातून काय झाले, हे मी जवळून पाहिले होते. मोरारजी देसाई यांनी आपली महत्त्वाकांक्षा ना कधी लपवली, ना कधी सत्ता काबीज करण्यासाठी घाणेरड्या चाली केल्या. दोन्ही वेळा मी त्यांचा हा स्वभाव पाहिल्यामुळे मी त्यांचा चाहता झालो होतो.

मी संयुक्त राष्ट्रसंघ सोडण्याचा निर्णय घेतला त्यासुमारास (जून, १९७७) मोरारजी देसाई लंडनला भरणाऱ्या राष्ट्रकुल पंतप्रधान परिषदेला येणार असल्याचे मला कळले. ब्रिटिश सरकारमधील कामाच्या निमित्ताने मी लंडनला गेलो होतो. मी त्यांना भेटण्याची वेळ मागून घेतली आणि ती विनाविलंब मिळालीदेखील. कोन्स्टिंग्टन पॅलेस गार्डनमध्ये भारतीय उच्चायुक्त यांचे निवासस्थान होते, तेथे मी मोरारजी देसाई यांना भेटलो. एकदा १९६३मध्ये मी यशवंतरावांना त्या घरी भेटलो होतो आणि ते घर तसेच तो परिसर मला परिचित होता.

त्या इमारतीच्या तळमजल्यावरच्या स्वागतकक्षामध्ये मी बसलो होतो आणि मोरारजी देसाई खाली आले. त्यांनी अतिशय प्रेमळपणे माझे स्वागत केले. आम्ही सुमारे वीस वर्षांनी भेटत होतो. मधल्या काळात त्यांच्या आयुष्यात अनेक चढ-उतार घडून आले होते आणि त्यातून वाट काढून ते सर्वोच्चपदी विराजमान झाले होते. मी त्यांना त्यापूर्वी अखेरचे केव्हा भेटलो होतो, ते त्यांना आठवले. आणि आमचे संभाषण त्यापासून पुढे सुरू झाले. यशवंतराव संरक्षणमंत्री असताना मी त्यांच्याबरोबर काम केले होते. यशवंतरावानंतर मी अन्य कोणाही राजकीय नेत्याबरोबर काम न करण्याचे ठरवले होते. यास्तव मी मोरारजी देसाई यांच्याबरोबर काम करण्याचे नाकारले होते.

भारतीय प्रशासन सेवेमध्ये काम करण्यासाठी भारतात परतण्याचा मी निर्णय घेतला आहे, हे समजल्यावर अपेक्षेप्रमाणे मोरारजी देसाई यांना बरे वाटले. नवी दिल्लीला न जाता मी महाराष्ट्रात जाण्याचा विचार करत आहे, याचा त्यांना अधिक आनंद झाला. मला त्यांनी शुभेच्छा दिल्या आणि प्रेमळ, पण काहीशा स्पष्ट शब्दांमध्ये मला सांगितले, ''राम, तुमची आणि माझी मध्यंतरी अनेक वर्षांत गाठभेट नव्हती. आता तुम्ही भारतात परतत आहात, तर दिल्लीला आल्यावर मला अवश्य भेटले पाहिजे. विसरू नका!''

मोरारजी देसाई यांना भेटल्यावर मला अतिशय समाधान वाटले. शेवटी ते भारताचे पंतप्रधान होते. दोनदा काँग्रेस संसदीय पक्षाचा पाठिंबा त्यांना मिळाला नव्हता आणि अविरत झगडून त्यांनी हे पद मिळवले होते.

भाग ५

गृहसचिव, महाराष्ट्र सरकार

४१

राज्यात पुन्हा एकदा : शरद पवारांची ओळख

संयुक्त राष्ट्रसंघाच्या सेवेतील प्रतिनियुक्ती संपवून मी जून, १९७७मध्ये परत आल्यानंतर मला मुख्य सचिवांना भेटायला सांगण्यात आले. माझी राजनैतिक आणि आंतरराष्ट्रीय पातळीवरची कारकिर्द पाहता भारत सरकारच्या सेवेत माझी अधिक उपयुक्तता असेल असे अनेक वरिष्ठ अधिकाऱ्यांनी आणि हितचिंतकांनी मला सुचवले. पण मी आय.ए.एस.मधील माझी कारकिर्द पुन्हा सुरू करण्याची वाट पाहत होतो. तसेच आपल्या मुळांशी पुन्हा जोडून घेणे मला भाग आहे, याची मला जाण होती. मी १९६७ साली देशाबाहेर गेलो होतो आणि दरम्यानच्या काळात भारतात तसेच महाराष्ट्रात मोठ्या प्रमाणावर परिवर्तन झाले होते.

१ मे, १९६० रोजी महाराष्ट्र राज्याची स्थापना झाली होती. १ नोव्हेंबर, १९६२ला एका उज्ज्वल कारकिर्दीसाठी मी दिल्लीला प्रयाण केले होते. मी १५ वर्षे राज्याच्या बाहेर होतो. या काळात अपेक्षेप्रमाणे राज्य सरकारने अवलंबलेल्या दूरदृष्टीच्या धोरणांमुळे दरम्यानच्या काळात राज्यातील सर्व भागांमध्ये जलदगतीने औद्योगिकीकरण झाले होते. हरितक्रांतीमुळे महाराष्ट्राने कृषिक्षेत्रात आश्चर्यकारकरीत्या प्रगती केली होती. पश्चिम महाराष्ट्रातील साखर उद्योगाने अपेक्षेपेक्षा अधिक प्रगती केली होती. विदर्भात कापूस मोठ्या प्रमाणात पिकत होता. मुख्यमंत्री वसंतराव नाईक यांच्या पुरोगामी धोरणांमुळे हे सर्व घडून आले होते. नाईक हे प्रगतिशील शेतकरी होते आणि त्यांचा दृष्टिकोन व्यावहारिक होता. उच्च शिक्षित आणि मृदुभाषी असलेले नाईक समाजातील सर्व थरांमध्ये, विशेषत: नोकरशाहीमध्ये, लोकप्रिय होते. अधिकाऱ्यांकडून सर्वोत्तम कामगिरी करून घ्यायची त्यांची हातोटी होती. प्रशासक, अभियंते आणि कृषितज्ज्ञ यांनी अत्यंत उत्साहाने काम केल्यामुळे

महाराष्ट्र समृद्ध झाला होता. उत्तम प्रतीचे प्रशासन आणि राजकीय स्थैर्य यासाठी महाराष्ट्राची सार्थ ख्याती निर्माण झाली होती. म्हणूनच राज्याच्या सेवेत पुन्हा येण्याची मी आतुरतेने वाट पाहत होतो. जून, १९७७मध्ये लंडनमध्ये मोरारजी देसाई आणि माझी भेट झाल्यानंतर मी योग्य निर्णय घेतला आहे, याची मला खातरी पटली.

मुंबईला पोहोचताच मी मुख्य सचिव बी. बी. पेमास्टर (आय.सी.एस.) यांना भेटलो. माझे स्वागत काहीशा विचित्र पद्धतीनेच झाले. पेमास्टर यांचे पहिलेच वाक्य होते, "प्रधान, संयुक्त राष्ट्रसंघातील उत्तम संधी सोडून भारतात परतण्यात तुम्ही मूर्खपणाच केला आहे." हे एकून मला जरा धक्काच बसला. १९५६पासून माझा आणि त्यांचा परिचय होता. मी १९५६मध्ये पुणे जिल्ह्याचा अतिरिक्त जिल्हाधिकारी होतो. तेव्हा पेमास्टर हे स्थानिक स्वराज्य संस्था-खात्याचे संचालक होते (विभागीय आयुक्त हे पद सरकारने रद्द केले होते आणि त्या पदासाठी योग्य सेवाज्येष्ठता असणाऱ्या अधिकाऱ्यांसाठी हे पद निर्माण केले होते.). पेमास्टर माझ्या परत येण्याचे स्वागत करतील आणि राज्य सरकारच्या सेवेत मला कोणत्या पदावर काम करायला आवडेल याची चर्चा करतील, या अपेक्षेने मी त्यांना भेटायला गेलो होतो.

मी भारतात परत यायचे का ठरवले आहे, याची चर्चा करण्याचे मला गरजेचे वाटले नाही. "आता मी मूर्खपणा केलाच आहे, तर आता राज्य सरकारच्या मते मी कुठे काम केले पाहिजे?" असे त्यांना विचारले. त्यांनी माझी पसंती विचारल्यावर मला विभागीय आयुक्त म्हणून काम करायला आवडेल, असे मी त्यांना सांगितले. पुणे किंवा नागपूर येथील विभागीय आयुक्तपदास माझी पसंती होती. ग्रामीण भागात कोणकोणते बदल झाले आहेत, हे मला जाणून घ्यायचे होते. त्यामुळे मला मुंबईत राहायचे नव्हते.

मुख्य सचिवांनी मला मुख्यमंत्र्यांना भेटण्यास सांगितले आणि त्यानुसार मी मुख्यमंत्र्यांचे सचिव बी. के. चौगुले यांच्याशी संपर्क साधून वसंतदादा पाटील यांना भेटायला गेलो. मंत्रालयाच्या सहाव्या मजल्यावर पोहोचताच माझ्या जुन्या स्मृती जाग्या झाल्या. १५ वर्षांपूर्वी तरुण अधिकारी असताना मी येथूनच सत्ता आणि अधिकार गाजवले होते. मुख्यमंत्र्यांचे दालन पूर्वीसारखेच होते. यशवंतराव चव्हाण यांच्या काळातील मेहमूद आणि विठ्ठल या दोन शिपायांनी माझे स्वागत केले आणि मला आपल्या लोकांमध्ये आल्यासारखे वाटले.

आपल्या दालनाच्या शेजारच्या खोलीत वसंतदादा पाटील यांनी मला बोलावले. त्यांनी माझे आपुलकीने आणि प्रेमाने स्वागत केले. मी १९५०च्या दशकात कोल्हापूरचा जिल्हाधिकारी होतो आणि त्या वेळी ते शेजारील सांगली जिल्ह्यातील उदयोन्मुख राजकीय नेते होते. आमची ओळख तेव्हापासूनची होती. त्यांनी

स्वातंत्र्यचळवळीत सक्रिय भाग घेतला होता आणि पोलिसांपासून पळताना त्यांच्या मांडीला गोळी लागली होती. सातारा जिल्ह्यात ज्या क्रांतिकारकांच्या गटाने १९४२च्या चळवळीदरम्यान समांतर सरकार स्थापन केले, त्या गटाचे ते खऱ्या अर्थाने नायक होते. १९७६ सालापर्यंत त्यांचे राज्यातील राजकीय वजन बरेच वाढले होते. इंदिरा गांधी पंतप्रधानपदावरून पायउतार होताच, त्यांनी राजकीय खेळी खेळून शंकरराव चव्हाण यांना मुख्यमंत्री पदावरून खाली खेचले आणि स्वत: त्या पदावर विराजमान झाले.

माझी आणि माझ्या कुटुंबीयांची त्यांनी चौकशी केल्यानंतर मुख्य सचिवांशी झालेल्या माझ्या बोलण्याबद्दल मी त्यांना सांगितले. विभागीय आयुक्त म्हणून काम करण्याचे माझ्या मनात असल्याचा मी विशेषकरून उल्लेख केला. पण वसंतदादांच्या मनात काही वेगळेच होते. त्यांना मी राज्याचा गृहसचिव व्हावे, असे वाटत होते. कायदा आणि सुव्यवस्था हाताळणाऱ्या खात्याचा प्रमुख होण्याचा मी अजिबात विचार केला नव्हता, त्यामुळे मी काहीसा अवाक् झालो. मी माझी अडचण सांगितली आणि मुंबईबाहेर कोणत्याही पदावर पाठवण्याची विनंती केली. मुख्यमंत्री मात्र ठाम होते. ते म्हणाले, ''मी अंतिम निर्णय घेतला आहे आणि तुम्ही लवकरात लवकर रुजू व्हा!'' माझी नाराजी दूर करण्यासाठी मी यशवंतरावांशी बोललो आहे आणि सद्य:परिस्थितीत प्रधानच गृहसचिव झाले पाहिजेत असे त्यांचे मत आहे, अशी त्यांनी पुस्ती जोडली. यशवंतराव त्या वेळी लोक सभेतील विरोधी पक्षनेते होते.

मी माझ्याकडील शेवटचे अस्त्र उगारले. केंद्रातील आणि राज्यातील गृहखात्याचा कारभार मी जवळून पाहिला असून गृहमंत्र्यांचा पूर्ण विश्वास असल्याशिवाय कोणताही अधिकारी गृहसचिवपदावर काम करू शकत नाही, असे मी वसंतदादा पाटील यांना सांगितले. तसेच कायदा आणि सुव्यवस्थेशी संबंधित सर्व बाबींच्या हाताळणीबाबत दोघांचे विचार एकसारखे पाहिजेत, असेही मी नमूद केले. दादांनी या मताला सहमती दर्शवली आणि ते म्हणाले, ''शरद आपला माणूस आहे. तो यशवंतरावांच्या जवळचा आहे आणि त्याच्यासोबत काम करण्यास तुम्हाला काहीच अडचण येणार नाही. तो पुण्यात आहे आणि उद्या सकाळी तुम्हाला मुंबईत भेटण्यास मी त्याला सांगतो. तुम्ही त्याच्यासोबत काम करू शकाल याची तुम्हाला खातरी पटली, तरच मी देऊ केलेले पद तुम्ही स्वीकारा!'' 'रामालय' या आपल्या सरकारी निवासस्थानी शरद पवार मला दुसऱ्या दिवशी सकाळी भेटतील, असा मला त्या दिवशी दुपारी निरोप मिळाला.

भेटीची पूर्वतयारी म्हणून मी शरद पवारांबद्दल माहिती काढली. तोपर्यंत मी त्यांचे नावदेखील ऐकले नव्हते. शरद पवार उच्चशिक्षित असून, पुणे जिल्ह्यातील

बारामतीच्या एका चांगल्या शेतकरी कुटुंबातील आहेत, असे माजी मुख्यमंत्री वसंतराव नाईक यांनी मला सांगितले. आपणच शरद पवारांना १९६७मध्ये राजकारणात आणले आणि मंत्रीमंडळात स्थान दिले, असेही ते मला म्हणाले. वयाच्या मानाने शरद पवार पोक्त आहेत आणि यशवंतराव चव्हाण यांनी घालून दिलेल्या परंपरांनुसार काम करतील अशीही माहिती मला मिळाली.

दुसऱ्या दिवशी सकाळी मी शरद पवार यांना भेटलो. केवळ मला भेटण्यासाठी म्हणून ते रात्रीचा प्रवास करून गाडीने मुंबईला आले होते. ते मला सभ्य व शांत वृत्तीने वागणारे वाटले. मी मुख्यमंत्र्यांशी झालेले बोलणे सांगताच ते म्हणाले, "माझ्याबद्दल तुम्हाला माहिती नाही, पण आम्हा मंडळींना तुमच्याबद्दल बरीच माहिती आहे. आपण एकत्र काम करण्याची मी वाट पाहत आहे."

यशवंतराव चव्हाणांमुळे झालेला राजकारणप्रवेश, बृहन महाराष्ट्र कॉलेज ऑफ कॉमर्समधील शिक्षण, बारामतीतील आपले कुटुंब आणि त्याची शेतकरी-कामगार पक्षाच्या कार्याची पार्श्वभूमी आणि सर्वांत तरुण मंत्री म्हणून झालेला मंत्रीमंडळातील प्रवेश या सगळ्याबद्दल शरद पवार यांनी मला सांगितले. मी आणीबाणीदरम्यान भारताबाहेर असल्यामुळे त्या काळात पोलिसांकडून घडलेल्या हडेलहप्पीपणा आणि अत्याचार यांच्या घटनांची चौकशी करून तटस्थपणे कोणती कारवाई करावी, याबद्दल सल्ला देऊ शकतील अशा निवडक अधिकाऱ्यांपैकी मी एक होतो, असे त्यांनी मला स्पष्टपणे सांगितले. गृहसचिव पदासाठी ज्यांची नावे विचारात घेतली जाऊ शकत होती, असे अनेक अधिकारी महाराष्ट्रासारख्या पुरोगामी राज्यातदेखील घडलेल्या लांच्छनास्पद घटनांशी संबंधित होते. पवारांचा उत्साह आणि खरेपणा तसेच बोलण्याची सौम्य शैली यांच्यामुळे मी प्रभावित झालो. निरोप घेण्याच्या आधी मी त्यांना म्हणालो, "अनेक प्रसंगी गृहसचिवाला गृहमंत्र्याचे निर्देश किंवा सल्ला न घेता काम करावे लागते. त्यामुळे मी गृहसचिव म्हणून काम करायचे असेल, तर मला तुमचा पूर्ण पाठिंबा आणि विश्वास मिळेल, याची मला खातरी हवी आहे." माझे बोलणे त्यांना आवडले आहे याची पवारांनी मला खातरी करून दिली तसेच आम्ही दोघेही एकत्र काम करू शकू याचीदेखील खातरी पटली असल्याचे सांगितले.

रामालयातून मी गाडीने 'वर्षा' या मुख्यमंत्र्यांच्या निवासस्थानी गेलो आणि मी पद स्वीकारण्यास तयार आहे, असे वसंतदादा पाटील यांना सांगितले. दुसऱ्याच दिवशी मी पदभार स्वीकारला आणि त्यापूर्वी बारा वर्षे ज्या प्रकारचे काम केले होते, त्यापेक्षा पूर्णपणे वेगळ्या स्वरूपाच्या कामात मी स्वतःला झोकून दिले. पुढील तीन

वर्षे मी या पदावर होतो आणि शरद पवारांनी आपला शब्द पाळला. आमचे मतभेद होतील असा कोणताही प्रश्न उद्‌भवला नाही. याचे श्रेय त्यांचे प्रशासकीय कौशल्य आणि व्यावहारिक बुद्धी यांना जाते. त्यांना जे करून घ्यायचे होते, ते मला न कळू देता ते आपल्या पद्धतीने हळूच करून घेत. शिवाय गृहसचिवांनी ज्यांवर फार वेळ घालवू नये अशाच त्या गोष्टी होत्या.

रोजच्या रोज घडणाऱ्या घटनांभोवतीच गृहसचिवाचे जीवन फिरते. गेल्या २४ तासांत काय झाले, आज काय घडणे अपेक्षित आहे आणि पुढच्या २४ तासांत काय घडू शकते, यावरच त्याचे लक्ष केंद्रित असते. याबाबत शरद पवार यांचे लक्ष सर्वदूर असायचे, हे माझ्या लक्षात आले. त्या काळात टेलिफोन यंत्रणा अत्यंत कुचकामी होती. टीव्ही तर जवळ-जवळ नव्हताच. विभागीय मुख्यालयांशी टेलीप्रिंटरने तर जिल्ह्याच्या ठिकाणांशी टेलिफोनने राजधानीचा सपंर्क करून देणारी यंत्रणा तांत्रिकदृष्ट्या कालबाह्य झालेली होती. मुंबईतील पोलीस मुख्यालय तसेच जिल्हा पोलीस मुख्यालये यांनादेखील कर्मचाऱ्यांकरवी माहिती पाठवणे अधिक सोयीचे पडायचे. या परिस्थितीतदेखील शरद पवारांनी आपली माहिती देत राहणारी यंत्रणा उभी केली होती. कायदा आणि सुव्यवस्थेचा एखादा प्रश्न उपस्थित राहणार असेल, तर ते मला तत्काळ माहिती देत आणि सजग करत. यामुळे आमचे संबंध अधिकाअधिक पक्के होत गेले.

५०

गुन्हेगारी आणि त्याच्याशी सामना

महाराष्ट्राचे पोलीस प्रशासन १९७६मध्ये अत्यंत सक्षम होते. ए. एस. मोडक, इंडियन पोलीस (आय.पी) हे राज्याचे पोलीस महानिरीक्षक होते, तर मुंबईत व्ही. व्ही. चौबळ (आय.पी.एस.) हे पोलीस आयुक्त होते. चौबळ हे स्वातंत्र्यानंतर भारतीय पोलिससेवेत भरती झालेल्या पहिल्यावहिल्या बॅचचे अधिकारी होते. त्यांनी केंद्र सरकारच्या गुप्तचर विभागात अनेक वर्षे काम केले होते. बुद्धिमान आणि पोक्त स्वभावाचे चौबळ हे मोडकांपेक्षा वेगळ्या धाटणीचे अधिकारी होते. मोडक ब्रिटिश राजवटीच्या शेवटच्या काही वर्षांमध्ये पोलिससेवेत सामील झाले होते. नियमावर बोट ठेवून ते काम करत असत. अधिकाऱ्यांनी अशाच पद्धतीने काम करणे अपेक्षित असल्यामुळे ते समजण्यासारखे होते.

पण स्वातंत्र्यानंतरच्या वीस वर्षांत बऱ्याच गोष्टी बदलल्या होत्या. जनता आपल्या अधिकारांबाबत अधिक जागृत झालेली होती आणि शासनव्यवहार, विशेषत: पोलीस प्रशासन, राजकारण्यांच्या हातात गेले होते. आणीबाणीच्या काळात प्रशासनात धुमाकूळ घातला गेला होता. संजय गांधींच्या 'आदेशांची' अंमलबजावणी करण्यासाठी राज्यातील काँग्रेस सरकारने बिनदिक्कतपणे पोलिसांचा वापर केला होता. दिल्लीहून लादल्या गेलेल्या कार्यक्रमांची अंमलबजावणी करण्यासाठी कायदा आणि सुव्यवस्था राखणाऱ्या यंत्रणेचा वापर महाराष्ट्रातदेखील केला गेला होता, हे मला पदभार स्वीकारल्यानंतर थोड्याच काळात समजल्यावर मला धक्काच बसला.

आणीबाणीच्या काळात झालेले अत्याचार तसेच झालेला सत्तेचा गैरवापर याची चौकशी करण्यासाठी केंद्र सरकारने निवृत्त न्यायमूर्ती जे. सी. शहा यांचा एकसदस्यीय आयोग नेमला होता. बेकायदेशीररीत्या स्थानबद्ध करणे, पोलिसांची बेकायदेशीर कृत्ये आणि जिल्हा पातळीवरच्या तसेच कनिष्ठ स्तरांवरच्या अधिकाऱ्यांनी कुटुंबनियोजनाच्या कार्यक्रमांची केलेली अंमलबजावणी अशा अनेक घटनांची

यादी आयोगाच्या अधिकाऱ्यांनी तयार केली होती. त्यांनी याबाबत राज्य सरकारांकडे माहिती मागितली होती. मला या घटनांचा आढावा घ्यायला सांगितले गेले आणि आयोगाच्या अधिकाऱ्यांशी सल्लामसलत करून यातील कोणत्या घटना अधिक चौकशीसाठी न्यायमूर्ती शहा यांचा नजरेला आणायच्या, हे मला ठरवायचे होते.

आणीबाणीच्या काळात ज्यांना त्रास सोसावा लागला होता, असे अधिकारी आता सूडाला पेटले होते आणि माहिती फोडत होते, असे माझ्या लवकरच लक्षात आले. प्रशासनाचे मनोबल राखण्यासाठी मला अनेक वेळा ज्यांच्यावर आरोप आहेत, अशा अधिकाऱ्यांची बाजू घेऊन बोलावे लागायचे. मला या पदावर नेमके का नेमले होते, याचा उलगडा मला या वेळी झाला. आणीबाणीच्या काळात मी देशाबाहेर होतो, त्यामुळे मी तटस्थपणे वागू शकणार होतो, हे त्यामागचे कारण होते.

'मेंटेनन्स ऑफ इंटर्नल सिक्युरिटी' (मिसा) ॲक्टखाली स्थानबद्धतेच्या अनेक प्रकरणांचे पुनरावलोकन करणे हादेखील माझ्या कामाचा भाग होता. साधारणत: अटक केलेल्या व्यक्तीला न्यायालयात हजर केले जात असते. पण या कायद्याच्या तरतुदींनुसार असे न करता अनेक राजकीय नेते, सामाजिक कार्यकर्ते तसेच गुन्हेगार यांची रवानगी थेट तुरुंगात करण्यात आली होती. दिल्लीतील उच्चाधिकारी याबाबत राज्य सरकारे काय करत आहेत, यावर लक्ष ठेऊन होते आणि मला या पुनरावलोकनाच्या कामात बराच वेळ घालवावा लागला. सुदैवाने मिसाखाली स्थानबद्ध केलेल्या कैद्यांपैकी बहुतेकांची या आधीच सुटका झालेली होती.

चोरट्या पद्धतीने होणाऱ्या आयात व्यापाराची माहिती मिळाल्यावर यातून निर्माण होणाऱ्या पैशांची पकड भारतीय अर्थव्यवस्थेवर कोणत्या तऱ्हेने बसली आहे, हे मला उमजले. या व्यापारातील बहुतांश हिस्सा हा संयुक्त अरब अमिरातीतून होणाऱ्या सोन्याच्या चोरट्या आयातीचा होता. या सोन्याच्या विक्रीच्या व्यवहारात मुंबईतील अनेक व्यापारी मध्यस्थाची भूमिका बजावत, तर शहरातील अनेक नामांकित सराफ चोरट्या पद्धतीने आयात केलेल्या या सोन्याचे खरेदीदार होते. त्यामुळे सीमा शुल्क आणि केंद्रीय उत्पादन शुल्क या खात्यांनी पकडलेल्या व्यक्तींबाबत स्थानबद्धतेचे आदेश काढण्यात मी व्यग्र राहत असे. उच्च न्यायलायाच्या निवृत्त न्यायाधीशांच्या अध्यक्षतेखालील एक सल्लागार मंडळ मी काढलेल्या आदेशांचे पुनर्निरीक्षण करत असे. त्यामुळे या कामात बराच वेळ आणि शक्ती खर्च व्हायची. या सगळ्या कामामुळे गुन्हेगारांनी आपली पाळेमुळे मुंबई आणि इतर शहरांमध्ये किती खोलवर रुजवली आहेत, हे पटकन समजून घ्यायला मला मदत झाली. अशी गुंतागुंत असलेल्या गुन्ह्यांची उकल करून घेण्यासाठी विद्यमान पोलिस-यंत्रणा आणि तपासाच्या पद्धती अपुऱ्या असून त्या कालबाह्य झाल्या

आहेत, हेदेखील प्रकर्षाने पुढे आले. महाराष्ट्र पोलिसांच्या आधुनिकीकरण करण्याच्या योजना पुढे रेटण्यास यामुळे मला मदत झाली.

खरे पाहता केंद्रीय गृहमंत्रालायाने यासाठीच्या योजना आखल्या होत्याच. एवढेच नव्हे, तर राज्यांना मदत व्हावी यासाठी नियोजन आयोगाकडून निधीदेखील उपलब्ध करून घेतला होता. अट मात्र एकच होती. जेवढा निधी केंद्र सरकार देईल, तेवढाच निधी यासाठी राज्यसरकारने द्यायचा होता. याबाबत महाराष्ट्र मात्र कमी पडला. राज्यात निधीची कमतरता नव्हती, तर केंद्राकडून राज्याला निधी घ्यायचा नव्हता, हे त्यामागचे खरे कारण होते. या काळापर्यंत महाराष्ट्राची आर्थिक परिस्थिती चांगली होती. राजकीय पातळीवर तसेच अधिकाऱ्यांच्या पातळीवर राज्याचे आर्थिक व्यवस्थापन चांगले होते. त्यामुळे केंद्राकडून कोणत्याही निधीची अपेक्षा न करता राज्यसरकार तोपर्यंत काम करत होते. दिल्लीतील अधिकाऱ्यांना उत्तरदायी असणे, हे जुन्या पठडीतील प्रशासकीय अधिकाऱ्यांना पसंत नव्हते. त्यामुळे केंद्राच्या मदतीचा अंतर्भाव असलेल्या अनेक योजनांपासून राज्य वंचित राहिले.

केंद्रीय गृहमंत्रालयातील संयुक्तसचिव जे. सी. सोमियाह हे मला येऊन भेटले आणि मला या योजनांची माहिती दिली, तेव्हा कुठे मला याबाबत समजले. माझ्या खात्यातील काही हुशार अधिकारी आणि काही उत्साही पोलीस अधिकारी यांच्या मदतीने आम्ही राज्यातील सर्व भागांना बिनतारी संदेशवहन यंत्रणेने जोडण्याची योजना आखली. तसेच पोलीस शिपायांना राहण्याची सोय व्हावी, यासाठी आम्ही 'पोलीस हाउसिंग कॉर्पोरेशन'ची स्थापना केली. पोलीस स्थानकांचे आधुनिकीकरण, न्यायवैद्यक प्रयोगशाळांची स्थापना तसेच पोलिसांना अत्याधुनिक सुविधा पुरवण्याची योजना आम्ही आखली. मुंबई शहर दक्षिण भागातून उत्तर भागात पसरत होते आणि त्यानुसार त्या भागातील लोकसंख्या वाढत होती. हे पाहता अनेक नवीन पोलीस स्थानके स्थापन करण्यात आली तसेच नव्याने भरती केल्या जाणाऱ्या कर्मचाऱ्यांसाठी प्रशिक्षण केंद्रांची तरतूद करण्यात आली. मोडक, चौबळ आणि इतर वरिष्ठ अधिकाऱ्यांनी या योजनेच्या अंमलबजावणीसाठी उत्साहाने मदत केली. राजकीय पातळीवर अर्थखात्याकडून मंजुरी मिळवण्यासाठी शरद पवारांनी मदत केली.

माझ्या मते, पोलिसांना आधुनिक शस्त्र आणि सुविधा पुरवणे एवढाच आधुनिकीकरणाचा अर्थ नव्हता. महाराष्ट्रात अनेक वेळा जातीय तणाव निर्माण होत असे आणि भिवंडी, जळगाव, मालेगाव आणि अकोला या ठिकाणी अनेक वेळा या तणावाचे रूपांतर जातीय दंगलीत झाले होते. समाजातील असहिष्णुता आणि जातीय विसंवाद याची ही लक्षणे होती. कोणत्या मुद्द्यांमुळे आणि कोणत्या कारणांमुळे जातीय दंगली होतात याचे अभ्यासकांकडून तटस्थपणे संशोधन व्हावे, याची मला गरज भासू लागली. मी दिल्लीत चौकशी केल्यानंतर रचपाल मल्होत्रा

हे प्रमुख असलेल्या चंडीगढमधील 'सेंटर फॉर रिसर्च अँड डेव्हलपमेंट' यांनी केंद्रीय गृहमंत्रालयासाठी असे अभ्यास केले असल्याचे मला समजले.

मुंबई आणि इतर काही निवडक ठिकाणांचा अभ्यास करण्यासाठी मी त्यांना आमंत्रित केले. या अभ्यासांमुळे अल्पसंख्यांक समुदायांचे प्रश्न काय आहेत आणि क्षुल्लक कारणांमुळे दंगली का होतात, हे समजायला खूपच मदत झाली. उदाहरणार्थ, मशिदीसमोर वाद्य वाजवणे, हिंदू मंदिरासमोर मांसाचे तुकडे टाकले जाणे, प्रेमप्रकरणातून एखादा मुस्लीम मुलगा एखाद्या हिंदू मुलीबरोबर पळून जाणे या कारणांबरोबरच, पान खाऊन भिंतीवर थुंकणे आणि त्यातून होणारी भोसकाभोसकी यांसारख्या क्षुल्लक कारणांवरूनदेखील दंगल पेटत असे.

मूलत: फाळणीनंतरच्या काळात हिंदू आणि मुस्लीम या समुदायांमधील संवाद पूर्णपणे थांबला होता. विशेषकरून मुस्लीम समाज आपल्या कोशात गेला होता आणि शहरांमधील विशिष्ट भागात एकटवला होता. दोन्ही समुदायांचे नेते एकत्र येऊन संवाद साधू शकतील, यासाठी व्यासपीठांची गरज होती. ज्या बाबींमुळे तणाव निर्माण होऊन दंगली पेटू शकतात अशांबद्दल माहितीची देवाण-घेवाण अशा ठिकाणी होऊ शकली असती तसेच दंगल उसळल्यास पोलिसांच्या मदतीने ती आटोक्यात आणण्यासाठी मदत होऊ शकली असती. सुबुद्ध नेतृत्वामुळे काही ठिकाणी विशेषत: मुंबई शहरात मोहल्ला समित्या स्थापन झाल्या आणि आज काही काळाने सौहार्दाचे वातावरण निर्माण केले गेले आहे. या मोहल्ला समित्या आजतागायत चालू ठेवण्यात माझे सहकारी ज्युलियो रिबेरो आणि सतीश सहानी यांचे योगदान महत्त्वाचे आहे.

मूळ प्रश्न आर्थिक होता. अलिखित नियमानुसार मुस्लिमांना शासकीय सेवेत आणि विशेषकरून पोलिसदलात प्रवेश नव्हता. घटनेतील अनुसूचित जाती आणि अनुसूचित जमाती यांच्यासाठीच्या आरक्षणाची तरतूद वगळता त्या वेळी इतर कोणत्याही समाजघटकासाठी तशी तरतूद नव्हती. शांततेचे आवाहन करण्यापलीकडे राजकीय पातळीवरून फारसे काही केले जात नसे. यामुळे असेल कदाचित, पण मुस्लीम समाजातील अनेक तरुण चोरट्या व्यापारात किंवा चोरट्या मालाच्या किरकोळ विक्रीत गुंतले होते. या व्यापारावर वर्चस्व असणाऱ्या हाजी मस्तान, युसुफ पटेल आणि करीम लाला यांच्यासारख्या माफिया डॉनच्या प्रलोभनांना ते सहज बळी पडत. मुंबई गोदीतून होणाऱ्या सगळ्या चोरट्या आयातीवर हाजी मस्तानचे नियंत्रण होते. त्याच्या विरोधात साक्ष देण्यासाठी कोणीही पुढे येत नसत. त्याच्या अनेक हस्तकांना मी स्थानबद्ध केले, पण या बड्या माशाला अटक करण्यासाठी लागणारा फारसा पुरावा उपलब्ध नव्हता.

आणीबाणीच्या काळात या सगळ्यांना स्थानबद्ध केले होते आणि त्यांच्या

सुटकेनंतर नवीन पुरावा हाती आल्याशिवाय कायदेशीरदृष्ट्या काहीच करता येत नव्हते. कालांतराने या लोकांनी सत्तेतील राजकारण्यांशी संधान साधले आणि हाजी मस्तानने तर एक राजकीय पक्षच स्थापन केला. मुख्यमंत्र्यांशी त्याने जवळीक साधली आणि तो वर्षावर उघडपणे येऊ लागला. कालांतराने मी जेव्हा राज्याचा मुख्य सचिव झालो, तेव्हा या मुद्द्यावरून माझा आणि वसंतदादा पाटील यांचा खटका उडणार होता.

५१

वसंतदादा आणि तिरपुडे यांच्या कैचीत

राज्यातील कायदा आणि सुव्यवस्थेची परिस्थिती सुधारण्यासाठी मी आपल्या परीने मार्ग शोधत असताना दोन राजकीय घटनांनी महाराष्ट्र हादरून गेला. राष्ट्रीय पातळीवर काँग्रेस पक्षात फूट पडली. इंदिरा गांधी समर्थक आणि त्यांचे विरोधक यांच्यामध्ये पक्ष विभागला गेला. लोकसभेतील काँग्रेसचे नेते यशवंतराव चव्हाण इंदिरा विरोधकांच्या काँग्रेसमध्ये सामील झाले. इंदिरा गांधी समर्थकांचा गट इंदिरा काँग्रेस किंवा काँग्रेस (आय) या नावाने ओळखला जाऊ लागला.

यामुळे महाराष्ट्रात सर्व पातळ्यांवर काँग्रेस पक्षात फूट पडली. वसंतदादा आणि शरद पवार हे यशवंतरावांसोबत राहिले. इंदिरा गांधींचे निष्ठावंत समजले जाणारे नेते ज्यांमध्ये प्रामुख्याने विदर्भातील वसंत साठे, नाशिकराव तिरपुडे यांच्यासारख्या मंडळींचा समावेश होता, ते काँग्रेस (आय)मध्ये राहिले. कोणतीही बाजू न घेणाऱ्या काही नेत्यांनी स्वत:चे पक्ष काढले. यात आणीबाणीच्या काळात मुख्यमंत्रिपदावर असणाऱ्या शंकरराव चव्हाणांचा समावेश होता.

या सगळ्याचा परिणाम म्हणून राज्यातील काँग्रेस सरकार आता काँग्रेस आणि काँग्रेस (आय) या दोन पक्षांचे आघाडी सरकार बनले. स्वतंत्र विदर्भ राज्याचे पुरस्कर्ते असलेले दलित समाजातील नाशिकराव तिरपुडे यांनी अपेक्षेप्रमाणे गृहमंत्रिपदासोबत आपल्याला उपमुख्यमंत्रिपद मिळावे, असा आग्रह धरला. घटनेत ज्या पदाची कोणतीही तरतूद नाही, असे हे पद महाराष्ट्रात पहिल्यांदाच निर्माण करण्यात आले.

वामनमूर्ती आणि काळेसावळे असलेले नाशिकराव तिरपुडे पट्टीचे वक्ते होते. गृहमंत्री या नात्याने त्यांनी पोलीस प्रशासनावर आपली सत्ता, वाटेल त्या मार्गाने गाजवायला सुरुवात केली. आपले अधिकार वापरत, धमक्या देत आणि काही

पोलीस अधिकाऱ्यांना हाताशी धरत त्यांनी पोलिसयंत्रणेत गटबाजी करायला सुरुवात करून गट-तट निर्माण केले. तिरपुडे यांच्याबरोबर मला जवळून काम करायला लागायचे. तसेच मुख्यमंत्र्यांशी एकनिष्ठ राहावे लागत असल्यामुळे माझे काम अधिक अवघड झाले होते. वसंतदादांचा माझ्यावर पूर्ण विश्वास आहे आणि माझे आणि यशवंतराव यांचे संबंध किती चांगले आहेत, हे सर्वांना माहीत असल्यामुळे तिरपुडे माझ्याशी सावधगिरीने पण सौजन्याने वागत. दांडगाईने वागणाऱ्या व्यक्ती साधारणतः ज्याप्रमाणे काही जणांना खूश ठेवण्याचा प्रयत्न करतात, त्याचप्रमाणे ते माझ्याशी वागत. रोजच्या कामात मला अनेक निर्णय घ्यावे लागायचे तसेच मंत्र्यांच्या आदेशांचे पालन करावे लागायचे आणि असे करताना कोणत्याही नियमांचा भंग होणार नाही, याची दक्षता घ्यावी लागायची. तसेच गृहखात्याशी संबंधित महत्त्वाच्या बाबींची माहिती मुख्यमंत्र्यांपर्यंत पोहोचवण्याचे कामदेखील मला करायला लागायचे. काही प्रसंगी मला तिरपुड्यांशी संघर्ष करावा लागला. यशवंतरावांच्या मंत्रीमंडळात १९६०च्या दशकात ते उपमंत्री असताना त्यांच्या खासगी आयुष्यातील काही भानगडी मला माहीत होत्या, हे तिरपुडे यांना ठाऊक असल्यामुळे ते मला एका मर्यादेपलीकडे त्रास देत नसत.

माजी गृहमंत्री शरद पवार यांच्याकडे आता उद्योग-खाते होते. आपल्या परीने आणि आपल्या यंत्रणेमार्फत ते तिरपुड्यांच्या हालचालींवर नजर ठेऊन होते. वसंतदादा पाटील यांच्या बदलत्या वागण्यावरदेखील ते लक्ष ठेऊन होते. ताकदवान राजकीय नेते असलेले वसंतदादा कोणत्याही प्रकारचा अपमान किंवा अनादर खपवून घेत नसत. वसंतदादांचे वागणे सौम्य असले, तरी ते आपल्या आत्मसन्मानाबाबत अत्यंत जागरूक असत. तसेच ते काहीसे शीघ्रकोपी होते. त्यामुळेच दादा चिडतील या उद्देशाने तिरपुडे मुद्दाम अपमानास्पद पद्धतीने बोलत आणि वागत. तिरपुडे यांना स्वतः मुख्यमंत्री होण्याची महत्त्वाकांक्षा होती. आपल्या वागण्यामुळे दादा मुख्यमंत्रिपदाचा राजीनामा देतील, अशी त्यांची कदाचित अटकळ असावी.

लवकरच राज्य मंत्रीमंडळाच्या औपचारिक बैठकांच्या आधी फक्त काँग्रेस (आय)च्या मंत्र्यांची स्वतंत्र बैठक घेण्याचा तिरपुडे यांनी आग्रह धरायला लागताच उघड संघर्ष सुरू झाला. त्यानंतर कार्यक्रमपत्रिकेवरील विषयांवर मंत्री आपली वैयक्तिक मते मोकळेपणाने व्यक्त करण्याऐवजी काँग्रेस (आय)च्या मंत्र्यांच्या गटाचे जे काही सामुहिक मत असेल, ते मत तिरपुडे मांडू लागले. काँग्रेसचे मंत्री आणि विशेषतः मुख्यमंत्री, यांच्याशी संघर्ष करण्याचा हा काहीसा हातचलाखीचा प्रयत्न होता. मंत्रीमंडळ हे सहमतीने निर्णय घेते. एकदा का निर्णय झाला की, सामुहिक जबाबदारीच्या तत्त्वानुसार कोणत्याही मंत्र्याने सार्वजनिकरीत्या विरोधी मत मांडणे अपेक्षित नसते. नाशिकराव तिरपुडे यांचे वागणे बरोबर उलटे होते. काँग्रेस

(आय)च्या मंत्र्यांचे एखाद्या विषयाबाबत मत काय होते, हे ते वर्तमानपत्रांच्या प्रतिनिधींसमोर कटाक्षाने जाहीर करत.

मुख्य सचिवांसोबत मी मंत्रीमंडळाच्या बैठकांना उपस्थित राहत असे. आपल्या पदाच्या अधिकारांचा हळूहळू संकोच होत आहे हे वसंतदादा चालवून घेईनासे होत आहेत, हे माझ्या लवकरच लक्षात आले. इतर मंत्री सावधगिरीने वागत आणि तिरपुड्यांशी संघर्ष टाळत असत. पोलीस आणि प्रशासनातील काही अधिकाऱ्यांच्या मदतीने तिरपुडे यांनी काही मंत्र्यांवर 'फायली' तयार करून ठेवल्या होत्या. या सगळ्यामुळे मंत्रीमंडळात चर्चा आणि देवाण-घेवाणीच्या पद्धतीने चालणाऱ्या निर्णयप्रक्रितील सौहार्दपूर्ण वातावरण दूषित होऊ लागले.

गृहसचिव या नात्याने इंडियन पोलीस सर्व्हिस (आय.पी.एस) या सेवेतील अधिकाऱ्यांच्या बदल्या आणि नियुक्त्या हाताळण्याची जबाबदारी माझ्यावर होती. सुरुवातीलाच मी यासाठी एक पद्धत घालून दिली. राज्याचे पोलीस महानिरीक्षक याबाबत प्रस्ताव मांडत आणि गृहखाते ते प्रस्ताव बारकाईने तपासत. मग मी याबाबत मुख्यमंत्र्यांची मान्यता घेण्याआधी मुख्य सचिवांना भेटून या प्रस्तावांची चर्चा करत असे. साधारणपणे वसंतदादा पाटील प्रस्तावांना मान्यता देत किंवा चर्चेदरम्यान काही बदल सुचवत. म्हणजेच आय.पी.एस अधिकाऱ्यांच्या सर्व नियुक्त्या मुख्यमंत्री आणि गृहसचिव यांच्यात ठरत. सर्वसाधारणपणे गृहमंत्री तिरपुडे यांची यात काहीच भूमिका नसायची. पण काही प्रसंगी त्यांच्यासमोर मी माझे मते मांडत असे आणि काही बाबींमध्ये त्यांच्या सूचना स्वीकारत असे.

कामगारांचा आक्षेप असूनदेखील काही कंपन्यांनी आपला तयार माल विक्रीसाठी कारखान्यांच्या बाहेर काढला होता आणि त्यांनी यासाठी पोलीस संरक्षण मागितले होते. या संदर्भात चर्चा करण्यासाठी जून, १९७८मध्ये एके दिवशी मी उद्योगमंत्री शरद पवार यांना भेटायला गेलो. त्या वेळी दत्ता सामंत आणि इतर काही जणांच्या ताकदवान कामगार संघटना उभ्या राहिल्या होत्या आणि त्यांनी आणीबाणीनंतरच्या काळातील केंद्र सरकराच्या कामगारांना झुकते माप देणाऱ्या धोरणांचा गैरफायदा घ्यायला सुरुवात केली होती. आपल्या मागण्या मान्य होईपर्यंत ते तयार माल कारख्यान्याच्या बाहेर जाऊ देत नव्हते. असे करून त्यांनी औद्योगिक उत्पादनात खंड पाडला होता तसेच उद्योगपतींना वेठीस धरले होते. निर्यातीचा वायदा पूर्ण करणे, हे राष्ट्रीय कर्तव्य असल्यामुळे निर्यात होणाऱ्या मालाला पोलिससंरक्षण देणे हे आमचे धोरण होते.

एकदा काही मिनिटांची चर्चा करून मी निघत होतो तोच पवार मला म्हणाले, "तुम्ही उपमहानिरीक्षक दर्जाच्या काही वरिष्ठ पोलीस अधिकाऱ्यांच्या नियुक्त्यांबाबत अंतिम निर्णय घेतला आहे, असे समजते. अधिकृत आदेश काढण्यापूर्वी तुम्ही ७-

८ दिवस थांबावे, असा माझा तुम्हाला सल्ला आहे.''

या उद्‌गारांचा आणि आमच्या चर्चेच्या विषयाचा काहीएक संबंध नव्हता आणि ते उद्‌गार अगदीच संदर्भहीन होते. त्यामुळेच ते मला डाचत होते. मी गुप्तचर-खात्याची जबाबदारी असलेल्या मुंबईतील उपायुक्तांना बोलावून घेतले आणि महाराष्ट्रात राजकीय पटलावर काही शिजत आहे का, याची विचारणा केली. नाशिकराव तिरपुडे यांचे वागणे, मुख्यमंत्र्यांची चिडचिड आणि शरद पवारांचे उद्‌गार यांचा एकमेकांशी काहीतरी नक्कीच संबंध आहे, हे माझ्या मनात पक्के झाले होते. काहीतरी शिजत आहे असे आपल्याला वाटत आहे असे उपायुक्त म्हणाले; पण त्यांच्याकडे कोणतीही ठोस माहिती नव्हती.

घाटत असलेल्या एखाद्या राजकीय घडामोडीची मुख्यमंत्र्यांना माहिती आहे का, हे शोधून काढण्याचा प्रयत्न मी दुसऱ्या दिवशी त्यांच्याबरोबर झालेल्या एका बैठकीत केला. शरद पवारांच्या उद्‌गारांचा उल्लेख न करता पवार हे अनेक बिगरकाँग्रेस नेत्यांशी भेटी-गाठी घेत आहेत हे तुम्हाला माहिती आहे का, असे मी मुख्यमंत्र्यांना विचारले. दादांनी मला काहीशा बेधडकपणे सांगितले, ''शरद पवार आपला माणूस आहे. त्याच्या हालचालींची काळजी करू नका.''

आठवड्याभरातच शरद पवारांनी जेव्हा डावपेच आखत वसंतदादा पाटील आणि नाशिकराव तिरपुडे या दोघांना पदच्युत केले आणि जनसंघ, समाजवादी पक्ष, शेतकरी-कामगार पक्ष, शंकरराव चव्हाण यांचा गट, कम्युनिस्ट आणि अनेक अपक्षांच्या साहाय्याने मंत्रीमंडळ स्थापन केले, तेव्हा मला या शब्दांची आठवण झाली. आपण पक्षातील बहुमत गमावणार आहोत, याचा वसंतदादा पाटील यांना अंदाज आला आणि त्यांनी राजीनामा दिला. पवारांनी तत्काळ मुख्यमंत्रिपदावर दावा केला आणि विविध पक्षातील आपल्या समर्थक आमदारांची यादी घेऊन राज्यपालांची भेट घेतली. ज्या तरुण मराठा नेत्याला आपण आपले पद मिळवता येईल, या दृष्टीने तयार करत आहोत, त्यानेच आपल्या पाठीत खंजीर खुपसला हे वसंतदादांना चांगलेच लागले. या घटनेनंतर मी यशवंतरावांशी बोललो. त्यांनाही या सगळ्याचे तितकेच आश्चर्य वाटले होते. कालांतराने यशवंतरावांच्या मृत्यूनंतर या सगळ्याची चव्हाण यांना माहिती होती तसेच याला त्यांची मूक संमती होती, असे पवार महाराष्ट्रभर लोकांना सांगायला लागले होते. हे असत्य कथन आहे, असे माझे प्रामाणिक मत आहे.

हा घटनाक्रम आणि असे अचानकपणे आपले पद गेलेले पाहून तिरपुडे चांगलेच नाराज झाले होते. शरद पवारांनी आपली पाडापाडीची खेळी इतक्या वेगाने

आणि सफाईदारपणे खेळली की, गृहमंत्र्यांनासुद्धा सरकार पाडण्याच्या या कटाचा अंदाज आला नाही. ते पद सोडण्याच्या अगदी आधी जेव्हा मी तिरपुडे यांना भेटलो, तेव्हा त्यांनी पोलिसांच्या गुप्तवार्ता विभागाबद्दल अत्यंत कडवटपणे नाराजी व्यक्त केली. तसेच इंदिरा गांधी लवकरच पुन्हा सत्तेत येताच आपण महाराष्ट्राच्या मुख्यमंत्रिपदी येऊ, असे मला आत्मविश्वासाने सांगितले.

या कठीण काळात मी बजावलेल्या सेवेची तिरपुडे यांनी स्तुती केली आणि मला शुभेच्छा दिल्या. आमचे संबंध सौहार्दपूर्ण राहिले आणि जेव्हा-जेव्हा मी नागपूरला जात असे तेव्हा-तेव्हा मी कटाक्षाने तिरपुडे यांची भेट घेत असे. काँग्रेस (आय)मधील मंडळींनादेखील आपण हळूहळू नकोसे होत आहोत, हे त्यांच्या लक्षात आले. स्वत:कडे लक्ष वेधून घेण्यासाठी ते अधूनमधून स्वतंत्र विदर्भ राज्याचा मुद्दा उपस्थित करत. आपले वागणे आणि कार्यपद्धतीमुळे तिरपुडे यांनी स्वत:ला महाराष्ट्राच्या राजकारणात संदर्भहीन करून टाकले. उत्तम वक्तृत्व असलेली दलित समाजातील एक बुद्धिमान व्यक्ती तिरपुडे यांनी वागण्या-बोलण्याच्या मर्यादा पाळल्या असत्या आणि काँग्रेस (आय)मधील आपले वजन वाढवले असते, तर ते राज्याच्या राजकारणात अधिक काळ टिकून राहिले असते.

आणि असे झाले असते, तर १९८९मध्ये उदयास आलेल्या आरक्षणाच्या राजकारणाच्या काळात ते दलित समाजाचे ताकदवान नेते म्हणून पुढे आले असते, अशी मला खातरी आहे. अखेरच्या काळात ते दलित राजकारणातदेखील एकटेच पडले आणि काँग्रेस (आय)मध्ये फक्त थोडेफार उपद्रव मूल्य असलेली व्यक्ती म्हणून उरले. शरद पवार यांच्या बंडामुळे महाराष्ट्रात एक नवीन राजकीय पर्व सुरू झाले. महाराष्ट्रातील काँग्रेसची सत्तेची मक्तेदारी मोडून पडली आणि आज दिसत असलेला गेले तीस वर्षं चालू असलेला राजकीय सत्तेचा खेळ आणि संधिसाधूपणाचे राजकारण सुरू झाले.

५२

विद्यापीठाचे नामांतर : मराठवाड्यात दलितांवरील अत्याचार

शरद पवारांचे बंड घडायच्या काहीच दिवसआधी मराठवाडा विद्यापीठाचे 'डॉ. बाबासाहेब आंबेडकर मराठवाडा विद्यापीठ' असे नामांतर करण्याचा ठराव महाराष्ट्र विधिमंडळात मांडण्यात आला होता. वसंतदादा पाटील आणि काँग्रेसमधील तसेच त्या पक्षाच्या बाहेरील मराठा नेत्यांचा या नामांतराला विरोध होता. पण राजकीय शक्तींची नव्याने होणारी जुळवाजुळव पाहता या ठरावाला विरोध करण्याची कोणाचीही हिंमत झाली नाही. हा ठराव केवळ कागदावरच राहील आणि विद्यापीठाचे नामांतर प्रत्यक्षात होणार नाही, अशी ठरावाच्या विरोधकांची अटकळ होती; पण मराठवाड्यात, विशेषत: औरंगाबाद शहरात हिंसक प्रतिक्रिया उमटेल, याची कोणालाही कल्पना आली नाही.

सरकारच्या गुप्तवार्ता विभागाकडून काहीतरी अघटित घडण्याची शक्यता आहे आणि त्यामुळे राज्यात कायदा आणि सुव्यवस्थेचा गंभीर प्रश्न निर्माण होऊ शकतो, असे सांगणारे काही अहवाल मला प्राप्त झाले होते. त्या वेळी शरद पवार आपल्या आघाडीचे मंत्रीमंडळ बनवण्याच्या कामात होते. म्हणजेच या काळात या प्रश्नाची राजकीय पातळीवरून हाताळणी करण्यासाठी राज्यात प्रभावी यंत्रणाच नव्हती. मोडकांच्या जागी पोलीस महानिरीक्षक झालेल्या चौबळांना घेऊन मी औरंगाबादला जायचे ठरवले. आम्ही राज्य सरकारच्या विमानाने औरंगाबादला पोहोचलो आणि तेथे पोहोचताच विभागीय आयुक्त, पोलीस उपमहानिरीक्षक, जिल्हाधिकारी आणि जिल्हा पोलीस अधीक्षक यांच्यासह स्थानिक अधिकाऱ्यांसोबतच्या बैठकीत परिस्थितीचा आढावा घेतला.

मराठवाड्यामध्ये अनेक दलितांची घरे पेटवली गेली आहेत आणि काही

जणांचे खून झाले आहेत, असे आम्हाला समजले. मराठवाड्यासाठी खास स्थापन झालेल्या विद्यापीठाचे नामांतर आणि त्यांच्या नावाला एका दलित नेत्याचे नाव जोडणे, हा मराठा समाजाला आपला अपमान वाटला. विधिमंडळातील ठराव रद्द व्हावा, यासाठी मराठा नेत्यांनी चंग बांधला होता. औरंगाबादमध्ये असताना नांदेडला जाळपोळीच्या आणि लुटालुटीच्या गंभीर घटना घडल्या आहेत, असे आम्हाला समजले. मी आणि चौबळ नांदेडला विमानाने जाण्याची तयारी करत असतानाच काही तासांतच शरद पवार आणि त्यांच्या सहकारी मंत्र्यांचा शपथविधी होणार असल्याची माहिती आम्हाला मिळाली. राजशिष्टाचाराच्या संकेतांप्रमाणे शपथविधीस पोलीस महानिरीक्षक उपस्थित राहाणे आवश्यक असल्यामुळे आम्ही विमानाने मुंबईला परतलो आणि अगदी वेळेतच समारंभस्थळी पोहोचलो.

नवे मुख्यमंत्री शरद पवार यांनी समारंभानंतर लगेचच मंत्रीमंडळाची बैठक बोलावली जावी, असे ठरवले. दरम्यानच्या काळात मी त्यांना तोंडी माहिती देत औरंगाबाद आणि नांदेडमधील गंभीर होत चाललेल्या परिस्थितीबाबत तसेच शेजारच्या भागांमध्येदेखील अशीच परिस्थिती उद्‌भवू शकते याबाबत सावध केले.

खातेवाटप झाले नसले, तरी सर्व मंत्री बैठकीला उपस्थित होते. मी चौबळांना मंत्रीमंडळाच्या बैठकीत घेऊन गेलो. वेळ झपाट्याने चालला होता. मराठवाड्यात अनेक ठिकाणी अत्याचार होत असल्याचे वृत्त आम्हाला मिळाले. मी पटकन प्रत्यक्ष परिस्थितीची माहिती घेतली आणि इतर ठिकाणीदेखील दंगल पसरणारच, याची खातरी व्यक्त केली. शपथविधी होऊन काहीच मिनिटे उलटली असताना अशा बातम्या ऐकून मंत्र्यांना धक्का बसला. काहीच दिवसांपूर्वी विधिमंडळाच्या दोन्ही सभागृहात विद्यापीठ नामांतराचा ठराव एकमताने मान्य झाल्याचा प्रसंग त्यांनी साजरा केला होता. याचे श्रेय मिळण्याऐवजी प्रदेशातील बहुसंख्यांक समाज नामांतराच्या विरोधात उभा राहिला होता. राजकारणी असल्यामुळे त्यांना आता काय करावे, हे सुचत नव्हते. त्यांनी माझा सल्ला मागितला.

मी चौबळांशी चटकन सल्लामसलत केली आणि परिस्थिती कडकपणे हाताळण्यासाठीचे अधिकार मागितले. कोणत्याही सुसंस्कृत समाजात लोकांना जिवंत जाळणे खपवून घेतले जात नाही, असे मी सांगितले. मंत्रीमंडळाची बैठक चालू असतानाच काही पोलीस स्थानकांना आगी लावण्यात आल्याचे वृत्त आम्हाला समजले. असे होणे हेदेखील खपवून घेतले जात नाही, अशी मी पुस्ती जोडली. उत्तम प्रशासन असलेले राज्य म्हणून असलेला महाराष्ट्राचा नावलौकिक धोक्यात आला होता. कोणी मंत्री औरंगाबादला भेट देऊन लोकांना शांततेचे आवाहन

करण्यास तयार आहे का, असे मी बैठकीत विचारले. बहुसंख्याक समाज आक्रमक झाला असल्यामुळे कोणीच तयार झाले नाही.

प्रशासन आणि पोलीस यांनी सर्व मार्ग वापरून परिस्थिती आटोक्यात आणावी असे अध्यातासाने शरद पवार यांनी सांगितले. कोणताही राजकारणी हस्तक्षेप करणार नाही हे आश्वासन मिळताच, पोलीस कठोरपणे वागू लागले आणि अनेक ठिकाणी दलितांच्याऐवजी पोलीसच लोकांच्या प्रक्षोभाचे लक्ष्य ठरले.

या मुद्द्यावरून होणाऱ्या दंगली महाराष्ट्रासाठी लाजिरवाण्या होत्या. पंधरवड्यात दंगली औरंगाबादहून नांदेड, परभणी, उस्मानाबाद आणि बीड या जिल्ह्यांमध्ये पसरल्या. सर्वांत जास्त हिंसक घटना नांदेड जिल्ह्यात घडल्या. नवबौद्धांवर हल्ले आणि त्यांच्या घरांच्या जाळपोळीच्या घटना सर्रास घडू लागल्या. लोकांना जिवंत जाळणे, ही यातील सर्वांत अमानुष घटना होती. मी जवळ-जवळ २४ तास काम करत होतो. एखादी अमानुष घटना घडल्याचे वृत्त समजताच मी मुख्यमंत्र्यांच्या दालनात जाऊन त्यांना त्याची माहिती देण्यासाठी जात असे. मला आत येताना पाहताच मी वाईट बातमी घेऊन आलो आहे, हे त्यांना समजायचे.

शरद पवार अत्यंत शांत डोक्याने वागले. हस्तक्षेप न करण्याचे आश्वासन त्यानी पाळले. दंगलग्रस्त भागांना भेट देणे त्यांना चालेल का, असे मी त्यांना काही वेळा विचारले असता त्यांनी नकार दिला. खरे म्हणजे आम्हाला मदत करण्याचा किंवा एखादे निवेदन प्रसिद्ध करण्याचा धोका कोणताही राजकारणी पत्करू इच्छित नव्हता. जेव्हा मी यशवंतरावांशी मराठवाड्यात त्यांनी भेट देण्यासंदर्भात बोललो, तेव्हा या भागात कोणत्याही राजकारण्याला प्रवेश करण्यास मनाई करावी, असा सल्ला त्यांनी मला दिला. वातावरण शांत होण्याऐवजी राजकारण्यांच्या वक्तव्यांमुळे आगीत तेल ओतल्यासारखे होईल, असे कारण त्यांनी मला दिले.

यानंतर कोणी आदरणीय सामाजिक कार्यकर्ते किंवा धार्मिक नेते आम्हाला मदत करतील का, याचा शोध घेण्याचा आम्ही प्रयत्न केला. अनेक मान्यवर धार्मिक नेते आणि प्रचारक यांच्याशी संपर्क साधला; पण या मंडळींनी नकार दिला. मराठा समाजाला आवाहन करू शकेल आणि त्यांचा राग शांत करू शकेल, अशी एकही व्यक्ती आम्हाला सापडली नाही.

कार्यक्षम राज्य राखीव पोलिसदलाच्या साहाय्याने पोलीस तत्परतेने वागले आणि त्यांनी दंगली आटोक्यात आणल्या. विधिमंडळातील आपल्या प्रतिनिधींनी सुरू केलेल्या प्रकरणावरून रस्त्यात मारामारी करणे, याचा दंगलखोरांच्या नेत्यांना पुढील तीन आठवड्यांत एकतर कंटाळा तरी आला असावा किंवा असे करणे निरर्थक तरी वाटू लागले असावे. लढाई विधानसभेतच नेणे गरजेचे होते. ही लढाई दीर्घकाळ कडवटपणे चालली.

विद्यापीठाचे 'डॉ. बाबासाहेब आंबेडकर मराठवाडा विद्यापीठ' असे नामांतर करणाऱ्या ठरावाची अंमलबजावणी करण्यास पंधरा वर्षांपेक्षा अधिक काळ लागला. त्या वेळी शरद पवारच मुख्यमंत्री होते. त्यांनी लोकमताचा अचूक अंदाज घेतला आणि नामांतराचा निर्णय घोषित करण्यासाठी योग्य वेळ निवडली.

स्वातंत्र्यानंतर घडलेल्या दलितांवरील अत्याचारांमधील सर्वांत अमानुष घटना या दंगली होत्या. त्यामुळेच या प्रकरणाची चौकशी करण्यासाठी मुंबईला आलेल्या संसदीय समितीने मी आणि वरिष्ठ पोलीस अधिकाऱ्यांनी ज्या पद्धतीने कायदा आणि सुव्यवस्थेचा प्रश्न हाताळला याचे कौतुक केले. मी समितीच्या सदस्यांशी मोकळेपणाने आणि स्पष्टपणे बोललो. अशी परिस्थिती आटोक्यात आणण्यासाठी बळाच्या वापरास कोणत्या मर्यादा आहेत, हे मी विशद करून सांगितले. सरकारने सावधगिरीने वागावे आणि अशा भावनिक मुद्द्यांबाबत निर्णय घेण्याआधी नीट विचार करावा असा सल्ला मी त्यांना दिला आणि हे त्यांना कदाचित आवडले असावे.

५३

जयप्रकाश नारायण यांचा 'मृत्यू' : जाणूनबुजून दिरंगाई

लोकसभेच्या सभापतींनी २२ मार्च, १९७९ रोजी दुपारी एक वाजण्याच्या सुमारास पूर्ण शांतता पसरलेल्या सभागृहात दु:खी आवाजात "स्वातंत्र्याचे जिवंत प्रतीक आता आपल्यात नाहीत. जयप्रकाश नारायण यांचे निधन झाले आहे," असे जाहीर केले.

"देशाचे मोठे नुकसान झाले आहे. तसेच जगातील नैतिक अधिष्ठान असलेल्या सर्व चळवळींचे नुकसान झाले आहे. आम्हा सगळ्यांना त्यांच्या निधनामुळे अतीव दु:ख झाले आहे," असे पंतप्रधान मोरारजी देसाई म्हणाले. त्यानंतर सर्व पक्षांच्या नेत्यांनी जयप्रकाश नारायण यांना भावपूर्ण श्रद्धांजली वाहिली. देशाला लोकशाही परत आणून देणारा द्रष्टा नेता असे त्यांचे वर्णन करण्यात आले. दिवंगत नेत्याला श्रद्धांजली म्हणून सभागृहाचे कामकाज तहकूब करण्यात आले.

अनेक सरकारी इमारतींवरील राष्ट्रध्वज अर्ध्यावर उतरवण्यात आला. शाळा, कार्यालये आणि काही कारखाने यांच्यातील कामकाज ताबडतोब बंद करण्यात आले. आकाशवाणीच्या दुपारी १:२०च्या बातमीपत्रात जेपींच्या निधनाची बातमी देण्यात आली. दुपारी १:४५ वाजता सुरू झालेल्या दिल्ली केंद्राच्या उर्दू बातमीपत्राची सुरुवात जेपींच्या निधनाच्या वृत्ताने झाली. श्रद्धांजलीपर मजकूर वाचला जात असतानाच वृत्तनिवेदकाला बातमी 'चुकीची' असल्याचे लक्षात आले आणि श्रोत्यांना आश्चर्याचा जबरदस्त धक्का देत त्याने 'चूक' झाल्याचे घोषितदेखील केले.

श्रद्धांजली वाहण्यासाठी तहकूब केलेले लोकसभेचे कामकाज लगेचच पुन्हा सुरू करण्यात आले. सभागृहाला थोड्या वेळापूर्वी चुकीची माहिती दिल्याबद्दल पंतप्रधान मोरारजी देसाई यांनी दिलगिरी व्यक्त केली. जयप्रकाश नारायण यांचे

निधन झाले नाही, तर त्यांची प्रकृती अत्यंत चिंताजनक असून त्यांना डायलिसिसवर ठेवण्यात आले आहे, असा निरोप सभागृहाचे कामकाज तहकूब झाल्यानंतर १५ मिनिटांनी मिळाला होता, असे त्यांनी स्पष्टीकरण दिले. ''माहिती चुकीची निघाल्याबद्दल मला आनंद वाटतो,'' असे ते म्हणाले.

या गंभीर चुकीमुळे सरकारचे हसे झाले, संसदेला कधी नव्हे इतके शरमिंदा व्हावे लागले आणि आपण केलेल्या 'घोडचुकी'बद्दल पंतप्रधान मोरारजी देसाई यांना दिलगिरी व्यक्त करावी लागली. ही एक भयंकरच चूक होती आणि विरोधकांनी सरकारची कडक शब्दांत निर्भर्त्सना केली. सरकारने संसदेचे जगासमोर हसे केले आहे, असा आरोप करत त्यांनी सरकारवर जोरदार हल्ला चढवला आणि पंतप्रधानांच्या राजीनाम्याची मागणी केली. मोरारजी देसाई यांनी जे घडले ती एक घोडचूकच होती हे मान्य केले; पण तो एक भयंकर प्रमाद होता, हा विरोधकांचा आरोप फेटाळून लावला.

या सगळ्या गोंधळाचा उगम हजारएक किलोमीटर दूरवर असलेल्या मुंबईत महाराष्ट्र सरकारच्या गृहखात्यामध्ये झाला होता. सुदैवाने मी त्याचे कारण नव्हतो. पण गृहसचिव या नात्याने मी ज्या तत्परतेने वागणे अपेक्षित होते तसे मी वागलो असतो, तर मीच या गोंधळाला कारणीभूत ठरलो असतो.

गोपाळराव देशमुख मार्गावरील जसलोक हॉस्पिटलमध्ये दाखल असलेले जयप्रकाश नारायण अत्यवस्थ आहेत, हे त्या दिवशीची वर्तमानपत्रे वाचणाऱ्या प्रत्येकाला समजले होते. ते आता फार काळाचे सोबती नाहीत, हीच शक्यता अधिक होती. त्यांचे निधन झाल्यास त्यांच्या कुटुंबीयांच्या इच्छेनुसार त्यांचे पार्थिव पाटण्याला नेण्यासाठी राज्यसरकारला सर्वतोपरी व्यवस्था करायला लागणार होती. मुंबईतील एका हमरस्त्यावर असलेल्या जसलोक हॉस्पिटलच्या परिसरात कायदा आणि सुव्यवस्था राखली जाईल, हे गृहसचिव या नात्याने माझे पहिले काम होते. लाखोंच्या संख्येने जेपींचे चाहते आणि अनुयायी तेथे जमण्याची शक्यता वर्तवली जात होती. गर्दीवर नियंत्रण ठेवणे आणि अंत्ययात्रेसाठीची तयारी या दोन महत्त्वाच्या बाबींची व्यवस्था करणे, ही मुंबई पोलिसांसाठीची महत्त्वाची जबाबदारी होती. पोलीस आयुक्त एम. एस. कसबेकर यांनी जसलोकच्या आवारात चार्ली या नावाची बिनतारी संदेशवहन यंत्रणा असलेली व्हॅन तैनात करून ठेवली होती. जसलोकच्या आवारात व्हीआयपींची गर्दी झाली होती. चंद्रशेखर, मोहन धारिया, नानाजी देशमुख, मधु लिमये आणि राज्यपालांच्या पत्नी शांती सादिक अली आधीच तिथे पोहोचले होते. मुख्यमंत्री शरद पवार तिकडेच निघाले होते. मुख्य सचिव एल. एस. लुल्ला आणि मुख्यमंत्र्यांचे खासगी सचिव एस. पी. राजे हेदेखील आधीच तेथे पोहोचलेले

होते. जेपींच्या तब्येतीची चौकशी करण्यासाठी राज्यपाल सादिक अली सकाळी दोनदा हॉस्पिटलमध्ये येऊन गेले होते. राष्ट्रपती संजीव रेड्डी यांचे वायुदलाच्या खास विमानाने दुपारी ३ वाजेपर्यंत आगमन अपेक्षित होते.

मी माझ्या कार्यालयात बसून काम करत असताना दुपारी १२:४० वाजता विशेष शाखेचे साहाय्यक आयुक्त जोशी यांचा फोन आला. जेपींचे निधन झाले असल्याचे नियंत्रणकक्षाला आताच समजले आहे, असे त्यांनी मला सांगितले. पाच मिनिटांतच विशेष शाखेची जबाबदारी असलेल्या उपायुक्तांचा फोन आला आणि त्यांनी तीच माहिती दिली. काही मिनिटांनी कसबेकरांचा फोन आला आणि त्यांनीदेखील हीच माहिती मला दिली. अंत्ययात्रा आणि इतर गोष्टींसंदर्भात आपण मुख्यमंत्र्यांशी चर्चा करूच अशी खातरी त्यांनी मला दिली. मी फोन ठेवतो न ठेवतो, तोच गुन्हे शाखेचे उपमहानिरीक्षक बारावकर यांचा तीच बातमी देण्यासाठी मला फोन आला. नेमक्या किती वाजता प्रत्येकाचा मला फोन आला यांची नोंद मी सवयीनुसार माझ्या नोटपॅडवर केली.

जसलोकमध्ये असलेले मुख्यमंत्री पुढच्या तयारीसंदर्भात माझ्याशी संपर्क साधतील हे मला माहीत असल्यामुळे, ही माहिती पुढे पाठवण्याआधी मी काही मिनिटे थांबायचे ठरवले. शिवाय मुख्य सचिव हेदेखील जसलोकमध्येच होते. त्यामुळे पंतप्रधानांचे प्रधानसचिव सोडले, तर ज्यांना मी ही माहिती देणे अपेक्षित होते, असे दुसरे कोणीही नव्हते. अशा प्रसंगी मुख्य सचिवांच्या अनुपस्थितीत केंद्र सरकारला अधिकृत माहिती पोहोचवण्याची जबाबदारी ही गृहसचिवाची असते. ज्या बाबींमध्ये लक्ष घालण्याची गरज आहे, अशांची नोंद मी माझ्या नोटपॅडवर करत असतानाच दुपारी एक वाजण्याच्या सुमारास शरद पवारांचा फोन आला. "जेपींबद्दलची माहिती तुम्ही दिल्लीला कळवली का?'' असे त्यांनी मला विचारले. मी माहिती कळवली नसल्यास मी दिरंगाई केली आहे, असा त्यांचा रोख असावा, असे मला त्यांच्या बोलण्यावरून जाणवले.

मी म्हणालो, "नो, सर. अजून कळवली नाही.''

"गृहखात्यातील कोणी याबद्दलची बातमी कळवली नाही याची तुम्हाला खातरी आहे का?'' असे त्यांनी विचारताच त्यांच्या आवाजातील सुटकेच्या निःश्वासाचा सूर मला फोनवरूनदेखील जाणवला. गृहखात्यातील कोणीही आपण दिल्लीला ही माहिती कळवल्याचे मला सांगितले नसल्यामुळे मला याचा शोध घ्यावा लागेल, असे मी त्यांना सांगितले. मग ते मला म्हणाले की, निधनाची बातमी खोटी असून जेपी अजून जिवंत आहेत आणि त्यांच्यावर डायलिसिसचे उपचार चालू आहेत. तोपर्यंत पंतप्रधानांनी लोकसभेत निवेदन केले होते आणि सभागृहाचे कामकाज दिवसभरासाठी तहकूब करण्यात आले होते.

त्याक्षणीच आपल्यावर बॉम्बगोळा येऊन पडला आहे, याची मला जाणीव झाली. मी माझ्या हाताखालील अधिकारी – संबंधित सहसचिव आणि उपसचिवांना बोलावून घेतले. प्रत्येकाने आपण दिल्लीशी संपर्क साधला नसल्याचे सांगितले. मुख्य सचिवांनी पंतप्रधान कार्यालयाला जेपींची प्रकृती नाजूक आहे आणि 'जर त्यांचे निधन झाले तर' त्यांचे पार्थिव पाटण्याला नेण्यासाठी हवाईदलाचे विमान तयार ठेवावे तसेच अंत्ययात्रेची व्यवस्था करावी, असा निरोप दुपारी १२:३०ला कळवला होता, असे मला त्यांच्या कार्यालयाकडून समजले. मी निरोपाची खातरजमा केली. त्यात कोठेही मुख्य सचिवांनी जेपींचे निधन झाले आहे, असे म्हटले नव्हते.

महाराष्ट्र विधिमंडळात बरीच खळबळ माजली होती. दुपारी १ वाजता विधानसभेचे कामकाज सुरू होताच सभागृहाचे कामकाज तहकूब करावे, अशी विनंती अध्यक्षांना करण्यात आली. मात्र सरकारकडून अधिकृत माहिती आल्याशिवाय आपण कोणताही निर्णय घेणार नाही, असे अध्यक्ष शिवराज पाटील यांनी सभासदांना ठामपणे सांगितले. लोकसभेचे कामकाज तहकूब झाले आहे तसेच वृत्तसंस्थांनी निधनाची आणि कामकाज तहकूब केल्याची बातमी 'फ्लॅश' केल्याचे पाटील यांना सांगण्यात आले. तरीदेखील ते या माहितीवर विसंबून राहून निर्णय घेण्यास तयार नव्हते. हॉस्पिटलकडून माहितीची खातरजमा करून घेण्यास त्यांनी एका मंत्र्याला सांगितले. त्यांचे हे वागणे सूज्ञपणाचे ठरले आणि त्यांनी लोकसभेत झालेली 'घोडचूक' महाराष्ट्र विधानसभेत होऊ दिली नाही.

जेपींच्या निधनाच्या खोट्या वृत्ताचा प्रसार झाल्याची चौकशी करण्यास गृहसचिवांना सांगितले आहे, अशी घोषणा त्या दिवशी दुपारी राज्य सरकारच्या वतीने विधानसभेत करण्यात आली. ही चौकशी २४ तासांत पूर्ण करून अहवाल सादर करण्यास मला सांगण्यात आले. पंतप्रधान आणि केंद्रीय गृहमंत्री यांनीदेखील चौकशी होणार असल्याची माहिती लोकसभेत दिली आणि चौकशीचे निष्कर्ष सभागृहाला सांगितले जातील असे आश्वासन दिले.

मी तत्काळ चौकशीस प्रारंभ केला. एखादी बातमी, विशेषत: ती वाईट असेल, तर कशी पटकन पसरते आणि तिचा या प्रवासात कसा विपर्यास होतो, याचे हे प्रकरण म्हणजे एक उत्तम उदाहरण होते. गृहखात्यातील अवर सचिवपदावर असलेले श्री. आर हे अनुभवी अधिकारी त्यांच्या दुर्दैवाने यातील मुख्य दोषी आहेत, हे पुढे आले. या खात्यातील जबाबदारीसोबतच त्यांना हवाई वाहतुकीच्या संचालक पदावर नेमण्यात आले होते. या पदावर असल्यामुळे सरकारची दोन विमाने आणि दोन हेलिकॉप्टर यांची जबाबदारी त्यांच्यावर होती. त्यांचा आवश्यक त्या पद्धतीने वापर करून घेण्याची जबाबदारी ही श्री. आर यांची होती.

मुख्य सचिव लुल्ला, पोलीस आयुक्त कसबेकर आणि मुख्यमंत्र्यांचे खासगी

सचिव एस. पी. राजे यांना २२ मार्च रोजी सकाळी सुमारे ११:१५ वाजता मुख्यमंत्री त्यांना जसलोकमध्ये भेटू इच्छितात, असा निरोप त्यांच्या त्यांच्या कार्यालयांमध्ये मिळाला. राजे मुख्य सचिवांसोबत निघाले. जसलोकमध्ये पोहोचताच राजे यांनी मंत्रालयातील एका स्वीय साहाय्यकाला फोन केला आणि श्री. आर यांच्याशी संपर्क साधून एक विमान तयार ठेवा, असा निरोप देण्यास सांगितला. त्यानुसार तो स्वीय साहाय्यक श्री. आर यांच्या खोलीत गेला आणि त्यांना हा निरोप सांगितला.

जेपींचे निधन झाले असून त्यांचे पार्थिव पाटण्याला नेण्यासाठी विमान लागणार आहे, असा निष्कर्ष श्री. आर यांनी या निरोपावरून काढला. वैमानिकांना नेमके कोठे जायचे आहे आणि त्यासाठी त्यांनी कोणत्या मार्गाने जावे, हे सांगण्यासाठी त्यांना या सर्व बाबी निश्चितपणे माहीत करून घ्यायचा होत्या. त्यांनी जसलोकमध्ये असलेल्या राजे यांच्याशी संपर्क साधण्याचा अयशस्वी प्रयत्न केला. माहिती मिळवण्याच्या दृष्टीने त्यांनी यानंतर मुंबई शहर पोलिसांच्या नियंत्रण कक्षाशी संपर्क साधला. याबद्दल नियंत्रण कक्षाच्या नोंदवहीत याप्रमाणे नोंद होती – दुपारी १२:३० वाजता जेपींचे निधन झाले आहे आणि मुख्यमंत्र्यांचे खासगी सचिव श्री. राजे यांच्याशी बिनतारी संदेश यंत्रणेमार्फत जसलोकमध्ये संपर्क साधावा असा श्री. आर यांचा निरोप आला होता. त्यानुसार चार्ली या व्हॅनमार्फत श्री. राजे यांच्याशी संपर्क साधला जात आहे.

शहर नियंत्रणकक्षाशी संपर्क साधण्याआधी श्री. आर यांनी पोलीस महानिरीक्षकांच्या नियंत्रणकक्षाशी संपर्क साधला होता, हे चौकशीतून पुढे आले. हे त्यांनी दुपारी १२:३०च्या सुमारास केले. या नियंत्रणकक्षाने ही माहिती गुन्हे शाखेचे उपमहानिरीक्षक बारावकर यांनी दिली. केंद्रीय गुप्तचर विभागाचा मुंबईत नियुक्त असलेला एक अधिकारी त्या वेळी योगायोगाने उपमहानिरीक्षकांच्या कार्यालयात हजर होता. त्याला ही बातमी तिथे मिळाली आणि ती त्याने आपल्या वरिष्ठ अधिकाऱ्याला कळवली. या वरिष्ठ अधिकाऱ्याने जसलोक हॉस्पिटलकडून खातरजमा करण्याचा प्रयत्न केला; पण तो अयशस्वी ठरला. हा अधिकारी ही माहिती फारकाळ आपल्यापुरती ठेऊ शकला नाही आणि त्याने ती दिल्लीला आपल्या मुख्यालयात कळवली. ही माहिती संसदेत असलेल्या पंतप्रधानांना तातडीने कळवण्यात आली. अशा प्रकारे हे सर्व रामायण घडले.

जेपींचे निधन झाले आहे असा श्री. आर यांचा समज का झाला, हे चौकशीतून पुढे आले. कर्तव्यदक्ष अधिकारी असल्यामुळे त्यांनी आपल्या समजावर विसंबून राहात बातमी कळवण्यासाठी नव्हे, तर विमानउड्डाणाच्या संदर्भातील तपशील मिळवण्यासाठी अधिकाऱ्यांशी संपर्क साधायला सुरुवात केली. त्यासाठी त्यांना भोग भोगावे लागले. दिल्लीला माहिती कळवली गेली, यासाठी ते प्रत्यक्षरीत्या जबाबदार नव्हते; पण

राज्यसरकारने सचिवालयातच घडलेली चूक किमान मान्य करणे गरजेचे होते. श्री. आर यांना निलंबित करण्यात आले. गुप्तचर विभागाच्या अधिकाऱ्याचे वागणे माझ्या चौकशीच्या कार्यक्षेत्रात येत नव्हते. ती केंद्र सरकारच्या अखत्यारीतील बाब होती.

या घटनाक्रमानंतर जर-तरचे अनेक प्रश्न उपस्थित झाले. राज्य सरकारच्या तीन वेगवेगळ्या अधिकाऱ्यांनी मला बातमी कळवली असताना मला तातडीने पंतप्रधान कार्यालयाशी संपर्क साधून ती माहिती कळवावीशी का वाटली नाही? त्याचे कारण माझी चालढकल करण्याची वृत्ती नव्हे. काही वर्षांपूर्वी मी अशाच एका परिस्थितीला सामोरे गेलो होतो आणि बातमी 'खोटी' निघाली तर कशी नामुष्कीची परिस्थिती उद्भवते हे मला चांगलेच माहीत होते, हे त्यामागचे खरे कारण होते.

एकदा सांगितलेली गोष्ट पुन्हा सांगण्याचा दोष स्वीकारून मला जिनिव्हाचा अनुभव कथन करावा असे वाटते. मी १९७१मध्ये कधीतरी जिनिव्हात १३०हून अधिक देशांचे प्रतिनिधी उपस्थित असलेल्या संयुक्त राष्ट्रसंघाच्या एका बैठकीच्या अध्यक्षस्थानी होतो. संयुक्त राष्ट्रसंघाचे एक अत्यंत वरिष्ठ आणि अनुभवी अधिकारी बैठकीचे सचिव या नात्याने माझ्या उजव्या बाजूला बसले होते. चर्चा चालू असताना त्यांच्या एका कनिष्ठाकडून त्यांना एक चिठ्ठी मिळाली. त्यांनी लगेचच ती चिठ्ठी मला दाखवली. काही तासांपूर्वी स्पेनचे राष्ट्रप्रमुख जनरल फ्रान्सिस्को फ्रँको यांचे निधन झाले आहे, असा मजकूर त्यात होता. ते अधिकारी ब्रह्मदेश (म्यानमार) येथील होते. आपल्या देशबांधवांप्रमाणे तेदेखील शांत वृत्तीचे आणि थंड डोक्याचे होते. त्यांचा अनुभव दांडगा होता आणि ब्रह्मदेश (बर्मा) भारतापासून वेगळे होण्याआधी ते आय.सी.एस.सेवेत होते. अध्यक्षांनी निवेदन करावे आणि राष्ट्रप्रमुखांच्या निधनाबद्दल पंरपरागत आदरांजली म्हणून दोन मिनिटे शांतता पाळून सभेचे कामकाज तहकूब करावे, असा ते मला आग्रह करू लागले.

का कोणास ठाऊक, पण मला त्यांचा सल्ला स्वीकारावासा वाटला नाही. त्याऐवजी बैठकीत उपस्थित असलेल्या स्पेनच्या राजदूतांकडून बातमीची खातरजमा करून घेण्यास मी त्यांना सांगितले. स्पेनच्या प्रतिनिधींशी ते बोलले आणि बैठकीत बरीच खळबळ माजली. स्पेनचे राजदूत फोनवरून 'बातमी'ची खातरजमा करण्यासाठी बाहेर पडले.

काही मिनिटांतच प्रक्षुब्ध झालेले स्पेनचे राजदूत बैठकीत परतले. खातरजमा करून न घेता अशी वाईट बातमी आपल्याला सांगितल्याबद्दल त्यांनी बैठकीनंतर त्या अधिकाऱ्याचा माझ्याकडे जोरदार धिक्कार केला. फ्रँको सुट्टीवर असून त्यांची तब्येत उत्तम आहे, हे त्यांना कळले होते.

बैठकीनंतर मी संयुक्त राष्ट्रसंघाच्या त्या अधिकाऱ्याला चांगलेच झापले. ते फार शरमिंदे झाले. मला त्यांची दया आली, पण फ्रँको यांचे निधन झाले आहे असे सांगून मी जर सभा तहकूब केली असती, तर माझ्या या कृत्यामुळे माझ्या देशावर मी जी नामुष्की ओढवून घेतली असती, याचा विचार करून मला चांगलाच राग आला होता.

वाईट बातमी सांगण्यात थोडीशी दिरंगाई करणे, यात काहीच चूक नाही. जेपींच्या 'निधना'च्या बातमीबाबत याच दिरंगाईने मला वाचवले होते.

भाग ६

सागरी वाहतूक संचालक पदावर

५४

महासंचालक पदावर

राज्यसरकारच्या सेवेत स्थिरस्थावर होण्याची माझी दोन वर्षांची मुदत १९७९च्या मध्यावर संपली असल्यामुळे मी आता नियमानुसार केंद्रात प्रतिनियुक्तीवर जाऊ शकतो, असे संकेत मला माझ्या दिल्लीतील हितचिंतकांकडून मिळू लागले. मी अनौपचारिक चौकशी केल्यानंतर दिल्लीत सचिवपदाच्या समकक्ष कोणतेही पद सध्या रिकामे नसले, तरी शिलाँगयेथील ईशान्य विकास परिषदेचे सचिव या नव्याने निर्माण केलेल्या पदावर माझी नेमणूक होऊ शकते, असे मला सांगण्यात आले.

मुंबई सोडून कुठल्यातरी दूरवरच्या ठिकाणी जाऊन राहण्याचे मला आणि माझ्या पत्नीला काहीच आकर्षण नव्हते. मंत्रालयापासून दहाच मिनिटांच्या अंतरावर असलेल्या ललित इमारतीतील आमच्या फ्लॅटमधील जीवनाशी जुळवून घ्यायला आम्हाला दोन वर्षे लागली होती. शिवाय माझा धाकटा मुलगा विवेक याचे इंग्लंडमधील ससेक्स परगण्यातीस लॅन्सिंग कॉलेज या शाळेतील शिक्षण पूर्ण होत आले होते. त्याने भारतात पुढील शिक्षणासाठी परत यायचे ठरवले तर आम्ही जवळ असलो पाहिजे, अशी आमची भावना होती. शालेय शिक्षण पूर्ण करून नंतर तो भारतात पुढील शिक्षणासाठी आलाच.

मला सागरी वाहतूक महासंचालक या पदावर नियुक्त करता येईल, असे मला सांगण्यात आले. त्या वेळी महाराष्ट्र केडरचे आय.ए.एस. अधिकारी एस.व्ही. भावे हे या पदावर होते. भावे यांची लवकरच महाराष्ट्राच्या मुख्य सचिवपदी नियुक्ती होईल, अशी शक्यता होती. भाव्यांशी बोलणे झाल्यानंतर मी हे पद स्वीकारण्याचे ठरवले. त्यानुसार ऑक्टोबर, १९७९मध्ये मी सागरी वाहतूक महासंचालकपदाचा पदभार स्वीकारला. सागरी वाहतुकीशी संबंधित प्रश्नांमध्ये मला आधीपासूनच रस होता. सयुक्त राष्ट्रसंघाच्या व्यापार आणि विकासविषयक परिषदेत (उंक्टाड)

भारताचा प्रतिनिधी असताना मी आंतरराष्ट्रीय सागरी वाहतूक, त्याविषयीचे कायदे इत्यादींचा अभ्यास केला होता तसेच विकसनशील देशांच्या वतीने या संदर्भातील अनेक वाटाघाटींमध्ये भाग घेतला होता. केंद्र सरकारच्या सागरी वाहतूक-खात्याच्या वतीने शिपिंग कॉर्पोरेशनचे तत्कालीन अध्यक्ष डॉ. सी. पी. श्रीवास्तव आणि याच कंपनीचे सहव्यवस्थापकीय संचालक राजावार हे जिनिव्हाला भेटी देत असत. इतक्या वर्षांमध्ये मी सागरी वाहतूक विषयातील माझे ज्ञान वाढवले होते. ते इतके की, इंग्लंड या उंक्टाडमधील या विषयात सर्वाधिक रस असणाऱ्या देशाच्या प्रतिनिधींचा मी या उद्योगातील एक तज्ज्ञ व्यक्ती आहे, असा खरोखरच समज झाला होता. तसा मी तज्ज्ञ अर्थातच नव्हतो. माझी भूमिका, ही आपल्या अशिलाची भूमिका योग्य पद्धतीने मांडणाऱ्या वकिलासारखी होती.

सागरी वाहतूक उद्योगाने माझ्या नियुक्तीचे स्वागत केले हे पाहून मला आनंद झाला. आंतरराष्ट्रीय सागरी वाहतूक संघटनेचे (इंटरनॅशनल मॅरिटाईम ऑर्गनायझेशन) तोवर अध्यक्ष झालेल्या डॉ. श्रीवास्तव यांच्याकडून त्यांनी माझ्याबद्दल ऐकले होते. या मंडळींनी पुढीलप्रमाणे निवेदन प्रसिद्धीस देऊन माझे स्वागत केले – 'सागरी वाहतूक व्यवसायापुढील आव्हाने पाहता, चांगला आणि विस्तृत अनुभव असलेले श्री. प्रधान हे या व्यवसायाचे अर्थकारण सुदृढ करण्यासाठी जहाज कंपन्यांसमोर उभे ठाकलेले विविध प्रश्न सोडवण्यास मदत करतील, जेणेकरून भारतातील सागरी वाहतूक उद्योग अधिक सशक्त करण्यासाठी तसेच त्याचा विस्तार करण्यासाठी पोषक वातावरण तयार होईल, अशी आम्हाला खातरी आहे. आम्ही या क्षेत्रातर्फे त्यांचे स्वागत करतो आणि त्यांच्या नवीन कामात त्यांना शुभेच्छा देतो.'

सुदैवाने मला उपमहासंचालक एस. एम. ओचाने यांची बरीच मदत झाली. महासंचालनालयाची सप्टेंबर, १९४९मध्ये स्थापना झाली तेव्हापासून ते या खात्यात कार्यरत होते आणि आता या वरिष्ठ पदापर्यंत पोहोचले होते. त्यांच्या दीर्घ अनुभवामुळे मला त्यांचा आधार होता आणि ते माझे प्रमुख सल्लागार होते.

दुसरे उपमहासंचालक होते महाराष्ट्र केडरचे तरुण आय.ए.एस. अधिकारी कुलजित सिंह सिद्धू. जहाजमालक, जहाजे भाड्याने घेऊन वाहतूक करणारे आणि खलाशी यांच्या संदर्भातील प्रश्न त्यांच्या कक्षेत येत असत. या प्रश्नांची हाताळणी करण्यास बरेच कौशल्य लागायचे. सिद्धू यांनी शॉर्ट सर्व्हिस कमिशनच्या माध्यमातून भारतीय सैन्यदलाच्या तोफदलात पाच वर्षे काढली असल्यामुळे त्यांची या बाबतीतील कामगिरी उत्तमच होती.

माझ्या सोबतीला प्रशासकीय जबाबदारीच्या पदावर असलेले इतर दोन चांगले अधिकारी होते. नाविक सल्लागार कॅप्टन बर्वे आणि प्रशिक्षणाची जबाबदारी असणारे कॅप्टन सिंह हे ते दोन अधिकारी होते. त्यानी मला जहाजे, सागरी वाहतूक आणि

महासंचालनालयाचे प्रत्यक्ष काम याची माहिती दिली. दरवर्षी साधारणपणे १०० खलाशांना प्रशिक्षण देणाऱ्या 'राजेंद्र' या प्रशिक्षण जहाजाबद्दलदेखील त्यांनी मला माहिती दिली. खलाशांना प्रशिक्षण मिळाल्यानंतर त्यांना 'सीमेन्स कार्ड' हे प्रमाणपत्र मिळत असे आणि मगच त्यांना भारतीय किंवा परदेशी मालकीच्या जहाजांवर नोकरी करता येत असे.

या उद्योगात तीनच कंपन्यांचे प्राबल्य होते – खासगी क्षेत्रातील सिंदिया स्टीमशीप व ग्रेट इस्टर्न आणि सार्वजनिक क्षेत्रातील सरकारी मालकाची 'शिपिंग कॉर्पोरेशन ऑफ इंडिया' (एस.सी.आय.).

सिंदिया स्टीमशीप ही एक अलौकिकच कंपनी होती. ग्वाल्हेरचे महाराज शिंदे यांनी सागरी वाहतुकीत बराच रस घेतला होता. ते दरवर्षी 'पी अँड ओ'च्या मुंबई-लिव्हरपूल मार्गावरील प्रवासी जहाजातून इंग्लंडला जाऊन येत. भारतात मध्यम आकाराची जहाजे बांधण्याची सोयदेखील नाही हे समजताच, त्यांनी मुंबईत जहाज बांधणीसाठी गोदी उभारण्याचा विचार केला. त्यांनी एक सागरी वाहतूक करणारी कंपनी स्थापन करण्याचादेखील प्रस्ताव मांडला.

वालचंदनगर येथे उच्च तंत्रज्ञानयुक्त उद्योग उभारणाऱ्या शेठ वालचंद हिराचंद दोशी या ताज्या दमाच्या उद्योजकावर सागरी वाहतूक कंपनी स्थापन करण्याची जबाबदारी सोपवण्यात आली. ग्वाल्हेरच्या महाराजांनी यात पुढाकार घेतला असल्यामुळे शेठ वालचंद हिराचंद यांनी कंपनीचे नाव 'सिंदिया स्टीमशीप' असे ठेवले. प्रत्यक्षात ही कंपनी वालचंद कुटुंबच चालवीत असे. मी महासंचालक झालो तेव्हा श्रीमती सुमती मोरारजी कंपनीच्या अध्यक्षा होत्या. बॅलार्ड इस्टेट येथील सिंदिया हाउस या कंपनीच्या मुख्यालयाला भेट देण्यासाठी त्यांनी मला आमंत्रण दिले आणि खासगी क्षेत्रातील सागरी वाहतूक कंपन्यांसमोरील समस्यांची माहिती दिली.

ग्रेट इस्टर्न शेठ कुटुंबाच्या मालकीची होती आणि स्थापनेपासूनच वसंत शेठ त्याचे अध्यक्ष होते. सिंदिया ही जुन्या पठडीतील आणि परंपरांनी जखडलेली बाबुगिरीग्रस्त कंपनी होती, तर ग्रेट इस्टर्नची धुरा एका आधुनिक वृत्तीच्या उद्योजकाच्या हाती होती. आणि भारतातली इतर कोणापेक्षाही या उद्योजकाला आधुनिक सागरी वाहतूक क्षेत्राचे ज्ञान अधिक होते, हे माझ्या लवकरच लक्षात आले. वसंत सेठ हे प्रसिद्ध स्वातंत्र्यसैनिक मालवीय यांचे जावई असून त्यांच्या पत्नी श्रीमती आशा शेठ या अलाहबादच्या आहेत, हे मला नंतर कळले. ग्रेट इस्टर्न ही प्रामुख्याने तेलजन्य पदार्थांची मोठ्या प्रमाणात वाहतूक करत असे.

खासगी क्षेत्रातील आणखी एक प्रमुख कंपनी होती आणि ती म्हणजे बिर्लांच्या मालकीची कोलकात्याची इंडिया स्टीमशीप कंपनी. कॅप्टन जे. सी. आनंद त्याचे प्रमुख होते. आनंद हे इंडियन रजिस्टर ऑफ शिपिंग या मुंबईतील संस्थेचे प्रमुख

असल्यामुळे पुढील काळात माझा आणि त्यांचा संपर्क येणार होताच.

शिपिंग कॉर्पोरेशन ऑफ इंडियाचे उपाध्यक्ष तथा व्यवस्थापकीय संचालक रिअर ॲडमिरल कृष्ण देव, श्रीमती सुमती मोरारजी, वसंत शेठ आणि कॅप्टन आनंद या क्षेत्रातील प्रमुख व्यक्ती होत्या. सिंदियाचे टी. एम. गोकुलदास, इंडियन नॅशनल शिपओनर्स असोसिएशन या भारतीय जहाज मालकांच्या संघटनेचे अध्यक्ष होते.

माझी सागरी वाहतूक महासंचालक पदावरची तीन वर्षे या मंडळींच्या सहवासात गेली. ही सगळी मंडळी सधन, सुसंस्कृत होती; तसेच ती आता झपाट्याने ऱ्हासाकडे चाललेल्या मूल्यव्यवस्थेतून पुढे आली होती.

५५

कोलकात्यातील गोदी कामगारांचा संप

मी माझ्या नव्या जबाबदारीत स्थिरस्थावर होण्याच्या आतच मला एका आणीबाणीच्या प्रसंगाला तोंड द्यावे लागले. फॉरवर्ड सीमेन्स युनियन या संघटनेने कोलकाता बंदरातील कामकाज रोखून धरले होते. त्यांच्या मागण्या मान्य केल्याशिवाय ते जहाजांवर माल चढवू देणार नव्हते. कोणत्याही क्षुल्लक कारणांवरून ते काम थांबवत. यामुळे बंदर परिसरात मोठ्या प्रमाणात माल साठत चालला होता. सागरी वाहतूक कंपन्या, माल पाठवणारे आणि वाहतूक एजंट वैतागले होते. कोलकाता बंदरातील आपले व्यवहार बंद करण्याचे त्यांनी इशारे दिले होते.

डिसेंबर, १९७९च्या शेवटापर्यंत ४०,००० टन ज्यूटच्या वस्तू; ८४,००० टन अभियांत्रिकी उत्पादने आणि ६०,००० टन चहा इतका माल जहाजांवर चढवण्यासाठी साठला होता. वाणिज्य मंत्रालय हादरले होते आणि सागरी वाहतूक-खात्याला माल चढवण्यासाठी सोय करण्यासाठीचा धमकीवजा आग्रह करत होते. माल चढवला गेला नाही, तर परदेशी बाजारपेठा भारताच्या हातातून जाणार होत्या तसेच परकीय चलनाचे उत्पन्न घटणार होते. इंग्लंडमधील चहाची बाजारपेठ श्रीलंकेच्या हातात जाईल आणि अभियांत्रिकी वस्तूंची बाजारपेठ इतर स्पर्धकांच्या हातात जाईल अशी सार्थ भीती वाणिज्य-मंत्रालयाला वाटत होती. वाणिज्य मंत्रालयात मी यापूर्वी काम केले असल्यामुळे मी त्यांची काळजी समजू शकत होतो.

कोलकात्यातील समस्येचे स्वरूप राजकीय होते. फॉरवर्ड सीमेन्स युनियन ही संघटना ज्योती बसूंच्या मंत्रीमंडळातील एका मंत्र्याच्या ताब्यात होती. क्षुल्लक कारणांवरून संघटना गुंडगिरी आणि तोडफोड करत असल्यामुळे बंदर व्यवस्थापनाला पोलिसांनी मदत केल्याशिवाय काम करणे शक्य नव्हते. सरकारने आदेश दिल्याशिवाय

पोलीस काहीच करणार नव्हते. केंद्रातील चरण सिंग सरकार आपली शेवटची घटका मोजत असल्यामुळे केंद्रात सरकार असे नव्हतेच. सागरी वाहतूक मंत्री जनेश्वर मिश्र हे सद्हेतु असलेले समाजवादी नेते होते. पण मार्क्सवाद्यांच्या नेतृत्वाखालील कोलकात्यातील राज्य सरकारवर त्यांचे काहीच वजन नव्हते. एकूण सगळा सावळागोंधळ होता.

अशी परिस्थिती असताना मी सिद्धू यांच्यासोबत कोलकात्याला गेलो. कोलकात्याला तेथील सागरी वाहतूक-खात्याच्या कार्यालयाचे प्रमुख या पदावर एन. चक्रवर्ती हे अनुभवी अधिकारी होते. डिसेंबर महिन्याचा शेवट जवळ आला होता आणि कोलकात्यात सर्वत्र नाताळचे पारंपरिक वातावरण सर्वत्र होते. त्यामुळे मुख्य सचिवांशीदेखील आमची भेट होऊ शकली नाही.

मी मुख्यमंत्र्यांशी थेट संपर्क साधण्याचे ठरवले. सचिवालयातील आपल्या दालनात भेटीसाठी वेळ द्यायचा चांगुलपणा मुख्यमंत्र्यांनी दाखवला. ठरलेल्या वेळी मला दालनात घेऊन जाण्यात आले आणि एका निवांत, प्रसन्न आणि सुसंस्कृत व्यक्तीने माझे स्वागत केले. थोर मार्क्सवादी नेते ज्योती बसू यांच्याशी माझी ही पहिलीच भेट होती. त्यांच्याच सहकाऱ्याने पुकारलेला संप 'मोडून' काढण्यासाठी मला त्यांची मदत मागायची होती. मी स्पष्टपणे थेट बोलायचे ठरवले. निर्यात क्षेत्रासंबंधीची बिकट परिस्थिती मी त्यांच्यासमोर मांडली. त्यांनी जर आपल्या मंत्र्याला संप मागे घेण्यास सांगितले, तर मी कामगारांच्या प्रश्नाची चौकशी करून घेण्यासाठी पुरेपूर प्रयत्न करीन, असे मी त्यांना काहीशा काकुळतीने सांगितले. मुख्यमंत्र्यांनी त्या मंत्र्याला बोलावून घेतले आणि माझ्या समक्ष जाहीरपणे न पुकारलेला संप मागे घेण्यास आणि माल चढवायला कोणताही अडथळा न करण्यास सांगितले. मी स्वत: वेळापत्रक तयार करून माल चढवून घेईन, असे मी मुख्यमंत्र्यांना सांगितले.

मी ३१ तारखेला सागरी वाहतूक कंपन्या, निर्यातदार आणि विविध उद्योग क्षेत्रातील निर्यात उत्तेजक परिषदांच्या प्रतिनिधींना भेटलो आणि एक ठोस योजना आणि वेळापत्रक घेऊन मी कोलकात्याला लवकरच येणार असल्याचे त्यांना सांगितले. औद्योगिक संबंधाबाबतची परिस्थिती अस्थिर असल्यामुळे अनेक परदेशी सागरी वाहतूक कंपन्या कोलकाता बंदरात येण्यास टाळत असल्यामुळे बंदरातील वाहतुकीचे प्रमाण कमी झाले असल्याची तक्रार केली गेली. मी त्यात लक्ष घालण्याचे आश्वासन दिले.

सर्व संबंधिताचे सहकार्य आणि त्यांची मदत आम्हाला मिळणे आवश्यक असल्यामुळे आम्ही या सर्वांची बैठक बोलावली. उपस्थितांपैकी वाणिज्य-खात्यातील सहसचिव आय.ए.एस. अधिकारी टी. एस. आर. सुब्रमण्यम (जे पुढे केंद्रात

मंत्रीमंडळ सचिव झाले.) आणि आमच्या खात्यातील संचालक एस. आर. शहा या दोघांना मी जिनिव्हात यापूर्वी भेटलो होतो. त्यांनी मला पूर्ण पाठिंबा दिला. सागरी वाहतूक क्षेत्रातील कॅप्टन आनंद यांच्या व्यतिरिक्त शिपर्स कौन्सील या माल वाहतुकदारांच्या संघटनेचे अध्यक्ष व्ही. डी. चौगुले हेदेखील उपस्थित होते. मी यशवंतरावांसोबत काम करत असल्यापासून माझी आणि चौगुले यांची ओळख होती. निर्यातदारांपैकी अभियांत्रिकी उद्योगाचे डॉ. आर. के. सिंह तसेच ज्यूट आणि चहा उद्योगांचे प्रतिनिधी उपस्थित होते. बैठकीला कोलकाता पोर्ट ट्रस्टचे अध्यक्ष आणि त्यांचा अधिकारिवर्ग हे उपस्थित नव्हते याची नोंद घ्यायची संधी वर्तमानपत्रांनी सोडली नाही.

काही दिवसांनी मी पुन्हा कोलकात्याला गेलो आणि माल उचलण्याची योजना अमलात आणण्यासाठी एका 'ऑपरेशनल ग्रुप'ची स्थापना केल्याचे तसेच मालाच्या प्रकारानुसार कोणत्या दिवशी कोणता माल किती प्रमाणात चढवला जावा, याचे निश्चित वेळापत्रक जाहीर केले. प्रत्येक दिवसाच्या कामकाजावर आम्ही नजर ठेऊन होतो आणि हळूहळू माल चढवला जाऊ लागला. केंद्रीय वाणिज्यसचिव पी. के. कौल यांच्या उपस्थितीत कोलकात्याला एक बैठक झाली. त्यात त्यांनी आमच्या कामाचे कौतुक केले आणि भारताची व्यापारातील तूट कमी करण्यासाठी मदत केल्याबद्दल जाहीरपणे आम्हाला धन्यवाद दिले. हे सगळे आमचे मनोबल वाढवणारे होते. सागरी वाहतूक क्षेत्रात माझे एक स्थान निर्माण झाले होते. मी ज्योती बसूंशीदेखील संबंध प्रस्थापित केले होते. कोलकाता बंदरात किंवा नव्याने बांधल्या गेलेल्या हल्दिया बंदरात जेव्हा-केव्हा एखादी अडचण उभी राहत असे, तेव्हा-तेव्हा ते आमच्या मदतीला येत.

या सगळ्यामुळे व्यापार-उद्योग क्षेत्रातील अनेक व्यक्ती तसेच अनेक जहाज मालकांशी माझी ओळख झाली. मालकांपैकी बहुतेक जण मध्यम आकाराच्या कंपन्यांचे मालक होते. नव्याने ओळखी झालेल्यांमध्ये प्रमुख होते, एपीजे समूहाचे पॉल बंधू!

५६

बगदादला वाटाघाटींसाठी

माझ्या कारकिर्दीच्या पहिल्या वर्षातच काही नाजूक प्रश्नांची सोडवणूक करण्यासाठी मला परकीय सरकारांशी वाटाघाटी कराव्या लागल्या. इराण-इराकचे युद्ध १९८०मध्ये सुरू झाले होते. दोन्ही देशांत या आधी १९७१मध्ये झालेल्या युद्धात इराणच्या आखातातील काही बेटे इराणने ताब्यात घेतली होती. शट्ट-अल-अरब या खाडीच्या मुखाशी ही बेटे होती आणि हे आखात पूर्णतः इराकच्या ताब्यात होते. शट्ट-अल-अरब खाडीच्या मुखामध्ये इराकने पंचवीसहून अधिक भारतीय बोटी अडकवून ठेवल्या असून त्यांना इराणच्या आखातात प्रवेश करू दिला जात नाहीये, असे आम्हाला सप्टेंबर, १९८०च्या मध्यावर कळले. कसून तपासणी झाल्याशिवाय तसेच परवाना असल्याशिवाय या बोटींना सोडण्यात येणार नव्हते. जामनगर किंवा पोरबंदर येथून आखातात जाणाऱ्या या बोटींवरील ३००हून अधिक खलाशी मुखाशी अडकले होते. संयुक्त राष्ट्रसंघाच्या सुरक्षा परिषदेच्या हस्तक्षेपामुळे प्रत्यक्ष युद्ध थांबले असले तरी मुखात जलसुरुंग लावले असल्यामुळे या बोटी आपणहून मुखातून बाहेर पडणे शक्य नव्हते. तसेच इराकी मार्गदर्शक नौकाच फक्त त्यांना सुरक्षितरीत्या बाहेर काढू शकणार होत्या.

परराष्ट्र-खात्यातील सहसचिव रोमेश भंडारी यांनी मला या अडचणींची माहिती दिली आणि इराकींच्या तावडीतून भारतीय बोटी आणि खलाशी यांची सुटका कशी करता येईल हे पाहावे, अशी विनंती केली. सागरी वाहतूक-खात्याचे सचिव एस. वाय. रानडे (आय.ए.एस.) यांनी मंत्रिमहोदयांना भेटण्यासाठी मला दिल्लीस बोलावून घेतले. बगदादला जाऊन प्रश्न सोडवावा असे मला मंत्रिमहोदयांनी सांगितले. त्यानुसार मी एके दिवशी विमानाने कुवैत शहराला गेलो. संयुक्त राष्ट्रसंघात असताना मी कुवैत शहराला दोनदा भेट दिली होती आणि कुवैत सरकारमधील काही अधिकाऱ्यांशी माझा परिचय होता. कुवैत सरकारमधील सर्व वरिष्ठ पदांवर

कुवैत नरेशांच्या कुटुंबातीलच व्यक्तींना नेमले जात असे. माझ्या इराकमधील बसरा या शहराला होणाऱ्या भेटीबाबत या अधिकाऱ्यांनी मला अनौपचारिकरीत्या माहिती दिली. इराकमध्ये प्रवेश करून पुन्हा कुवैतमध्ये प्रवेश करण्यासाठी भारतीय राजदूतांनी व्हिसाची सोय केली होती. मला बसऱ्याला घेऊन जाण्यासाठी आणि तेथून परत आणण्यासाठी राजदूतांनी बांधकाम व्यवसायात सक्रिय असणारे शहा या स्थानिक भारतीय गृहस्थांना माझ्यासोबत जाण्यास सांगितले होते.

इराकच्या ताब्यात असलेली आणि ज्यात पाण्यातील सुरुंग लावले होते, ती शट्ट-अल-अरब या अरुंद खाडीमुखाचे तसेच इराणच्या आखाताचे मला बसऱ्याला जाताना दर्शन घडले. मुखाच्या दुसऱ्या बाजूस अडकलेल्या काही भारतीय बोटींच्या अधिकाऱ्यांशी माझी बसरा येथे भेट झाली. बोटींवर जरुरी इतक्याच संख्येने कर्मचारी ठेवून आपल्या परतीसाठीच्या मिळणाऱ्या परवानगीची वाट पाहण्यासाठी ते बसऱ्यात आले होते. त्यांना बंदर परिसराच्या बाहेर जाऊ दिले जात नव्हते तसेच बोटींवर पुढच्या कालावधीसाठी खाण्यापिण्याची सोय करण्यासाठी सामान भरण्याचीदेखील सोय करू दिली गेली नव्हती. या सर्व अडचणी त्यांनी मला सांगितल्या. मी याबाबत स्थानिक अधिकाऱ्यांशी चर्चा केली. आपल्याला बगदादहून निर्देश आले असून आपण या बाबतीत काहीच करू शकत नाही, असे ते म्हणाले. मी शट्ट-अल-अरबच्या दुसऱ्या बाजूला जाऊन तिथे अडकलेल्या एका भारतीय बोटीवरील तिचे कप्तान आणि इतर खलाशी यांना भेटलो. बोट सोडायची नाही, असा त्यांनी निश्चय केला होता. पत्ते खेळत आणि बिअर पीत ते आपला वेळ घालवत होते. मला त्यांच्या जिद्दीचे आणि मनोबलाचे कौतुक वाटले. मी त्यांच्यासोबत त्यांचे नेहमीचे साधे जेवण घेतले आणि त्यांना मदत करण्याचे आश्वासन दिले. यासाठी मी बगदादला जाण्याचा निर्णय घेतला आणि तेथील भारतीय राजदूतांना तसे कळवावे, अशी विनंती मी कुवैतमधील भारतीय राजदूतांना केली.

बसरा ते बगदाद या प्रवासाला चार तास लागले. तैग्रीस नदी ओलांडूनच बगदादमध्ये प्रवेश करता यायचा. 'तैग्रीस' हे नाव परिचयाचे होते. बगदाद शहर हे जुन्या नव्याचे मिश्रण होते. शहराच्या जुन्या भागातील घरे माती आणि चुनखडा वापरून बांधली गेली होती. त्यांचा रंग पांढरा किंवा भगवा होता. आधुनिक पद्धतीची बहुतांश घरे बैठीच होती. भारतीय राजदूत पीटर सिनई यांनी काही वरिष्ठ इराकी अधिकाऱ्यांना दुपारच्या भोजनाच्या कार्यक्रमासाठी बोलावले होते. सिनई पती-पत्नी यांनी माझे प्रेमाने स्वागत केले. श्रीमती सिनई या ए. एल. डायस (आय.सी.एस.) यांच्या कन्या होत. डायस त्या वेळी त्रिपुराचे राज्यपाल होते व माझी आणि त्यांची

वीस वर्षांहून अधिक काळ ओळख होती. त्यांच्या वडिलांच्या घरी आमची भेट झाली असल्याची आठवण श्रीमती सिनई यांनी मला करून दिली.

भोजन तसे औपचारिकच होते. माझ्या येण्याचा उद्देश समजताच मुलकी अधिकाऱ्यांच्या हातात यातील काहीच नसते आणि लष्करी बाबींबद्दलचे सर्व निर्णय वरिष्ठ पातळीवर घेतले जात असल्यामुळे माझे काम अवघड आहे, असे या इराकी अधिकाऱ्यांनी मला सांगितले.

दुसऱ्या दिवशी राजदूतांनी इराकी परराष्ट्र-खात्यातील काही अधिकाऱ्यांशी माझी भेट घालून दिली. जिनिव्हाला उंक्टाडच्या बैठकांना येणाऱ्या काही अधिकाऱ्यांना मी सुदैवाने भेटू शकलो. मी या प्रकरणाची मानवी बाजू तसेच या बोटी हजारो खलाशांच्या उपजीविकेचे साधन आहे, ही वस्तुस्थिती त्यांच्यासमोर मांडली. भारत-इराक यांच्यामधील पुरातन संबंधाचा हवाला आणि आठवण करून देत मी त्यांना या भारतीयांची शट्ट-अल-अरब मधून सुटका करण्यासाठी हस्तक्षेप करण्याची विनंती केली. प्रश्न सोडवायला वेळ लागेल आणि मी बगदादमध्ये थांबण्याचे कारण नाही, असा सल्ला मला देण्यात आला. दुपारी मला काहीच काम नसल्यामुळे माझ्या इराकी मित्रांनी मला जुन्या बगदादची सैर घडवली. अरेबियन नाइट्समधील कथांची मला या वेळी आठवण झाली. माझ्यासाठी रात्री शाही मेजवानी देण्यात आली.

दुसऱ्या दिवशी कुवैत शहराला जाण्यासाठी मी बसऱ्याहून गाडीने निघालो. माझ्या खासगी टॅक्सीच्या चालकाने रस्त्याच्या डाव्या बाजूला चालू असलेल्या एका मोठ्या घुमटाचे बांधकाम दाखवले. मी याबाबत चौकशी करताच हे इराकी अणुभट्टी प्रकल्पाचे काम आहे, असे त्याने मला सांगितले. अनेक वर्षांनी हा प्रकल्प अमेरिका-इराक संघर्षाच्या केंद्रस्थानी येणार होता. कुवैत शहरात परतताच भारतीय बोटींच्या सुटकेबाबत मी आशावादी आहे; पण सुटका नेमकी कधी होईल हे निश्चितपणे सांगता येणार नाही, असे रोमेश भंडारींना कळवले.

आम्हाला लवकरच सोळा बोटींना बाहेर पडण्याची परवानगी दिल्याचे समजले. इतर बोटींच्या प्रकरणांची तपासणी चालू असली, तरी त्यावरील खलाशांना विमानाने भारतात परत आणण्याची त्यांनी आम्हाला उदारपणे परवानगी दिली. अडकलेल्या बोटी मात्र हळूहळू निरुपयोगी झाल्या, हे मला स्मरते. इराक सरकारशी यशस्वी वाटाघाटी केल्याबद्दल परराष्ट्र-खात्याच्या वतीने रोमेश भंडारी यांनी मला अभिनंदन करणारे मोठे पत्र पाठवले.

५७

देशाच्या मानासाठी यशस्वी प्रयत्न

सागरी वाहतूक क्षेत्रात खळबळ माजवणारे आणि प्रसिद्धी मिळालेले दुसरे प्रकरण विलक्षणच होते. 'नीलहात शिपिंग' नावाची एक छोटी कंपनी लंडनला माल पाठवायची. नीलहात कंपनीच्या 'अलेक्झांड्रा' या जहाजाच्या खलाशीवर्गाने पगाराची थकबाकी वसूल करण्यासाठी जहाजाचा ताबा आपल्याकडे घेतला आहे आणि कंपनीला इंग्लंडच्या सागरी वाहतूकविषयक न्यायालयात खेचले आहे, असे आम्हाला मार्च, १९८०च्या सुरुवातीला समजले. ॲलेक्झांड्रा जहाज जप्त करून देणी भागवण्यासाठी तिचा लिलाव करावा, असा आदेश या न्यायालयाने दिला. लिलाव १८ मार्च, १९८० या तारखेला होणार होता.

सागरी वाहतूक-खात्यात अक्षरश: भूकंप झाला. एखाद्या भारतीय जहाजाचा लंडनमध्ये लिलाव होणे, हे देशासाठी तसेच सरकारसाठी नामुष्कीची गोष्ट होती. हे प्रकरण मालक आणि खलाशी यांच्यातील खासगी स्वरूपाचा वाद असल्यामुळे सरकार त्यात काहीच करू शकत नव्हते. मालकांकडे पगार देण्यासाठी पैसा नव्हता. आपल्या जहाजाचा लिलाव झाल्यास आपल्याला काहीच वाटणार नाही असे त्यांनी मला स्पष्टपणे सांगितले. या बातमीमुळे आपली राजकीय कारकिर्द संपुष्टात येऊ शकते, अशी भीती तत्कालीन सागरी वाहतूक मंत्री ए. पी. शर्मा यांना वाटत होती. लिलाव झाला तर पंतप्रधान त्यांना माफ करणार नव्हत्या. काहीही असले, तरी ब्रिटिश राजघराण्यातील व्यक्तीचे नाव दिलेल्या ॲलेक्झांड्रा जहाजावर भारताचा राष्ट्रध्वज फडकत होता. भेदरलेल्या मंत्रिमहोदयांनी मला फोन केला आणि लिलाव टाळण्यासाठी जे-जे करता येईल ते-ते करण्यास मला सांगितले.

मी नीलहात कंपनीच्या मालकांशी संपर्क साधला. त्यांनी आपली अडचण सांगितली. त्यांच्या कंपनीच्या व्यवहारांचा आवाका छोटा होता आणि आपली दोन जहाजे चालवण्यासाठीदेखील त्यांच्याकडे पैसे नव्हते. लंडन नाहीतर दुसऱ्या

कोणत्यातरी ठिकाणी त्यांना याच बिकट परिस्थितीला सामोरे जावे लागलेच असते. आणखी किती दिवस ते विक्री टाळू शकणार होते? काही काळापासून त्यांच्या समोर आर्थिक अडचणी उभ्या राहिल्या होत्या आणि यावर त्यांच्याकडे कोणताच उपाय नव्हता. त्यांचे दुसरे जहाजदेखील जप्त झाले असून ते मुंबई बंदरात पडून आहे तसेच पगाराची थकबाकी साठली असून ती फेडण्यासाठी त्याचादेखील लिलाव करावा, असा आग्रह मॅरिटाइम युनियन ऑफ इंडिया तसेच इंडियन सीमेन्स युनियन या खलाशांच्या संघटनांनी केला आहे, असे मालकांकडून मला समजले.

परिस्थिती हाताबाहेर गेली आहे असेच वाटत होते. मी इंडिया स्टीम शिपचे प्रमुख कॅप्टन आनंद यांना सल्लामसलतीसाठी बोलावून घेतले. मी देशप्रेमाचे अस्त्र वापरायचे ठरवले. यशवंतराव चव्हाण यांच्या सोबत काम करत असल्यापासून बिर्ला कुटुंबीयांतील सर्व प्रमुख व्यक्तींशी माझा परिचय होता. तुमची कंपनी स्वातंत्र्यचळवळीत महत्त्वाची भूमिका बजावलेल्या बिर्लांच्या मालकीची आहे, असे मी कॅप्टन आनंद यांना म्हणालो. ते लिलावात बोली लावून ॲलेक्झांड्रा खरेदी करायचा विचार करतील का, असे मी त्यांना विचारले.

कॅप्टन आनंद यांनी रात्री आपल्या मालकांशी सल्लामसलत केली आणि ॲलेक्झांड्राचे मालक आणि बिर्ला यांच्यातील व्यवहार भारतातच झाला, तरच इंडिया स्टीम शिपिंग जहाज खरेदीस तयार आहे, असे त्यांनी दुसऱ्या दिवशी मला सांगितले.

मी नीलहातच्या मालकांना तसेच कॅप्टन आनंद यांना बोलावून घेतले आणि त्या दुसऱ्या लिलावाच्या ४८ तास आधी त्यांच्याकडून खरेदी-विक्रीच्या करारावर सह्या करून घेतल्या. पण मॅरिटाइम युनियन ऑफ इंडिया आणि नॅशनल सीमेन्स युनियन, कोलकाता या खलाशांच्या संघटनांच्या मान्यतेशिवाय आम्ही इंग्लंडच्या न्यायालयात जाऊ शकत नव्हतो आणि त्यामुळे वेळ निघून चालली होती. मी आणि माझे सल्लागार सलग ३६ तास माझ्या कार्यालयात बसून प्रकरण निस्तरण्याच्या कामात गुंतलो होतो. आम्ही लंडनमधील वकिलांशी संपर्क साधून लिलाव पुढे ढकलण्यास त्यांची मान्यता मिळवण्याचा प्रयत्न केला. अक्षरश: शेवटच्या क्षणी आम्हाला यश आले आणि ॲलेक्झांड्रा जहाज वाचले.

सागरी वाहतूक उद्योगाने तसेच माध्यमांनी भारताची मानहानी टाळल्याबद्दल माझी मुक्त कंठाने स्तुती केली. मंत्रिमहोदय ए. पी. शर्मा यांनी माझे वैयक्तिकरीत्या अभिनंदन केले. हे समजल्यावर मंत्रालयातील बाबूंमध्ये माझ्याबद्दल असूया निर्माण झाली. दुर्दैवाने खात्याचे सचिव आणि माझे चांगले मित्र एस. वाय. रानडे हेदेखील या भावनेला बळी पडले.

मी पुढल्या खेपेला दिल्लीला गेलो असता, मंत्रिमहोदयांनी मी केलेल्या कामाचे

कौतुक करण्यासाठी त्यांनी सचिवांना मला पत्र लिहिण्यास सांगितले होते, असे त्यांनी मला सांगितले. खास सरकारी भाषेतील हे पत्र मला मिळाले होतेच. 'तुमच्या प्रयत्नांमुळे हा व्यवहार झाल्याची नोंद आम्ही घेतली आहे. हे प्रयत्न झाले नसते, तर इंग्लंडमधील न्यायालयाचा आदेश मागे घेतला गेला नसता,' असा त्यात मजकूर होता. 'आपल्या प्रयत्नांचे सरकारने कौतुक केले आहे हे आपणास कळवण्यात यावे, असे मला सरकारतर्फे निर्देश दिले गेले आहेत,' अशी पुस्ती सचिवांनी या पत्राला जोडली होती.

या पत्रातील मजकूर फारच औपचारिक असून त्यात आपल्या निर्देशाचे पुरेसे प्रतिबिंब पडलेले नाही, असे मला मंत्रिमहोदयांनी सांगितले. पद्मपुरस्कारासाठी ते माझ्या नावाची शिफारस करतील, असे जंगी आश्वासन त्यांनी मला दिले. पुढच्या वर्षीचे पुरस्कार फारच दूरवर असल्यामुळे त्यांच्या आश्वासनाला काहीच अर्थ नव्हता, याची मला जाणीव होती. प्रत्यक्षात पुढच्या वर्षीचे पुरस्कार जाहीर झाले तेव्हा मंत्रिमहोदय आणि सचिव हे दोघेही आपापल्या पदांवरून दूर झाले होते.

५८

भारताची किनारी सागरी वाहतूक : प्रधान समितीचा अहवाल

एप्रिल, १९८०मध्ये किनारी सागरी वाहतुकीचा प्रश्न सागरी वाहतूक महासंचालकांच्या नजरेस आला. माल वाहून नेण्याच्या एकूण खर्चात वाढ झाली होती, परंतु गेल्या पाच वर्षांत वाहतूक दरांमध्ये वाढ करण्यास परवानगी दिली गेली नव्हती. रेल्वे, रस्ते आणि आतंरराष्ट्रीय सागरी मार्ग या क्षेत्रातील वाहतूकदारांनी या काळात आपले दर किमान दोनदा वाढवले होते.

मी विषयाचा अभ्यास केला. औद्योगिक खर्च आणि किमती विभागाने अभ्यास केल्यानंतर सागरी वाहतूक महासंचालकांच्या शिफारशीनुसार सरकारने कोलकाता-हल्दिया ते चेन्नई, तुतिकोरिन, कोचीन आणि सौराष्ट्र किनारपट्टीपर्यंत कोळसा वाहून नेण्याच्या वाहतूक दरांमध्ये सर्वसाधारणपणे ६० टक्के वाढ करण्यास परवानगी दिली. पण सरकारने मिठाच्या वाहतूक दराच्या वाढीस परवानगी दिली नाही. किनारी सागरी वाहतूक क्षेत्रात ९ लाख टन एवढ्या कोरड्या मालाची ने-आण होत असे. त्यात मिठाचा हिस्सा एक-चतुर्थांशहून अधिक होता. वाहतुकीच्या दरांमध्ये वाढ करायची शिफारस करत असतानाच किनारी सागरी वाहतूक क्षेत्राचा सखोल आणि विस्तृत अभ्यास व्हावा, असेही मी सुचवले होते.

भारताकडे डिसेंबर, १९७९च्या अखेरपर्यंत माल वाहून नेण्यासाठी एकूण २.५ लाख टन क्षमता असलेली ५७ जहाजे आहेत, हे आमच्या लक्षात आले. यांपैकी ३५ जहाजे कोरड्या मालाच्या वाहतुकीसाठीच वापरली जात होती. पण यातील १८ जहाजे फक्त किनारी सागरी वाहतुकीसाठीच वापरली जात असत. एकूण किनारी सागरी वाहतूक क्षेत्रात घसरण झाली होती. १९६०च्या दशकात ही वाहतूक ३५ ते ४० लाख टन इतकी होती, तर आता ती ९ ते १० लाख टनांपर्यंत

खाली आली होती. सिमेंट तसेच मीठ अशा सर्वसाधारण प्रकारच्या मालाची वाहतूकसुद्धा कमी झाली होती. सगळ्यात मोठी घसरण कोळशाच्या वाहतुकीच्या बाबतीत झाली होती. पूर्वी २० लाख टन एवढी वाहतूक होत होती, ती आता फक्त ५ लाख टनांहून कमी झाली होती. मी कोकणातला असल्यामुळे किनारपट्टी प्रदेशात रोजगार आणि उपजीविकेसाठी सागरी किनारी वाहतुकीचे काय महत्त्व आहे, हे मी जाणून होतो. एकूण व्यवसायाच्या अर्थकारणामुळे स्पर्धेत टिकून राहणे सागरी किनारी वाहतूक क्षेत्राला अवघड झाले होते.

परकीय स्पर्धा नसल्यामुळे सागरी किनारी वाहतूक भारतीय उद्योगजगतासाठी राखीव ठेवावी, असे उद्गार महात्मा गांधींनी १९३०च्या दशकातच काढले होते. स्वातंत्र्यानंतर केंद्र सरकारने महात्मा गांधींच्या मागणीनुसार कार्यवाही केली होती. पण आंतरराष्ट्रीय सागरी वाहतुकीच्या क्षमतावाढीचा जोरदार कार्यक्रम हाती घेणाऱ्या सागरी वाहतूक मंत्रालयाने मात्र, सागरी किनारी वाहतूक क्षेत्राच्या दृश्य स्वरूपात दिसणाऱ्या समस्यांकडे कानाडोळा केला होता. खरे पाहता 'शिपिंग कॉर्पोरेशन ऑफ इंडिया' आणि 'मोगल लाइन्स' या सरकारी मालकीच्या कंपन्यांना पेलायला लागणाऱ्या सामाजिक बांधिलकीमुळे सागरी किनारी वाहतूक क्षेत्राला हातभार लागला नसता, तर या क्षेत्राची परिस्थिती अधिकच बिकट झाली असती.

समस्यांचे स्वरूप निश्चितपणे दिसत होते आणि महासंचालकांच्या शिफारशीनुसार सरकारने माझ्या अध्यक्षतेखाली एक समिती नेमली. पुढील काही महिन्यांत 'इंडियन कोस्टल कॉन्फरन्स' (आयसीसी) या संघटनेकडून त्यांच्या अडचणी व त्यावर सुचवलेले उपाय हे सांगणारी निवेदने आम्हाला दिली गेली.

सागरी किनारी वाहतूक क्षेत्राला अनेक मर्यादा असल्या, तरी ते क्षेत्र देशांतर्गत वाहतूक व्यवस्थेला पूरक ठरू शकेल, असे आम्हाला लक्षात आले. असे करण्यासाठी देशांतर्गत वाहतूकदार, जहाजमालक आणि जहाजे भाड्याने घेणारे यांच्यासह सर्व संबंधितांमध्ये चांगल्या प्रकारच्या समन्वयाची गरज होती. या क्षेत्राचे आधुनिकीकरण होणे गरजेचे होते. त्यासाठी भारताबाहेर जहाजबांधणीस आणि परदेशी सागरी वाहतुकीला परवानगी देणे गरजेचे होते. आम्ही अनेक तांत्रिक बाबी सखोलपणे तपासल्या तसेच या क्षेत्राच्या वाढीला पुढील काळात किती वाव आहे, हेदेखील तपासले. सखोल अभ्यास आणि पुढील काळासाठीचे शास्त्रशुद्ध अंदाज यांच्या आधारावर बऱ्याच वस्तूंची देशांतर्गत वाहतूक ही किनारी सागरी वाहतूक क्षेत्रासाठी राखीव ठेवावी, अशी शिफारस आम्ही केली.

डिसेंबर, १९८०च्या मध्यावर आम्ही आमचा अहवाल इंडियन कोस्टल कॉन्फरन्सच्या अध्यक्षा श्रीमती सुमती मोरारजी यांनी आयोजित केलेल्या कार्यक्रमात केंद्रीय सागरी वाहतूकमंत्री वीरेन्द्र पाटील यांना सुपूर्द केला. हा अहवाल पथदर्शी

आणि व्यावहारिक आहे, अशी त्याची स्तुती केली गेली. फक्त इतरांनीच नाही, तर खुद्द सागरी वाहतूक मंत्रालयानेदेखील या अहवालाचे 'प्रधान समितीचा अहवाल' असे बारसे केले.

बऱ्याच वर्षांनंतर मी महाराष्ट्र विधान परिषदेचा सदस्य असताना मला किनारी सागरी किनाऱ्यांच्या वाहतूक क्षेत्राचे पुनरावलोकन करण्याची संधी मिळाली. जहाजे, बंदरे आणि माल चढवण्या-उतरवण्याची पुरेशी यंत्रे यांच्या आभावामुळे त्याची परिस्थिती बिकट झाली होती. सगळी मंडळी याबद्दल काकुळतीने बोलत, पण प्रत्यक्षात काहीच होत नसे. मी नरसिंह राव सरकारमधील सागरी वाहतूक मंत्री राजेश पायलट यांच्याकडे १९९१मध्ये हा विषय काढला. हा अहवाल त्यांच्या नजरेस आणून दिल्याबद्दल त्यांनी मला धन्यवाद दिले. माझ्या माहितीनुसार हा अहवाल मंत्रालयाच्या कपाटांमध्ये कुलूपबंद झाला असावा. आजही तो तिथेच आहे.

भाग ७

परत संयुक्त राष्ट्रसंघात

५१

पृथ्वी प्रदक्षिणा

जून, १९७७ ते १९७९ सालच्या मध्यापर्यंत मी महाराष्ट्र शासनाच्या सेवेमध्ये गृहसचिव या पदावर होतो. पुढे तीन वर्षे मी मुंबईतच भारताच्या नौकानयन विभागाचा महासंचालक म्हणून काम केले. या कालावधीत मी संयुक्त राष्ट्रसंघापासून फारकत घेण्याचा प्रयत्न केला, पण माझे तेथील मित्र व सहकारी यांच्या मनात तसे नव्हते. पूर्व युरोपमधील समाजवादी देशांबरोबर विकसन देशांना व्यापार करण्याकरता मदत होण्याच्या दृष्टीने एक मोठा प्रकल्प उंक्टाड/युएनडीपी यांच्यातर्फे राबवला जात होता. मी नौकानयनाचा महासंचालक असताना, या प्रकल्पाचा विस्तृत आढावा घ्यायचा होता आणि त्याकरता मला आग्रहाचे निमंत्रण आले होते. जी.एस.पी. प्रकल्पाच्या माझ्या अनुभवाच्याआधारे या प्रकल्पाच्या प्रभावीपणाचे मूल्यनिर्धारण मी करावे, असे युएनडीपी या संस्थेला वाटत होते.

उंक्टाडमध्ये प्राण नवील या प्रकल्पाचे प्रमुख होते. ते माझे जुने सहकारी होते. आणि १९६६मध्ये मी बेलग्रेडला भेट दिली होती, तेव्हापासून आमची मैत्री होती. समाजवादी देशांच्या शासनांबरोबर चर्चा करण्याकरता वरिष्ठ भारतीय अधिकारी अधिक योग्य राहील; असे त्यांना वाटल्यामुळे मी हे मूल्यमापन करावे, अशी त्यांची इच्छा होती. बहुतेक प्रमुख विकसित देशांच्या सरकारांशी, विशेषत: त्यांच्या व्यापार आणि वाणिज्य विभागांबरोबर माझे चांगले संबंध होते. प्राण यांच्या आग्रहाखातर या प्रकल्पाचे मूल्यमापन करण्याचे काम मी स्वीकारले, परंतु युएनडीपीच्या वतीने ह्यूगो क्युबिल्यास यांनी माझ्याबरोबर काम करावे, या मुद्द्यावर मी जोर दिला होता. ह्यूगो माझे जीएसपी प्रकल्पावरचे जुने सहकारी होते. त्यांचे फ्रेंच आणि स्पॅनिश या भाषांवर प्रभुत्व होते. माझ्याबरोबरच तेसुद्धा समाजवादी देशांच्या विश्वासाला पात्र ठरले होते. कारण चिलीचे दिवंगत राष्ट्राध्यक्ष आलेन्दे यांचे सल्लागार म्हणून त्यांनी काही काळ काम केले होते आणि कम्युनिस्ट देशांबरोबर त्यांनी व्यापारी संबंध

स्थापन करण्याला हातभार लावला होता. ह्यूगो यांच्याबद्दलच्या प्रस्तावाला उंक्टाड तसेच युएनडीपी यांच्या प्रशासनांकडून संमती मिळाली.

ह्यूगो आणि मी या मूल्यमापनाच्या कामावर सहा आठवडे काम केले. जिनिव्हा येथे प्रारंभिक माहिती दिल्यावर आम्ही ब्रुसेल्स येथील इइसी, सरकारे आणि लंडन, वॉशिंग्टन येथील सरकारे यांना या प्रकल्पाबाबत काय वाटते, त्यांची काय धारणा आहे, हे समजून घेण्यासाठी तेथे गेलो. इइसी आणि युनायटेड किंग्डमचा व्यापार विभाग यांची भूमिका तटस्थ होती. वॉशिंग्टनमधील व्यापारी प्रतिनिधी कार्यालयाला हा प्रकल्प म्हणजे साधन-संपत्तीच्या अपव्ययाचा उद्योग आहे, असे वाटत होते. त्यांच्या मते समाजवादी देशांशी द्विपक्षीय तत्त्वावर, समाजवादी गट आणि प्रत्येक विकसनशील देश यांच्यामधील राजकीय संबंधांवर व्यापार असणे अधिक सयुक्तिक होते. बऱ्याच प्रमाणात या विचारांमध्ये तथ्य होते. पण याचबरोबर हेदेखील होते की, अनेक लॅटिन अमेरिकी आणि आशियाई देश, ज्यांचे सोव्हिएत गटाशी राजनैतिक संबंध नव्हते, ते असे संबंध प्रस्थापित न करता व्यापार वाढवायला उत्सुक होते. खुद्द लाल चीन त्यांचा सोव्हिएत गटाबरोबर व्यापार कसा वाढवता येईल याबद्दल इच्छुक होता आणि त्याबाबत सल्ला मागू पाहत होता.

वॉशिंग्टन अलास्कामार्गे मी टोकियो गाठले. तेथे मला काही जुने स्नेही भेटले. मनिलाचा मुक्काम संपवून आम्ही बँकॉकला 'इकॉनॉमिक कमिशन फॉर एशिया ॲन्ड पॅसिफिक' (ECAP) या संस्थेमध्ये विचारविनिमयासाठी आलो. मनिला आणि बँकॉक या दोन्हीकडे असा सूर होता की, ते जेव्हा सोव्हिएत गटाबरोबर व्यापार करायला सुरुवात करतील, त्या वेळी त्यांना उंक्टाड आणि युएनडीपी प्रकल्प उपयोगी पडेल. अर्थात त्यांच्या काही टीका-टिप्पणीदेखील होत्या. बँकॉकनंतर नवी दिल्ली आणि कैरो हे टप्पे होते. दोन्ही ठिकाणी विकसनशील देशांनी सोव्हिएत गटाबरोबर व्यापार वाढवावा, याच विचारसरणीचे लोक होते.

कैरोनंतर आम्ही खरेतर बैरुतला संयुक्त राष्ट्रसंघाच्या कार्यालयाला भेट देऊन त्यांचे मत घेणार होतो. परंतु कैरोमध्येच आम्हाला सल्ला दिला गेला की, बैरुत विमानतळ ते संयुक्त राष्ट्रसंघ कार्यालय या रस्त्यावर सात वेगवेगळ्या दहशतवादी गटांच्या चौक्या असून ते संयुक्त राष्ट्रसंघाच्या वाहनांवर निष्कारण गोळीबार करतात. आम्ही आमच्या कार्यक्रमातून बैरुत वगळले.

चिलीमध्ये सान्तियागो येथे 'इकॉनॉमिक कमिशन फॉर लॅटिन अमेरिका' (ECLA) याच्याशी चर्चा करायची होती. चिलीसहीत इतर काही लॅटिन अमेरिकन देशांना भेट देऊन आम्ही जिनिव्हाला परतलो. जिनिव्हामध्ये आमच्या अहवालाला आम्ही अंतिम रूप दिले.

खरे तर उंक्टाड आणि युएनडीपी यांनी जे ठरवले व निश्चित केले होते, त्याला

या अहवालाद्वारे पुरावा देऊन सिद्ध करायचे होते. विकसनशील देश युएनडीपीला निधी देतात आणि अशा अहवालांद्वारे त्या देशांच्या सरकारांना याची ग्वाही द्यायची असते की, या प्रकारच्या प्रकल्पांचा विस्तार स्वतंत्र तज्ज्ञांद्वारे संपूर्ण विचाराअंती करण्यात आला आहे.

या प्रकल्पाची व्याप्ती वाढवण्याची व तो विस्तारीत करण्यामागे न टाळता येण्यासारखी राजकीय कारणे होती. मॉस्को आणि बहुसंख्य समाजवादी देशांच्या राजधानींमध्ये अशी भावना रूढ होती की, युएनडीपीची व्यापाराबाबतीतील निधी आणि मदत ही पाश्चिमात्त्य देशांचा व्यापार कसा वाढेल, हे पाहण्यासाठी वापरले जात आहेत. यासाठी अशा प्रकल्पांद्वारे संयुक्त राष्ट्रसंघाने समाजवादी देशांना त्यांचा व्यापार वाढवण्याकरता साहाय्य करावे आणि एकूणच जागतिक व्यापाराला हातभार लावावा, असा या देशांचा आग्रह होता. समाजवादी देशांशी द्विपक्षीय संबंध नव्हते. त्यांच्याशी ते साधायला समाजवादी देश अर्थातच उत्सुक होते. आणि त्याबरोबर राजकीय संबंधही.

मी आणि ह्यूगो यांना एकमेकांच्या सान्निध्यामध्ये राहणे आवडत असे आणि या सहा आठवड्यांमध्ये ते मिळाले. प्राण नवील यांच्या या प्रकल्पाचे आयुष्य आम्हा दोघांमुळे वाढले होते. त्यामुळे त्यांनी आमचे कौतुक केले. पुढे प्राण नवील समाजवादी देशातील व्यापार या विषयातील तज्ज्ञ अधिकारी व्यक्ती म्हणून मान्यता पावले. हा प्रकल्प गुंडाळला गेल्यावरदेखील त्यांना अन्यत्र बोलावले जात असे. कारण त्यांचा विदेश सेवेमधील पंधरा वर्षांपेक्षा अधिक काळ सोव्हिएत गटामधील देशांमध्ये काम करण्यात गेला होता. इतका दांडगा अनुभव आणि ज्ञान असलेला एकही भारतीय नव्हता. मी त्या कामाशी संबंधित होतो, याचा मला आनंद झाला.

या अभियानानंतर संयुक्त राष्ट्रसंघाकडून अशा प्रकारच्या अभियानांवर काम करण्याच्या अनेक विचारणा आल्या, पण मी त्या नाकारल्या. एका पद्धतीने मी नियतीशी वाद घालत होतो.

६०

पुन्हा संयुक्त राष्ट्रसंघाच्या सेवेत

मी माझे आंतरराष्ट्रीय करिअर आपणहून सोडले, पण ते मला सोडायला तयार नव्हते. पुढच्या तीन वर्षांमध्ये वाणिज्य मंत्रालयाला माझ्या नावाची शिफारस उंक्टाडमध्ये संचालक म्हणून करायची होती, पण मी त्याला नम्रपणे नकार दिला. किंबहुना दोनदा गॅटचे नवे महासंचालक मुंबईला आले असता मला त्यांनी ताजमध्ये भोजनाचे निमंत्रण दिले होते. त्या वेळी मदन माथूर यांच्याऐवजी मी तेथे येऊ इच्छित आहे काय, याची त्यांना चाचपणी करायची होती. माझा नकार कायम होता. भारतीय प्रशासन सेवेच्या प्रत्येक अधिकाऱ्याची नोकरीला लागल्यापासून केंद्र शासनात सचिवपद मिळवण्याची इच्छा असते. माझीदेखील तशीच मनीषा होती आणि त्यामुळे संयुक्त राष्ट्रसंघाच्या सेवेतील कोणतेही पद न स्वीकारण्याकडे माझा कल होता.

मात्र नियतीच्या मनात वेगळेच होते.

मला नोव्हेंबर, १९८१मध्ये एके दिवशी मंत्रीमंडळ सचिव यांनी टेलिफोन करून दिल्लीला बोलावले. तत्कालीन पंतप्रधान श्रीमती इंदिरा गांधी यांचे विश्वासू सी. आर. कृष्णस्वामी रावसाहेब हे आंध्र केडरचे भारतीय प्रशासन सेवेचे अधिकारी होते आणि त्यांनीच तो फोन केला होता. ते पंतप्रधानांचे प्रधानसचिव होते आणि नंतर त्यांचे मंत्रीमंडळ सचिव झाले. त्यांच्यानंतर डॉ. पी. सी. अलेक्झांडर (आय.ए.एस.) यांनी प्रधान सचिव या पदाचा कार्यभार पाहण्यास सुरुवात केली.

रावसाहेब यांनी मला सगळी पार्श्वभूमी समजावून सांगितली. संयुक्त राष्ट्रसंघात न्यू यॉर्कमध्ये व्यापार आणि आर्थिक मुद्द्यांसाठी एक नवा विभाग स्थापन करण्यात आला होता. उपमहासंचालक या नात्याने त्या विभागात एक फ्रेंच माणूस प्रमुख होता. त्या विभागामध्ये एका उच्च पदावर मी प्रतिनियुक्तीवर जाण्यासंबंधी माझे नाव चर्चेत असल्याचे त्यांनी मला सांगितले. मी आश्चर्यचकित झालो. कारण मी

मुंबईमध्ये माझा पाच वर्षांचा कार्यकाळ पुरा केला असल्यामुळे रावसाहेब एखादे सचिवस्तराचे पद मला देऊ करणार आहेत, अशी माझी अपेक्षा होती. मी थेट उत्तर द्यायला कां-कू करत आहे हे पाहिल्यावर, त्यांनी मला डॉ. पी. सी. अलेक्झांडर यांच्याकडे पाठवले.

वेळ न दवडता डॉ. अलेक्झांडर यांनी मुद्द्याला हात घातला. न्यू यॉर्कमधील अवर महासचिव सी. व्ही. नरसिंहन निवृत्त झाल्यानंतर तेथे कोणीही वरिष्ठ अधिकारी राहिला नव्हता. संयुक्त राष्ट्रसंघाचे महासचिव डॉ. कूर्ट वाल्डहाईम यांच्याशी बोलताना पंतप्रधानांनी हा मुद्दा उपस्थित केला. डॉ. वाल्डहाईम यांना अशी विनंती अपेक्षितच होती. माझ्या कानी असे आले की, मुख्यालयात सगळ्यांनाच स्वीकारता येईल अशा माझ्याबद्दलच्या समजुतीने माझे नाव महासचिवांनी सुचवले. पंतप्रधानांनी याची दखल घेऊन पुढची कार्यवाही करायला रावसाहेब आणि अलेक्झांडर यांना सांगितले आणि मग दोघांनी माझ्याशी संपर्क साधला. डॉ. अलेक्झांडर यांनी मला पुन्हा रावसाहेब यांना भेटायला सांगितले.

काही दिवसांनी मी रावसाहेबांना भेटलो. अनेक भारतीय अधिकारी संयुक्त राष्ट्रसंघामध्ये जाण्यास उत्सुक असताना माझ्याच नावाचा जोर ते का लावत आहेत ते मला उमगत नाही, हे मी त्यांना सांगितले. पुन्हा मला संयुक्त राष्ट्रसंघात नोकरीच करायची असती, तर मी तेथेच राहिलो असतो आणि १९७७मध्ये परत आलो नसतो, हेदेखील त्यांना स्पष्ट केले. माझा व रावसाहेबांचा तोवर फार परिचय नव्हता. माझा प्रतिसाद पाहून त्यांना अचंबा वाटला. माझ्याबद्दलचा निर्णय उच्च पातळीवरून घेतला गेला आहे, त्यामुळे मी या मुद्द्याकडे गांभीर्याने पाहावे, असाही त्यांनी मला सल्ला दिला. त्यांना ही चर्चा पुन्हा सुरू करून अन्य सनदी अधिकाऱ्यांच्या नावाचा विचार करणे अशक्य होते. मी नाही म्हटले तर त्याचे काय परिणाम होतील, याचा मी विचार करावा, हेही मला त्यांनी सुचवले. मला त्यांनी काहीही आडपडदा न ठेवता इशारा दिला की, मी नकार दिला तर मला भारत सरकारच्या कोणत्याही विभागाचे सचिवपद दिले जाण्याची शक्यता नाही. मला सेवानिवृत्त होईपर्यंत राज्य सरकारच्या सेवेमध्येच काम करावे लागेल आणि त्या सेवेतही मला महाराष्ट्राचे मुख्य सचिवपद मिळण्याची सुतराम शक्यता नाही.

मी मुंबईला परतलो आणि या प्रकरणावर गंभीरपणे विचार करू लागलो. माझ्या पत्नीने याबद्दलचा काय निर्णय घ्यायचा ते माझ्यावरच सोपवले होते. योगायोगाने स्टेट बँक ऑफ इंडियामध्ये उच्च पदावर अधिकारी असणारे नाईक नावाचे गृहस्थ एक दिवस मला भेटायला आले. त्यापूर्वी अनेक वर्षांअगोदर त्यांची माझी पहिली भेट झाल्यापासून मी त्यांना माझी कुंडली द्यावी म्हणून मागे लागले होते. जून, १९२८मध्ये माझा जन्म झाला तेव्हा माझ्या वडिलांनी माझी पत्रिका तयार करून घेतली होती. माझा ज्योतिष्यावर

विशेष विश्वास नसल्याने मी ती पत्रिका कोणाला दाखवलीदेखील नव्हती. मी दैववादी होतो. माझ्या आईच्या शेवटच्या आजारपणात मी तिची जी सेवा केली त्याचे मला फळ मिळत आहे, या विचाराने मी आयुष्याकडे बघत होतो आणि देव माझ्यामागे नेहमी उभा असतो, अशी माझी धारणा होती.

नाईक यांच्याशी मी संपर्क साधला आणि त्यांना माझी पत्रिका दाखवली. काही अभ्यास केल्यावर त्यांनी मला परदेशामध्ये आंतरराष्ट्रीय कामगिरीवर जाण्याचा योग आहे असे भाकित करून, मी ही संधी दवडू नये असा सल्ला दिला. माझ्या कुंडलीत मी जे पद भूषवतो तेथे माझ्याकडे नेतृत्व असेल आणि लष्कर अथवा गणवेषातील व्यक्ती यांच्याशी माझा संबंध येईल, असेही दिसत होते. त्या वेळी मी त्यांना त्यांचा पहिला मुद्दा बरोबर आहे हे सांगितले; पण मी कधीच गणवेशधाऱ्यांचा प्रमुख होण्याची शक्यता नाही, हे स्पष्ट केले. या दुसऱ्या मुद्द्यावर त्यांना प्रकाश टाकता आला नाही.

काही दिवसांनी मी मंत्रीमंडळ सचिवांना भेटलो. माझे अन्य पर्याय बंद आहेत, हे मला कळत होते. मी प्रतिनियुक्तीवर संयुक्त राष्ट्रसंघामध्ये जाण्याचा त्यांचा प्रस्ताव मान्य केल्याचा त्यांना आनंद झाला. पण ही माझी तेथे दुसरी प्रतिनियुक्ती असल्याने मी भारतीय प्रशासन सेवेचा राजीनामा द्यावा, ही त्यांची पुस्ती ऐकून मला धक्काच बसला. मी भारतीय प्रशासन सेवेची नियमावली पाहण्यासाठी त्यांची परवानगी मिळवली. गृहमंत्रालयामध्ये एस. पी. बागला हे पंजाब केडरचे भारतीय प्रशासन सेवेचे अधिकारी होते. तेथे नियमावली तपासत असताना माझ्या वाचनात असा मुद्दा आला की, स्वेच्छानिवृत्ती घ्यायची असल्यास सरकारला तसा इरादा असल्याची कमीत कमी तीन महिन्यांची नोटीस देणे आवश्यक होते.

मी पुन्हा मंत्रीमंडळ सचिवांकडे आलो. मला माझ्या इच्छेविरुद्ध संयुक्त राष्ट्रसंघात पाठवले जात आहे आणि त्याचबरोबर मला निवृत्त होण्यास सांगितले जात आहे, हे मला अन्यायकारक वाटते, असे मी त्यांना सांगितले. "हे नीतितत्त्वाला सोडून आहे," हेदेखील मी उपहासाने उद्‌गारलो. रावसाहेब अतिशय सज्जन गृहस्थ होते. माझे हे शब्द तोंडाबाहेर पडत नाहीत, तोवर रावसाहेबांनी माझ्याकडे सरळ पाहत विचारले, "तुम्हाला ते अनीतिकारक का वाटते आहे?"

"तुम्ही तुमच्या इच्छा, ज्याला संयुक्त राष्ट्रसंघातील लठ्ठ पगार आणि उच्च पद या दोहोंचा मोह नाही, अशा अधिकाऱ्यावर लादत आहात. त्यात भर म्हणजे तुम्ही त्याला निवृत्त व्हायला सांगत आहात, त्यामुळे ही अनीतिकारक गोष्ट आहे," मी उत्तरलो.

मंत्रीमंडळ सचिव माझ्याकडे पाहत पुन्हा म्हणाले, "प्रधान, तुम्ही म्हणत आहात त्यामध्ये काहीही चुकीचे नाही; पण आपल्याला संयुक्त राष्ट्रसंघामधील संधी सोडणे परवडणारे नाही."

मला त्यांचा मुद्दा पटला. मग मीच त्यांना सुचवले की, सर्वसाधारणपणे स्वेच्छानिवृत्ती घ्यायची असल्यास किमान तीन महिन्यांची नोटीस द्यावी लागते; माझ्याबाबत हा नोटीस कालावधी सहा महिन्यांचा केला, तर मला मुंबईमधील माझ्या घराची पुढची सोय करणे शक्य होईल. शिवाय संयुक्त राष्ट्रसंघाबरोबर माझा जो करारनामा होणार होता, त्यासाठीही चर्चा करायला मला वाव मिळू शकत होता. मंत्रीमंडळ सचिवांनी दूरध्वनीवरूनच बागला यांच्याशी सल्लामसलत केली आणि माझी विनंती मान्य केली. मला त्यांनी अशा स्वरूपाचे पत्र लिहिण्यास सांगितले.

दुसऱ्याच दिवशी मी त्यांना हाताने लिहिलेले पत्र दिले. त्यांचा निरोप घेताना मी त्यांना काहीशा चिडचिड्या स्वरात म्हणालो, ''रावसाहेब, मी सहा महिन्यांची मुदत मागून घेतली त्याचे कारण मला संयुक्त राष्ट्रांबरोबर माझा जो करारनामा होणार आहे, त्यावर काम करायला हा कालावधी पुरेसा आहे. त्या काळात भारत सरकारलादेखील माझी सेवा पुढे आवश्यक आहे काय, यावर निर्णय घेता येईल.''

मंत्रीमंडळ सचिवांनी माझ्याकडे चमकून पाहिले. नाईक यांनी जे भविष्य वर्तवले होते, त्याचाच विचार करत मान उंच ठेवून मी खोलीबाहेर पाऊल टाकले.

मार्च, १९८२मध्ये माझी पत्नी, सरिता आणि मी जिनिव्हाला उतरलो. मला तेथे माहिती घेऊन पुढे न्यू यॉर्कला जायचे होते. जिनिव्हा आम्हाला अनोळखी नव्हते. न्यू यॉर्कमधील ते साहाय्यक महासचिव स्तरावरचे नवे पद जुलैमध्ये निर्माण होणार असल्यामुळे मी संयुक्त राष्ट्रसंघाच्या जिनिव्हामधील कार्यालयातच अस्तित्वात नसलेल्या एका पदाची धुरा स्वीकारावी, असे मला कळवण्यात आले. (पगार मात्र न्यू यॉर्कचाच होता.)

मी लगेच एक अपार्टमेंट घेतले आणि मोटार विकत घेतली. आम्ही दर शुक्रवारी संध्याकाळी जिनिव्हाबाहेर पडत असू आणि इटली, ऑस्ट्रिया, पश्चिम जर्मनी आणि फ्रान्स या देशांमधील पर्यटन स्थळांना भेट देऊन सोमवारी सकाळपर्यंत परतत असू. पूर्ण आठवडाभर काही चर्चा आणि तथाकथित विचारविनिमय यापलीकडे काहीही काम नसे. संयुक्त राष्ट्रसंघाचे महासचिव 'इकॉनॉमिक ॲन्ड सोशल कौन्सिल' (ECOSOC) याच्या वार्षिक अधिवेशनाकरता जुलैमध्ये जिनिव्हाला येणार होते. त्यांना भेटण्याची पूर्वतयारी करायला मला सांगण्यात आले. ते तीन महिने आनंददायी होते खरे, पण मला वाटते ते वाया गेले. मला उच्च पद आणि मोठा पगार याचे आश्वासन दिले गेले होते, परंतु मुख्यालयात माझी नक्की भूमिका कोणती ते कुणालाच माहीत नव्हते. माझी राजकीय नेमणूक असल्याने ते संयुक्त राष्ट्रसंघाचे महासचिवच ठरवणार होते.

भाग ८

मुख्य सचिव, महाराष्ट्र सरकार

६१

परतीचे अनपेक्षित आमंत्रण

२७ जून, १९८२ रोजी माझी पत्नी व कन्या यांनी माझा वाढदिवस साजरा केला. दुसऱ्या दिवशी संध्याकाळी आम्ही जेवत होतो आणि फोन खणखणला. पलीकडून आवाज आला, "मी, महाराष्ट्राचा मुख्यमंत्री बाबासाहेब भोसले बोलतो आहे. आपण यापूर्वी भेटलेलो नाही, पण एका तातडीच्या गोष्टीबाबत तुमच्याशी बोलावे असे मला सांगण्यात आले आहे."

मुंबईतल्या राजकीय घडामोडींकडे मी फारसे लक्ष दिले नव्हते. त्यामुळे मी काहीसा कोड्यात पडलो. बॅ. अ. रा. अंतुले यांच्या जागी मुख्यमंत्रिपदी बाबासाहेब भोसले आल्याची मला कल्पना नव्हती. मला काहीच माहीत नसल्यामुळे फोन कशाबद्दल आहे, असे मी अत्यंत सहजपणे विचारले. आमचे त्यापुढचे संभाषण फारच रंजक झाले. त्यामुळे ते मी येथे जसेच्या तसे देत आहे.

बाबासाहेब म्हणाले, "मुंबई पोलिसांमध्ये अस्वस्थता आहे. तुम्ही परत येऊन मुख्य सचिवपदाची जबाबदारी घ्यावी, असे आम्ही ठरवले आहे."

"कोणी ठरवले आहे?"

"मी दिल्लीहून बोलतोय. पंतप्रधानांनी बोलावलेल्या बैठकीत हा निर्णय झाला. बैठकीला डॉ. अलेक्झांडर आणि मंत्रीमंडळ सचिव उपस्थित होते."

"मी तुम्हाला भेटलेलो नाही किंवा राजकीय वर्तुळामध्ये तुमचे नाव ही एकलेले नाही. असे असताना मी महाराष्ट्राच्या मुख्यमंत्र्यांशीच बोलत आहे, हे कशावरून?" कोणीतरी खोडसाळपणा केला आहे, अशी मला शंका आली.

ते उत्तरले, "तुम्ही मंत्रीमंडळ सचिवांशी खातरजमा करून घेऊ शकता."

मला असे करण्यात काहीच अडचण नाही, असे मी मुख्यमंत्र्यांना सांगितले. पण केंद्र सरकारने मला प्रतिनियुक्तीवर पाठवलेले असल्यामुळे त्यांना मी मुख्य सचिव म्हणून परत यावे असे वाटत आहे, हे मला केंद्र सरकारनेच सांगायला हवे,

असेही मी पुढे म्हणालो. या आशयाचा निरोप मंत्रीमंडळ सचिवांनी जिनिव्हातील भारतीय दूतावासात पाठवावा अशी विनंती मुख्यमंत्र्यांनी त्यांना करावी, असा सल्ला मी बाबासाहेबांना दिला. त्यांनी माझा सल्ला आनंदाने मान्य केला.

आमचे संभाषण गुरुवारी झाले. फ्रान्समधील लॉइर नदीच्या खोऱ्यातील मध्ययुगीन 'शॅटो' अर्थात वाडे पाहण्यासाठी मी तीन दिवस बाहेर जाणार होतो. त्यामुळे पुढच्या मंगळवारी मुंबईच्या वेळेनुसार रात्री ९ वाजता मी माझा निर्णय त्यांना कळवेन, असे मी मुख्यमंत्र्यांना सांगितले. त्यांनी मला एक खासगी फोन नंबर दिला आणि त्या वेळी ते त्या फोन वर उपलब्ध असतील असे सांगितले.

मी आणि माझ्या पत्नीने परिस्थितीचा आढावा घेतला. सेवाज्येष्ठतेच्या यादीतील माझे स्थान पाहता मी मुख्य सचिव होईन, असे मला स्वप्नातदेखील वाटले नव्हते. माझ्यापेक्षा सेवेत ज्येष्ठ असलेल्या पाच अधिकाऱ्यांना डावलले गेले आहे, हे उघड होते. पंतप्रधान कार्यालयात झालेल्या बैठकीतच हा निर्णय घेण्यात आला होता. मुंबई पोलिसदलात अस्वस्थता माजल्यामुळे मुख्यमंत्र्यानी हा फोन केला होता, हे त्यांनी मला सांगितले होतेच. महाराष्ट्र पोलिसांत प्रचंड असंतोष असताना तसेच अनेक बेजबाबदार नेत्यांच्या प्रभावाखाली पोलिसदलातील कर्मचारी रस्त्यावर उतरून मागण्या करत असताना जी परिस्थिती निर्माण झाली होती, ती हाताळण्यासाठी मीच योग्य व्यक्ती आहे, असे वाटले गेले होते. पोलीस यंत्रणेत बेशिस्त माजली होती. मुख्य सचिवपदावर जाण्याची ही एक ऐतिहासिक संधी नव्हती का? आणि आश्चर्याची गोष्ट म्हणजे ज्योतिषी नाईक यांनी जे सांगितले होते, त्याप्रमाणेच ही परिस्थिती नव्हती काय? आम्ही परत यायचा निर्णय घेतला.

बाबासाहेब भोसले यांच्याशी बोलणे झाल्यानंतर मी लगेचच मंत्रीमंडळ सचिव कृष्णस्वामी रावसाहेब यांच्याशी बोललो. उच्चस्तरीय बैठकीत हा निर्णय झाला असल्याचे त्यांनी मला सांगितले आणि परत येण्याची गरज मला पटवून देण्याची जबाबदारी मुख्यमंत्र्यांवर सोपवली होती, असेही ते म्हणाले.

मी काहीशा तुसडेपणाने त्यांना म्हणालो, "मुख्य सचिव म्हणून परत येण्याचे मला पटवून देण्याचे काहीच कारण नाही. माझी इच्छा नसताना मला देशाबाहेर पाठवण्यात आले होते, हे तुम्हाला माहीत आहेच." सरकारच्या विनंतीचा पुनरुच्चार करण्यासाठी टेलिप्रिंटरवरून एक निरोप पाठवण्याची मी त्यांना विनंती केली.

मी निर्णय घेतला होताच. आता निरोप येण्याची वाट पाहणे, हाच तेवढा माझ्यासाठी चिंतेचा विषय होता. संयुक्त राष्ट्रसंघाच्या महासचिवांना आता काय सांगायचे, ही माझी दुसरी काळजी होती. मी संयुक्त राष्ट्रसंघाच्या सेवेत सामील होण्यास मान्यता दिली होती. माझ्या सरकारला मी भारतात परत यावे, असे वाटत असल्यामुळे मला मागे हटणे गरजेचे होते. न्यू यॉर्क आणि जिनिव्हा येथील भारतीय

राजदूतांमार्फत हे संयुक्त राष्ट्रसंघाला कळवावे, अशी विनंती मी मंत्रीमंडळ सचिवांना केली. मी महासचिवांच्या सहकाऱ्यांना माहिती दिली. संयुक्त राष्ट्रसंघाची नोकरी न स्वीकारता मी त्यातील पद नाकारत आहे, याचे माझे तेथील सहकारी आणि मित्र यांना फारच आश्चर्य वाटायचे. मी मोठ्या पगाराचा, मोठा हुद्दा नाकारून छोट्या पगाराचे, छोटे पद का स्वीकारत आहे, याचे जिनिव्हातील भारतीयांना तितकेच आश्चर्य वाटले.

शब्द दिल्याप्रमाणे मी चार दिवसांनी ठीक ९ वाजता मुंबईला फोन लावला. मी संयुक्त राष्ट्रसंघ सोडून राज्यात परत येण्यास तयार आहे, याचा मुख्यमंत्र्यांना आनंद झाला. सामानाची आवराआवर करण्यासाठी मला काही आठवड्यांचा अवधी मिळावा ही माझी विनंती त्यांनी लगेचच मान्य केली. मी संयुक्त राष्ट्रसंघातील मोठ्या पदासाठी पुढे केलेले नाव मी मागे घेत असल्यामुळे दुसऱ्याच दिवशी संयुक्त राष्ट्रसंघाशी संपर्क साधून महासचिव कुर्ट वाल्डहाईम यांच्याशी ठरवलेली भेट मी रद्द करण्यास सांगितले.

माझ्या नियतीस अनुसरून तसेच देशाची सेवा करण्यासाठी मी भारतात परत आलो.

६२

मुख्य सचिव पदावर

मी मुंबईला १९ ऑगस्टला परतताच मुख्यमंत्र्यांशी माझी भेट त्यांच्या निवासस्थानी ठरली आहे, असे मला सांगण्यात आले. तेथे पोहोचताच मुख्यमंत्र्यांचे सचिव वेंकटचारी (आय.ए.एस.) यांनी माझे स्वागत केले. मुख्यमंत्री ज्या खोलीत फायली तपासत बसले होते, त्या खोलीत ते मला घेऊन गेले. मुख्यमंत्र्यांनी माझे प्रेमाने स्वागत केले आणि पोलिसांच्या आंदोलनामुळे राज्यात आणि विशेषत: मुंबईत निर्माण झालेल्या परिस्थितीची त्यांनी मला माहिती दिली. आपण सार्वजनिक जीवनात वावरलो असलो, तरी आपला राजकारणाचा आणि प्रशासनाचा अनुभव मर्यादित आहे, असे त्यांनी मला अत्यंत मोकळेपणाने सांगितले. प्रशासन चालवण्यात तसेच त्यांच्या आधीच्या मुख्यमंत्र्यांच्या कार्यकाळात प्रशासनाची ख्याती आणि मनोबल यावर जो विपरीत परिणाम झाला होता, तो दुरुस्त करण्यासाठी मला त्यांचा पूर्ण पाठिंबा मिळेल, असे आश्वासन त्यांनी मला दिले.

मी जेव्हा मुख्य सचिवपदाचा कार्यभार २१ ऑगस्ट रोजी स्वीकारला तेव्हा मुख्यमंत्र्यांना माझ्याबद्दल पूर्ण विश्वास वाटत आहे, हे मला माहीत होते. ही व्यक्ती व्यावसायिक राजकारणी नाही आणि प्रामाणिक आहे, असेही मला वाटले. बाबासाहेब भोसले यांनी आपला शब्द पाळला. मुख्य सचिवाला प्रभावीपणे काम करता यावे यासाठी लागणारे परस्परविश्वास आणि आदराचे असे नाते आम्ही लगेचच प्रस्थापित केले. ते म्हणत होते त्याप्रमाणे ते राजकारणात नवखे असले, तरी त्यांच्याकडे व्यावहारिक बुद्धी होती. तसेच कोणत्याही प्रश्नातल्या मुख्य मुद्द्याचे पटकन आकलन करून घेण्याची क्षमता होती. उच्च स्तरावरील पदांवर काम करत असताना यशस्वी होण्यासाठी हे आवश्यक असतेच.

पोलिसांमधील आणि विशेषत: मुंबई पोलिसदलातील शिपायांमध्ये खोलवर रुजलेल्या अस्वस्थतेच्या भावनेचा प्रश्न हाताळणे, हे माझे प्राधान्य होते. तत्कालीन

पोलीस महासंचालक के. पी. मेढेकर आणि इतर वरिष्ठ अधिकाऱ्यांसोबत मी अनेक बैठका घेतल्या आणि शिपायांना भेडसावणाऱ्या अडचणी सोडवण्यासाठी प्रशासकीय आणि आर्थिक तरतुदी यांचा समावेश असलेली योजना तयार केली. आम्ही पोलिसदलातील प्रशासकीय संरचनेत बराच बदल केला आणि पदोन्नतीसाठी अधिक संधी आणि चांगल्या कामासाठी बक्षिसांची तरतूद केली. पोलिसांच्या काही तक्रारींमध्ये चांगलेच तथ्य होते. उदाहरणार्थ, बंदोबस्तासाठी तासन्तास रस्त्यावर तैनात असताना जेवणा-खाण्याची काहीच सोय नसणे. काही तक्रारी उदाहरणार्थ, कपडे धुण्याचा खर्च म्हणून सरकारने भत्ता द्यावा की, त्यासाठी साबण फुकट द्यावा, वगैरे क्षुल्लक होत्या.

पोलिसांच्या संघटनांशी औपचारिक बोलणी न करता हे आणि इतर काही प्रश्न दोन्ही बाजूंना समाधानकारक वाटेल, अशा पद्धतीने सोडवण्यात आले. या वाटाघाटींची पूर्ण माहिती मुख्यमंत्र्याना देण्यात येत होती आणि त्यांनी सर्व प्रश्नांच्या बाबतीत प्रशासनाला पूर्ण पाठिंबा दिला. पोलिसांच्या तथाकथित संघटनांशी औपचारिक बोलणी करण्याचा मोह एखाद्या राजकारण्याला होणे स्वाभाविक होते. प्रशासनाचे हित आणि पोलिसदलातील शिस्त या संबंधीचा व्यापक दृष्टिकोन ठेवत त्यांनी हे करायचे टाळले, याचे श्रेय त्यांना दिलेच पाहिजे.

या सर्व गोष्टींमुळे मुख्यमंत्री आणि माझ्यामध्ये परस्पर विश्वासाचे आणि एकमेकांना समजून घेणारे असे नाते प्रस्थापित होण्यास मदत झाली. खऱ्या अर्थाने शासकीय नसलेल्या बाबींमध्येदेखील ते माझा सल्ला घेत. ते नेहमीच्या पठडीतील राजकारणी नाहीत, अशी माझी धारणा बनली असल्यामुळे मीदेखील त्यांच्याशी या विषयांवर बोलण्यास तयार होतो. कोणताही आव न आणता ते बोलू आणि हसू शकत होते. त्या अर्थाने ते सरळ मनाचे होते. त्यांना आत्मसन्मान होता, पण ते गर्विष्ठ नव्हते. स्वतःच्या चुकांना हसणे, हा त्यांच्यातील सर्वांत आकर्षक गुण होता. राजकारणीमंडळी क्वचितच असे करतात.

एखाद्या रथाच्या चाकाप्रमाणे मुख्यमंत्री आणि मुख्य सचिव एकत्र काम करत असल्यामुळे राजकीय नेतृत्व आणि वरिष्ठ नोकरशाही यांच्यात परस्पर विश्वास आणि सहकार्याचे नाते प्रस्थापित झाले. हे महाराष्ट्राचे खास वैशिष्ट्य होते. राजकीय पातळीवरून समस्यांची हाताळणी करण्याचा बाबासाहेब भोसले यांचा आत्मविश्वास वाढला होता. त्यांच्या सहकाऱ्यांची त्यांना मदत होतच होती. त्यांच्यापैकी काही जण अत्यंत कार्यक्षम होते. विशेषकरून डॉ. श्रीकांत जिचकार यांच्याबद्दल माझे फारच चांगले मत बनले. ते सामान्य प्रशासन, गृह आणि इतर बऱ्याच खात्यांचे राज्यमंत्री होते. ते अत्यंत बुद्धिमान होते आणि ते मुख्यमंत्र्यांना उत्तम रीतीने साहाय्य करत होते. इतक्या मोठ्या संख्येने पदव्युत्तर पदव्या मिळवलेली व्यक्ती मी माझ्या

तोपर्यंतच्या कारकिर्दीत पाहिली नव्हती. ते संस्कृत आणि वेद यांचे पंडित होते. माणूस म्हणून अत्यंत चांगले असलेले जिचकार अकाली गेले, ही दुर्दैवाची गोष्ट होती.

सुरुवातीपासूनच मी प्रशासनावर पकड मिळवली होती आणि मला माझे काम खूप आवडत होते. मुख्य सचिवपदी असल्यामुळे या आणि याच्यासारख्या इतर पदावरच्या व्यक्तींप्रमाणेच मला अत्यंत अनपेक्षित परिस्थितींना सामोरे जाण्याची तयारी ठेवावी लागायची. त्याच वेळी कामाबाबतचा स्वत:चा एक कृतिकार्यक्रमही असायला लागायचा. त्यामुळे कार्यालयात रोज ८-१० तास काम व्हायचेच शिवाय शनिवार-रविवार मुंबई बाहेर कामासाठी जावे लागायचे. मी पारदर्शकपणे काम करण्याची तसेच माध्यमांना आणि लोकांना सहजपणे भेटण्याची पद्धत विकसित केली. दार बंद ठेऊन काम करण्याऐवजी दिवसातील विशिष्ट वेळी कोणीही येऊन मला भेटू शकत असे. यामुळे कामाच्या रगाड्यात ज्या बाबी माझ्या नजरेस येणारच नाहीत, अशा गोष्टीदेखील सरकारच्या बाहेरील व्यक्तींकडून कळण्यास मला मदत व्हायची.

बाबासाहेब भोसले राजकारणात नवखे होते तसेच त्यांच्या मंत्रीमंडळातील काही मंडळींना फारसा प्रशासकीय अनुभव नव्हता. त्यामुळे त्यांच्यासाठी बऱ्याच समस्या निर्माण होत. त्या माझ्यावर ढकलण्याची त्यांनी सवयच लावून घेतली.

एके दिवशी काही कार्यकर्त्यांसह वसंतदादा पाटील न सांगताच माझ्या कार्यालयात आले. मळी आणि त्यातून तयार होणाऱ्या अल्कोहोलवर उत्पादन शुल्क अधिभार लावल्यामुळे साखर उद्योगांसमोर निर्माण झालेल्या समस्यांबाबत ते माझ्याशी बोलले. एरवी परराज्यातून महाराष्ट्रातील मळीची मोठी मागणी असल्यामुळे राज्यातून ती मोठ्या प्रमाणात बाहेर जायची. या अधिभारामुळे महाराष्ट्रातील मळीच्या किमती वाढल्या होत्या आणि त्यामुळे मागणी घटली होती. स्पर्धा करणे अवघड झाले होते. साखर कारखान्यांमध्ये न विकल्या गेलेल्या मळीचे साठे वाढतच चालले होते. न विकला गेलेला माल ठेवायला जागा नाही म्हणून कारखान्यांना नद्यांमध्ये मळी टाकून देण्याशिवाय पर्याय उरला नव्हता. त्यांनी तसे करायला सुरुवात केली होती आणि नद्या प्रदूषित होऊ लागल्या होत्या. किमती वाढल्यामुळे मळी आणि अल्कोहोलच्या विक्रीवर विपरीत परिणाम झाला होता.

प्रश्न व्यावहारिक होता. साखर उद्योगासमोर यामुळे कोणत्या समस्या उभ्या राहतील, याचा विचार न करताच अर्थमंत्री डॉ. व्ही. सुब्रमणियन यांनी हा अधिभार लावला होता. सुब्रमणियन माजी आय.ए.एस. अधिकारी होते. मला प्रश्नाचे गांभीर्य जाणवले. ग्रामीण भागात पाणिपुरवठ्याच्या समस्येने गंभीर स्वरूप धारण केले

होतेच आणि नद्यांच्या प्रदूषणामुळे हा प्रश्न अधिकच गंभीर होणार होता. मी हा निर्णय आठवड्याभरात रद्द करून घेतो, असे आश्वासन वसंतदादा यांना दिले.

मुख्यमंत्र्यांशी बोलल्यानंतर विषय मंत्रीमंडळासमोर नेण्यात आला. अर्थमंत्र्यांचा विरोध असूनदेखील मंत्रीमंडळाने हा अधिभार रद्द केला. मी साखर उद्योगाला दिलासा देण्यासाठी चटकन पावले उचलली होती, याचा वसंतदादांना आनंद झाला. फारसा विचार न करता लावण्यात आलेल्या करामुळे निर्माण झालेला व्यावहारिक प्रश्न या दृष्टिकोनातून मी त्याकडे पाहिले. अर्थखात्याचे सचिव एन. रघुनाथन यांनी माझ्या भूमिकेला पाठिंबा दिला. त्यांचा प्रशासकीय अनुभव दांडगा होता. अर्थविषयक बाबींमध्ये स्वत:ला तज्ज्ञ समजणारे डॉ. व्ही. सुब्रमणियन अपेक्षेप्रमाणे नाराज झाले. मी केलेल्या अनेक सूचनांना ते विरोध करू लागले आहेत, हे माझ्या लक्षात आले. ते व्यावसायिक राजकारणी नसल्यामुळे सनदी सेवेतील सहकाऱ्यांशी वागताना त्यांच्यात एक प्रकारच्या न्यूनगंडाची भावना होती, हे मला माहीत होते. त्यांच्या मनातला माझ्याबद्दलचा हा किंतु पुढे बराच काळ टिकला. मी यशवंतराव चव्हाण प्रतिष्ठानचा विश्वस्त होतो, तेव्हा ते त्याचे महासचिव होते. यशवंतराव चव्हाण यांच्या विचारांचा प्रसार प्रतिष्ठानतर्फे अधिक प्रभावीपणे करण्यासाठी मी काही सूचना केल्यानंतर त्यांच्या प्रतिक्रियेतून त्यांच्या मनातले किल्मिष प्रकर्षाने जाणवले.

निवृत्त झाल्यानंतर एखाद्या सनदी अधिकाऱ्याने सार्वजनिक जीवनात प्रवेश करावा; पण मंत्री होऊ नये, हे माझे मत त्यांचे वागणे पाहिल्यानंतर अधिक पक्के झाले. स. गो. बर्वे यांनी आपल्या माजी सहकाऱ्यांचा पाठिंबा कसा गमावला होता हे मी पाहिले होते. राजकारणी झाल्यानंतर बर्वे राजकारण्यांसारखे वागू लागले, तेव्हा राजकारणी आणि अधिकारी या दोघांनाही ते आपले वाटेनासे झाले. योगायोगाने काही वर्षांनी जेव्हा मला शरद पवारांनी मंत्रिपदाची 'ऑफर' दिली, तेव्हा माझ्यापुढे हाच प्रश्न उपस्थित झाला.

प्रत्येक दिवस येताना आपल्याबरोबर कधी लहान, तर कधी मोठ्या अडचणी घेऊन यायचा. सगळ्या अडचणी तशा महत्त्वाच्या होत्या आणि त्यामुळे मला प्रसिद्धीदेखील मिळाली. मी प्रसिद्धीच्या मागे लागलो नाही, पण मला ती न मागताच मिळाली. अशा दोन-तीन प्रकरणांचा उल्लेख करणे प्रशस्त ठरेल.

पश्चिम महाराष्ट्राला आणि विशेषत: मुंबईला चक्रीवादळाचा धोका आहे, असा निरोप एके दिवशी सकाळी हवामानखात्याकडून मला मिळाला. चक्रीवादळाने गुजरातचा किनारा याआधीच गाठला होता व ते पश्चिम किनारपट्टीवरून दक्षिणेकडे सरकत होते. वादळापूर्वीच्या सोसाट्याच्या वाऱ्याने सुरत आणि वेरावळमध्ये हाहाकार

माजवला होता. टेलिफोन आणि विजेचे खांब उखडले गेले होते, तर तीसहून अधिक जणांचा मृत्यू झाला होता. १० किलोमीटर लांबीच्या महाकाय लाटा किनारपट्टीवर आदळल्या होत्या. मासेमारी करणाऱ्या चारशेहून अधिक बोटी बुडाल्या होत्या आणि त्यांचा काही तपास लागत नव्हता, तर सोळाशेहून अधिक मच्छिमार बेपत्ता झाले होते. चक्रीवादळ मुंबईच्या दिशेने येणार असा अंदाज होता.

आमच्याकडे वेळ थोडाच होता. आमच्या हातात असलेल्या काही तासांमध्ये पोलीस आणि गृहरक्षक दल यांच्या मदतीने किनाऱ्यावर राहणाऱ्या लोकांना आम्ही मोठ्या प्रमाणावर सुरक्षित ठिकाणी हलवले. तसेच बळाचा वापर करून अनेक झोपडपट्टीवासीयांना सुरक्षित ठिकाणी हलवले. लोकांना आगाऊ सूचना देण्यासाठी तसेच वाहनांचा मोठ्या प्रमाणात वापर करून स्थलांतर करून घेण्यासाठी अधिकारी, पोलीस आणि गृहरक्षक दलातील कर्मचारी यांना विविध भागात पाठवण्यात आले. जनतेला परिस्थितीची जाणीव करून देण्यासाठी मी आकाशवाणीवरून संदेश देण्याचे ठरवले. त्या काळात टीव्ही नसल्यामुळे जनतेशी संपर्क साधण्याचा तोच एक मार्ग होता.

मी मुंबईचे महापौर डॉ. प्रभाकर पै यांना असे करण्याची विनंती केली. त्यांनी महापालिका प्रशासनाला कामाला लावले. सुदैवाने संध्याकाळपर्यंत चक्रीवादळाने आपली दिशा बदलली. मुंबईच्या दिशेने येण्याऐवजी ते उत्तरेच्या दिशेने निघून गेले. प्रशासनाला ज्या पद्धतीने कामाला लावण्यात आले, त्याबद्दल माध्यमांनी माझे कौतुक केले. आणीबाणीच्या प्रसंगांना कसे सामोरे जायचे, याचा ही घटना एक धडाच होता. काही महिन्यांनी जेव्हा आमच्यासमोर याहून अधिक गंभीर असा प्रश्न उपस्थित झाला, तेव्हा हा धडा उपयोगास आला.

दुसरा प्रसंग आहे तो धडाडीचे कामगार नेते जॉर्ज फर्नांडिस यांना मी स्वत: धूळ चारल्याचा. बंद पुकारणे ही त्यांची खासियत होती. ते मुंबईतील बस कामगारांच्या संघटनेचे अनभिषिक्त सम्राट होते. बेस्टची बससेवा आणि उपनगरीय रेल्वेसेवा या मुंबई शहराच्या सर्वार्थाने जीवनरेखा होत्या आणि आहेत. लाखोंच्या संख्येने लोक यातून प्रवास करतात. यांच्यामुळेच त्यांना आपले पोट भरता येते. जेमतेम तीन दिवसांची अगाऊ सूचना देत, एके दिवशी बस-कामगारांच्या संघटनेने संपावर जाण्याचा इशारा दिला. जॉर्ज फर्नांडिस यांच्या एका सहकाऱ्याने आपली ताकद तसेच संघटनेवरील आपली पकड दाखवून देण्याचा चंग बांधला होता. दत्ता सामंत हे मुंबईच्या कामगारांचे एकमेव नेते नाहीत, हे बहुधा त्यांना दाखवून द्यायचे असावे. या 'मुंबई बंद'मध्ये आपणही सामील होत असल्याचे फर्नांडिस यांच्या नेतृत्वाखालील रेल्वे कामगार संघटनेनेदेखील जाहीर केले.

दोन्ही सेवा अत्यावश्यक स्वरूपाच्या होत्या. आपण कामगार नेतेसुद्धा आहोत, असा दावा बाबासाहेब भोसले करत असल्यामुळे त्यांना हे आपल्याला दिलेले एक आव्हानच आहे असे वाटले. पण शांततेचे आवाहन करण्यापलीकडे ते काहीच करू शकत नव्हते. पोलिसांच्या आदोलनानंतर पोलिसांच्या संघटनेचा स्वयंघोषित नेता काही हालचाली करू लागला असल्यामुळे प्रशासनाने या सर्व घडामोडींबाबत ठाम राहिले पाहिजे, असे मी मुख्यमंत्र्यांना सांगितले. बंद यशस्वी करण्यासाठी तोडफोड करणाऱ्या संपकरी कामगारांना कसे हाताळावे, याची एक योजना पोलीस महासंचालक के. पी. मेढेकर आणि मुंबईचे पोलीस आयुक्त ज्युलियो रिबेरो यांच्याशी सल्लामसलत करून तयार करण्यात आली. मुंबईच्या फोर्टभागाकडे जाणारे तीन मुख्य रस्ते वाहतुकीसाठी खुले ठेवायचे, असे आम्ही ठरवले. या रस्त्यांना येऊन मिळणाऱ्या इतर रस्त्यांवर सशस्त्र राज्य राखीव दलाच्या तुकड्यांसकट मोठ्या प्रमाणावर पोलीस बंदोबस्त ठेवून ते अडवण्यात येतील असे ठरले. ज्या ठिकाणी पोलीस नेहमी तैनात असत त्या ठिकाणी आता गृहरक्षक दल तैनात केले जाणार होते. कायदा आणि सुव्यवस्थेचा भंग करण्याचा कोणताही प्रयत्न हाणून पाडण्यात येणार होता. गृहरक्षक दलाच्या मदतीने रेल्वे पोलीस जशी जमेल तशी रेल्वे सेवा चालवणार होते. आम्ही राज्यभरातून पोलिसांची जादा कुमक मागवली आणि त्यांच्यासाठी राहण्या-खाण्याची योग्य व्यवस्था केली. पोलीस कर्मचाऱ्यांना सरकार चांगलीच वागणूक देईल, असे आम्हाला दाखवून द्यायचे होते. काहीच महिन्यांपूर्वी झालेल्या पोलीस आंदोलनाच्या पार्श्वभूमीवर त्यांना अशा रीतीने आश्वस्त करणे महत्त्वाचे होते.

या प्रसंगापूर्वी काही वेळा आकाशवाणीवरून बोलल्यामुळे त्यासंबंधीचा माझा आत्मविश्वास वाढला होता. मी मुंबईच्या नागरिकांना उद्देशून भाषण केले आणि पूर्ण सुरक्षेची हमी देत त्यांना त्यादिवशी कामाच्या ठिकाणी जाण्यासाठी बाहेर पडण्याची विनंती केली. वांद्रे आणि चेंबूर येथे राहणाऱ्या राज्य सरकारच्या कर्मचाऱ्यांना फोर्ट भागात ने-आण करण्यासाठी आम्ही एस.टी.च्या बसगाड्यांची सोय केली होती. सुदैवाने राज्य सरकार कर्मचारी संघटनेने आम्हाला पाठिंबा दिला आणि आपल्या सदस्यांना सरकारला सहकार्य करण्याचे आवाहन केले. या बदल्यात मी त्यांना त्यांच्या तक्रारींमध्ये लक्ष घालण्याचे आश्वासन दिले.

डेपोमधून बाहेर पडणाऱ्या काही बसगाड्यांवर दगडफेक करण्यात आली, तर काही कामगारांना मारहाण झाली. पण बस आणि रेल्वे या सेवा चालू होत्या आणि खासगी वाहतूक सुरक्षितपणे चालू राहिली. संध्याकाळी ४ वाजेपर्यंत संप फसला आहे, हे स्पष्ट झाले होते. जॉर्ज फर्नांडिस यांनी आपली भेट मागितली आहे, असे सांगणारा मुख्यमंत्र्यांचा फोन मला संध्याकाळी आला. प्रशासनाने हे आव्हान पेलले

असून संप फसला आहे, हे लोकांना लक्षात येईपर्यंत त्यांना कोणताही प्रतिसाद देऊ नका, असे मी मुख्यमंत्र्यांना सांगितले. पोलिसांचे मनोबल वाढवण्यासाठी लोकांनी त्यांचे योगदान मान्य करणे गरजेचे होते.

सर्वकाही आमच्या योजनेप्रमाणे झाले असून सर्वत्र शांतता आहे, असे रात्री उशिरा मला समजले आणि मगच मी मुख्यमंत्र्यांना जॉर्ज फर्नांडिस यांना वर्षा या आपल्या सरकारी निवासस्थानावर आमंत्रित करावे, अशी विनंती केली. मी वर्षावर पोहोचलो तेव्हा रात्रीचे ११ वाजले होते.

पहिल्या मजल्यावरील एका छोट्याशा खोलीत बाबासाहेब भोसले बसले होते. मी त्यांना चटकन परिस्थितीबाबत माहिती दिली आणि फक्त मलाच बोलू द्यावे, असे मी त्यांना सांगितले. त्यांनी फक्त बघ्याची भूमिका घ्यावी आणि त्यांना मला काही सांगायचे असेल, तर आम्ही शेजारच्या खोलीत जाऊ, असे ठरले. आम्ही ठरवल्याप्रमाणे सर्वकाही घडले.

जॉर्ज काही सहकाऱ्यांसोबत आले आणि पोलिसांच्या दांडगाईबद्दल तक्रार करू लागले. हे आम्हाला अपेक्षितच होते. ज्या बाबी कामगार-आयुक्तांसमोर मांडता येतील त्यांचा आधार घेत मुंबईसारख्या शहराचे व्यवहार थांबवता येणार नाहीत, असे मी त्यांना बजावले. त्यांची प्रतिष्ठा एकप्रकारे धुळीस मिळाली होतीच. त्यामुळे पोलिसांनी ताब्यात घेतलेले त्यांचे काही सहकारी आणि मोठ्या संख्येने अटक केलेल्या इतरांची सुटका करून घेण्यासाठीचा ते एक मार्ग शोधत होते. त्यांनी मुंबईकरांची जाहीरपणे दिलगिरी व्यक्त केली, तरच आम्ही याचा विचार करू, असे मी त्यांना स्पष्टपणे सांगितले. आपल्या पद्धतीने ते तसे करण्यास तयार झाले. आमच्या संवादाचा आनंद लुटणाऱ्या मुख्यमंत्र्यांकडे पाहत मी हे चालणार नाही, असे म्हणालो. जॉर्ज यांना मी कागद-पेन्सिल दिली आणि आम्हाला त्यांच्याकडून कशा प्रकारची दिलगिरी हवी आहे, हे त्यांना सांगितले. आम्हाला लेखी निवेदन हवे होते. फक्त वर्तमानपत्रांसमोर बोलणे आम्हाला चालणार नव्हते.

जॉर्ज व्यावहारिक वृत्तीचे असल्यामुळे मी दोन्ही बाजूंची प्रतिष्ठा राखली जाईल अशी तडजोड शोधू पाहत आहे, हे त्यांच्या लक्षात आले. मी त्यांना पाच ओळींच्या निवेदनाचा शब्दन्‌शब्द 'डिक्टेट' केला. माझे संयुक्त राष्ट्रसंघात कमावलेले मसुदा तयार करण्याचे कौशल्य त्यांना स्पष्टपणे जाणवले. त्यांनी यास मान्यता दिली आणि मुख्यमंत्र्यांनी यास संमतीदर्शक मान हलवली. हा प्रसंग म्हणजे बसकामगार संघटनेवरच्या जॉर्ज फर्नांडिस यांच्या एकहाती सत्तेचा शेवट होता, असे मला वाटते.

दुसऱ्या दिवशी सर्व वरिष्ठ पोलीस अधिकाऱ्यांनी मला भेटून माझे अभिनंदन केले. त्यांनी आणि राज्यातील पोलिसांनी केलेल्या चांगल्या कामाबद्दल मी त्यांचे अभिनंदन केले. यशवंतरावांच्या काळापासून महाराष्ट्राच्या प्रशासनाचे वैशिष्ट्य

असलेला राजकारणी आणि अधिकारी यांच्यातील परस्पर सहकार्याने काम करण्याच्या पद्धतीची ही एक कामगिरीच होती.

नेहमीप्रमाणे निषेधाचा एक सूर उमटला. तो होता, वसंत नगरकर (आय.पी.एस.) यांचा. त्यांनी स्वातंत्र्य चळवळीत भाग घेतला होता आणि स्वातंत्र्यानंतर त्यांना आय.पी.एस.मध्ये घेण्यात आले होते. त्यांनी जवळ-जवळ दोन दशके केंद्रीय गुप्तचर विभागात काम केले होते. त्यांचा डाव्या आणि कामगार चळवळीचा विशेष अभ्यास होता. ते त्या वेळी गृहरक्षक दलाचे महानिरीक्षक होते. आमच्या तयारीच्या बैठकांमध्ये कायदा आणि सुव्यवस्थेचे प्रश्न हाताळण्यासाठी बळाचा वापर करण्याबाबत त्यांनी शंका व्यक्त केल्या होत्या. सर्व वरिष्ठ अधिकारी उपस्थित असलेल्या एका बैठकीत मी त्यांचे सर्व आक्षेप बाजूला सारले होते. त्यानंतर ते शेवटपर्यंत दुर्मुखलेलेच राहिले.

६३

मुख्यमंत्री बाबासाहेब भोसले यांचा अविचारीपणा

नोव्हेंबर, १९८२च्या उत्तरार्धात परंपरेनुसार विधिमंडळाच्या हिवाळी अधिवेशनासाठी मंत्री आणि अधिकारी नागपूरला गेले. तेवढ्या काळापुरती राजधानी नागपूरला हलवण्यात येत असे. मी जवळ-जवळ २० वर्षांनंतर नागपूरला भेट देत होतो. ज्या हैदराबाद हाउस इमारतीत मी १९६०मध्ये यशवंतराव चव्हाणांचा खासगी सचिव असताना मुख्यमंत्र्यांच्या सचिवालयाची मांडामांड केली होती, त्याच इमारतीत मुख्यमंत्र्यांसोबत काम करताना मला आनंद झाला.

मुख्यमंत्री फॉर्मात होते. तोपर्यंत ते पदावर स्थिरस्थावर झाले होते. नागपूरकरांच्या आदरातिथ्याचा तसेच विधिमंडळाच्या कामकाजाचा आनंद ते लुटत होते. ते हजरजबाबी होते. हा हजरजबाबीपणा वापरत ते विधिमंडळात विरोधकांना सामोरे जात होते. भारतात लक्षात राहण्यासारखे हजरजबाबी उत्तर देणारे राजकारणी काहीसे दुर्मीळच आहेत. यासाठी विरोधकांनी उपस्थित केलेले मुद्दे चटकन समजून घेण्याची तसेच थोडक्यात; पण पटकन उत्तर देण्याची क्षमता गरजेची असते. या बाबतीत बाबासाहेब भोसले चांगलेच तरबेज आहेत, हे माझ्या लक्षात आले. मराठी भाषेच्या सौंदर्याचा ते आस्वाद घेत, पण बोलताना त्याच्या मोहात पडून ते वाहवतदेखील जात.

एके दिवशी विरोधकांना लागतील असे शब्द मुख्यमंत्र्यांनी वापरले. वर्तमानपत्रांचे त्याकडे लक्ष गेलेच. त्या दिवशी संध्याकाळी मी त्यांना जेव्हा भेटलो तेव्हा तुम्ही बहुधा स्वत:च्या भाषाप्रभुत्वामुळे वाहवत गेला होतात, असे मी त्यांना सांगितले. आता यावर ज्या काही तिखट प्रतिक्रिया उमटतील त्यासाठी तयार राहा, असे मी त्यांना म्हणालो. त्यांनी ऐटीत सर्व हसण्यावारी नेले आणि मला ऐकवण्यासाठी विधिमंडळातील त्यांचे वक्तव्य तर पुन्हा उच्चारलेच, शिवाय आपल्याला असे

बोलल्यामुळे कसा आनंद झाला, हेदेखील सांगितले.

दुर्दैवाने विरोधक तसेच स्वपक्षातील अनेकांना मुख्यमंत्र्यांचे वक्तव्य आक्षेपार्ह वाटले. दुसऱ्या दिवशी वर्तमानपत्रांनी त्या वक्तव्याला वारेमाप प्रसिद्धी दिली आणि मुख्यमंत्र्यांना पदावरून कधी आणि कसे खाली खेचता येईल, याची वाट पाहत बसलेली मंडळी सक्रिय झाली. पुढील काही आठवड्यांत इतर अनेक अडचणी-प्रश्नांना अतिशयोक्त पद्धतीने पुढे आणण्यात आले आणि बाबासाहेब भोसले यांना पदावरून हटवण्याचे निर्धारपूर्वक प्रयत्न केले गेले.

असाच एक प्रश्न होता, तो म्हणजे हजारो खेड्यांमध्ये असणाऱ्या तीव्र पाणीटंचाईचा. यावर सरकारकडे कोणताच रामबाण उपाय नाही, हे सर्वांना खरे म्हणजे माहीत होते. दुष्काळामुळे ज्या हजारो गांवांमध्ये पाणी टंचाई निर्माण झालेली होती, ती हाताळण्यासाठी प्रशासन सर्वतोपरी प्रयत्न करीतच होते.

विविध हितसंबंधी गटांचा बाबासाहेब भोसले यांच्या विरोधातील दबावामुळे फेब्रुवारी, १९८३च्या सुरुवातीला त्यांना पद सोडावे लागले, हे पाहणे दुःखदायक होते. त्यांच्या आधीचे मुख्यमंत्री बॅ. अ. रा. अंतुले यांच्या कारकिर्दीत प्रशासनाचे मनोबल खचले होते. अशा परिस्थितीत राजकीय नेतृत्व आणि प्रशासन यांच्या नात्यातील बिघडलेला समतोल त्यांनी त्यांच्या परीने काही प्रमाणात पुन्हा प्रस्थापित केला होता.

विधिमंडळातील गदारोळानंतर अपेक्षेप्रमाणे राजकीय घडामोडींना वेग आला. काँग्रेसजनांची शिष्टमंडळे दिल्लीला जाऊन मुख्यमंत्रीबदलाची मागणी करू लागले. इच्छुकांची संख्या मोठी होती. त्यातील एक होते, वसंतदादा पाटील. ते त्या वेळी अखिल भारतीय काँग्रेस समितीचे महासचिव होते. ते मुख्यमंत्री होण्यास उत्सुक होते, पण हायकमांडच्या इशाऱ्याची वाट पाहत होते. नेहमीच्या अंतर्गत भांडणांनतर अखिल भारतीय काँग्रेस समितीने आमदारांची मते जाणून घेण्यासाठी निरीक्षक पाठवले. पंतप्रधान श्रीमती इंदिरा गांधी यांच्याकडून ते काही निर्देश घेऊन आले होते. मते जाणून घेण्याचे नाटक पार पडल्यानंतर वसंतदादा पाटील यांना आमदारांनी पसंती दाखवली आहे, असे जाहीर करण्यात आले.

मंत्रालयात बसून आम्ही राजकीय घडामोडींवर बारीक लक्ष ठेवून होतो तसेच सत्तांतराची तयारी करत होतो. सुदैवाने बाबासाहेब भोसले यांनी सर्व प्रकरण खिलाडूपणे स्वीकारले होते. त्यांनी आपला वेळ आपल्या दालनात बसून थकित फायली हातावेगळ्या करण्यात घालवला. नवीन सरकार सत्तेवर येईपर्यंत कोणत्याही महत्त्वाच्या विषयांबाबतची निर्णयप्रक्रिया स्थगित करावी, असे मी सर्व सचिवांना सांगितले असल्यामुळे मी मुख्यमंत्र्यांना आणि त्यांच्या सचिवांना कोणतेही महत्त्वाचे निर्णय घेऊ नका, असे सांगितले.

बाबासाहेब भोसले यांची खिलाडू वृत्ती त्यांच्या पुढील वक्तव्यांवरून दिसली. ते म्हणाले, "श्रीमान मुख्य सचिवसाहेब मी मुख्यमंत्री होतो आणि मरेपर्यंत मी महाराष्ट्राचा माजी मुख्यमंत्री राहीन. हा सन्मान माझ्याकडून कोणीही हिरावून घेऊ शकत नाही."

त्यांनी अशी वृत्ती दाखवल्यामुळे सत्तांतर निर्वेधपणे पार पडेल, यांची आम्हाला खातरी पटली. ज्या दिवशी त्यांनी पद सोडले, त्या दिवशी त्यांनी मला मन:पूर्वक धन्यवाद दिले आणि त्यांच्या खास शैलीला अनुसरून म्हणाले, "इंदिरा गांधींचे आशीर्वाद मला मिळाले, यातच मला सर्वाधिक समाधान वाटते. त्यांनी मला मुख्यमंत्री केले." आपण आता कायम माजी मुख्यमंत्री कसे राहणारच आहोत, याचा त्यांनी पुन्हा एकदा उच्चार केला. ते जोरदारपणे हसले आणि माझा निरोप घेतला.

६४

मुख्यमंत्री वसंतदादा पाटील : नवी आव्हाने

वसंतदादा पाटील यांची निवड होणार हे बहुतेकांना अपेक्षितच होते. अंतुलेंच्या कारकिर्दीत त्यांच्या कार्यपद्धतीमुळे तसेच बाबसाहेब भोसले यांच्या दुर्बल राजकीय नेतृत्वामुळे राज्यातील प्रशासकीय यंत्रणेवर जो काही विपरित परिणाम झाला होता तो दुरुस्त करून त्याची ख्याती पूर्ववत प्रस्थापित करण्यासाठी अनेक उपाययोजना करण्याची माझ्यासाठी ही एक संधीच होती. माझ्या आणि वसंतदादा पाटील यांच्या जुन्या परिचयाबद्दल मी मागे सांगितलेच आहे. वसंतदादा कमी बोलणारे तसेच अल्पशिक्षित; पण प्रचंड व्यावहारिक बुद्धी असलेले राजकारणी होते.

मुख्य सचिव या नात्याने मुख्यमंत्री आणि मंत्रीमंडळाच्या शपथविधीच्या समारंभात माझी भूमिका महत्त्वाची होती. शपथविधी सोहळ्यासाठी यशवंतराव चव्हाण खास दिल्लीहून विमानाने आले होते. यशवंतरावांशी असलेले माझे विशेष संबंध पाहता मत्रिमंडळ बनवण्याच्या प्रक्रियेत मीसुद्धा थोडीफार भूमिका बजावेन, अशी सर्वांना आशा होती. १९६०च्या दशकात मुख्यमंत्र्यांचा खासगी सचिव असताना मी यात अल्पशी भूमिका बजावली होती. पण १९८०च्या दशकात मुख्य सचिव असताना मी राजकीय प्रक्रियेपासून कटाक्षाने दूर राहिलो. काय घडत आहे, याची माहिती माझ्यापर्यंत पोहोचेल याची सोय मी अर्थातच केली होती.

शपथविधी समारंभाच्या थोडे आधी मी वसंतदादा यांना भेटून महाराष्ट्रासमोरच्या विविध प्रश्नांची माहिती दिली. सगळ्यात मोठे आव्हान होते, येऊ घातलेले पिण्याच्या पाण्याचे संकट. सरकारी अंदाजानुसार राज्यातील ३० हजार खेड्यांपैकी १७ हजार खेड्यांना पिण्याच्या पाण्याचा प्रश्न भेडसावत होता. हा प्रश्न हाताळण्यासाठी

तातडीच्या उपाययोजना केल्या नाहीत, तर आपली कारकिर्द बाबासाहेब भोसले यांच्या कारकिर्दीइतकीच अल्प असेल, हे मुरब्बी राजकारणी असलेल्या वसंतदादांना माहीत होते.

शपथविधी संपताच वसंतदादा मंत्रालयात गेले नाहीत. त्याऐवजी, दुसऱ्या दिवशी सकाळी प्रथेप्रमाणे मंत्रीमंडळाची बैठक बोलवण्याआधी ते चर्चा करून पाणीटंचाईशी मुकाबला करण्यासाठीच्या कृतिकार्यक्रमाची चर्चा करून तो आखण्यासाठी माझ्या घरी येऊ इच्छितात, असे त्यांनी मला सांगितले. राज्यमंत्र्यांना कोणती खाती देता येतील याबाबतदेखील त्यांना माझ्याशी चर्चा करायची होती. तासाभरानंतर गृहसचिव बी. के. चौगुले तसेच मुख्यमंत्र्यांचे सचिव एस. पी. मोहोनी यांच्यासह ते मंत्रालयाच्या जवळील ललित या इमारतीतील माझ्या घरी आले. एक तास चाललेल्या बैठकीत आम्ही त्यांना एकूण परिस्थितीची माहिती दिली आणि पाणीटंचाईचा धोका टाळण्यासाठी अधिकाऱ्यांच्या पातळीवर चर्चिल्या गेलेल्या विविध उपाययोजनांची माहितीदेखील दिली.

व्यापक विचार करणाऱ्या दादांना ग्रामीण जनतेला विश्वास वाटेल, असा कृतिकार्यक्रम हवा होता. कोणत्याही गृहिणीला अर्ध्या किलोमीटरपेक्षा अधिक अंतर चालत जाऊन पाणी आणावे लागणार नाही, यासाठी सर्व उपलब्ध जलस्त्रोतांचा वापर करणारी योजना रातोरात तयार करावी, असे त्यांनी आम्हाला सांगितले. आधीच्या काही आठवड्यांमध्ये मी सार्वजनिक बांधकाम आणि पाटबंधारे-खात्यांमधील तज्ज्ञांशी याबाबत अनेक वेळा चर्चा केली होती. दुसऱ्या दिवशी मंत्रीमंडळाच्या बैठकीत या योजनेला वसंतदादांनी मान्यता मिळवली. ही योजना जनतेला भावली.

या योजनेचे प्रकल्पांमध्ये रूपांतर करणे आणि त्याची अंमलबजावणी करून घेणे हे प्रशासनाच्या वतीने आमचे काम होते. पुढील चार महिने मुख्य सचिवांसह संपूर्ण महाराष्ट्र शासन युद्धपातळीवर पाणीटंचाईशी सामना करत होते. या कामांमुळे मी राज्याच्या प्रत्येक जिल्ह्यात जाऊन आलो. प्रत्येक शनिवार-रविवार मी, माझी पत्नी आणि महसूल व ग्रामीण विकास विभागातील काही अधिकारी विविध जिल्ह्यांच्या ठिकाणी जाऊन अधिकाऱ्यांसोबत आढावा-बैठकी घेत असू. बैठकीत दिलेल्या निर्देशांची नोंद तिथल्या तिथे होईल आणि प्रत्येक बैठक संपायच्या आधी आदेश दिले जातील, याची आम्ही खातरी करून घेत असू. यामुळे अधिक जोमाने ही योजना राबवण्यासाठी जिल्हा पातळीवरच्या अधिकाऱ्यांना जोर येत असे. माझी पत्नी माझ्यासोबत नेहमी येत असे आणि त्यामुळे जेवणाच्या वेळी अधिकाऱ्यांच्या कुटुंबीयांना भेटता येत असे. यातून एक प्रकारची कौटुंबिक भावना तयार झाली. जिल्हा पातळीवरच्या अधिकाऱ्यांचा पूर्ण पाठिंबा आणि सहयोग मिळवण्यासाठी अशी भावना निर्माण होणे गरजेचे होते. मी राज्याबाहेर बराच काळ घालवला

असल्यामुळे बहुतेक जण मला अपरिचितच होते.

पुढील अडीच वर्षांत मी जे नाव कमावू शकलो आणि महाराष्ट्रातील प्रशासकीय यंत्रणेची ख्याती पुन:प्रस्थापित करू शकलो, ते केवळ सर्व खात्यांमधील सर्व पातळ्यावरच्या अधिकाऱ्यांच्या सहकार्यामुळेच शक्य झाले. जनतेने प्रशासनाची प्रशंसा केली आणि त्याला योग्य श्रेय दिले. जनतेच्या हृदयात यामुळे मला एक स्थान मिळाले, अशी माझी धारणा आहे. आज निवृत्तीनंतर २५ वर्षांनीदेखील मी महाराष्ट्रात जिथे कुठे जातो, तिथे लोक मला भेटायला येतात आणि 'त्या दिवसांच्या' आठवणी काढतात. दुसऱ्या कोणत्याही गोष्टीने मला इतके समाधान मिळालेले नाही.

वसंतदादांचे सरकार स्थापन होईपर्यंत मी माझ्या कामात स्थिरावलो होतो. ज्यांच्यावर पूर्णपणे विसंबून राहता येईल, असा अधिकाऱ्यांचा चमूदेखील मी तयार केला होता. सल्ला देण्यासाठी आणि कामे करून घेण्यासाठी ज्यांच्यावर अवलंबून राहता येईल, असा वरिष्ठ अधिकाऱ्यांचा एक चमू प्रत्येक राज्यात मुख्य सचिवांकडे हवा. पण असे करताना इतर सचिवांमध्ये आपण या चमूच्या बाहेर ठेवलो गेलो आहोत, अशी भावना मला निर्माण होऊ द्यायची नव्हती. मंत्रालयात आणि मंत्रालयाच्या बाहेरदेखील मी विश्वासाचे आणि कामाबद्दलच्या निष्ठेचे वातावरण तयार करू शकलो, असे माझे मत आहे.

माझी कामाची ही पद्धत मुख्यमंत्र्यांच्या कामाच्या पद्धतीशी मिळतीजुळती होती. दिवसाकाठी शंभर-एक लोकांना भेटणे, ही वसंतदादा यांच्या दिनक्रमातील नेहमीचीच गोष्ट होती. मलबार हिलवरील वर्षा या त्यांच्या सरकारी निवासस्थानी मोठ्या संख्येने लोक त्यांना भेटायला येत. काही वेळा तर त्यांच्या झोपण्याच्या खोलीतदेखील १५-२० ज्येष्ठ राजकीय नेते बसलेले असायचे. मी अनेक वेळा मुख्यमंत्र्यांना भेटायला वर्षावर जात असे तेव्हा व्हरांड्यापासून मुख्य बैठकीची खोली, पहिल्या मजल्यावरील बैठकीची खोली ते त्यांच्या झोपण्याच्या खोलीपर्यंतच्या प्रवासात मला असंख्य लोकांना नमस्कार करावा लागायचा. काही वेळा मी आम्हा दोघांमध्येच चर्चा करायचा आग्रह धरत असे, तेव्हा ते मला बाथरूममध्ये घेऊन जात. ते थाटात कमोडवर बसत आणि मला खुर्ची घेऊन त्यांच्यासमोर बसायला सांगत. मुख्यमंत्री आणि मुख्य सचिव अशा ठिकाणी बसून चर्चा करत आहेत, हे अत्यंत हास्यास्पद असले, तरी ज्या ठिकाणी त्यांना 'डिस्टर्ब' करायला यायची कोणाचीही हिंमत होणार नाही अशी ती कदाचित एकमेव जागा होती आणि म्हणूनच फारसा वेळ न दवडता एखाद्या विषयाची चर्चा संपवता यायची.

दादांना लोकांच्या, विशेषत: वरिष्ठ अधिकाऱ्यांच्या बाबतीत तरी वेळेच्या महत्त्वाची जाणीव होती. गुंतागुंतीच्या प्रश्नांच्या गाभ्याशी पोहोचण्याची त्यांची

क्षमता आणि कौशल्य विलक्षणच होते. त्यांना एखाद्या विषयातील कमी महत्त्वाच्या गोष्टी बाजूला सारून मूळ मुद्दा चटकन स्पष्टपणे दिसायचा. ते स्वच्छ आणि स्पष्टपणे विचार करत तसेच ते आपल्या निर्णयांवर ठाम असायचे. एकदा का त्यांनी निर्णय घेतला, की त्यांना तो बदलायला लावणे जवळ-जवळ अशक्य होते. मुख्य सचिवांनी सुचवलेल्या गोष्टी मुख्यमंत्री ऐकून घेतात आणि कधी-कधी आपला निर्णयदेखील बदलतात, हे अनेक मंत्र्यांच्या लक्षात आले असल्यामुळे निर्णयांच्या फेरविचाराच्या बाबतीत ते माझ्या मध्यस्थीचा उपयोग करू लागले. एकमेकांबद्दलचा आदर आणि विश्वासाचे जे नाते आम्ही निर्माण केले होते, त्याचे हे द्योतक होते.

काही महिन्यांनी मात्र या नात्याला तडे गेले. त्यांच्या कुटुंबातील घडामोडींमुळे हे सर्व घडले.

६५

गिरणी कामगारांचा संप : दत्ता सामंतांशी सामना

मी मुंबईत येण्याच्या आठ महिने आधी म्हणजे जानेवारी, १९८२मध्ये आक्रमक कामगार नेते डॉ. दत्ता सामंत यांनी गिरणी कामगारांचा बेमुदत संप पुकारला होता. गिरणी कामगार कामावर परत येण्याच्या मन:स्थितीत नाहीत, हे मला पदभार स्वीकारल्यानंतर लक्षात आले. सर्व गिरणी कामगारांचे प्रतिनिधित्व करणाऱ्या 'राष्ट्रीय मिल मजदूर संघा'चा (रा.मि.म.) कामगारांवरचा प्रभाव कमी होत चालला होता आणि त्याची जागा दत्ता सामंत घेत होते.

दत्ता सामंतांना गिरणी कामगारांमध्ये मोठ्या प्रमाणात पाठिंबा आहे, हे सप्टेंबर, १९८२ पर्यंत स्पष्ट झाले होते. संप कोणत्याही प्रकारे फुटू नये यासाठी त्यांनी काही गुंड पाळलेले आहेत, हेदेखील स्पष्ट झाले. गिरणी कामगारांचे एकमेव प्रतिनिधी म्हणून मान्यता द्यावी आणि काँग्रेस पक्षाशी जवळचे संबंध असलेल्या रा.मि.म. संघाशी कोणत्याही प्रकारे वाटाघाटी करू नयेत, अशी त्यांची मागणी होती.

दत्ता सामंत यांनी पगारवाढ आणि इतर भत्त्यांबाबत अवाजवी मागण्या केल्या होत्या. त्या गिरणी मालकांना अमान्य होत्या आणि म्हणून संप लांबत चालला होता. कापड निर्यातीवर याचा विपरीत परिणाम होत असल्यामुळे हा संप सामोपचाराने सुटावा अशी केंद्र सरकारची इच्छा होती. जुलै, १९८२मध्ये केंद्रीय वाणिज्य मंत्री शिवराज पाटील यांनी कामगारांना ६५० रुपयांचा ॲडव्हान्स दिला जाईल आणि महिना ३० रुपये अशा हप्त्यांनी त्याचा परतावा करावा लागेल, असे संसदेत जाहीर केले. या प्रश्नाचा अभ्यास करण्यासाठी सर्व संबंधितांचे प्रतिनिधी असणारी समिती नेमण्याचीदेखील त्यांनी घोषणा केली.

मी ऑगस्ट, १९८२मध्ये मुख्य सचिव पदाचा कार्यभार हाती घेताच मिल मालकांचे एक शिष्टमंडळ मला भेटले. हा तडजोडीचा फॉर्म्युला आपल्याला आर्थिकदृष्ट्या पेलवणारा नसला, तरी अर्थव्यवस्थेची हानी होऊ नये यासाठी आपण तो नाखुशीने स्वीकारत आहोत, असे त्यांनी मला सांगितले. डॉ. दत्ता सामंत यांच्याकडून मात्र कोणताच प्रतिसाद आला नाही.

सामंतांनी आपली भूमिका बदलावी यासाठी सरकार रा.मि.म. संघाची मान्यता काढून घेण्यासाठी 'बॉम्बे इंडस्ट्रियल रिलेशन्स ॲक्ट' रद्द करण्यास तयार होते. पण हा कायदेशीर मार्ग स्वीकारण्याआधी दत्ता सामंत संप मागे घेण्यास तयार आहेत का, याची खातरी करून घेणे आवश्यक होते. यासाठी त्यांच्यात आणि त्यांच्या सहकाऱ्यांमध्ये मतभेद निर्माण करण्याचे प्रयत्न केले गेले. पण कामगार सांमताच्या पाठीशी ठामपणे उभे आहेत, हे आमच्या लक्षात आले. कामगार हे कम्युनिस्ट असोत किंवा जॉर्ज फर्नांडिस यांच्या नेतृत्वाखालील समाजवादी असोत, आपल्या नेत्यांकडे ढुंकूनसुद्धा पाहत नव्हते. पण दत्ता सामंत आपल्या मागण्यांपासून मागे हटण्यास तसेच कोणतीही चर्चा करण्यास तयार नव्हते.

अशा परिस्थितीत असंतुष्ट काँग्रेसजन बाबासाहेब भोसले यांच्या अधिकाधिक विरोधात जाऊ लागले होते. या आव्हानाला तोंड देण्यासाठी मुख्यमंत्र्यांनी कामगारांसाठी दिवाळीच्या तोंडावर एक मोठे पॅकेज जाहीर केले. याला प्रतिसाद म्हणून अंदाजे ४५,००० कामगार कामावर रुजू झाले. गिरणी कामगारांचा संप मिटवण्यासाठी राज्य सरकार आता यापुढे काहीच करू शकत नाही तसेच संप इतर उद्योगांमध्ये पसरण्याचा धोका आहे, या दोन्ही गोष्टी नोव्हेंबर, १९८२च्या अखेर माझ्या लक्षात आल्या होत्या. दत्ता सामंत आणि त्यांचे सहकारी अभियांत्रिकी उद्योगांमध्ये विशेषत: नवी मुंबई भागात असंतोष पसरवण्याचे काम करत होते. डिसेंबरच्या मध्यावर जेव्हा विधिमंडळाचे अधिवेशन नागपूरात सुरू होईल, तोपर्यंत संप इतरत्र पसरला असेल, असे अनेकांना वाटत होते.

मी दिल्लीला याची माहिती द्यायचे ठरवले आणि अतिवरिष्ठ पातळीवरून मदत मागायचेदेखील ठरवले. तत्कालीन अर्थमंत्री प्रणव मुखर्जी पूर्वी वाणिज्य आणि उद्योग मंत्री होते, तेव्हापासून माझा आणि त्यांचा वैयक्तिक परिचय होता. मुंबईतील परिस्थितीची ते पूर्णपणे माहिती ठेवून होते. त्यांच्या सल्ल्यानुसार मी पंतप्रधानांचे प्रधान सचिव डॉ. पी.सी. ॲलेक्झांडर यांच्याशी संपर्क साधला. ते आणि पंतप्रधान कार्यालयात अर्थविषयक बाबी हाताळणारे डॉ. अर्जुन सेनगुप्ता या दोघांना मी भटेलो. सुदैवाने माझा दोघांशी चांगला 'रॅपो' होता. देशाचे हित ध्यानात घेता पंतप्रधान जे देतील ते आपण स्वीकारू, असे जाहीर विधान करण्यास दत्ता सामंत तयार झाले, तरच पंतप्रधान हस्तक्षेप करण्याची शक्यता आहे, असे दोघांनी मला

सांगितले. सरकारने गिरण्या ताब्यात घ्याव्यात या पर्यायाचीदेखील आम्ही चर्चा केली. कायदेशीरदृष्ट्या तसेच प्रशासकीयदृष्ट्या असे करणे शक्य होते. पण आंध्र प्रदेश आणि कर्नाटक या राज्यातील विधानसभा निवडणुकींमध्ये काँग्रेसचा झालेला जोरदार पराभव पाहता, असे करणे राजकीयदृष्ट्या गैरसोयीचे वाटले.

दत्ता सामंतांनी घडवून आणलेला हा संप कायदा आणि सुव्यवस्थेचा भंग करणाऱ्या तुरळक घटनांसह चालूच राहिला. असे असूनदेखील ज्या गिरणी मालकांना आपला तयार माल गिरणीच्या आवारातून बाहेर न्यायचा होता, त्यांना पोलीस संरक्षण देण्याबाबत राज्य सरकार ठाम होते. मुंबई पोलिसांनी उत्तम कामगिरी बजावली. दुर्दैवाने प्रशासन सुधारण्याच्या मार्गावर असताना राजकीय परिस्थिती ढासळत चालली होती. डिसेंबर, १९८२च्या विधिमंडळाच्या नागपूर अधिवेशनात हे स्पष्टपणे दिसले. जानेवारी, १९८३च्या सुरुवातीला बाबासाहेब भोसले पदावरून दूर झाले होते आणि वसंतदादांचा शपथविधी झाला होता. वसंतदादा अत्यंत चाणाक्ष राजकारणी असल्यामुळे कामगारांमध्ये दुही कशी निर्माण करता येईल आणि रा.मि.म. संघाचे स्थान कसे बळकट करता येईल, हे त्यांना ठाऊक होते. ते राज्याची धुरा सांभाळत असताना प्रशासन संपाबाबत खंबीर भूमिका घेईल, अशी मला खातरी पटली. काही गिरणी मालकांना दत्ता सामंताशी बोलणी सुरू करून त्यांच्या मागण्या मान्य करायच्या होत्या. त्यांच्याबाबत मला ठाम भूमिका घ्यावी लागली. राज्य सरकार आणि काही अंशी केंद्र सरकार दत्ता सामंतांच्या संपाचा मुकाबला करण्याची भूमिका घेण्यात यशस्वी झाले असताना अशा पद्धतीने माघार घेणे चुकीचे असून तसे झाल्यास त्यांना पोलीस संरक्षण मिळणार नाही, हे मी स्पष्ट केले. जे समजायचे ते ती मंडळी समजली.

या सगळ्या घटनांचा परिणाम म्हणून एक प्रकारची कोंडी निर्माण झाली आणि संप चालूच राहिला. १९८४मध्ये काही कामगार हळूहळू कामावर परत येऊ लागले. आपल्या खेड्यांमध्ये परतलेल्या काहींना मुंबईतील झोपडपट्ट्यांमध्ये राहण्यापेक्षा आपल्या खेड्यातील आपले जीवन अधिक चांगले आहे, असे लक्षात आले. त्यांनी मुंबईत न परतण्याचे ठरवले. दक्षिण महाराष्ट्र आणि इतरत्र सुरू होत असलेल्या सहकारी सूत गिरण्यांमध्ये नोकरी करण्यासाठी आम्ही त्यांना उत्तेजन दिले. दत्ता सामंतांनी हा अनर्थकारक संप मागे न घेतल्यामुळे तो चालूच राहिला. पण ते कामगारांचा पाठिंबा हळूहळू गमावत गेले, हे स्पष्ट होते.

हा बेमुदत संप अखेर विरून गेला, पण तो मुंबईच्या कापडगिरणी उद्योगाची मृत्युघंटाच वाजवून गेला. आज तीन दशकांनंतरदेखील गिरणी कामगारांचे हाल संपलेले नाहीत. कामगारांचे पुनर्वसन आणि गिरण्यांच्या जमिनी या प्रश्नांशी सरकार आजदेखील सामना करत आहे. जमिनींच्या किमती गगनाला भिडल्यामुळे प्रचंड

नफा मिळविणाऱ्या गिरणी मालकांचाच यात प्रामुख्याने फायदा झाला आहे. महाराष्ट्र आणि मुंबई यांतील राजकारणी आणि बिल्डर लॉबी यांनी पुढील पिढ्या बसून खातील याची सोय करण्यासाठी निर्माण केलेले आपापसातील साटेलोटे, हे हा प्रश्न चुकीच्या पद्धतीने हाताळला गेला यामागचे प्रमुख कारण आहे, असे माझे मत आहे.

*इकॉनॉमिक टाइम्स*च्या १७ जानेवारी, १९८३च्या अंकात एका विश्लेषकाने जे लिहिले त्याची आठवण करणे गरजेचे आहे :

'जगातील कामगार चळवळीच्या इतिहासात सापडणार नाही, असा हा मुंबईचा गिरणी कामगारांचा संप होता. या संपाबाबत निश्चितपणे सांगता येईल की, तो अनिश्चित काळासाठी पुकारला गेला होता. तो गिरणीकामगारक्षेत्रात आगंतुक असलेल्या एका व्यक्तीने पुकारला होता, राज्य सरकारने तो सुरुवातीपासूनच बेकायदेशीर ठरवला होता आणि केंद्र सरकारने त्याकडे बराच काळ जवळ-जवळ दुर्लक्षच केले होते.'

६६

कसोटीचा काळ

मुख्य सचिव हा प्रशासनाचा प्रमुख असतो तसाच तो प्रशासनाचा सार्वजनिक चेहरादेखील असतो. माझ्या काळात बहुतेक राज्यातील मुख्य सचिव हे राज्य प्रशासनाचे मुख्य अधिकारी (Chief Executive Officer) म्हणून काम करत असत. गेल्या १५ वर्षांमध्ये मात्र टप्प्याटप्प्याने मुख्यमंत्र्यांनी ही भूमिका बजावायला सुरुवात केली आहे. राजकारण आणि प्रशासन यामध्ये फरक करणे, हा ब्रिटिशांनी भारताला दिलेला महत्त्वाचा वारसा आहे. दोघांमध्ये गल्लत केल्यामुळे दोघांचाही ऱ्हास झाला आहे.

माझ्या सुदैवाने त्या काळात प्रशासनामध्ये कामाबद्दल निष्ठा आणि आस्था असणाऱ्या अधिकाऱ्यांचा चमू मंत्रालयात आणि मंत्रालयाच्या बाहेरदेखील होता. एन. रघुनाथन (आय.ए.एस.) यांना अंतुले यांच्या काळात बराच त्रास भोगावा लागला होता आणि त्यांची काहीशा दुय्यम दर्जाच्या पदावर पुण्यात नियुक्ती करण्यात आली होती. माझ्या आधीचे मुख्य सचिव पी. जी. गवई (आय.ए.एस.) यांनी रघुनाथन यांना मंत्रालयात आणले होते. गवई विदर्भातील होते. दलित समाजातील असल्यामुळे ते आपल्या नैतिक भूमिकेबाबत ठाम होते. सुदैवाने अंतुल्यांच्या काळात ते मुंबईत केंद्र सरकारच्या अखत्यारीतील सागरी वाहतूक महासंचालक या पदावर होते. १९७८ ते १९८१ या काळात मी याच पदावर होतो.

एन. रघुनाथन आपल्या सहकाऱ्यांमध्ये 'रघु' या नावाने ओळखले जात. ते अत्यंत बुद्धिमान तसेच फटकळ होते. ते केंब्रिज विद्यापीठाचे पदवीधर होते. आर्थिक बाबींचे त्यांचे ज्ञान वरच्या दर्जाचे आहे, हे माझ्या लक्षात आले. महाराष्ट्राच्या नाजूक आर्थिक परिस्थितीवर ते बारकाईने नजर ठेवून होते. अवाजवी खर्च कसा टाळला जाईल हे पाहण्याच्या तसेच सरकारी खर्चावर लक्ष ठेवण्याच्या आपल्या कर्तव्यात अर्थखात्याने कसूर केल्यामुळे शिलकीचा अर्थसंकल्प असलेले महाराष्ट्र राज्य

तुटीपर्यंत जाऊन पोहोचले होते, हे त्यांना माहीत होते. रोज सकाळी ते माझ्या खोलीत येऊन मला राज्याच्या आर्थिक परिस्थितीची माहिती देत. रिझर्व बँकेने घालून दिलेल्या मर्यादेचे उल्लंघन करत राज्यसरकारने आपल्या खात्यातून अधिक उचल घेतली, तर त्यांची खरोखर झोप उडे. ते निष्ठुरपणे सरकारी खर्चात कपात करत तसेच इतर खात्यांचा प्रस्ताव इतक्या बारकाईने तपासत की, लवकरच इतर मंत्री आणि सचिव त्यांच्याबाबत तक्रारी करू लागले.

मुख्यमंत्री खात्याखात्यांमधील या भांडणांमध्ये पडू इच्छित नसल्यामुळे मला या तक्रारींमध्ये लक्ष घालावे लागायचे. अर्थात सचिवपातळीवरचा मी मुख्य समन्वयक असल्यामुळे मला यात बराच वेळ घालवावा लागायचा. प्रत्येक सचिव योग्य विचार करून आपले प्रस्ताव तयार करत आहे तसेच आपली बाजू लढवण्यास तयार आहे, हेच या तक्रारींवरून सिद्ध होत असल्यामुळे मला हे नेहमीपेक्षा काहीतरी वेगळे आहे, असे वाटलेच नाही. केंद्र सरकार आणि नियोजन आयोगाने ठरवलेले प्राधान्यक्रम आणि आखून दिलेली चौकट यामध्ये हे सर्व कसे काय बसवता येईल, हे पाहणे माझे काम होते. मी एकदा विशिष्ट भूमिकी स्वीकारली की, रघु त्यानुसार उपाय शोधण्यास तयार होत असे, हे माझ्या लक्षात आले.

मी तरुण असताना एम. आर. यार्दी (आय.सी.एस.) यांच्यासारख्या आडमुठ्या अर्थसचिवांनी स्वत:ला अप्रिय कसे करून घेतले होते तसेच तत्कालीन मुख्य सचिवांचे काम कसे अवघड करून ठेवले होते, हे पाहिले होते. त्यामुळे मला रघुच्या वागण्याचे कौतुक वाटले. त्या वेळी या सर्व प्रकरणात मुख्यमंत्र्यांचा खासगी सचिव या नात्याने मी नकळत काहीसा ओढलो गेलो होतो. गुंतागुंतीचे आर्थिक प्रश्न समजण्याची क्षमता यशवंतरावांमध्ये होती. हेच बाबासाहेब भोसले किंवा वसंतदादा पाटील यांच्या बाबतीत म्हणता येत नव्हते. अर्थात शरद पवारांच्या या बाबतीतील क्षमता वेगळ्या होत्याच.

इतर सहकाऱ्यांना रघु जितका नकारात्मक वृत्तीचा वाटायचा तितका काही तो तसा नव्हता. अत्यंत बुद्धिमान आणि आर्थिक बाबींच्या गुंतागुंतीची जाण असलेला रघु जसा काही वेळा निष्ठुरपणे वागायचा, तसाच तो स्पष्टवक्तादेखील होता. एकप्रकारे मला वडीलधाऱ्याची, समन्वयकाची तसेच व्यापक दृष्टिकोन ठेऊन निर्णय घेण्याची भूमिका बजावताना त्याच्या या वागण्याची मदतच झाली. यामुळे मंत्र्यांनी माझे कौतुक केले आणि मी माझ्या सहकाऱ्यांच्या निष्ठा मिळवल्या. केंद्रीय गृहसचिव पदावर माझी नियुक्ती झाल्यानंतर या सगळ्याचा मला फायदा झाला.

आणखी इतर काही सहकाऱ्यांवर मी विसंबून राहत असे. ते होते, सचिव पातळीवरील द. म. सुखटणकर, सदाशिव तिनईकर आणि शरद काळे. त्या वेळी संयुक्त सचिव असलेले ललित दोशीही. माझे कोणीही 'लाडके' नाहीत, हे मी

याआधीच स्पष्ट केले होते. अगदी माझे बॅचमेट आणि राज्याचे अतिरिक्त मुख्य सचिव बी. के. हळवेदेखील त्यात नाहीत, हेदेखील मी स्पष्ट केले. दिवसातील एका ठरावीक वेळी कोणताही अधिकारी मला येऊन भेटू शकत असे. राज्याचे प्रशासन चालवणे ही आमच्या सगळ्यांची सामुहिक जबाबदारी असल्याचे मी स्पष्ट केले. निर्णयप्रक्रियेत आपण सामील आहोत, असे लवकरच प्रत्येकाला वाटू लागले. हे माझ्याही हिताचे आहे, हे माझ्या लक्षात आले. मी महाराष्ट्रापासून काही दशके दूर राहिलो असल्यामुळे मी फील्डमध्ये विभागीय आयुक्त, विभागप्रमुख किंवा मंत्रालयात संयुक्त सचिव या पदांवर काम केलेलेच नव्हते.

काही बुद्धिमान अधिकाऱ्यांची मी माझ्या कार्यालयात विशेष कार्य अधिकारी या पदावर नियुक्ती केली होती. माझ्या कार्यालयात जयराज फाटक, रमणी, बेंजामिन आणि ए. पी. सिन्हा असे एका पाठोपाठ एक या पदावर होते. राज्याच्या प्रशासनाचा एकूण आवाका लक्षात येण्यासाठी तसेच वरिष्ठ पातळीवरच्या निर्णय प्रक्रियेची माहिती करून घेण्यासाठी त्यांना याची मदत झाली. त्यांची पुढील कारकिर्द चांगली ठरली. मला या सर्वांचा अभिमान वाटतो.

६७

मुंबई आणि कोकण

मी जगातील अनेक महानगरांना भेटी दिल्या असल्यामुळे पुढील काळात महानगरी होऊ घातलेल्या मुंबईनगरीच्या प्रश्नांमध्ये मी लक्ष घालायचे ठरवले. मुंबईत एक महत्त्वाचा प्रश्न होता – झोपडपट्ट्यांचा फैलाव. शहरातील अनेक भागांमध्ये फूटपाथवरदेखील झोपडपट्ट्या उभ्या राहत होत्या. १९८०च्या दशकाच्या सुरुवातीला मुख्यमंत्री असलेल्या अंतुले यांनी फूटपाथवरील झोपडपट्ट्या हटवण्यात पुढाकार घेतला होता. दुर्दैवाने ऐन पावसाळ्यात ही कारवाई करण्यात आली. त्यामुळे लोकांना भरपूर हाल सोसावे लागले आणि अनेक स्वयंसेवी संस्थांनी या प्रश्नात कोर्टात धाव घेतली. मी मुख्य सचिवपदाचा कार्यभार स्वीकारला त्या वेळी याबद्दलचे प्रकरण सर्वोच्च न्यायालयात होते. आणि जानेवारी, १९८५मध्ये मी जेव्हा पद सोडले, तेव्हाही ते प्रकरण तिथेच होते. त्यामुळे झोपडपट्ट्या होत्या तिथेच राहिल्या आणि कुठेही मोकळी जागा असली की, तेथे त्या जन्माला येत असत. आज मुंबईतील ६० टक्के लोक झोपडपट्ट्यांमध्ये राहतात. ब्राझीलमधील रीओ डी जनेरियोपेक्षा मुंबईतील परिस्थिती भयंकर होती.

झोपडपट्ट्यांच्या प्रश्नाचा माझे सहकारी सदाशिवराव तिनईकर यांनी सखोल अभ्यास करून काही कल्पना मांडल्या होत्या. मुंबईत नव्याने येणाऱ्या स्थलांतरितांना राहण्याच्या जागेची सोय करण्यासाठी मुंबई बेटाच्या बाहेर बरीच मोकळी जागा उपलब्ध होती. अस्तित्वात असलेल्या झोपडपट्ट्या हटवून तेथील रहिवाशांना बहुमजली इमारतींमध्ये जागा देण्याऐवजी अशा झोपडपट्ट्यांमध्ये सरकारने चांगले रस्ते, योग्य प्रमाणात पाणीपुरवठा, पथदिवे, शौचालये इत्यादी पायाभूत सोयी पुरवाव्यात तसेच झोपड्या पक्क्या पद्धतीने बांधून घेण्यासाठी झोपडपट्टीवासीयांना प्रोत्साहन द्यावे, असे त्यांचे मत होते. काही वर्षांच्या कालावधीत झोपडपट्ट्यांतील जीवन सरकारला तसेच तेथील रहिवाशांना फारसा खर्च न करता सुसह्य करण्यात येणार होते.

तिनईकरांची कल्पना कालांतराने योग्यच असल्याचे सिद्ध झाले. नंतरच्या काळात जेव्हा सरकारने झोपडपट्टीवासीयांना बहुमजली इमारतीतील घरे फुकट दिली तेव्हा ती घरे त्यांनी विकली आणि ते पुन्हा झोपडपट्ट्यांमध्ये राहायला गेले. प्रशासकीय पातळीवर या प्रश्नावर आम्ही बराच विचार केला पण राजकीय पातळीवर याचा परिणाम शून्य झाला. तेव्हापासून राजकीय पक्षांनी मग ते सत्तेत असो वा नसो मतांसाठी लाचारी स्वीकारली आणि सरकारने हजारो कोटी खर्च करूनदेखील झोपडपट्ट्यांचा प्रश्न अधिक बिकट झाला आहे. विविध पुनर्वसन योजनांचा मुख्य फायदा हा बिल्डर लॉबी आणि स्थानिक राजकारणी यांना झाला आहे.

जवळ-जवळ पन्नास वर्षांपूर्वी स. गो. बर्वे (आय.सी.एस.) यांच्यासारख्या दूरदृष्टीच्या प्रशासकाला मुंबईतील गर्दी असह्य होत जाणार याचा अंदाज आला असल्यामुळे त्यांनी आताच्या पुण्याच्या दिशेने जाणाऱ्या रस्त्यावर ठाण्याच्या खाडीच्या दुसऱ्या बाजूला नवी मुंबई या नव्या शहराची योजना आखली होती. त्यानंतरच्या काही दशकांत जे. बी. डिसूझा (आय.ए.एस.) आणि पी. सी. नायक (आय.ए.एस.) यांच्यासारख्या सुबुद्ध अधिकाऱ्यांनी पुढाकार घेतल्याने नव्या मुंबईने आकार घेतला. सिटी इंडस्ट्रीयल डेव्हेलपमेंट कॉर्पोरेशन अर्थात सिडको याला घरबांधणी तसेच पायाभूत सुविधांचा विकास करण्याची जबाबदारी देण्यात आली होती. त्या वेळी यासाठी खासगी क्षेत्राकडून फारसा प्रतिसाद मिळत नव्हता. बिल्डर आणि सिडको अधिकाऱ्यांसोबत मी या संदर्भात बैठक घेतली. दक्षिण मुंबई ते नवी मुंबई या दरम्यान प्रवासाच्या सोयी चांगल्या असल्याशिवाय लोक तेथे हलायला तयार होणार नाहीत, असे मला सांगण्यात आले. मुंबई लोकलवर अवलंबून असल्यामुळे वाहनांसाठीचा पूल उपयोगाचा नव्हता. त्या वेळी मुंबईत दररोज १२ लाख लोक लोकलने प्रवास करत होते.

माझ्या दिल्लीच्या एका भेटीत मी रेल्वे बोर्डाच्या अध्यक्षांशी रेल्वेच्या पुलाबाबत चर्चा केली. या संदर्भात रेल्वे सर्वेक्षण करेल, असे त्यांनी मला आश्वासन दिले. सहा महिन्यांनंतर त्यांचे सर्वेक्षण पूर्ण झाले आणि पूल व्यवहार्य आहे असे त्यात नमूद केले होते. त्या वेळी अस्तित्वात असलेल्या वाहनांच्या पुलाला समांतर अशा पुलाच्या बांधकामाची आखणी करण्यास रेल्वे तयार झाली, पण आर्थिक अडचणी पाहता त्यांनी एक अट घातली. प्रकल्पाचा एकूण खर्च रुपये १२० कोटी इतका अपेक्षित होता आणि महाराष्ट्र सरकारने त्याचा अर्धा खर्च उचलला, तरच रेल्वे हा पूल बांधू शकणार होती. मी अर्थखात्याचे सचिव रघुनाथन यांच्याशी सल्लामसलत करून रेल्वे बोर्डाचे अध्यक्ष हजर असलेल्या बैठकीत राज्य सरकार हप्त्याहप्त्याने

ही रक्कम अदा करेल, अशी हमी दिली. याबाबत मी मुख्यमंत्र्यांना माहिती देताच त्यांनी आमच्या कृतीला लगेचच मान्यता दिली.

पण या गोष्टीला एक शेपूट होते. मी १९८५मध्ये दिल्लीला केंद्रीय गृहसचिव म्हणून गेलो आणि याबाबत रेल्वे बोर्डाकडे चौकशी केली. महाराष्ट्र सरकारकडून प्रकल्पाच्या खर्चाचा हिस्सा रेल्वे बोर्डाने स्वीकारण्यास नियोजन आयोगाने आक्षेप घेतला असल्याचे मला समजले. नियोजन आयोगाकडे मी चौकशी केल्यानंतर हा प्रकल्प 'योजनेअंतर्गत' नाही आणि नियमानुसार रेल्वे आपल्या गंगाजळीतील पैसे अशा कामांसाठी वापरू शकत नव्हती. कारण रेल्वेची गंगाजळी भारत सरकारच्या गंगाजळीचा हिस्सा होती, असे मला सांगण्यात आले. एका बैठकीच्या वेळी राजीव गांधी यांच्याशी काही विषयांवर चर्चा करत असताना 'निधी उपलब्ध असूनदेखील आपली व्यवस्था जलद गतीने विकास कशी घडवून आणू शकत नाही,' हे एका प्रशासकाच्या भूमिकेतून मी त्यांच्यासमोर मांडले. राजीव गांधींनी हे सर्व लक्षपूर्वक ऐकले आणि काही दिवसांनी प्रश्न सुटला आहे, असे मला सांगितले. त्यांच्या पुढाकाराने आज सुदैवाने नवी मुंबईतील रहिवासी दक्षिण मुंबईत आपल्या उपजीविकेसाठी प्रवास करू शकतात. वाशी आणि मानखुर्द यांना जोडणाऱ्या पुलामुळे नव्या मुंबईच्या विकासाला चालना मिळाली. नवी मुंबई सध्या एक वाढते शहर आहे आणि थोड्याच वर्षांत ते महानगरदेखील होईल.

पायाभूत सुविधांसंबंधीच्या इतर दोन प्रकल्पांमध्ये मी लक्ष घातले. काही वर्षांपूर्वी दक्षिण मुंबईतील मंत्रालयाजवळील नरीमन पॉइंट आणि बांद्रा यांना जोडण्याऱ्या रस्त्याची योजना होती. त्यासाठी मलबार हिल फोडून बोगदा तयार करण्याची तसेच तेथून पुढे बांद्र्यापर्यंत पूल बांधण्याची योजना तयार केली गेली होती. पण विविध आक्षेप आणि पर्यावरणाला होणारे संभाव्य धोके यामुळे ही योजना रखडली होती. मी या योजनेत लक्ष घातले. सार्वजनिक बांधकाम-खात्याचे सचिव आर. टी. अत्रे हे एक अत्यंत निष्णात अभियंते होते. मी आणि अत्रे यांनी माहीमच्या खाडीच्या पलीकडे असलेल्या बांद्रा आणि आजूबाजूच्या परिसराला भेट दिली. आणि बांद्रा आणि वरळी सी-फेसला जोडणाऱ्या पुलाची योजना आखली. ही योजना व्यवहार्य वाटत होती तसेच मूळ योजनेबाबत आक्षेप घेणाऱ्या विविध हितसंबंधी गटांकडूनदेखील याला फारसा विरोध होण्याची शक्यता नव्हती. त्या काळात मांडलेली योजना आज पंचवीस वर्षांनी शानदार बांद्रा-वरळी सी-लिंकच्या रूपाने प्रत्यक्षात उतरली आहे याचा मला आनंद वाटतो. खरे म्हणजे याचे श्रेय हे कल्पकता आणि दूरदृष्टी असलेल्या अत्रे यांना द्यायला हवे. पण आपल्या व्यवस्थेत एखाद्या योजनेच्या जनकाला त्याचे श्रेय कधीच मिळत नाही.

कलानगरच्या चौकात नेहमीच वाहतूक कोंडी होते, हे आम्हाला आमच्या चौकशीत आढळले. अत्रे आणि त्यांच्या अधिकाऱ्यांच्या चमूने यासाठी नव्या पद्धतीची योजना आखली. आज त्यामुळे वाहनचालकांचा फायदा झाला आहे. सुदैवाने पाच वर्षांनी मी जेव्हा विधान परिषदेचा सदस्य झालो, तेव्हा माझा या प्रकल्पाशी पुन्हा संबंध आला. एके दिवशी युनिट ट्रस्ट ऑफ इंडियाचे माजी अध्यक्ष फेरवानी मला भेटायला आले. पायाभूत सुविधांच्या प्रकल्पांना कर्जपुरवठा करणाऱ्या 'इन्फ्रास्ट्रकचर फायनान्सिंग कॉर्पोरेशन लिमिटेड' (आयएफसीएल) या कंपनीच्या अध्यक्षपदी निवृत्तीनंतर त्यांची नियुक्ती करण्यात आली होती. कर्जपुरवठा करण्यासाठी ते काही चांगल्या योजनांच्या शोधात होते. अत्र्यांनी तयार केलेल्या दोन्ही योजनांची माहिती त्यांना देण्यास मी अत्रे यांनाच सांगितले. मी याबाबत राज्याचे अर्थमंत्री सुशीलकुमार शिंदे यांच्याशीदेखील बोललो. आयएफसीएलचा कलानगर प्रकल्पाशी गाठ घालून दिल्याबद्दल फेरवानी आणि त्यांचे एक तरुण सहकारी मला धन्यवाद देण्यासाठी येऊन भेटल्याचे मला स्मरते.

येथे उल्लेखिलेल्या सर्व गोष्टी पारंपरिकदृष्ट्या मुख्य सचिवाच्या जबाबदारीचा भाग मानल्या जात नाहीत. पण माझ्यासाठी या गोष्टी उत्साह वाढविणाऱ्या आणि काहीतरी नवीन करण्याची संधी देणाऱ्या होत्या. अशा गोष्टी मुंबईपुरत्याच मर्यादित नव्हत्या, तर जिथे कुठे भेट देत असे तिथे-तिथे मी हेच करत असे. पुण्यातील पर्वती-पायथ्यावरील झोपडपट्टीवासीयांचे बिबवेवाडी येथील वसाहतीमध्ये पुनर्वसन करण्याचा प्रकल्प हे यातील चांगले उदाहरण आहे. पुण्याचे तत्कालीन महापालिका आयुक्त अरुण बोंगिरवार यांनी घेतलेल्या पुढाकारामुळे ते शक्य झाले. बोंगिरवार पुढे राज्याचे मुख्य सचिव झाले.

पुणे शहराला पिण्याच्या पाण्याचा पुरवठा करणाऱ्या मुख्य स्रोतात होणारे प्रदूषण कायमस्वरूपी रोखण्यासाठी मी केलेले प्रयत्न पुणेकरांना फारच भावले. आपली कृतज्ञता व्यक्त करण्यासाठी महापालिकेने मला आपल्याकडे येण्याचे आमंत्रण केले. महापौर बाळासाहेब शिरोळे यांनी मला शिवाजी महाराजांचा अश्वारूढ पुतळा भेट दिला आणि माझे जाहीरपणे आभार मानले. ही माझ्या कामाची पावतीच होती.

बिबवेवाडीला १९९१मध्ये मी जेव्हा भेट दिली आणि तेथील लोक आपल्या नवीन घरांमध्ये किती आनंदी आहेत हे पाहिले, तेव्हा मला माझ्या कामाचे खरे समाधान मिळाले. बँकांकडून कर्ज मिळवून देऊन एकमजली घरे बांधायची तिनईकरांची कल्पना आम्ही येथे स्वीकारली होती. अनेक लोक आपणहून माझ्यापर्यंत आले

आणि त्यांनी मला आपल्या घरात नेले. ही मंडळी एक पिढी झोपडपट्ट्यांमध्ये राहिली होती. त्यांच्यासाठी हा एक मोठा बदलच होता. यातून मी एक गोष्ट शिकलो. अनेकांनी बहुमजली इमारतींचा प्रस्ताव मांडला असला, तरी तिनईकर यांचे म्हणणे योग्य होते.

कोकणातील पूर

पश्चिम महाराष्ट्रात ऑगस्ट, १९८३मध्ये सर्वत्र प्रचंड पाऊस झाला. नद्या दुथडी भरून वाहू लागल्या आणि काही धरणांना मोठ्या भेगा पडतील किंवा ती फुटतील अशी भीती पाटबंधारे-खात्यातील अधिकाऱ्यांना वाटू लागली. त्यामुळे अनेक धरणांना धोका निर्माण झाला होता. १९६१चा पानशेतचा प्रलय मी पहिला होता आणि त्याची कोठेही पुनरावृत्ती होऊ नये, या काळजीत होतो.

आमच्या सुदैवाने आमच्यासोबत मंत्रालयात पाटबंधारे-खात्याचे मुख्य अभियंते माधव चितळे हे होते. ते या क्षेत्रातील मोठे तज्ज्ञ! सर्व नदीखोऱ्यांचा त्यांचा अभ्यास होता आणि कोणत्या ठिकाणी धोका आहे, याची त्यांनी नोंद केली होती. माझ्या कार्यालयात आम्ही एक 'क्रायसिस मॅनेजमेंट ग्रुप' (सी.एम.जी.) स्थापन केला. दखखनच्या पठारावरील नद्यांमधली पाण्याच्या पातळीवर सातत्याने लक्ष ठेवण्याचे काम हा गट करत होता. धरणे आणि माझे कार्यालय यांना जोडण्यासाठी एक बिनतारी संदेशवहन यंत्रणा स्थापन करण्यात आली. दोन पूर्ण दिवस, अधिकारी कार्यालयाच्या भिंतीवर लावलेल्या नकाशांच्या आधाराने परिस्थितीवर लक्ष ठेऊन होते. सरकारने जे काही केले, त्याची कल्पना वर्तमानपत्रातील बातम्यांवरून अधिक चांगल्या पद्धतीने येऊ शकते. *नॅशनल हेराल्ड*ने लिहिले होते :

> **महाराष्ट्रातील संकट टळले**
> **मुंबई, ऑगस्ट १७, १९८३**
>
> भरलेल्या धरणांमधील पाणी सोडले असते तर मोठे संकट उद्‌भवले असते, पण अत्यंत उच्च दर्जाची कार्यक्षमता दाखवून आणि लष्करी पद्धतीची शिस्त पाळून महाराष्ट्र सरकारने हे संकट टाळले.
>
> उच्चाधिकार समितीने वेळेतच नदीकाठच्या लोकांना हलवले आणि मगच धरणांमधून पाणी सोडले. याच कारणांमुळे संकट टळले आहे. त्यात पावसाचा जोर ओसरल्यामुळे 'वरुणराजादेखील सरकारच्या मदतीला धावून आला' असे म्हणता येईल.
>
> पुरामुळे आणि घरांच्या पडझडीमुळे मृत्युमुखी पडलेल्यांची संख्या १०५हून अधिक झाली असेल. पण ६०,००० लोकांचे स्थलांतर केले

नसते, तर मृतांची संख्या नक्कीच वाढली असती. पुराचा धोका टाळण्यासाठी राज्याचे मुख्य सचिव राम प्रधान यांच्या अध्यक्षतेखालील उच्चाधिकार समितीने तत्काळ मदत आणि पुनर्वसनाची कामे हाती घेतली. समितीने घरांची आणि दळणवळण साधनांची, विशेषत: रस्त्यांची दुरुस्ती केली तसेच रोगराई टाळण्यासाठी मोठ्या प्रमाणात लसीकरणाचा कार्यक्रम हाती घेतला. नद्यांचे पाणी वाढल्यामुळे शेतीच्या कामावर झालेला विपरीत परिणाम टाळण्यासाठीचे कामदेखील या समितीने केले.

ही परिस्थिती घाटावरची होती. कोकणातील परिस्थिती आणखीच बिकट होती. किनाऱ्यावरील अनेक खेड्यांचा जगाशी संपर्क तुटला होता. दरडी कोसळल्यामुळे कोकणाचा रस्त्यामार्गे पश्चिम महाराष्ट्राशी संपर्क तुटला होता. त्याकाळात टेलिफोनची व्यवस्था जवळ-जवळ अस्तित्वात नव्हतीच.

अलिबाग ते गोवा या ८०० किलोमीटरच्या पट्ट्यात काय झाले आहे, याची आम्हाला काहीच माहिती नव्हती. मी कोकणातलाच असल्यामुळे सुदैवाने कोकणातून मुंबईला पोहोचू शकलेले काही लोक मला येऊन भेटले आणि परिस्थितीबाबत मला माहिती दिली. सर्व पेरण्या वाहून गेल्या असल्यामुळे लोक हताश झाले होते. कोकणात अन्नधान्याचा तुटवडा भासू लागला होता.

एन. रघुनाथन आणि मदत व पुनर्वसन-खात्याचे सचिव व्ही. रंगनाथन यांच्याशी मी सल्लामसलत केली. परिस्थिती बिकट असल्यामुळे कोकणात मदत पुरवली पाहिजे, असे आम्ही ठरवले. मुख्यमंत्री वसंतदादा पाटील त्या वेळी सांगलीत होते आणि मी त्यांच्याशी फोनवरून संपर्क साधू शकलो नाही. मी, एन. रघुनाथन आणि सार्वजनिक बांधकाम तसेच कृषिखात्याच्या वरिष्ठ अधिकाऱ्यांनी कोकणात जायचे ठरवले. मुंबईहून गोव्याला गाडीने जाण्याऐवजी राज्य सरकारच्या विमानाने पणजीला पोहोचून तेथून कोकणात जायचे असे आम्ही ठरवले. बिनतारी संदेशवहन यंत्रणेवरून गोवा सरकारला निरोप पाठवून त्यांच्या मदतीने आमच्यासाठी वाहनांची सोय करण्यात आली.

आमचा पहिला मुक्काम होता, त्या वेळी नव्याने निर्माण झालेल्या सिंधुदुर्ग जिल्ह्याचे ठिकाण कुडाळ येथे. तिथे जिल्हा मुख्यालयाची नव्याने मांडामांड चालू होती. जिल्ह्याचे तरुण जिल्हाधिकारी आणि त्यांच्या अधिकाऱ्यांनी आम्हाला पावसाने घातलेल्या थैमानाबद्दल माहिती दिली. सुदैवाने पाऊस कमी झाला होता आणि ज्या मदतीच्या योजनांची त्वरित अंमलबजावणी करणे गरजेचे होते, त्या तत्काळ कार्यान्वित करायच्या असे आम्ही ठरवले. त्यानुसार आम्ही कुडाळहून गाडीने

निघालो आणि चिपळूणमार्गे रत्नागिरीला गेलो. मुख्य सचिव हे मदत द्यायला तसेच घरांचे आणि गुरांचे जे नुकसान झाले आहे, त्याबद्दल सांत्वन करायला आले आहेत हे पाहून लोकांना समाधान वाटले. महामार्गावरील सर्व ठिकाणची धान्याची गोदामे आम्ही उघडली आणि कोणाचीही उपासमार होऊ नये म्हणून अन्नधान्याचे वाटप करायचे ठरवले. तसेच कृषिखात्याने बियाणे आणि खतांचे वाटप केले. त्या रात्री आम्ही रत्नागिरीला मुक्काम केला.

दुसऱ्या दिवशी सर्व अधिकाऱ्यांसोबत आम्ही परिस्थितीचा आढावा घेतला आणि मुंबईच्या दिशेने निघालो. आपल्या पद्धतीनुसार रघुनाथन यांनी प्रत्येक बाबीच्या तपशीलवार नोंदी ठेवल्या. लोकांकडून किंवा लेखा विभागाकडून कोणतीही तक्रार येऊ नये म्हणून स्थानिक अधिकाऱ्यांना दिलेल्या लेखी आदेशावर मुख्य सचिव आणि अर्थखात्याच्या सचिव यांच्या सह्या असतीलच याची आम्ही कटाक्षाने खातरी करून घेत असू. दुसऱ्या दिवशी रात्री आम्ही मुंबईला पोहोचलो आणि तोपर्यंत सांगलीला परत आलेल्या मुख्यमंत्र्यांना या सर्वांची माहिती दिली. वसंतदादा स्वत: कृतिप्रवण असल्यामुळे आम्ही दाखवलेली दक्षता आणि तत्परता तसेच आम्ही ज्या पद्धतीने लोकांचे प्रश्न हाताळले, हे सर्व पाहून त्यांना समाधान वाटले.

त्यानंतर मी जेव्हा-जेव्हा कोकणात जात असे, तेव्हा-तेव्हा पडझड झालेल्या घरांना मी दिलेल्या भेटी तसेच आपल्या संकटाकाळात मी मदतीला कसा धावून आलो, याची आठवण लोक काढत असत. त्यांच्या संकटकाळात प्रशासन जे काही करू शकले, त्याची ही माझ्यासाठी पावतीच होती.

६८

एफ.एस.आय. (FSI) भ्रष्टाचार आणि तोफांचा शोध

मुंबई जिल्हाधिकाऱ्याच्या कार्यालयाकडून भूखंडाच्या आकाराबाबतची खोटी प्रमाणपत्रे दिली गेली आहेत आणि त्यांच्या आधारावर बिल्डरांनी जितके बांधकाम करण्याची परवानगी देण्यात येऊ शकते त्यापेक्षा अधिक बांधकाम केले आहे, या आशयाच्या वर्तमानपत्रातील बातम्याकडे आमचे एकदा लक्ष वेधले गेले.

बेटावर वसलेल्या मुंबई शहरात त्याकाळात एफ.एस.आय. किंवा चटई क्षेत्र निर्देशांक १.३३ इतका होता. म्हणजे १००० चौरस फूट क्षेत्रफळ असलेल्या भूखंडावर १३३० चौरस फूट इतकेच बांधकाम करण्यास परवानगी होती. म्हणजेच ज्या भूखंडावरील बांधकामाचे नकाशे एखादा बिल्डर मुंबई महानगरपालिकेला सादर करत, त्याच्या क्षेत्रफळावर बरेच काही अवलंबून असे. यातील काही प्रकरणात सादर केलेल्या प्रमाणपत्रांमध्ये एखाद्या भूखंडाचे क्षेत्रफळ हे प्रत्यक्षातील क्षेत्रफळापेक्षा अधिक दाखवले गेले आहे, असे या बातम्यांमध्ये लिहिलेले होते.

काही बिल्डर आणि जिल्हाधिकारी कार्यालय यांच्यामध्ये साटेलोटे असावे, असे मला नगर विकास-खात्याच्या सचिवांनी सांगितले. के. जी. परांजपे (आय.ए.एस.) त्या वेळी महसूल सचिव होते आणि मनमोहन सिंह हे तरुण आय.ए.एस. अधिकारी मुंबईचे जिल्हाधिकारी होते. काही कागदपत्रांच्या आधारे दोघांनीही माझ्या कार्यालयात येऊन माझी भेट घेऊन मला माहिती दिली. मी त्यांच्या कार्यालयाला भेट देणार आहे असे मी एके दिवशी जिल्हाधिकाऱ्यांना सांगितले. तसेच त्यांच्या निदर्शनाला आलेल्या १०-१२ प्रकरणांची कागदपत्रे माझ्यासाठी तयार ठेवावीत, असेही मी त्यांना सुचवले. बहुधा अनेक दशकांनी मुख्य सचिव हे जिल्हाधिकारी कार्यलयाला भेट देणार असल्यामुळे माझ्या भेटीमागचा

नेमका उद्देश काय आहे, याबाबत बरेच तर्कवितर्क लढवले गेले.

'ओल्ड कस्टम्स हाउस' या नावाने ओळखल्या जाणाऱ्या ब्रिटिशकालीन इमारतीत मुंबईच्या जिल्हाधिकाऱ्यांचे कार्यालय आहे. त्याच्या मागच्या बाजूला नौदलाची गोदी आहे. गोदीच्या शेजारी त्याचे संरक्षण करण्यासाठी तैनात केलेल्या लष्करी तुकडीसाठी किल्ल्यासारखी इमारत आहे. ज्या १९४६ सालच्या नाविकांच्या बंडाने भारतीय स्वातंत्र्यचळवळीला चालना मिळाली, ते बंड या इमारतीतून सुरू झाले होते. त्यामुळे या इमारतीला ऐतिहासिक महत्त्व आहे. मला ओल्ड कस्टम्स हाउसला भेट देण्याची कधीच वेळ आली नव्हती. भारताच्या इतिहासातील ज्या पर्वाबद्दल मी फर्ग्युसन कॉलेजमध्ये शिकलो होतो, त्याच्याशी संबंधित इमारतींची ओळख करून घेण्यास मी उत्सुक होतो.

माझे आगमन होताच प्रथेनुसार मुंबई पोलिसांच्या एका तुकडीने मला बंदुकीची सलामी दिली. सलामीचा स्वीकार करताना कस्टम्स हाउसच्या मुख्य व्हरांड्याच्या थोड्याशा पुढच्या जागेत जमिनीतून तीन-एक फूट बाहेर आलेले लोखंडी खांब मला दिसले.

माझ्यासोबत परांजपेदेखील आले होते. त्यांनी प्रत्येक प्रकरण तपासले होते तसेच कागदपत्रे पाहून कोणत्या आधारावर क्षेत्रफळाची प्रमाणपत्रे सादर करण्यात आली होती, हेदेखील तपासले होते. सर्वकाही व्यवस्थित आणि नियमानुसार वाटत होते. का ते मला आठवत नाही, पण मला दाखवण्यात आलेली जमिनीची कागदपत्रे 'मूळ कागदपत्रे' आहेत का, हे मी त्यांना अचानकपणे विचारले. मला दाखवण्यात आलेली कागदपत्रे ही मूळ कागदपत्रांवरून काही दशकांपूर्वी तयार केलेल्या नक्कल प्रती आहेत आणि याच नक्कल प्रतींच्या आधारावर प्रमाणपत्रे दिली गेली आहेत, असे मला जिल्हाधिकाऱ्यांनी सांगितले. मुंबई शहराचे मूळ नकाशे जिथे ठेवले होते, त्या रेकॉर्ड-रूममध्ये मला घेऊन जाण्यास मी जिल्हाधिकाऱ्यांना सांगितले.

खुद्द मुख्य सचिव रेकॉर्ड-रूममध्ये पाहून सर्वांना आश्चर्याचा धक्का बसला. ज्या भूखंडांच्या बाबतीत जिल्हाधिकारी कार्यालयाने प्रमाणपत्रे सादर केली होती, त्यातील काही भूखंडांची मूळ कागदपत्रे आम्ही तपासली. तेव्हा मूळ कागदपत्रांत दाखवले गेलेले क्षेत्रफळ आणि ज्या कागदपत्रांच्या आधारावर प्रमाणपत्रे सादर करण्यात आली आहेत, त्यात दाखवले गेलेले क्षेत्रफळ यात तफावत आढळली. भिंगातून पाहिल्यानंतर भूखंडाच्या क्षेत्रफळाच्या आकड्यांमध्ये फेरफार करण्यात आला होता किंवा मूळ क्षेत्रफळाचेच आकडे नव्याने लिहिले गेले होते, हे स्पष्ट होते. हा शोध लागल्यामुळे चौकशीचे आदेश देण्यात आले. या चौकशीतूनच 'एफ.एस.आय. प्रकरण' या नावाने ओळखले जाणारे प्रकरण बाहेर आले.

कोणत्या कर्मचाऱ्यांचा यात हात आहे हे शोधून काढण्यासाठी गेल्या काही वर्षांत सादर केलेली सर्व प्रमाणपत्रे के. जी. परांजपे यांनी बारकाईने तपासली. त्यांनी ही कामगिरी उत्तमपणे पार पाडली तसेच महसूलखात्यातील कर्मचारी आणि बिल्डर यांच्यातील संधानदेखील त्यांनी सप्रमाण सिद्ध केले. अर्थात मुंबई महानगरपालिकेतील अधिकारी आणि बिल्डर यांच्यातदेखील साटेलोटे होते. बांधकामाची परवानगी देण्याआधी त्या ठिकाणी प्रत्यक्ष भेट देऊन जमिनीची मोजणी करण्याची जबाबदारी महानगरपालिकेच्या अधिकाऱ्यांची होती. त्यातूनच हे साटेलोटे तयार झाले होते. सर्व प्रकरण उकरून काढायला आणि त्यासाठी जबाबदार असलेल्या व्यक्तींना शोधून काढण्यासाठी अधिकाऱ्यांच्या पथकाला दोन महिने लागले. मुख्यत: कनिष्ठ स्तरावरील शासकीय कर्मचारी यात गुंतले होते. पण ही मंडळी काही वरिष्ठ राजकारण्यांसाठी काम करत होती, हे आमच्या चौकशीत नंतर पुढे आले.

मंत्रालयात परतताच मी सार्वजनिक बांधकाम-खात्याच्या सचिवांना बोलावून घेतले आणि मी जिथे जमिनीतून बाहेर आलेले खांब पाहिले होते, तो भाग खणून काढण्यासाठी काही अभियंते पाठवण्यास सांगितले. तेथे उत्खनन करायला त्यांना तीन-चार आठवडे लागले. तिथे ब्रिटिश काळातील २३ मोठ्या आकाराच्या तोफा सापडल्या आहेत, असे सचिवांनी मला एके दिवशी सांगितले. मंत्रालयाच्या विस्तारित इमारतीच्या बागेच्या मागच्या बाजूला सर्व तोफा ठेवण्यात याव्यात, असे आदेश मी दिले. तोफांची तपासणी केल्यानंतर त्यातील बहुतेक तोफा या सतराव्या शतकातील आहेत, असे आमच्या लक्षात आले. मी त्यातील चार तोफा निवडल्या आणि मंत्रालयाच्या पुढच्या बाजूच्या बागेत दोन्ही बाजूला प्रत्येकी दोन-दोन अशा त्या आता ठेवल्या आहेत.

काही वर्षांनी मी या शोधाचा उल्लेख राज्यपाल डॉ. पी. सी. ॲलेक्झांडर आणि त्यांच्या पत्नी यांच्यापाशी केला. राजभवनासाठी यातील काही तोफांची निवड करावी अशी मी त्यांना विनंती केली. श्रीमती अकम्मा ॲलेक्झांडर मंत्रालयात आल्या आणि त्यांनी ८-१० तोफा निवडल्या. राजभवनाच्या मागच्या बाजूला अरबी समुद्राला लागून असलेल्या बागेत त्या आता ठेवलेल्या दिसतात. प्रजासत्ताक दिनाचा स्वागत-समारंभात याच बागेत होतो आणि या तोफा सर्वांच्या आकर्षणाचे केंद्र होतात.

मुंबईचे तरुण जिल्हाधिकारी मनमोहन सिंह यांनी आपले काम प्रामाणिकपणे आणि काळजीपूर्वक केले होते, हे माझ्या लक्षात आले. ते शांत वृत्तीचे होते

तसेच आपण केलेल्या कामाची बढाई न मारणारे होते, हेही माझ्या लक्षात आले. ते माझ्या पसंतीला उतरले होते. ही भानगड बाहेर काढणारा अधिकारी म्हणून राजकीय वर्तुळात त्यांची ओळख निर्माण झाली आहे असे जेव्हा माझ्या लक्षात आले, तेव्हा मी सिंह यांची बदली एखाद्या जिल्ह्याच्या ठिकाणी करून त्यांच्या जागी अधिक कणखर अधिकारी आणायचा असे ठरवले.

अरुण भाटिया (आय.ए.एस.) त्या वेळी रायगडचे जिल्हाधिकारी होते. एके दिवशी मी माझ्या पत्नीसोबत अलिबागला भेट दिली. भाटिया आणि त्यांच्या पत्नी प्रीती यांनी आमच्यासाठी दुपारचे जेवण आयोजित केले होते. मी त्यांच्याशी अनौपचारिकरीत्या बोललो. भाटिया हे ग्वाल्हेरच्या सिंदिया शाळेचे माजी विद्यार्थी होते. चारित्र्यवान विद्यार्थी घडवण्याची या शाळेची ख्याती होती. प्रीती यांचे वडील सैन्यातून मेजर-जनरल या हुद्द्यावरून निवृत्त झाले होते आणि त्यांनी आसाम रायफल्सचे मुख्याधिकारीपद भूषवले असल्यामुळे ईशान्य भारतात त्यांचे नाव परिचित होते. ही सर्व कौटुंबिक पार्श्वभूमी पाहून मी प्रभावित झालो आणि अरुण भाटियांना मनमोहन सिंह यांच्या जागी मुंबईला आणायचे ठरवले.

अरुण भाटियांनी नेमके काय करायचे आहे, हे ठरले होतेच. जिल्हाधिकारी कार्यालयातील शहराच्या सर्वेक्षण आणि जमाबंदी संबंधीतील कागदपत्रांमध्ये झालेला फेरफार आणि त्यातून निर्माण झालेली फसवेगिरी याची सखोल चौकशी करायला मी त्यांना सांगितले. आपल्याला मंत्रालयातून पूर्ण पाठिंबा आहे, हे जाणून त्यांनी हे काम अत्यंत बारकाईने पार पाडले. पण हळूहळू ते अतिरेकी पद्धतीने वागू लागले. त्यांना प्रसिद्धीचा सोस होता आणि वर्तमानपत्रांनादेखील त्यांच्यात एक हिरो दिसला. ज्या बाबी महसूल सचिव के. जी. परांजपे यांच्या नजरेस आणायला पाहिजे होत्या, त्या ते वर्तमानपत्रांना सांगायचे. ते जनतेची चांगली सेवा करत आहेत, हे मला माहीत असल्यामुळे मी त्यांच्या पाठीशी उभा राहिलो.

पुढे दिल्लीला गेल्यानंतर भाटिया यांना बराच त्रास दिला गेला आणि त्यांची बदली करण्यात आली. त्यांना त्यांच्या हक्काची पदोन्नती नाकारण्यात आली. त्यांनी जेव्हा केंद्रीय प्रशासकीय लवादाकडे धाव घेतली, तेव्हा त्यांना कोणीही मदत करेना. मी केंद्रीय गृहसचिव असताना एके दिवशी ते मला भेटायला आले. मुख्यमंत्र्यांच्या निर्देशानुसार राज्य सरकारने मी लिहिलेल्या भाटिया यांच्या वार्षिक गोपनीय अहवालाची प्रत त्यांना देण्यास नकार दिला होता. हे मला अन्यायकारक वाटले आणि मी माझ्या हाताखाली काम करत असताना त्यांनी केलेल्या कामाचे कौतुक करणारे पत्र भाटियांना दिले. यामुळे त्यांना न्याय मिळाला.

त्यांनी मला यांची आठवण करून देईपर्यंत मी हे सर्व विसरून गेलो होतो.

निवृत्तीनंतरदेखील अरुण भाटिया जनतेची सेवा करत आहेत आणि पुण्यातील विविध उपक्रमांमध्ये त्यांचा सहभाग आहे. त्यांनी पुण्यातून लोकसभेची निवडणूकदेखील लढवली, पण त्यांचा सपशेल पराभव झाला. ते अत्यंत धीट आहेत आणि त्यांनी आपले कर्तव्य न घाबरता बजावले याबद्दल मला त्यांचे कौतुक वाटते. त्यांना प्रसिद्धी मिळते, पण तो त्यांचा दोष नाही. अशा प्रकारचे सनदी अधिकारी क्वचितच बघायला मिळतात.

६९

माजी मुख्यमंत्र्यांशी सामना

१९८४च्या मध्यापर्यंत मी मुंबईत स्थिरावलो होतो. मुख्य सचिव या नात्याने मी बजावत असलेली सेवा राज्याच्या लोकांना भावली होती, अशी माझी धारणा होती. अंतुले यांच्या कारकिर्दीत जो गोंधळ घातला गेला होता, तो सुधारून ज्या पद्धतीने राज्याच्या प्रशासनाची गाडी रुळावर आणण्याचा मी प्रयत्न केला होता, त्याबद्दल लोकांमध्ये समाधान असल्याचे जाणवत होते. माझ्यासोबत कामाला वाहून घेतलेल्या आणि कार्यक्षम अशा अधिकाऱ्यांचा एकसंध चमू होता. मला सेवानिवृत्त व्हायला दोन वर्षे होती आणि राज्याला अधिक सुदृढ प्रशासन देण्यास मी उत्सुक होतो. आम्ही सर्व अधिकारी एकत्रितरीत्या काम करत होतो.

तेवढ्यात ८ जुलै, १९८४ रोजी वर्तमानपत्रांमध्ये मला अस्वस्थ करणारी एक बातमी झळकली. 'राज्याचे प्रशासन गुंडांच्या हातात आहे' किंवा 'गुंड आणि समाजकंटकांच्या इशाऱ्यांवर प्रशासन काम करत आहे' अशा स्वरूपाच्या बातम्यांना वर्तमापत्रांनी ठळक प्रसिद्धी दिली. दोन माजी मुख्यमंत्री, एक माजी उपमुख्यमंत्री आणि काही निष्ठावंत आमदारांनी हे आरोप केले होते, ही बाब सर्वांत धक्कादायक होती. जवळ-जवळ प्रत्येक राष्ट्रीय आणि प्रादेशिक वर्तमानपत्रांच्या पहिल्या पानावर ही बातमी झळकली.

मी माझ्या कार्यालयात पोहोचताच माझ्या मुख्य साहाय्यक अधिकाऱ्याला सकाळी ठीक ११ वाजता सर्व सचिवांची बैठक बोलवायला मी सांगितले. सर्व अधिकाऱ्यांनी माझ्या कार्यालयात बरोबर ११ वाजता प्रवेश केला, तेव्हा मुख्य सचिवांनी अशी आयत्या वेळेला बैठक का बोलावली असेल, याबद्दलचे आश्चर्य त्यांच्या चेहऱ्यांवर स्पष्ट दिसत होते. सर्वांनी अर्थात त्या दिवशीची वर्तमानपत्रे वाचली होतीच. मी सर्व उपस्थितांना थोडक्यात परिस्थिती समजावून सांगितली आणि पुढे म्हणालो, "या बातम्यांबद्दल काय निर्णय घ्यायचा हे मला ठरवायचे

आहे. मला तुमचा सल्ला हवा आहे, पण तुम्ही सल्ला देण्याआधी तुमच्यापैकी कोणालाही या आरोपांमध्ये तथ्य आहे असे वाटते का, हे मला जाणून घ्यायचे आहे.''

सर्वांनी आरोपांचा जोरदारपणे इन्कार केला. ''गुंड, तस्कर किंवा अमली पदार्थांचा व्यापार करणारे अशा समाजविघातक कृत्य करणाऱ्या व्यक्तीशी तुमच्यापैकी कोणाचा कोणत्याही प्रकारे संबंध आहेत का?'' असा माझा पुढचा प्रश्न होता. सर्वांनी पुन्हा याचा जोरदारपणे इन्कार केला.

मी म्हणालो, ''मी विचारलेल्या दोन्ही प्रश्नांची तुम्ही प्रामाणिक उत्तरे दिली आहेत का, याची मला खातरी करून घ्यायची आहे. तुम्हाला तुमच्या उत्तरांमध्ये थोडासा जरी बदल करायचा असल्यास किंवा काही स्पष्टीकरण द्यायचे असल्यास दुपारी २:३० वाजेपर्यंत मी माझ्या कार्यालयात उपलब्ध आहे. त्यांनतर मी पत्रकार परिषद बोलावणार असून, त्यात ज्यांनी हे आरोप केले आहेत, त्यांचा मी धिक्कार करणार आहे.''

मी काय करणार आहे, हे मी सविस्तरपणे सांगितल्यावर अनेक वरिष्ठ सचिवांनी बोलायची परवानगी मागण्यासाठी आपापले हात वर केले. प्रत्येकाने एका पाठोपाठ आपले मत व्यक्त केले. हे आरोप राजकीय हेतूने केले असून, मुख्यमंत्री वसंतदादा पाटील यांना अडचणीत आणण्यासाठी ज्येष्ठ राजकीय नेत्यांनी हे केले आहेत, यावर सर्वांचे एकमत होते. तसेच हे आरोप काँग्रेस अध्यक्ष या नात्याने श्रीमती इंदिरा गांधी यांना पाठवलेल्या तारेत केले होते, तेव्हा ते थेटपणे केलेले आरोप नाहीत, यावरही एकमत दिसून आले. तेव्हा या बातम्यांना प्रतिष्ठेचा प्रश्न बनवून मुख्य सचिवांनी प्रशासनाला या भानगडीत कशाला ओढावे, असा प्रश्न उपस्थित केला गेला.

ज्यांना-ज्यांना आपले म्हणणे मांडायचे होते, त्या सर्वांना तसे करण्याची संधी दिली गेली. त्यानंतर मी म्हणालो, ''आपल्या मतांबद्दल धन्यवाद! जे प्रशासन गुंडाच्या इशाऱ्यावर चालते असे आरोप होत आहेत, त्या प्रशासनाच्या प्रमुखपदी राहायचे की नाही, याचा निर्णय मी स्वत:च घ्यायचा आहे.''

मुख्य सचिव आता नेमके काय करणार याबद्दलच्या शंका दाखवतच बहुतेक अधिकारी खोलीच्या बाहेर पडले. आपण दिलेला सल्ला स्वीकारण्यास मी तयार होईन का, हे पाहण्यासाठी तीन वरिष्ठ सचिव हळूच मागे रेंगाळले. तसेच मी आता पुढे काय करणार हेदेखील त्यांना शोधून काढायचे होते. ''२:३० वाजेपर्यंत थांबा. मला काही कबुलीजबाब मिळू शकतात. मी कोणता निर्णय घ्यायचा हे ठरवण्यासाठी मला याची मदत होईल,'' असे मी त्यांना सौम्यपणे सांगितले.

मी माझ्या कार्यालयात एकटाच काम करत बसलो. माझ्या आवाहनाला कोणीच प्रतिसाद दिला नसल्यामुळे मी माझ्या साहाय्यकाला एका निवेदनाचा

मजकूर सांगितला आणि मुख्यमंत्र्यांना भेटायला कौन्सिल हॉलमध्ये गेलो. विधिमंडळाचे अधिवेशन चालू होते. वसंतदादा पाटील जेवत होते. मी त्यांना प्रकरणाची चटकन माहिती दिली. ते जर विधिमंडळात निवेदन करणार नसतील, तर मी पत्रकार परिषद बोलावून आरोप करणाऱ्या राजकारण्यांचा धिक्कार करू इच्छितो, असे मी त्यांना सांगितले.

दादांनी एक मिनिटभर विचार केला आणि मग म्हणाले, "राम, मुख्य सचिव या नात्याने तुमच्या सहकाऱ्यांचा बचाव करण्यासाठी तुम्हीच सर्वांत समर्थ व्यक्ती आहात. मी सभागृहामध्ये निवेदन केले, तर कोणीतरी माझ्या सहकाऱ्यांबद्दल काही तरी माहिती घेऊन पुढे येईल. त्यांच्यापैकी कोणाचा तरी गुंड आणि समाजकंटक या लोकांशी संबंध असू शकेल. आम्ही राजकारणीमंडळी वेगळ्या पद्धतीचे आयुष्य जगतो आणि माझ्या सहकाऱ्यांबद्दल मी खातरी देऊ शकत नाही. कोणी त्यांचा प्रतिवाद करणार नाही, हे जाणून हुशारीने हे आरोप प्रशासनावर लावले गेले आहेत."

मी खोलीतून बाहेर पडण्यासाठी उभे राहताच मुख्यमंत्री म्हणाले, "राम, मी तुम्हाला ओळखतो. तुम्ही प्रश्न सक्षमपणे हाताळाल याची मला खातरी आहे. मी तुमच्या पाठीशी राहीन."

मंत्रालयात परत येताच मी मंत्रालय पत्रकार संघाच्या सदस्यांना बोलावून घेतले. इतक्या आयत्या वेळेला मी त्यांना का बोलावले असेल, याबद्दल बहुतेक पत्रकारांना आश्चर्य वाटत होते. मी त्या बातमीकडे त्यांचे लक्ष वेधले आणि "तुम्हाला या बाबतीत माझी प्रतिक्रिया नको आहे का?" असे विचारले

एक वरिष्ठ पत्रकार म्हणाले, "सभागृहातच मुख्यमंत्री याला उत्तर देतील असे आम्हाला वाटत होते. या राजकीय चिखलफेकीत तुम्ही कशाला पडता?"

मी याचे उत्तर दिले नाही. मी आधी मराठीत आणि नंतर इंग्रजीत पुढीलप्रमाणे निवेदन केले.

> दोन माजी मुख्यमंत्र्यांनी हे आरोप केले आहेत. त्यामुळे त्या आरोपांचे गांभीर्य सिद्ध होते. मुख्य सचिव आणि प्रशासनाचा प्रमुख या नात्याने या गंभीर आरोपांची चौकशी झाली पाहिजे, या मताचा मी आहे. जर एखाद्या वरिष्ठ अधिकाऱ्याचे गुंड किंवा समाजकंटकमंडळीशी संबंध असतील, तर त्याच्यावर कडक कारवाई करावी लागेल.
>
> या संदर्भात ज्यांनी आरोप केले आहेत त्यांनी जर ठोस माहिती दिली, तर मी त्याची व्यक्तिशः चौकशी करण्यास तयार आहे किंवा त्यांना अधिक योग्य वाटल्यास त्यांनी लोकायुक्तांकडे तक्रार करून चौकशी करून घ्यावी, अशी माझी त्यांना कळकळीची विनंती आहे.

'असे करणे प्रशासनाच्या तसेच राज्याच्या हिताचेच आहे, या मताचा मी आहे,' अशी जोडही या निवेदनाला दिली.

पत्रकार परिषदेच्या सुरुवातीलाच एका वरिष्ठ पत्रकाराने दिलेल्या सल्ल्याला प्रतिसाद देताना मी म्हणालो, "साधारणपणे नोकरशाही राजकारणापासून अलिप्त राहाते. पण जेव्हा त्यांच्याच विरोधात आरोप केले जातात, तेव्हा मुख्य सचिव या नात्याने मी गप्प राहू शकत नाही." मी यानंतर विचारलेल्या कोणत्याही प्रश्नांची उत्तरे देण्यास नकार दिला आणि पत्रकार परिषद संपवली.

वर्तमानपत्रांमध्ये याची तत्काळ प्रतिक्रिया उमटली. दुसऱ्या दिवशी सर्व वर्तमानपत्रांनी माझ्या निवेदनाला ठळक प्रसिद्धी दिली आणि जवळ-जवळ सगळ्यांनीच वसंतदादा पाटील यांना अडचणीत आणण्यासाठी प्रशासनाला त्यात ओढून बेछूट आरोप करणाऱ्यांचा धिक्कार केला. बहुतेक मराठी वर्तमानपत्रांनी आरोप निंदनीय ठरवले आणि लोकायुक्तांकडे तक्रार करण्याच्या माझ्या आवाहनाचे पूर्णपणे समर्थन केले. सर्वांत चांगली प्रतिक्रिया प्रसिद्ध व्यंगचित्रकार आर. के. लक्ष्मण यांची होती. १४ जुलैच्या 'यु सेड इट'मध्ये एक सधन लाच चारणारा मनुष्य मंत्रालयातून बाहेर पडत म्हणतो, "लाच घ्यायची नाही! वशिलेबाजी नाही! काहीच नाही! इथे सगळे चोर भरलेले दिसतायत!"

आरोप करणाऱ्या दोन माजी मुख्यमंत्र्यांनी या संदर्भात घेतलेली भूमिका लक्षात घेणे गरजेचे आहे. अंतुले यांची १५ जुलै, १९८४च्या *संडे ऑब्झर्व्हर*मध्ये मुलाखत छापून आली होती. 'प्रधान यांनी पत्रकार परिषद घेतली याचा अर्थ राजकीय पातळीवर सरकारच अस्तित्वात नसून, फक्त प्रधान यांच्या नेतृत्वाखालील प्रशासनच सरकार बनले आहे. प्रधान हेच राजे आहेत आणि तेच प्रधानदेखील आहेत. आजच्या परिभाषेत तेच मुख्यमंत्री आहेत आणि मुख्य सचिवदेखील तेच आहेत,' असे ते म्हणाले.

मला लिहिलेल्या पत्रात बाबासाहेब भोसले म्हणाले, "आदरणीय पंतप्रधानांना पाठवलेल्या तारेत प्रशासनासंदर्भात टिप्पणी केली गेली, हे दुर्दैवी आहे. मलादेखील त्याबद्दल वाईट वाटत आहे. तुमच्या भावना मी समजू शकतो. भेटलो की अधिक बोलू.' या प्रसंगामुळे माझे राज्याच्या व्यवस्थेत नेमके काय स्थान आहे, हे मला समजले.

आता बंद झालेल्या, पण त्या वेळी चालू असलेल्या *द डेली* या वर्तमानपत्राने आपल्या २१ जुलै, १९८४च्या संपादकीयात लिहिले :

गुंड सरकार चालवत आहेत; याचा गर्दभध्वनी

महाराष्ट्र शासनाचे अधिकारी हे गुंड आणि समाजकंटक यांच्या इशाऱ्यावर सरकार चालवतात या आरोपांच्या संदर्भातील तक्रार लोकायुक्तांकडे करण्याचे मुख्य सचिव राम प्रधान यांचे आवाहन स्वीकारावे, असे आम्ही अंतुले, आदिक, भोसले, काळे, धोटे आणि मंडळी यांना सांगून आठवडा उलटला आहे. ते असे करू शकले नाहीत, तर आम्हाला त्यांनी आता गाढवांसारखे ओरडणे बंद करायला सांगावे लागेल, असा इशारा आम्ही त्यांना दिला होता.

तेव्हापासून या आरोपांबद्दल काहीच ऐकू येत नाही. उलट बाबासाहेब भोसले यांनी पुण्यात प्रशासनाचा उल्लेख करणे चुकीचे होते, हे मान्य केले. पण त्याचवेळी आपल्या आरोपात तथ्य आहे, असे ते म्हणाले. मुख्य सचिवांनी असे आवाहन करायला नको होते, असे म्हणण्याचा अविचार त्यांनी केला.

हा काय विदुषकीपणा चालला आहे? या विरोधकांना – ज्यात दोन माजी मुख्यमंत्र्यांचा समावेश आहे – आपले आरोप सार्वजनिकरीत्या सिद्ध करण्याची हिंमत नाही का? जमीन व्यवहारातील भ्रष्टाचार उघड करणारे मुंबईचे दोन माजी जिल्हाधिकारी अरुण भाटिया आणि मनमोहन सिंह यांच्या बदलीच्या संदर्भात ते खासगीत मुख्य सचिव, गृहसचिव चौगुले आणि महसूल सचिव श्रीनिवासन यांची नावे घेत आहेत, असे समजते.

मुख्य सचिवांचे आवाहन अंतुले आणि मंडळींनी स्वीकारले असते, तर त्यांच्या हातून शहराची मोठी सेवा घडली असती. असे करून त्यांची चंद्रशेखर प्रभू यांच्यासारख्या आपल्याच पक्षातील कार्यकर्त्यांचे हात बळकट केले असते. युवक काँग्रेसचे (आय) अध्यक्ष असलेल्या प्रभू यांनी शहरातील बेकायदेशीर कृत्य आणि त्यामागच्या समाजकंटकांची नावे राजीव गांधींना सादर केल्याचे समजते.

इंडियन एक्सप्रेस या वृत्तपत्राच्या १२ जुलै, १९८४च्या अंकामध्ये असे मत व्यक्त केले गेले होते :

हा वेडेपणा थांबवा

सनदी अधिकाऱ्यांनी सार्वजनिकरीत्या राजकारण्यांशी वाद घालावा, हे अपेक्षित नसते. विशेषत:, जेव्हा हे राजकारणी सर्वश्री अ. र. अंतुले, बाबासाहेब भोसले आणि रामराव आदिक यांच्यासारखे असतात. हे दोन माजी मुख्यमंत्री आणि हे माजी उपमुख्यमंत्री यांची काय लायकी आहे, हे

सर्वांना माहीत आहे. म्हणजे ही मंडळी जेव्हा महाराष्ट्र सरकार गुंड आणि समाजकंटकांच्या इशाऱ्यांवर चालते आहे असा आरोप करतात, तेव्हा ती स्वतःच्या राजवटीबद्दल तरी बोलत आहेत किंवा वसंतदादा पाटील यांच्या मंत्रीमंडळाबद्दलच्या द्वेषापोटी तरी बोलत आहेत किंवा त्यामागे ही दोन्ही कारणे आहेत. आपले घाणेरडे राजकारण खेळणाऱ्या या बंडखोर काँग्रेसजनांनी केलेल्या आरोपांबद्दल श्री. प्रधान नाराज होणे स्वाभाविकच आहे. राजकारणी टीकाकारांना उत्तर देण्याचे आणि अंतःस्थ हेतूने केलेल्या आरोपांपासून प्रशासनाचा बचाव करण्याची जबाबदारी सोडून शांत राहाणे अधिक प्रशस्त दिसले असते खरे.

पण अंतुले आणि त्यांच्या मित्रमंडळींकडे ठोस माहिती असेल, तर ते लोकायुक्तांकडे तक्रार करू शकले असते. बंडखोर काँग्रेस (आय)च्या नेत्यांना श्री. प्रधानांनी काहीशा रागाने दिलेल्या उत्तरात हेच सुचवले आहे.

अंतुले, भोसले, आदिक आणि त्यांच्या समर्थकांचा खरा रोख वंसतदादा पाटील यांच्या दिशेने आहे. गेल्या रविवारी या मंडळींनी वसंतदादांच्या कार्यपद्धतीबाबत गंभीर आरोप करणारी तार पंतप्रधानांना पाठवली. याला ज्या भाषेत मुख्यमंत्र्यांनी उत्तर दिले ते पाहता, या चिखलफेकीमुळे वातावरण किती दूषित झाले आहे, हे दिसते. काँग्रेस (आय) श्रेष्ठींकडे या सर्व लाजिरवाण्या गोष्टी थांबवण्याची इच्छाशक्ती आहे का, हा खरा प्रश्न आहे. त्यांना फक्त असेच तात्पुरते उपाय सुचतात, ज्यामुळे गटबाजी जिवंत राहाते. ही परिस्थिती फारशी चांगली नाही. महाराष्ट्रात काँग्रेस (आय)साठी वसंतदादा पाटील हेच योग्य नेतृत्व आहे. त्यांना शांततेत काम करू दिले पाहिजे. त्यांच्या विरोधकांची विश्वासार्हता शून्य आहे.

बहुतेक जिल्हापत्रांनी माझ्या निवेदनाला प्रसिद्धी दिली, याचा मला आनंद वाटला. ज्यांनी आरोप केले, त्यांच्याशी माझ्या वतीने वाद-विवाद झाला. या आरोपांचा सामना केल्याबद्दल माझे अभिनंदन करणारी अनेक पत्रे मला आली.

यामुळे प्रशासनात वरच्या पातळीवरदेखील शिरलेल्या भ्रष्टाचाराचा आत्मविश्वासाने सामना करण्यासाठी मला नक्कीच मदत झाली. पण याच मुद्द्यावर मला मुख्यमंत्र्यांशी संघर्ष करावा लागला.

७०

मुख्यमंत्र्यांशी मतभेद

मुख्यमंत्री आणि माझ्यात एक विश्वासाचे नाते निर्माण झाले होते. या एफ.एस.आय. प्रकरणामुळे या नात्याला पहिल्यांदाच एक प्रकारे 'तडा' गेला. ज्यांची चौकशी चालू होती त्यांनी 'वर्षा'च्या नको इतक्या जवळ असलेल्या मंडळींची नावे घेतली. प्रकरणात आता राजकारण शिरू लागले होते. वसंतदादा मला याबाबत काहीच बोलले नाहीत, पण त्यांच्या घरातूनच त्यांच्यावर दबाव येत आहे, हे मला जाणवले. मुख्यमंत्र्यांच्या घरात काय चालू आहे, याची मंत्रालयात सर्रास चर्चा सुरू असायची. मला यात अजिबात रस नव्हता आणि अशा गोष्टींसाठी वेळदेखील नव्हता. माझ्यासमोर याचा उल्लेख करायचा नाही, असे मी काही वरिष्ठ अधिकाऱ्यांना बजावले. तसेच कायदा आपल्या परीने काम करील असेही त्यांना सांगितले.

अशा परिस्थितीत मुख्यमंत्र्यांच्या कुटुंबात मतभेद निर्माण झाले आहेत, अशी माहिती माझ्या नजरेस आणून दिली गेली. वसंतदादांच्या कुटुंबात त्यांची आणि त्यांच्या पहिल्या पत्नीची मुले तसेच त्यांची आणि त्यांच्या दुसऱ्या पत्नी शालिनीताई पाटील यांची मुले अशी सर्व मंडळी होती. शालिनीताई यांच्या राजकीय महत्त्वाकांक्षा जबरदस्त होत्या आणि त्या अरेरावीने वागणाऱ्या होत्या. शालिनीताई आणि त्यांचे पहिले पती यांची मुले हेदेखील वर्षावर राहात. मुख्यमंत्र्यांच्या कुटुंबातील कलहांच्या मुळाशी राजकारण आणि पैसा हेच होते. या सर्व त्यांच्या खासगी जीवनातील बाबी असल्यामुळे मी याबाबत वसंतदादा यांच्याशी बोलण्यास नकार दिला.

वसंतदादा आणि शालिनीताई यांच्या कन्येला महाबळेश्वरमधील सरकारी मालकीचा एक मोठा भूखंड कवडीमोल दराने चाळीस वर्षांच्या भाडेपट्ट्याने देण्यात आला आहे, असे ऑक्टोबर, १९८४मध्ये एके दिवशी महाबळेश्वरच्या अधीक्षकांनी मला सांगितले. महाबळेश्वरात जेथे आपण प्रवेश करतो, तेथील टेकडीच्या उतारावर ही

जागा होती. ती जागा मोक्याची होती. मी याबाबत वसंतदादांशी बोललो. हे सर्व राजकीय हेतूने प्रेरित आहे, असे सांगत त्यांनी याचे गांभीर्य कमी करण्याचा प्रयत्न केला. कोणतीही चुकीची गोष्ट घडली की राजकारणीमंडळी हेच म्हणतात, हे मला माहीत असल्यामुळे मला हा युक्तिवाद परिचयाचा होता; पण मला तो काही पटला नाही.

थोड्याच दिवसांत बातमी वर्तमानपत्रांपर्यंत पोहोचली. एका माजी मुख्यमंत्र्याच्या संदर्भातील लाचखोरीच्या प्रकरणात फेब्रुवारी, १९८४मध्ये दिलेल्या एका निकालात सर्वोच्च न्यायालयाने एखादा मंत्री किंवा आमदार कायद्याच्या कक्षेबाहेर नाही, असा निर्णय दिला होता. मी वसंतदादा यांना हलकेच या सर्व प्रकरणाबाबत छेडले आणि जमीन देण्याचा आदेश रद्द करून घेतला. वसंतदादा चाणाक्ष होते. अ. र. अंतुले यांना पदच्युत करण्यात वसंतदादांची थोडीफार भूमिका असल्यामुळे आपल्या विरोधकांना आपल्याबाबत असेच करण्याची संधी त्यांना द्यायची नव्हती.

त्याच वेळी मुंबईतील गुन्हेगारीच्या परिस्थितीने माझे लक्ष वेधून घेतले. जसे अपेक्षित होते, त्याप्रमाणे पोलीस आयुक्त ज्युलिओ रिबेरो अत्यंत उत्साहाने गुन्हेगारांच्या मागे हात धुवून लागले होते. तस्करी आणि हवाला व्यवहार यामध्ये गुंतलेले आहेत या संशयावरून केंद्र सरकारचे विभाग अनेकांची चौकशी करत होते. मुंबई गोदीचा परिसर हाजी मस्तानच्या ताब्यात असल्याचे लक्षात आले. आयात केलेली सर्व प्रकारची इलेक्ट्रॉनिक उपकरणे विशेषत: ट्रान्झिस्टर, रेडिओ, टेप रेकॉर्डर इत्यादी फोर्ट भागात सर्रासपणे विकले जात होते. काही दुकाने तर फक्त हाच माल विकत. क्रॉफर्ड मार्केटच्या मागे आणि महमद अली मार्गाच्या परिसरात असलेले मनीष मार्केट हे ठिकाण आयात केलेल्या अशाच वस्तूंसाठी प्रसिद्ध होते.

आणीबाणीच्या काळात हाताशी असलेले कायदे आता अस्तित्वात नसल्यामुळे या संघटित गुन्हेगारीला आळा घालणे, पोलीस आणि कस्टम विभागाला अवघड पडत होते. मी गृहसचिवपदावर काम केले असल्यामुळे मला या कारवायांची माहिती होती तसेच सरकारवर असलेल्या मर्यादादेखील माहीत होत्या. केंद्र सरकारशी सल्लामसलत करून आम्ही अनेक कुख्यात गुन्हेगारांना ताब्यात घेऊन त्यांना 'राष्ट्रीय सुरक्षा कायदा' – 'रासुका'खाली अटक करण्याचे ठरवले. रासुकाखाली एखाद्यावर कोर्टात खटला न चालवता त्याला स्थानबद्ध करता येत होते. याने जरब बसायची तसेच आमच्या कारवाईचे समर्थन करणे तुलनेने सोपे होते.

एप्रिलमध्ये भिवंडीत छोटीशी दंगल झाली होती. जातीय तणाव आणि दंगली यांसाठी भिवंडी कुप्रसिद्ध होते. येथील दंगल इतर संवेदनशील गावांमध्ये चटकन पसरते हे माहीत असल्यामुळे ती तत्काळ आणि कठोरपणे आटोक्यात आणायची

असे आमचे धोरण होते. काही शिवसेना नेत्यांनी कुरापती काढल्या आहेत, हे लक्षात येताच त्यांनाही रासुकाखाली तुरुंगात टाकण्यात आले. ज्युलिओ रिबेरो यांनी माफिया डॉन करीम लाला आणि हाजी मस्तान या दोघांना स्थानबद्ध केले. त्यांच्या ठिकाणांवर छापे टाकण्यात आले, तेव्हा तेथे बेकायदेशीररीत्या जमा केलेला शस्त्रसाठा सापडल्याचे पोलिसांनी सांगितले. हाजी मस्तान चालवत असलेल्या 'ऑल इंडिया पीपल्स सेक्रेटेरीयट' याने दंगलखोरांना शस्त्रास्त्रे पुरवल्याचा ठोस पुरावा उपलब्ध असल्याचे रिबेरो यांनी सार्वजनिकरीत्या जाहीर केले.

या कडक कारवाईचे सर्वत्र स्वागत केले गेले आणि वर्तमानपत्रांनी त्याचे भरपूर कौतुक केले. यामुळे रिबेरो यांची एक कडक पोलीस अधिकारी अशी ख्याती तयार होण्यास मदत झाली.

स्वच्छ आणि कार्यक्षम प्रशासन असा नावलौकिक आम्ही पुन्हा मिळवला याचा मला आनंद वाटला. वर्तमानपत्रे तसेच उद्योगजगताने आमचे जाहीरपणे कौतुक केले. यामुळे आमचे मनोबल वाढले आणि माफियाला वठणीवर आणण्यासाठीच्या आमच्या इच्छाशक्तीला अधिक बळ मिळाले.

एके दिवशी मात्र राज्य सरकारने रासुकाखाली स्थानबद्ध केलेल्या हाजी मस्तान, करीम लाला आणि शिवसैनिक यांना सोडण्याचा निर्णय घेतला आहे, अशी बातमी वर्तमानपत्रांमध्ये वाचल्यानंतर आम्हाला धक्काच बसला. मुख्य सचिवांनादेखील याची कल्पना देण्यात आली नव्हती. राज्य सरकारच्या कामकाजविषयक नियमावलीनुसार असा निर्णय घेण्याचे अधिकार गृहखात्याला होते, पण व्यापक परिणाम होऊ शकेल अशा महत्त्वाच्या निर्णयाबाबत मुख्य सचिवांना नेहमीच आगाऊ माहिती देण्यात येत असे.

मुख्यमंत्री या निर्णयाची जबाबदारी घेण्यास नकार देत आहेत, हे पाहून मला आणखी मोठा धक्का बसला. हा निर्णय केंद्र सरकारच्या इशाऱ्यांनुसार घेतला गेला आहे असे मला सूचित करण्यात आले. मी दिल्लीतील सहकाऱ्यांशी खातरजमा करून घ्यायचे ठरवले, तेव्हा यात बड्यामंडळीचा संबंध असल्यामुळे यात लक्ष न घातलेले बरे, असा सल्ला मला देण्यात आला. मी फक्त 'अंदाज' बांधू शकत होतो. १९७८मध्ये कट करून आपले सरकार पाडल्याचा अनुभव वसंतदादा यांना होता. त्यामुळे ते आपल्या सरकारमध्ये काय चालले आहे, याबाबत अत्यंत जागरूक होते. निष्ठावंत विरुद्ध बिगर-निष्ठावंत हा मुद्दा उपस्थित केला जात होता. वसंतदादा हे १९७८मध्ये इंदिरा गांधीविरोधी गटात सामील झाले असल्यामुळे त्यांना निष्ठावंत मानले जात नसे. मंत्रीमंडळातील एक गट 'वर्षा'मधील घडामोडी तसेच प्रशासनाची तथाकथित मुस्लीमविरोधी भूमिका याबाबत विपर्यस्त बातम्या पसरवत आहे, हे त्यांच्या लक्षात आले होते. प्रसिद्ध कायदेतज्ज्ञ असलेले एक

ज्येष्ठ मंत्री बंडखोरांना उत्तेजन देत आहेत, अशी माहिती मला मिळाली होती. ते काही माफिया आणि डॉन यांच्याबरोबर जवळीक साधून आहेत, हेही ज्ञात होते.

या सर्व गोष्टींनी माझ्या सहनशक्तीचा अंत पाहिला. ऑगस्ट, १९८४च्या उत्तरार्धात मी सहा आठवड्यांच्या रजेसाठीचा अर्ज केला आणि काही दिवसांनंतर मी स्वित्झर्लंडला निघून गेलो. माझ्या निर्णयाबद्दल अनेक तर्कवितर्क लढवले गेले. संयुक्त राष्ट्रसंघात नोकरी मिळते का, याची चाचपणी करण्यासाठी मी तिथे गेलो आहे, असेदेखील काहींना वाटले.

मुंबईत चाललेल्या नीचपणापासून दूर जाणे हाच यामागचा माझा हेतू होता. राजीनामा देण्याचा माझा अजिबात बेत नव्हता. मी ज्या आय.ए.एस. सेवेत होतो त्यामध्ये परत येण्यासाठी मी संयुक्त राष्ट्रसंघातील वरिष्ठ पदास नकार दिला होता, हे फार जणांना माहीत नव्हते. मी माझा थोरला मुलगा राजीव याला भेटायला लॉसान येथे गेलो. ऑलिव्हेट्टी या इटालियन बहुराष्ट्रीय कंपनीत तो नोकरी करत होता आणि त्याची नियुक्ती लॉसानला झाली होती. राजीव आणि त्याची पत्नी नूतन यांना आपल्या पहिल्या बाळाच्या आगमनाची चाहूल लागली होती.

लॉसान ते जिनिव्हा हा गाडीचा प्रवास जेमतेम एका तासाचा आहे. मी राजीवची गाडी घेऊन संयुक्त राष्ट्रसंघातील जुन्या सहकाऱ्यांना भेटायला जात असे. तसेच चांगला परिचय असलेल्या अनेक भारतीयांना मी भेटून येत असे. सर्वांनी माझे स्वागत केले आणि सनदी अधिकारी या नात्याने मला भारतीय वर्तमानपत्रांमध्ये मिळत असलेली प्रसिद्धी वाचून त्यांना आनंद वाटला. या सुंदर देशातील सहा आठवड्यांच्या सुट्टीनंतर मला ताजेतवाने वाटले आणि भारतात परतल्यावर मी पदाचा कार्यभार स्वीकारला.

दुसऱ्या दिवशी *टाइम्स ऑफ इंडिया*ने बातमी दिली – 'प्रधान-मुख्यमंत्री तेढ संपुष्टात' बातमीत पुढे म्हटले होते – 'मुख्यमंत्र्याच्याच पातळीवरील सरकारच्या कार्यपद्धतीबाबत प्रधान 'नाराज' असल्यामुळे ते ४५ दिवस सुट्टीवर गेले होते.' पदभार स्वीकारण्याच्या आधी मी वसंतदादांची वर्षावर भेट घेतली आणि त्यांच्याशी मोकळेपणाने बोललो असल्यामुळे मी या वृत्ताचा ना इन्कार केला, ना त्यास दुजोरा दिला. *टाइम्स*ने पुढे म्हटले, 'सरकारी सूत्रांनुसार सरकारी नोकरीतील प्रधानांच्या पुढील कारकिर्दीबाबत तर्कवितर्क सुरू करण्यास कारणीभूत ठरलेल्या वादाचा हा गोड शेवट आहे.'

पण पुढील काही महिन्यांत काही घटनांमुळे मी प्रसिद्धीच्या झोतात ढकलला जाईन तसेच केंद्र सरकारमधील जे पद भूषवण्याचा माझा मानस होता त्याच पदावर मी जाईन, याची मला कल्पनाच नव्हती. दरम्यानच्या काळात मी मुख्यमंत्र्यांशी उत्तम संबंध प्रस्थापित केले होते आणि सर्व राजकारण्यांच्या – मग ते कोणत्याही पक्षाचे असोत – आदरास पात्र ठरलो होतो. यामुळे अधिक स्वतंत्रपणे आणि आत्मविश्वासाने मला काम करता आले.

७१

पर्यावरण : नवे कार्यक्षेत्र

मुंबईची लोकसंख्या १९८०च्या दशकाच्या मध्यापर्यंत एक कोटीच्या जवळपास झपाट्याने जाऊन पोहोचणार, हे स्पष्ट होते. झपाट्याने उभ्या राहणाऱ्या इमारतींमुळे किनारपट्टीचे स्वरूप पूर्णत: बदलू लागले होते. यामुळे एक वेगळीच समस्या उभी राहिली. किनाऱ्याजवळील भागांमध्ये उभ्या राहिलेल्या भरपूर उंचीच्या नव्या इमारतींमुळे जुन्यांचा उजेड आणि वारा अडत होता. जुहू बीचवर अनिर्बंध बांधकाम होतच होते आणि भरतीच्या वेळी जिथपर्यंत समुद्राचे पाणी आत येते ती ठिकाणे आणि समुद्रकिनाऱ्यावरील घरे यांच्यातील अंतर १०० मीटरहून कमी झाले होते. यामुळे जुहू परिसराच्या सौंदर्याला बाधा पोहोचत होती. या परिसरात १९३०च्या दशकात फक्त एकमजली बंगल्यांना परवानगी दिली गेली होती. ही सर्व घरे समुद्राला तोंड करून म्हणजेच सी-फेसिंग होती. या सगळ्यामुळे या परिसरातील सुनियोजित विकासालादेखील बाधा येत होती.

एस.पी. गोदरेज यांच्या नेतृत्वाखालील काही पर्यावरणवाद्यांचा पंतप्रधान इंदिरा गांधी यांच्याशी संपर्क होता आणि त्यांनी ही बाब त्यांच्या निदर्शनास आणून दिली. त्या मुळातच पर्यावरणवादी होत्या तसेच त्यांना सौंदर्याची जाण होती. भरतीच्या वेळी समुद्राचे पाणी जेथपर्यंत आत येते त्यापासून ५०० मीटरच्या अंतरापर्यंत कोणत्याही बांधकामाला परवानगी देऊ नये, असे निर्देश त्यांनी किनारपट्टी असलेल्या सर्व राज्यांना दिले. सर्व अनधिकृत बांधकामे पाडण्यात यावीत असाही त्यांनी आदेश दिला. या निर्देशांमुळे अनेक तरुणमंडळी पर्यावरणविषयक दबावगट स्थापन करण्याच्या कार्यात सामील झाली. त्या वेळी टाटा उद्योगसमूहात काम करणारे शाम चैनानी यांनी यात पुढाकार घेतला. त्यांना स्वयंसेवी संघटनांच्या कामात भाग घेण्यास मोकळीक होती. त्यांनी 'बॉम्बे एनव्हायर्नमेंटल ग्रुप'ची स्थापना केली. ते उच्चशिक्षित असल्यामुळे आमचे जमले. त्यांचे शिक्षण आय.आय.टी.,

केंब्रिज आणि स्लोन स्कूलमध्ये झाले होते.

महाबळेश्वरमध्ये अनिर्बंध बांधकामे होत असल्यामुळे निर्माण झालेल्या प्रश्नांना वाचा फोडण्यासाठी आयोजित केलेल्या परिषदेसंदर्भात शाम चैनानी एके दिवशी मला भेटायला आले. ते त्या वेळी ३८ वर्षांचे असावेत. त्यांचे वडील मुंबई उच्च न्यायालयाचे माजी मुख्य न्यायमूर्ती होते, त्यामुळे त्यांची नव्याने ओळख होण्याचा प्रश्नच नव्हता.

महाबळेश्वरसंबंधीची ही परिषद एकप्रकारे पर्यावरण विषयक बाबींमधील माझ्या सहभागाची सुरुवात होती. वाटेल तशी होणारी वृक्षतोड आणि तशाच प्रकारे होणारा जलस्रोतांचा संकोच यामुळे आपण आपल्याच पुढील पिढ्यांचे भवितव्य धोक्यात आणत आहोत, याची जाणीव त्या वेळी फारशी नव्हतीच. स्वत:ची घरे आणि त्याभोवतालच्या निसर्गसौंदर्याचे संरक्षण करण्यासाठी श्रीमंतानी सुरू केलेले हे एक फॅड आहे, असे राजकारणीमंडळीचे मत होते. स्वत:चा फायदा व्हावा या हेतूने तथाकथित पर्यावरणवाद्यांकडून विविध मुद्दे उपस्थित केले गेल्याची अनेक प्रकरणे मला माहिती होती. त्यामुळे राजकारणीमंडळीचे हे मत अगदीच चुकीचे नव्हते. मुख्य सचिवांना यात सामील करून घेऊन, या पर्यावरणवाद्यांना स्थानिक प्रशासनाला बाजूला सारायचे होते. न विचार करता त्यांच्या कामांना माझ्याकडून पाठिंबा दिला जाणार नाही ना, याबद्दल मला दक्ष राहावे लागले.

काँग्रेसच्या मेळाव्यांसाठी मी यशवंतरावांच्या सोबत दोन-तीन वेळा महाबळेश्वरला गेलो होतो. महाबळेश्वरबद्दलची माझी माहिती तेवढ्यापुरतीच होती. मी या मेळाव्यांमध्ये भाग घेतला नाही आणि त्यामुळे मला स्थानिक अधिकाऱ्यांसोबत परिसरात हिंडता आले. यातून मला तेथील भौगोलिक परिस्थितीची थोडीफार कल्पना आली. इतिहास माहीत असल्यामुळे ज्या प्रतापगडावर भोसले घराण्याच्या कुलदेवतेचा वास आहे त्याच्या पायथ्याशी शिवाजी महाराजांनी अफझल खानाचा वध केला होता, हे मला माहीत होतेच.

या पर्यावरण परिषदेने माझे डोळे खाडकन उघडले. माजी आय.ए.एस अधिकारी आणि नंतर सीयाटचे अध्यक्ष झालेले रुसी बोगा, शर्यतीच्या घोड्यांची पैदास करणारे डॉ. फरोख वाडिया तसेच आनंदा वुड्स यांनी परिषदेच्या आयोजनात प्रमुख भूमिका बजावली. भाषणे ऐकल्यावर तसेच पर्यावरणाला कोणत्या प्रकारे हानी पोहोचत आहे, हे कळल्यावर मी माझ्या माउंट अबूच्या अनुभवावर आधारित कारवाई करायची ठरवली. अबूला मी साहाय्यक जिल्हाधिकारी होतो आणि शिवाय माउंट अबूचा अधीक्षकही होतो. थंड हवेच्या ठिकाणांसाठी अधीक्षकाचे पद हे तत्कालीन मुंबई राज्यात महाबळेश्वरसाठी निर्माण करण्यात आले होते. पण स्वातंत्र्यानंतर साताऱ्याच्या कोण्या जिल्हाधिकाऱ्याला आपल्याला हवे तितके महत्त्व मिळत नाही,

असे बहुधा वाटले असावे आणि त्यामुळेच त्यांनी हे पदच रद्द करून घेतले. या कारणास्तव महाबळेश्वरचे प्रशासन हे जिल्हामुख्यालयातूनच चाले.

व्यवस्थेतील हा प्रमुख प्रशासकीय दोष माझ्या लक्षात आला आणि मी महाबळेश्वरचा अधीक्षक या पदाचे पुनरुज्जीवन केले आणि साताऱ्याचे अतिरिक्त जिल्हाधिकारी तसेच महाबळेश्वरचे अधीक्षक या पदांवर अझिझ खान या तरुण आय.ए.एस. अधिकाऱ्याची नियुक्ती केली. सभोवतालचे पर्यावरण आणि वृक्षसंपत्तीचे संरक्षण करण्याची कामगिरी त्यांनी उत्तमपणे पार पाडली.

महाबळेश्वरमध्ये राहणारे लोक आणि पर्यावरण चळवळीला चालना देणारा त्या वेळी तरुण असलेला वर्ग आज २५ वर्षांनीदेखील माझ्या योगदानाची आठवण ठेऊन आहेत, हे पाहून मला आनंद वाटतो. त्यातील काहींना आंतरराष्ट्रीय मान्यता मिळाली आहे तसेच त्यांचा राष्ट्रीय पातळीवर गौरव झाला आहे. त्यांच्या स्वयंसेवी कार्याला पाठिंबा देण्यासाठी मी माझ्या सत्तेचा आणि अधिकारांचा वापर केला एवढ्यापुरतेच माझे योगदान मर्यादित आहे. यामुळे मला भरपूर समाधान मिळाले.

मी १९७९-८१ या काळात सागरी वाहतूक महासंचालक असताना पर्यावरण विषयक प्रश्नाशी माझा परिचय झाला होता. मुंबईच्या समुद्राच्या पलीकडच्या बाजूला आम्ही न्हावा शेवा बंदरासाठी जागा शोधत होतो. व्यापार वाढल्यामुळे मुंबई बंदरातील गर्दी वाढत होती. वस्तूंची मोठ्या प्रमाणात आयात होत होती. जहाजांमधून हा आयात माल वाटेल तसा सुट्या-सुट्या गाठोड्यांमध्ये बांधून ठेवला जात असे. याला सागरी वाहतुकीच्या परिभाषेत 'ब्रेक बल्क कार्गो' असे म्हटले जात असे. भारतात असा हा माल उतरवताना मोठ्या आकाराच्या क्रेन त्याला उचलून धक्क्यावर ठेवत असत. यामुळे बंदराच्या आतल्या परिसरात सर्वत्र पसारा असे आणि आपले गाठोडे आपल्यालाच शोधत फिरावे लागायचे.

गेल्या १० ते १५ वर्षांमध्ये पाश्चिमात्त्य देश हे अशा ब्रेक बल्क कार्गोची वाहतूक करण्यासाठी कंटेनर अर्थात मोठ्या आकाराची खोकी यांचा वापर करू लागले होते. बंदरापासून देशाच्या इतर भागांमध्ये अशा मालाची वाहतूक करण्यासंदर्भात एका विशेष कराराचा मसुदा तयार करण्यात आला होता. म्हणूनच मी उंक्टाडमध्ये असताना मला याचा अभ्यास करता आला. या कराराचे नाव 'मल्टीमोड ट्रान्स्पोर्टेशन कन्व्हेन्शन' असे होते.

मी याबाबत भारत सरकारकडून निर्देशांची मागणी केली असता भारताला या करारात काहीच रस नाही, असे मला थाटात सांगण्यात आले. महासंचालक झाल्यावर ही भूमिका किती चुकीची आहे तसेच आपण मालाच्या वाहतुकीच्या

बाबतीत किती मागास आहोत, हे माझ्या लक्षात आले. शिपिंग कॉर्पोरेशनचे व्यवस्थापकीय संचालक रियर ॲडमिरल क्रिशन देव हे सागरी वाहतूक-खात्यातील बाबूंना याबाबत आता कसे समजावून सांगायचे, या पेचात अडकले होते. कंटेनर शिपिंगच्या बाबतीमध्ये आपण दहा वर्षेतरी मागे होतो. सिंगापूरच्या कंपन्या जेव्हा त्यांच्या जहाजातून कंटेनर वापरून त्यांच्या जहाजांमधून आमच्या मालाची ने-आण करू लागल्या, तेव्हा कुठे आम्हाला याचे महत्त्व कळले. आता भारतातून निर्यात होणारा बहुतेक कोरडा माल हा कंटेनरमधून पाठवला जातो.

न्हावा शेवा बंदराबाबत दोन अडचणी होत्या. पहिली होती, त्यासाठी आवश्यक असणारी योग्य अशी जागा आणि दुसरी होती, त्यासाठी लागणारी जमीन. जमीन अधिग्रहण कायद्याखाली मोठ्या प्रमाणात जमीन संपादित करायला लागणार होती. ही जबाबदारी राज्य सरकारची होती आणि त्यामुळे मुख्य सचिव या नात्याने माझा त्याच्याशी संबंध आला. दुसरा प्रश्न होता, पर्यावरणाचा!

७२

न्हावा शेवा :
जमीन अधिग्रहणाचा नवा फॉर्म्युला

न्हावा शेवा बंदरासाठी तसेच नवी मुंबईसाठीच्या 'सिटी डेव्हलपमेंट कॉर्पोरेशन'साठी (सिडको) करायला लागणाऱ्या जमीन संपादनाच्या धोरणात्मक बाबींनी मला प्रसिद्धीच्या झोतात आणले. मुंबई बंदरात कोंडी वाढत असल्यामुळे कंटेनर हाताळू शकेल, असे नवे बंदर आवश्यक होते. कोरड्या मालाच्या वाहतुकीत कंटेनरांचा वापर टप्प्याटप्प्याने वाढत होता आणि त्यामुळे 'ब्रेक बल्क कार्गो' पद्धत मागे पडत असल्यामुळेदेखील याची गरज होती. सागरी वाहतूक महासंचालक असताना मला या सगळ्याचा अभ्यास करावा लागला होता.

न्हावा शेवा येथे कंटेनर बंदर व्हायची गरज आहे हे सर्वांना पटले होते, हे मुख्य सचिव या नात्याने मला कळले. पण न्हावा शेवा परिसरात जमीन संपादनासाठी तितकासा पाठिंबा नव्हता. ज्या रायगड जिल्ह्यातील उरण परिसरात हे बंदर होणार होते, तेथे शेतकरी-कामगार पक्षाचे वर्चस्व होते. पक्षाचे नेते दि. बा. पाटील महाराष्ट्र विधानसभेतील विरोधी पक्षनेते होते तसेच ते एक वजनदार राजकीय नेतेदेखील होते. मुख्यमंत्री वसंतदादा पाटील आणि दि. बा. पाटील यांच्यात चर्चेच्या अनेक फेरी झाल्या. पण जमिनीचा योग्य मोबदला आणि ज्यांच्या जमिनी संपादित होणार आहेत त्यांच्या पुनर्वसनाची योग्य सोय, याबाबत सरकारने आश्वासन दिल्याशिवाय शेकापचे नेतृत्व बंदराच्या योजनेला पाठिंबा देण्यास तयार नव्हते.

जमिनीच्या मोबदल्याच्या मुद्द्यासंदर्भात मी गृहसचिव असताना बडोद्याच्या 'इंडियन पेट्रोलियम कॉर्पोरेशन' (आयपीसीएल) यांना रायगड जिल्ह्यात नागोठण्याजवळील नऊ खेड्यांमधली जमीन अधिग्रहित करण्यास मदत केली होती. माझे मूळ गाव

नागोठणे होते. भूमिपुत्र असल्याच्या भूमिकेतूनच मी स्थानिकांना प्रकल्पाचे महत्त्व तसेच त्यातून येणारी समृद्धी याबाबत समजावून सांगितले होते. स्थानिकांना नोकऱ्या देण्याच्या संदर्भात आम्ही आयपीसीएलकडून हमी घेतली. जमिनीचा बाजारभाव प्रतिएकर रुपये ५००० असताना आम्ही मोबदला म्हणून प्रतिएकर रुपये ३०,००० दिले. माझ्या वैयक्तिक हस्तक्षेपामुळेच स्थानिकमंडळी आपल्या जमिनी देण्यास तयार झाली होती. आम्ही दिलेला हा दर ग्राह्य धरून दि. बा. पाटील यांनी प्रतिएकर ४०,००० रुपयांच्या मोबदल्याची तसेच स्थानिकांना नोकऱ्या देण्याची मागणी केली.

मुख्यमंत्री आणि दि. बा. पाटील यांच्यातली चर्चा पुढे सरकत नव्हती आणि वसंतदादांवर पंतप्रधान कार्यालयातून बराच दबाव येत होता. म्हणूनच त्यांनी एके दिवशी मला व्यक्तिश: हे प्रकरण हाताळण्यास सांगितले.

दि. बा. पाटील यांच्याशी चर्चा सुरू करण्याआधी मी नागोठण्याला भेट दिली आणि आयपीसीएलने बोलावलेल्या बैठकीत प्रकल्पबाधित कुटुंबीयांना भेटलो. आयपीसीएलने दिलेली अनेक आश्वासने फक्त कागदावर राहिली होती. उदाहरणार्थ, आयपीसीएल नोकऱ्या द्यायला तयार होती; पण या भागात कुशल अभियंतेच नव्हते. स्थानिक तरुणांना प्लंबर, सुतार आणि तत्सम व्यवसायाचे प्रशिक्षण देणारे केंद्रच फक्त त्यांनी स्थापन केले होते. काही स्थानिकांना प्रकल्पात नोकऱ्या मिळाल्या होत्या, पण एकूणच चित्र असमाधानकारक होते. कारखाना सुरू झाल्यावर तरी त्यात काही जणांना नोकऱ्या मिळाल्या असतील, असे मी गृहीत धरले होते.

या सगळ्याचा अभ्यास केल्यानंतर मी मुख्यमंत्र्यांच्या निवासस्थानी दि. बा. पाटील यांच्याशी दोन-तीन वेळा अनौपचारिकरीत्या चर्चा केली, पण कोंडी फुटत नव्हती. दि. बा. पाटील यांना नेमक्या कोणत्या मुद्द्याबद्दल आस्था होती, हे समजण्यासाठी त्यांच्यासोबत झालेल्या माझ्या या चर्चांची मला मदत झाली. प्रत्यक्ष परिस्थितीचे ज्ञान आणि नवी मुंबई-सिडको भागात होणाऱ्या विकासाबाबत त्यांचे विचार जाणून मी थक्क झालो.

आमच्या चर्चेबाबत मी जसजसा अधिकाधिक विचार करू लागलो, तसतसे माझे मत हे जवळ-जवळ दि. बा. पाटील यांच्या मतासारखेच होऊ लागले. राष्ट्रीय महत्त्वाच्या प्रकल्पांसाठी जमीन संपादन करण्यात काहीच गैर नव्हते. पैशांच्या रूपात देण्यात येणाऱ्या मोबदल्याच्या संदर्भात कायद्यात तरतूद होतीच आणि तो मोबदला द्यावाच लागणार होता. प्रश्न तेथील माणसांचा होता. तेथील कुटुंबांच्या जमिनी जाणार होत्या आणि ते भूमिहीन होणार होते. त्यांची शेती लहान आकाराची होती आणि ते आपले पोट कसे भरणार, हा खरा प्रश्न होता.

एखाद्या शेतकऱ्यासाठी आणि त्याच्या कुटुंबीयांसाठी जमीन ही फक्त उपजीविकेचे

साधन नव्हते, तर एक जीवनपद्धती होती. यातून ते आपली पोट भरत होते, हे खरे. आम्ही त्यांची जीवनपद्धतीच त्यांच्यापासून हिरावून घेत होतो. कवडीमोल भावाने जमिनी दिल्याबद्दल त्यांच्या पुढच्या पिढ्या त्यांना दोष देणार नाहीत, यासाठी काही तरी करणे आवश्यक होते. माझ्यासाठी हा नैतिक प्रश्न होता. आपल्याला फसवले गेले आहे, असे शेतकऱ्याला वाटू नये आणि त्याच्या पुढच्या पिढ्यांच्या गरजा भागवल्या जातील अशा पद्धतीने ज्यांच्या जमिनी संपादित केल्या आहेत, त्यांना मोबदला नेमका कसा द्यायचा हा खरा प्रश्न होता. रोखीने दिलेला मोबदला सुरुवातीला आकर्षक वाटतो, पण तो पैसा फार काळ टिकत नाही.

याच विचारमंथनातून एके दिवशी दि. बा. पाटील यांच्याशी मनमोकळेपणाने चर्चा करत असताना मी त्यांना माझ्यासमोरील पेचाबद्दल सांगितले. ते विचारात पडले आणि तुमच्याकडे काही कल्पना आहेत का, असे मला विचारले. मी म्हणालो की, पुढील पिढ्यांच्या हिताचे संरक्षण करण्याचा एकच मार्ग आहे आणि तो म्हणजे संपादित केलेल्या जमिनीच्या १० टक्के जमीन ही शेतकऱ्याला विकसित करून परत द्यायची. या जमिनीवर रस्ते, वीज, पाणी इत्यादी सोयी-सुविधा असतील. ही परत केली जाणारी जमीन संपादित जमिनीचा भागच असली पाहिजे असे नाही, पण ती प्रकल्पाच्या परिसरातील असली पाहिजे. त्यांना ही कल्पना फारच भावली आणि त्यांनी तिला तत्काळ मान्यता दिली.

ही चर्चा मुख्यमंत्र्यांच्या दालनाच्या शेजारील छोट्याशा अँटेरूममध्ये चालली होती. चर्चेच्या या महत्त्वाच्या टप्प्यावर मुख्यमंत्री अनुपस्थितीत होते. पण त्यांना ही कल्पना फार आवडली आणि त्यांनी तिला आपला पाठिंबा दिला. या गहन प्रश्नावर एक पुरोगामी उपाय शोधून काढल्याबद्दल माझे राजकीय वर्तुळात आणि वर्तमानपत्रांमधून बरेच कौतुक झाले. यानंतर काही वर्षांनी तत्कालीन मुख्यमंत्री शरद पवार यांनी १० टक्क्यांऐवजी १२.५ टक्के जमीन विकसित करून परत दिली जाईल, अशी घोषणा एके दिवशी केली. त्यांचे या घोषणेबद्दल कौतुक झाले. या राजकीय घोषणेमुळे शेतकऱ्यांचा नेमका किती फायदा झाला, असा मला प्रश्न पडतो. कोणीतरी याचा सखोल अभ्यास केला पाहिजे.

पण हे प्रकरण येथेच संपले नाही. एके दिवशी राजीव गांधींनी अचानकपणे मला ही कल्पना त्यांना समजावून सांगण्यास सागितली. त्यांना ती आवडली आणि केंद्र सरकारच्या जमीन संपादनाच्या धोरणात तिचा अंतर्भाव करावा, असे त्यांनी मंत्रीमंडळ सचिवांना सांगितले. गृहसचिव असल्यामुळे याची अंमलबजावणी कशी झाली, याचा शोध घेण्यास मात्र मला वेळ काही मिळाला नाही.

७३

भारताची घटना व राज्यपाल

वसंतदादा पाटील यांच्या मंत्रीमंडळातील एक ज्येष्ठ मंत्र्याच्या वागण्याबद्दलची बातमी ११ एप्रिल, १९८४ या तारखेच्या वर्तमानपत्रांमध्ये झळकली. ७ एप्रिल रोजी युरोपला जाणाऱ्या एअर इंडियाच्या फ्लाइटमध्ये मंत्री स्वत:च्या पदाच्या प्रतिष्ठेला बाधा येईल अशा पद्धतीने वागले. बातमी प्रसिद्ध झाली त्या दिवशी दुपारी मुख्यमंत्र्यांनी कौन्सिल हॉलमधील आपल्या कार्यालयात मला बोलावून घेतले. या बातमीबद्दल विधिमंडळात गदारोळ झाला होता आणि मुख्यमंत्र्यांना दुसऱ्या दिवशी सभागृहात निवेदन करायचे असल्यामुळे या बातमीची सत्यासत्यता तपासून घेण्यास मुख्यमंत्र्यांनी मला सांगितले.

मी एअर इंडियाचे अध्यक्ष आणि व्यवस्थापकीय संचालक यांच्या कार्यालयाशी संपर्क साधला. ते आणि त्यांच्या हाताखालचे मुख्य अधिकारी दोघेही शहराबाहेर गेले होते. मुंबई-दिल्ली-फ्रँकफर्ट या एअर इंडियाच्या उड्डाण क्रमांक एआय-१८१मध्ये घडलेल्या प्रसंगाबाबतचा प्राथमिक अहवाल प्राप्त झाला आहे, असे त्यांच्या कार्यालयातील सूत्रांनी सांगितले. रोमला हे मंत्रिमहोदय जेव्हा विमानातून बाहेर पडले, तेव्हा ते चालण्याच्या स्थितीतदेखील नव्हते, असे या अहवालातून कळले. माझ्या मते ही काही तशी गंभीर बाब नव्हती. मी विमानातून जगभर प्रवास केला असल्यामुळे विमानात मद्यपान करण्याचे धोके मला चांगलेच माहीत झाले होते.

मी मंत्रीमंडळ सचिवांकडून या माहितीची अधिक खातरजमा करून घेण्याचे ठरवले. या प्रकरणातील व्यक्ती म्हणजे ते मंत्री महोदयच आहेत, यास त्यांनी पुष्टी दिली, पण याबाबत परराष्ट्र सचिवांशी खातरजमा करून घ्यायचा सल्लादेखील त्यांनी दिला. परराष्ट्र सचिवांनी पश्चिम युरोपची जबाबदारी असलेल्या सहसचिवांशी संपर्क साधण्यास सांगितले. या सह सचिवांनी त्यांना मिळालेल्या अहवालाबाबत माहिती मला दिली. काही वर्तमानपत्रांमध्ये वृत्त दिल्याप्रमाणे या मंत्रिमहोदयांना

फ्रँकफर्ट पोलिसांनी ताब्यात घेतले होते, याबद्दल मात्र त्यांनी साशंकता व्यक्त केली. परंतु मंत्रिमहोदयांचा टॅक्सी चालकाशी वाद झाला आणि या चालकाने स्थानिक संकेतानुसार त्यांना थेट पोलीस स्थानकात नेले होते. पोलिसांनी भारतीय दूतावासाशी संपर्क साधला. हे मंत्रिमहोदय पोलीस स्थानकात जेमतेम एक तास होते. मुख्यमंत्र्यांना निवेदन करायचे असल्यास बॉनमधील भारतीय राजदूतांशी संपर्क साधावा, असा सल्ला मला देण्यात आला.

राजदूतांनी मला जे काही सांगितले ते लांच्छनास्पद होते. राजदूत मराठी भाषिक असल्यामुळे मुख्यमंत्र्यांनी स्वतः त्यांच्याशीच बोलावे, असा सल्ला मी वसंतदादा पाटील यांना दिला. तद्नंतर ते मंत्री देशात परतताच आपण त्यांना मंत्रिपदाचा तत्काळ राजीनामा द्यायला सांगू असे मुख्यमंत्र्यांनी मला सांगितले. त्यानुसार मुख्यमंत्र्यांनी राजीनाम्याचे पत्र मिळवले आणि ते पत्र घेऊन मला राज्यपालांना भेटायला सांगितले. या पत्रासोबत राजीनामा स्वीकारला जावा, अशी शिफारस करणारे मुख्यमंत्र्यांचे पत्र होतेच.

मी 'वर्षा' या मुख्यमंत्र्यांच्या सरकारी निवासस्थानापासून जेमतेम दहाच मिनिटांच्या अंतरावर असलेल्या राजभवनात गेलो. राज्यपालांच्या अभ्यासिकेत प्रवेश करताच मुख्यमंत्री माझ्याशी फोनवर बोलू इच्छितात, असे राज्यपाल इद्रिस लतीफ यांनी मला सांगितले. राजीनाम्याचे पत्र असलेले पाकीट माझ्या खुर्चीशेजारील टेबलावर मी ठेवले आणि दादांना फोन लावला. राज्यपालांना राजीनाम्याचे पत्र सादर करण्याचे निर्देश आहे तसेच कायम आहेत, असे त्यांनी मला सांगितले. दिल्लीहून त्यांच्यावर दबाव येत आहे, असेही त्यांनी मला सांगितले. राज्यपालांनी आमचे संभाषण ऐकले. आम्ही मराठीत बोलत असलो, तरी त्यांना संभाषणाचा मथितार्थ समजला होता. त्यांना पत्र देण्यासाठी मी पाकीट उचलताच राज्यपालांनी आपल्या हाताने खूण करून मला थांबवले आणि विचारले, "हे बघा, घटनेनुसार या पत्रानुसार कारवाई व्हावी अशी मुख्यमंत्र्यांची इच्छा आहे, याची मला खातरी पटल्याशिवाय मी पत्राला हातदेखील लावणार नाही. एकदा का मी ते हातात घेतले की, मी मुख्यमंत्र्यांची शिफारस स्वीकारणार. त्यानंतर मुख्यमंत्र्यांनी आपला निर्णय फिरवला आणि मला राजीनामा न स्वीकारण्याचा सल्ला दिला, तर मी तो सल्ला स्वीकारण्यास नकार देईन. मी तसे केले तर मी दिल्लीहून आलेल्या दबावापुढे झुकलो, असा त्याचा अर्थ होईल. माझ्यासाठी हा सदसद्‌विवेकबुद्धीचा प्रश्न आहे."

'मला पत्र देण्याआधी तुम्ही मुख्यमंत्र्यांशी खातरजमा का करून घेत नाही?' अशी पुस्ती लतीफ यांनी जोडली. मी त्यानुसार मुख्यमंत्र्यांना फोन केला. मी पुन्हा खातरजमा का करून घेत आहे, असा मुख्यमंत्र्यांना प्रश्न पडला. मी राज्यपालांच्या समोरच बसलो असल्यामुळे मुख्यमंत्र्यांना या घटनात्मक प्रश्नासंदर्भात काहीच

स्पष्टीकरण देऊ शकत नव्हतो. मुख्यमंत्र्यांनी एकदा का निर्णय घेतला की, ते त्यावर ठाम राहत असल्यामुळे त्यांनी मला राज्यपालांना पत्र द्यायला सांगितले आणि पुढे अस्सल मराठीत म्हणाले, 'काय वाट्टेल ते झाले तरी.'

मी पत्र राज्यपालांना दिले आणि त्याच क्षणी पंतप्रधानांच्या एका वजनदार साहाय्यकाकडून राज्यपाल लतीफ यांना फोन आला. राज्यपाल ठामपणे म्हणाले, ''सॉरी, राजीनामा स्वीकारला गेला आहे. माझा निर्णय फिरवण्याची घटनेत कोणतीही तरतूद नाही.''

७४

प्रशासनामध्ये मूलभूत सुधारणा

मी जानेवारी, १९६०मध्ये कोल्हापूर सोडले, तेव्हा जिल्हापातळीवरच्या प्रशासनाचे जे स्वरूप होते, ते आता १९८३मध्ये तसेच राहिले नव्हते याची मला जाणीव होती. महाराष्ट्र राज्याची स्थापना झाल्यानंतर मुख्यमंत्री यशवंतराव चव्हाण यांनी पंचायत राज व्यवस्थेचा अभ्यास करण्यासाठी एक समिती नेमली होती. तत्कालीन महसूलमंत्री वसंतराव नाईक समितीचे अध्यक्ष होते, तर डी. डी. साठे (आय.सी.एस.) समितीचे सचिव होते.

'पंचायत राज'ची संकल्पना पहिल्यांदा स्वातंत्र्यसैनिक आणि समाजसेवक एस. के. डे यांनी मांडली होती. फक्त कायदा आणि सुव्यवस्था राखण्याची सवय असलेली प्रशासकीय व्यवस्था ही विकासाभिमुख झाल्याशिवाय, ज्या विकासाभिमुख कार्यक्रमांचा पाठपुरावा पंतप्रधान आणि नियोजन आयोग करत होते ते प्रत्यक्षात येणार नाहीत. आणि हे कार्यक्रम फक्त कागदावरच राहतील, असे त्यांचे मत होते. सुरुवात म्हणून तालुका हे एकेक घेऊन एस. के. डे यांनी राष्ट्रीय विस्तार योजना स्थापन केली. विकासकामांची अंमलबजावणी करण्यासाठी प्रत्येक तालुक्यासाठीचे गटविकास अधिकारी नेमण्यात आले. त्यांच्या मदतीसाठी आरोग्य, शेती, पाटबंधारे या विषयातील प्रशिक्षित कर्मचारी नेमण्यात आले. प्राथमिक आरोग्य केंद्र स्थापन करून आरोग्य सुविधा पुरवणे, नव्या प्रकारची बियाणे वापरात आणणे आणि खतांच्या वापराबाबत शेतकऱ्यांना प्रशिक्षण देणे यासाठी नव्या पद्धतीची शेते तयार करणे, पिण्याच्या पाण्यासाठी विहिरी खणणे आणि शेतीसाठीच्या पाण्याचा योग्य वापर करण्यासाठी कालवे बांधून पाण्याचे व्यवस्थापन साधणे, इत्यादींवर यात भर देण्यात आला. ग्रामीण भागातील जनतेची गरिबी आणि रोगराईपासून मुक्ती करण्यासाठी या गोष्टी अग्रक्रमाने करणे गरजेचे आहे, असे ठरले. इंग्रजांच्या काळात शेतकऱ्यांना आपल्या जमिनीवर असलेल्या त्यांच्या हक्कांना संरक्षण मिळत असे आणि त्या

बदल्यात ते सरकारला शेतसारा देत. पण त्या वेळी विकासाभिमुख धोरणे अशी नव्हतीच. ग्रामीण जनतेचा एकात्मिक विकास साधण्यासाठी राष्ट्रीय विस्तार योजना हा स्वातंत्र्योत्तर भारतातील पहिलाच प्रयत्न होता.

कालांतराने राष्ट्रीय विस्तार योजना ही सर्व तालुक्यांना लागू केली गेली आणि काही तालुक्यांचे गट करून त्यांचे सामुदायिक प्रकल्पांमध्ये रुपांतर करण्यात आले. कोल्हापूर जिल्ह्यातील विकासाच्या या प्रारुपाची मला माहिती होती.

मुख्य सचिव या नात्याने जिल्हा प्रशासनाचे आधुनिकीकरण करण्यासाठी एखाद्या कार्यक्रमाच्या मी शोधात होतो. मी अनेक देशांना बऱ्याच वेळा भेटी दिल्या असल्यामुळे 'जिल्हा' ही संकल्पना इंग्लंडने भारतीय उपखंडात आणि आफ्रिकेच्या काही भागात आपले साम्राज्य चालवण्यासाठी अंमलात आणली होती. जगात कोठेही लोकांच्या 'डोक्यावर' प्रशासन बसत नाही. विकसित देशात स्थानिक स्वराज्य संस्थांच्या माध्यमातून लोक स्वतःचा कारभार स्वतःच चालवतात. आपण मात्र अजून वसाहतकाळातील प्रशासनिक व्यवस्थेत काम करत होतो. सरकारी कार्यालयाला भेट देणाऱ्या प्रत्येकाला अर्ज द्यावा लागे आणि उत्तरासाठी अनंतकाळापर्यंत वाट पाहावी लागे. जमिनीचा सात-बाराचा उतारा मिळवण्यासारख्या साध्या कामासाठीदेखील तीन-चार महिने थांबावे लागायचे आणि यासाठी लाचदेखील द्यावी लागायची.

अहमदनगर जिल्ह्याचे तरुण जिल्हाधिकारी अनिलकुमार लखिना यांनी जिल्हाधिकारी कार्यालयाला अधिक लोकाभिमुख बनवून त्याच्या कारभारात सुधारणा घडवून आणण्यास सुरुवात केली आहे, असे मला एके दिवशी पुणे विभागाच्या आयुक्तांकडून समजले. त्याचबरोबर त्यांनी आपल्या कार्यालयाचा अनेक अर्थाने कायापालट केला होता. कर्मचारी तसेच कामासाठी येणाऱ्या लोकांसाठी बसण्याची पद्धतशीर व्यवस्था, योग्य प्रमाणात लेखनसामग्री आणि पुरेशा संख्येने टाईपरायटर्स, मुबलक प्रकाश इत्यादींची सोय कार्यालयात करण्यात आली होती. शासकीय यंत्रणा आणि लोक यांच्यातील व्यवहार हा बँकेतील व्यवहारांइतकाच सोपा करणे, हा लखिना यांच्या सुधारणांचा गाभा होता. कामाच्या जागेचा सुयोग्य उपयोग, काम पटकन होईल अशा शिस्तशीर वातावरणाची निर्मिती, फायली आणि कागदपत्रे यांना ठेवण्याची शिस्तशीर व्यवस्था आणि सरकारी कामकाजाची पद्धत लोकांना समजावी यासाठी सोप्या भाषेत मराठीतील पत्रके यांसारख्या गोष्टींमुळे अहमदनगर जिल्ह्यातील जनतेला एका मिनिटात १०० वर्षे जुना जमिनीचा दाखला, एका तासात नवीन रेशनकार्ड आणि एका आठवड्यात शस्त्रपरवाना मिळवणे सोपे झाले. रेकॉर्ड-रूममधील सर्व जुनी कागदपत्रे व्यवस्थित ठेवण्यात आली होती, ही एक सुधारणा प्रभावित करणारी होती. फायलींचे व्यवस्थित वर्गीकरण करण्यात आले होते आणि

त्यांना विषयानुरूप वेगवेगळ्या रंगाच्या कापडांमध्ये बांधून ठेवण्यात आले होते.

माझ्या भेटीनंतर असाच कार्यक्रम इतर जिल्ह्यांमध्ये कसा राबवता येईल, हे ठरवण्यासाठी मी तरुण सचिवांचा एक गट स्थापन केला. कमीतकमी खर्च होईल अशी योजना त्यांनी तयार केली. निवडक जिल्ह्यांमध्ये टप्प्या-टप्प्याने सुधारणा सुरू कराव्यात या संदर्भातील प्रस्ताव मंत्रीमंडळासमोर ठेवण्यात आला. पुणे, नाशिक, भंडारा, लातूर, रत्नागिरी आणि यवतमाळ या महाराष्ट्रातील सहा जिल्ह्यांमध्ये टप्प्याटप्प्याने अहमदनगरमधील प्रयोग राबवण्यात आला होता. लवकरच अहमदनगरप्रमाणेच या सहा जिल्ह्यांतही असाच चमत्कार घडत असल्याच्या बातम्या वर्तमानपत्रांमधून येऊ लागल्या.

कनिष्ठ स्तरावरील होत असलेल्या सुधारणांचे अनुकरण करून तशाच सुधारणांची मंत्रालयात अंमलबजावणी करण्याचे आम्ही ठरवले. मी कर्मचारी संघाकडून सहकार्य मागितल्यामुळे कर्मचाऱ्यांकडून मला मदत झाली. या संघटनेला आर. जी. कर्णिक यांचे कुशल नेतृत्व लाभले होते. या सुधारणांतर्गतच्या साफसफाईच्या कार्यक्रमात सरकारी फायलींमधील निरुपयोगी कागद बाजूला करण्यात आले. त्यांचे वजन २०० टन इतके भरले आणि त्याची रद्दी विकून सरकारला २.३२ लाख रुपयांचे उत्पन्न मिळाले. त्याच वेळी मी दादरच्या केटरिंग कॉलेजमधील तज्ज्ञांसोबत मंत्रालयाच्या कँटीनला भेट दिली. त्यांच्या सल्ल्यानुसार स्वयंपाकाची आधुनिक सामग्री मागवण्यात आली आणि जेवणाचा दर्जा सुधारण्यात आला. लवकरच वर्तमानपत्रांमधून बातम्या झळकल्या : 'मंत्रालयाच्या मॅझेनिन फ्लोअरवर असलेल्या कॅन्टीनचा कायापालट झाला आहे, हे जेवणानंतर कर्मचाऱ्यांच्या चेहऱ्यावरील दिसणाऱ्या समाधानावरून सिद्ध होते.'

१९८४च्या अखेरपर्यंत मंत्रालयाचा कायापालट झाला होता. सर्व कॉरिडॉर्सची साफसफाई करण्यात आली होती आणि तेथे ठेवलेले जुने फर्निचर आणि फायली काढून टाकण्यात आल्या असल्यामुळे कॉरिडॉर्स अधिक मोठे वाटत होते. प्रायोगिक तत्त्वावर आम्ही मंत्रालयामधील बसण्याची अंतर्गत व्यवस्था बदलण्याचा कार्यक्रम हाती घेतला आणि पैसा खर्च न करता सार्वजनिक बांधकाम-खात्याने हे सर्व बदल प्रत्यक्षात आणले. सर्व कर्मचाऱ्यांनी यात उत्साहाने भाग घेतला. त्यांनी अधिक वेळ काम केले आणि यासाठी कोणत्याही भत्त्याची मागणी केली नाही. या सगळ्यामुळे मी प्रोत्साहित झालो आणि १९८५च्या पूर्वसंध्येवर मी नव्या वर्षासाठी एक महत्त्वाकांक्षी कार्यक्रम जाहीर केला.

'मार्च अखेरपर्यंत प्रत्येक खात्यासाठी योजलेल्या नवीन अंतर्गत रचनेचे काम पूर्ण झाले असेल, अशी अपेक्षा आहे. याआधी साठलेल्या फायली हातावेगळ्या करण्यासाठी दोन आठवड्यांचा विशेष कार्यक्रम हाती घेण्यात आला होता. लोकसभा

निवडणुकांमध्ये मंत्री आणि प्रशासन व्यग्र होते. त्यामुळे अनेक फायली साचून राहिल्या आहेत. याचसाठी १४ जानेवारीपासून असाच एक १२ दिवसांचा कार्यक्रम हाती घेण्यात येईल. या काळात सर्व मंत्र्यांनी मंत्रालयात उपस्थित राहून साचलेल्या फायली हातावेगळ्या कराव्यात, असे मुख्यमंत्री वंसतदादा पाटील यांनी सांगितले आहे,' असे घोषित करण्यात आले.

वर्तमानपत्रांनी बातमी दिली :

> 'विकासविषयक खात्यातील कर्मचाऱ्यांना विकासकार्यावर लक्ष केंद्रित करता यावे यासाठी त्यांच्यावरील अहवाल तयार करणे आणि तत्सम भार कमी व्हावा यासाठी कामकाजाच्या पद्धतीमध्ये बदल करण्यास अधिक प्राधान्य देण्यात येत आहे. आधी दिलेल्या निर्देशांनुसार विशिष्ट कालावधीनंतर अहवाल तयार करून वर पाठवण्याचे काम हे ३० टक्क्याने कमी झाले आहे. आता कामकाजाच्या किचकट पद्धती कशा सुधारता येतील, या संदर्भात सचिवांकडून मुख्यसचिवांनी सूचना मागवल्या आहेत. प्रशासकीय यंत्रणा अधिक कार्यक्षम आणि चटकन प्रतिसाद देणारी कशी बनवता येईल, यासंदर्भात मंत्रालयातील कर्मचाऱ्यांकडून बहुधा पहिल्यांदाच सूचना मागवण्यात आल्या असाव्यात.'

"ज्या उपायोजना आम्ही हाती घेतल्या आहेत आणि ज्या आम्ही नजीकच्या काळात हाती घेणार आहोत, त्या पाहता प्रशासकीय सुधारणांच्या बाबतीत देशातील इतर राज्यांसाठी महाराष्ट्र आदर्श ठरेल, याबद्दल मी आशावादी आहे. जिल्हा आणि त्याखालील प्रशासकीय पातळ्यांवर आवश्यक ठरलेल्या सुधारणांची देश पातळीवर जर प्रभावीपणे अंमलबजावणी झाली, तर लोकांबद्दल संवेदनशील असलेले प्रशासन प्रत्यक्षात आणण्याच्या आपल्या पंतप्रधानांच्या उद्दिष्टाची पूर्तता करण्यास नक्कीच हातभार लागेल," असे मी जाहीर केले.

शपथविधी झाल्यानंतर ५ जानेवारी, १९८५ रोजी देशाला उद्देशून केलेल्या भाषणात भारताचे तरुण पंतप्रधान जे म्हणाले होते, त्याचा मी याप्रसंगी विचार करत होतो. दोनच आठवड्यांनी मी माझे पद सोडून केंद्रात गृहसचिव होणार आहे आणि स्वातंत्र्यानंतरच्या कालखंडातील एका महत्त्वाच्या टप्प्यावर देशाची सेवा करणार आहे, याची मला कल्पनाच नव्हती.

७५

यशदाची स्थापना

मी स्थापन केलेली 'महाराष्ट्र विकास प्रशासन प्रबोधिनी' (मीडा) ही संस्था आता 'यशवंतराव चव्हाण विकास प्रशासन प्रबोधिनी' (यशदा) या नावाने ओळखलीजाते.

'मीडा'ची स्थापना काहीशा विचित्र पद्धतीने झाली. मुंबईबाहेर पडायचे झाल्यास बॉम्बे जिमखाना ते बृहनमुंबई पालिकेचे मुख्यालय दरम्यानच्या रस्त्यावरून मी जात असे. या रस्त्याच्या शेवटी जुन्या कॅपिटॉल सिनेमाच्या समोर 'ॲडमिनिस्ट्रेटिव्ह स्टाफ कॉलेज' अशी पाटी असलेली एक इमारत होती. ऑक्टोबर, १९८३मध्ये माझे सहकारी आणि सामान्य प्रशासनखात्याचे सचिव पी. पी. महाना यांच्यासोबत मी कुतूहलापोटी स्टाफ कॉलेजला भेट दिली. राज्य सरकारच्या कर्मचाऱ्यांची सेवेत निवड झाल्यानंतर प्राथमिक प्रशिक्षण तसेच पदोन्नती मिळालेल्या कर्मचाऱ्यांना सेवांतर्गत प्रशिक्षण देण्यासाठी या कॉलेजची १९६३मध्ये स. गो. बर्वे याच्या पुढाकाराने स्थापना झाली होती. कॉलेजच्या नियामक मंडळाच्या अध्यक्षपदी बर्वे यांची नेमणूक करण्यात आली होती. केंद्रीय लोकसेवा आयोगाच्या परीक्षा देऊ इच्छिणाऱ्या महाराष्ट्राच्या ग्रामीण भागातील विद्यार्थ्यांनादेखील त्यासंबंधीचे प्रशिक्षण संस्था देत असे.

स्टाफ कॉलेजमधील आणि परिसरातील एकूण वातावरण पाहून मला जबरदस्त धक्का बसला. कॉलेजच्या मागे आझाद मैदान होते, तर समोर कॅपिटॉल सिनेमा होता. आयुष्यात पहिल्यांदाच मुंबईत आलेल्या ग्रामीण भागातील मुलामुलींना अशा वातावरणाचा नेमका काय फायदा होणार, असा प्रश्न मला या भेटीनंतर पडला. एकतर त्यांना वाईट संगत तरी लागेल किंवा आपल्या पालकांचे पैसे तरी ते वाया घालवतील, याचीच शक्यता होती.

मी यासंदर्भात वरिष्ठ सहकाऱ्यांशी चर्चा केली. सरकारने जर मुंबईतील स्टाफ

कॉलेज बंद करून त्याला पुण्याला हलवण्याचे ठरवल्यास योग्य असा भूखंड उपलब्ध होऊ शकेल का, हे पाहण्यासाठी मी पुण्याला जायचे ठरवले. पुणे विद्यापीठाचे विस्तीर्ण आवार ही माझी पहिली पसंती होती. मी या संदर्भात कुलगुरूंना भेटलो. कायद्यानुसार विद्यापीठाला आपल्या जमिनीचा हिस्सा कोणालाही, अगदी राज्य सरकारलाही, हस्तांतरित करण्यास बंदी आहे, असे त्यांनी मला सांगितले. पुणे विद्यापीठाच्या स्थापनेच्या वेळी तत्कालीन राज्यपाल राजा महाराज सिंग यांनी ४०० एकर क्षेत्रफळ असलेली ही सरकारी इस्टेट पुणे विद्यापीठाला दिली होती. भविष्यातील सरकारांनी या जमिनीचा दुरुपयोग करू नये असे राज्यपालांना वाटत असावे, म्हणूनच ही तरतूद केली गेली असावी, असे माझे मत आहे. मी विद्यापीठाच्या जवळ अनेक भूखंड पाहिले, पण त्यांपैकी कोणताही मला पसंत पडला नाही. भूखंडाच्या शोधात मी विद्यापीठाच्या पलीकडे असलेल्या राजभवनच्या आवाराला भेट दिली. पुणे विद्यापीठाच्या सध्याच्या जागेत पूर्वी राज्यपालांचे निवासस्थान होते आणि विद्यापीठाची स्थापना झाल्यानंतर पलीकडच्या जागेत नवीन राजभवन बांधण्यात आले होते.

राजभवनच्या आवारात जमिनीचा एक तुकडा तसा रिकामाच पडला आहे, हे माझ्या लक्षात आले. तिथे फक्त तंबू आणि राज्यपालांची घोडागाडी ठेवण्यासाठी काही बराकी बांधल्या होत्या. जुने निकालात काढलेले फर्निचर ठेवण्यासाठीदेखील या बराकींच्या उपयोग होत असे. या जमिनीच्या तुकड्याच्या एका टोकाला राजभवनातील न्हावी, धोबी आणि इतर कर्मचाऱ्यांसाठी ८-१० निवासस्थाने होती.

मीडासाठी सुमारे १० एकरांचा हा भूखंड देण्यासाठीची मान्यता द्यावी यासाठी राज्यपाल लतीफ यांचे मन वळवण्यात यश मिळेल अशी आशा करत, मी मनातल्या मनात या जागेची निवड केली. आम्हा दोघांना एकमेकांबद्दल आदर होता आणि राज्यपालांचा दृष्टिकोन नेहमीच सकारात्मक असे. आपल्याकडून कोणत्या प्रकारे मदत होऊ शकेल, हे पाहण्याचे त्यांनी आश्वासन दिले. अपेक्षेप्रमाणे राज्यपालांच्या कार्यालयातील अधीक्षकांनी राजभवन आवारातील जागा देण्यास आक्षेप घेतला. जुन्या राजभवनाचे आवार ४०० एकर होते. नव्या राजभवनाच्या आवाराचे क्षेत्रफळ ४० एकरच असल्यामुळे त्यातील कोणत्याही आकाराचा जमिनीचा तुकडा राज्य सरकारला देणे अवघड आहे, असे त्यांनी सांगितले. शिवाय केंद्रीय गृहमंत्रालयाने त्या विशिष्ट व्यवहाराला मान्यता दिल्याशिवाय राज्यपालांना जमीन देण्याचे किंवा मालमत्ता विकण्याचे अधिकार नव्हते.

तरीदेखील मी या प्रश्नाचा पाठपुरावा केला आणि केंद्रीय गृहसचिवांनी मदत करण्याची भूमिका घेतल्यामुळे त्यांनी याला मान्यता दिली. त्या जमिनीच्या तुकड्याच्या अर्ध्या भागावरून उच्च दाबाच्या विजेच्या तारा जात असल्यामुळे तो भाग नव्या

बांधकामांसाठी वापरता येणार नाही असे मी सांगितल्यानंतर, त्यांनी आमची विनंती मान्य केली. केंद्र सरकारची मान्यता मिळाल्यानंतर आणि पी. पी. महाना यांनी या संदर्भात केलेली उत्तम तयारी पूर्ण झाल्यानंतर मुंबईतील स्टाफ कॉलेज बंद करून ते पुण्याला हलवावे, यासाठी आम्ही मंत्रीमंडळासमोर प्रस्ताव मांडला. ग्रामविकास आणि लोकप्रशासन या विषयातील मूलभूत स्वरूपाचे प्रशिक्षण संस्थेने द्यावे, असे आम्ही सुचवले होते.

नेहमीप्रमाणे मुख्यमंत्री वसंतदादा पाटील यांनी आम्हाला पाठिंबा दिला. आमच्या उपक्रमाचे कौतुक करत मंत्रीमंडळाने या प्रस्तावाला मान्यता दिली. त्या संदर्भात २८ मे, १९८४ रोजी शासनाचा आदेश जारी करण्यात आला. चालू वर्षाच्या मध्याआधीच मीडाचे उद्घाटन व्हावे, असे मी ठरवले होते. राज्यपाल लतीफ यांच्या हस्ते मीडाची कोनशिला ठेवली गेली. माझे सहकारी, विशेषत: पुण्याचे विभागीय आयुक्त के. एस. सिद्धू, याबद्दल तितकेच उत्साही होते. सर्व बाजूंनी मिळणाऱ्या पाठिंब्याच्या जोरावर आम्ही १०० जणांची राहण्याची सोय होईल, इतक्या क्षमतेचे वसतिगृह तसेच कार्यालयाची सोय करण्यासाठी तंबूच्या गोदामांमध्ये योग्य तो बदल करण्याचे ठरवले. तसेच नोकरमंडळीच्या निवासस्थानांमध्ये योग्य ते बदल करून वरिष्ठ अध्यापक आणि इतर कर्मचाऱ्यांसाठी निवासस्थाने तयार करण्यात आली. वसतिगृहाच्या बांधकामाची जबाबदारी बी. जी. शिर्के आणि कंपनी यांना देण्यात आली. बांधकांमासाठी लागणारे सिपोरेक्स ब्लॉक्स बनवणारी ती भारतातील एकमेव कंपनी होती. वसतिगृहाचे बांधकाम १५० दिवसांत पूर्ण करण्याचे आव्हान बी. जी. शिर्के यांनी व्यक्तिश: स्वीकारले. त्यांनी आपला शब्द पाळला आणि मी त्यांचा चाहता झालो. मी त्यांना 'बाबुराव' या नावाने संबोधित असे.

वसंतदादा पाटील यांनी ३१ मे, १९८४ रोजी 'मीडा'चे उद्घाटन केले. राज्यपाल लतीफ कार्यक्रमाच्या अध्यक्षस्थानी होते. कालांतराने शरद पवार यांच्या सरकारने संस्थेचे 'यशवंतराव चव्हाण लोक प्रशासन प्रबोधिनी' (यशदा) असे नामकरण केले. आजच्या घडीला ती भारतातील प्रशिक्षणाकरता आघाडीची संस्था आहे.

अनिल कुमार लखिना यांची मी मीडात केलेल्या नेमणुकीचे सर्वत्र स्वागत झाले. *टाइम्स ऑफ इंडिया*ने लिहिले,

> प्रशासकीय व्यवस्थेत मोठ्या प्रमाणात सुधारणा करण्यास सुरुवात करणारे आता महाराष्ट्र लोक प्रशासन प्रबोधिनीचे सहसंचालक आहेत. राज्य सरकारच्या अधिकाऱ्यांना अधिक चांगले काम करता यावे, यासाठी त्यांना प्रशिक्षण देण्यासाठी स्थापन झालेल्या या संस्थेचे गेल्या वर्षीच उद्घाटन झाले आहे.

या सुधारणांची अंमलबजावणी करण्यासाठी जशा वृत्तीचे लोक लागतील तशा लोकांना प्रशिक्षित करण्यासाठीच्या उपक्रमांचे ही संस्था केंद्रबिंदू बनली आहे तसेच या सुधारणांची विविध पातळ्यांवर थेट अंमलबजावणी करण्याच्या प्रक्रियेत संस्थेला योग्य भूमिका पार पाडता यावी, यासाठी संस्थेच्या कर्मचारिवर्गात वाढ करण्यात आली आहे, असे प्रधान म्हणाले.

जिल्हा आणि कनिष्ठ पातळीवर गरजेच्या असलेल्या सुधारणा जर देशपातळीवर योग्य पद्धतीने राबवल्या गेल्या, तर जनतेच्या मागण्यांना प्रतिसाद देणारे प्रशासन तयार करण्याचे पंतप्रधानांचे स्वप्न प्रत्यक्षात आणण्यास मदत होईल, असेही मत प्रधान यांनी व्यक्त केले.

लवकरच अनिल लखिना यांनी सेवाज्येष्ठतेचे निकष पूर्ण केल्यामुळे त्यांची मीडाच्या संचालकपदी पदोन्नती करण्यात आली. मी दिल्लीत पंतप्रधानांना मीडा आणि लखिनांच्या कामाबद्दल माहिती दिली. पुढच्या प्रजासत्ताक दिनी मला पद्मश्री हा किताब बहाल करण्यात आला. त्या वेळी पंतप्रधानांनी मीडाला भेट देण्याचे मान्य केले. वरिष्ठ अधिकाऱ्यांसाठीचे रिफ्रेशर कोर्स चालवण्यासाठीची आघाडीची संस्था म्हणून पूर्वीची 'मीडा', सध्याची 'यशदा' हिची ओळख निर्माण झाली आहे. कर्तबगार तरुण अधिकाऱ्यांच्या नेतृत्वाखाली यशदाचे काम योग्य दिशेने जात आहे, हे पाहून मला आनंदच होत आहे.

७६

मुंबईच्या मॉडर्न आर्ट गॅलरीची स्थापना

दिल्लीतील १९६०च्या दशकातील माझ्या नियुक्तीच्या काळात मी आणि माझ्या पत्नीने आधुनिक चित्रकलेचा माझा जुना छंद जोपासला होता. आम्ही विकत घेतलेली पहिली चित्रकृती म्हणजे लक्ष्मण पै यांनी काढलेले एक तैलचित्र. ते आम्ही कॅनॉट प्लेसमधील धुमिमल गॅलरीतून विकत घेतले. त्याची किंमत त्या वेळी ३५० रुपये इतकी होती. तेवढी रक्कम आमच्याकडे नसल्यामुळे गॅलरीचे तरुण मालक रवी यांनी ते चित्र आम्हाला दरमहा ५० रुपये अशा हप्त्यांवर दिले.

थोर चित्रकार एम. एफ. हुसेन यांच्याशी असलेली आमची मैत्री आणि स्नेह जुना होता. हे नाते आम्हाला जपावेसे वाटले. आम्ही दिल्ली सोडायच्या बरेच आधी आम्हाला आधुनिक भारतीय चित्रकलेमध्ये रस निर्माण झाला होता. पुढील चार वर्षांत आम्ही शांती दवे, लक्ष्मण पै तसेच एम. एफ. हुसेन यांच्या चित्रकृती विकत घेतल्या. मी संयुक्त राष्ट्रसंघात रुजू झालो आणि माझ्या हातात थोडा अधिक पैसा आला, तेव्हा मी मुंबईच्या फोर्ट विभागातील पंडोल आर्ट गॅलरीच्या काली पंडोल यांच्याकडून हुसेन यांच्या काही चित्रकृती विकत घेतल्या. काली यांनीच आमची आणि हुसेन यांची ओळख करून दिली.

त्यामुळे आम्ही जिनिव्हाहून परत आलो तेव्हा आमच्या लहानशा घराच्या भिंतीवर एक चांगलासा संग्रह होता. विविध कलाप्रदर्शनात मला अनेक कलाकार भेटत आणि त्यांच्या दृष्टीने मी कलांना उत्तेजन देणारा एक रसिक होतो. मी जहांगीर कला दालनाला त्यांचा प्रिन्स ऑफ वेल्स वस्तुसंग्रहालयाशी असलेला वाद सोडवण्यास मदत केली. तसेच त्यांना वातानुकूलित यंत्रणा बसवण्यातदेखील मदत केली.

जहांगीर कलादालन सोडले, तर १९८३मध्ये मोठी कलाप्रदर्शने भरवण्यासाठी मुंबईत जागाच नव्हती. अनेक पाश्चिमात्त्य देशांना मुंबईत कलाप्रदर्शने भरवायची होती, पण पूर्णत: वातानुकूलित तसेच धूळ आणि दमटपणापासून कलाकृतींचा

पूर्णत: बचाव करणारी कलादालने नसल्यामुळे ते जुन्या आणि मौल्यवान दुर्मीळ कलाकृतींना मुंबईत आणण्यास उत्सुक नव्हते. त्यातूनच कलादालनासाठी मुंबईत आधुनिक इमारत बांधावी ही कल्पना मला सुचली. वरळीतील नेहरू सेंटरच्या आवारातील जागा याकरता वापरावी, असे कोणीतरी सुचवले. मी नेहरू सेंटरच्या कार्यकारी समितीचा सदस्य होतो. समितीचे सचिव डॉ. राजा रामण्णा आणि वास्तुविशारद आय. कादरी यांच्यासह मी ही शक्यता पडताळून पाहिली, पण अनेक अडचणींमुळे ते शक्य होणार नव्हते. पण श्री. कादरींनी नेहरू सेंटरमध्येच अशी सोय करून घेण्याची जबाबदारी स्वीकारली आणि त्यांच्या पुढाकाराने आज तेथे मध्यम आकाराचे वातानुकूलित कला दालन तयार झाले आहे.

मी या प्रकल्पावर काम करत असताना नवी दिल्लीच्या नॅशनल गॅलरी ऑफ मॉडर्न आर्टचे संचालक डॉ. एल. पी. सहारे हे त्या संस्थेची शाखा मुंबईत सुरू करण्याच्या संदर्भातील प्रस्तावाबाबत मला येऊन भेटले. त्यांनी यासाठी दक्षिण मुंबईत एका मोठ्या आकाराच्या भूखंडाची मागणी केली. मी वर्ल्ड ट्रेड सेंटर आणि वरळी यांसह अनेक भागांना भेटी दिल्या, पण त्यांना हवा असलेल्या आकाराचा भूखंड कोठेही उपलब्ध नव्हता. ही सर्व शोधाशोध करत असतानाच मुंबईतील कलाजगताचे केंद्रस्थान काळा घोडा परिसरातच आहे, हे माझ्या लक्षात आले. त्या परिसरातच कलाजगताशी संबंधित चार-पाच संस्था होत्या, पण जागा उपलब्ध नव्हती.

डॉ. सहारे यांनी जून, १९८३मध्ये एके दिवशी माझ्या कार्यालयात माझी पुन्हा भेट घेतली. मुंबईत आधुनिक कलेसाठी एक दालन स्थापन करण्यासाठी पंतप्रधान कार्यालयातून त्यांच्यावर दबाव येत होता. श्रीमती इंदिरा गांधींचे कलाप्रेम सर्वश्रुत होते आणि दिल्लीत अनेक प्रदर्शने होऊ घातली होती. माझ्या मनात काय आले कुणास ठाऊक, पण मी कलाकार आणि कलाप्रेमींच्या छोट्या गटाला माझ्या घरी चहाला बोलावले. आमच्या छोट्याशा डायनिंग टेबलभोवती डॉ. सहारे, एम. एफ. हुसेन, आरा, चेमॉल्ड आर्ट गॅलरीचे केकू गांधी आणि इतर काही जण जमले होते. कलाप्रेमींच्या सोयीसाठी काळा घोडा परिसरातच नवीन कलादालन असण्याची गरज आहे, असे मी सांगितले. पण महाराष्ट्र सरकार दक्षिण मुंबई परिसरात जागा तसेच इमारतीसाठी निधी उपलब्ध करून देऊ शकत नाही, हे मी स्पष्ट केले. पारशी समाजातील व्यक्तींच्या शोकसभांसाठी आणि समाजाच्या इतर कार्यक्रमांसाठी वापरल्या जाणाऱ्या कावसजी जहांगरी हॉल या इमारतीचा यासाठी विचार का होऊ नये, असे मी विचारले. सर कावसजी जहांगीर यांच्या कुटुंबीयांनी ठेवलेल्या निधीतून राज्य सरकारचा सार्वजनिक बांधकाम विभाग या इमारतीची देखभाल करत असे.

जहांगीर कुटुंबीयांची मान्यता मिळवण्याच्या संदर्भात केकू गांधींनी पुढाकार घेतला. ही मान्यता मिळवण्याचे सर्व श्रेय त्यांचे आहे. आधुनिक कलेसाठीचे दालन

उभारण्यासाठी हॉलचा उपयोग करण्याची परवानगी देणारे पत्र काही महिन्यांनी सर कावसजी यांनी मला पाठवले. कला दालनाव्यतिरिक्त इतर कोणत्याही गोष्टीसाठी जागेचा वापर होऊ नये, अशी अट त्यांनी घातली होती. मी याची हमी दिली तसेच सर कावसजी जहांगीर हॉल हे इमारतीचे विद्यमान नाव बदलले जाणार नाही अशीदेखील हमी मी दिली.

केंद्र सरकारच्या शिक्षणखात्याच्या सचिव आणि मी अशा दोघांनी सामंजस्याच्या करारावर सह्या केल्या आणि प्रकल्पाला सुरुवात झाली. या सचिव होत्या आय.ए.एस.मधील माझ्या बॅचमेट श्रीमती सरला ग्रेवाल. लवकरच आम्ही दिल्लीत सहकारी होणार होतो. त्या पंतप्रधानांच्या प्रधान सचिव होणार होत्या, तर मी केंद्रीय गृहसचिव असणार होतो. हा प्रकल्प नोकरशाहीच्या फेऱ्यात अडकल्यामुळे माझ्या निवृत्तीनंतर तो पुढे रेटायला मला बरेच प्रयत्न करावे लागले. केकू गांधींच्या मदतीने आणि सर कावसजींच्या कुटुंबीयांच्या सहकार्यामुळे मुंबईत नॅशनल गॅलरी ऑफ मॉडर्न आर्टची शाखा सुरू करण्यासाठी मी एक शानदार इमारत उपलब्ध करून दिली, याचा मला अभिमान वाटतो.

मी केंद्रीय गृहसचिवपदाचा कार्यभार स्वीकारण्यासाठी जानेवारी, १९८५मध्ये दिल्लीला गेलो. २१ जानेवारीच्या अंकात *टाइम्स ऑफ इंडिया*ने लिहिले –

> महाराष्ट्राचे मुख्य सचिव आर. डी. प्रधान हे केंद्रात गृहसचिव झाले आहेत. मुंबईतील कलाकार आणि कलाप्रेमींना त्यांची अनुपस्थिती जाणवेल. श्री. प्रधान कलारसिक आहेत आणि त्यांच्या संग्रही हुसेन, बेंद्रे आणि अझीझ पद्मसी यांच्यासारख्या चित्रकारांच्या चित्रकृती आहेत.
>
> कृष्ण रेड्डी यांच्या कार्यशाळा आयोजित करण्यात त्यांनी पुढाकार घेतला होता. कृष्ण रेड्डी यांनी आपल्या व्यग्र कार्यक्रमातून वेळ काढून नक्षीकामाच्या आपल्या नाविन्यपूर्ण तंत्राची भारतीय कलाकारांना ओळख व्हावी या हेतूने, या तंत्राची प्रात्यक्षिके दाखवली होती.
>
> पण देशातील कलाधन प्रदर्शित करण्यासाठी कावसजी जहांगीर हॉलची निवड ही श्री. प्रधान यांच्या कलाप्रेमाचे द्योतक होय. नवीन पदभार स्वीकारण्यासाठी दिल्लीला जाण्याआधी त्यांनी हा प्रकल्प पुढे रेटला. ज्या मुंबईतील कलाकारांनी देशातील कलाचळवळीचे नेतृत्व केले आहे, त्यांना आता आपल्या कलाकृती प्रदर्शित करण्यासाठी श्री. प्रधान यांच्यामुळे एक चांगली जागा मिळाली आहे.
>
> राज्याच्या माजी मुख्य सचिवांनी वारली कलाकारांनादेखील उत्तेजन दिले. नवीन नेमणूक होण्याआधी श्री. प्रधान यांनी ज्येष्ठ वारली कलाकार जिव्या सोम्या माशे यांच्या डहाणूच्या घरी त्यांच्याशी भेट ठरवली होती. पण दिल्लीला जावे लागल्यामुळे भेट पुढे ढकलावी लागली.

नुकतेच चेमोल्ड गॅलरीमध्ये त्यांच्या हस्ते जिव्या सोमा यांच्या चित्रांवरील

पुस्तकाचे प्रकाशन झाले होते. थोडा वेळी इंग्रजीमध्ये बोलल्यानंतर त्यांनी जिवा सोमा यांना समजावे यासाठी मराठीतून बोलायला सुरुवात केली. त्यांचे असे करणे बऱ्याच जणांना भावले.

श्री. प्रधान यांनी पर्यावरणरक्षणाच्या चळवळीला पाठिंबा दिला आणि शहराच्या समुद्रकिनाऱ्याचे संरक्षण करण्यात बराच रस घेतला.

या कामांबद्दल झालेले कौतुक हे माझ्या कारकिर्दीतील इतर कामगिरींसाठी झालेल्या कौतुकापेक्षा मला महत्त्वाचे वाटते. मार्च, १९९०मध्ये मी अरुणाचलमधून परत आलो तेव्हा सरकारी कचाट्यात अडकलेल्या त्या प्रकल्पाला पुढे रेटण्याच्या प्रयत्नांमध्ये मी पुन्हा सामील झालो. सुदैवाने भास्कर घोष यांच्यासारखी व्यक्ती सांस्कृतिक व्यवहार-खात्याच्या सचिवपदी असल्यामुळे रोमी खोसलांनी तयार केलेला वास्तुरचनेचा आराखडा मान्य झाला आणि निधीदेखील उपलब्ध झाला. अशा प्रकारे मुंबईला आणखी एक प्रेक्षणीय स्थळ मिळाले.

काही वर्षांपूर्वी माझ्या घरात मला डॉ. एल. पी. सहारे यांनी माझ्या पत्नीला लिहिलेले २३ जून, १९८३ या तारखेचे पत्र सापडले. यात डॉ. सहारे यांनी आमच्या घरातील ज्या कलाकारांच्या बैठकीत नॅशनल गॅलरी ऑफ मॉडर्न आर्टच्या मुंबई शाखेचा खऱ्या अर्थाने जन्म झाला त्याचा उल्लेख केला होता. त्यांनी लिहिले होते :

> २१ जून, १९८३ रोजी तुमच्या घरातील कार्यक्रमाच्या दरम्यान तुम्ही केलेल्या आदरातिथ्याबद्दल मी तुम्हाला मनापासून धन्यवाद देतो. श्री. प्रधान यांच्यासोबत फलदायी चर्चा तर झालीच, शिवाय तुमच्याकडचा चित्रांचा संग्रह पाहून मला बराच आनंद वाटला. दुसऱ्या दिवशी मी प्रा. एन. एस. बेंद्रे यांच्यासोबत तुमच्याकडे आलो होतो. बेंद्रे यांच्या ज्या 'मदर ॲन्ड चाइल्ड' या चित्राच्या सुंदर प्रतिकृती तयार करण्यात आल्या आहेत, ते मूळ चित्र तुमच्या संग्रही आहे, हे कळल्यावर मला आश्चर्याचा सुखद धक्काच बसला.
>
> मुंबईत नॅशनल गॅलरी ऑफ मॉडर्न आर्टची शाखा लवकरच सुरू करता येईल, अशी आशा आहे. यामुळे तुमच्यासारख्या कार्यक्षममंडळींच्या साहाय्याने देशात आधुनिक कलेला अधिक प्रोत्साहन देता येईल.

यानंतर लवकरच त्यांचे निधन झाले, हे ऐकून आम्हाला वाईट वाटले. आज सर कावसजी जहांगीर मॉडर्न आर्ट गॅलरीला भेट देणाऱ्यांपैकी कोणालाही त्यांचे स्मरण होत नाही. म्हणूनच मी डॉ. एल. पी. सहारे यांचा मुद्दाम उल्लेख करत आहे.

७७

पुण्याचे राजा दिनकर केळकर संग्रहालय

मुख्य सचिव या नात्याने मी पुण्यातील एका वस्तुसंग्रहालयाच्या व्यस्थापकीय समितीचा अध्यक्ष होतो. एके दिवशी मी आणि माझ्या पत्नीने पुण्याच्या शुक्रवार पेठेतील एका जुन्या वाडयाला भेट दिली. पुण्यातील या वाड्यांच्या वास्तुरचनेची विशिष्ट शैली होती. एखादा घोडेस्वार प्रवेश करू शकेल एवढा मोठा दरवाजा तेथे असायचा. मोकळ्या चौकाच्याभोवती बैठ्या खोल्या असायच्या. एखादा वाडा किती चौकी आहे, यावरून त्याच्या मालकाची श्रीमंती ठरत असे. लोकमान्य टिळकांनी स्थापन केलेल्या न्यू इंग्लिश स्कूलचा मी विद्यार्थी होतो आणि आमची शाळा नाना वाड्यात भरायची. त्यामुळे माझा वाड्यांच्या वास्तुरचनेशी परिचय होता.

आम्ही ज्या वस्तुसंग्रहालयाला भेट देणार होतो, तेही अशाच एका वाड्यात होते. डॉ. दिनकरराव आणि कमलाबाई केळकर या वृद्ध जोडप्याने आमचे स्वागत केले. जुन्या रिवाजांप्रमाणे आणि सुसंस्कृतपणे वागणाऱ्या केळकर दांपत्याचा माझ्यावर फारच प्रभाव पडला. पेशवेकालीन वस्तूंचा संग्रह आपल्याला पाहायला मिळेल, अशी माझी समजूत होती. मी जगातील अनेक वस्तुसंग्रहालये पाहिली होती आणि आपल्याला असेच काहीतरी पाहायला मिळेल, असे मला वाटत होते. पण मी जे पाहिले त्याने मी अक्षरशः चक्रावून गेलो. प्रत्येक खोलीत आणि त्यामधील प्रत्येक काचेच्या पेटीत शतकानुशतके लाखो भारतीयांच्या रोजच्या वापरातील वस्तू ठेवल्या होत्या. अशा हजारो वस्तू होत्या आणि जागेअभावी संग्रहातील ९० टक्के वस्तू गोडाउनमध्ये पडून होत्या, असे मला समजले.

महापालिका आयुक्त अरुण बोंगिरवार, विभागीय आयुक्त के. एस. सिद्धू आणि तरुण जिल्हाधिकारी अरुण भडकमकर यांच्या उत्साही सहभागामुळे आम्ही वस्तुसंग्रहालयाच्या शेजारील भूखंड मिळवला, निधी उपलब्ध करून दिला आणि

डॉ. केळकर यांच्या सातत्याच्या देखरेखीखाली विस्तारीत इमारत बांधून घेतली. आज याच इमारतीतून या वस्तुसंग्रहालयाला भेट देण्यासाठी प्रवेश करावा लागतो.

मी साधारणत: महिन्यातून एकदा या वस्तुसंग्रहालयाला भेट देऊ लागलो आणि डॉ. केळकर यांच्याशी त्यांच्या स्वप्नाबद्दल चर्चा करत असे. डॉ. केळकर यांनी बैलगाड्यांमधून प्रवास करत तसेच चालत देश पालथा घातला, दुर्गम भागांना भेटी दिल्या आणि या वस्तू जमा केल्या होत्या. त्याबद्दलच्या हकीकती त्यांच्याकडून ऐकण्यात मी रंगून जात असे.

एके दिवशी त्यांनी ज्येष्ठ इतिहाससंशोधक बाबासाहेब पुरंदरे यांनी मला भेटण्यासाठी बोलावून घेतले. त्यांचे ज्ञान आणि उत्साह यांच्यामुळे मी प्रभावित झालो. माझ्या लहानपणी मी विश्रामबाग वाडा या नावाच्या वाड्यासमोरून रोज जात असे. पेशव्यांचे निवासस्थान असलेल्या शनिवारवाड्यापासून हा वाडा एक किलोमीटर अंतरावर होता. जुन्या काळी तो शहराच्या बाहेर असावा आणि पेशवे विश्रांतीसाठी तो वापरत असावे. या वाड्याचे जुने रूप त्याला पुन्हा प्राप्त करून द्यावे आणि तेथे वस्तुसंग्रहालय उभारावे, असे डॉ. केळकर यांचे स्वप्न होते. त्यांच्या संग्रहातील वस्तूची संख्या इतकी मोठी होती की, त्या सर्व वस्तू आपल्या वस्तुसंग्रहालयात त्यांना मांडता येत नव्हत्या आणि म्हणूनच त्यांनी त्यातील काही वस्तू यासाठी देऊ केल्या. जुन्या काळात विश्रामबागवाड्यात पुणे नगरपालिकेचे मुख्य कार्यालय होते आणि आता तिथे जन्म-मृत्यू नोंदणी विभाग इत्यादी छोट्या-मोठ्या विभागांची कार्यालये होती. हा वाडा वस्तुसंग्रहालयासाठी मिळवून देणे, एवढेच माझे यात योगदान होते. अरुण बोंगिरवार आणि भडकमकर यांनी ही जबाबदारी घेतल्यामुळे नगरपालिकेची कार्यालये इतरत्र हलवली गेली. मस्तानीच्या वाड्यातील वस्तू आणून विश्रामबागवाड्यात महालाची पुन्हा निर्मिती करायची, हे डॉ. केळकर यांचे स्वप्न साकारण्यासाठी आम्ही काही महिन्यांतच तो त्यांच्या हवाली केला. नव्या पिढीला गतकाळाची माहिती व्हावी यासाठी इतरही काही मोठ्या वस्तू तिथे आणून ठेवल्या. अशा रीतीने पुण्याच्या लौकिकात भर पडली.

कै. डॉ. केळकर यांचे जामात डॉ. हरीभाऊ रानडे आणि त्यांच्या मुलांनी संग्रहातील सर्व वस्तू प्रदर्शित करता याव्यात या हेतूने वस्तुसंग्रहालय इतरत्र हलवण्याची योजना आखली आहे. दुर्दैवाने माझी खूप इच्छा असूनही मी या योजनेत सामील होऊ शकलो नाही. डॉ. केळकरांच्या संग्रहातील फक्त १५ टक्के वस्तू प्रदर्शित केल्या आहेत, असे समजते. उरलेल्या अजूनही गोडाउनमध्येच पडून आहेत.

७८

भिवंडी दंगल :
इंदिरा आणि राजीव गांधी यांची भेट

त्या वर्षीच्या म्हणजे १९८४ सालच्या मे महिन्यातील उकाडा फारच कडक होता. बहुतेक मंत्री हे राज्यातील थंड हवेच्या ठिकाणांना निघून गेले होते. मंत्रालयात एके दिवशी मी फायली तपासत बसलो असताना भिवंडीत झालेल्या जातीय दंगलीत अनेक जण मारले गेले आहेत, असे मला समजले. पोलीस मुख्यालयातदेखील तोपर्यंत नेमकी माहिती उपलब्ध नव्हती.

जातीय दंगलींसाठी भिवंडी कुप्रसिद्ध होतेच. भिवंडीला जाण्यासाठी मी पोलीस महासंचालक के. पी. मेढेकर यांच्यासह राजभवनच्या हेलिपॅडवर गेलो. आम्ही हेलिकॉप्टरमध्ये बसून हवेतून भिवंडीतील जे दृश्य पाहिले, त्यावर विश्वास ठेवणे कठीण होते. अनेक घरे जळत होती आणि शहरातील अनेक भागांना नव्याने आगी लागत होत्या. आम्ही हेलिकॉप्टरमध्ये बसून हे सर्व हताशपणे बघत होतो. आम्ही माझ्या कार्यालयात परतलो. लष्कराच्या महाराष्ट्र आणि गोवा विभागाचे मुख्याधिकारी मेजर जनरल लक्ष्मण रावत यांच्याशी मी संपर्क साधला. त्यांचे कार्यालय मंत्रालयापासून काही किलोमीटरच्याच अंतरावर होते. मी त्यांच्याकडे लष्कराची मदत मागितली आणि त्यांनी तत्काळ प्रतिसाद दिला. त्या दिवशी रात्री १० वाजेपर्यंत लष्कराची एक तुकडी भिवंडीत पोहोचली आणि आणखी काही तुकड्या पुण्याहून निघाल्या होत्या.

ठाण्याच्या जिल्हाधिकारी श्रीमती शंकरन या रात्रभर माझ्याशी संपर्क ठेवून होत्या. दंगलीत काहीशे लोक मारले गेले होते. त्यांची पार्थिवे तसेच मेलेल्या जनावरांची प्रेते इतस्तत: पसरलेली होती. काही स्थानिक नेत्यांनी जनतेला मदत पुरवली होती पण अन्न, पाणी आणि दूध यांची टचाई निर्माण झाली होती. आम्ही युद्धपातळीवर मदत देण्यास सुरुवात केली.

पाच दिवसांनी श्रीमती इंदिरा गांधी यांनी भिवंडीला भेट दिली. त्यांच्यासोबत केंद्र सरकारमधील काही वरिष्ठ अधिकारी तसेच उत्तर प्रदेशमधील काही मुस्लीम नेते होते. हे सर्व मृतदेह उचलायला किती वेळ लागेल, असे इंदिरा गांधी यांनी आपल्या भेटीच्या कार्यक्रमाच्या शेवटी मुख्यमंत्री वसंतदादा पाटील यांना विचारले. दादांनी माझ्याकडे पाहिले. मी न कचरता 'पाच दिवस' असे म्हणालो. पंतप्रधान म्हणाल्या, ''ठीक आहे, मी कोणालातरी खातरजमा करण्यासाठी पाठवून देते.''

प्रशासनाने पुढील चार दिवस अहोरात्र काम केले. सर्व मृतदेहांवर अंत्यसंस्कार करण्यात आले आणि जाळपोळ झालेल्या घरांची साफसफाई करून राडारोडा उचलण्यात आला. पुनर्वसन छावण्यांचे काम व्यवस्थित चालू होते. कॉलेरा आणि टायफॉईड यांसारखे साथीचे रोग फैलावू नयेत, यासाठी सार्वजनिक आरोग्य विभागाच्या कर्मचाऱ्यांनी भिवंडीतील सर्व जनतेचे लसीकरण केले. जवळच्या भागांमधील आरोग्य निरीक्षक आणि सफाई कर्मचारी यांनादेखील बोलावून घेतले आणि त्यांना साफसफाईच्या कामात सामील करून घेतले गेले. कामाच्या एकूण प्रगतीबाबत मी समाधानी होतो. पंतप्रधानांच्या वतीने जे कोणी येतील, त्यांची योग्य व्यवस्था ठेवावी, असे मी जिल्हा प्रशासनातील अधिकाऱ्यांना सांगितले.

पाचव्या दिवशी मुंबई प्रदेश काँग्रेस समितीचे अध्यक्ष मुरली देवरा यांचा मला फोन आला. अखिल भारतीय काँग्रेस समितीचे महासचिव राजीव गांधी भिवंडीला जाण्यासाठी मुंबईत येत आहेत, असे त्यांनी मला सांगितले. ''राजीव गांधींना तुम्हाला भेटायला आवडेल आणि परिस्थितीचा तुमचा अंदाज जाणून घेणे आवडेल,'' असेही ते म्हणाले.

काँग्रेसपक्षाच्या एक महासचिवाला भेटण्यासाठी आपण भिवंडीला जायचे की नाही, हे मला ठरवता येत नव्हते. पण राजीव गांधी हे पंतप्रधान यांच्यावतीने भिवडीला भेट देण्यासाठी येत असल्यामुळे त्यांना भेटणे इष्ट ठरेल, असे मी विचारांती ठरवले. तसेच त्यांना जर काही माहिती लागली, तर ती देण्यास मी अधिक समर्थ असेन, असेही मला वाटले. म्हणूनच मी भिवंडीला जाऊन सर्किट हाउसमध्ये थांबण्याचे ठरवले.

मी सर्किट हाउसमध्ये अधिकाऱ्यांची बैठक घेत होतो. अरुण सिंग, राजीव गांधी यांच्यासह तेथे आले. अरुण सिंग यांच्याकडे माहिती लिहिलेला एक कागद होता आणि ते सोबत प्रश्नांची यादीदेखील घेऊन आले होते. त्यावरून ते दिल्लीहून पूर्ण माहिती घेऊन आले होते, हे लक्षात आले. दोघेही भिवंडीमध्ये फिरले होते आणि आम्ही केलेले काम पाहून आले होते. मदत आणि पुनर्वसनाच्या कामात

प्रशासनाने जो पुढाकार घेतला होता, त्याबाबत स्थानिक नेत्यांनी त्यांना माहिती दिली होती. दंगल थांबवण्यासाठी लष्कराच्या मदतीने प्रशासनाने तत्काळ जी प्रभावी उपाययोजना केली होती, ती सर्वांना माहीतच होती.

काही सर्वसाधारण स्वरूपाची प्रश्नोत्तरे झाल्यानंतर अरुण सिंग राजीव गांधींच्या कानात काहीतरी पुटपुटले. आपण स्वतंत्रपणे बोलू शकतो का, असे राजीव गांधींनी मला विचारले. अरुण सिंग इतर अधिकाऱ्यांकडून माहिती घेत असताना आम्ही खोलीच्या एका बाजूला गेलो. राजीव गांधी माझ्याशी अत्यंत सौजन्याने बोलले. दंगलीमागची कारणे, दोन्ही समुदायांमधील संबंध, मदत पुरवण्यात स्थानिक राजकारण्यांची भूमिका इत्यादींबाबत त्यांनी मला काही प्रश्न विचारले. आम्ही जे काय केले होते, त्याबद्दल ते बहुधा समाधानी वाटले. निरोप घेताना ते म्हणाले, ''प्रधानजी, मी जे काही बघितले आहे त्यावरून प्रशासनाबद्दल माझे चांगले मत बनले आहे. चारच दिवसांत तुम्ही हे कसे काय करू शकलात?''

मी म्हणालो, ''याचे सर्व श्रेय महाराष्ट्र प्रशासनाला जाते. आणीबाणीच्या प्रसंगात टीम म्हणून कसे काम करायचे, हे आम्हाला ठाऊक आहे.''

त्यांनी स्मितहास्य केले, मला धन्यवाद दिले आणि प्रेमाने हस्तांदोलन करत माझा निरोप घेतला.

काही दिवसांनंतर मंत्रीमंडळ सचिव कृष्णस्वामी रावसाहेब यांचा मला फोन आला. भिवंडीतील कामकाजाबाबत पंतप्रधान समाधानी आहेत, असे त्यांनी मला सांगितले.

काही दिवसांनंतर जूनच्या पहिल्या आठवड्यात अमृतसरला झालेल्या 'ऑपरेशन ब्ल्यू-स्टार'चे पडसाद पुण्यात उमटले. काही शीख सैनिकांवर याचा परिणाम झाला आणि छोटीशी बंडाळी झाली. काही ट्रक भरून सशस्त्र शीख सैनिक पुण्याहून दिल्लीकडे निघाले होते. लष्कराच्या तीन तुकड्या भिवंडीत तैनात होत्या, हे आमचे सुदैव होते. बंडखोर सैनिक मुंबईपर्यंत पोहोचू नयेत यासाठी या तुकड्यांना तत्काळ आदेश देण्यात आले. राष्ट्रीय महामार्गावरून त्यांचा पाठलाग झाला. दिल्लीकडे जाण्यापासून रोखण्यासाठी राज्य प्रशासन आणि लष्कर यांनी एकजुटीने आणि प्रभावीपणे काम केले. या सगळ्याचे दिल्लीत कौतुक झाले.

ऑक्टोबर, १९८४मध्ये आम्ही दिवाळी साजरी करण्याची वाट पाहत असताना एक दिवशी नाईक माझ्या कार्यालयात आले आणि तुम्हाला बहुधा उत्तरेच्या दिशेने

जावे लागेल, असे त्यांनी मला सांगितले. त्यांनी माझ्या पत्रिकेचा अभ्यास केला होता आणि त्यांनी सांगितलेले एक भविष्य खरे ठरले होते. निवृत्त होण्याच्या वेळी मी आता आहे त्यापेक्षा मोठ्या आणि महत्त्वाच्या पदावर असेन, असे त्यांनी मला ठामपणे सांगितले. मी काहीशा अविश्वासाने त्यांचे ऐकून घेतले. मी महत्त्वाच्या पदावर होतोच. मी लष्कर आणि पोलिसदल यांच्याशी चांगले संबंध प्रस्थापित केले होते आणि त्यातील अधिकाऱ्यांशी माझी मैत्री झाली होती. 'मला उगाचच त्रास देऊ नका,' असे सांगत मी त्यांचे भविष्य निकालात काढले.

पुढील दोन महिन्यांतील घटना मला दिल्लीत घेऊन जातील, याची मला कल्पनाच नव्हती.

७१

युगांतर : इंदिरा गांधी व यशवंतराव यांचे निधन

३१ ऑक्टोबर, १९८४ रोजी राज्यातील सर्व वरिष्ठ पोलीस अधिकारी राज्यस्तरीय परिषदेसाठी पुण्यात होते. मुख्यमंत्री वसंतदादा पाटील आणि मीदेखील पुण्यात होतो. त्या दिवशी सकाळी मी पुण्यापासून १० किलोमीटर अंतरावर असलेल्या एका खेड्यात होतो. श्रीमती इंदिरा गांधी यांच्यावर हल्ला झाला आहे, असे आकाशवाणीने वृत्त दिले आहे, असे त्या वेळी मला कोणीतरी येऊन सांगितले. त्यांच्यावर प्राणघातक हल्ला झाला आहे का; त्या फक्त जखमी झाल्या आहेत, याबद्दल कोणालाच नेमकी माहिती नव्हती. बातमी मिळताच वसंतदादा पाटील आणि राज्यातील काही वरिष्ठ नेते राज्य सरकारच्या विमानाने दिल्लीला गेले. मी पोलीस महासंचालक के. पी. मेढेकर व ज्युलियो रिबेरो यांना गाठले आणि आम्ही हेलिकॉप्टरने मुंबईला गेलो. आमचे उद्दिष्ट स्पष्ट होते. कोणत्याही परिस्थितीत कायदा आणि सुव्यवस्थेची स्थिती बिघडता कामा नये. आम्ही मंत्रालयात पोहोचेपर्यंत शीख सुरक्षारक्षकांनी हत्येचा हा प्रयत्न केला आहे, हे आम्हाला समजले. ज्युलियो रिबेरो यांनी तत्काळ उपाययोजना आखल्या. गुरुद्वारा आणि शीखबहुल भागांभोवती पोलिसांचा पहारा बसवला. बिनतारी संदेश यंत्रणा वापरून राज्यात सर्वत्र सावधानतेचा इशारा देण्यात आला तसेच अशाच उपाययोजना करण्याचा सल्ला देण्यात आला. सशस्त्र पोलिसांना पाचारण करण्यात आले आणि जरब बसेल, अशा पद्धतीने त्यांना तैनात करण्यात आले.

संध्याकाळी ६:३०पर्यंत श्रीमती इंदिरा गांधी यांचा मृत्यू झाला आहे, अशी खातरीलायक माहिती आम्हाला मिळाली. दिल्लीत दंगल सुरू झाली आहे, अशीही बातमी आम्हाला मिळाली. त्या दिवशी रात्री सुरू झालेली दंगल पुढे चार दिवस चालली आणि त्यात ४,००० जणांचा मृत्यू झाला. त्याउलट मुंबईत मात्र आम्ही तत्काळ उपाययोजना केल्यामुळे कोणतीही अप्रिय घटना घडली नाही. काही तुरळक

घटना सोडल्या, तर राज्यात इतरत्रदेखील वातावरण शांतच राहिले. या सगळ्याची दखल दिल्लीत घेतली गेली, हे मला नंतर समजले आणि कदाचित यामुळेच जेव्हा तत्कालीन गृहसचिव मनमोहन वाली यांना दिल्लीच्या नायब राज्यपालपदी नेमले गेले, तेव्हा गृहसचिवपदासाठी माझे नाव पुढे आले.

इंदिरा गांधी यांचा अंत्यविधी झाल्यानंतर त्यांच्या अस्थी परंपरेनुसार वेगवेगळ्या अस्थिकलशांमध्ये ठेवल्या जातील. प्रत्येक राज्यातील पवित्र नद्यांमध्ये त्यांचे विसर्जन करण्यासाठी एक-एक अस्थिकलश त्या-त्या राज्यात पाठवला जाईल, असे ठरले. हे अस्थिकलश परंपरेनुसार तांब्याचे होते. मुंबईत लोकांना दिवंगत पंतप्रधानांना आदरांजली वाहता यावी, यासाठी विधिमंडळाच्या आवारात अस्थिकलश ठेवण्यात आला होता. या सगळ्या व्यवस्थेवर मी स्वत: लक्ष ठेवून होतो. माहिती-जनसंपर्क खाते, राज्य सरकार, महापालिका आणि पोलीस या सर्वांमधील अधिकाऱ्यांनी रात्रभर काम करून मंच उभारला आणि अस्थिकलशाचे दर्शन घेण्यासाठी लोकांना मंचापर्यंत येण्यास सोपे जाण्यासाठी तसेच गर्दीवर नियंत्रण ठेवण्यासाठी चोख व्यवस्था केली. दुसऱ्या दिवशी पहाटे राज्यपाल लतीफ आणि मुख्यमंत्री वसंतदादा पाटील यांच्यासह मी विमानतळावर उपस्थित होतो. आम्ही जेव्हा अस्थिकलश राजभवनात आणला, तेव्हा मला तो हातात धरण्याचा मान मिळाला. लोकांनी पाळलेल्या शिस्तीमुळेच पुढील २४ तासात जवळ-जवळ १० लाख लोक मंचापर्यंत येऊन देशातील एका मोठ्या नेत्याला आदरांजली वाहू शकले.

नवे पंतप्रधान राजीव गांधी यांनी जनमताचा कौल घ्यायचा ठरवला आणि नोव्हेंबरच्या मध्यावर लोकसभेच्या निवडणुकांची घोषणा झाली. निवडणुकांची तयारी करण्यासाठी जेमतेम दोन आठवड्यांचा अवधी होता. त्यामुळे आम्ही त्वरित कामाला लागलो. सुदैवाने अतिरिक्त मुख्य सचिवपदावर असलेले माझे सहकारी बी. के. हळवे हे अनुभवी अधिकारी होते आणि त्यामुळे माझ्यावर कामाचा ताण फारसा पडला नाही. उमेदवारांची निवडप्रक्रिया चालू होती आणि त्यातील काही जणांना उमेदवारी अर्ज भरण्यास सांगितले जात होते. यशवंतराव चव्हाण आजारी असून त्यांना 'ऑल इंडिया इन्स्टिट्यूट ऑफ मेडिकल सायन्सेस'मध्ये हलवण्यात आले आहे, हे आम्हाला त्या वेळी समजले. आम्हाला याचे गांभीर्य समजले नाही आणि त्यांचा निष्ठावान कर्मचारिवर्ग सोडता आम्हाला याबद्दल सांगणारेदेखील कोणी नव्हते. त्याकाळात फोन वरून संपर्क साधणेदेखील अवघड असायचे.

यशवंतराव चव्हाण यांचे निधन झाले असून दुसऱ्या दिवशी त्यांचे पार्थिव मुंबईत आणण्यात येईल, असे मला वसंतदादा यांनी सांगितले. मी तत्काळ वर्षावर

गेलो आणि या संदर्भातील तयारीचा आढावा घेतला. काहीच आठवड्यांपूर्वी आम्ही याच पद्धतीचा आदरांजली वाहण्याचा कार्यक्रम आयोजित केला असल्यामुळे पार्थिव ठेवण्यासाठी अशाच पद्धतीचा एक मंच उभारण्याची योजना मी कार्यान्वित केली. अंत्यविधी कुठे करायचा, हा पुढचा प्रश्न होता. यशवंतराव महाराष्ट्राचे पहिले मुख्यमंत्री असल्यामुळे तो मुंबईत व्हावा, असे अनेक राजकीय नेत्यांचे म्हणणे होते. मुख्यमंत्र्यांनी याला संमती दिली आणि आम्ही अंत्ययात्रेच्या तयारीस लागलो.

त्या दिवशी रात्री उशिराने वसंतदादांचा मला फोन आला. ज्या कऱ्हाडमध्ये यशवंतराव चव्हाण लहानाचे मोठे झाले आणि जिथे त्यांनी राजकारणात भाग घ्यायला सुरुवात केली, त्या कऱ्हाडमधील लोकांची अंत्यविधी तिथेच व्हावा अशी इच्छा आहे, असे मला वसंतदादांनी सांगितले. वसंतदादांना ही मागणी मान्य करणे भाग होते. अन्यथा कऱ्हाड परिसरातून लाखो लोक मुंबईत अंत्यविधींसाठी आले असते.

दुसऱ्या दिवशी आम्ही विमानतळावर गेलो आणि मरीन ड्राइव्हवरील यशवंतरावांच्या निवासस्थानी पार्थिव घेऊन आलो. मी चव्हाण कुटुंबाचाच सदस्य समजला जात असल्यामुळे मी कुटुंबीयांच्याच सोबत आदरांजली वाहिली. त्याच दिवशी मी कऱ्हाडमधील व्यवस्था कशी झाली आहे, हे पाहण्यासाठी तिथे गेलो. राज्य सरकारच्या विमानातून मुख्यमंत्री पार्थिव घेऊन येणार असल्यामुळे मी शरद पवारांसोबत दुसऱ्या दिवशी विमानतळावर गेलो. चव्हाणांचे जुने सहकारी पी. डी. पाटील यांनी तयार करून ठेवलेल्या ठिकाणी अंत्यविधी झाला. मागे वळून पाहता कऱ्हाडला अंत्यविधी करण्याचा निर्णय सूज्ञपणाचा ठरला. आज नदीतीरावर चव्हाणांचे सुंदर स्मारक आहे. त्याला हजारोंच्या संख्येने लोक भेट देतात.

८०

पंतप्रधान मार्गारेट थॅचर व राजीव गांधी यांची भेट

१ डिसेंबर, १९८४ रोजी भोपाळ जवळील युनियन कार्बाइडच्या कारखान्यातून गॅस गळती झाल्याची प्राथमिक माहिती आम्हाला मिळाली. हजारो लोकांना श्वसनाचा तीव्र त्रास होत असल्याचे वृत्त होते. आणखी काही दिवसांनी आम्हाला या दुर्दैवी घटनेचे तपशील समजले. हजारोंचा यात मृत्यू झाला. दैनंदिन प्रश्नात गुंतलेल्या आमच्यासारख्यांसाठी हीच तेवढी बातमी होती. मान्यवर आणि ज्येष्ठ उद्योजक आणि युनियन कार्बाइडचे अध्यक्ष केशब महिन्द्र आणि युनियन कार्बाइडचे व्यवस्थापकीय संचालक विजय गोखले यांना गुन्हेगारी स्वरूपाच्या निष्काळजीपणाच्या आरोपाखाली अटक करण्यात आली आहे असे आम्हाला समजले, तेव्हा मुंबईत सर्वांना धक्का बसला.

त्याच सुमारास मुंबईत एक विचित्र घटना घडली. मी कार्यालयात बसून काम करत असताना मुंबईतील ब्रिटिश उप-उच्चायुक्त यांच्यावर गोळी झाडून त्यांची हत्या झाली आहे, असे सांगणारा पोलीस आयुक्त रिबेरो यांचा फोन मला आला. मी तत्काळ हुतात्मा चौकाच्या समोरील मर्कंटाइल बँकेच्या इमारतीच्या सर्वांत वरच्या मजल्यावर असलेल्या ब्रिटिश उप-उच्चायुक्तांच्या कार्यालयात गेलो. आम्ही तेथील वरिष्ठ अधिकाऱ्यांना भेटलो, पण ते याबद्दल फारसे बोलू इच्छित नाहीत, असे लक्षात आले. तोपर्यंत रिबेरो तिथे येऊन पोहोचले. मृतदेह जे. जे. हॉस्पिटलमध्ये हलवण्यात आला होता आणि आम्ही दोघांनी तेथे जायचे ठरवले. डोक्याच्या डाव्या बाजूने गोळी आत शिरली होती आणि दुसऱ्या बाजूने ती बाहेर पडली होती. या हत्येत सायलेन्सर लावलेली बंदूक वापरण्यात आली होती.

मुख्य सचिव या नात्याने मुंबईतील परदेशी मुत्सद्द्यांची जबाबदारी माझ्यावर होती आणि मी दिल्लीला या संदर्भातील अहवाल पाठवणे गरजेचे होते. काही तज्ज्ञ तसेच वरिष्ठ पोलीस अधिकाऱ्यांशी चर्चा केल्यानंतर हे कृत्य एखाद्या प्रशिक्षित

मारेकऱ्याने केलेले आहे आणि बहुधा या खुनाचा संबंध उप-उच्चायुक्तांच्या पश्चिम आशियातील याआधीच्या काळातील नियुक्तीशी असावा, या निष्कर्षापर्यंत आम्ही पोहोचलो. हे कृत्य इंग्लंडच्याच गुप्तहेर विभागाने केले होते, असाही संशय होता. काहीही असले, तरी अहवाल सादर केल्यानंतर माझे या प्रकरणाशी काहीही घेणे-देणे नव्हते.

श्रीमती मार्गारेट थॅचर या हाँगकाँगला जाण्यासाठी मुंबईमार्गे जाणार असून मुंबईत त्यांचा एका तासासाठी मुक्काम असेल, असा निरोप मला या दोन घटनांनंतर मिळाला. मी त्यांचे स्वागत करावे तसेच त्यांना निरोपदेखील द्यावा, असे मला सांगण्यात आले. त्यानुसार मी आणि राजशिष्टाचार विभागाचे सचिव पी. पी. महाना यांनी ६ डिसेंबर रोजी ब्रिटनच्या पंतप्रधानांचे स्वागत केले. त्यांच्यासमवेत परराष्ट्र मंत्री जॉफ्री हॉव हेदेखील होते. व्हीआयपी कक्षात आम्ही त्यांच्यासाठी अल्पोपाहाराची सोय केली. दिल्लीतील राजशिष्टाचार विभागाच्या निर्देशांनुसार मी त्यांचे पंतप्रधान राजीव गांधी यांच्या वतीने स्वागत केले. त्याच दिवशी राजीव गांधी हे निवडणूक प्रचारासाठी भोपाळला भेट देणार आहेत, असे मी श्रीमती थॅचर यांना सांगितले. या दुर्घटनेबाबत आपल्याला अतीव दुःख झाले आहे हे राजीव गांधींना कळवावे, असे त्यांनी मला सांगितले. मी परराष्ट्रमंत्र्यांशी त्यांच्यासमक्षच बोललो आणि ब्रिटिश उप-उच्चायुक्तांच्या निधनामुळे आम्हाला दुःख झाले आहे, असे सांगितले. पण दोघांनाही याबद्दल काहीच विचारायचे नाही, हे माझ्या लक्षात आले. ही हत्या ब्रिटिश सरकारच्या एखाद्या गुप्तचर विभागाने केली आहे, ही आमची शंका त्यांच्या या वागण्यामुळे दृढ झाली.

भोपाळ गॅस दुर्घटनेच्या संदर्भात नुकतीच पुन्हा नव्याने चर्चा सुरू झाली होती. युनियन कार्बाइडचे अध्यक्ष वॉरेन अँडरसन यांना अटक झाली आणि लगेचच त्यांची सुटका करून त्यांना भारताच्या बाहेर नेण्यात आले होते. या दुर्घटनेनंतर सहा आठवड्यांनीच मी गृहसचिव पदाचा कार्यभार स्वीकारला असल्यामुळे माध्यमांच्या प्रतिनिधींनी मला त्याबाबत विचारले. या सर्व प्रकरणात तत्कालीन गृहमंत्री पी. व्ही. नरसिंह राव यांच्या भूमिकेबाबत प्रश्न उपस्थित केले गेले. मी पदभार स्वीकारल्यानंतर मला जी माहिती दिली गेली, त्यामध्ये या प्रकरणाचा काहीच उल्लेख नव्हता, हे चमत्कारिकच होते. तसेच ही बाब राज्य सरकारच्या अखत्यारीतली आहे, अशी माझी धारणा असल्यामुळे मला त्यात रस नव्हता. मी कोणताही 'बाइट' देण्यास नकार दिला.

पंतप्रधानपदावर येताच राजीव गांधींनी लोकसभेच्या निवडणुका घ्यायच्या ठरवल्या होत्या. पुढील तीन महिन्यांत ते महाराष्ट्रात प्रचारासाठी आले असता राजशिष्टाचारास अनुसरून मी त्यांचे दोन वेळा स्वागत केले.

श्रीमती मार्गारेट थॅचर यांची भेट झाल्यानंतर लगेचच डिसेंबरच्या सुरुवातीला सांताक्रुझ विमानतळावर मी राजीव गांधींचे स्वागत केले. त्यांनी माझी विशेष आपुलकीने विचारपूस केली. दादरच्या शिवाजी पार्कवरील प्रचंड मोठी प्रचारसभा संपवून राजीव गांधी आणि त्यांच्याबरोबरची मंडळी गाडीने ठाण्याला जाणार होते. श्रीमती गांधींच्या हत्येनंतर पंतप्रधानांची सुरक्षाव्यवस्था अधिक कडक करण्यात आली होती. वरिष्ठ पोलीस अधिकाऱ्यांसोबत मी सुरक्षाव्यवस्थेचा आढावा घेतला. दादर-ठाणे या मार्गावर अनेक ठिकाणी दिव्यांची पुरशी सोय नसल्यामुळे अंधार होता आणि त्यामुळे गाडीने प्रवास करण्याबाबात आम्ही जरा नाखूशच होतो. पंतप्रधानांच्या सुरक्षाव्यवस्थेत कोणतीही त्रुटी राहणार नाही याची खातरजमा करण्यासाठी मी पंतप्रधानांच्या ताफ्यासोबत ठाण्यापर्यंत जायचे ठरवले.

आम्ही दादरहून ठाण्याला जायला निघणार तोच अरुण सिंग यांनी मला त्यांच्या गाडीत बसायला सांगितले. माझी आणि त्यांची याआधी भिवंडीत भेट झाली होती. ते मला अत्यंत शांत स्वभावाचे आणि सभ्य गृहस्थ वाटले. ठाण्यापर्यंतचा हा प्रवास माझ्या आयुष्याला कलाटणी देणारा ठरला. अरुण सिंग हे मला माझी कारकिर्द, माझी पार्श्वभूमी, मला कशाकशात रस आहे, मी माझ्या भविष्याकडे कोणत्या प्रकारे पाहतो, इत्यादी विषयांबाबत एकापाठोपाठ एक प्रश्न विचारू लागले. त्यांचे बोलणे तसे अनौपचारिक आणि सौजन्यशील होते. त्यांच्या शेवटच्या काही प्रश्नांपैकी एक प्रश्न होता, ''आंतरराष्ट्रीय पातळीवरच्या मुत्सद्देगिरी आणि आंतरराष्ट्रीय व्यापार यांची पार्श्वभूमी असलेला तुमच्यासारखा अधिकारी दिल्लीत नाही, हे कसे काय?'' मी या प्रश्नाला तितक्याच स्पष्टपणे उत्तर दिले, ''बहुधा लोकांना मी तिथे नको आहे.''

दुसऱ्या दिवशी सकाळी मी पंतप्रधानांना निरोप देण्यासाठी विमानतळावर गेलो. राजीव गांधी विमानात चढणार तोच ते मागे फिरले आणि मला एका बाजूला घेत म्हणाले, ''अरुणनी मला तुमच्याबद्दल सांगितले आहे. मी शोध घेतो.''

बारा वर्षे बाहेर राहिल्यानंतर मी महाराष्ट्रात परतलो होतो आणि मुंबईत स्थिरावलो होतो. मी देशातील सर्वांत महत्त्वाच्या राज्याचा मुख्य सचिव होतो. प्रशासनावर माझी पकड मजबूत होती. सर्व तऱ्हेचे राजकारणी माझ्याबद्दल आदर बाळगून होते. आणि राज्याच्या जनतेच्या हृदयात मी एक स्थान मिळवले आहे, हे मला माहीत होते. माझी कृतिशील कार्यशैली लोकांना भावली होती आणि माझे माझ्या राज्यावर, लोकांवर प्रेम होते. निवृत्तीला दोन वर्षांहून कमी काळ उरला होता आणि आयुष्याच्या या टप्प्यावर कोणतीही गोष्ट मला दिल्लीला जाण्यास प्रवृत्त करणार नव्हती. तेव्हा राजीव गांधी यांचे उद्‌गार हे सद्‌हेतून प्रेरित आहेत आणि माझ्यासाठी ते फारसे महत्त्वाचे नाहीत, असे मी धरून चाललो होतो.

रायगड जिल्ह्यातील पेणजवळ राजीव गांधींनी आपली प्रचाराची शेवटची सभा घ्यायची ठरवली. माझे गाव नागोठणे पेणपासून जेमतेम ३० किलोमीटरच्या अंतरावर आहे. माझ्या पत्नीसोबत तिथे जाण्यास मला आनंद झाला. आम्हा दोघांचे पंतप्रधानांनी प्रेमाने स्वागत केले. मंचामागील एका तंबूत माझे आणि अरुण सिंग यांचे बराच वेळ बोलणे झाले. त्यांनी मला परिस्थितीबाबतच्या माझ्या अंदाजाबद्दल आणि विशेषत: अ. र. अंतुले यांच्याबद्दल विचारले. या सभेने प्रचार थांबला. गेले जवळ-जवळ दोन महिने देशभर विमानातून प्रवास केल्यानंतर मंचावरून खाली उतरणारे राजीव गांधी निर्धास्त वाटले. त्यांनी माझ्याशी हस्तांदोलन केले आणि ते म्हणाले, "प्रधानजी, मी तुमच्याशी लवकरच बोलेन!"

५ जानेवारी, १९८५ रोजी पंतप्रधान म्हणून राजीव गांधी यांचा शपथविधी झाला. त्या दिवशी त्यांनी दूरदर्शनवरून देशाला संबोधून भाषण केले. अजाणताच मी त्यांचा चाहता बनलो. ते मनापासून बोलले. त्यांच्याकडे एक नेमका कृतिकार्यक्रम होता. आणि देशाला २१व्या शतकात घेऊन जाण्यासाठी आपल्याला संधी द्यावी, असे त्यांनी जनतेला आवाहन केले. आपली जागा आता त्यांच्यासोबत आहे, असे मला मनातूनच वाटले. मुंबई सोडणे मला फारसे पसंत नसले, तरीदेखील सनदी सेवेतील माझा ३३ वर्षांचा अनुभव राष्ट्रीय पातळीवर आणि विशेषत: या तरुण पंतप्रधानांना अधिक उपयोगाचा ठरेल, असे माझ्या लक्षात आले. दिल्लीचा सांगावा यायला वेळ लागला नाही. दोनच दिवसांनी मंत्रीमंडळ सचिव कृष्णस्वामी रावसाहेब यांनी मला तातडीने दिल्लीस येण्यास सांगितले. दुसऱ्या दिवशी सकाळी मी पंतप्रधानांचे प्रधान सचिव पी. सी. ॲलेक्झांडर यांना भेटलो. मी दिल्लीला यायला तयार आहे का, असे त्यांनी मला विचारले.

"हो, पण फक्त गृहसचिव म्हणून," असे मी तत्काळ उत्तरलो. मी वाणिज्य सचिव व्हावे असे माझ्या काही हितचिंतकांना वाटत आहे, असे माझ्या कानावर आले होते. माझी पार्श्वभूमी आणि अनुभव पाहता मी या पदावर जाण्यास सक्षम होतोच; पण महाराष्ट्राचे मुख्य सचिवपद भूषवल्यानंतर मी आता या पदासाठी जरा अधिकच ज्येष्ठ होतो, असे मला वाटले. फक्त गृहसचिवपदासाठीच मी मुंबई सोडण्यास तयार होतो.

दुसऱ्या दिवशी माझी गृहसचिवपदी नेमणूक झाल्याची घोषणा करण्यात आली. मी १४ जानेवारी, १९८५ रोजी मुख्य सचिवपदाचा पदभार सोडला. मी अनेक कामे पूर्ण केलेली नाहीत, याची खंत मला पदभार सोडताना वाटली खरी; पण त्याचवेळी देशाच्या तरुण पंतप्रधानांनी त्यांच्या मदतीसाठी आपल्याला बोलावून घेतले आहे, याचा आनंददेखील मला वाटत होता. मेटकॉफ हाउसमध्ये प्रवेश करताना मी जे स्वप्न पाहिले होते, ते हेच नव्हते का?

१४ जानेवारी म्हणजे मकर संक्रांत. माझ्या आयुष्यातील एका नव्या पर्वात मी प्रवेश करत होतो, हे माझ्या लक्षातच आले नाही.

माझी अचानक झालेली बदली म्हणजे माझ्या कामगिरीबद्दल मला मिळालेले बक्षीस असाच अर्थ वर्तमानपत्रांनी काढला. माझे जसे कौतुक झाले तसेच महाराष्ट्राच्या बाहेर होणाऱ्या माझ्या बदलीबाबत चिंतादेखील व्यक्त केली गेली.

एका वर्तमानपत्राने लिहिले –

> एफ.एस.आय. प्रकरणामुळे आणि बंडखोर माजी मुख्यमंत्र्यांनी 'वरिष्ठ सनदी अधिकाऱ्यांमध्ये नेमकेपणा नाही,' असा ठपका ठेवल्यामुळे नोकरशाहीचे मनोबल कधी नाही इतके घसरले असताना राज्याचे मुख्य सचिव राम प्रधान यांची दिल्लीला गृहसचिव म्हणून झालेली बदली ही चुकीच्या वेळी झाली आहे, असे म्हणता येईल.
>
> वरच्या दर्जाची प्रशासकीय क्षमता तसेच अंगी भिनलेली नीरक्षीरविवेकाची भावना आणि प्रामाणिकपणा यांचा संगम असणाऱ्या मूठभर अधिकाऱ्यांपैकी ते एक आहेत. तरुण अधिकारीमंडळी त्यांच्याकडे प्रशासनाची विश्वासार्हता पुन्हा बहाल करू शकणारे आणि अत्यंत तटस्थपणे प्रकरणाची हाताळणी करू शकणारे अधिकारी म्हणून पाहतात.
>
> अत्यंत संवेदनशील पदावर प्रधानांची बदली झाली असली, तरी ती काहीशी अकाली आहे. पोलीस आयुक्त ज्युलिओ रिबेरो यांना हटवण्यासाठी सातत्याने प्रयत्न होत आहेत. या दोन्ही गोष्टी पाहता शहरातील माफिया आणि गुंडांना मोकळे रान मिळू द्यावे, यासाठी राज्यातील कर्तव्यकठोर आणि प्रामाणिक अधिकाऱ्यांची उचलबांगडी करायचा कट शिजत आहे असे वाटते.

भाग ९

गृहसचिव, भारत सरकार

मी भारताचा गृहसचिव असताना त्याविषयी 'राजीव गांधींच्या सहवासात' या पुस्तकात सविस्तरपणे लिहिले आहे. म्हणून केवळ जो भाग माझ्या चरित्राच्या दृष्टीने संबंधित आहे, तेवढाच मी येथे सादर केला आहे.

८१

राजीव गांधी यांच्याशी ओळख

संजय गांधींचे अकाली निधन झाले आणि भारताच्या राजकीय पटावर राजीव गांधींचे नाव बळेबळेच घालण्यात आले. मला त्यांच्याबद्दल प्रथम सांगितले ते वसंतदादा पाटील यांनी. तेव्हा वसंतदादा काँग्रेस (आय)चे सरचिटणीस होते. संजयच्या अंत्यविधीला हजर राहून ते दिल्लीहून मुंबईला परतले होते. त्या वेळी वसंतदादा मला म्हणाले, "सध्या काँग्रेस पक्षात एक जोरदार विचार चालू आहे. संजयच्या मृत्यूमुळे एक पोकळी निर्माण झालेली आहे. ती जर भरून काढायची असेल, तर त्यासाठी श्रीमती गांधींनी राजीवला राजी करण्याची गरज आहे!"

खरे म्हटले, तर काँग्रेसच्या अंतर्गत पक्षरचनेत मला फारसा रस नव्हता. इतर बहुतांश सरकारी अधिकाऱ्यांप्रमाणे मी त्या हालचालींकडे तसा उदासीनपणेच पाहत होतो. त्याबद्दलची माझी भावना होती – 'मला काय कर्तव्य आहे त्याच्याशी?' जेव्हा-जेव्हा राष्ट्रीय नेतृत्वाचा प्रश्न काँग्रेसपुढे येतो, तेव्हा तो पक्ष नेहरू-गांधी परिवाराला डावलूच शकत नाही.

मी १९८०च्या सप्टेंबरमध्ये पत्नीबरोबर कसौलीला चाललो होतो. माझ्या मुलीच्या सनवारमधील लॉरेन्स स्कूलच्या स्थापनदिनाचा समारंभ होता. त्यासाठी तिकडे जायचे होते. दिल्ली ते चंदीगड विमानप्रवास करावा लागणार होता. आम्ही दोघे आपापल्या जागांवर बसलो होतो. सहज इकडे-तिकडे पाहिले. त्या बोईंग विमानाच्या पुढच्या रांगेतील आसनांभोवती बरीच गडबड उडालेली होती. बरीच माणसे त्या दिशेने जा-ये करत होती. आमच्याजवळ सौ. व श्री. नसली वाडिया बसलेले होते. नसली वाडिया म्हणाले, "आपल्या विमानात राजीव गांधी आहेत."

मग माझ्या लक्षात आले की, राजीव गांधी विमानात आहेत ही कुणकुण लागताच विमानातील जवळ-जवळ प्रत्येक जण त्यांच्या जागेकडे जात होता,

त्यांचे कुशल विचारत होता, त्यांना नमस्कार करत होता. माझ्या जागेवरून ते सगळे मी पाहत होतो. थोड्या वेळाने नसली वाडियांनी विचारले, "काय प्रधानसाहेब, मी आपली राजीवशी भेट करून देऊ का? भेटणार आहात का राजीवना?"

मी ताबडतोब उत्तरलो, "छे, छे! त्यांना कशासाठी भेटायचे? काय बोलायचे त्यांच्याशी?"

बस्स! विषय तिथेच संपला.

नसली वाडिया यांच्याकडून कळले की, ते पंजाबला तेथील वातावरण व परिस्थिती समजून घेण्यासाठी जात होते.

त्यानंतर माझा व राजीव गांधींचा संपर्क पुन्हा आला नाही. पण माझे मुंबईकर मित्र त्यांच्याबद्दल नेहमी सांगत की, "काही म्हणा, माणूस म्हणून राजीव खरोखरच भला आहे. विशेष म्हणजे त्यांचे मन स्वच्छ आहे. त्यांचा विनम्र स्वभाव कौतुकास्पद आहे. त्यांचे वागणे अगदी अचूक आहे."

१९८२च्या ऑगस्ट महिन्यात महाराष्ट्र राज्याच्या मुख्य सचिवपदावर माझी नियुक्ती झाली. माझ्या कार्यालयीन कामाच्या निमित्ताने मला वेळोवेळी दिल्लीला जावे लागत असे. केंद्रीय मंत्रीमंडळ सचिव कृष्णस्वामी रावसाहेब व प्रधानमंत्र्यांचे मुख्य सचिव पी. सी. अलेक्झांडर यांना भेटून त्यांना राज्यातील कायदा व सुव्यवस्था यांची ताजी स्थिती समजावून देणे आणि त्या काळी वर्षभर चाललेल्या कापड-गिरणी कामगार संपाविषयी तसेच राजकीय घडामोडी व काँग्रेस-आयमधील अंतर्गत राजकारण याबद्दलही त्यांना अवगत करण्याची संधी मिळत असे. त्या संदर्भात गृहमंत्रालयात फेरी टाकली की, ते सगळे मी राजीव गांधींच्या कानावर घालावे, असे सुचवण्यात येत असे. मंत्रालयाची ती सूचना मी कधी मान्य केली नाही. कारण 'एक सरकारी अधिकारी म्हणून काँग्रेसच्या सरचिटणीसांना भेटण्याची मला जरूर तरी काय?' असे मला वाटे. परंतु नियतीच्या मनात काही निराळेच होते! राजीव गांधी व माझी भेट अतिशय अनपेक्षित परिस्थितीत होणार होती.

भिवंडीला मे, १९८४मध्ये भीषण दंगल झाली. पंतप्रधान इंदिरा गांधी यांनी दंगलग्रस्त भागाचा दौरा केला, पाठोपाठ राजीव गांधी आले होते. त्या वेळी ते अखिल भारतीय काँग्रेस पक्षामध्ये पदाधिकारी होते. तेव्हा त्यांच्याशी माझी भेट झाली.

८२

गृहसचिवपदाचा कार्यभार

मी माझा नवा कार्यभार १५ जानेवारी, १९८५ रोजी स्वीकारला. दिवस थंडीचे होते. हवेत गारठा होता. दुपारी वेळ असूनही सगळीकडे उदासवाणे वाटत होते. नॉर्थ ब्लॉकमधील गृहसचिवाच्या दालनाच्या दिशेने मी निघालो. माझ्यासमोर चटकन दोन गोष्टी आल्या; त्यांचा माझ्यावर लागलीच प्रभाव पडला. त्या म्हणजे मी पत्करलेले प्रचंड काम आणि गृहसचिव या नात्याने मला डोळ्यांखालून घालाव्या लागणाऱ्या फायली.

त्यांपैकी पहिली बाब स्वाभाविकच होती. केंद्र सरकारातील सर्वांत मोठा घाम गाळावा लागणारा उद्योग म्हणजे गृहसचिवाचे विहित काम. केव्हाही जा, त्याच्या पुढ्यातील काम कधी संपतच नाही. आराम त्याला ठाऊकच नसतो. त्या पदाला तोरा कसला ते माहीतच नसते. त्याच्या वाट्याला आलेले असते, ते फक्त काम. अधिक काम आणि कामच. अर्थात, अनेक अंगांनी ते एक बलाढ्य, शक्तिशाली पद आहे.

गृहसचिवाच्या कार्यालयाचा दिमाख आगळाच आहे. सगळीकडे लाकडी तावदाने बसवलेली आहेत. छताची उंची भरपूर आहे. केवळ त्या रचनेतूनही त्या पदाला लाभलेली ताकद व अधिकार कणाकणाने पाझरत असतात. केंद्रीय गृहसचिवासमोरचे ते भले-मोठे अर्धवर्तुळाकार टेबल, त्याच्या मध्यावर असलेली ती एक प्रकारची पोकळी – एकंदर आविर्भाव पाहण्यासारखा असतो. ती रुबाबदार पोकळी व्यापलेली असते गृहसचिवाने. त्या खुर्चीवर तो एकदा बसला की, आपोआपच त्याच्याभोवती एक प्रभावशाली वलय तयार होते. काही दिवसांनी मला कळले की, गृहसचिवाच्या पुढ्यातील ते टेबल भारत सरकारच्या कचेरीतील आकाराने सर्वांत मोठे टेबल आहे आणि त्या प्रचंड आकाराच्या अर्धवर्तुळाकार टेबलावर रचून ठेवलेले ते फायलींचे ढीगच्या ढीग पाहून मी थोडाफार खचलोदेखील.

पदभार स्वीकारल्यानंतर मी माझ्या जागेवर जाऊन बसलो. माझ्यासमोर माझे पूर्वाधिकारी प्रेमकुमार बसलेले होते. त्या फायलींच्या फटीतून मी त्यांच्याकडे पाहत होतो. माझी ती अवस्था पाहून ते गालांतल्या गालात हसले व म्हणाले, "राम, हळूहळू सवय होईल तुला. रुळशील तू. दिवसअखेरीस गृहसचिवाच्या वाट्याला येणारे आयुष्य आहे हे!"

थोड्या वेळाने प्रेमकुमार माझा निरोप घेऊन निघून गेले. मी तसाच बसून राहिलो. माझ्या भोवतीचे वातावरण विमनस्क बनलेले होते.

दुसऱ्या दिवशी मी संसदभवनातील पंतप्रधानांच्या कचेरीत जाऊन त्यांची भेट घेतली. मी आत प्रवेश करताच राजीव गांधी चटकन उठून उभे राहिले. त्यांनी मोठ्या प्रेमाने हस्तांदोलन करून माझे स्वागत केले आणि म्हटले, "या, या प्रधानजी! सुस्वागतम! दिल्लीला स्वागत असो! येथून पुढे आपण एकत्र काम करणार याचा मला आनंद वाटत आहे."

त्यांच्या तोंडून आलेले 'एकत्र काम करणार' हे शब्द माझ्या कानांवर पडताक्षणीच मला यशवंतरावांच्या सहवासातील दिवस आठवले. त्यांचीही भाषा तीच होती. 'आपण एकत्र मिळून कामाला जुंपून घेणार आहोत,' याचे स्मरण त्यांनी सतत ठेवलेले होते. आज राजीव गांधींनीही तोच पुनरुच्चार करावा ना! आणि विशेष म्हणजे त्यांचे ते शब्द फुकाचे बिलकूल नव्हते. त्यांनी ते खरे करून दाखवण्यात वेळ दवडला नाही.

आम्ही दोघे थोडा वेळ एक-दोन विषयांवर बोललो. पुन्हा एकदा हस्तांदोलन करून त्यांनी म्हटले, "तुमची तयारी झाली की बोलू या आपण."

मी खोलीबाहेर पाऊल टाकणार इतक्यात ते माझ्यापाशी येऊन म्हणाले, "एक मिनिट थांबा. एक-दोन दिवसांत आपल्या डोक्यांवर एक बॉम्ब फुटणार आहे बरे! एक अतिशय गंभीर... अरे हो, त्याची चिंता तुम्ही नका करू. माझ्यासमोर त्याचे संपूर्ण चित्र आहे. तुम्हाला लवकरच कळेल सगळे. तुम्हाला मात्र बरीच साफसफाई करावी लागणार."

सावधानतेचा इशारा देत ते आणखी म्हणाले, "त्याबद्दल कोणालाही काहीही सांगू नका. आताच नको."

राजीव गांधींनी ज्याचे वर्णन 'बॉम्ब-स्फोट' असे केले, ती घटना घडायला फार दिवस लागले नाहीत. दोनच दिवसांत गुरुवारी, १७ जानेवारीला पंतप्रधानांचे मुख्य सचिव पी. सी. अलेक्झांडर यांच्या तीन मदतनिसांना हेरगिरीच्या संशयावरून पकडण्यात आले. दोघा उद्योगपतींनी चालवलेल्या एका उपद्व्यापाचा तो भाग होता. त्यांपैकी एक होता, कुमार नारायण. कॅनॉट प्लेसजवळच्या हेली मार्गाला त्याने ऑफिस थाटले होते. दुसरा गृहस्थ होता, मुंबईतील एका पेढीचा संपर्क-

प्रतिनिधी. शिवाय, काही विदेशी नागरिकही त्यात गुंतलेले होते. फ्रेंच वकिलातीतील एका राजनैतिक अधिकाऱ्याला ताबडतोब देश सोडून जाण्याचा आदेश दिला. आणखी इतर बऱ्याच जणांना तपासासाठी ताब्यात घेण्यात आले.

पी. सी. अलेक्झांडर यांच्या कार्यालयातील जवळपास सर्व गुप्त कागदपत्रांच्या छायांकन प्रती (photo copies) काढून ती बाहेरच्या टोळीकडे पोहोचवण्याचे काम करणारेही काही फितूर आपल्यांत होते.

१९ जानेवारीला डॉ. पी. सी. अलेक्झांडर यांनी आपल्या पदाचा राजीनामा दिला. त्यांच्याकडे याखेरीज दुसरा पर्यायच उरला नाही. बऱ्याचशा बाबतीत भारताची राष्ट्रीय सुरक्षितता अतिशय गंभीरपणाने दुर्लक्षिली गेल्याचे आढळून आले होते. त्यांच्या जाण्याने व्यक्तिशः माझ्या जीवनात एक पोकळी निर्माण झाली. त्यांचा-माझा परिचय १९६५ पासूनचा होता. त्या काळी आम्ही दोघांनी वाणिज्यमंत्रालयात एकत्र काम केलेले होते. जिनिव्हात मी भारताचा प्रतिनिधी म्हणून आंतरराष्ट्रीय संघटनेवर काम करत असताना ते वाणिज्य सचिव होते. गृहसचिवाच्या माझ्यावर पडलेल्या नव्या जबाबदारीत मला त्यांची मदत होईल, अशी माझी आशा होती.

माझे वरिष्ठ शंकरराव चव्हाण अतिशय उत्तम मंत्री होते. त्यांची-माझी ओळख वीस वर्षांपेक्षा अधिक काळ होती. शंकरराव चव्हाण शिस्तीचे भोक्ते. माझ्या अनुभवानुसार त्यांच्यासारख्यांबरोबर काम करणे सोपे असते. ते अतिशय वक्तशीर होते. कोणतेही काम वेळेवर करण्यावर त्यांचा नेहमीच भर असे. प्रत्येक काम वाचण्याची त्यांची एक रीत होती. आपला निर्णय समोरच्या फायलींवर लेखी स्वरूपात नोंदवण्यास ते कचरत नसत. मेहनत करणाऱ्या अधिकाऱ्यांशी वागताना ते विनम्र व विचारी वाटत. गृहसचिवाच्या शिरावर पडणाऱ्या कामाची त्यांना संपूर्ण जाणीव होती. थोडक्यावेळात, मोजक्या शब्दांत चर्चा करण्याच्या पद्धतीमुळे माझाही वेळ वाचत असे.

त्या काळी, माझ्या वाट्याला आलेले मंत्रालय हे सरकारमधील इतर सर्वांत मोठ्या खात्यांपैकी होते. आज समाजकल्याण मंत्रालयाकडे अनुसूचित जाती व अनुसूचित जमाती यांच्या संबंधातील सर्व कामे सोपवलेली आहेत. त्या काळी ती कामे गृहखात्याकडेच होती. गृहसचिव हा न्यायालय सचिवही होता. कार्यभार स्वीकारल्यानंतर दोन दिवसांनी मी माझ्या खात्यातील संयुक्त सचिवांच्या पातळीवरच्या सर्व अधिकाऱ्यांची एक बैठक बोलावली. माझे दालन गर्दीने भरून गेल्याचे दिसून आले. तब्बल २१ संयुक्त सचिव व ५ अतिरिक्त सचिव एकत्र आले होते.

मी त्यांना स्पष्ट शब्दांत सांगितले की, "आपल्या मंत्रालयात ज्या संख्येने फायली हलतात ते पाहून मी प्रभावित झालेलो आहे. तरीही माझी एक अपेक्षा आहे की, प्रत्येक बाब माझ्या टेबलापर्यंत पोहोचण्याची जरुरी नाही. तुम्ही सर्व उच्चपदस्थ

आहात व सर्व जण आपापले निर्णय स्वत: घेण्याइतपत सक्षम आहात.''

युक्ती नामी ठरली. काही दिवसांत माझ्याकडील फायलींचे ढीग कमी झाले. जवळ-जवळ एक-पंचमांश फायली येऊ लागल्या. मी अगोदरच एक निर्णय घेतलेला होता की, इथून पुढे माझी भूमिका केवळ दैनंदिन कामात, फायलीत डोके घालून बसणाराची नाही. गृहसचिव म्हणून राजकीय स्वरूपाचे जे काम करायला पाहिजे त्यालाच प्राधान्य देण्याचे मी योजलेले होते आणि माझ्यासमोर वेळ तरी किती होता म्हणाल? मी अठरा महिन्यांनी सेवेतून निवृत्त होणार होतो. त्या मुदतीत शक्यतो सर्व महत्कार्ये पार पाडायची मला जिद्द होती.

पंतप्रधान म्हणाले होते, ''माझे सरकार पंजाबच्या प्रश्नाला प्राधान्य देईल. फुटीरवादाचे सिद्धान्त आणि हिंसाचाराची प्रवृत्ती यांना बिलकूल स्थान मिळणार नाही. सरकारला अभिप्रेत आहे फक्त एकच गोष्ट – भारताची एकता सार्वभौम आहे. प्रथम ऐक्य, नंतर बाकीचे.''

त्यांनी आणखीही म्हटले होते, ''आसामातील विदेशी नागरिकांचा प्रश्न सोडवण्यासाठी वाटाघाटींसाठी एकत्र जमल्यानंतर जी देवाणघेवाण होते, त्यातूनच कळकळीचे प्रयत्न करण्यात येतील. अशा प्रक्रियेत कोणी विजेता नाही व कोणी पराजीत नाही. संघर्षाचा मार्ग यशाकडे जात नाही.''

ते भाषण माझ्या मनावर ठसलेले होते. म्हणूनच मी माझी कार्यक्रमपत्रिका निश्चित केली. राष्ट्रीय ऐक्याला बाधा आणणारे पंजाब, आसाम व इतर तत्सम प्रश्न. अर्थात, इतर अनेक विषयांत मला गुंतून पडावे लागणारच होते.

कार्यभार स्वीकारल्यानंतर एक आठवडा गेला. एकदा संधी साधून मी पंतप्रधानांबरोबर प्रदीर्घ बोलणे केले. माझ्या संकल्पना, विचार व भूमिका आणि गृहसचिव म्हणून मी करू इच्छित असलेले योगदान त्यांना नीट समजावून दिले. राजीव गांधींना ते सगळे आवडले. त्यांनी मला सूचना दिली, ''सुरुवात पंजाबपासून करा!''

८३

पंजाबचा गुंता

त्या वेळी म्हणजे १९८०च्या दशकात पंजाबचा प्रश्न देशापुढील सर्वांत मोठी गंभीर समस्या होती. कित्येक वर्षांपूर्वी उत्तर-पूर्व भारतात नागालँड हा स्वतंत्र देश करण्याचा प्रयत्न झाला होता. त्यानंतर प्रथमच फुटीरवादाची छाप भारतावर पडलेली होती. त्या चळवळीला लागलेले हिंसात्मक वळणही धोकादायक होते. त्यामुळेच पंतप्रधानांच्या कार्यक्रमपत्रिकेत तिला सर्वोच्च स्थान मिळालेले होते. पंतप्रधानांनी लोकसभेला सांगितले. "मंत्रीमंडळाची एक उपसमिती या प्रश्नाचा सांगोपांग अभ्यास करत आहे. सर्व साधक-बाधक बाबी तपासून घेतल्या जात आहेत. त्यामुळे सध्यातरी अकाली दलाबरोबर वाटाघाटी करण्याचा टप्पा आम्ही गाठलेला नाही."

पंतप्रधानांनी आणखीही स्पष्ट केले, "सरकार आनंदपूर साहिब ठराव चर्चेला घेणार नाही. केंद्र व राज्य सरकारे यांच्यातील परस्परसंबंध काय असावेत, याचा विचार सरकारिया आयोग करतच आहे. अकाली दलाने तो ठराव त्या आयोगासमोर ठेवला, तर आम्ही त्याचे अवश्य स्वागतच करू."

अकाली व केंद्र सरकार यांच्यातील वादाचा, संघर्षाचा खरा मुद्दा आनंदपूर साहिब ठरावच होता. गाडे तेथेच अडले होते. शिखांची मागणी फुटीरवादी होती किंवा नव्हती ही बाब नंतरची. त्या ठरावाला अशा तऱ्हेची बगल देण्यातील राजीव गांधींची चतुराई लक्षात घेण्यासारखी होती.

पंतप्रधानांच्या या विस्तृत हस्तक्षेपाचे आम्ही आमच्या गृहमंत्रालयात काळजीपूर्वक विश्लेषण केले. पंजाबच्या परिस्थितीवर खास लक्ष ठेवण्याचे काम अतिरिक्त सचिव एल. एन. गुप्ता यांच्यावर सोपवलेले होते. गुप्ता एक अभ्यासू, संपूर्ण माहिती असलेले व अतिशय कष्ट घेणारे असे अधिकारी होते. पंजाबच्या त्या विलक्षण गुंतागुंतीत कोणकोण कसे अडकलेले आहे आणि त्यातून परिस्थितीने

कोणते वळण घेतलेले आहे, याबद्दल त्यांनी अगोदरच मला अगदी अद्ययावत माहिती दिलेली होती.

फेब्रुवारी संपत आला. पंजाबच्या जटिल समस्येच्या संदर्भात माझे पुरेसे प्रबोधन झालेले होते. माझ्यासमोर एक तपशीलवार चित्र उभे ठाकलेले होते. आता त्या प्रश्नाकडे मी नव्या दम्याने, ताज्यातवान्या चित्तवृत्तीने पाहू शकण्याच्या अवस्थेत पोहोचलो होतो. मी पंतप्रधानांशी त्या संदर्भात बोललो. त्यांच्याकडून सूचना आली, "आता असे करा, प्रत्यक्ष जाग्यावर जाऊन परिस्थिती समजावून घ्या. चंडीगड व इतर सीमावर्ती भागांना भेट देऊन वातावरणाचा कानोसा घ्या आणि माझ्यासाठी 'पर्याय' घेऊन परत या." 'पर्याय शोधा' ही शब्दयोजना राजीव गांधींच्या आवडीची होती. प्रत्येक प्रश्नावर सांगोपांग विचार करून विविध पर्याय समोर आणल्याशिवाय त्यांचे समाधान होत नसे.

त्याप्रमाणे सीमा सुरक्षा दलाच्या एका विमानाने मी चंडीगडला पोहोचलो. ती २५ फेब्रुवारीची रात्र होती. राज्यपाल के. टी. सातारावाला व त्यांच्या पत्नी या दोघांनी माझे राजभवनात स्वागत केले. दुसऱ्या दिवशी मी कामाला जुंपून घेतले. राज्यपाल, त्यांचे सल्लागार, पंजाब सरकारचे अधिकारी, चंडीगड प्रशासनातील व्यक्ती यांच्याकडून एका पाठोपाठ एक या क्रमाने माहिती मिळवली. राजभवनाच्या बागेतील एका मोठ्या झाडाखाली बसून मी अनेकांच्या भेटी घेतल्या. त्यांची मते अजमावली. त्यामध्ये अनेक राजकीय नेते व कार्यकर्ते होते. शासकीय सेवेतून निवृत्त झालेले माजी मुख्य सचिव, आय.जी. पोलीस, सामाजिक कार्यकर्ते आणि अर्थातच वृत्तपत्रकार यांचा समावेश होता. *ट्रिब्यून*चे संपादक प्रेम भाटिया आणि *इंडियन एक्स्प्रेस*चे निवासी संपादक राहुल सिंग यांच्याशी झालेल्या भेटी सर्वांत फलदायी ठरल्या.

२८ तारखेला सकाळी मी अमृतसरला पोहोचलो. विमानतळावरील अतिमहत्त्वाच्या व्यक्तींसाठी राखून ठेवलेल्या कक्षात बसून माहिती घेतली. सीमा सुरक्षा दलाचे ज्येष्ठ अधिकारी आणि अमृतसरचे उपआयुक्त यांनी सर्व वृत्तान्त दिला. नंतर हेलिकॉप्टरमधून अमृतसर व सुवर्ण मंदिराचा परिसर पाहून घेतला. विशेषत: सुवर्ण मंदिराभोवतालची स्थिती जवळून पाहिली. खरोखर, मंदिर आणि परिसर पाहून मला धक्काच बसला.

त्या दौऱ्यानंतर मी गृहमंत्री व पंतप्रधान यांच्या नजरेखालून जाण्यासाठी एक मूल्यमापन तयार केले. ठरल्याप्रमाणे मी अनेक 'पर्याय' त्यांच्यासमोर मांडले. पंतप्रधानांनी सूचित केल्याप्रमाणे जर राजकीय संवादास सुरुवात करायची झाली, तर त्यासाठी योग्य ते राजकीय वातावरण निर्माण करण्याची जबाबदारी सरकारची होती. नुसते वातावरण नाहीतर सर्व राजकीय बाबी व्यवस्थित हाताळेल, असा एखादा

राज्यपाल चंडीगडच्या राजभवनात बसवावा लागेल. त्या दृष्टीने माझी पहिली शिफारस होती – "विद्यमान राज्यपाल के. टी. सातारावाला यांच्या जागी एखाद्या जाणकार राजकारणी व्यक्तीची नियुक्ती करावी."

त्याला जोडूनच अकाली नेतृत्वाला खुणावण्यासाठी इतर अनेक नेमके मार्गही सुचवले.

पंजाबच्या समस्येवर तोडगा काढण्याचा राजीव गांधींचा निर्धार पक्का होता. त्यासाठी करायच्या कारवायांचा वेग वाढवण्याचे त्यांनी ठरवले. १२ मार्च, १९८५ या दिवशी मी माझ्या कार्यालयात काम करत होतो. फोनची घंटा वाजली. पलीकडून एम. एल. फोतेदार बोलत होते. "प्रधानजी, ताबडतोब १ अकबर मार्गावर या! पंतप्रधान वाट पाहत आहेत."

इतके तातडीचे काम काय निघाले म्हणत मी बाहेर पडलो. उगीचच अटकळ बांधत, आश्चर्य करत तेथे पोहोचलो. पंतप्रधानांच्या कार्यालयाला लागूनच फोतेदारांचे छोटे ऑफिस होते. मी आत गेल्या-गेल्या राजीव बाहेर आले व म्हणाले, "प्रधानजी, हे पंजाबचे नवे राज्यपाल!" माझ्यासमोर चांगले जाडजूड आणि गंभीर चेहऱ्याचे सद्गृहस्थ उभे होते. त्या क्षणी त्यांच्या चेहऱ्यावरचा भाव कोड्यात पडल्यासारखा होता. त्यांचे नाव होते, अर्जुन सिंग. मी त्यांना पहिल्यांदाच भेटत होतो.

त्या दिवशी सकाळीच मध्यप्रदेशातील त्यांचा शपथविधी आटपला होता. मध्यप्रदेशचे मुख्यमंत्री म्हणून त्यांनी शपथ घेतली होती. ओळख-पाळख झाल्यानंतर माझ्याकडे पुढचे काम आले – त्याच दिवशी अर्जुन सिंगांना सीमा सुरक्षा दलाच्या विमानाने भोपाळला पोहोचवायचे. दुसऱ्या दिवशी त्याच विमानाने त्यांना भोपाळहून चंडीगडला पाठवायचे. दरम्यान, राज्यपाल के. टी. सातारावाला यांना खुर्ची खाली करण्याबद्दल कळवायचे आणि त्याचबरोबर आपल्यामागून राज्यपालपदावर रुजू होणाऱ्या व्यक्तीच्या शपथविधीची तयारी करायची सूचनाही द्यायची.

११ मार्च, १९८५ला संत हरचंद सिंग लोंगोवाल व इतर अकाली नेत्यांची स्थानबद्धतेतून सुटका करण्यात आली. १४ मार्चला शिखांच्या एका मेळाव्यास उद्देशून बोलताना लोंगोवाल म्हणाले, "संघराज्यातून बाहेर पडण्याची भाषा शीख करत नाहीत. त्यांना खलिस्तान नको आहे."

सीमा सुरक्षादलाचे माजी महासंचालक (Director General) के. एफ. रुस्तमजी यांच्या सदिच्छापूर्ण मध्यस्थीने मी शीख फोरममध्ये सामील झालेल्या अनेक महत्त्वाच्या अशा निवृत्त शीख सेनानींच्या व लौकिक प्राप्त सर्वपरिचित व्यक्तींच्या समक्ष भेटी घेतल्या. संत हरचंद सिंग लोंगोवाल यांच्या दिल्ली भेटीची संभाव्य प्रतिक्रिया आणि त्या साऱ्यांची मनःस्थिती जाणून घेण्याचा मी प्रयत्न केला.

दरम्यानच्या काळात गृहमंत्री शंकरराव चव्हाणांनी ११ एप्रिलला जाहीर केले –

"अखिल भारतीय शीख स्टुडंट्स फेडरेशन (AISSF) वर घातलेली बंदी उठवण्यात येत आहे."

१३ एप्रिल, १९८५! शिखांचा महत्त्वाचा सण बैशाखी. पुन्हा एकदा पंजाबातील वातावरण तापायला सुरुवात झाली. सुवर्णमंदिरातून पुन्हा एकदा आंदोलन चालू करण्याची धमकी अकाली देत होते. बैशाखीचा मुहूर्त साधून केंद्र सरकारने एक घोषणा केली. श्रीमती गांधींच्या हत्येनंतर उसळलेल्या दंगलींच्या चौकशीचे काम सर्वोच्च न्यायालयातील विद्यमान न्यायमूर्तींकडे सोपवण्याचा आदेश सरकारने काढला आहे. संत लोंगोवालांचे हात बळकट करण्यासाठी व दिल्लीतील संभाव्य तणाव कमी करण्यासाठी टाकलेले ते एक हिशेबी पाऊल होते.

तोपर्यंत दिल्लीत माझ्या घरी मी लग्न काढले होते. बैशाखीच्या मुहूर्तावर माझा द्वितीय सुपुत्र एका शीख युवतीच्या गळ्यात विवाहमाला घालणार होता. एक आठवड्यापूर्वी मी ७, रेसकोर्स रस्त्यावर फेरी मारून आलो होतो; त्या लग्नाचे आमंत्रण पंतप्रधानांना द्यायला. राजीव गांधींनी निमंत्रणपत्रिका लक्षपूर्वक वाचली. मुलीच्या घरची माहिती विचारून घेतली. लगेच इंटरकॉमवरून खासगी सचिव जॉर्जशी संपर्क साधला. तारीख आणि वेळ नोंदून ठेवायला सांगितले.

विवाहानिमित्त आयोजित केलेला स्वागत-समारंभ त्या दिवशी संध्याकाळी इंडिया इंटरनॅशनल सेंटर येथे साजरा करायचे ठरवले होते. माझ्या निमंत्रणाचा तत्काळ स्वीकार करून प्रधानमंत्र्यांनी मला मोठा आनंद मिळवून दिला होता. मी पार हरखूनच गेलो. पण नंतर अचानक माझ्या डोक्यात प्रकाश पडला. तो बैशाखीचा दिवस होता. पोलीस-खाते व गृहमंत्रालयाचा जीव त्या दिवशी टांगून ठेवावा लागणार होता. त्यांच्या दृष्टीने ते एक संकटच होते. राजधानी दिल्लीत तर पोलिसांची त्रेधातिरपीट उडणार होती. जितके ताणावे तितके अपुरेच पडणार होते आणि तशात पंजाब किंवा दिल्लीत एखादी नको ती घटना घडली की, संपलेच सगळे! पोलिसांवर जादा ताण.

वाग्दत्त वधू शीख परिवारातून येणार. म्हणजे त्या वऱ्हाडीमंडळीत आपोआपच शिखांचा भरणा अधिक. बरे त्यांच्यापैकी अनेकांची व माझी दृष्टादृष्टही झालेली नव्हती. पुन्हा एकदा माझी उपजत बुद्धी माझ्या कामी आली. मी त्यांना म्हणालो, "मि. प्राइम मिनिस्टर, मी आपला अत्यंत आभारी आहे. मुलाचे वडील म्हणून तुम्हाला आमंत्रण देण्याचे एक कर्तव्य मी पार पाडलेले आहे. आता भारत सरकारचा गृहसचिव या नात्याने माझे विहित कर्तव्य मला करू द्याल काय?"

राजीवजींचे तेजस्वी डोळे छान विस्फारले. ते किंचित गोंधळल्यासारखे दिसले.

त्या स्थितीत ते माझ्याकडे पाहतच राहिले. मग मी म्हणालो, "गृहसचिव म्हणून मी आपल्याला सल्ला देतो की, आपण 'इंडिया इंटरनॅशनल सेंटर'मध्ये बैशाखीच्या दिवशी जाऊ नये."

मी त्यांना माझी चिंता खुलासेवार समजून सांगितली. त्यावर ते फक्त हसले. मात्र माझ्या सल्ल्याचे काय केले, हे मात्र सांगितले नाही.

स्वागतसमारंभ सुरू झाला. निमंत्रित आले व गेले. मध्येच मला पंतप्रधानांचे एक पत्र मिळाले. त्यांनी वधू-वरांना शुभेच्छा पाठवल्या होत्या. पत्राच्या खाली आपल्या स्वत:च्या हस्ताक्षरांत लिहिलेले होते – 'मी गृहसचिवांचा सल्ला स्वीकारलेला आहे.'

मुलाच्या लग्नाचे आमंत्रण देण्यासाठी घेतलेल्या राजीव गांधींच्या त्या भेटीला आणखी एक महत्त्वाचा पदर होता.

त्या वेळी मी त्यांना शीख फोरम व इतर महत्त्वाच्या शीख माणसांशी झालेल्या बोलण्याचा वृत्तान्त दिला. तेव्हा त्यांनी मला विचारले, "प्रधानजी, अकाली दलाच्या नेत्यांबरोबर थेट बोलणी करायला काय हरकत आहे? आपले ते धोरण तसे दूरदर्शीपणाचे ठरणार नाही काय? त्यांच्या मनात खरोखर काय आहे, हे जाणून घ्यायची माझी इच्छा आहे."

मी उत्तर दिले, "ती जबाबदारी पत्करणारा माणूस एकच आहे आणि माझी व त्यांची चांगलीच मैत्री आहे. माझ्या माहितीप्रमाणे त्यांची व प्रकाश सिंग बादल यांची चांगली मैत्री आहे. शिवाय, इतर अनेक शीख नेत्यांचे व त्यांचे सुरेख जमते."

त्यांची उत्सुकता अधिक चाळवावी म्हणून मी काही सेकंद जाऊ दिले व नंतर म्हटले, "ती व्यक्तीही तुमच्यासारखीच एक तरुण राजकारणी आहे. जर त्यांचे व तुमचे संगनमत जमले, तर तुमचे व तुमच्या पक्षाचे – दोघांचेही भलेच होईल. आज तुमच्यासमोर जी आव्हाने उभी आहेत, त्यांचा मुकाबला तुम्ही दोघे मिळून करू शकलात, तर बहार येईल."

त्या क्षणी माझ्या मनात आलेले नाव होते, शरद पवारांचे! ते महाराष्ट्राचे मुख्यमंत्री असताना त्यांची माझी चांगलीच ओळख झालेली होती. मी स्वत:ही त्या काळात राज्याचा गृहसचिव म्हणून काम पाहत होतो. त्यांचा विषय मी राजीव गांधींकडे काढला, तेव्हा ते काँग्रेस (एस) अध्यक्ष होते. १९८०च्या सार्वत्रिक निवडणुकीनंतर श्रीमती इंदिरा गांधींनी त्यांच्या नाकावर टिच्चून त्यांचे (पवारांचे) सरकार बरखास्त केले होते. त्या वेळी पवारांची राजकीय नौका वाऱ्यावर भरकटत होती. जेव्हा राजीव गांधींच्या हातात सत्ता आली, तेव्हा आपण चुकीच्या ठिकाणी आहोत, हे त्यांना कळून चुकले होते. शरद पवारांना महाराष्ट्रातील तरुण वर्गाचा फार मोठा पाठिंबा होता. त्या वेळी त्यांचे वय ४३ होते. राजीव गांधी चाळिशीत होते.

माझ्या त्या सूचनेचा इष्ट परिणाम होत आहे, याची जाणीव मला झाली. म्हणून मी आणखी म्हटले, "अकालींशी संपर्क साधण्यासाठी त्यांचा उपयोग करून घेण्याचा प्रयत्न केला तर ...."

राजीव गांधींनी मला हिरवा कंदील दाखवला.

शरद पवार माझ्या मुलाच्या लग्नाला हजर राहण्यासाठी मुंबईहून दिल्लीला आलेच होते. त्यांना मी सगळी हकीकत सांगितली. त्यांनी माझा प्रस्ताव ताबडतोब स्वीकारला. २७ एप्रिलला शरद पवारांनी संत लोंगोवाल आणि सुरजित सिंग बर्नाला या दोघांची भेट घेतली. लागलीच दुसऱ्या दिवशी पवारांनी माझ्या हातात एक दोन पानी टिपण ठेवले. त्यात अकाली नेत्यांच्या प्रतिक्रिया नोंदलेल्या होत्या. साधारणत: थोडक्यात तपशील दिलेले दहा नेमके मुद्दे होते.

शरद पवारांनी तयार केलेले लेखी टिपण राजीव गांधींना आवडले. अकाली नेत्यांबरोबर झालेल्या त्यांच्या बोलण्याचा तयार केलेला तो संक्षिप्त गोषवारा त्यांना प्रभावित करून गेला. शरद पवारांच्या क्षमतेबद्दलही त्यांना विशेष कौतुक वाटले. सगळे झाल्यावर राजीवनी मला सांगितले, "हे पाहा प्रधानजी, पवार-लोंगोवाल यांच्या भेटीबद्दल कोणाकडे काहीही बोलायचे नाही. अगदी गृहमंत्र्यांकडेही नको. हे सगळे आपल्या तिघांतच ठेवू या – तुम्ही, एस.पी. (शरद पवार) व मी यांच्यातच. बाकी कोणालाही ते ठाऊक असण्याची गरज नाही!"

पंजाबचा गुंता सोडवण्यासाठी त्यानंतर राजीव गांधींनी प्रत्येक पाऊल अगदी पूर्ण विचारांनी व मोजून टाकले. त्या प्रत्येक वेळी संत लोंगोवालांच्या खऱ्याखुऱ्या मन:स्थितीची कल्पना त्यांना त्या माहितीने दिलेली असावी. माझ्या फार मोठ्या समाधानाचा तो एक विषय बनला. राज्यपाल अर्जुन सिंगांच्या रूपाने राजीवना एक अतिशय सफाईदार व प्रभावी संपर्काधिकारी मिळालेला होता. अर्थात त्यानंतर कधीही त्यांना त्याबद्दल मी विचारले नाही. तुम्ही इतर कोणाकडे – अर्जुन सिंगांकडेही – त्याबद्दल बोलला होतात की काय, हे त्यांच्याकडून माहीत करून घेतले नव्हते. माझी कल्पना आहे की, ती माहिती कानावर घालताना तिचा उगम कोठून झाला याचा उल्लेख त्यांनी केला नसावा. कारण शरद पवारांचे नाव पुढे आल्यावर त्यांचे ज्येष्ठ सहकारी व पक्षनेते यांचा किती जळफळाट झाला असता, याची जाणीव त्यांना अवश्य होती. त्यांच्यापैकी अनेकांना शरद पवारांच्या नावाचे वावडे होते. त्याचा उच्चार म्हणजे शापवाणीच वाटायची त्यांना. नंतर त्याचा प्रत्ययही आलाच.

एप्रिल महिन्याच्या २७ ते ३० या तारखांच्या दरम्यान संत हरचंद सिंग लोंगोवाल यांनी आपली दिल्लीची भेट पूर्ण केली. तो दौरा शांततापूर्ण वातावरणात पार पडला. आपल्या राजधानीतील वास्तव्यात संत लोंगोवालांनी अतिशय स्पष्ट शब्दांत सांगून टाकले : "अकाली दल या देशाचे ऐक्य व एकात्मता यांच्यावरील

आपल्या श्रद्धेचा ठामपणे पुनरुच्चार करते. भारतीय राज्यघटनेच्या चौकटीत राहूनच पंजाब-समस्येवर तोडगा शोधण्याची त्याची इच्छा आहे. अकाली दलाची हिंदू-शीख ऐक्यावर पूर्ण श्रद्धा आहे.'' संत लोंगोवाल यांची दिल्ली-भेट आणि आपले नेतृत्व भक्कम करण्यात त्यांना आलेले उघड यश यामुळे प्रोत्साहित होऊन आम्ही त्या नाटकाच्या पुढच्या अंकाचा पडदा उघडला.

त्याप्रमाणे मी पंजाबला भेट देऊन तेथील कायदा व सुव्यवस्था, जूनच्या सुरुवातीला चालू होणाऱ्या तथाकथित आंदोलनांची यशस्वी हाताळणी करण्यासाठी पंजाब प्रशासनाने केलेली तयारी, त्याची क्षमता वगैरे बाबींची प्रत्यक्ष पाहणी करावी असा निर्णय झाला. मे महिन्याच्या पहिल्या आठवड्यात मी तिकडे गेलो.

इतक्या सगळ्या अनेकविध कामांच्या जोडीला मला दुसरे एक महाकठीण काम दिलेले होते. विशेष म्हणजे, तो मामला अगदी गुपचूप पार पाडायचा होता. सरकारने अखिल भारतीय शीख विद्यार्थी संघटनेवर घातलेली बंदी उठवलेली असली, तरी त्या संघटनेचे नेते मात्र अद्यापही गजाआडच होते. त्यांच्या मुक्ततेचा प्रश्न अद्याप विचारात घेतलेला नव्हता. ते प्रकरण अधांतरीच लोंबकळत पडलेले होते. त्या बाबतीत काय करणे शक्य आहे; याचा शोध मी माझ्या स्वतःच्या पद्धतीने घ्यावा, असे पंतप्रधानांनी सुचवले होते. ज्या वेळी त्यांनी 'तुमच्या स्वतःच्या पद्धतीने' असा शब्दप्रयोग वापरला, त्याचा मी लावलेला अर्थ होता – त्यासाठी मी केवळ सरकारी गुप्तचर संस्थांच्या सल्ल्यावर विसंबून राहणे नाही.

सुदैवाने महाराष्ट्रातील माझे एक सहकारी कुलजीतसिंह सिद्धू यांनी सहजगत्या मारलेला एक शेरा माझ्या उपयोगास आला आणि मला सांधा सापडला. हे तरुण विद्यार्थी नेते पंजाबातील काही प्राध्यापकांच्या प्रभावाखाली येऊन काम करत होते. त्यांच्यापैकी एक जण एआयएसएफचा अध्यक्ष, मनजित सिंग याचा नातलग होता.

मी त्या व्यक्तींना गुपचूप भेटलो. त्यांनी माझ्याकडे मनजित सिंगच्या सुटकेची मागणी केली. शिवाय, सुटून आल्यानंतर तो आणि इतर काही विद्यार्थी नेत्यांशी बैठका घेण्याची सूचनाही केली. त्या बैठकांत त्यांना खलिस्तानचा पुरस्कार करण्यातील निरर्थकता पटवून देण्याचे ठरले. नंतर पंतप्रधानांच्या संमतीने त्या शीख विद्यार्थी नेत्यांची आणि त्यांच्या स्फूर्तिदात्यांची दिल्लीत भेटही घडवली. मात्र हा सगळा कारभार गुप्त ठेवण्यात आलेला होता. त्या बैठकांमुळे आम्हाला त्यांच्या विचारसरणीचा अंदाज आला, त्यांच्या मनात डोकावत असलेली भीती कळली. ही सर्व प्रगती अर्जुन सिंगांना कळवली. त्यांच्यासमोर संपूर्ण चित्र उभे केले. मागल्या खेपेप्रमाणे, पंतप्रधानांनी मला बजावले – ''याची वाच्यता इतर कोठेही करायची नाही. सगळे तुमच्या-माझ्यात आणि राज्यपाल अर्जुन सिंग यांच्यातच बंदिस्त ठेवायचे!''

२२ जुलैला पंतप्रधानांनी घोषणा केली होती : ''सरकारने संत लोंगोवाल यांना

वाटाघाटीसाठी राजधानी दिल्लीला येण्याचे आमंत्रण पाठवले आहे.'' नंतर मलाही एक निरोप मिळाला : 'उद्या सकाळी ९ वाजता संसदभवनातील पंतप्रधान कार्यालयात उपस्थित राहावे.'

त्याप्रमाणे मी तेथे पोहोचलो. पंतप्रधान राजीव गांधी माझ्या आधीच आलेले होते. मंत्रीमंडळाच्या राजकीय व्यवहार समितीच्या सभासदांशी त्यांची खलबते चाललेली होती. ९:३०च्या सुमारास अर्जुनसिंग बाहेर आले. त्यांच्यामागून व्ही. जॉर्जही. त्यांनी मला पंतप्रधानांच्या सूचनेनुसार अर्जुन सिंगांबरोबर जाण्यास सुचवले. आम्ही दोघे पोर्चमध्ये पोहोचतो न पोहोचतो; तोच एक मर्सिडीज संत लोंगोवाल, सुरजित सिंग बर्नाला आणि बलवंत सिंग या तिघांना घेऊन आत आली. अर्जुन सिंगांनी त्यांचे स्वागत केले व माझी ओळख करून दिली. आम्ही लगबगीने प्रधानमंत्र्यांच्या कार्यालयात प्रवेश केला. नेहमीच्या प्रथेप्रमाणे छायाचित्रकारांसाठी काही मिनिटांचा वेळ देण्यात आला. त्यानंतर पंतप्रधान राजीव गांधी व संत लोंगोवाल या दोघांनाच एकटे ठेवून बाकीचे सगळे बाहेर आले.

२० ऑगस्ट राजीव गांधींचा जन्मदिन. साहजिकच त्यांचे शुभचिंतन करण्यासाठी रेसकोर्स रस्त्यावर राजकीय नेते, वरिष्ठ सरकारी अधिकारी आणि सामान्यजन यांची रीघच लागली. मी मात्र त्यांना त्यांच्या घरी जाऊन भेटलो नाही. त्याऐवजी मी 'रॅक्स'वरच पंतप्रधानांना त्यांच्या वाढदिवसानिमित्तच्या माझ्या शुभेच्छा दिल्या.

मी माझ्या कामात पुरता गढून गेलो असतानाच सायंकाळी सव्वासहाच्या सुमारास टेबलावरचा फोन खणखणला. पंजाबचे गृहसचिव फोनवर आले होते. त्यांनी बातमी दिली – ''सांगरूर जिल्ह्यातील शेरपूर गावात एका गुरुद्वारात संत लोंगोवाल यांच्यावर गोळीबार झाला. आपले प्रवचन संपवून समोर ठेवलेल्या पवित्र गुरु-ग्रंथसाहिबांना अभिवादन करण्यासाठी त्यांनी आपले गुडघे टेकण्याआधीच त्यांच्या दिशेने गोळ्या झाडण्यात आल्या. दोघा मारेकऱ्यांना जागेवरच पकडण्यात आले. बाकीचे दोन जण पळून जाऊ शकले...!''

संत लोंगोवालांची हत्या झाल्यानंतर त्या ऐतिहासिक कराराची अंमलबजावणी करण्याचे काम न्यायालयीन आयोगांच्या हातात गेले. 'प्रादेशिक (हद्दी) दाव्यां'चा विचार करण्यासाठी सर्वोच्च न्यायालयाच्या एका न्यायमूर्तीची आयोगाचे अध्यक्ष म्हणून नेमणूक झाली खरी; पण कराराला गती मिळण्यासाठी आवश्यक असलेली कार्यवाही मात्र जलद होऊ शकली नाही. पंतप्रधान राजीव गांधींच्या आशा हळूहळू मावळत चालल्या.

८४

आसाम करार

१९८५च्या जानेवारीत राजीव गांधींनी पंतप्रधानपदाची सूत्रे हाती घेतली. शपथविधीनंतर त्यांनी राष्ट्राला उद्देशून भाषण केले. त्या भाषणात त्यांनी सांगितले – ''आसाममधील परदेशी नागरिकांचा प्रश्न कळकळीने सोडवण्याचे प्रयत्न करण्यात येतील. उगीचच संघर्ष वाढवण्यापेक्षा वाटाघाटींच्या टेबलाभोवती बसून थोडे आपले, थोडे त्यांचे अशी देवाण-घेवाण केली जाईल. न कोणी पराजित, न कोणी विजयी...'' त्या भाषणाने मला योग्य सूचना मिळालेली होती. पंतप्रधानांना हा प्रश्न देवाण-घेवाणीच्या आधाराने सोडवायची इच्छा होती, हे नक्की झाले.

५ जानेवारी, १९८५ला राजीव गांधींनी पंतप्रधानपदाची शपथ घेतली तोपर्यंत कृष्णस्वामी रावसाहेब आणि आसाम गणतंत्र परिषदेचे प्रतिनिधी मंडळ यांच्यात एकंदर चौदा भेटी झालेल्या होत्या. त्याही वेगवेगळ्या ठिकाणी, अतिशय गुप्तता राखून. १९८५च्या फेब्रुवारीत त्यांची आणखी एक भेट ठरलेली होती. तसा तो विषय गृहखात्याच्या अखत्यारीत येत असल्यामुळे मंत्रीमंडळ सचिवांनी त्या प्रस्तावित बोलणीविषयी मला थोडक्यात कल्पना दिलेली होती. त्यांच्या मते ती बोलणी एका मुद्द्यावर अडून बसलेली होती. नागरिकांना घुसखोर ठरवण्याची नेमकी तारीख ठरत नव्हती. वरवर पाहता त्या चर्चेतून काही भरीव निष्पन्न होईल, याबद्दल ते आशावादी नव्हते; पण भेट ठरलेली आहे ना मग ती का बरे टाळायची, असे वाटून त्यांनी 'आसू'च्या ('अखिल आसाम विद्यार्थी संघटना' – All Assam Student's Union) प्रतिनिधी मंडळाला भेटायचे ठरवले.

राजीव गांधींनी १९८५च्या एप्रिल महिन्याच्या सुरुवातीला मला आसामचा प्रश्न हाताळण्याचा आदेश दिला. तिकडे पंजाबात राज्यपाल अर्जुन सिंगांनी आपल्या राजकीय चाली सुरू केलेल्याच होत्या. त्यामुळे पंजाब व आसाम या दोन्ही

आघाड्यांवर काही ना काही प्रगती व्हावी, अशी प्रधानमंत्र्यांची इच्छा होती.

त्याप्रमाणे मी आठ एप्रिलला आसामला गेलो. भेट दोन दिवसांची होती. आसामबद्दलची माझी पाटी तशी कोरीच होती. मला त्या राज्याबद्दल काहीच माहीत नव्हते. आसाम किंवा त्याचे प्रश्न प्रथम समजून घेण्याची गरज होती. त्या दृष्टीने प्रथम मी आसाम सरकारच्या अधिकाऱ्यांशी बोलून घेतले. आसामचे वजनदार मुख्यमंत्री हितेश्वर सैकिया यांनाही भेटलो. त्यांनी मला इशारा दिला, "जरा जपूनच! 'आसू'वर विश्वास ठेवू नका!"

मी आसाम गणतंत्र परिषदेच्या शिष्टमंडळाला भेटीचे आमंत्रण धाडले. आमंत्रणाप्रमाणे १७ जणांचे एक प्रतिनिधी मंडळ मला भेटायला आले. त्याचे नेतृत्व आसूचे अध्यक्ष प्रफुल्लकुमार महंतो व सरचिटणीस भृगुकुमार फुकन हे करत होते. ती भेट सर्किट हाउसवर झाली. सुरुवातीला आम्ही आसाम व त्याच्या समोरचे प्रश्न यांच्याबद्दल सर्वसाधारण चर्चा केली. माझ्या वतीने मी त्यांना मोकळेपणाने सांगितले की, माझ्या भेटीचा मुख्य उद्देश आहे परदेशी घुसखोरांच्या समस्येची माहिती घेऊन ती समजून घेण्याचा. त्यांनी मोठ्या आनंदाने त्याला होकार दिला, आपली बाजू मांडण्याचे ठरवले. त्या संबंधातील काही पुस्तिका, काही टिपणे त्यांनी मला दिली. त्यांच्या वतीने जास्तीत जास्त बोलणे के. एन. शर्मा या त्यांच्या दुभाष्यानेच केले. माझ्या लक्षात आले की, महंतो किंवा फुकन यांना काय म्हणायचे आहे ते सांगण्याऐवजी, 'आसू'ची बाजू विस्तृतपणे मांडण्याचा शर्मा प्रयत्न करत होते. प्रतिनिधी मंडळाच्या सर्व सभासदांना त्यांच्याबद्दल आदर असल्याचे मला दिसून आले.

आम्ही जवळ-जवळ दोन तास बोललो. मी त्यांना म्हणालो, "आपली पुढची भेट होईपर्यंत मी तुम्ही दिलेल्या साहित्याचा अभ्यास करावा म्हणतो!"

त्यावर के. एन. शर्मांनी ठामपणे सांगितले, "आम्हाला गृहसचिवांशी बोलणी करण्यात रस नाही. त्या कृष्णस्वामी रावसाहेबांनी गेली दोन वर्षे बोलणी लांबवत ठेवून आम्हाला झुलवत ठेवण्याशिवाय दुसरे काहीच केले नाही. त्यामुळे आमची खातरी झालेली आहे की, केवळ शासकीय अधिकाऱ्यांशी वाटाघाटी करण्याचा काहीच उपयोग नाही. कारण शेवटी या प्रश्नात फार मोठ्या पातळीवरचे राजकारण चालत असते आणि म्हणून यापुढे आम्ही फक्त आमच्या तरुण प्रधानमंत्र्यांशी किंवा गृहमंत्र्यांशीच बोलणी करू. बस्स! त्याखालच्या पातळीवरील कोणाशीही आम्हाला कर्तव्य नाही."

मी म्हटले, "ठीक आहे. हा मी चाललो. माझ्यापुरते काम संपले. बोलणी पुन्हा सुरू करण्याबद्दलची चाचपणी करणे माझे काम होते. त्यासाठी मला आसामला पाठवलेले आहे. तुमची इच्छा नसेल, तर मी ताबडतोब आगरतळ्यासाठी निघेन.

माझे बीएसएफचे विमान वाट पाहत आहे तिकडे!''

त्यानंतर मी एका विशिष्ट भावुक पातळीवर जाण्याचा निर्णय घेतला. तेवढ्या वेळात मी भृगुकुमार फुकन व प्रफुल्लकुमार महंतो यांना नीट पाहून घेतलेले होते, त्यांच्या व्यक्तिमत्त्वाचा अंदाज घेण्याचा प्रयत्न केलेला होता. भृगुकुमार एका अतिशय नामांकित जमातीतून आलेले हाते. ते किंचित अंतर्मुख, संकोची व ताठर होते. त्याच्या उलट प्रफुल्लकुमार एका उपाध्ये कुटुंबातून आल्यामुळे सौम्य, बुद्धिमान व भावनाप्रधान होते. त्यांना मी म्हणालो, ''चला, क्षणभर आसाम बाजूला ठेवू या! एकमेकांच्या प्रदेशाची तरी माहिती घेऊ!''

त्यानंतरची वीस मिनिटे मी त्यांना महाराष्ट्र, तेथील लोक व त्याचा इतिहास सांगितला. आसामी व मराठी भाषेतील कित्येक साम्यस्थळे दाखवली. माझ्यासमोर बसून ते जे काही आपापसांत बोलत होते त्यातील निम्म्याहून अधिक बोलणे मला कळू शकले, हे सांगितले. शेवटी मी म्हणालो, ''निरोप घेण्यापूर्वी देवकांत बरुआंच्या एका आसामी कवितेचे इंग्रजी भाषांतर तुमच्यासमोर वाचून दाखवतो.'' त्या दिवशी सकाळीच मला ते कवितांचे पुस्तक कोणीतरी भेट म्हणून दिलेले होते. पुस्तक चाळता-चाळता ती कविता माझ्या नजरेत भरलेली होती. काही मिनिटांतच मी ती शोधून काढली. मुद्दामच तो वेळ घेतला. मी जे म्हणालो होतो, त्यावर मनन करायला त्यांनाही वेळ द्यायची माझी इच्छा होती.

सगळे जण स्वत:ला सावरून बसल्याचे मी पाहिले. देवकांत बरुआ आसामचे एक विख्यात कवी होते. मी निवडलेल्या त्यांच्या त्या कवितेचे शीर्षक होते, 'माझा देश, माझे लोक', मी वाचू लागलो –

> माझी जन्मभूमी, माझ्या लोकांचा देश,
> उत्तरेला पर्वत उत्तुंग, दक्षिणेला सागर विशाल
> शेकडो नद्या वाहतात मधून –
> ब्रह्मपुत्रा, गोदावरी, क्षिप्रा, गंगा आणि यमुना
> यांच्या तीरावर घडतात व मोडतात इतिहास,
> सुरेख भारत व सुंदर आसाम

मी थांबलो. आणि महाराष्ट्र व आसाम यांच्यातील परस्परांचा स्नेहबंध त्यांना समजावून दिला. गोदावरी व ब्रह्मपुत्रा या दोन विशाल नद्या बंगालच्या उपसागराला कशा जाऊन मिळतात हे सांगितले. आपण सारे त्या पवित्र स्नेहरज्जूने जोडले गेलेलो आहोत. माझ्या त्या विवेचनाचा त्यांच्यावर इच्छित परिणाम झाल्याचे मला जाणवले. त्यांनी मने भारावलेली होती. त्यांच्या अंत:करणातील भावनांचे प्रतिबिंब

त्यांच्या डोळ्यांत परावर्तित झालेले होते.

मी त्यांना म्हणालो, "कवितेच्या शेवटच्या कडव्यात कवी जे सांगतो, ते करायची संधी तुम्ही मला देत नाही, याचेच दुःख मला होत आहे.

या देशाचे संरक्षण करायलाच हवे
हीं माझी जन्मभूमी आहे
हा माझा प्रिय देश आहे
माझ्या तुमच्या लोकांचा देश

आसामची भूमी जितकी तुमची तितकीच माझीदेखील नव्हती काय?" मी त्यांना आणखी सांगितले, "जर तुमचा विचार बदलणार असेल, तर तसे कळवा मला!"

त्यानंतर थोड्याच वेळात मी अगरताळ्याला गेलो. माझ्याबरोबर माझे संयुक्त सचिव एस. एस. शर्मा होते. मणिपूर-त्रिपुरा केडरचे ते आय.ए.एस. अधिकारी होते. माझ्या अंदाजाप्रमाणे संध्याकाळी माझ्या नावचा एक निरोप आला – 'मी बोलणी करण्यासाठी गुवाहटीला यावे!'

दिल्लीला परतताना मी गुवाहटीला थोडा वेळ थांबलो. मी 'आसू'ला दिल्लीला येण्याचे आमंत्रण दिले. दिवस ठरवला होता ६ मे, १९८५. दोन वर्षे अडून पडलेल्या चर्चांना पुन्हा चालना मिळाली, ती या पद्धतीने.

दिल्लीला परतल्यानंतर मंत्रीमंडळाच्या राजकीय व्यवहार समितीशी गृहमंत्रालयाने विचारविनिमय केला. 'आसू'ने उपस्थित केलेल्या मुद्द्यांबाबत कोणते विशाल व लवचीक धोरण स्वीकारायचे याची कल्पना घेतली. १९८१मध्ये प्रथम व नंतर १९८३मध्ये भारत सरकारने काही मागण्या मान्य केल्या होत्या, पण कित्येक वर्षांपासून चोरट्या वाटांनी आसामात घुसलेल्या विदेशी नागरिकांना कोणती वागणूक द्यायची हा प्रश्न अद्याप अनुत्तरित राहिलेला होता.

माझ्या गुवाहाटीच्या भेटीला मिळालेले नाव होते, 'परिचय करून घेण्यासाठीची भेट!' सर्व राष्ट्रीय दैनिकांनी त्या भेटीचे स्वागत केले होते. 'या पेचातून मार्ग काढण्यासाठी मी कसून परिश्रम करावेत,' असे सुचवण्यात येऊन मला उत्तेजित करण्याचा प्रयत्न केला होता.

सुदैवाने राष्ट्रीय व आंतरराष्ट्रीय अशा दोन्ही पातळ्यांवर नाजूक वाटाघाटी करण्याचा मला थोडाफार अनुभव होता. मी पंतप्रधानांना भेटलो व म्हणालो, "आसू बरोबर बोलणी करत असताना माझ्या पायाखालची वाळू घसरेल, असा कोणताही धोरणात्मक घोटाळा होऊ नये, अशी माझी इच्छा आहे."

राजीवजींनी माझ्या विधानातील अर्थ लक्षात घेतला. ते म्हणाले, "त्याची काळजी करू नका. आपण फक्त तिघेच त्यात लक्ष घालू. तुम्ही स्वतः, गृहमंत्री आणि अर्थात मी स्वतः!"

त्यावर मी पुन्हा म्हटले, "सर, तुमच्या स्वत:च्या भूमिकेबद्दलची मला तितकीच काळजी घ्यायची आहे. खरे म्हणाल तर तुम्ही या वाटाघाटीत गुंतूच नये, असे मला वाटते. माझ्या मते, तुम्ही 'आसू'च्या मुलांची भेटदेखील घेऊ नये. निदान मी हिरवे निशाण फडकवेपर्यंत तरी नक्कीच!"

माझ्या या कार्यपद्धतीला राजीव गांधींनी केवळ संमतीच दिली असे नाही, तर इतर कोणीही समांतर वाटाघाटी करणार नाही, अशी हमीदेखील दिली. प्रफुल्लकुमार महंतो व त्यांचे सहकारी यांची भेट त्यांनी १४ ऑगस्टच्या रात्रीच घ्यायची असे ठरले.

१९८५च्या मे महिन्यात ६ ते १० तारखांच्या दरम्यान मी 'आसू'बरोबर पाच बैठका घेतल्या. ठरलेल्या कार्यक्रमाप्रमाणे १३ ऑगस्टला सकाळी आसूचे प्रतिनिधी मंडळ माझ्या कार्यालयात शेवटच्या भेटीसाठी दाखल झाले. सगळे जमल्यावर मी त्यांना म्हणालो, "मित्रहो! या मसुद्यावर आपले एकमत होईपर्यंत कोणीही माझ्या दालनातून बाहेर जायचे नाही. तुमच्यासाठी चहापाणी व दुपारच्या भोजनाची व्यवस्था झालेली आहे. ते सगळे येथेच मिळेल."

त्या दिवशी संपूर्ण दिवस आम्ही कामात होतो. एक-दोन वेळा मी कामातील प्रगतीची कल्पना देण्याकरता गृहमंत्र्यांकडे जाऊन आलो. जवळ-जवळ सतत सहा ते सात तास काम करून आम्ही आसाम कराराचा अंतिम मसुदा लिहून काढला.

संध्याकाळ झाली. आम्ही निघण्याची तयारी केली. इतक्यात, 'आसू'च्या प्रतिनिधींनी एक इच्छा व्यक्त केली. "आम्ही हा मसुदा गुवाहाटीला घेऊन जातो. 'आसू'च्या सर्वसाधारण सभेची संमती घ्यावी लागेल. अखिल आसाम गणतंत्र परिषदेलाही माहिती दिली पाहिजे!" ते ऐकून घेऊन मी पंतप्रधानांकडे गेलो. त्यांना सर्व वृत्तान्त दिला. विचारविनिमय पूर्ण झालाच आहे, तर तो भारतीय स्वातंत्र्यदिनाच्या आपल्या अभिभाषणातून जाहीर करण्याची इच्छा राजीव यांनी बोलून दाखवली.

त्यावर माझ्या डोक्यात एक कल्पना आली. 'आसू'चे प्रतिनिधी मंडळ येथे दिल्लीत आयते हजरच आहे. त्याने तिकडे परत जाण्यापेक्षा त्यांच्या संबंधित सभासदांनाच इकडे आणण्याची व्यवस्था केली तर काय हरकत आहे? सुरक्षासंस्थांच्या मदतीने ते अंमलात आणणे शक्यही होते. महंमदाने पर्वताकडे जाण्यापेक्षा पर्वतालाच महंमदाच्या पुढ्यात उभे करू या की! शिवाय, त्यातून आणखीही एक फायदा होईल. कराराच्या मसुद्याला कोणी मधल्यामधे सुरुंग लावू शकणार नाही. दिल्लीत काय घडत आहे, यावर हितेश्वर सैकियांनी डोळ्यांत तेल घालून पाळत ठेवलेली होती.

दुसऱ्या दिवशी, १४ ऑगस्टला 'आसू'च्या कार्यकारी समितीच्या साठांपेक्षा

अधिक सभासदांना एका खास विमानाने दिल्लीला आणण्यात आले. विमानतळावरून थेट त्यांची रवानगी गुप्तचर-खात्याच्या एका स्थळाकडे करण्यात आली. 'आसू'च्या नेत्यांनी मसुद्यातील ठळक बाबी त्यांना खुलासेवार समजावून सांगितल्या आणि त्यांची संमती मिळवली.

सायंकाळी बऱ्याच उशिरा महंतो व त्यांचे सहकारी माझ्याकडे आले व त्यांनी आपली अंतिम मान्यता मला कळवली. मी ७, रेसकोर्स रस्त्यावरील राजीव गांधींच्या निवासाकडे गेलो, त्यांना तो मसुदा दाखवला. त्यांनी लक्षपूर्वक तो वाचला आणि आपल्या नेहमीच्या पद्धतीने त्यातील इंग्रजीवर झिलई चढवण्यास सुरुवात केली.

मी ताबडतोब त्यांना थांबवले. या टप्प्यावर काही बदल करण्यात आले, तर त्यावर सह्या करण्याचा कार्यक्रम स्थगित झालाच म्हणून समजा म्हणालो. त्यांनी माझ्याकडे पाहत म्हटले, "का बरे?"

मी म्हटले, "सर, मी 'आसू'ला बजावून सांगितलेले आहे. आता या मसुद्यात एखादा स्वल्पविराम जरी घालायचा किंवा काढायचा झाला, तरी त्यावर कसलीही चर्चा होणार नाही. तशी तयारी असेल, तरच पंतप्रधानांना भेटण्याची तयारी करा. आता या परिस्थितीत जर तुम्ही भाषाशैली, दुरुस्ती यांचा आग्रह धरणार असाल, तर आज रात्री करारावर सह्या होण्याची गोष्ट साफ विसरून जावी. अनेक महान प्रश्नांवर जेव्हा एखादा करार घडून येत असतो, तेव्हा इंग्रजी भाषेतील लहान-सहान चुका माफ करायच्या असतात, हा माझा अनुभव आहे. त्यात भागवून घेऊन पुढे जायचे असते."

अशी समजूत काढल्यानंतर राजीव म्हणाले, "ठीक आहे. या घेऊन त्यांना साडेनऊ वाजता. वाट पाहतो!"

सह्या करण्याचा समारंभ झटपट आणि व्यावसायिक थाटात उरकण्यात आला. संबंधित कागदपत्रांवर 'आसू'च्या वतीने महंतो व फुकन यांनी, आसाम सरकारच्या वतीने सौ. त्रिवेदींनी आणि भारत सरकारच्या वतीने मी सह्या केल्या व त्यांचे आदान-प्रदान केले. पंतप्रधानांनी 'मेमोरॅन्डम ऑफ सेटलमेंट'वर आपली साक्षीदार म्हणून स्वाक्षरी केली. घड्याळात रात्रीचे २ वाजून ४५ मिनिटे झालेली होती. फक्त सह्या झाल्या, भाषणे झाली नाहीत.

दुसऱ्या दिवशी सकाळी लाल किल्ल्याच्या तटावरून पंतप्रधानांनी जाहीर केले "...आज भल्या पहाटे 'आसू'बरोबर झालेल्या करारावर सह्या झालेल्या आहेत!" ती घोषणा कानावर पडताच मेघगर्जनांनाही लाजवेल असा टाळ्यांचा कडकडाट झाला.

ज्या लक्षावधींनी दूरदर्शनच्या पडद्यावर ते पाहिले व ऐकले त्यांनी सुटकेचा श्वास सोडला.

सत्ताग्रहण केल्यानंतर पहिल्या आठच महिन्यांत भारताच्या तरुण प्रधानमंत्र्यांनी जनतेला दिलेल्या आपल्या वचनांची पूर्ती केलेली होती. पंजाब व आसाम यांच्या जटिल समस्यांवर तोडगा काढला होता. राष्ट्रीय प्रश्नांकडे पाहण्याची त्यांची स्वप्नवत दृष्टी आणि मुत्सद्द्याला शोभणारी कार्यपद्धती यांचा प्रत्यय घेणारे कृतज्ञ राष्ट्र त्या गुणविशेषांनी प्रभावित झाले होते.

त्या करारामुळे माझे नाव राजीव गांधींशी जोडले गेले.

८५

मिझोराम : शांततेकडे वाटचाल

१५ ऑगस्ट, १९८५ला आसाम करारावर सह्या झाल्या. पुढे एक आठवडा गेला. पंतप्रधानांनी मला घरी बोलावून घेतले.

गेले आठ महिने पंजाब आणि आसाम समस्यांची सोडवणूक करण्याच्या निमित्ताने मी राजीव गांधींच्या निकट राहून काम केलेले होते. विशेषतः आसाम कराराच्या बाबतीत तर त्यांनी माझ्यावर संपूर्ण विश्वास टाकलेला होता. इतर कोणालाही माझ्या कामात लुडबूड करू दिलेली नव्हती. माझा संबंध फक्त गृहमंत्री व प्रधानमंत्री यांच्यापुरताच मर्यादित राहील, असा कटाक्ष बाळगूनच त्यांनी सर्व कामांना चालना दिलेली होती.

पुढचे लक्ष्य मिझोराम होते. मिझोराम या राज्यामध्ये फुटीर प्रवृत्ती डोके वर काढत होत्या. लालडेंगा हे या चळवळीचे नेते होते. त्या अशांत प्रदेशात शांतता नांदावी याकरता त्यांच्याबरोबर वाटाघाटींच्या अनेक फेऱ्या झाल्या होत्या.

भारत सरकारचे 'पाहुणे' म्हणून लालडेंगा कित्येक महिने दिल्लीतच राहिलेले होते. त्यांना वाटाघाटीत मदत करायला त्यांच्याबरोबर त्यांचे भूमिगत सहकारीही होते. त्यांच्या सुरक्षा-व्यवस्थेची जबाबदारी आमच्यावर होती. आम्ही ती चोख ठेवलेली होती. त्यांना बैठकीसाठी निमंत्रण धाडण्यापूर्वी मी त्यांची माहिती करून घेतली. त्यांचा पूर्वेतिहास सुरेख व रोमांचकारी होता. माझ्यावर त्यांचा प्रभावही पडला. ते एक बंडखोर नेते होते. मिझोंना त्यांचे स्वतंत्र राष्ट्र मिळवून देण्याचे स्वप्न ते पाहत होते.

लालडेंगांनी भारतीय सैन्यात हवालदार म्हणून नोकरी केलेली होती. त्या सेवेतून निवृत्त झाल्यावर त्यांनी प्रथम १९५६-५७मध्ये 'मिझो नॅशनल फॅमिन फ्रन्ट' (मिझो राष्ट्रीय दुष्काळ निवारण) आघाडीची स्थापना केली. मिझोभूमीला पूर्वी 'लुशाई हिल्स' असे नाव होते. त्या भागात माओटामचा पडलेला दुष्काळ आसाम सरकारला नीट सावरता आलेला नव्हता. 'माओटाम' या शब्दाचे मूळ ४९ वर्षांतून

एकदा येणाऱ्या जंगली बांबूंच्या मोहरात आहे. बांबूचे हे फळ उंदीर-घुशींना खूप आवडते. ते अक्षरश: त्याच्यावर तुटून पडतात, त्याचा पार फडशा उडवतात. त्या फळात अल्कलॉइड नावाचा जो पदार्थ असतो, त्यामुळे उंदरांचे पीक उदंड येते. त्यांना उदंड लेकुरे होतात. साहजिकच ती प्रजा माणसाने पिकवलेल्या, कष्ट करून जोपासलेल्या पिकांचा धुव्वा उडवते. सर्व धान्य नष्ट करते. लालडेंगांनी शासनाच्या अकार्यक्षमतेविरुद्ध मोहीम उघडली. यथावकाश, मिझोभूमीला केंद्रशासित प्रदेशाचा दर्जा देण्यात आला.

लालडेंगांनी २२ ऑक्टोबर, १९६१ला दुसरे पाऊल टाकले. त्यांनी 'मिझो राष्ट्रीय आघाडी'ची स्थापना करून तिच्या दिमतीला सशस्त्र दलही दिले. 'मिझो नॅशनल आर्मी (MNA)' निर्माण केली. एवढ्यावरच त्यांची बंडखोरी थांबली नाही. त्यांनी भारतातून फुटून निघण्याची उघड-उघड तयारी केली. मिझो प्रदेशाच्या स्वातंत्र्याची घोषणाही करून ते कामास लागले. सुरक्षा दलाबरोबर काही थोडे रक्तरंजित लढेही दिले आणि त्यानंतर त्यांनी त्या वेळच्या पूर्व पाकिस्तानात (आताच्या बांगलादेशात) पळ काढला.

सप्टेंबरच्या सुरुवातीला मी लालडेंगा यांना माझ्या कार्यालयात चर्चेसाठी येण्याचे निमंत्रण दिले होते. मी त्यांच्याकडे झालेल्या वाटाघाटींतील प्रगतीची चौकशी केली. त्याला उत्तर देताना आपल्या तुटक-तुटक, प्रत्येक शब्दावर जोर देण्याच्या थाटात ते म्हणाले, "मिस्टर होम सेक्रेटरी, आपली ही बैठक म्हणजे जाता-जाता एकमेकांचे कुशल विचारून घेण्यासाठीची भेट असावी. माझ्यापुरते मी मानतो की, दिवंगत पंतप्रधान इंदिरा गांधी यांचे सल्लागार जी. पार्थसारथी व मी यांच्यात झालेल्या वाटाघाटी खूपच पुढे गेलेल्या आहेत. बहुतेक सर्व प्रश्न आम्ही दोघांनी निकालात काढलेले आहेत. फक्त एकच बाब शिल्लक आहे. माझी जी माणसे भूमिगत आहेत त्यांचे काय करायचे? शिवाय, काही राजकीय प्रश्नांवर तोडगा काढण्यासाठी मी नवीन पंतप्रधानांच्या भेटीची वाट पाहत आहे!"

मी लालडेंगा यांना म्हणालो, "येथून पुढे तुम्ही माझ्याबरोबर वाटाघाटी करायच्या आहेत. पार्थसारथींच्या जागी मी आलेलो आहे...."

त्यांना मी असेही सूचित केले, "तुम्ही पार्थसारथींशी ज्या विषयांवर चर्चा केलेली आहे, त्यांच्या संदर्भात आवश्यकता भासल्यास नव्याने बोलणी करावी लागण्याचीही शक्यता धरून चालू या!"

आपल्या संतापाला आवर घालत लालडेंगा उद्गारले, "मिस्टर होम सेक्रेटरी, एकदा पूर्ण झालेली बोलणी तुम्हाला पुन्हा उकरून काढायची असतील, ज्या गोष्टींना संमती मिळालेली आहे त्यांना महत्त्व येणार नसेल, तर मी चाललो परत

माझ्या जंगलात. झालो मोकळा शस्त्र हातात घ्यायला. पुन्हा एकदा रक्त सांडेल, रक्ताचे पाट वाहतील. त्याची जबाबदारी तुमची असेल!''

सुदैवाने नेमक्या त्या क्षणी चहा आला. माझ्या कपातील साखर विरघळावी म्हणून मी त्यात चमचा फिरवू लागलो आणि ते करता-करता त्यांच्या त्या संतापी प्रतिक्रियेवर विचार केला.

काही वेळ जाऊ दिल्यानंतर म्हणालो,''तुम्ही आता जे काय म्हणालात ते मी नीट ऐकले असेल, तर तुम्ही मला धमकी दिलेली आहे. तुम्ही रक्त सांडण्याची भाषा केलेली आहे. या क्षणी तुम्ही भारत सरकारच्या गृहसचिवाच्या कार्यालयात बसलेले आहात. मला तुमच्या बोलण्यातील अर्थ नीट कळलेला असेल, तर कायदा सांगतो ती कारवाई करणे मला भागच पडणार आहे...!''

लालडेंगा यांनी आपल्या सहकाऱ्यांकडे पाहिले आणि मान वळवून माझ्याकडे टक लावली. जवळ-जवळ डोळ्यांच्या बाहुलीला बाहुली भिडली. माझे संयुक्त सचिव चिंतातुर होऊन आमच्याकडे पाहू लागले. नंतर मूळच्या संतापाने ज्वालामुखीचे रौद्र स्वरूप धारण करण्याऐवजी लालडेंगांच्या मुखातून हास्याचा गडगडाट बाहेर पडला. ते खोऽखो हसायलाच लागले. ''मिस्टर होम सेक्रेटरी, ठरले! तुमच्याशी धंदेवाईक रीतीने बोलणी करता येणे शक्य आहे. तुम्ही पात्र आहात त्यासाठी. रोखठोक व्यवहार जमवणारे दिसता मला!''

'आसू'बरोबरच्या वाटाघाटी यशस्वी करणारा माणूस मीच आहे, हे त्यांना ठाऊक असलेच पाहिजे. शिवाय, मी पंतप्रधानांच्या खास विश्वासातील व्यक्ती आहे, याचीही माहिती त्यांना मिळाली असावी. कितीही झाले, तरी लालडेंगांनी विद्रोही शक्तींचे नेतृत्व केलेले होते. त्यांच्याकडे नेत्याला आवश्यक असणारा नाटकीपणाही उत्तम असायलाच हवा होता. आपल्या वलयांकित नेतृत्वाची प्रचीती त्यांनी आणून दिलेलीच होती. उगीच नाही शेकडो मिझो युवक त्यांच्या मागून जायला, आपल्या आयुष्याच्या बहरातील वर्षे एका अतिशय घनघोर व निर्जन जंगलात, भूमिगत अवस्थेत घालवायला तयार झाले!

थोडक्यात काय, लालडेंगा आणि मी यांच्यातील बोलणी या विचित्र, रोमांचकारी, कल्पनारम्य थाटात सुरू झाली. काम मोठे कठीण होते.

१९८५चा नोव्हेंबर महिना आला. लालडेंगांना त्या आरामशीर आयुष्याची चटक लागली. दिल्लीतील त्यांचा वेळ तसा आळसातच जात होता. ती एक प्रकारची सक्त रिकामपणाची कामगिरीच बनली. अधून-मधून वाटाघाटी, माझ्याशी चर्चा किंवा गृहमंत्र्यांची औपचारिक भेट. बस्स हाच कार्यक्रम! त्या एकलेपणाचा परिणाम कळून येऊ लागला. आता त्यांना आपल्या लोकांच्या सहवासाची आस लागली; पण हत्येच्या भीतीने ते मिझोरामला जाऊ शकत नव्हते. बरे, लंडनला

जायचे तर रिकाम्या हाताने जाण्यात अर्थ नव्हता. कधी-कधी लंडनमधल्या आपल्या बायकोची, मुलीची त्यांना आठवण झाली की, ते बिचारे अस्वस्थ होत असत. मग मला त्यांच्याबद्दल काही ना काही सांगत. स्वामींनी मला त्यांची देखभाल कशी करण्यात येते, याची कल्पना दिलेली होती. १९८५चा नाताळ जसजसा जवळ येत चालला तसतसे लालडेंगा घरच्या आठवणीने अधिकाधिक त्रस्त झाले, बेचैन होऊ लागले.

त्यांची ती मानसिकता लक्षात घेऊन आम्ही त्यांना नाताळसाठी लंडनला पाठवण्याची व्यवस्था केली. त्याबद्दल मी जेव्हा त्यांना बोललो, तेव्हा ते आनंदित झाले. तिकडे स्वामींनी त्या कुटुंबीयांसाठी नाताळच्या भेटीही त्यांच्याबरोबर पाठवल्या.

लालडेंगा लंडनला पोहोचले. मधल्या वेळेत मी ऐझवालला फेरी मारून आलो. सौभाग्यवतीही सोबत होत्या. नायब राज्यपाल दुबे व त्यांच्या पत्नीने आमचे आदरातिथ्य व्यवस्थित केले. त्या मुक्कामात आम्ही अनेक राजकीय नेत्यांच्या भेटी घेतल्या. मुख्यमंत्री लालठाणवाला व त्यांच्या सुरेख सौभाग्यवती यांनी आमच्या सन्मानार्थ भोजन दिले. त्या प्रसंगी त्यांच्या मंत्रीमंडळातील सर्व सदस्यांची ओळख झाली, भेटीही झाल्या. टाउन हॉलमध्ये खास आमच्यासाठी आखलेल्या सांस्कृतिक कार्यक्रमालाही आम्ही हजेरी लावली. एकंदरीत मिझो मला खूप स्नेहशील, सुशील आणि सदासर्वदा हसतमुख वाटले. तरुण मुले-मुली गिटारच्या साथीत धार्मिक गीते म्हणत. त्यांना जॅझ संगीत आवडत होते. आयुष्यात मौजमजा कशी करावी, हे त्यांना ठाऊक होते. त्यांना दररोजच्या जीवनावर अर्थातच ख्रिश्चन धर्मतत्त्वांचा भरपूर प्रभाव होता. त्यांनी त्यांच्यावर घडवलेले संस्कार जाणवत होते. चर्चचा प्रभाव किती लाभकारक असतो, हे पाहायला मिळाले.

मी हेलिकॉप्टरमधून मिझोरामचा संपूर्ण दक्षिण व पूर्व भाग पाहून घेतला. भारत-ब्रह्मदेश सीमेवर पसरलेल्या टेकड्यांवर हिरव्यागार पाचूच्या रंगाच्या जंगलांनी अगदी नयनरम्य पांघरूण घातलेले होते. त्या संपूर्ण दृश्यांनी मला पुरते मोहून टाकले. ती संधी घेऊन मी मिझो राष्ट्रीय सैन्यदलातील बंडखोर जेथे शरणागती पत्करणार होते, ते स्थळ पाहून घेतले.

मिझो सैनिकांची संभाव्य शरणागती हा माझा जिव्हाळ्याचा प्रश्न होता. जवळ-जवळ दोन दशकांहून अधिक काळ ज्यांनी विद्रोही कृत्यांत घालवला होता, सशस्त्र उठाव हाच ज्यांचा एकमेव कार्यक्रम होता, त्यांना शस्त्रे खाली ठेवायला मजबूर करायचे म्हणजे एक जोखीमच होती. प्रत्यक्ष शस्त्र खाली ठेवताना त्या 'सच्च्या' सैनिकांच्या जीवाची किती घालमेल होत असेल, या जाणिवेने मला अस्वस्थ केले. हा सगळा व्यवहार सन्मानपूर्वक संपन्न होण्याची नितांत गरज होती. शरणागतीतही

एक प्रकारचा आब व डौल कसा राहील, त्यांच्या सैनिकी इमानाची प्रतिष्ठा कशी टिकेल, त्यांना माना खाली घालाव्या लागू नयेत वगैरे व्यवस्था करावी लागली. मी त्यावर सखोल विचार करून एक शिस्त घालून दिली.

त्यामागचा माझा हेतू स्पष्ट होता. एमएनए (MNA)च्या तथाकथित सरसेनापतीला मला दाखवून द्यायचे होते की, भारत सरकारचा गृहसचिव म्हणजे कोण्या झाडाचा पाला नाही. ती एक समजूतदार व भावुक व्यक्ती आहे. सैनिकाचा सन्मान – मग तो विद्रोही का असेना – कसा राखायचा असतो, त्याचा आदर कसा करायचा असतो, याची अक्कल व जाण त्याला पुरेशी होती. मला हे स्पष्टच करायचे होते, जर का करार प्रत्यक्षात आला नाही, तर त्याला कारणीभूत असेल, त्यांच्या प्रमुखाची गैरवाजवी वर्तणूक आणि वृत्ती! त्याला मिझोरामचा मुख्यमंत्री होण्यातच अधिक रस होता.

लालडेंगांबरोबरच्या वाटाघाटींचे शेपूट लांबत चालल्याबद्दल सरकारवर भरपूर टीका झाली. त्यामागचे कारणही पटण्यासारखे होते. ती बोलणी माझ्या कारकिर्दीच्या शेवटच्या दिवसापर्यंत चालू राहणार होती. ३० जून – शासकीय सेवेतून रीतसर निवृत्त होण्याची तारीख. जून महिना सुरू झाला. मी राजीव गांधींना म्हणालो, "हीच वेळ योग्य आहे लालडेंगांवर दबाव आणायला!"

राजीव म्हणाले, "ठीक आहे. लागू या कामाला!"

लागलीच लालडेंगांना काँग्रेस पक्षाचे उपाध्यक्ष अर्जुन सिंग यांच्या स्वाधीन करण्यात आले, राजकीय गुंता सोडवायला!

राजीव गांधींनी २५ जून, १९८५ला मुख्यमंत्री लालठाणवालांना त्यांच्या संपूर्ण मंत्रीमंडळासह बोलावून घेतले. एका राजकीय करारावर सह्या झाल्या.

काँग्रेस आयशी करायच्या करारावर सही करण्यापूर्वी लालडेंगा मला भेटायला आले. ते आनंदात होते. मी त्यांना गृहमंत्री बुटा सिंगांकडे घेऊन गेलो. शिल्लक राहिलेल्या सर्व प्रश्नांवर लवकर तोडगा काढण्याचे आश्वासन आम्ही त्यांना दिले. त्या दिवशी सायंकाळी राजकीय व्यवहार समितीला वाटाघाटीतील प्रगती समजावून दिली. एकंदरीत वाटाघाटींची फलनिष्पत्ती समाधानकारक होत असल्याबद्दल संतोष व्यक्त करण्यात येऊन, मला पुढची आवश्यक पावले टाकण्याचे अधिकार देण्यात आले.

तसे पाहिले तर मलाही घाई होती. ३० जूनला सूत्रे खाली ठेवण्यापूर्वी काम पूर्ण करायचे होते. आता लालडेंगा यांनी माझ्यावर पूर्ण विश्वास टाकायला सुरुवात केल्यामुळे पूर्वीचा औपचारिकपणा मावळलेला होता. लालडेंगांच्या एकूण व्यक्तिमत्त्वात एक वेगळे गूढ होते. त्याने मला पकडून ठेवले होते. मिझोंबद्दल माझ्या मनात एक प्रकारचे प्रेम निर्माण झालेले होते. मिझो स्वभावत:च अतिशय लाघवी आणि बोलण्याचालण्यात सहजसुंदर असतात. लालडेंगांशी वागण्यात तो गुणविशेष आढळत होता.

२७ जून हा माझा जन्मदिन. त्या दिवशी मी लालडेंगांना चहाला बोलावले. मी त्यांना म्हटले, "मि. लालडेंगा, तीन दिवसांत मी माझी खुर्ची खाली करणार! मी सर्वांचा निरोप घेणार! तेव्हा या तीन दिवसांत वाटाघाटींना विराम देण्याचा विचार तुम्ही करायचा. तोही शक्य तितक्या गंभीरपणे. मी सगळ्या अटी तुमच्यासमोर ठेवलेल्या आहेतच. पाहा त्या मान्य होतात का?"

लालडेंगांनी मला आश्वासन दिले, "माझ्या वकिलांचा सल्ला घेतो, सहकाऱ्यांशीही बोलून घेतो. एवीतेवी बहुतेक जण आहेतच दिल्लीत!"

त्यानंतर दोन दिवस गेले. त्यांच्याकडून काहीच कळले नव्हते. ३० जून, १९८५. माझ्या ३६ वर्षांच्या शासकीय सेवेतील अखेरचा दिवस. दुपारचे २:३० वाजलेले. मी माझ्या खुर्चीवर बसलेलो. माझ्या पुढ्यातील टेबल अगदी स्वच्छ. टेबलावर एकही फाइल नाही. सगळ्या निकालात काढलेल्या. आणखी दोन-तीन तासांत सी. जी. सोमय्या यांच्याकडे कार्यभार सोपवून मी मोकळा होणार. सर्व औपचारिक सोपस्कार तयार. गृहमंत्रालयाने निरोप समारंभही ठेवलेला. गृहमंत्री बुटा सिंग व इतर मंत्रिमहोदयांना आमंत्रणेही गेलेली.

इतक्यात लालडेंगा आत आले. बरोबर कोणी नव्हते. अगदी एकटेच. माझ्यासमोर बसले. मी चहा मागवला. जुन्या आठवणी निघाल्या. लालडेंगांबरोबरची पहिली भेट जागी झाली.

मी त्यांना म्हणालो, "दिवस कसे भराभर जातात ना! दिवस जसजसे पुढे गेले तसतसा तुमच्या-माझ्यातला विश्वास, एकमेकांना समजून घेण्याचा भावदेखील वाढत गेला. व्यक्ती म्हणून आपण दोघे एकमेकांच्या कितीतरी जवळ आलो. केव्हा व कसे ते कळलेच नाही. काही म्हणा, माझी पत्नी आणि मी दोघेही तुमची माती आणि माणसे यांच्या प्रेमातच पडलो आहोत. पुढे-मागे कदाचित, नव्हे लवकरच, आम्ही तुम्हाला व तुमच्या कुटुंबाला शुभेच्छा द्यायला येऊ मिझोरामला!"

माझ्या शब्दांनी लालडेंगांना गहिवरून आले. ते भावविवश झाले. त्यांचा गळा दाटून आला होता. तो स्वच्छ करण्यासाठी थोडा वेळ घेतल्यानंतर ते म्हणाले, "खरेच, कराराची सांगता तुमच्या हस्तेच करायला हवी होती. किती सुरेख वाटले असते!"

मी म्हटले, "जाऊ द्या. आता वेळ निघून गेलेली आहे. तीन तासांनी मी केवळ या कार्यालयातूनच बाहेर पडणार नसून, शासकीय सेवेतूनच मुक्त होणार आहे!"

वास्तविक तेवढ्यावर बोलणे संपायला हरकत नव्हती; पण का कोण जाणे, कशाचा तरी भार माझ्यावर पडला आणि मी बोलून गेलो, "मि. लालडेंगा, तुम्ही किंचित लवचिक व्हायला तयार असाल, तर कदाचित आपण तुमच्या मनातील इच्छा पूर्ण करू शकू. मी माझा पदभार सोडण्यापूर्वी समझोता पक्का करू शकतो

आपण. एवढ्यापुरता करार नक्की करू या. कागदपत्रांवर सह्या वगैरे नंतर होतील. माझ्या उत्तरधिकाऱ्यांना बरोबर घेऊन.''

मी बोलतच राहिलो. ''आता तुमचा एक मित्र म्हणून तुम्हाला इशारा देणे, माझे कर्तव्यच आहे. आज तुम्ही माझ्याबरोबरच्या वाटाघाटी पक्क्या करून समझोता करू शकला नाहीत, तर भिजत पडलेल्या प्रश्नांची सोडवणूक करण्यासाठी तुम्हाला कित्येक वर्षे लागतील. नक्की किती मला ठाऊक नाही!''

माझ्या बोलण्यातील कळकळ त्यांना जाणवली. ते चिंताक्रांत बनले. थोड्या वेळाने त्यांनी मला विचारले, ''मिस्टर होम सेक्रेटरी, माझ्या सहकाऱ्यांशी सल्लामसलत करून मी तुमच्याकडे परत आलो तर?''

''ठीक आहे. अवश्य जा; पण साडेचार वाजण्यापूर्वी परतायला विसरू नका, कारण त्यानंतर मला गृहमंत्री व प्रधानमंत्री यांची भेट घेऊन त्यांचा निरोप घ्यायला हवा. त्यानंतर पुन्हा मंत्रालयातील निरोप समारंभासाठी येथे परतायला हवे!''

लालडेंगा लगबगीने निघून गेले. माझे संयुक्त सचिव आणि मी विचारात पडलो. कोंडी फुटण्याची चिन्हे दिसू लागली. लागलीच सचिवांनी निरोपसमारंभ दुसऱ्या दिवसापर्यंत पुढे ढकलण्याचा सल्ला मंत्रालयातील इतर अधिकाऱ्यांना दिला. त्यामागचे कारण त्यांनी काय दिले मला ठाऊक नाही. मी लगेच गृहमंत्र्यांना कल्पना दिली आणि ताबडतोब पंतप्रधानांच्या कानावरही थोडक्यात घातले. दोघांनीही मला प्रयत्न चालू ठेवायला, पाठपुरावा करायच्या सूचना दिल्या. निर्णय होईपर्यंत सूत्रे खाली ठेवू नका म्हणून सांगितले.

साडेचार वाजण्याच्या सुमारास लालडेंगा आपल्या संचाबरोबर परत आले. तासाच्या आत आम्ही एकमेकांच्या शंकांचे, मतभेदांचे निरसन केले. सगळे जिकडच्या तिकडे व्यवस्थित केले आणि कराराच्या मसुद्यात कसलेही किल्मिष राखले नाही. एक-दोन अतिशय महत्त्वाचे असे मुद्दे पंतप्रधानांच्या अंतिम निर्णयासाठी राखून ठेवले. त्या बाबतीत एक पक्का वायदा केला की, पंतप्रधानांच्या भेटीत लालडेंगांनी आज या क्षणी निकालात काढलेल्या बाबी नव्याने चर्चेत घ्यायच्याच नाहीत, त्यांना स्पर्शही करायचा नाही. मी त्यांचे लक्ष घड्याळाच्या काट्याकडे वेधले. काटा जसजसा पुढे सरकेल तसतसा मी बाहेरचा रस्ता धरेन, असा इशारा दिला.

त्यानंतर थोड्याच वेळात आम्ही दोघे ७, रेसकोर्स रस्त्याकडे गेलो. बाजूला ठेवलेले दोन मुद्दे पंतप्रधान राजीव गांधींनी झटक्यात निकालात काढले. अगदी थोड्या वेळाची पूर्वसूचना मिळूनही मंत्रीमंडळाच्या राजकीय व्यवहार समितीचे सदस्य एकत्र आले. त्यांनी कराराचा आराखडा संमत केला. चला, हाती घेतलेले, सर्वांनी मोठ्या विश्वासाने सोपवलेले एक महाकठीण काम यशस्वीरीत्या पूर्ण झाले. मी मंत्रिगणाचा निरोप घेतला. आता शेवटी प्रधानमंत्र्यांना माझा शेवटचा (एक

शासकीय अधिकारी म्हणून) नमस्कार करणार तोच राजीव म्हणाले, "प्रधानजी, हा करार साकार करण्यासाठी तुम्ही अपार कष्ट घेतलेले आहेत. माझी इच्छा आहे तुम्ही निवृत्त होण्यापूर्वी त्यावर सही करावी. अर्ध्या एक तासात करा सही. टीव्हीच्या साडेनऊच्या वार्तापत्रात झळकू द्या ही बातमी!"

पंतप्रधानांच्या त्या उक्तीने व वृत्तीने मी भलताच भारावून गेलो. घड्याळात बघितले. रात्रीचे ८:३० वाजून गेलेले होते. अचानक माझ्या डोक्यात प्रकाश पडला. शासकीय सेवा अधिनियमांनुसार कामकाजाची वेळ संपलेली होती. त्या अर्थाने मी सेवामुक्तच झालो होतो. या परिस्थितीत एका औपचारिक शासकीय दस्तऐवजावर मी सही करणे प्रस्तुत ठरेल काय? मी पंतप्रधानांना ती वस्तुस्थिती सांगितली. त्यांनी माझ्याकडे पाहत, पूर्ण गंभीरपणा बाळगून विचारले, "त्यात काय झाले? मी तुम्हाला तितकी मुदतवाढ देऊ शकतो की नाही?"

माझ्या माहितीप्रमाणे त्यांना तसा अधिकार निर्विवाद होता; पण त्याचे काय झाले होते की, त्या दिवशी सकाळीच सौभाग्यवती आणि मी त्या विषयावर बोललो होतो. माझ्या सेवाकाळातील अनेक रम्य, खळबळजनक प्रसंगांची उजळणी झालेली होती. माझी संपूर्ण सेवा ३४ वर्षांची झालेली होती. सेवेत रुजू झाल्यानंतर पुढच्याच वर्षी आमचे लग्न झाले. म्हणजे ३४ पैकी ३३ वर्षे आम्ही नवरा-बायकोनी त्या शासकीय सेवेचे सर्व रंगढंग, सुख-दुःखे, गंमत-जंमत अनुभवलेली होती. 'आता बस्स झाले,' धर्मपत्नी म्हणत होती. ते सगळे मला चटचट आठवले आणि मी पंतप्रधानांना म्हटले, "सर, तुम्हीच जाहीरपणे जगाला सांगितलेले आहे की, कोणाही निवृत्त होणाऱ्या अधिकाऱ्याला मी मुदतवाढ देणार नाही. कृपा करून माझा अपवाद करू नका!"

पण राजीव गांधींनी त्या बाबतीत मनाशी पक्के ठरवूनच ठेवलेले होते. त्यांनी कायदे सचिवांचा सल्ला घेण्याची सूचना दिली. आपल्यासमोर त्यांच्याशी संपर्क साधायला सांगितले. त्याप्रमाणे मी त्यांना रॅक्सवर बोलावून घेतले. त्यांच्याकडून सल्ला मिळाला, "मी माझ्या उत्तराधिकाऱ्यांकडे अद्याप औपचारिक पदभार सोपवला नसेल, तर मध्यरात्रीपर्यंत तुम्ही सेवेतच आहात, असे समजण्यात येऊ शकते."

म्हणजे शेवटी पंतप्रधानांच्या मनासारखेच झाले. साहजिकच त्यांना आंनद झाला. त्यांनी मला ताबडतोब कार्यालयात जाऊन लालडेंगांबरोबर झालेल्या कराराच्या कागदपत्रांवर सही करण्याचा आदेश दिला.

राजीव गांधींच्या स्वभावाचा हा एक वेगळा पैलू होता. त्यांनी आपले व्यक्तिगत सचिव व्ही. जॉर्ज यांच्यावर दुसरी कामगिरी सोपवली. त्या ऐतिहासिक घटनेचे दूरदर्शनकरवी चित्रीकरण करून घेतल्यानंतर ते प्रदर्शित करण्याची व्यवस्था करण्याचा आदेश त्यांना दिला.

रात्री ९ वाजण्याच्या सुमारास लालडेंगा आपल्या लवाजम्यासह आले. त्यात

त्यांच्या पत्नी व सहकारी यांचा समावेश होता. त्यांच्या जोडीला मिझोरामचे मुख्यमंत्री लालठाणवाला व त्यांच्या मंत्रीमंडळातील काही थोडे सहकारी होते. थोड्या वेळाने सौ. प्रधानही त्यात सामील झाल्या. सगळ्यांनी माझ्या कार्यालयातील त्या लांबलचक टेबलाभोवती ठाण मांडले.

हाताशी असलेल्या मोजक्या अवधीत आर. वासुदेव यांनी पूर्ण कार्यक्षमतेने कराराचा दस्तऐवज तयार केला. त्याचे शीर्षक होते, 'मेमोरॅन्डम ऑफ सेटलमेंट ऑन मिझोराम.' त्यावर आम्ही आमच्या सह्या केल्या. मिझो नॅशनल फ्रन्टच्या वतीने श्री. लालडेंगा, मिझोराम सरकारच्या वतीने लालठाणवाला आणि भारत सरकारच्या वतीने मी तथा राम प्रधान!

माईकवर लालडेंगा थोडेसे बोलले. अचानक कॅमेरा माझ्यावर रोखण्यात आला. माझे हृदय भरून आलेले होते. त्या वेळी मी जे काही बोललो त्याचा आशय थोडक्यात असा होता – ''या वाटाघाटी हाताळण्याची संधी मला पंतप्रधानांनी दिल्याबद्दल मी त्यांचे आभार मानतो. माझ्या शासकीय सेवेची सांगता करताना, सर्वांचा निरोप घेत असताना त्यांनी माझ्यासाठी अशा एका अद्वितीय सन्मानाची योजना केली, याबद्दल मी त्यांचा ऋणी आहे. दूरदर्शनच्या माध्यमातून मी संपूर्ण राष्ट्राला कृतज्ञतापूर्वक धन्यवाद यासाठी देतो की, वेळोवेळी अनेक निमित्ताने मला राष्ट्राची सेवा करण्याच्या संधी मिळाल्या आणि माझ्या कामातून मला पूर्ण समाधान मिळाले. या अतिशय आनंदाच्या प्रसंगी मी मिझो बांधवांना सर्व प्रकारचे सुखसमाधान लाभावे आणि त्यांची भरभराट व्हावी, अशा शुभेच्छा देतो!''

लालडेंगा यांच्याविषयीही मला कृतज्ञ राहावेच लागेल. त्यांचे कर्तृत्वही खूपच मोठे होते. ते एक वास्तवाचा वेध घेणारे गृहस्थ होते. एका विशिष्ट ध्येयपूर्तीसाठी त्यांनी संघर्ष केलेला होता. सन्माननीय तडजोड करण्यासाठी संयमपूर्ण वाटाघाटी केलेल्या होत्या आणि एका अचूक क्षणी शांततेला आपल्या कह्यात घेतले होते.

नॉर्थ ब्लॉकच्या क्र. ४ या फाटकातून मी व माझ्या सौभाग्यवती असे दोघे जण जेव्हा बाहेर पडलो, तेव्हा माझ्या शिरावरचे एक ओझे उतरून ठेवल्याची भावना झाली. गेले अठरा महिने मी माझ्या कर्तव्यपूर्तीला पूर्ण समर्पित भावनेने जुंपून घेतलेले होते. माझ्या परीने या देशाच्या एका तरुण पंतप्रधानांना त्यांच्या आशा-आकांक्षा आणि दूरवरची स्वप्ने प्रत्यक्षात आणणाऱ्या आसाम व मिझोराम यांच्याशी झालेल्या करारपूर्तीस साहाय्य केले होते.

त्यांच्यासमवेत काम करताना होणारा आनंद अवर्णनीय व परिपूर्ण होता.

८६

राजभवनात

३० जून, १९८६ रोजी मी सेवानिवृत्त झालो. निवृत्तीनंतर मुंबईत स्थायिक होण्याआधी उत्तर भारतातील प्रमुख धार्मिक क्षेत्रांना भेटी द्यायच्या, असे आम्ही उभयतांनी ठरवले होते. त्यानुसार आम्ही हरिद्वार आणि काशीला गेलो. काशीला आमचे जुने मित्र बी. पी. सिंघल (आय.पी.एस.) यांच्यामुळे आमची चांगली बडदास्त ठेवली गेली. माउंट अबूपासून आमची त्यांच्याशी ओळख होती. अलाहाबादला आम्ही 'स्वराज भवन' हे पंडित नेहरूंचे निवासस्थान पाहिले. हिंदूंचे सर्वांत पवित्र धार्मिक क्षेत्र असलेल्या काशीमध्ये आम्ही उभयतांनी गंगेच्या तीरावरील विश्वनाथ मंदिरात पूजा केली.

दिल्लीतील २, पंडारा मार्ग हे माझे शासकीय निवासस्थान होते. नियमानुसार निवृत्तीनंतर मला तिथे ९० दिवस राहता येणार होते. मात्र त्यापेक्षा एकही दिवस अधिक तेथे राहायचे नाही, असे आम्ही ठरवले होते. त्यानुसार आम्ही ३० ऑक्टोबर, १९८६ रोजी दिल्लीचा निरोप घेतला. अनेक मित्रांनी मला दिल्ली न सोडण्याचा सल्ला दिला. त्यांनी मला बजावले, 'हाजीर तो वजीर!' एकदा का तुम्ही दृष्टिआड झालात की तुम्ही विस्मृतीत जाताच, असा त्याचा अर्थ होता.

पण राजीव गांधी मला विसरले नव्हतेच. एके दिवशी परराष्ट्रमंत्री शिवशंकर मला येऊन भेटले आणि अमेरिकेतील राजदूतपदासाठी माझ्या नावाचा विचार होण्यास माझी संमती आहे का, असे मला विचारले. पंतप्रधानांनीच मला विचारण्यास त्यांना सांगितले होते. मी दहा वर्षे परदेशात घालवली असल्यामुळे आणखी तीन वर्षे भारताबाहेर राहण्याचे मला फारसे आकर्षण नव्हते. मी यास नकार दिला. पी. के. कौल यांची या पदावर नेमणूक झाली आणि माझ्या मते तेच या महत्त्वाच्या

पदासाठी माझ्यापेक्षा अधिक पात्र होते.

माझ्या भविष्याबद्दल बोलायचे, तर मला राजकारण वर्ज्य नव्हते. इतर सनदी अधिकाऱ्यांपेक्षा मी राजकारण अधिक जवळून पाहिले होते. पण सनदी अधिकारी राजकारणात सहजतेने वावरू शकत नाहीत, याची मला जाणीव होती. दिल्ली सोडायच्या आधी मी राजीव गांधींची भेट घेतली. माझी कल्पना त्यांना आवडली आणि राज्यसभेच्या पुढील द्वैवार्षिक निवडणुकांच्या वेळी ते माझे नाव ध्यानात ठेवतील, असे त्यांनी मला आश्वासन दिले. राज्यपालपदासाठी माझ्या नावाचा विचार होऊ नये, अशी मी त्यांना विनंती केली. ''कदाचित पुढे केव्हातरी, पण आता नको!'' असे मी त्यांना सांगितले.

१४ फेब्रुवारी, १९८७च्या मध्यरात्री व्ही. जॉर्ज यांचा फोन आला. ते म्हणाले, ''बॉस मीटिंगमध्ये आहेत त्यामुळे ते तुमच्याशी बोलू शकत नाहीत, पण तुम्ही अरुणाचलचे राज्यपाल म्हणून जायला तयार आहात का, असे त्यांनी विचारले आहे.''

मी जॉर्ज यांना माझ्यातर्फे पंतप्रधानांना धन्यवाद देण्यास सांगितले आणि 'मला काय करायचे आहे, हे तुम्हाला माहीत आहेच. कृपया राज्यपालपदासाठी माझ्या नावाचा विचार होऊ नये,' असा निरोप पंतप्रधानांना देण्यास सांगितले.

दुसऱ्या दिवशी सकाळी लवकरच जॉर्ज यांचा पुन्हा फोन आला. ते म्हणाले की, पंतप्रधान माझ्या प्रतिसादाबाबत नाखूश होते आणि माझ्याशी बोलू इच्छित होते. काही तासांनी मी पंतप्रधानांशी बोललो आणि माझी असमर्थता व्यक्त केली. ते म्हणाले, ''प्रधानजी, या प्रसंगी देशहिताचा विचार करता मला तुम्ही तिथे असणे गरजेचे आहे, म्हणून तुमच्या नावाचा मी विचार केला. सीमेपलीकडून लवकरच काही अडचणी समोर येण्याची शक्यता आहे.''

मी म्हणालो, ''पंतप्रधानजी, देशहिताचा प्रश्न असेल, तर मी नाही म्हणू शकतच नाही. मी जाईन. फक्त इथली आवराआवर करायला मला काही आठवडे द्या.''

''ठीक आहे, चार आठवडे घ्या!'' स्पष्ट जाणवणाऱ्या आनंदाच्या सुरात राजीव गांधी म्हणाले.

२० फेब्रुवारी, १९८७ रोजी पंतप्रधानांच्या हस्ते भारतीय संघराज्याचे २५वे राज्य म्हणून अरुणाचल प्रदेशाची स्थापना करण्यात आली. मी २० मार्च रोजी शपथ घेईपर्यंत आसामचे राज्यपाल भीष्म नारायण सिंह यांना राज्यपालपदाची तात्पुरती जबाबदारी देण्यात आली. त्याच दिवशी चीनच्या परराष्ट्र-खात्याने 'आपण अरुणाचल प्रदेशाला भारताचा भाग मानत नाही,' असा निषेध नोंदवला. तेव्हाच माझी कारकिर्द रोमांचकारी ठरणार, हे लक्षात आले. तसेच ऑक्टोबर, १९६२मध्ये

जेव्हा चीनच्या सैन्याने आक्रमण केले होते, तेव्हा जी परिस्थिती निर्माण झाली होती, तशाच परिस्थितीला मला कदाचित सामोरे जावे लागेल, असेही मला वाटले.

या दूरवरच्या प्रदेशात मी सेवा बजावणार, हे माझ्या नशिबातच होते. मार्च, १९६३मध्ये मी संरक्षणमंत्री यशवंतराव चव्हाण आणि एअर मार्शल ए. एम. इंजिनियर यांच्यासमवेत हेलिकॉप्टरने तवांगला भेट दिली होती. चिनी सैन्य मागे हटल्यानंतर एखाद्या भारतीय मंत्र्याने तवांगला दिलेली ही पहिलीच भेट होती. आम्ही तवांगच्या बौद्ध मठाला भेट देऊन परत निघणार, तोच तेथील प्रमुख भिक्खू रिंपोचे ग्रेंग खार गेलाँग लॉबसांग थेराब यांनी यशवंतरावांना काही भेटवस्तू दिल्या. त्यांनी स्वत: काढलेली भगवान बुद्धांची दोन छोटी चित्रे मला दिली. ती मला देताना ते मला म्हणाले, "तरुण माणसा, एके दिवशी तू इथे पुन्हा येशील, अशी मला खातरी आहे." ही केवळ इच्छा नसून भविष्यवाणीच आहे, याची मला त्या वेळी जाणीव झाली होती. तिबेटी भिक्खूंकडे दैवी शक्ती असतात, असे मी वाचले होते. तवांगच्या रिंपोचेंनी भविष्य वर्तवल्याप्रमाणे या भागात मी सेवा बजावणार होतोच आणि म्हणून माझी अरुणाचलच्या राज्यपाल पदावर नेमणूक झाली असावी.

तसेच माझी राज्यपाल म्हणून नेमणूकही माझ्या दिवंगत मातेची स्वप्नपूर्ती होती, असे मला आजही वाटते. माझा मेटकॉफ हाउसपासून सुरू झालेला शासकीय प्रवास मला राजभवनात घेऊन आला होता.

❖